ಕಲ್ಯಾಣಮಸ್ತು

ಸಾಯಿಸುತೆ

ಸುಧಾ ಎಂಟರ್‌ಪ್ರೈಸಸ್

ನಂ. 761, 8ನೇ ಮೈನ್, 3ನೇ ಬ್ಲಾಕ್,
ಕೋರಮಂಗಲ, ಬೆಂಗಳೂರು – 560 034.

Kalyanamasthu (Kannada): a social novel written by Smt. Saisuthe; published by Sudha Enterprises, # 761, 8th Main, 3rd Block, Koramangala, Bangalore - 560 034.

ಮೊದಲನೆಯ ಮುದ್ರಣ	:	2000
ಎರಡನೆಯ ಮುದ್ರಣ	:	2013
ಮೂರನೆಯ ಮುದ್ರಣ	:	2021
ಪುಟಗಳು	:	208
ಬೆಲೆ	:	ರೂ.
ಉಪಯೋಗಿಸಿದ ಕಾಗದ	:	70 ಜಿ.ಎಸ್.ಎಂ. ಮ್ಯಾಪ್‌ಲಿಥೋ
ಮುಖಪುಟ ವಿನ್ಯಾಸ	:	ಪ.ಸ. ಕುಮಾರ್
ಹಕ್ಕುಗಳು	:	ಲೇಖಕಿಯವರದು

ಸಗಟು ಮಾರಾಟಗಾರರು
ವಸಂತ ಪ್ರಕಾಶನ
360, 10ನೇ 'ಬಿ' ಮುಖ್ಯರಸ್ತೆ, 3ನೇ ಬ್ಲಾಕ್,
ಜಯನಗರ, ಬೆಂಗಳೂರು – 560 011
ದೂರವಾಣಿ : 080–22443996
email : info@vasanthaprakashana.com
website: www.vasanthaprakashana.com

ಅಕ್ಷರ ಜೋಡಣೆ :
ಲೇಜರ್ ಲೈನ್ ಗ್ರಾಫಿಕ್ಸ್

ಮುದ್ರಣ :
ರೀಗಲ್ ಪ್ರಿಂಟರ್ಸ್

ಮುನ್ನುಡಿ

ಆತ್ಮೀಯ ಓದುಗರಲ್ಲಿ,

ಕಾದಂಬರಿ ಓದಿದ ಎಷ್ಟೋ ಓದುಗರು 'ಸಂಧ್ಯಾನ ನೀವು ನೋಡಿದ್ದೀರಾ? ದಯವಿಟ್ಟು ಒಮ್ಮೆ ನೋಡುವ ಆಸೆ' ಎಂದು ಫೋನಾಯಿಸಿ ಕೇಳಿದ್ದರು. ಅಂಥ ಒಬ್ಬ ಸಂಧ್ಯಾ ಪ್ರತಿಯೊಂದು ಹೆಣ್ಣಿನಲ್ಲು ಸ್ವಲ್ಪ ಮಟ್ಟಿಗಾದರೂ ಇರುವ ಸಾಧ್ಯತೆ ಇದೆ!

'ಈ ಕಾದಂಬರಿಯ ಪ್ರತಿಗಳು ಮುಗಿದು ವರ್ಷಗಳೇ ಆಗಿದೆ. ಯಾಕೆ ಮರು ಮುದ್ರಣವಾಗಿಲ್ಲ?' ಎಂದು ಪ್ರಶ್ನಿಸಿದ ಎಷ್ಟೋ ಮಂದಿ ಓದುಗರಿದ್ದಾರೆ. ಮತ್ತೆ ಪ್ರಕಟವಾಗಿರುವುದರಿಂದ ಪ್ರಶ್ನೆಗೆ ಉತ್ತರ ಸಿಕ್ಕಂತಾಗಿದೆ.

ಪ್ರಕಾಶಕರಿಗೂ ಮುಖಚಿತ್ರ ಕಲಾವಿದರಿಗೂ ಮತ್ತು ನಿಮಗೂ ನನ್ನ ಧನ್ಯವಾದಗಳು.

ಬೆಂಗಳೂರು

ಸಾಯಿಸುತೆ
"ಸಾಯಿಸದನ"
12, 2ನೇ ಮುಖ್ಯರಸ್ತೆ, 2ನೇ ಅಡ್ಡರಸ್ತೆ,
ಮಾರುತಿನಗರ, ಕೋಗಿಲೆ ಕ್ರಾಸ್,
ಯಲಹಂಕ, ಬೆಂಗಳೂರು – 560064.
ದೂ.: 080–28571361

ನಮ್ಮಲ್ಲಿ ದೊರೆಯುವ ಸಾಯಿಸುತೆಯವರ ಇತರ ಕಾದಂಬರಿಗಳು

ಸದ್ಗ್ರಹಸ್ಥೆ	ಮೌನ ಆಲಾಪನ
ಕಾರ್ತೀಕದ ಸಂಜೆ	ಮತ್ತೊಂದು ಬಾಡದ ಹೂ
ನಾ ನನ್ನ ಧ್ಯಾನದೊಳಿರಲು	ಶಿಶಿರದ ಇಂಚರ
ಸುಪ್ರಭಾತದ ಹೊಂಗನಸು	ಮುಂಗಾರಿನ ಹುಡುಗಿ
ಕರಗಿದ ಕಾರ್ಮೋಡ	ಸಾಮಗಾನ
ಹೃದಯ ರಾಗ	ಕಡಲ ಮುತ್ತು
ಅಮೃತಸಿಂಧು	ಆಡಿಸಿದಳು ಜಗದೋದ್ಧಾರನಾ
ಬಣ್ಣದ ಚುಂಬಕ	ಪಂಚವಟಿ
ಸ್ವರ್ಣ ಮಂದಿರ	ಶ್ಯಾನುಭೋಗರ ಮಗಳು
ಶ್ರೀರಸ್ತು ಶುಭಮಸ್ತು	ಮೂಡಿ ಬಂದ ಶಶಿ
ಗಂಧರ್ವಗಿರಿ	ಜನನೀ ಜನ್ಮಭೂಮಿ
ಶುಭಮಿಲನ	ಬಿರಿದ ನೈದಿಲೆ
ಸಪ್ತಪದಿ	ಶರದೃತುವಿನ ಚಂದ್ರ
ಚೈತ್ರದ ಕೋಗಿಲೆ	ಮೋಹನ ಮುರಳಿ ಕರೆಯಿತು
ಬೆಳ್ಳಿದೋಣಿ	ಮುಗಿಲ ತಾರೆ
ವಿವಾಹ ಬಂಧನ	ಅಗ್ನಿದಿವ್ಯ
ಮಂಗಳ ದೀಪ	ಧವಳ ನಕ್ಷತ್ರ
ಡಾ॥ ವಸುಧಾ	ಕಲ್ಯಾಣಮಸ್ತು
ಮುಂಜಾನೆಯ ಮುಂಬೆಳಕು	ದಂತದ ಗೊಂಬೆ
ಸೊಬಗಿನ ಪ್ರಿಯದರ್ಶಿನಿ	ಸುಭಾಷಿಣೆ
ರಾಗಬೃಂದಾವನ	ಮಮತೆಯ ಸಂಕೋಲೆ
ಬಿಳಿ ಮೋಡಗಳು	ಮಂತ್ರಾಕ್ಷತೆ
ಅನುಬಂಧದ ಕಾರಂಜಿ	ಸಪ್ತಧಾರೆ
ಮಿಂಚು	ಹೇಮಂತದ ಸೊಗಸು
ನಾಟ್ಯಸುಧಾ	ಬೆಳಕಿನ ಹಣತೆ
ಪಸರಿಸಿದ ಶ್ರೀಗಂಧ	ಗ್ರೀಷ್ಮದ ಸೊಬಗು
ಬೆಳದಿಂಗಳ ಚೆಲುವೆ	ಗ್ರೀಷ್ಮ ಋತು
ವರ್ಷಬಿಂದು	ಪ್ರಿಯ ಸಖೀ
ಸಪ್ತ ಸಂಭ್ರಮ	ಚಿರಬಾಂಧವ್ಯ
ನನ್ನ ಭಾವ ನನ್ನ ರಾಗ	ಆಶಾಸೌರಭ
ಸುಮಧುರ ಭಾರತಿ	ಗಿರಿಧರ

ಸಾಯಿಸುತೆಯವರ ಮುಂದಿನ ಕಾದಂಬರಿ

'ಸಮರ್ಪಿತ'

ನೀ ಮಾಯೆಯೊಳಗೋ ನಿನ್ನೊಳು ಮಾಯೆಯೋ...
ಅಧ್ಯಯನ, ಚಿಂತನೆಯ ಹುಡುಕಾಟದ ಸುಂದರ ಪರಿಕಲ್ಪನೆ

ಕಲ್ಯಾಣಮಸ್ತು

ಬಸ್ಸಿನಿಂದ ಎಲ್ಲರನ್ನು ಇಳಿಸಿಕೊಂಡ ಸಂಧ್ಯಾ ಸುತ್ತಲು ನೋಟ ಹರಿಸಿ ದೊಡ್ಡ ಸಾಧನೆ ಮಾಡಿದಂತೆ ನಿಟ್ಟುಸಿರು ದಬ್ಬಿದಳು. ಸಣ್ಣ ಊರಿಗೂ ಈ ದೊಡ್ಡ ಸಿಟಿಗೂ ಅಜಗಜಾಂತರ ವ್ಯತ್ಯಾಸ. ಈ ಅಸಾಧ್ಯ ಜನ ಜಂಗುಳಿಯ ಮಧ್ಯೆ ಅವಳ ಹೋರಾಟ ಸಾಗಬೇಕಿತ್ತು. ಹೊರಗೆ ಬಂದು ನಿಂತ ಕಂಡಕ್ಟರ್ ತಾನೇ ಇನ್ನೊಬ್ಬನ ಸಹಾಯದಿಂದ ಅವರ ಲಗೇಜ್ ಇಳಿಸಿ ಕೊಟ್ಟು ಉಪಕಾರ ಮಾಡಿದ. ಆಗಾಗ ಅಂದರೆ ತಿಂಗಳಲ್ಲಿ ಎರಡು ಸಲವಾದರೂ ಆ ಬಸ್ಸಿನಲ್ಲಿಯೇ ಊರಿಗೆ ಹೋಗಿ ಬಂದು ಮಾಡುತ್ತಿದ್ದಳು. ಮೂರು ವರ್ಷದಿಂದ ಅದೇ ರೂಟಿನಲ್ಲಿದ್ದ ಕಂಡಕ್ಟರ್ ಪರಿಚಿತನೇ.

"ಸುಮ್ನೇ ನೋಡ್ತಾ ನಿಂತು ಬಿಡ್ಬೇಡಿ. ಸಾಮಾನು ಸರ್ಯಾಗಿದೆಯಾಂತ ಎಣಿಸಿ ನೋಡ್ಕೊಳ್ಳಿ. ಸ್ವಲ್ಪ ಯಾಮಾರಿದರೂ ತಂದ ಸಾಮಾನುಗಳು ತಮ್ಮ ಸ್ವಂತದಲ್ಲವಾಗಿಬಿಡುತ್ತೆ" ಎಂದು ಬ್ಯಾಗ್‌ನಿಂದ ಚಿಲ್ಲರೆ ತೆಗೆದು ಪ್ರಯಾಣಿಕನಿಗೆ ಕೊಡುತ್ತ ಹೇಳಿದ.

ಎಲ್ಲಾ ಎಣಿಸಿ ನೋಡಿದ ಸಂಧ್ಯಾ "ಸರ್ಯಾಗಿದೆ. ತುಂಬಾ ಥ್ಯಾಂಕ್ಸ್" ಮತ್ತೆ ಮತ್ತೆ ಸಾಮಾನುಗಳ ಮೇಲೆ ಕಣ್ಣಾಡಿಸುತ್ತ ನುಡಿದಳು. ಒಟ್ಟು ಸಾಮಾನುಗಳ ಲೆಕ್ಕ ಏಳು. ಅವಳಮ್ಮ, ಅಪ್ಪ, ಮತ್ತೊಮ್ಮೆ ಎಣಿಸಿ ನೋಡಿಕೊಂಡರು. ಅವರ ಸಮಸ್ತವು ಆದ ಅವು ಅವರುಗಳ ಪಾಲಿಗೆ ಅಮೂಲ್ಯವೇ.

ಬಸ್ಸು ಹತ್ತಿ ಇಳಿದ ಕಂಡಕ್ಟರ್ "ಎರ್ಡು ಮೂರು ಆಟೋ ಹಿಡ್ಯೋ ಬದಲು ಒಂದು ಟ್ಯಾಕ್ಸಿ ಮಾಡ್ಕೊಂಡ್ ಹೋಗ್ಬಿಡಿ. ಇಲ್ಲದಿದ್ದರೆ ತುಂಬಾ ತಾಪತ್ರಯಕ್ಕೆ ಸಿಕ್ಕಿ ಹಾಕ್ಕೋತೀರಾ." ಒಂದು ಮಾತು ಹೇಳಿಯೇಹೋಗಿದ್ದು. ಅದು ಅವಳಿಗೆ ಸರಿಯೆನಿಸಿತು ಕೂಡ.

ಲಗೇಜ್‌ನ ಒಯ್ದು ಬಸ್ ಸ್ಟಾಂಡ್‌ನ ಒಂದು ಕಂಬದ ಬಳಿ ಇಳಿಸಿದಳು ತಂಗಿಯರೊಂದಿಗೆ. ಎರಡು ಗೋಣಿ ಚೀಲದ ಪಾತ್ರೆ ಪಡಗ, ಒಂದು ಚೀಲದಲ್ಲಿ ಉಳಿದಿದ್ದ ದವಸ ಧಾನ್ಯವನ್ನು ಸಣ್ಣ ಚೀಲಗಳಿಗೆ ತುಂಬಿ ದೊಡ್ಡ ಗೋಣಿ ಚೀಲದಲ್ಲಿ ಹಾಕಿ ಕಟ್ಟಿದ್ದ ಮತ್ತೊಂದು ಚೀಲ. ಎರಡು ಹಾಸಿಗೆಗಳನ್ನು ಒಟ್ಟು ಮಾಡಿ ಬೆಡ್‌ಷೀಟ್‌ಗಳನ್ನು ಹಾಕಿ ಸುತ್ತಿಟ್ಟಿದ್ದ ಬಂಡಲ್ ಇದ್ದಿದ್ದರಲ್ಲಿ ದೊಡ್ಡ ಲಗೇಜ್. ಒಂದು ತಾಮ್ರದ ಬಿಂದಿಗೆ, ಹಿತ್ತಾಳೆಯ ಗುಂಡಿಯನ್ನು ಸೇರಿಸಿ ಕಟ್ಟಿದ ಚೀಲ. ಮಿಕ್ಕಿದ್ದೊಂದು

ಟ್ರಂಕ್, ಚೀಲ. ಇದು ಇಷ್ಟು ವರ್ಷ ಈ ಸಂಸಾರಕ್ಕೆ ನೆರವು ನೀಡಿಕೊಂಡು ಜೊತೆಯಲ್ಲಿತ್ತು. ಅವೆಲ್ಲ ಇಡೀ ಕುಟುಂಬದವರ ಅಭಿಮಾನಕ್ಕೆ ಪಾತ್ರವಾಗಿತ್ತು.

ತೀರಾ ಸೋತ ತಂದೆಯ ಕೈ ಹಿಡಿದು ಕರೆದೊಯ್ದು ಪ್ರಯಾಣಿಕರಿಗಾಗಿ ಹಾಕಿದ್ದ ಛೇರ್ ಮೇಲೆ ಕೂಡಿಸಿ "ಅಪ್ಪ, ನೀವು ಕೂತು ಸುಧಾರಿಸ್ಕೊಳ್ಳಿ. ನಾನ್ಹೋಗಿ ಟ್ಯಾಕ್ಸಿ ತರ್ತೀನಿ" ಹೊರಟವಳ ಹಿಂದೆ ಅವಳ ತಂಗಿಯರು, ತಮ್ಮ ಹೊರಟಾಗ ಹಿಂದಕ್ಕೆ ಬಂದು ತಾಯಿಯತ್ತ ನೋಡಿದಳು.

"ಅಮ್ಮ ಇದು ಸಣ್ಣ ಊರಲ್ಲ. ಈ ಜನ ಜಂಗುಳಿಯಲ್ಲಿ ತಪ್ಪಿಸಿಕೊಂಡು ಹೋದರೆ ಬಹಳ ಕಷ್ಟ. ನಾನು ಬಂದು ಎಲ್ಲರನ್ನು ಜೊತೆಯಾಗಿ ಕರ್ಕೊಂಡ್ ಹೋಗ್ತೀನಿ." ತಂಗಿಯರು, ತಮ್ಮನನ್ನು ವೈದೇಹಿಗೆ ಒಪ್ಪಿಸಿದಾಗ ಪ್ರೀತಿಯ ಮಗ ಕೈ ಹಿಡಿದು ಜಗ್ಗ ತೊಡಗಿದ. "ನಾನು, ಅಕ್ಕನ ಜೊತೆ ಹೋಗ್ತೀನಿ" ಪಿಸುಗುಟ್ಟ ತೊಡಗಿದವನನ್ನು ಕರುಣೆಯಿಂದ ಮಮತೆಯಿಂದ ನೋಡಿದಳು. ರಾಘವೇಂದ್ರ ಕಡೆಯ ಸಂತಾನ.

"ಇವ್ನ ಕರ್ಕಂಡ್ ಹೋಗು" ತಾಯಿಯ ಆಜ್ಞೆ. ಆಕೆಗೆ ಮಗನ ಮೇಲೆ ವಿಪರೀತ ಪ್ರೀತಿ. "ಮಂತ್ರಾಲಯದ ಗುರುಗಳ ಆಶೀರ್ವಾದದಿಂದ ಹುಟ್ಟಿದೋನು. ಅದ್ಕೇ ರಾಘವೇಂದ್ರ ಅಂತ ಹೆಸರು ಇಟ್ಟಿರೋದು. ಗಂಡು ಮಕ್ಳೇ ಇಲ್ದ ಈ ಕುಟುಂಬಕ್ಕೆ ಅವ್ನೇ ದಾರಿ ದೀಪ" ಅತ್ಯಂತ ಅಭಿಮಾನದಿಂದ ಎಲ್ಲರೊಡನೆ ಹೇಳಿಕೊಳ್ಳುತ್ತಿದ್ದಳು. 'ಕುಟುಂಬಕ್ಕೆ ದೀಪ' ಅವಳಿಗೆ ನಗು ಬರುತ್ತಿತ್ತು. 'ಈ ಜಜ್ಜರಿತವಾದ ಕುಟುಂಬಕ್ಕೆ ಈ ಸಂತಾನ ಅಗತ್ಯವಾಗಿತ್ತಾ?' ಎಂದು ಗೋಡೆಗೆ ನೇತು ಹಾಕಿದ್ದ ಗುರುಗಳ ಕಡೆ ನೋಡುತ್ತಿದ್ದಳು. ಅವರೇನು ಹೇಳಿಯಾರು? ಪೀಳಿಗೆ ಜವಾಬ್ದಾರಿ ಅರಿಯದ ಇಡೀ ಕುಟುಂಬ ರಾಘವೇಂದ್ರನ ಹುಟ್ಟನ್ನು ಸ್ವಾಗತಿಸಿತ್ತು.

ಅಮ್ಮನ ಸೆರಗಿಡಿದು ಜಗ್ಗಾಡುತ್ತಿದ್ದ ರಾಘವೇಂದ್ರನ ಕೈ ಹಿಡಿದು "ಅಮ್ಮ ಅಪ್ಪನಿಗೆ ತೀರಾ ಆಯಾಸವಾಗಿದೆ. ಒಂದಿಷ್ಟು ನೀರು ಕೊಡು. ಉಳಿದವರು ಜೋಪಾನ" ಎಂದು ಅವನೊಂದಿಗೆ ಹೊರಟಳು. ಅತ್ತಿತ್ತ ನೋಡುತ್ತಿದ್ದ ಅವನನ್ನು ಪುಟ್ಟ ಕರುವನ್ನು ಎಳೆದೊಯ್ದಂಗೆ ಎಳೆದೊಯ್ಯಬೇಕಿತ್ತು.

ಶ್ರೀಪತಿ, ಶಾರದಮ್ಮ ಮಗಳನ್ನೇ ಕಣ್ಣು ತುಂಬಿಕೊಳ್ಳುವಂತೆ ನೋಡಿದರು. ಆಕೆಗೆ ಒಂದಿಷ್ಟು ಅಸಮಾಧಾನವೇ. ಬಂದರೇ ಅವಳು ಒಪ್ಪತ್ತು ಉಳಿಯುವುದು ಕಷ್ಟವಾಗಿತ್ತು.

"ಸಂಧ್ಯಾ ಸಿಟಿ ಜೀವನಕ್ಕೆ ಒಗ್ಗಿಕೊಂಡು ಬಿಟ್ಟಿದ್ದಾಳೆ. ಅಲ್ಲಿಗೆ ಬಂದರಂತು ತೀರಾ ಇರುಸು ಮುರುಸು" ಎಂದರು. ಸಿಟಿಯ ಬದುಕಿನ ಬಗ್ಗೆ ಭಯವಿದ್ದ ಆಕೆಗೆ ಇಲ್ಲಿಗೆ ಬರಲೇ ಇಷ್ಟವಿಲ್ಲ. ಗಂಡನ ಅನಾರೋಗ್ಯದ ಜೊತೆ ತಿಂಗಳಾನುಗಟ್ಟಲೆ ವಾದಮಾಡಿ ಸಂಧ್ಯಾ ಇಡೀ ಕುಟುಂಬವನ್ನು ಹೊರಡಿಸಿಕೊಂಡು ಬಂದಿದ್ದಳು, ದೊಡ್ಡ ಸಾಹಸದಿಂದ.

ಶ್ರೀಪತಿಗೆ ಹೆಂಡತಿಯ ಮಾತು ಹಿಡಿಸಲಿಲ್ಲ. ಅಷ್ಟೊಂದು ಬುದ್ಧಿವಂತಳಲ್ಲವೆಂದು ಗೊತ್ತಿತ್ತು ಕೂಡ. "ಸಾಕು ಸುಮ್ನಿರು. ಏನೇನೋ ಮಾತಾಡ್ಬೇಡ. ಇವತ್ತು ನಾವೇನಾದ್ರೂ ಬದ್ಕಿದ್ದೀವೆಂದರೇ ಅವ್ಳ ದೆಸೆಯಿಂದ್ಲೇ, ಅವ್ಳ ಸಂಪಾದನೆಯಿಂದ್ಲೇ. ಏನೇನೋ ಮಾತಾಡಿ ಸಂಧ್ಯಾನ ನೋಯಿಸೋಕೆ ಹೋಗ್ಬೇಡ" ಗದರಿಕೊಂಡರು. ಮಗಳ ಮೇಲೆ ಅವರಿಗೆ ವಿಪರೀತ ಅಭಿಮಾನ. ಈಚೆಗೆ ಕಾಯಿಲೆ ಬಿದ್ದ ಮೇಲೆ ಶ್ರೀಪತಿಗಳು ತೀರಾ ಮೆತ್ತಗಾಗಿದ್ದರು. ತನ್ನಿಂದ ಇನ್ನು ತನ್ನ ಕುಟುಂಬಕ್ಕೆ ಏನು ಸಹಾಯವಾಗದೆಂಬ ಭಯದಿಂದ ನರಳುತ್ತಿದ್ದರು. ಮುಂದೇನು? ಈ ಪ್ರಶ್ನೆಗೆ ಅವರಲ್ಲಿ ಉತ್ತರವಿಲ್ಲ. ಅದನ್ನು ಕಾಲವೇ ನಿರ್ಧರಿಸಬೇಕಿತ್ತು.

ಟ್ಯಾಕ್ಸಿಯನ್ನು ಮಾತಾಡಿಸಿಕೊಂಡು ಬಂದ ಸಂಧ್ಯಾ ತನ್ನ ಹ್ಯಾಂಡ್‌ಬ್ಯಾಗ್‌ನ ತಾಯಿಯ ಕೈಯಲ್ಲಿ ಕೊಟ್ಟು "ಅಮ್ಮ ನೀನು ಇಲ್ಲೇ ಇರು. ನಾನು ಅಪ್ಪನ ಕರ್ಕೊಂಡ್ಹೋಗಿ ಕೂಡ್ಸಿ ಬರ್ತೀನಿ" ಎಂದು ತಂಗಿಯ ಸಹಾಯದಿಂದ ಪಾತ್ರೆಯ ಚೀಲವನ್ನು ಹಿಡಿದುಕೊಂಡು ಹೋದಳು. ಇಡೀ ಕುಟುಂಬದ ಪೋಷಣೆಗೆ ಅವಳ ಗಳಿಕೆಯೇ ಆಧಾರವಾಗಿದ್ದರಿಂದ ಯೋಚಿಸಿಯೇ ಖರ್ಚು ಮಾಡಬೇಕಿತ್ತು. ಎಲ್ಲ ಸಾಮಾನು ಸಾಗಿಸಿಯಾದ ಮೇಲೆ ತಾಯಿ, ರಾಘವೇಂದ್ರನನ್ನು ಕರೆದೊಯ್ದು ಹಿಂದಿನ ತಂದೆಯ ಪಕ್ಕದ ಸೀಟಿಗೆ ಹತ್ತಿಸುವ ವೇಳೆಗೆ ಪೂರ್ತಿ ಬೆವೆತುಹೋದಳು. ಅವಳ ಮಟ್ಟಿಗೆ ಇದೊಂದು ದೊಡ್ಡ ಸಾಹಸ. ಪರಿಸ್ಥಿತಿ ಅನುಭವ ಅವಳಲ್ಲಿ ಹೋರಾಟದ ಮನೋಬಲವನ್ನು ಸೃಷ್ಟಿಸಿತ್ತು. ಕುಟುಂಬವನ್ನು ಸಲಹುವುದು ಬರೀ ಕರ್ತವ್ಯವೆನಿಸಿರಲಿಲ್ಲ. ಅವಳಿಗೆ ಅಕ್ಕರೆ ಇತ್ತು.

ಮೊದಲ ಸಲ ಟ್ಯಾಕ್ಸಿಯಲ್ಲಿ ಕೂತ ಹುಡುಗರಿಗೆ ಖುಷಿಯೋ... ಖುಷಿ. ಚಂದ್ರಲೋಕದಲ್ಲಿ ಕಾಲಿಟ್ಟ ಗಗನಯಾತ್ರಿಗಳಿಗಿಂತ ಹೆಚ್ಚಿನ ಸಾಧನೆ ಮಾಡಿದವರಂತೆ ಸಂಭ್ರಮಪಡುತ್ತಿದ್ದ ಅವರನ್ನು ನೋಡುವುದೇ ತೃಪ್ತಿ ತಂದಿತ್ತು. ಒಬ್ಬರಿಗೊಬ್ಬರು ಪಿಸಿಪಿಸಿ ಎನ್ನುತ್ತಿದ್ದರೆ ವಿನಾ ಜೋರಾಗಿ ತಮ್ಮ ಸಂತೋಷವನ್ನು ವ್ಯಕ್ತಪಡಿಸಲು ಯಾವುದೇ ಸಾಕ್ಷ್ಯಾಧಾರಗಳು ಇರಲಿಲ್ಲ.

ಒಮ್ಮೆ ಹಿಂದಿರುಗಿ ಸಂಧ್ಯಾ ತಮ್ಮನತ್ತ ನೋಡಿದಳು. ಮುದುರಿ ಕೂತಿದ್ದರೂ, ಈ ಬದಲಾವಣೆಗೆ ಹೊಂದಿಕೊಳ್ಳಲು ಕಷ್ಟಪಡುವಂತೆ ಕಂಡ. ಕಿರುನಗೆ ಬೀರಿ ಕೈ ಚಾಚಿ ಅವನ ಕೆನ್ನೆ ಸವರಿದಾಗ ನಕ್ಷತ್ರಗಳು ಮಿನುಗಿದವು ಕಣ್ಣುಗಳಲ್ಲಿ.

"ಅಕ್ಕ, ನಾವು ಸಂಜೆವರ್ಗೂ ಟ್ಯಾಕ್ಸಿಯಲ್ಲೆ ಸುತ್ತಾಡೋಣ" ಅಂದ. ಸಂಧ್ಯಾ ನಗಲಿಲ್ಲ. ವ್ಯಥೆ ಕೂಡ ಪಡಲಿಲ್ಲ. ಬದುಕಿನ ನಾನಾ ಮಗ್ಗುಲನ್ನು ಕಂಡ ಅವಳಿಗೆ ಇನ್ನು ನಿಕೃಷ್ಟ ಸ್ಥಿತಿಯಲ್ಲಿ ಬದುಕೋ ಎಷ್ಟೋ ಜನ ಇದ್ದಾರೆಂದು ಗೊತ್ತು. "ಅಕ್ಕ...." ಅವನ ಸ್ವರ ಎಚ್ಚರಿಸಿತು.

"ಇವತ್ತಲ್ಲ, ಇನ್ನೊಂದು ದಿನ" ಎಂದಳು ಹೊರಗೆ ನೋಡುತ್ತ.

ಹತ್ತಾರು ರೋಡುಗಳನ್ನು ಬಳಸಿ ಟ್ಯಾಕ್ಸಿ ಒಂದು ಕಡೆ ನಿಂತಿತು. ಮೊದಲು ಇಳಿದಳು ಸಂಧ್ಯಾ. ಅದೇನು ಶ್ರೀಮಂತ ಬಡಾವಣೆಯಲ್ಲ. ಈ ಮನೆಗಿಂತ

ಉತ್ತಮವಾದ ಕೆಲವು ಮನೆಗಳು ಇದ್ದವು ಕೂಡ. ಬಹು ಪ್ರಯಾಸದಿಂದಲೇ ಈ ಮನೆಯನ್ನು ಹಿಡಿದಿದ್ದು. ತೀರಾ ಪುಟ್ಟ ಕಾಂಪೌಂಡ್‌ನ ಸಿಮೆಂಟ್ ಛಾವಣಿಯ ಈ ಮನೆಯನ್ನು ಕಟ್ಟಿ ಕನಿಷ್ಠ ಇಪ್ಪತ್ತೈದು ವರ್ಷಗಳಾದರೂ ಆಗಿತ್ತು. ಕಾಂಪೌಂಡ್ ಗೋಡೆಗಳು ಬಣ್ಣ ಕಳೆದುಕೊಂಡಿತ್ತು. ಇದರಲ್ಲಿ ವಾಸ ಮಾಡಲು ಅವಳ ಸಂಬಳದಲ್ಲಿ ಅರ್ಧಕ್ಕಿಂತ ಹೆಚ್ಚು ಹಣವನ್ನು ಸಂದಾಯ ಮಾಡಬೇಕಿತ್ತು.

"ತಿಂಗ್ಳು.... ತಿಂಗ್ಳು ಬಾಡ್ಗೇ ತಪ್ಪಿಹೋಗುತ್ತೆ. ಓನರ್‌ಗೆ ಈಗ ಹಣದ ಅಗತ್ಯವಿದೆ. ಒಂದೈವತ್ತು ಸಾವಿರ ಹೊಂಚಿ ಲೀಸ್ ಮಾಡ್ಸಿಕೊಂಡ್ ಬಿಟ್ಟರೆ ಐದು ವರ್ಷ ಆರಾಮಾಗಿರ್ಬಹ್ದು" ಅವಳ ಕೊಲೀಗ್ ವೈಭವಿ ಹೇಳಿದಳು. ಅಂಥ ಒಂದು ಯೋಚನೇನು ಅವಳಲ್ಲಿ ಇತ್ತು.

ಸಾಮಾನೆಲ್ಲ ಇಳಿಸಿಕೊಂಡು ಸೊಂಟಕ್ಕೆ ಸೆರಗು ಸಿಕ್ಕಿಸಿ ತಾಯಿಯತ್ತ ನೋಡಿದಳು. ಖಾಲಿ ಕೈ. "ಅಮ್ಮ ನಾನು ಕೊಟ್ಟ ಬ್ಯಾಗ್ ಎಲ್ಲಿ?" ಅಂದಳು ಗಾಬರಿಯಾಗಿ. ಅದರಲ್ಲಿ ಕೆಲವು ನೂರುಗಳು ಇದ್ದವು. ಅದನ್ನು ಶೇಖರಿಸಲು ಬಹಳಷ್ಟು ಕಷ್ಟಪಟ್ಟಿದ್ದಳು.

"ಟ್ಯಾಕ್ಸಿಯಲ್ಲೆ ಬಿಟ್ಟಿರ್ಬೇಕು" ಎಂದರು ಚಡಪಡಿಸುತ್ತ.

ಅಲ್ಲೇ ಟ್ಯಾಕ್ಸಿ ಇದ್ದುದ್ದರಿಂದ "ಎಕ್ಸ್‌ಕ್ಯೂಜ್ ಮಿ" ಎಂದು ಡೋರ್ ತೆಗೆದು ಹುಡುಕಾಡಿದಳು. ಅದು ನಾಪತ್ತೆ. ಬೀಗದ ಕೈ, ಹಣ ಎಲ್ಲಾ ಅದರಲ್ಲೇ ಇತ್ತು. ದಿಕ್ಕು ತೋಚದೇ ಬೆವೆತರೂ ಧೈರ್ಯಗೆಡದೇ ಬಗ್ಗಿ ಮೃದುವಾಗಿ ಟ್ಯಾಕ್ಸಿ ಡ್ರೈವರ್‌ಗೆ ಪರಿಸ್ಥಿತಿ ವಿವರಿಸಿ "ನೀವು ಇಲ್ಲಿಗೇನು ಬರೋದ್ಬೇಡ. ಅನುರಾಧ ನರ್ಸಿಂಗ್ ಹೋಂ ಬಳಿ ಬನ್ನಿ. ನಾಳೆ ಯಾವ್ದೇ ಸಮಯಕ್ಕೆ ಬಂದರೂ ನಿಮ್ಮ ಹಣ ಬಡ್ಡಿಯೊಂದಿಗೆ ಸಿಗುತ್ತೆ" ರಿಕ್ವೆಸ್ಟ್ ಮಾಡಿಕೊಂಡಳು.

ಅವನು ವಾದಕ್ಕೆ ನಿಂತ. ಸಾಮಾನು ಹಾಕಿಕೊಂಡು ಮನೆಯ ಮುಂದೆ ನಿಂತ ಜನರನ್ನು ನೋಡಿ 'ಅಯ್ಯೋ' ಎನಿಸಿರಬೇಕು. ಕಡೆಗೆ ಒಪ್ಪಿಗೆ ಸೂಚಿಸಿ, 'ಅನುರಾಧ ನರ್ಸಿಂಗ್ ಹೋಂ'ನ ಪೂರ್ತಿ ವಿಳಾಸವನ್ನು ತನ್ನ ವಿಳಾಸವನ್ನು ತನ್ನ ಜೇಬಿನಲ್ಲಿದ್ದ ಪುಟ್ಟ ಪುಸ್ತಕಕ್ಕೆ ಬರೆಸಿಕೊಂಡು ಗೊಣಗುತ್ತಲೇ ಟ್ಯಾಕ್ಸಿ ಹತ್ತಿದ್ದು.

"ರಾಘು ಕೈಯಲ್ಲಿ ಇಟ್ಕೊಂಡಿದ್ದ" ಭಯದಿಂದ ನುಡಿದರು ಶಾರದಮ್ಮ. ಶ್ರೀಪತಿ ದುರುಗುಟ್ಟಿಕೊಂಡು "ನಿನ್ನ ಹಣೆಬರಹವೇ ಇಷ್ಟಾಗಿ ಹೋಯ್ತು. ನಮ್ಮ ಹೊಟ್ಟೆಯಲ್ಲಿ ಹುಟ್ಟಿದ ತಪ್ಪಿಗೆ ಸಂಧ್ಯಾ ಇದನ್ನೆಲ್ಲ ಅನುಭವಿಸಬೇಕು" ಮೂದಲಿಸಿದರು.

"ಅದ್ಕೇನು ಮಾಡೋಕ್ಕಾಗುತ್ತೆ ಬಿಡಪ್ಪ. ಈಗ ಬೀಗ ತೆಗ್ದು ಒಳ್ಗೇ ಹೇಗೆ ಹೋಗೋದೂಂತ ಯೋಚ್ಸಬೇಕು" ಎಂದು ಅತ್ತಿತ್ತ ನೋಡಿ ಒಂದು ಕಲ್ಲು ಎತ್ತಿಕೊಂಡಳು. ಹೊರಗಡೆ ಇಷ್ಟು ಜನರ ನಡುವೆ ನಿಂತು ಒಂದು ಸೀನ್ ಕ್ರಿಯೇಟ್ ಮಾಡೋಕೆ ಅವಳಿಗೆ ಇಷ್ಟವಿಲ್ಲ.

ಬೀಗ ಸುಮಾರಾಗಿದ್ದುದರಿಂದ ಕಲ್ಲಿನ ಪೆಟ್ಟಿಗೆ ಹೊಡೆದು ಹೋದರೂ ಬಾಗಿಲ

ಮೇಲೆ ಮೂಡಿದ ಗುರುತುಗಳನ್ನು ನೋಡಿ ಹೆದರಿದರೂ ಸದ್ಯದ ಸಮಸ್ಯೆ ಪರಿಹಾರವಾಯಿತಲ್ಲ ಎಂದು ಹರ್ಷಿಸಿದಳು.

"ನಡೀ.... ಅಪ್ಪ" ಎಂದು ತಂದೆಯನ್ನು ಒಳಗೆ ಕರೆದೊಯ್ದು ಎಲ್ಲರೊಡನೆ ಸಾಮಾನುಗಳನ್ನು ಒಳಕ್ಕೆ ಸಾಗಿಸಿದಳು. "ಅಮ್ಮ ನಾನು ಬರೋಕೆ ಮೊದ್ಲು ನೀರು ಹಿಡಿದಿಟ್ಟು ಬಂದಿದ್ದೆ." ಮೊದ್ಲು ಬಚ್ಚಲು ಮನೆಗೆ ಹೋಗಿ ಕೈಕಾಲು ತೊಳೆದುಕೊಂಡು ತಂದಿದ್ದ ವೆಂಕಟರಮಣ ಸ್ವಾಮಿಯ ಫೋಟೋನ ಅಡಿಗೆ ಮನೆಯಲ್ಲಿದ್ದ ತಟ್ಟೆಯ ಮೇಲಿಟ್ಟು ಉಳಿದ ದೇವರ ಸಣ್ಣ ವಿಗ್ರಹಗಳನ್ನು ಒಂದು ಮಣೆ ಹಾಕಿ ಇಟ್ಟು ದೀಪ ಹಚ್ಚಿ ಕೈ ಮುಗಿದಳು. ಯಾವ ಅಡ್ಡಿ ಆತಂಕಗಳೂ ಇಲ್ಲದೆ ಕುಟುಂಬವನ್ನು ಇಲ್ಲಿಗೆ ಕರೆತರಲು ಕೃಪೆ ತೋರಿದ ದೇವರಿಗೆ ಭಕ್ತಿಯಿಂದ ನಮಸ್ಕರಿಸಿದಳು. ನಡುಮನೆಯಲ್ಲಿ ನಿಂತ ತಾಯಿಯ ಕಡೆ ನೋಡಿ "ಇಲ್ಲಿ ಅಡುಗೆಗಾಗಿ ಒಲೆ ಹಚ್ಚೊಂಥದ್ದೇನಿಲ್ಲ. ನನ್ನ ಸ್ನೇಹಿತೆ ಶ್ರಾವಣಿ ಲೇಡೀಸ್ ಹಾಸ್ಟೆಲ್‌ನಲ್ಲಿದ್ದಾಳೆ. ತಾನು ಮನೆ ಮಾಡೋವರ್ಗೂ ಗ್ಯಾಸ್ ಸಿಲಿಂಡರ್ ಸ್ಟೌವ್ ಉಪಯೋಗಿಸ್ಕೊಂತ ಕೊಟ್ಟಿದ್ದಾಳೆ" ಅಂದು ಬೇರೆಡೆ ನೋಟ ಹರಿಸಿದಳು. ಹೆತ್ತವಳ ಕಣ್ಣುಗಳು ತುಂಬ ಸೂಕ್ಷ್ಮವೆಂದು ಅವಳಿಗೆ ಗೊತ್ತು. ಸಮೀಪಕ್ಕೆ ಬಂದ ಶಾರದಮ್ಮ ಮಗಳ ಕೈ ಹಿಡಿದು "ನಿನ್ನ ವಿವಾಹ ಮಾಡಿ ಹೊಸ ಸಂಸಾರಕ್ಕೆ ಬೇಕಾದ ಪಾತ್ರೆ ಪಡಗಗಳನ್ನು ನಾವು ಜೋಡ್ಸಿ ಕೊಡ್ಬೇಕಿತ್ತು. ಇದು ಬೇರೆ ತರಹ ಆಯ್ತು" ತಟಕ್ಕನೆ ಕಣ್ಣಿಂದ ಕಂಬನಿ ಹೊರಗೆ ಚಿಮ್ಮಿತು.

"ಅಮ್ಮ ಕಣ್ಣೀರಿಡೋದು ನಿಂಗೆ ಸರಿಯಾಗಿಸುತ್ತ? ಅಪ್ಪ ಸುಮ್ನೇ ನೊಂದ್ಕೋತಾರೆ. ನಂಗಿಂತ ಚಿಕ್ಕವರು ಇದ್ದಾರಲ್ಲ, ಅವ್ರಿಗೆ ಮುಂದಿನ ದಿನಗಳ ಬಗ್ಗೆ ನಿರಾಸೆ ಮೂಡ್ಬಾರ್ದು. ಸದ್ಯಕ್ಕೆ ನಿನ್ನ ಮುಖದ ಮೇಲಿನ ಉತ್ಸಾಹ, ನಗು ಈ ಕುಟುಂಬಕ್ಕೆ ಚೈತನ್ಯ ತುಂಬುತ್ತೆ" ತುಂಬು ಮನದಿಂದ ನುಡಿದಳು. ಅವಳು ಮೊದಲಿನ ಮುಗ್ಧ ಸಂಧ್ಯಳಲ್ಲ. ಈ ಮೂರು ವರ್ಷಗಳ ಜೀವನದ ಉಳಿದ ಮಗ್ಗುಲನ್ನು ದರ್ಶನ ಮಾಡಿಸಿತ್ತು.

"ಬೇಗ ಹಾಲು ತಂದ್ಬಿಡ್ತೀನಿ" ಎಂದು ಹೊರಟಾಗ ರಾಘವೇಂದ್ರ ಹಿಂದೆ ಬಿದ್ದ. ಅವನಿಗೆ ಇದೊಂದು ಅಭ್ಯಾಸ. ಕೆಟ್ಟದ್ದೋ, ಒಳ್ಳೆಯದೋ ಮೊದಲಿನಿಂದ ಇದನ್ನು ಮನೆಯವರೆಲ್ಲ ಪ್ರೋತ್ಸಾಹಿಸಿಕೊಂಡು ಬಂದಿದ್ದು ಇಲ್ಲಿ ಮುಂದುವರಿಯುವುದು ಸರಿಯಲ್ಲವೆನಿಸಿತು. "ಊರಿನ ತರಹ ಹೊರಟವರ ಹಿಂದೆಲ್ಲ ಇಲ್ಲಿ ಬರ್ಬಾರ್ದು. ಒಳ್ಗೆ ಹೋಗಿ ಅಮ್ಮನಿಗೆ ಸಹಾಯ ಮಾಡ್ಹೋಗು, ನಿನ್ನ ಪುಟ್ಟ ಕೈಗಳಿಂದ" ಹಿಂದಕ್ಕೆ ಕರೆ ತಂದು ತಾಯಿಗೆ ಒಪ್ಪಿಸಿ ಹೋದಳು ಬಿರುಸು ಹೆಜ್ಜೆಗಳನ್ನು ಹಾಕುತ್ತ.

ಆದಷ್ಟು ಬೇಗ ನರ್ಸಿಂಗ್ ಹೋಂಗೆ ಹೋಗುವ ಅಗತ್ಯವಿತ್ತು.

ಹಾಲಿಡಿದು ಬರುವ ವೇಳೆಗೆ ಮೂಟೆಗಳನ್ನು ಬಿಚ್ಚಿ ಪಾತ್ರೆಗಳನ್ನು ಹೊರತೆಗೆಯುತ್ತಿದ್ದರು ಶಾರದಮ್ಮ ಮಕ್ಕಳ ಸಹಾಯದಿಂದ. ತಾನೇ ಹಾಲು ಉಕ್ಕಿಸಿ ಅದೇ ಬಿಸಿ ಹಾಲಿಗೆ ಸಕ್ಕರೆ ಬೆರೆಸಿ ಎಲ್ಲರಿಗೂ ಕುಡಿಯಲು ಕೊಟ್ಟು ತಾನೊಂದು ಲೋಟ ನೀರು ಕುಡಿದು ಸುಧಾರಿಸಿಕೊಂಡಳು. ಕೊಂಚ ಹಾಯೆನಿಸಿತು. ಜೊತೆಗೆ

ಸುಸ್ತು ಕೂಡ. ತಾಯಿಯ ಅಳು, ತಂದೆಯ ನಿಟ್ಟುಸಿರಿನಿಂದ ಅವರನ್ನು ಬಿಡಿಸಿಕೊಂಡು ಇಲ್ಲಿಗೆ ಕರೆತರುವ ವೇಳೆಗೆ ಅವಳಿಗೆ ಸಾಕುಸಾಕಾಗಿತ್ತು. ಮುಂದೆ ಸಂಭಾಳಿಸುವುದು ಕೂಡ ಅಷ್ಟೇ ಕಷ್ಟವೆಂದು ಅವಳಿಗೆ ಗೊತ್ತು.

ಕೂತಿದ್ದ ತಂದೆಯ ಬಳಿಗೆ ಬಂದು "ಅಪ್ಪ, ಮನೆ ಹೇಗೆನಿಸ್ತು?" ವಿಚಾರಿಸಿದಳು ಅಕ್ಕರೆಯಿಂದ. ಶ್ರೀಪತಿ ಕಣ್ಣಲ್ಲಿ ಹರ್ಷ ತುಳುಕಿಸಿ "ತುಂಬ.... ತುಂಬಾನೇ ಚೆನ್ನಾಗಿದೆ. ದೊಡ್ಡ ಸಿಟಿಯಲ್ಲಿ ಇಷ್ಟೊಂದು ಅನ್ಕೂಲವಾದ ಮನೆ ಸಿಕ್ಕಿರೋದು ನಮ್ಮ ಪುಣ್ಯ" ಅಂದರು ಮಗಳನ್ನು ಅಭಿಮಾನದಿಂದ ನೋಡುತ್ತ. ಸದ್ಯಕ್ಕೆ ಈ ಕುಟುಂಬಕ್ಕೆ ಅವಳೇ ಊರುಗೋಲು.

ಗ್ಯಾಸ್ ಒಲೆ ಹೇಗೆ ಹೊತ್ತಿಸುವುದೆಂದು ಒಂದಲ್ಲ ನಾಲ್ಕು ಸಲ ತಿಳಿಸಿಯೇ ಅಡಿಗೆಗೆ ಇಟ್ಟಿದ್ದು. ಊರಿನಿಂದ ತಂದಿದ್ದ ತರಕಾರಿಯನ್ನು ತಂಗಿಯರ ಮುಂದೆ ಇಟ್ಟು ತಲೆ ಸವರಿದಳು.

"ಬೇಗ ಹೆಚ್ಚಿಕೊಟ್ಟರೆ ಅಡಿಗೆ ರೆಡಿಯಾಗುತ್ತೆ. ರಾಘವೇಂದ್ರನ ಮುಖ ಆಗ್ಲೇ ಸಪ್ಪಗಾಗಿದೆ. ಅರ್ಥ ಆಗಿರಬೇಕಲ್ಲ" ಮುಗುಳ್ನಕ್ಕಳು. ಇಬ್ಬರು ತಲೆಯಾಡಿಸಿದರು. ಕಡೆಯ ಸಂತಾನ ಗಂಡು ಮಗನ ಮೇಲೆ ಆಕೆಗೆ ಪಂಚಪ್ರಾಣ. ಈ ವಂಶ ಅವನಿಂದಲೇ ಉದ್ಧಾರವಾಗಬೇಕು ಎನ್ನುವ ಎಷ್ಟೋ ಮಹಿಳೆಯರ ಮುಂದಾಳಿನಂತೆ ವರ್ತಿಸುತ್ತಿದ್ದರು ಆಕೆ. ಅದರ ಪ್ರಖರತೆಯಿಂದ ವಿದ್ಯಾ, ನೋಯಬೇಕಿತ್ತು.

ಅರ್ಧ ಗಂಟೆಯಲ್ಲಿ ಎಲ್ಲರನ್ನು ಕೂಡಿಸಿಬಡಿಸಿ ತಾನೊಂದು ತುತ್ತು ತಿಂದು ಹೋಗಿ ಮುಖ ತೊಳೆದು ಉಡುಪು ಬದಲಾಯಿಸಿ ಸಿದ್ಧವಾದಳು. ನವಿರಾದ ಮಾತು ಭಾಷೆಯಂತೆ ನೀಟಾದ ಉಡುಪು ಅವಳ ಪ್ರೊಫೆಷನ್‌ಗೆ ಅಗತ್ಯವಾಗಿತ್ತು.

ತನ್ನ ಹ್ಯಾಂಡ್‌ಬ್ಯಾಗ್ ಕೈಗೆತ್ತಿಕೊಂಡು ಇನ್ನೂರು ರೂಪಾಯಿ ತೆಗೆದು ತಾಯಿಯ ಕೈಗೆ ಕೊಟ್ಟು "ಇದು ನಿನ್ನ ಹತ್ರ ಇರಲಿ. ಈಗಾಗ್ಲೇ ನಾಲ್ಕು ಘಂಟೆ. ಬಹುಶಃ ನಂಗೆ ರಾತ್ರಿಗೆ ಬರೋಕೆ ಆಗುತ್ತೋ ಇಲ್ವೋ. ಬೆಳಿಗ್ಗೆ ಬರ್ತೀನಿ. ಆರರ ನಂತರ ನೀರು ಬರ್ಬಹುದ್ದು. ಎಲ್ಲ ಹಿಡಿದು ತುಂಬಿಕೊಳ್ಳಿ. ಹೊಸ ಜಾಗ, ಹುಡುಗ್ರು ಎಲ್ಲೂ ಕಳಿಸೋದ್ಬೇಡ. ಇಲ್ಲೇ ಹತ್ತಿರದಲ್ಲೇ ದೇವಸ್ಥಾನ ಇದೆ. ಅಪ್ಪ, ಎಲ್ಲಾ ಒಂದ್ಸಲಿಗೆ ಹೋಗಿ ಪೂಜೆ ಮಾಡ್ಸಿಕೊಂಡ್ಬನ್ನಿ" ಬೇಗ ಬೇಗನೆ ಹೇಳಿದಳು.

ಶಾರದಮ್ಮನ ಮುಖ ಸಪ್ಪಗಾಯಿತು. ಹೆಣ್ಣು ಮಕ್ಕಳು ಹೊರಗೆ ಹೋಗಿ ದುಡಿಯೋದು ಆಕೆಗೆ ಸುತರಾಂ ಇಷ್ಟವಿಲ್ಲ. ಅದನ್ನು ಎಷ್ಟೋ ಸಲ ಹೇಳಿದ್ದರು.

ಆಚೆಗೆ ಹೋದವಳು ಹಿಂದಕ್ಕೆ ಬಂದು ಗೋಡೆಗೊರಗಿ ಸೋತಂತೆ ಕೂತಿದ್ದ ತಂದೆಯ ಬಳಿ ಕೂತು "ಅಪ್ಪ, ಅಮ್ಮನಿಗೆ ನೀವೇ ಧೈರ್ಯ ಹೇಳ್ಬೇಕು. ಸಮಸ್ಯೆಗಳ್ನ ಎದುರಿಸಿ ನಿಲ್ಲದಿದ್ದರೆ, ಅವೇ ನಮ್ಮನ್ನು ಆವರಿಸಿಕೊಂಡುಬಿಡುತ್ತೆ. ಹಾಗೆ ಆಗ್ಬಾರ್ದಲ್ಲ" ಅರ್ಥಗರ್ಭಿತವಾಗಿ ಅವರ ಮುಖ ನೋಡಿದಳು. ಶ್ರೀಪತಿ ಮಗಳ ಮಾತಿಗೆ ತಲೆದೂಗಿದರು.

ಮತ್ತೆ ಚಪ್ಪಲಿ ಮೆಟ್ಟಿ ಹೊರಗೆ ಬಂದಾಗ ಶಾರದಮ್ಮ ಕಣ್ಣೊರೆಸಿಕೊಳ್ಳುತ್ತಿದ್ದರು. ಸದ್ಯಕ್ಕೆ ಅದನ್ನು ಬಿಟ್ಟು ಏನು ಮಾಡಲಾರದ ಸ್ಥಿತಿ.

"ಇದೇನಮ್ಮ ಇದು. ಜಾಗ ಬದಲಾದರೆ ಅಪ್ಪ ಬೇಗ ಚೇತರಿಸಿಕೊಳ್ತಾರೇಂತ ಡಾಕ್ಟ್ರು ಹೇಳಿಲ್ವಾ? ನಮ್ಗೆ ಎಲ್ಲಕ್ಕಿಂತ ಮುಖ್ಯವಾಗಿ ಅಪ್ಪ ಚೇತರಿಸ್ಕೋಬೇಕು. ಅದಕ್ಕೆ ನಿನ್ನ ಉತ್ಸಾಹ, ನಗು ಬೇಕಾಗುತ್ತೆ" ತಾಯಿಯ ಕೆನ್ನೆ ಸವರಿ ಓಲೈಸಿದ ನಂತರವೇ ಹೊರಟಿದ್ದು.

ಸಂಧ್ಯಾ ಪಾದರಸ. ಓಡಿಯೇ ಬಸ್ ಸ್ಟಾಪ್ ತಲುಪಿದ್ದು. ಹೊರಟ ಬಸ್ಸನ್ನು ಚಿಗರೆಯಂತೆ ಏರಿದಾಗ, ಕಂಡಿದ್ದು ಡಾ|| ಸುಧಾಕರ್‌ನ. ಇವಳ ಸಂಕೋಚದ ಸ್ವರ ತಡವರಿಸುವ ಮುನ್ನವೇ ಮುಗುಳ್ನಗೆ ಬೀರಿದ.

"ಹಲೋ.... ಸರ್" ಎಂದಳು ಅತ್ತಿತ್ತ ನೋಡಿ.

"ಯಾವಾಗ್ಬಂದ್ರಿ? ಏನೇನೋ ಹೊಸ ಸುದ್ದಿಗಳ್ನ ಕೇಳ್ದೆ" ಅಂದ. ಅವಳಿಗೆ ತಬ್ಬಿಬ್ಬಾಯಿತು. ಪೆಚ್ಚು ನಗೆ ಬೀರಿದಳು. ಮಾತೇ ಆಡಲಿಲ್ಲ.

ಇಬ್ಬರು ನರ್ಸಿಂಗ್ ಹೋಂ ಹತ್ತಿರದ ಸ್ಟಾಂಡ್‌ನಲ್ಲಿ ಇಳಿದರು.

"ಸ್ಕೂಟರ್ ತರಲಿಲ್ವಾ?" ಕೇಳಿದಳು.

ಮೇಲಕ್ಕೆ ಮುಖವೆತ್ತಿ 'ಉಫ್' ಎಂದು ಊದಿದ ಡಾ|| ಸುಧಾಕರ್.

"ಏನ್ರಿ, ಯದ್ವಾ ತದ್ವಾ ಏರಿಸಿ ಬಿಟ್ಟಿದ್ದಾರೆ ಪೆಟ್ರೋಲ್ ಬೆಲೆ. ತುಂಬಾ ಕಾಸ್ಟ್ಲಿ ಆಗುತ್ತೆ. ಮೂರು ದಿನ ಸ್ಕೂಟರ್, ನಾಲ್ಕು ದಿನ ಬಸ್ಸು" ಅಂದ. ಅದು ಮಾತ್ರ ಸುಳ್ಳು ಸ್ಕೂಟರ್ ಕೆಟ್ಟಿದ್ದರಿಂದ ಅಲ್ಲೇ ಪಕ್ಕದಲ್ಲಿನ ಮೆಕ್ಯಾನಿಕ್ ಅಂಗಡಿಗೆ ತಳ್ಳಿ ಬಸ್ಸು ಹತ್ತಿದ್ದ.

ಡಾ|| ಸುಧಾಕರ್ ಹೇಳಿದ ವಿಷಯ ನಿಜವೋ, ಸುಳ್ಳೋ ಎಂದು ತಲೆ ಕೆಡಿಸಿಕೊಳ್ಳಲು ಹೋಗಲಿಲ್ಲ. ತನ್ನ ಬಗ್ಗೆ ಹಬ್ಬಿದ ಹೊಸ ಸುದ್ದಿ ಯಾವುದೆಂದು ಮಾತ್ರ ಯೋಚಿಸುತ್ತಿದ್ದಳು.

"ಎಕ್ಸ್‌ಕ್ಯೂಜ್ ಮೀ ಡಾಕ್ಟರ್. ನನ್ನ ಬಗ್ಗೆ ಯಾವ ಸುದ್ದಿ ಹಬ್ಬಿದೆ?" ಅವಳ ಪ್ರಶ್ನೆಗೆ ನಕ್ಕುಬಿಟ್ಟ. "ನೀವು ಮದುವೆಯಾಗಿ ಅರಮನೆಯಲ್ಲಿ ಸೆಟ್ಲು ಆಗ್ಬಿಟ್ಟಿದ್ದೀರಾಂತ".

ಸಂಧ್ಯಾಳ ಮನಸ್ಸು ಸಮಾಧಾನಗೊಂಡಿತು. ಅವಳ ತುಟಿಯಂಚಿನಲ್ಲಿ ಮುಗ್ಧ ನಗು ಅರಳಿತು.

ಮತ್ತೊಬ್ಬರು ಡಾ|| ಸುಧಾಕರ್‌ನ ಮಾತಿಗೆ ನಿಲ್ಲಿಸಿಕೊಂಡಾಗ ಹೆಜ್ಜೆಯ ವೇಗ ಹೆಚ್ಚಿಸಿದಳು. ಬಸ್‌ಸ್ಟಾಪ್‌ನಿಂದ 'ಅನುರಾಧ ನರ್ಸಿಂಗ್ ಹೋಂ' ಬಹಳ ದೂರವೇನಲ್ಲ. ಸಿಟಿಯ ಮೇಲ್ದರ್ಜೆಯ, ಶ್ರೀಮಂತ ಸೊಫಿಸ್ಟಿಕೇಟೆಡ್ ನರ್ಸಿಂಗ್ ಹೋಂನಲ್ಲಿ ಮೂರನೇ ಅಥವಾ ನಾಲ್ಕನೇ ಸ್ಥಾನದಲ್ಲಿದ್ದ ಚಿಕಿತ್ಸಾಲಯ. ಒಂದು ಸಣ್ಣ ಆಸ್ಪತ್ರೆಗೆ ಹೋಲಿಸುವಷ್ಟು ದೊಡ್ಡದಾಗಿತ್ತು. ಪ್ರತಿಯೊಂದನ್ನು ವಿಭಾಗಿಸಿದ್ದರು. ವಿದೇಶದಲ್ಲಿ ಸ್ಪೆಷಲೈಜ್ ಮಾಡಿದ ವೈದ್ಯರಿದ್ದರು. ಹೊಸ ಹೊಸ ಆವಿಷ್ಕಾರಗಳಲ್ಲಿ ಪರಿಣಿತಿ ಪಡೆದ ವೈದ್ಯರ ತಂಡವೇ ಇತ್ತು.

ಗೇಟು ದಾಟಿದ ಕೂಡಲೇ ಪೇಷಂಟ್‌ಗಳ ಕಡೆಯ ಕೆಲವರಾದರೂ ಮಾತಾಡಿಸಿದರು. ಸಂಧ್ಯಾ ಸದಾ ಹಸನ್ಮುಖಿ. ಅಪರಿಚಿತರ ಬಳಿಯಲ್ಲು ಸರಾಗವಾಗಿ ಮಾತಾಡಿ ಬೇಗ ಪರಿಚಿತಳಾಗಬಲ್ಲಳು. ಯಾವುದೇ ಮಾತಿಗೂ ತಾಳ್ಮೆ ಕಳೆದುಕೊಳ್ಳಳು. ಇದೆಲ್ಲ ಒಳ್ಳೆಯ ಗುಣಗಳೇ ಅವಳಿಗೆ ವೃತ್ತಿ ಒದಗಿಸಿಕೊಟ್ಟು ಕಾಪಾಡಿಕೊಂಡು ಬಂದಿತ್ತು.

ರಿಸೆಪ್ಷನಿಸ್ಟ್ ಕೌಂಟರ್‌ನಲ್ಲಿದ್ದ ಶಾಂತಿ ಇಷ್ಟಗಲ ಬಾಯಿ ತೆಗೆದು ಎದೆಯ ಮೇಲೆ ಕೈಯಿಟ್ಟುಕೊಂಡು "ಮೈ ಗಾಡ್ ಬಂದೆಯಲ್ಲ. ನಂಗಂತೂ ಸದ್ಯಕ್ಕೆ ಬಿಡುಗಡೆ. ಮಹರಾಯ್ತಿ ನೀನೆಷ್ಟು ಪಾಪ್ಯುಲರ್ ಆಗ್ಬಿಟ್ಟಿದ್ದೀಯೆಂದರೆ, ಡಾಕ್ಟ್ರುಗಳಿಗಿಂತ ನಿನ್ನ ಹೆಚ್ಚಾಗಿ ವಿಚಾರಿಸ್ತಾರೆ" ಅಂದಳು. ಈ ಮಾತಿನ ಮಳ್ಳಿ ಶಾಂತಿಗೆ ಒಂದಿಷ್ಟು ಜಂಬವೆಂದು ಕೆಲವರ ಅಂಬೋಣ. ಅದು ಸಂಧ್ಯಾಗೇನು ಇಷ್ಟವಾಗದು.

ಕೌಂಟರ್ ಒಳಕ್ಕೆ ಬಂದ ಸಂಧ್ಯಾ ತನ್ನ ಹ್ಯಾಂಡ್‌ಬ್ಯಾಗ್ ಇಟ್ಟು "ಆಗಾಗ ಚೆಕ್‌ಅಪ್‌ಗೆ ಬರೋ ಪೇಷಂಟ್‌ಗಳು, ಅವ್ರ ಕಡೆಯವ್ರು ಪರಿಚಿತರಾಗಿರ್ತಾರಲ್ಲ. ನೀನು ಇಲ್ಲದಾಗ ನನ್ನ, ನಾನು ಇಲ್ಲದಾಗ ನಿನ್ನ ವಿಚಾರಿಸೋದು ಸಹಜ. ಅದಕ್ಕೆ ಪಾಪ್ಯುಲಾರಿಟಿ ಯಾಕೆ ಬೇಕು. ಡಾಕ್ಟ್ರು.... ಇದ್ದಾರ?" ವಿಚಾರಿಸಿದಳು. ತಂದೆಯ ಅನಾರೋಗ್ಯದ ಕಾರಣ ಆಗಾಗ ಅಂದರೆ ಪ್ರತಿಸಲ ರಜ ಪಡೆದಾಗಲೆಲ್ಲ ಎಚ್ಚರಿಸುತ್ತಿದ್ದರು. ಆ ಭಯವೊಂದು ಅವಳನ್ನು ಕಾಡುತ್ತಿತ್ತು.

"ಅಲ್ಸರ್ ಆಪರೇಷನ್ ಇತ್ತು. ಸ್ವಲ್ಪ ಕಾಂಪ್ಲಿಕೇಟೆಡ್ ಇದ್ದುದರಿಂದ ಲಂಚ್‌ಗೂ ಮನೆಗೆ ಹೋಗಿಲ್ಲ. ಆ ಪೇಷಂಟ್ ರಾಜಕೀಯ ಸಂಬಂಧಿ. ಅದು ಮತ್ತಷ್ಟು ಕಾಂಪ್ಲಿಕೇಟೆಡ್ ಅಲ್ವಾ?" ಕಿವಿಯ ಬಳಿ ಕೊನೆಯ ಮಾತನ್ನು ಪಿಸುಗುಟ್ಟಿದಳು.

"ಆಫೀಸ್‌ಗೆ ಹೋಗಿ ಸೈನ್ ಹಾಕಿ ಬಂದ್ಬಿಡ್ತೀನಿ" ಎಂದು ದಡಬಡಿಸಿಕೊಂಡು ರಿಸೆಪ್ಷನಿಸ್ಟ್ ಕೌಂಟರ್ ಹಿಂಭಾಗದಲ್ಲಿದ್ದ ಆಫೀಸ್ ರೂಂಗೆ ಹೋದಳು. ಅಡ್‌ಮಿನಿಸ್ಟ್ರೇಷನ್, ಆಫೀಸ್ ಮತ್ತು ಸಿಬ್ಬಂದಿ ವರ್ಗದವರನ್ನು ಬೇರೆಯಾಗಿಯೇ ನೇಮಕ ಮಾಡಿಕೊಂಡಿದ್ದರು. ನಿರ್ವಹಣೆ ಮಾತ್ರ ಅವರ ಜವಾಬ್ದಾರಿ. ಪುಟ್ಟ ವಾಚ್‌ನ ಕಡೆ ನೋಡುತ್ತ ಒಳಹೋದಾಗ ಮ್ಯಾನೇಜರ್ ಪರಮಶಿವಯ್ಯ "ಡಾಕ್ಟ್ರು ಒಂದೆರಡು ಸಲ ವಿಚಾರಿಸಿದ್ರು. ಹೇಗೂ ಇದ್ದಾರೆ ಹೋಗಿ ಮುಖ ತೋರ್ಸಿ ಬಂದ್ಬಿಡಿ" ಸಲಹೆ ಇತ್ತ.

ಅನುರಾಧ ನರ್ಸಿಂಗ್ ಹೋಂನಲ್ಲಿ ಶುರುವಿನಿಂದಲೇ ಸಣ್ಣ ಕೆಲಸಕ್ಕೆ ಸೇರಿದ ವ್ಯಕ್ತಿ ಇಂದು ತನ್ನ ಪ್ರಾಮಾಣಿಕತೆಯಿಂದ ಮ್ಯಾನೇಜರ್ ಹುದ್ದೆಗೆ ಏರಿದ್ದ. ಮನೆ, ನರ್ಸಿಂಗ್ ಹೋಂಗೆ ವ್ಯತ್ಯಾಸ ಕಾಣದ ವ್ಯಕ್ತಿ. ಇಷ್ಟು ಗಂಟೆಗಳ ಕೆಲಸವೆಂಬುದೇ ಇಲ್ಲ. ಊಟ, ತಿಂಡಿ ಕೆಲವು ಗಂಟೆಗಳ ನಿದ್ದೆ ಬಿಟ್ಟರೆ ಸದಾಕಾಲ ಆ ಕುರ್ಚಿಗೆ ಅಂಟಿಕೊಂಡೇ ಇರುತ್ತಿದ್ದ.

ಪುಟುಪುಟು ಎಂದು ಮೆಟರ್ನಿಟಿ ವಾರ್ಡ್ ಬಳಸಿಕೊಂಡು ಹೋಗುವ ವೇಳೆಗೆ

ಆಪರೇಷನ್ ಥಿಯೇಟರ್‌ನಿಂದ ಹೊರಬರುತ್ತಿದ್ದ ಡಾ. ಅನುರಾಧ ಒಂದು ತರಹ ನೋಡಿದರು. ನೆಲದಲ್ಲಿ ಬಿಲವನ್ನು ಹುಡುಕಬೇಕೆನಿಸಿತು ಸಂಧ್ಯಾಗೆ.

"ವಾಟ್ ಈಜ್ ದಿಸ್ ನಾನ್ಸೆನ್ಸ್. ಮತ್ತೆ ಮತ್ತೆ ರಜ. ಐ ಡೋಂಟ್ ಲೈಕ್ ಇಟ್. ಹೋಗಿ ಡಾಕ್ಟ್ರುನ ನೋಡು" ಗದರುವಂತೆ ಹೇಳಿ ಮುಂದಕ್ಕೆ ಹೋದರು. ಕೆಲವು ಸಲ ಅಗತ್ಯಕ್ಕೆ ಮೀರಿ ಸಲಹೆ ಕೊಡುವ ಸಲಿಗೆ ತೆಗೆದುಕೊಳ್ಳುವ ಆಕೆ ಅಷ್ಟೇ ಅಧಿಕಾರದಿಂದ ದಂಡಿಸುತ್ತಿದ್ದರು.

ತಲೆ ತಗ್ಗಿಸಿಕೊಂಡು ಡಾ|| ಪರಮೇಶ್ವರ್ ರೆಸ್ಟ್ ರೂಮಿನ ಕಡೆಗೆ ಹೋಗುತ್ತಿದ್ದವಳಿಗೆ ಎದುರಾಗಿದ್ದು ಡಾ|| ಸುಧಾಕರ್ ಎಂದು ಗುರ್ತಿಸದೇ ಸರಿದುಹೋದ ಅವಳನ್ನು ನೋಡಿದ. ಮನೆಯಲ್ಲಿ ತೀರಾ ತಾಪತ್ರಯವಿದೆಯೆಂದು ಗೊತ್ತಿದ್ದರೂ ಬೇರೊಬ್ಬರು ಆ ವಿಷಯ ಪ್ರಶ್ನಿಸುವುದು ಸಂಧ್ಯಾಗೆ ಇಷ್ಟವಿಲ್ಲವೆಂದು ಅವನಿಗೆ ಗೊತ್ತು.

"ಮೇ ಐ ಕಮಿನ್ ಸರ್" ಎಂದಳು ಡೋರ್‌ನ ಸರಿಸಿ. ಸೋಫಾಗೆ ಒರಗಿದ್ದ ಪರಮೇಶ್ವರ "ಯೆಸ್ ಕಮಿನ್" ಅಂದರು ಕಣ್ಮುಚ್ಚಿಯೇ. ಇವೊತ್ತಿನ ಆಪರೇಷನ್‌ನಿಂದ ಒಂದು ತರಹ ದಣಿದಿದ್ದರು. ಡಾ|| ವಿಜಯಶಂಕರ್, ಡಾ|| ಅನುರಾಧ ಇದ್ದರೂ ಅವರೇ ಆಪರೇಷನ್ ಮಾಡಿದ್ದು. ವಿದೇಶದಲ್ಲಿ ತರಬೇತಿ ಪಡೆದಿದ್ದ ಅವರು ಹೆಸರಾಂತ ಸರ್ಜನ್.

ಇವಳು ಒಳಹೋಗುವ ವೇಳೆಗೆ ಬಂದ ಅನುರಾಧ ಮುಖದ ಬೆವರನ್ನೊತ್ತಿಕೊಳ್ಳುತ್ತ "ಸಂಧ್ಯಾ, ಐ ಡೋಂಟ್ ಲೈಕ್ ಇಟ್. ಬದ್ಕು ಅಂದ್ಮೇಲೆ ಸಮಸ್ಯೆಗಳು ಇದ್ದೆ ಇರುತ್ತೆ. ಅದ್ನೇ ಮುಂದೆ ಮಾಡ್ಕೊಂಡ್... ಪದೇ ಪದೇ ರಜಾ ತಗೋಳೋದು ಒಳ್ಳೇದೂಂತ ಅನ್ನಿಸೋಲ್ಲ" ದೊಪ್ಪೆಂದು ಕುಸಿದರು. ಅವರಷ್ಟೇ ಟ್ರೆಸ್‌ನಿಂದ ಮುಕ್ತವಾಗೋದು ಹೇಗೆ.

"ಡೋಂಟ್ ಬಿ ಎಕ್ಸೈಟೆಡ್. ಸಣ್ಣ ವಿಷ್ಯಕ್ಕೆ ಯಾಕೆ ಟೆನ್‌ಷನ್ ಮಾಡ್ಕೋತೀಯಾ. ರಜ ತಗೊಂಡಿದ್ದು ತಪ್ಪಾದರೆ ಪನಿಷ್ ಮಾಡು. ಸಂಬಳದಲ್ಲಿ ಹಣ ಕಟ್ ಮಾಡೋಕೆ ಮ್ಯಾನೇಜರ್‌ಗೆ ಹೇಳು. ಅದ್ಬಿಟ್ಟು ಕೂಗಾಡೋದು ಯಾಕೆ?" ತೀರಾ ಮೃದುವಾಗಿ ಹೆಂಡತಿಗೆ ತಿಳಿ ಹೇಳಿದರು. ಉದ್ವೇಗ ಆಕೆಯ ಸಹಜ ಲಕ್ಷಣವೆನಿಸಿಬಿಟ್ಟಿತು.

ಗಾಜಿನ ಹೂಜಿಯಿಂದ ನೀರು ಬಗ್ಗಿಸಿಕೊಟ್ಟ ಸಂಧ್ಯಾ "ಸಾರಿ ಮೇಡಮ್, ನನ್ತಂದೆಗೆ ಹುಷಾರ್ ಇರ್ಲಿಲ್ಲ. ನಮ್ಮಮ್ಮನಿಗೆ ಅದ್ನೆಲ್ಲ ಎದುರಿಸುವಂಥ ಮನೋದಾರ್ಢ್ಯವಿಲ್ಲ. ಆಗಾಗ ಊರಿಗೆ ಹೋಗ್ಬೇಕಾಗ್ತಾ ಇತ್ತು. ಈಗ ಅಂಥ ಪರಿಸ್ಥಿತಿ ಇಲ್ಲ. ಎಲ್ಲರನ್ನು ಇಲ್ಲಿಗೆ ಷಿಫ್ಟ್ ಮಾಡ್ಬಿಟ್ಟಿದ್ದೀನಿ. ವೀಕ್ಲಿ ಹಾಲಿಡೇಯಲ್ಲಿ ಕೂಡ ಕೆಲ್ಸ ಮಾಡ್ತೀನಿ" ಭರವಸೆ ಕೊಟ್ಟಳು. ಅವರು ಅವಳಿಗೆ ಕೊಟ್ಟ ಅವಕಾಶಕ್ಕೆ, ಕೆಲಸಕ್ಕೆ ಜೀವನ ಪೂರ್ತಿ ಕೃತಜ್ಞತೆಯಿಂದ ಇದ್ದರೂ ಕಡಿಮೆ ಎನ್ನುವ ಅಭಿಪ್ರಾಯ ಅವಳದು.

ಆಮೇಲೆ ಡಾ॥ ಅನುರಾಧ ತಣ್ಣಗಾದರು.

ಫ್ಲಾಸ್ಕ್‌ನಲ್ಲಿದ್ದ ಹಾರ್ಲಿಕ್ಸ್ ಎರಡು ಗ್ಲಾಸ್‌ಗಳಿಗೆ ಬಗ್ಗಿಸಿ ಅವರುಗಳ ಮುಂದಿಟ್ಟಳು. "ಬರ್ತೀನಿ" ಎಂದು ಹಿಂದಕ್ಕೆ ಸರಿದವಳೇ ಬಾಗಿಲನ್ನು ಮೆಲ್ಲಗೆ ಮುಚ್ಚಿಕೊಂಡವಳು ತಟ್ಟನೆ ಜ್ಞಾಪಿಸಿಕೊಂಡು ಅಲ್ಲಿದ್ದ ಹಾಟ್‌ಬಾಕ್ಸ್ ನೋಡಿ "ಮಧ್ಯಾಹ್ನ ಲಂಚ್‌ಗೆ ಹೋಗ್ಲಿಲ್ಲಾಂತ ಶಾಂತಿ ಹೇಳಿದ್ಲು. ಹಾರ್ಲಿಕ್ಸ್ ಕುಡ್ಯೋ ಮೊದ್ಲು ಊಟ ಮಾಡಬಹುದಲ್ಲ" ಸಿಂಕ್‌ನಲ್ಲಿ ಕೈ ತೊಳೆದು ಬಂದು ತಟ್ಟೆಗಳನ್ನೆತ್ತಿಕೊಂಡು ಡಾ॥ ಪರಮೇಶ್ವರ್ ಕಡೆ ನೋಡಿದಳು.

"ಊಟನೇ ಮಾಡ್ಬಿಡೋಣ. ಮನೆಗಂತು ಸದ್ಯಕ್ಕೆ ಹೋಗೋಕೆ ಆಗುತ್ತೋ ಇಲ್ವೋ?" ಅನ್ನೋ ಒಂದು ಮಾತು ಡಾ॥ ಪರಮೇಶ್ವರ್ ಬಾಯಿಂದ ಬಂದ ಕೂಡಲೇ ಹಾರ್ಲಿಕ್ಸ್‌ಗೆ ಫ್ಲಾಸ್ಕ್‌ಗೆ ಸುರಿದು ಎತ್ತಿಟ್ಟು ನೀರಿಟ್ಟು ಹಾಟ್‌ಬಾಕ್ಸ್ ಓಪನ್ ಮಾಡಿದಳು.

ಉಪ್ಪಿನಕಾಯಿ ಡಾ॥ ಅನುರಾಧ ತಟ್ಟೆಗೆ ಮಾತ್ರ ಬಡಿಸಿ "ಸಾರಿ ಸರ್, ನಿಮ್ಗೆ ಉಪ್ಪಿನಕಾಯಿ, ಉಪ್ಪಿನ ಅಂಶ ಜಾಸ್ತಿ ಇರೋ ಪದಾರ್ಥಗಳ್ನ ಬಡಿಸ್ಬಾರ್ದೂಂತ ಮೇಡಮ್ ಹುಕುಂ" ಎನ್ನುತ್ತ ನಗೆಮಲ್ಲಿಗೆಯನ್ನೇ ಹರಡಿದಳು.

"ಷಟಪ್, ನಾನಾ ಅವ್ಳ ಎಕ್ಸೈಟ್ ಆಗೋದು. ಅವ್ಳಿಗೆ ಉಪ್ಪಿರೋ ಪದಾರ್ಥವೆಲ್ಲ ನಿಲ್ ಮಾಡು. ನಂಗೆ ಬಡ್ಸು ಉಪ್ಪಿನಕಾಯಿ" ಉರಿದುಬಿದ್ದರು. ಅವರಿಗೆ ಉಪ್ಪಿನಕಾಯಿ ಇಲ್ಲದ ಊಟ ರುಚಿಸದು. "ಪಿಕಲ್ ಡಾಕ್ಟ್ರು' ಎಂದು ಹೆಂಡತಿ ಹಾಸ್ಯ ಮಾಡುತ್ತಿದ್ದರು.

ಡಾ॥ ಅನುರಾಧ ನಗುತ್ತ ಗಂಡನತ್ತ ನೋಡಿ ಸಂಧ್ಯಾ ತಲೆಯ ಮೇಲೆ ಪ್ರೀತಿಯಿಂದ ಮೊಟಕಿದರು. "ಯೂ ನಾಟಿ ಗರ್ಲ್. ನಿನ್ನ ಬಯ್ದಿದ್ದಕ್ಕೆ ನಮ್ಮ ನಮ್ಗೇ ತಂದು ಹಾಕ್ತೀಯಾ? ನಾನು ಯಾವಾಗ ಉಪ್ಪಿನಕಾಯಿ ಹಾಕ್ಬಾರ್ದೂಂತ ಈ ಪಿಕಲ್ ಡಾಕ್ಟರ್‌ಗೆ ಹೇಳಿದ್ದು?" ಆಯಾಸ ಪರಿಹಾರವಾಗುವಂತೆ ಛೇಡಿಸಿದರು.

ಎದುರಿಗೆ ನಿಂತು ಬಡಿಸಿದಳು ಸಂಧ್ಯಾ.

ಕೈತೊಳೆದಾದ ಮೇಲೆ ಡಾ॥ ಅನುರಾಧ "ನಿನ್ನ ಊಟ ಆಯ್ತ?" ವಿಚಾರಿಸಿದರು. "ಆಯ್ತು, ಎಲ್ಲಾ ಊರಿನಿಂದ ಬಂದ್ಬಿಟ್ಟಿದ್ದಾರೆ. ಅಮ್ಮನ ಕೈನ ಊಟನ ತೃಪ್ತಿಯಾಗಿ ಮಾಡ್ದೆ" ಎಂದಳು ಮನತುಂಬಿ. ಇದು ಅವಳ ಪಾಲಿನ ಕೆಲಸವೆನ್ನುವಂತೆ ಅವರುಗಳನ್ನು ನೋಡಿಕೊಳ್ಳುತ್ತಿದ್ದಳು.

"ಅದ್ನೆಲ್ಲ ಆಯಾ ತೆಗೀತಾಳೆ ಬಿಡು" ಎಂದು ಎಂದಿನಂತೆ ಹೇಳಿ ಅಡಿಕೆಯ ಪುಡಿಯನ್ನು ಬಾಯಿಗೆ ಹಾಕ್ಕೊಂಡು "ಮನೆ ಅನ್ಕೂಲವಾಗಿದ್ಯಾ?" ಕೇಳಿದರು.

ಎಲ್ಲ ಮುಗಿಸಿ ಬಂದೆ ಉತ್ತರಿಸಿದ್ದು. "ಚೆನ್ನಾಗಿದೆ, ಸಾಕಷ್ಟು ಅನ್ಕೂಲವಾಗಿದೆ ಕೂಡ. ದಿನಕ್ಕೊಮ್ಮೆ ಕಾರ್ಪೊರೇಷನ್ ವಾಟರ್ ಬರುತ್ತಂತೆ." ಡಾ॥ ಅನುರಾಧ

ಅವಳನ್ನೇ ನೋಡಿದರು. ಸರಳವಾದ ಹುಡುಗಿಯಾದರೂ ಅವಳ ಮನೋಬಲಕ್ಕೆ ದಂಗಾಗಿದ್ದರು.

"ಬರ್ತೀನಿ ಮೇಡಮ್" ಎಂದಾಗ ಹ್ಲೂಗುಟ್ಟಿ ಕಣ್ಮುಚ್ಚಿದರು ಡಾ|| ಅನುರಾಧ. "ನೀನು ಸ್ವಲ್ಪ ರೆಸ್ಟ್ ತಗೋ. ಎರ್ಡು ದಿವ್ಸದಿಂದ ಇದೊಂದು ವಿಧಾನಸೌಧ ಆಗ್ಬಿಟ್ಟಿದೆ. ಅದೆಷ್ಟು ಮಂದಿ ನೆಂಟರು" ಹಣೆಯೊತ್ತಿಕೊಂಡು ತಮ್ಮ ಕೋಟು ಎತ್ತಿಕೊಂಡರು.

ಪ್ರಮುಖ ರಾಜಕಾರಣಿಯ ಕಡೆ ಪೇಷಂಟ್ ಆದುದ್ದರಿಂದ ಎಷ್ಟೊಂದು ಫೋನ್‌ಕಾಲ್‌ಗಳು. ಮುಖ್ಯಮಂತ್ರಿ ಕೂಡ ಫೋನಾಯಿಸಿದಾಗ ಸುಸ್ತು ಆಗಿದ್ದರು. ವಿದೇಶಕ್ಕೆ ಕಳುಹಿಸಿಬಿಡಬೇಕೆಂದುಕೊಂಡರು.

ಸ್ಟೆತಾಸ್ಕೋಪ್ ಹಿಡಿದು ಹೊರಟ ಡಾ|| ಪರಮೇಶ್ವರ್ "ಒನ್ ಡೌಟ್ ಅನು, ಬಂಧುಬಳಗದಲ್ಲಿ ಎಷ್ಟೋ ಜನ ಪೇಷೆಂಟ್ ರಿಕವರ್ ಆಗ್ಬೇಕೂಂತ ಪ್ರಾಮಾಣಿಕವಾಗಿ ಬಯಸೋ ಜನ ಎಷ್ಟು? ಬರೀ ಕನ್‌ಫ್ಯೂಷನ್. ಮ್ಯಾರೇಜ್‌ಗೆ ಬರೋ ಹಂಗೋ, ಫ್ಯಾಷನ್ ಪೇರೇಡ್‌ನಲ್ಲಿ ಭಾಗವಹಿಸೋಕೆ ಬರೋ ಜನರಂಗೆ ಕಾಣ್ತಾರೆ. ಮನುಷ್ಯ ಅಪಾರವಾದ ಆಸ್ತಿ ಮಾಡಿಟ್ಟಿರಬೇಕು" ಎಂದರು ವ್ಯಂಗ್ಯವಾಗಿ. ಬಹಳಷ್ಟು ಬೇಸರವಿತ್ತು. ಹಾಗೆಂದು ರಾಜಕೀಯ ಮುಖಂಡರ ದ್ವೇಷ ಕಟ್ಟಿಕೊಂಡು ಅಡಿಗಡಿಗೆ ತೊಂದರೆ ಅನುಭವಿಸುವುದು ಅವರಿಗೆ ಬೇಕಿರಲಿಲ್ಲ. ಸ್ವಲ್ಪ ಸಿಡಿಮಿಡಿಯಿಂದಲೇ ಹೊರಟಿದ್ದು.

ಡಾ|| ಅನುರಾಧ ಕಣ್ಮುಚ್ಚಿಯೇ ಮುಗುಳ್ನಕ್ಕರು. ಈಗ ಆಕೆಯ ತಲೆಯಲ್ಲಿದ್ದುದು ಸಂಧ್ಯಾ. ಮೂರು ವರ್ಷದ ಹಿಂದೆ ತೀರಾ ವಯಸ್ಸಾದ ನರಸಿಂಹಶಾಸ್ತ್ರಿಗಳು ಅನಾರೋಗ್ಯದಿಂದ ನರ್ಸಿಂಗ್‌ಹೋಂಗೆ ಬಂದಾಗ, ಅವರ ಹೆಂಡತಿಯ ಜೊತೆ ಒಂದು ಲಂಗ ದಾವಣಿ ಹುಡುಗಿ ಬಂದಳು. ಅವಳೇ ಸಂಧ್ಯಾ. ತೀರಾ ವಯಸ್ಸಾದ ನರಸಿಂಹಶಾಸ್ತ್ರಿಗಳನ್ನು ಮಾತ್ರ ಉಪಚರಿಸುತ್ತಿರಲಿಲ್ಲ. ಎಲ್ಲ ಕಡೆ ಓಡಾಡಿಕೊಂಡು ಇಡೀ ನರ್ಸಿಂಗ್ ಹೋಂ ಸಿಬ್ಬಂದಿ ವರ್ಗದ ಗಮನ ಸೆಳೆದಿದ್ದಳು. ಡಾ|| ಪರಮೇಶ್ವರ್ ಕೂಡ ಅವಳನ್ನು ಮೆಚ್ಚಿಕೊಂಡಿದ್ದರು.

"ಪ್ರಿಟಿ ಗರ್ಲ್! ಆದ್ರೂ ತುಂಬಾ ಜವಾಬ್ದಾರಿ ಹೊತ್ತಂತೆ ಕಾಣ್ತೊಲ್ವಾ? ಏನು ಸಮಸ್ಯೆಗಳೋ" ಒಂದೆರಡು ಸಲ ಹೆಂಡತಿಯೊಡನೆ ಅಂದಿದ್ದರು.

ಇವಳ ಟ್ರೀಟ್‌ಮೆಂಟ್‌ಗಿಂದ ಸಂಧ್ಯಾಳ ಉಪಚಾರದಿಂದಲೇ ನರಸಿಂಹಶಾಸ್ತ್ರಿಗಳು ಬೇಗ ಚೇತರಿಸಿಕೊಂಡರು. ಅವರು ಡಿಸ್‌ಚಾರ್ಜ್ ಆಗಿ ಹೊರಡುವಾಗ ಡಾ|| ಅನುರಾಧನ ಹುಡುಕಿಕೊಂಡು ಬಂದು ಮೌನವಾಗಿ ಅವರ ಮುಂದೆ ನಿಂತಿದ್ದಳು.

"ಮೇಡಮ್, ನಂಗೊಂದು ಕೆಲ್ಸ ಕೊಡಿ" ಕೇಳಿದ್ದಳು.

ಅವರು ಒಳ್ಳೆ ಮೂಡ್‌ನಲ್ಲಿ ಇದ್ದುದ್ದರಿಂದ ನಕ್ಕುಬಿಟ್ಟರು. "ಏನು ಕೆಲ್ಸ

ಮಾಡ್ತೀಯಾ? ಇಲ್ಲಿ ನೀನು ಮಾಡೋಂಥ ಕೆಲ್ಸವೇನಿಲ್ಲ. ಆರಾಮಾಗಿ ಮದ್ವೆಯಾಗಿ ಮಕ್ಳುಮರಿಯೊಂದಿಗೆ ಇದ್ಬಿಡು" ನವಿರಾದ ದನಿಯಲ್ಲೇ ಛೇಡಿಸಿದ್ದರು.

ಸಂಧ್ಯಾ ಕೇಳಲಿಲ್ಲ. ಆಮೇಲು ತಿಂಗಳ ನಂತರ ಒಂದಲ್ಲ ಹಲವು ಭಾರಿ ಕೆಲಸಕ್ಕಾಗಿ ಅಲೆದಿದ್ದಳು. ನವಿರಾದ ಅಂದವಾದ ಸುಸಂಸ್ಕೃತ ತರುಣಿಗೆ ಕೆಳದರ್ಜೆ ಕೆಲಸ ಕೊಡಲು ಆಕೆಯ ಮನ ಒಪ್ಪಲಿಲ್ಲ.

"ಸಂಧ್ಯಾ ಹೇಗೂ ಎಸ್.ಎಸ್.ಎಲ್.ಸಿ. ಆಗಿದೆಯಂತೀ. ನೋಡೋಕೆ ಚೆನ್ನಾಗಿದ್ಯಾ. ಎಲ್ಲಾದ್ರೂ ಸೇಲ್ಸ್‌ಗರ್ಲ್ ಕೆಲ್ಸಕ್ಕೆ ಸೇರ್ಕೋ" ಉಪದೇಶಿಸಿದ್ದರು.

ಅವಳ ಕಣ್ಣಿಂದ ಉದುರಿದ್ದು ಎರಡೇ ಮುತ್ತಿನಂಥ ಕಣ್ಣೀರಿನ ಬಿಂದುಗಳು "ನಂಗೆ, ಯಾರು ಗೊತ್ತಿಲ್ಲ. ನನ್ನ ದುಡಿಮೆ ಸಂಸಾರಕ್ಕೆ ಅಗತ್ಯವಿದೆ. ದಯವಿಟ್ಟು ಕೆಲ್ಸ ಕೊಡಿ" ಪಟ್ಟು ಹಿಡಿದಳು. ಗಂಟೆಗಟ್ಟಲೇ ನಿಂತಳು. ಕಡೆಗೆ ರೋಸಿದ ಆಕೆ ಸಿಟ್ಟಿನಿಂದಲೇ "ಕನಿಷ್ಠ ನಿಂಗೆ ಮೂರು ಭಾಷೆ ಕನ್ನಡ ಬಿಟ್ಟು, ಓದು ಬರೆಯಲು ಬರದಿದ್ದರೂ ನವಿರಾಗಿ ಮಾತಾಡೋಕೆ ಬರ್ಬೇಕು. ಇಷ್ಟನ್ನ ಒಂದು ತಿಂಗಳಲ್ಲಿ ಕಲಿತು ಬಾ. ನಿಂಗೆ ಕೆಲ್ಸ ಗ್ಯಾರಂಟಿ" ಅಂದು ಕಳಿಸಿದ್ದರು. ಮತ್ತೆ ಸಂಧ್ಯಾ ಬರಬಹುದೆಂಬ ನಂಬಿಕೆ ಅವರಿಗೆ ಇರಲಿಲ್ಲ.

ತಮ್ಮ ಕೆಲಸದ ಒತ್ತಡದಲ್ಲಿ ಮರೆತುಬಿಟ್ಟರು.

ಆದರೆ ತಿಂಗಳಿಗೆ ಸರಿಯಾಗಿ ಸಂಧ್ಯಾ ಬಂದಳು. ಹಿಂದಿ, ಇಂಗ್ಲೀಷ್ ಜೊತೆಗೆ ತೆಲುಗಿನಲ್ಲಿ ಮಾತಾಡುವಷ್ಟು ಪರಿಣತಿ ಪಡೆದಿದ್ದರಿಂದ ಅವರು ಕೊಟ್ಟ ಮಾತು ಉಳಿಸಿಕೊಳ್ಳಬೇಕಿತ್ತು. ಈಗಾಗಲೇ ದುಬೈಗೆ ಹೊರಡಲು ನಿಂತಿದ್ದ ಶ್ರಾವಣಿಗೆ ಅಸಿಸ್ಟೆಂಟ್ ಆಗಿ ನೇಮಿಸಿದರು. ಅವಳೆಷ್ಟು ಆಸ್ಥೆಯಿಂದ ಕಲಿತಳೆಂದರೆ ತಿಂಗಳಲ್ಲಿಯೇ ರಿಸೆಪ್ಷನಿಸ್ಟ್ ಆಗಿ ಅಪಾಯಿಂಟ್ ಆಗಿಯೇಬಿಟ್ಟಳು.

ಡಾ|| ಅನುರಾಧಗೆ ಮಾತ್ರ ಸೋಜಿಗ. ಪುಟ್ಟ ಊರಿನ ಈ ಮುಗ್ಧ ಹೆಣ್ಣು ಮಗಳು ಇಂಥ ಸೊಫಿಸ್ಟಿಕೇಟೆಡ್ ನರ್ಸಿಂಗ್ ಹೋಂ ರಿಸೆಪ್ಷನಿಸ್ಟ್ ಸ್ಥಾನವನ್ನು ಲೀಲಾಜಾಲವಾಗಿ ಸಮರ್ಪಕವಾಗಿ ನಿರ್ವಹಿಸುವುದು ಸಾಧಾರಣ ವಿಷಯವಾಗಿ ತೋರಲಿಲ್ಲ.

* * * *

ಬಿಸಿಲಿನ ದಗೆಗೆ ಶಾರದಮ್ಮ ಒಳಕ್ಕೂ ಹೊರಕ್ಕೂ ಸಾಕಷ್ಟು ಸಲ ಓಡಾಡಿದರು. ತಮ್ಮ ಊರಿಗಿಂತ ಇಲ್ಲಿ ಬಿಸಿಲು, ಸೆಕೆ ಜಾಸ್ತಿಯೆನಿಸಿತ್ತು. ಅವರಿನ್ನು ತಮ್ಮ ಊರು, ಮನೆಯ ಭ್ರಮೆಯಲ್ಲಿಯೇ ಇದ್ದರು. ಇಲ್ಲಿಗೆ ಬಂದು ಹದಿನೈದು ದಿನಗಳಾಗಿದ್ದರೂ ಅವರಿಗೆ ಹೊಂದಿಕೊಳ್ಳಲು ಸಾಧ್ಯವಾಗಿರಲಿಲ್ಲ. ಶ್ರೀಪತಿಗಳು ತೆಪ್ಪಗಿದ್ದರು.

ಹುಡುಗರು ಕಾಂಪೌಂಡ್‌ನಲ್ಲಿ ಆಡುತ್ತಿರೋದು ನೋಡಿ ಒಳಗೆ ಬಂದು ಗಂಡನ ಬಳಿ ನಿಂತರು. "ನಂಗೆ ಸರಿಯೆನಿಸೋಲ್ಲ" ಮನದ ಮಾತನ್ನು ಗಂಡನ ಮುಂದಿಟ್ಟಾಗ, ಆತನ ತುಟಿಗಳ ಮೇಲೆ ನೋವಿನ ನಗೆ ಅರಳಿತು. "ಯಾವ್ದು" ಅಂದರು ಮೆತ್ತಗೆ.

"ಇಂದು ಸಂಧ್ಯಾ ಮದ್ವೆ ವಯಸ್ಸು ಅಲ್ವಾ? ಗಂಡು ನೋಡೋ ಪ್ರಯತ್ನವೇ ಇಲ್ಲ. ಊರಿನಲ್ಲಿ ಅಷ್ಟಿಷ್ಟು ಜನ ಪರಿಚಯವಿದ್ರು. ಅವರಿವರಿಗೆ ಜಾತ್ಕ ಕೊಡಬಹುದಿತ್ತು. ಇಲ್ಲೇನು.... ಮಾಡೋದು? ನೀವು ಹೊರ್ಗಡೆ ಹೋಗೊಲ್ಲ" ಕರಾಳ ಸಂಕಟ ತೋಡಿಕೊಂಡರು. ಅದು ಅವರ ಮನಸ್ಸಿನಲ್ಲು ಇತ್ತು. ಆದರೆ ನಿಸ್ಸಹಾಯಕರು. ಮಾತೇ ಹೊರಡಲಿಲ್ಲ ಬಾಯಿಂದ.

"ಯಾಕೆ ಸುಮ್ಮನಾದ್ರಿ? ಸಂಧ್ಯಾಗೆ ತಲೆಯ ಮೇಲೆ ನಾಲ್ಕು ಅಕ್ಷತೆ ಹಾಕೋದು ಬೇಡ್ವಾ?" ಅಳು ದನಿಯಲ್ಲಿ ಕೇಳಿದರು ಶಾರದಮ್ಮ.

ಆಗಾಗ ಆರೋಗ್ಯ ಹದಗೆಟ್ಟು ತೀರಾ ನಿತ್ರಾಣವಾಗಿದ್ದರು. ತಾನು ಒಂದೆರಡು ಕಿಲೋಮೀಟರ್ ಓಡಾಡಬಲ್ಲೆನೆಂಬ ಧೈರ್ಯ ಕೂಡ ಇರಲಿಲ್ಲ. "ನಂಗೂ ಆಸೆ ಇದೆ. ಏನ್ಮಾಡ್ಲೀ? ಸ್ವಲ್ಪ ಮೈಯಲ್ಲಿ ಕೂಡಿಕೊಳ್ಳಿ. ಆಮೇಲೇನಾದರೂ ಮಾಡ್ತೋಣ" ಭರವಸೆ ಕೊಟ್ಟರು. ಶಾರದಮ್ಮನಿಗೆ ಸಮಾಧಾನವಾಗಲಿಲ್ಲ. "ನಂಗ್ಯಾಕೋ ಭಯ. ಅವ್ಳಿಗೆ ವಿವಾಹವಾಗುತ್ತೋ, ಇಲ್ವೋ" ಅಂದಕೂಡಲೇ ಆ ಮನುಷ್ಯನ ತಾಳ್ಮೆ ಸತ್ತುಹೋಯಿತು. ಅಷ್ಟರಲ್ಲಿ ಸಂಧ್ಯಾ ಬರದಿದ್ದರೆ ನಾಲ್ಕಾರು ಕೆಟ್ಟ ಮಾತುಗಳು ಜಾರಿ ಬರುತ್ತಿದ್ದವೇನೋ.

ಕೈಯಲ್ಲಿನ ಪ್ಲಾಸ್ಟಿಕ್ ಬ್ಯಾಗ್ ಗೋಡೆಗೊರಗಿಸಿಟ್ಟು ಅತ್ತ ಬಂದು "ಭಯವಾಗೋಂಥದೇನಿದೆ? ಸದಾ ಭಯದ ನೆರಳನ್ನು ಆಶ್ರಯಿಸಿರೋರು ಸುಖವಾಗಿ ನೆಮ್ದಿಯಾಗಿ ಇರೋಕ್ಕಾಗೋಲ್ಲ. ಒಂದು ಲೋಟ ಕಾಫಿ ಕೊಡಮ್ಮ" ತಾಯಿಯನ್ನು ಎಬ್ಬಿಸಿ ಕಳಿಸಿ ತಂದೆಯ ಬಳಿ ಕೂತಳು. ಮುಖದಲ್ಲಿ ದಣಿದಿದ್ದರು ಉತ್ಸಾಹ ಬತ್ತಿ ಹೋಗಲಿಲ್ಲ.

"ಅಪ್ಪ, ಅಮ್ಮನ ಜಗತ್ತು ತೀರಾ ಚಿಕ್ದು. ಅಲ್ಲಿ ಗಂಡ ಮಕ್ಳನ ಮಾತ್ರ ಕಂಡೋಳು. ಅದ್ನ ಬಿಟ್ಟು ಬೇರೇನು ಯೋಚ್ಸೊಲ್ಲ. ದಯವಿಟ್ಟು ಅಮ್ಮನ ಮಾತನ್ನ ನೀವು ಮನಸ್ಸಿಗೆ ಹಚ್ಕೋಬಾರ್ದು. ಇಲ್ಲಿನ ಬದ್ಕಿಗೆ ಹೊಂದಿಕೋಬೇಕು. ಈಗ ಹುಡುಗರ್ನ ಶಾಲೆಗೆ ಸೇರಿಸ್ಬೇಕು. ಅದೇ ನಮ್ಗೇ ಸದ್ಯದ ಸಮಸ್ಯೆ. ಬೇಕಾದರೆ ಒಂದು ಗಂಡು ಹುಡ್ಕಿ ನಿಮ್ಮ ಮಗ್ಳಿಗೆ ಮದ್ವೆ ಮಾಡ್ಬಹುದ್ದು. ಆದರೆ ಶಾಲೆಗಳಲ್ಲಿ ಸೀಟು ಸಿಗೋದು ಮಹಾನ್ ಕಷ್ಟ" ಎಂದು ಜೋಕ್ ಮಾಡಿದಳು. ವಾಸ್ತವ ಸ್ಥಿತಿಯಾದರೂ ಅವರ ಕಷ್ಟವನ್ನು ಯಾರೊಂದಿಗೂ ಹಂಚಿಕೊಳ್ಳಲು ಸಾಧ್ಯವಿರಲಿಲ್ಲ.

ಶ್ರೀಪತಿಗಳು ಕೂಡ ಮುಗುಳ್ನಗೆ ಬೀರಿದರು.

ಒಂದು ಲೋಟ ಕಾಫಿ ಹಿಡಿದು ಬಂದ ಶಾರದಮ್ಮ "ನಿಮ್ಮಪ್ಪ ಸಂಜೆ ಕಾಫಿ ಬೇಡಾಂದ್ರೂ. ಅದ್ರ ಬದ್ಲು ಹಾಲು ಅಂಥದೇನಾದ್ರೂ ಕೊಡಬಹುದಿತ್ತಲ್ಲ" ಅನ್ನುತ್ತಲೇ ಅವಳ ಕೈಗೆ ಲೋಟ ಕೊಟ್ಟರು.

ಲೋಟದ ಬಿಸಿ ಕೂಡ ಅವಳಿಂದ ಸೈರಿಸಲಾಗಲಿಲ್ಲ. ಇಡೀ ಕುಟುಂಬವನ್ನು

ಅವಳ ಸಂಬಳದಲ್ಲಿ ಪೋಷಿಸಬೇಕಿತ್ತು. ಎದ್ದು ಹೋಗಿ ಇನ್ನೊಂದು ಲೋಟ ತಂದು ಷೇರ್ ಮಾಡಿದಳು.

"ನೀನು ತಗೋಮ್ಮ. ಅಪ್ಪ ಕಾಫಿ ಕುಡ್ಯೋದೇನು ಬೇಡ. ನಾಳೆ ಹಾರ್ಲಿಕ್ಸ್ ತರ್ತೀನಿ, ಅದ್ನೇ ಬೆರೆಸಿಕೊಡು" ಅಂದಳು.

ಶಾರದಮ್ಮ ಆ ಲೋಟ ಕಾಫಿಯನ್ನು ಅವಳ ಲೋಟಕ್ಕೆ ಸುರಿದು "ನಾನು ಈಗ ಕಾಫಿ ಮಾಡ್ಕೊಂಡ್ ಕುಡ್ದೆ. ಮತ್ತೆ ಮತ್ತೆ ಕುಡಿದರೇ ಉಷ್ಣವಾಗುತ್ತೆ" ಎಂದು ಎದ್ದುಹೋದರು. ಸಂಧ್ಯಾಳ ಗಂಟಲಲ್ಲಿ ಉಗುಳು ಸಿಕ್ಕಿಹಾಕಿಕೊಂಡಿತು. ಪರಿಸ್ಥಿತಿ ಹೆಣ್ಣಿಗೆ ಕಟ್ಟಿದಂತಿದ್ದರಿಂದ ಇಂಥ ಸುಳ್ಳುಗಳ ಸೃಷ್ಟಿಯಾಗುತ್ತಿತ್ತು. ಲೋಟವಿಡಿದು ಹೊರಗೆದ್ದು ಬಂದವಳು ಆಟವಾಡುತ್ತಿದ್ದ ರಾಘವೇಂದ್ರನನ್ನು ಕರೆದು ಅವನಿಗೆ ಕೊಟ್ಟಳು. "ಅಕ್ಕ, ಅಮ್ಮ ಕಾಫಿಗೆ ಸಕ್ಕರೆ ಕಮ್ಮಿ ಹಾಕ್ತಾಳೆ" ದೂರಿದ. ಬರೀ ಮುಗುಳ್ನಕ್ಕಳಷ್ಟೇ. ಸ್ವಲ್ಪ ಎತ್ತರಕ್ಕೆ ಬೆಳೆದ ವಿದ್ಯಾಗೆ ಬಟ್ಟೆಗಳ ಅಳತೆ ಕಮ್ಮಿಯಾಗಿ ಕೆಟ್ಟದಾಗಿ ಇಣುಕುತ್ತಿದ್ದರೆ, ಬಣಗೆಟ್ಟ ಬಟ್ಟೆಯಲ್ಲಿ ಸುವಿದ್ಯಾ ಮತ್ತಷ್ಟು ಪೆಚ್ಚಾಗಿ ಕಾಣುತ್ತಿದ್ದಳು.

"ಶಾಲೆಗೆ ಹೋಗುವಾಗ ಹೊಸ ಬಟ್ಟೆ ಕೊಡಿಸ್ತೀಯಲ್ಲ" ಎಂದ ಸುವಿದ್ಯಾ ಕಣ್ಣುಗಳಲ್ಲಿ ದೊಡ್ಡ ಕನಸ್ಸೆ ಇತ್ತು. ಹೌದು, ಶಾಲೆಗೆ ಯೂನಿಫಾರಂ ಬೇಕಾಗುತ್ತೆ. ಯಾವ ಶಾಲೆಯಲ್ಲಿ ಸೀಟು ಸಿಕ್ಕುತ್ತೋ, ಆ ಶಾಲೆಯ ಯೂನಿಫಾರಂ ಹೊಲಿಸ್ಬೇಕಾಗುತ್ತೆ. ಮೊನ್ನೆ ತಂದು ಕೊಟ್ಟ ಪುಸ್ತಕಗಳನ್ನು ಓದಿಕೊಳ್ಳಿ. ಇಲ್ಲಿಗೆ ಹೆಚ್ಚಿನ ತಿಳಿವಳಿಕೆ ಬೇಕಾಗುತ್ತೆ" ತಲೆ ಸವರಿ ಅವರಿಬ್ಬರನ್ನು ಒಳಗೆ ಕಳಿಸಿದಳು. ಮುಂದೆ ಸಮಸ್ಯೆಗಳ ಮಹಾಪೂರವೇ ಇತ್ತು.

ಒಳಗೆ ಬಂದವಳು ಉಡುಪು ಬದಲಾಯಿಸಿ ಅಡಿಗೆ ಮನೆಗೆ ಬಂದಳು. ಎಂಟಕ್ಕೆ ಹೋದವಳು ಬಂದಿದ್ದೇ ಈಗ. ಸದಾ ಬಿಜಿಯಾಗಿರೋ ನರ್ಸಿಂಗ್ ಹೋಂ ಆದುದ್ದರಿಂದ ರಿಸೆಪ್ಷನ್ ಕೌಂಟರ್ ತೆಗೆದೇ ಇರಬೇಕು. ನೈಟ್ ಡ್ಯೂಟೀನು ಬೀಳುತ್ತಿತ್ತು.

ಇಂದು ಹೊರಡುವಾಗ ಮಾರ್ಟಿನಾ "ಶಾಂತಿ ಲೀವ್‌ನಲ್ಲಿದ್ದಾಳೆ. ನೈಟ್ ಡ್ಯೂಟಿ ನಾನೇ ಮಾಡ್ಬೇಕಾಗುತ್ತೇಂತ ಪರಮಶಿವಯ್ಯ ಹೇಳಿದ್ರು. ನಾವು ನಾವು ರಾತ್ರಿ ವೇಳೆ ತಾನೇ ಮ್ಯಾನೇಜ್ ಮಾಡ್ಕೋಬಹುದಿತ್ತು. ಆದರೆ ಡಾಕ್ಟರ್ ಏನಾದ್ರೂ ರೌಂಡ್ಸ್ ಬಂದರೇ ಮುಗಿದೇಹೋಯ್ತು" ಭಯ ನಟಿಸಿದಳು. ಈಗ ನರ್ಸಿಂಗ್ ಕೋರ್ಸ್ ಮಾಡಿಕೊಂಡಿರುವ ಸಿಸ್ಟರ್ ಆಗಿ ಅಪಾಯಿಂಟ್ ಆಗಿದ್ದರು. ಅವಳು ರಿಸೆಪ್ಷನಿಸ್ಟ್ ಆಗಿದ್ದಾಗ ಅವಳ ಕೈ ಕೆಳಗೆ ತರಬೇತಿ ಪಡೆದಿದ್ದಳು. ಮಾತುಗಾತಿ, ಗಡಸುಗಾತಿ ಇವಳಿಗಿಂತ ಹಿರಿಯಳು.

"ಆಯ್ತು..." ಎಂದು ಬಂದಿದ್ದಳು.

ರಾತ್ರಿಯ ಡ್ಯೂಟಿಯಾದರೆ ತಾಯಿಯ ವಿರೋಧ ಇರುತ್ತದೆಯೆಂದು ಅವಳಿಗೆ

ಗೊತ್ತು. ಆದರೂ ಅನಿವಾರ್ಯ. ದಡಬಡನೆ ಅಡಿಗೆ ಮನೆಯನ್ನು ಸ್ವಚ್ಛಗೊಳಿಸಲು ಸಿದ್ಧವಾದಾಗ ಶಾರದಮ್ಮ ಬಂದು ರೇಗಿಕೊಂಡರು.

"ಈಗ ತಾನೇ ಬಂದಿದ್ದೀಯಾ. ಸ್ವಲ್ಪ ಕೂತೋ, ಮಲಗಿಯೋ ರೆಸ್ಟ್ ತಗೋ. ಹುಡುಗರಂತು ಕಾಲು ಮುರಕೊಂಡು ಬಿದ್ದಂಗೆ ಪೇಚಾಡ್ತ ಇದೆ. ಹೊರ್ಗಡೆ ಕರ್ಕೊಂಡ್ಹೋಗೋಕೆ ನಿಂಗೆ ಹೇಳೂಂತ ವಿದ್ಯಾ ದುಂಬಾಲು ಬಿದ್ದಿದ್ದಾಳೆ. ನಾನು ಎಲ್ಲಿಗೆ ಕರ್ಕೊಂಡ್ಹೋಗ್ಲಿ?" ಮಕ್ಕಳ ಮೇಲಿನ ಕಕ್ಕುಲತೆಯನ್ನು ಪ್ರದರ್ಶಿಸಿದರು.

ಅವಳಿಗೆ ಇದೆಲ್ಲ ತಿಳಿದಿದ್ದೇ. ಹುಡುಗರನ್ನು ಹೊರಗೆ ಕರೆದೊಯ್ಯುವುದು ಹೆಚ್ಚಿನ ಖರ್ಚಿನ ಬಾಬತ್ತು. ಅಲ್ಲದೇ ಅದಕ್ಕೆಲ್ಲ ಅವಳಿಗೆ ಪುರಸತ್ತು ಇಲ್ಲ. ರಜವಂತೂ ಕೇಳುವ ಹಾಗಿರಲಿಲ್ಲ. ಸದ್ಯಕ್ಕೆ ಇವರುಗಳಿಗಾಗಿ ಶಾಲೆಯಲ್ಲಿ ಸೀಟು ಹಿಡಿದರೇ ಸಾಕಿತ್ತು.

"ಆಯಿತಮ್ಮ, ಇಲ್ಲೇ ಇರ್ತಾರಲ್ಲ. ಆಮೇಲೊಂದು ದಿನ ಎಲ್ಲರೂ ಕೂಡಿಯೇ ಹೋಗೋಣ. ಅಪ್ಪ ಒಂದಿಷ್ಟು ಚೇತರಿಸಿಕೊಳ್ಳಿ. ಅಮ್ಮ ನಂಗೆ ನೈಟ್ ಡ್ಯೂಟಿ ಇದೆ. ಎಂಟಕ್ಕೆ ಮೊದ್ಲು ಮನೆ ಬಿಡ್ಬೇಕು" ಎಂದಳು ಗ್ಯಾಸ್ ಸ್ಟೌವ್ ಒರೆಸುತ್ತ. "ರಾತ್ರಿ ಕೆಲ್ಸಕ್ಕೆ ಹೋಗೋದೂಂದ್ರೇನು? ಯಾರ ಕಿವಿಗಾದ್ರೂ ಇದು ಬಿದ್ದರೆ ಗತಿಯೇನು? ನೆಂಟರಿಷ್ಟರಂತು ಏನೇನೋ ಕತೆ ಕಟ್ಟಿಬಿಡ್ತಾರೆ". ಆಕೆಯಲ್ಲಿ ದನಿಯಲ್ಲಿ ಭಯ, ಆತಂಕ, ದುಃಖ ಹರಿದು ಬಂದಾಗ ಅವಳ ಕೈ ಸ್ತಬ್ಧವಾಯಿತು. ತಾಯಿಯ ಸ್ವಭಾವ ಬಲ್ಲವಳು. ಇದಕ್ಕಿಂತ ಬೇರೆ ರೀತಿಯಾಗಿ ಮಾತಾಡಲು ಶಕ್ಯವಿಲ್ಲವೇನೋ. ಅಲ್ಪಸ್ವಲ್ಪ ಪರಿಸ್ಥಿತಿ ಅರ್ಥ ಮಾಡಿಕೊಂಡಿದ್ದರೂ ಈ ತರಹದ ಮಾತುಗಳನ್ನಾಡಲು ಸಾಧ್ಯವಾಗುತ್ತಿರಲಿಲ್ಲ.

ಶಾರದಮ್ಮನತ್ತ ತಿರುಗಿದಳು. ನಾಲಿಗೆ ತುದಿಯವರೆಗೂ ಬಂದ ಮಾತುಗಳು ಅಲ್ಲೇ ನಿಂತವು.

"ನೀನು ಇಲ್ಲಿಗ್ಬಂದ್ಮೇಲೆ ತುಂಬ ಬದಲಾದೆ. ಯಾವುದಕ್ಕೂ ನಮ್ಮನ್ನು ಕೇಳೋಲ್ಲ" ಜೊತೆಗೆ ಇದೊಂದು ಆಪಾದನೆ. ನುಂಗಿಕೊಳ್ಳಲು ಸಂಧ್ಯಾಗೆ ಕಷ್ಟವಾಯಿತು. "ಅಮ್ಮ ನಂದು ಟೀಚರ್ ಕೆಲ್ಸವಲ್ಲ. ಗೌರ್ನಮೆಂಟ್ ಚಾಕರಿಯಲ್ಲ, ನಿಗದಿಪಡಿಸಿದ ಸಮಯಕ್ಕೆ ಕೆಲ್ಸ ಮಾಡಿ ಹಿಂದಿರುಗೋಕೆ. ಸಿಟಿಗಳಲ್ಲಿ ಹೆಚ್ಚು ಕಡಿಮೆ ಎಲ್ಲ ಷಿಫ್ಟ್‌ಗಳಲ್ಲಿಯೇ ವರ್ಕ್ ಮಾಡೋದು. ಇದೆಲ್ಲ ನೀನು ಅರ್ಥ ಮಾಡ್ಕೋಬೇಕು" ತಿಳಿಸಿ ಹೇಳಿದಳು.

ಶಾರದಮ್ಮ ಕೂತು ಕಣ್ಣೀರು ಹಾಕತೊಡಗಿದರು.

ಮಾಡುತ್ತಿದ್ದ ಕೆಲಸಬಿಟ್ಟು ಸಂಧ್ಯಾ ಹೊರಗೆ ಬಂದಳು. ಗೋಡೆಗೊರಗಿ ಕೂತಿದ್ದ ತಂದೆ ಛಾವಣಿಯತ್ತ ನೋಟ ಹರಿಸಿದ್ದರು.

"ಅಪ್ಪ, ಸ್ವಲ್ಪ ಹೊರಗಡೆ ಗಾಳಿಗೆ ಅಡ್ಡಾಡಿದರೇ ಆರಾಮವೆನಿಸುತ್ತೆ" ಎಂದು ಅವರನ್ನು ಎಬ್ಬಿಸಿಕೊಂಡು ಹೊರಗೆ ಕರೆತಂದಳು. ರಾಘವೇಂದ್ರನ ಜೊತೆ ಬಳೆಯ ಚೂರುಗಳನ್ನಿಟ್ಟುಕೊಂಡು ಆಡುತ್ತಿದ್ದ ವಿದ್ಯಾನ ಕರೆದು "ಅಮ್ಮನಿಗೆ ಸ್ವಲ್ಪ ಸಹಾಯ ಮಾಡು" ಒಳಗೆ ಕಳಿಸಿದಳು.

ಹೊರಗಿನ ಗಾಳಿಗೆ ಉಸಿರೆಳೆದುಕೊಂಡರು ಶ್ರೀಪತಿ. ಕಿರಾಣಿ ಅಂಗಡಿಯ ವ್ಯಾಪಾರ ಅವರಪ್ಪನ ಕಾಲದ ನಂತರ ಲಾಭಕರವಾಗಿದ್ದರೂ ಆಮೇಲೆ ಪೂರ್ತಿ ಕೈಕಚ್ಚಿ ತಗೊಂಡ್ಹೋರು ಸಾಲ ಹಿಂದಿರುಗಿಸದೇ ದಿವಾಳಿಯಾಗಿದ್ದರು. ನಂತರ ಅನಾರೋಗ್ಯ, ಸಾಲ.

"ಅಪ್ಪ, ನಂಗೆ ರಾತ್ರಿ ನೈಟ್ ಡ್ಯೂಟಿಯಪ್ಪ. ಅಮ್ಮ ಅಳ್ತಾ ಕೂತಿದ್ದಾಳೆ. ಸಿಟಿಯಲ್ಲಿ ಇದೆಲ್ಲ ಮಾಮೂಲು. ನಾನೇನು ಬೀದಿಯಲ್ಲಿ ಇರ್ತೀನಾ? ನರ್ಸಿಂಗ್ ಹೋಂನಲ್ಲಿ ಸಾಕಷ್ಟು ಸಿಬ್ಬಂದಿ ವರ್ಗದವರು, ಡಾಕ್ಟ್ರುಗಳು, ಸೆಕ್ಯೂರಿಟಿ ಆಫೀಸರ್ ಎಲ್ಲಾ ಇದ್ದಾರೆ. ಅಂಥದ್ದರಲ್ಲಿ ಭಯವೇನು? ಅಮ್ಮನಿಗೆ ಸ್ವಲ್ಪ ತಿಳ್ಸಿ ಹೇಳಿ" ತಂದೆಯ ಬಳಿ ರಿಕ್ವೆಸ್ಟ್ ಮಾಡಿಕೊಂಡಳು. ಶ್ರೀಪತಿ ಹೆಂಡತಿಗಿಂತ ಸ್ವಲ್ಪ ಬೇರೆಬೇರೆಯಾಗಿ ಯೋಚಿಸಬಲ್ಲರು. ಗಂಡಸು ಹೊರಗಿನ ಜಗತ್ತನ್ನು ಬಲ್ಲ.

"ನಾನು ಹೇಳ್ತೀನಿ ಬಿಡಮ್ಮ" ಅಂದರು.

ರಾತ್ರಿ ಎಂಟಾದರೂ ಶಾರದಮ್ಮ ಕೂತ ಜಾಗದಿಂದ ಮೇಲೇಳಲಿಲ್ಲ. ಮೊಂಡು ಹಿಡಿದಂತೆ ಕೂತಿದ್ದಳು. ಊಟಕ್ಕಾಗಿ ತಟ್ಟೆ ಹಾಕಿಕೊಂಡ ಸಂಧ್ಯಾ ಎತ್ತಿಟ್ಟು ಹೊರಟಳು. ಮೂರ್ಖತನದಿಂದ ಕೆಲಸ ಕಳೆದುಕೊಂಡು ಇವರುಗಳನ್ನೆಲ್ಲ ಬೀದಿಯಲ್ಲಿ ನಿಲ್ಲಿಸುವಷ್ಟು ಪೆದ್ದಳಲ್ಲ.

ನರ್ಸಿಂಗ್ ಹೋಂ ಬಂದಾಗ ಆಗ ತಾನೇ ಸ್ಕೂಟರ್‌ನಿಂದ ಇಳಿಯುತ್ತಿದ್ದ ಡಾ॥ ಸುಧಾಕರ್ ಕಿರುನಗೆ ಬೀರಿದ. "ಗುಡ್ ಇವ್ನಿಂಗ್ ಸರ್" ಎಂದಳು ನಯವಾಗಿ.

"ಗುಡ್ ಇವ್ನಿಂಗ್, ಇವತ್ತು ನಿಮ್ದು ನೈಟ್ ಡ್ಯೂಟಿ. ಗ್ರೇಟ್ ಲಾಸ್. ಶಾಂತಿಯವರು ಬ್ಯಾಗ್ ತುಂಬ ಕುರುಕಲು ತಿಂಡಿ ಜೊತೆ ಒಂದು ಫ್ಲಾಸ್ಕ್ ಹಾರ್ಲಿಕ್ಸ್, ಬೋರ್ನ್‌ವೀಟಾ ತರೋರು" ಅನ್ನುತ್ತ ಬಂದ. ಅದು ಉತ್ಪ್ರೇಕ್ಷೆಯ ಮಾತಲ್ಲ. ರಿಸೆಪ್ಷನಿಸ್ಟ್ ಶಾಂತಿ ಒಂದು ದೊಡ್ಡ ಬ್ಯಾಗನ್ನು ಹೊತ್ತು ತರುತ್ತಿದ್ದಳು. ಸಂಬಳ ಅದಕ್ಕೆ ಸರಿ ಹೋಗುತ್ತಿತ್ತು. ಮನೆಗೇನು ಕೊಡುತ್ತಿರಲಿಲ್ಲ, ಅವರುಗಳೇ ಒಂದಿಷ್ಟು ಪಾಕೆಟ್ ಮನಿ ಕೊಡುತ್ತಿದ್ದರು. ತುಂಬ ಧಾರಾಳಿಯೆಂದು ಎಲ್ಲರಿಗೂ ಗೊತ್ತು.

ಡಾ॥ ಸುಧಾಕರ್ ಮಾತಿಗೆ ಪ್ರತಿಕ್ರಿಯಿಸಲಿಲ್ಲ.

ರಿಸೆಪ್ಷನಿಸ್ಟ್ ಸೀಟಿನಲ್ಲಿದ್ದ ಮಾರ್ಟೀನಾ ಎದ್ದು ನಿಂತು "ಗುಡ್ ಇವ್ನಿಂಗ್ ಸಾರ್, ಬೆಳಿಗ್ಗೆ ಆಪರೇಷನ್ ಆದ ಕಿಡ್‌ನ ಒಂದ್ಸಲ ನೋಡೋಕೆ ಹೇಳಿದ್ದಾರೆ" ಎಂದು ಅವನೊಂದಿಗೆ ಹೊರಟಳು, ಇಲ್ಲಿನ ಜವಾಬ್ದಾರಿಯನ್ನು ಸಂಧ್ಯಾಗೆ ಒಪ್ಪಿಸಿ.

ಹಗಲಿನಷ್ಟೇ ಬಿಜಿಯಾಗಿರುತ್ತಿತ್ತು ರಿಸೆಪ್ಷನ್ ಕೌಂಟರ್. ಮೂರು ಲೈನ್ ಫೋನ್‌ಗಳ ಜೊತೆ ಕೆಲವೊಮ್ಮೆ ಸೆಲ್ಯುಲಾರ್ ಕೂಡ ಸ್ಪರ್ಧೆಗೆ ಇಳಿಯುತ್ತಿತ್ತು.

ಅಮ್ಮನನ್ನು ನೆನೆಸಿಕೊಂಡು ಅವಳಿಗೆ ಅಳು ಬಂದಂತಾಯಿತು. ಇಡೀ ಮನೆಯವರಿಗೆ ಉಪವಾಸ. ತಲೆ ಕೆಟ್ಟಂತಾಯಿತು. ಅತ್ತ ಮಾರ್ಟಿನಾ ಬರುವುದನ್ನೆ ಕಾದಿದ್ದು "ಮಾರ್ಟಿನಾ, ನಿನ್ನಿಂದ ಒಂದು ಸಣ್ಣ ಹೆಲ್ಪ್ ಆಗ್ಬೇಕು. ನಮ್ಮಮ್ಮ ಒಂದು

ರೀತಿಯ ಸಂಪ್ರದಾಯದಲ್ಲಿ ಬೆಳೆದು ಬಂದವರು. ನಾನು ನೈಟ್ ಡ್ಯೂಟಿಗೆ ಹೋಗೋದು ಆಕೆಗೆ ಇಷ್ಟವಾಗ್ತಿಲ್ಲ. ಊಟವಿಲ್ದೇ ಕೂತಿದ್ದಾರೆ. ಒಂದ್ಗಳಿಗೆ ಮನೆಗೆ ಹೋಗಿ ಬಂದ್ಬಿಡ್ತೀನಿ. ಮನೆ ಕೂಡ ಅಂಥ ದೂರವೇನಿಲ್ಲ" ಕೇಳಿಕೊಂಡಳು. ಸಂಧ್ಯಾಳ ಬಗ್ಗೆ ಮಾರ್ಟಿನಾಗೆ ಗೊತ್ತಿತ್ತು.

"ಡಾಕ್ಟ್ರು ರೌಂಡ್ಸ್ ಬರೋ ವೇಳೆಗೆ ಇಲ್ಲಿರಬೇಕು. ಇಲ್ಲದಿದ್ದರೆ ಇಬ್ರೂ ಜೊತೆಗೆ ಬೈಸಿಕೋ ಬೇಕಾಗುತ್ತೆ. ನಿಮ್ಮಮ್ಮನ ಭಯಕ್ಕೆ ಅರ್ಥವಿದೆ. ಬೆಳದಿಂಗಳಿನಲ್ಲಿ ಮಿಂದಿಂತಿರುವ ಈ ಹುಡ್ಗಿನ ಯಾರಾದ್ರೂ ಹಾರಿಸಿಕೊಂಡು ಹೋದರೆ" ಸಂಧ್ಯಾಳ ಕೆನ್ನೆ ತಟ್ಟಿ ನಕ್ಕಳು.

"ನನ್ನ ಸ್ಕೂಟಿ ತಗೊಂಡು ಹೋಗು" ಹೇಳಿದಳು.

ಮಾರ್ಟಿನಾ ಎರಡು ಮಕ್ಕಳ ತಾಯಿ. ಗಂಡನಿಗೂ ಒಳ್ಳೆ ಸಂಪಾದನೆ ಇತ್ತು. ಆರ್ಥಿಕವಾಗಿ ಕೊರತೆ ಇಲ್ಲದ ಅಚ್ಚುಕಟ್ಟಾದ ಸಂಸಾರ. ಇಷ್ಟಿದ್ದರೂ ತೃಪ್ತಿ ಎನ್ನುವುದೇ ಇರಲಿಲ್ಲ. ಬೇರೆಯವರನ್ನು ನೋಡಿ ಕರುಬುವಂಥ ಮನಸ್ಸು. ಸಂಧ್ಯಾಳ ಮುಖದಲ್ಲಿನ ಸರಳತೆ ತುಂಬಿದ ಪ್ರಸನ್ನತೆ, ಮುಗುಳ್ನಗೆ ತನ್ನ ಮುಖದಲ್ಲಿ ಮೂಡಲು ಸಾಧ್ಯವೇ ಇಲ್ಲ ಎನ್ನುವ ತೀರ್ಮಾನ.

ಹೊರಗಿನ ಲೈಟು ಆರಿದ್ದರೂ ಹಾಲ್‌ನ ಲೈಟು ಉರಿಯುತ್ತಿತ್ತು. ಸ್ಕೂಟಿಯನ್ನು ನಿಲ್ಲಿಸಿ ಬಾಗಿಲು ತಟ್ಟಿದಾಗ ಬಂದು ಬಾಗಿಲು ತೆಗೆದಿದ್ದು ಸುವಿದ್ಯಾ. "ಅಮ್ಮ, ಅಕ್ಕ ಬಂದ್ಲು" ಹರ್ಷದಿಂದ ಕೂಗು ಹಾಕಿದಳು.

"ಅಮ್ಮ ಊಟ ಮಾಡಿದ್ರ?" ಕೇಳಿದಳು.

"ಇಲ್ಲಮ್ಮ ಅವಳದು ಕೆಟ್ಟ ಹಟ. ನಾನು ಮಾತ್ರೆ ತಗೋ ಬೇಕಾಗಿತ್ತಲ್ಲ, ನಾನು ಹುಡುಗ್ರು ಊಟ ಮಾಡಿದ್ವಿ. ಅವಳಿನ್ನು ಉಪವಾಸ ಕೂತಿದ್ದಾಳೆ" ಹೇಳಿದರು ಶ್ರೀಪತಿ.

ಕೈಕಾಲು ತೊಳೆದು ಬಂದು ಎರಡು ತಟ್ಟೆ ಹಾಕಿ ಅನ್ನ, ಹುಳಿಯ ಪಾತ್ರೆ ತಂದಿಟ್ಟು "ಬೇಗ್ಬಾ, ನಾನು ಮತ್ತೆ ಹೋದರೇ ಬೆಳಿಗ್ಗೇನೇ ಬರೋದು. ಉಪವಾಸ ಇರಬೇಕಾಗುತ್ತೆ" ಎಂದು ತಾಯಿಯನ್ನು ಎಬ್ಬಿಸಿಕೊಂಡು ಬಂದು ತಟ್ಟೆಯ ಮುಂದೆ ಕೂಡಿಸಿದಳು.

ಶಾರದಮ್ಮ ಸ್ವಲ್ಪ ಮೆತ್ತಗಾಗಿದ್ದರು. ಹಸಿವು ಎಂಥ ಹಠವನ್ನಾದರೂ ಕರಗಿಸಿಬಿಡುತ್ತೆ.

ತಂಬಿಗೆಯಲ್ಲಿನ ನೀರನ್ನು ಲೋಟಕ್ಕೆ ಬಗ್ಗಿಸಿದ ಶಾರದಮ್ಮ "ರಾತ್ರಿಯ ವೇಳೆ ಒಂಟಿಯಾಗಿ ಬಂದಿದ್ದೀಯಲ್ಲ, ಭಯವಾಗ್ಲಿಲ್ವಾ? ದಿನ ಪೇಪರ್‌ನಲ್ಲಿ ಎಂಥೆಂಥ ಸುದ್ದಿನೋ ಬರ್ತಾ ಇರುತ್ತೆ" ಭಯದಿಂದ ನುಡಿದರು.

ಅನ್ನವನ್ನು ತಟ್ಟೆಗೆ ಬಡಿಸುತ್ತ "ಇದೇನು ಮಧ್ಯರಾತ್ರಿನಾ? ಮನೆಯಿಂದ ನರ್ಸಿಂಗ್ ಹೋಂಗೆ ಒಂದೆರಡು ಕಿಲೋಮೀಟರ್ ಆಗ್ಬಹುದ್ದು. ಒಂದತ್ತು... ಇಪ್ಪತ್ತು

ನಿಮಿಷಗಳ ನಡಿಗೆ. ಮೈನ್ ರೋಡಿನಲ್ಲಿ ಓಡಾಡೋದ್ರಿಂದ ಭಯವೇನಿಲ್ಲ" ಎನ್ನುತ್ತ ತಾಯಿಯ ತಟ್ಟೆಗೆ ಹುಳಿಯನ್ನು ಬಡಿಸಿದಳು.

ಬೇಗ ಬೇಗ ಊಟ ಮುಗಿಸಿ ಕೈತೊಳೆದು "ಊಟ, ತಿಂಡಿಗೆ ನನ್ನ ಕಾಯೋದ್ಬೇಡ. ಕೆಲವೊಮ್ಮೆ ಅಲ್ಲೇ ಆಗತ್ತೆ. ಅಪ್ಪ, ಬೇಗ ಚೇತರಿಸಿಕೊಳ್ಳಬೇಕೂಂದ್ರೇ ನೀನು ಒಂದಿಷ್ಟು ಬದಲಾಗಬೇಕು. ರಾತ್ರಿ ಸದಾ ಇರುತ್ತ ಅಮ್ಮ?" ನಲ್ಮೆಯ ನುಡಿಗಳನ್ನಾಡಿದಳು.

"ನಿನ್ನ ಕುತ್ತಿಗೆಗೆ ತಾಳಿ ಬಿದ್ದಿದ್ದರೆ ನಾನು ಇಷ್ಟೊಂದು ಹೆದರ್ತಾ ಇರ್ಲಿಲ್ಲ. ಲಗ್ನವಾದ ಹುಡ್ಗಿರ ತಂಟೆಗೆ ಯಾರು ಬರೋಲ್ಲ. ಒಂದು ರೀತಿಯಲ್ಲಿ ಮಾಂಗಲ್ಯ ರಕ್ಷಣೆ ಇದ್ದಂಗೆ ನಮ್ಮ ಸಂಪ್ರದಾಯದಲ್ಲಿ" ಮಗಳಿಗೆ ಮದುವೆಯ ಮಹತ್ವವನ್ನು ಅರಿವು ಮಾಡಿಕೊಟ್ಟರು.

ಸ್ಕೂಟಿ ಹತ್ತಿ ಕೈ ಬೀಸಿದಾಗ ಆ ತಾಯಿಯ ಹೃದಯ ಹೆದರಿಕೆಯಿಂದ ಢವಗುಟ್ಟುತ್ತಿತ್ತು. ಬಹುಶಃ ರಾತ್ರಿ ನಿದ್ದೆ ಬಂದಿರಲಾರದು.

ನರ್ಸಿಂಗ್ ಹೋಂಗೆ ಬರುವ ವೇಳೆಗೆ ಬೆವೆತು ಹೋಗಿದ್ದಳು. ನರ್ಸಿಂಗ್ ಹೋಂ ಹಿಂಭಾಗಕ್ಕೆ ಅಂಟಿಕೊಂಡಂತೆ ಡಾಕ್ಟರ್ ಬಂಗ್ಲೆ. ಊಟದ ನಂತರ ಒಮ್ಮೆ ರೌಂಡ್ಸ್ ಬಂದು ಹೋಗುವುದು ದಂಪತಿಗಳ ಪದ್ಧತಿ.

"ಮೈ ಗಾಡ್, ಡಾಕ್ಟ್ರು... ಬಂದಿದ್ರಾ?" ಎದುಸಿರುಬಿಡುತ್ತ ಬಂದ ಸಂಧ್ಯಾನ ನೋಡಿ "ಇನ್ನು ಇಲ್ಲ, ಒಂದು ಡೆಲಿವರಿ ಕೇಸ್ ಬಂದಿದೆ. ನಾನ್ಹೋಗಿ ನೋಡ್ತೀನಿ" ರಿಜಿಸ್ಟರ್‌ನ ಮುಚ್ಚುವ ವೇಳೆಗೆ ಫೋನ್ ಸದ್ದು ಮಾಡಿತು.

"ಹಲೋ... ಗುಡ್ ಇವ್ನಿಂಗ್ ಮೇಡಮ್" ಎಂದಳು.

"ಸಂಧ್ಯಾ, ಮಾರ್ಟಿನಾ ಎಲ್ಲೋದ್ಲು? ಈಗ ಡೆಲಿವರಿಗಾಗಿ ಬಂದಿರೋ ಪೇಷೆಂಟ್‌ನ ಚೆಕ್ ಮಾಡಿ ಫೋನ್ ಮಾಡೋಕೆ ತಿಳ್ಸು" ಎಂದು ಫೋನ್ ಕಟ್ ಮಾಡಿದರು.

ಇಂಜೆಕ್ಷನ್ ಕೊಡಲು ಫೀಮೆಲ್ ವಾರ್ಡ್ ಕಡೆ ಹೊರಟ ಡಾ|| ನಂದಿನಿನ ಕರೆದು ವಿಷಯ ತಿಳಿಸಿ "ಇನ್ನು ರೌಂಡ್ಸ್‌ಗೆ ಕೂಡ ಬಂದಿಲ್ಲ. ಮೊದ್ಲು ಹೋಗಿ ಮಾರ್ಟಿನಾಗೆ ವಿಷ್ಯ ಮುಟ್ಸು. ಡಾ|| ಸುಧಾಕರ್ ಪೆನ್ ಇಲ್ಲೇ ಇದೆ. ಕೊಟ್ಟು ಬಿಡು" ಎಂದು ಅವಳ ಕೈಗೆ ಕೊಟ್ಟಳು. ಎರಡು ದಿನದಿಂದ ಡಾ|| ಸುಧಾಕರ್ ಪೆನ್ ಅವಳ ಬಳಿಯಲ್ಲಿಯೇ ಉಳಿದುಬಿಟ್ಟಿತು.

ರಿಜಿಸ್ಟರ್ ಬರೆಯುತ್ತಿದ್ದ ಸಂಧ್ಯಾ ತಲೆ ಮೇಲೆತ್ತಿದಾಗ ಬಂದ ಡಾ|| ಸುಧಾಕರ್ ಫೋನ್‌ನ ಬಟನ್‌ಗಳನ್ನೊತ್ತಿದರು. "ಫಸ್ಟ್ ಪ್ಯಾರಾ, ಆರ್ಭಟವೋ ಆರ್ಭಟ. ಗಂಡಸರು ಮೆಟರ್ನಿಟಿ ವಾರ್ಡ್ ಕಡೆ ಕೂಡ ಓಡಾಡ್ಬರ್ದು ಅನ್ನೋ ಕಂಡಿಷನ್. ನೀವು ರೌಂಡ್ಸ್‌ಗೆ ಬರುವಾಗ ಒಬ್ರೇ ಬನ್ನಿ, ಡಾಕ್ಟ್ರು ಬರೋದ್ಬೇಡ" ಛೇಡಿಸುತ್ತಲೇ ಫೋನ್ ಇಟ್ಟಿದ್ದು.

"ಸಂಧ್ಯಾ, ಆಗ಼್ೇ ಎಲ್ಹೋಗಿದ್ರಿ?" ವಿಚಾರಿಸಿದ ತುಂಬ ನೋಟ ಬೀರುತ್ತ.

ಮೊದಲು ಗಲಿಬಿಲಿಗೊಂಡಳು. "ಸಾರಿ, ಒಂದಿಷ್ಟು ಮನೆಗೆ ಹೋಗ್ಬಂದೆ ಹೇಗೂ ಡ್ಯೂಟಿ ಡಾಕ್ಟ್ರು ನೀವೇ ಅಲ್ವಾ. ಎಕ್ಸ್‌ಕ್ಯೂಜ್ ಮಿ ಸರ್" ಅಯ್ಯೋ ಎನಿಸುವಂತೆ ಹೇಳಿದಾಗ ಹಣೆಗೆ ಕೈಯೊತ್ತಿಕೊಂಡ.

"ನಾನು ಡ್ಯೂಟಿ ಡಾಕ್ಟ್ರು ಆದರೆ ನಿಮ್ಮನ್ನು ಕ್ಷಮಿಸ್ಬೇಕಾ??" ಸ್ವಲ್ಪ ಮುಖ ಗಂಟಕ್ಕಿದ. ಹೆಚ್ಚು ಸರಳ, ಆತ್ಮೀಯನಾಗಿ ಬೀಡುವ ಡಾ. ಸುಧಾಕರ್ ಅಷ್ಟೇ ಸ್ಟ್ರಿಕ್ಟ್ ಎಂದು ಗೊತ್ತು.

ತೀರಾ ಸಂಕ್ಷಿಪ್ತವಾಗಿ ಪರಿಸ್ಥಿತಿಯನ್ನು ವಿವರಿಸಿ "ನಾನು ಹೋಗದಿದ್ದರೆ ನಮ್ಮಮ್ಮ ಉಪವಾಸ ಮಲಗ್ತಾ ಇದ್ದರು. ಇದ್ಯಾಕೋ ನಂಗೆ ಹೆಚ್ಚು ಸರಿಯೆನಿಸಲಿಲ್ಲ" ಎಂದಳು ಸಂಧ್ಯಾ. ತಾಯಿಯ ವಿಷಯ ಬಂದರೇ ಮೃದುವಾಗಿ ಬಿಡುತ್ತಿದ್ದ. "ದಟ್ಸ್ ಓಕೆ, ಡಾ. ಪರಮೇಶ್ವರ್ ಫೋನ್ ಬಂದರೇ ನಂಗೆ ಇನ್‌ಫಾರ್ಮ್ ಮಾಡಿ" ಎಂದು ದೀಪದ ಬೆಳಕಿನಲ್ಲಿ ನಡೆದು ಹೋಗುತ್ತಿದ್ದವನನ್ನು ನೋಡಿ ನಿಟ್ಟುಸಿರು ದಬ್ಬಿದಳು.

ನಾಲ್ಕಾರು ಫೋನ್‌ಗಳನ್ನು ಅಟೆಂಡ್ ಮಾಡಿ ಆಸ್ತಮಾ ಪೇಷಂಟ್‌ನ ಅಡ್ಮಿಟ್ ಮಾಡಿಕೊಳ್ಳುವ ವೇಳೆಗೆ ಡಾ|| ಪರಮೇಶ್ವರ್, ಡಾ|| ಅನುರಾಧ ಬಂದರು.

ವಿಶ್ ಮಾಡಿ ತನ್ನ ಸೀಟಿನಿಂದ ಇತ್ತ ಬಂದ ಸಂಧ್ಯಾನ "ನಾನು ಡಾಕ್ಟ್ರು ಮೆಟರ್ನಿಟಿ ವಾರ್ಡ್‌ಗೆ ಹೋಗ್ತೀವಿ. ನೀನು ಒಂದಿಷ್ಟು ಡಾ|| ಸುಧಾಕರ್‌ಗೆ ಹೆಲ್ಪ್ ಮಾಡು" ಹೇಳಿ ಮುಂದಕ್ಕೆ ನಡೆದರು.

ಮೆಟರ್ನಿಟಿ ವಾರ್ಡು ಬಳಿ ಗುಂಪುಗೂಡಿದ್ದ ಡೆಲಿವರಿ ಕೇಸ್‌ನ ಬಂಧುಬಳಗ ಡಾಕ್ಟರ್‌ಗಳಿಗೆ ಸುತ್ತುವರಿದುಬಿಟ್ಟರು.

"ನಮಗ್ಯಾಕೋ... ಭಯ" ಕೇಸ್‌ನ ತಾಯಿ ದಿಗಿಲು ವ್ಯಕ್ತಪಡಿಸಿದಾಗ ಡಾ|| ಅನುರಾಧ ನಕ್ಕು ಭುಜದ ಮೇಲೆ ಆತ್ಮೀಯವಾಗಿ ಕೈಹಾಕಿ "ನೀವು ಹಿಂದೆ ಹೆದರಿದ್ದರೆ ಈ ಪರಿಸ್ಥಿತಿ ಎದುರಾಗ್ತ ಇರ್ಲಿಲ್ಲ. ಡೋಂಟ್ ವರಿ, ಇದೆಲ್ಲ ಮಾಮೂಲಿ" ಎಂದು ಧೈರ್ಯ ಹೇಳಿ ಒಳಗೆ ಹೋದರು.

ಪೇಷಂಟ್ ಆಳು, ಆರ್ಭಟದ ಜೊತೆ ಇಂಗ್ಲೀಷ್ ಬೈಗುಳಿನಿಂದ ಗಂಡ ಮತ್ತು ಅವನ ವಂಶದವರನ್ನು ತೊಳಿದು ಹಾಕುತ್ತಿದ್ದಳು. ಮಿತಿಗಿಂತ ಹೆಚ್ಚು ಬೆಳೆದ ಹೊಟ್ಟೆ, ತಿಂದು ತಿಂದು ತುಂಬಿಕೊಂಡ ಮುಖ ಗದ್ದ ಊದಿಕೊಂಡಿತ್ತು. ಹೆಚ್ಚು ಮುದ್ದು, ಅಕ್ಕರೆಯ ಪರಿಣಾಮವೆಂದುಕೊಂಡರು.

ಮಾರ್ಟಿನಾ ಬಂದು ತಕ್ಷಣದ ಸ್ಥಿತಿಯನ್ನು ಪೂರ್ತಿ ವಿವರಿಸಿ ಸಿಸೇರಿಯನ್ ಬಗ್ಗೆ ಒಲವು ತೋರಿಸಿದಳು. ಡಾ|| ಅನುರಾಧ ಹಣೆಯೊತ್ತಿಕೊಂಡರು. ಆಕೆಯ ಪ್ರಕಾರ ಇಂದಿನ ಹೆಣ್ಣು ತೀರಾ ಸೆನ್ಸಿಟಿವ್ ಎಂದುಕೊಂಡರು. ಇದು ಕೂಡ ಕಡಿಮೆ ಅಪಾಯವಲ್ಲವೆಂದುಕೊಂಡರು.

ಅಷ್ಟರಲ್ಲಿ ಮಾರುತಿಯಲ್ಲಿದ್ದ ಒಂದೇ ಕುಟುಂಬದ ಮೂವರು ಸಾವು ಬದುಕಿನ ಸ್ಥಿತಿಯಲ್ಲಿ ಬಂದಿದ್ದು ತಿಳಿದು ಮಾರ್ಟಿನಾಗೆ ಪೇಷೆಂಟ್‌ನ ಒಪ್ಪಿಸಿ ಅತ್ತಹೋದರು.

ದಢಬಡನೆ ಬ್ಲಡ್ ಬ್ಯಾಂಕ್‌ನಿಂದ ರಕ್ತವನ್ನಿಡಿದು ಓಡುತ್ತಿದ್ದ ಸಂಧ್ಯಾ ತನ್ನ ಸ್ವಂತದವರಿಗೆ ಸ್ಪಂದಿಸುವಂತಿತ್ತು. ಇದನ್ನು ಎಷ್ಟೋ ಸಲ ಡಾ|| ಅನುರಾಧ ಕಂಡಿದ್ದರು.

ಡಾ|| ಪರಮೇಶ್ವರ್, ಡಾ|| ಸುಧಾಕರ್‌ಗೆ ನೆರವು ನೀಡಿ ರಿಸೆಪ್ಷನ್ ಕೌಂಟರ್‌ಗೆ ಹಿಂದಿರುಗಿದಾಗ ಸಂಧ್ಯಾ ಪೂರ್ತಿ ಬಿಳುಚಿಕೊಂಡಳು. ಬಂದ ಪೇಷಂಟ್‌ಗಳಲ್ಲಿ ಒಬ್ಬರು ಹೋಗಿ ಆಗಿತ್ತು.

ಅವಳೇ ಏಮರ್ಜನ್ಸಿ ವಾರ್ಡ್‌ನಲ್ಲಿ ಇದ್ದಿದ್ದು ಡಾ|| ಸುಧಾಕರ್‌ಗೆ ಹೆಲ್ಪ್ ಮಾಡುತ್ತಾ. ಆಗಾಗ ಹಣೆಯ ಬೆವರನ್ನೊತ್ತುತ್ತಿದ್ದವಳು ಕೈ ತೊಳೆದು ಗ್ಲೌಸ್ ಬಿಚ್ಚಿದಾಗ ಕುಡಿಯಲು ನೀರು ಕೊಟ್ಟು ರಿಸೆಪ್ಷನ್ ಕೌಂಟರ್‌ಗೆ ಬಂದವಳೇ ಕುಸಿದಂತೆ ಕುಕ್ಕರಿಸಿ, ಗಡಿಯಾರದತ್ತ ನೋಟ ಹರಿಸಿದಳು. ಬೆಳಗಿನ ಆರು. ಎಂಟಕ್ಕೆ ಅವಳ ಷಿಫ್ಟ್ ಮುಗಿಯುತ್ತಿತ್ತು.

ಲಗುಬಗನೆ ಬಂದ ಮಾರ್ಟಿನಾ "ಡಾಕ್ಟ್ರು ರೆಸ್ಟ್ ರೂಂನಲ್ಲಿದ್ದಾರೆ, ಕರೀತಾರೆ ನೋಡು" ಎಂದು ಸ್ಟ್ರೆಚರ್ ತಳ್ಳಿಕೊಂಡು ಹೋಗುತ್ತಿದ್ದ ವಾರ್ಡ್ ಬಾಯ್‌ನೊಂದಿಗೆ ಹೋದಳು.

ಡಾ|| ಪರಮೇಶ್ವರ್, ಡಾ|| ಅನುರಾಧ ಸುಸ್ತಾಗಿ ಸೋಫಾಗೆ ಒರಗಿದ್ದರು. ಬಿಸಿ ಕಾಫಿಯನ್ನು ಫ್ಲಾಸ್ಕ್‌ನಿಂದ ಬಗ್ಗಿಸಿ ಅವರಿಬ್ಬರಿಗೆ ಕೊಟ್ಟು ಅಲ್ಲಿ ನಿಂತಳು.

"ಡಾ|| ಸುಧಾಕರ್‌ಗೆ ಒಂದು ಕಪ್ ಕಾಫಿ ಕೊಡು" ಹೇಳಿದ ಡಾ|| ಪರಮೇಶ್ವರ್ "ಡಾ|| ನಿಷಾಗೆ ಕೆಲ್ಸ ಮಾಡೋ ಇಂಟ್ರೆಸ್ಟ್ ಇಲ್ಲ. ಹೊಸ ಮೂವಿ ರಿಲೀಸ್. ಅದ್ಕೆ ಆಬ್ಸೆಂಟ್. ವಾರಕ್ಕೆರಡು ದಿನ ರಜಗಳು ಇರುತ್ತೆ. ಸುಮ್ನೇ ಫ್ಯಾಷನ್‌ಗೆ ಸ್ಟೆತಾಸ್ಕೋಪ್ ಹಿಡ್ಯೋ ಹುಡ್ಗೀರು. ಅವಳಪ್ಪನಿಗೆ ಒಂದು ನರ್ಸಿಂಗ್ ಹೋಂ ಮಾಡೋ ಪ್ಲಾನ್" ಸಿಡುಕಿದರು.

ಇದು ತನಗೆ ಕೇಳಿಸಲೇ ಇಲ್ಲವೆನ್ನುವಂತೆ ಫ್ಲಾಸ್ಕ್ ಹಿಡಿದು ಹೋದಳು ಸಂಧ್ಯಾ. ಇಂದಿನ ಘಟನೆಗಳು, ಚಿತ್ರಗಳು ಯಾವುದು ಅಪರೂಪವಲ್ಲ.

"ಎಕ್ಸ್‌ಕ್ಯೂಜ್ ಮಿ ಡಾಕ್ಟರ್" ಎಂದು ಗ್ಲಾಸ್‌ಗೆ ಕಾಫಿ ಬಗ್ಗಿಸಿ ಅವನ ಮುಂದಿಡಿದ ಸಂಧ್ಯಾನ ನೋಡಿದ. ಚಕಚಕನೆ ಕೆಲಸ ಮಾಡುವ ಅವಳ ಶ್ರದ್ಧೆ ಬೆರಗುಗೊಳಿಸುವಂತಿತ್ತು. "ಕೂತ್ಕೋ ಸಂಧ್ಯಾ" ಎಂದ ಡಾ|| ಸುಧಾಕರ್ ಅವಳ ಕೈಯಲ್ಲಿನ ಫ್ಲಾಸ್ಕ್ ಪಡೆದು ಕಾಫಿಯನ್ನು ಮುಚ್ಚಳಕ್ಕೆ ಬಗ್ಗಿಸಿ "ತಗೋ, ನಮ್ಗಿಂತ ನೀನೇ ಹೆಚ್ಚಾಗಿ ದಣಿದಿದ್ದೀ" ಹೇಳಿದ. ಕಣ್‌ಕಣ್ ಬಿಟ್ಟಳು. ಬರೀ ಹೆಲ್ಪರ್ ಆಗಿ ಕೆಲಸ ಮಾಡಿದ್ದಳಷ್ಟೇ.

"ನಂಗೇನು ದಣಿವಾಗಿಲ್ಲ, ಡಾಕ್ಟರ್" ಅಂದಳು ಆಶ್ಚರ್ಯದಿಂದ.

"ಶ್.... ಸುಮ್ನೆ ಕುಡಿ. ಈಗ ಹೆಚ್ಚು ಮಾತು ಬೇಡ. ಈ ಒಡ್ವೆಗಳ್ನ

ತಗೊಂಡ್ಹೋಗಿ ಡಾಕ್ಟರ್‌ಗೆ ಹ್ಯಾಂಡ್ ಓವರ್ ಮಾಡ್ಬಿಡು. ಅದೇನು ಆಸೆ ಹೆಂಗಸರಿಗೆ ಚಿನ್ನದ ಮೇಲೆ. ಇಷ್ಟೊಂದು ಒಡವೇನಾ ಮೈಮೇಲೆ ಹೇರಿಕೊಂಡು ಹೊರಟ ಆ ಹೆಣ್ಣಿಗೆ ಎಷ್ಟು ವರ್ಷ ಬದ್ಕುವ ಆಸೆ ಇತ್ತೋ. ಗ್ರೇಟ್ ಟ್ರಾಜಿಡಿ" ಹಣೆಯೊತ್ತಿಕೊಂಡ.

ಅಷ್ಟರಲ್ಲಿ ಫೋನ್ ಸದ್ದು ಮಾಡಿತು. ಈಗಾಗಲೇ ಪೊಲೀಸರು ಬಂದು ಆಗಿತ್ತು. ಆಕ್ಸಿಡೆಂಟಾದವರನ್ನು ನರ್ಸಿಂಗ್ ಹೋಂ ಹತ್ತಿರದಲ್ಲೇ ಇದ್ದುದ್ದರಿಂದ ಬೀಟ್ ಪೊಲೀಸ್ ಇಬ್ಬರು ಆಟೋದವರ ಸಹಾಯದಿಂದ ತಂದು ಸೇರಿಸಿದ್ದರು.

ಬಂದ ಶಾಂತಿ ಛಾರ್ಜ್ ವಹಿಸಿಕೊಟ್ಟು ಹೊರಟಾಗ ಸ್ಕೂಟರ್ ಏರುತ್ತಿದ್ದ ಡಾ॥ ಸುಧಾಕರ್ "ಸಂಧ್ಯಾ ಬಂದರೇ ಇದ್ನ ಕೊಟ್ಬಿಡು. ಆಪರೇಷನ್ ಥಿಯೇಟರ್‌ನಲ್ಲಿ ಸಿಕ್ಕ ಉಂಗುರ. ಆ ಮಹರಾಯಿತ್ತಿದೇಂತ ಕಾಣುತ್ತೆ" ಜೇಬಿನಿಂದ ಮೂರು ಬಿಳಿಯ ಕಲ್ಲಿನ ಉಂಗುರ ತೆಗೆದು ಅವಳಿಗೆ ಕೊಟ್ಟು ಸ್ಕೂಟರ್ ಏರಿದ್ದ.

ಇದನ್ನು ಯಾರಿಗೆ ಕೊಡುವುದೆಂದು ಯೋಚಿಸಿದಳು. ಮಾರ್ಟಿನಾಗೆ ಡಾ॥ ನಿಷಾನ ಕಂಡರಾಗುತ್ತಿರಲಿಲ್ಲ. ಸಾಕಷ್ಟು ಸಲ ಡಾಕ್ಟರ್-ನರ್ಸ್ ಎಂಬ ಅಂತರ ಮರೆತು ಏಕವಚನದಲ್ಲಿ ಜಗಳವಾಡುತ್ತಿದ್ದರು. ಇನ್ನು ರಿಸೆಪ್ಷನಿಸ್ಟ್ ಶಾಂತಿ ಎಲ್ಲೋ ಕಳೆದುಹೋಯಿತೆಂದು ಎತ್ತಿ ಹಾಕುವವಳೇ.ಇನ್ನು ಡಾ॥ ಅನುರಾಧ ಕೈಗೆ ಹೋದರೆ ಸುರಿಮಳೆ -ತನ್ನ ಹ್ಯಾಂಡ್‌ಬ್ಯಾಗ್‌ನ ಜಿಪ್ ತೆಗೆದು ಹಾಕಿಕೊಂಡಳು.

ಗಂಟೆ ಎಂಟು ಕಾಲಾಗಿದ್ದರೂ ಸಹ ಬಿಸಿಲಿನ ತೀಕ್ಷ್ಣತೆ ಏರಿತ್ತು. ಒಂದೆರಡೂವರೆ ಮೂರು ಕಿಲೋಮೀಟರ್ ಆಗಿದ್ದರಿಂದ ಅರ್ಧಗಂಟೆ, ಒಂದು ಗಂಟೆ ಕಾಯುವುದರ ಬದಲು ನಡದೇ ಮನೆ ಸೇರಬಹುದಿತ್ತು. ಒಂದಿಷ್ಟು ತರಕಾರಿ ಅಂಥದನ್ನು ಕೊಳ್ಳುವ ಅಗತ್ಯವಿದ್ದುದರಿಂದ ನಡೆದೇ ಮಾರ್ಕೆಟ್‌ನತ್ತ ಹೊರಟಳು.

ತರಕಾರಿ ಹಿಡಿದು ಮನೆಗೆ ಬರುವ ವೇಳೆಗೆ ಅವಳಮ್ಮ ಕಾಂಪೌಂಡ್‌ನಲ್ಲಿ ನಿಂತು ನೀರು ಹಾಕಿದ ವಿದ್ಯಾ ತಲೆಗೂದಲನ್ನು ಕೊಡವುತ್ತಿದ್ದರು. ಮಗಳತ್ತ ನೋಟ ತಿರುಗಿಸಿದರು.

ಕತ್ತನ್ನು ತಡವಿ ನೋಡಿಕೊಂಡ ಸಂಧ್ಯಾ "ಏನಿದೆ, ನನ್ನ ಕತ್ತಿನಲ್ಲಿ?" ಎಂದಳು ತುಸು ಗಾಬರಿ ಬೆರೆಸಿ. ಆಕೆ ನಿಟ್ಟುಸಿರು ದಬ್ಬಿ "ಏನಿಲ್ಲಾಂತ ಕೇಳು. ಈ ವಯಸ್ಸಿನಲ್ಲಿ ಕುತ್ತಿಗೆಯಲ್ಲಿ ಕರಿಮಣಿ ಇದ್ದರೇನೆ ಚೆಂದ. ವಯಸ್ಸಿಗೆ ಬಂದ ಹೆಣ್ಣು ಮಕ್ಳ ಬರೀ ಕೊರಳು ನೋಡ್ಬಾರ್ದು ಅನ್ನೋರು ಹಿರಿಯರು" ವ್ಯಥೆಯ ಮಾತುಗಳು ಬಂದು ಎರಚಾಡಿದವು ಅವಳ ಮುಖದ ಮೇಲೆ. ಸಹಿಸಲು ಕಷ್ಟವೆನಿಸಿತು ಸಂಧ್ಯಾಗೆ.

"ಯಾವ ಹಿರಿಯರು ? ಕೆಲವು ಲೆಕ್ಕಾಚಾರಗಳು ಕಾಲ ಕಾಲಕ್ಕೆ ಬದಲಾಗ್ತ ಇರುತ್ತೆ. ಸುಮ್ನೇ ಅವನ್ನ ಮನಸ್ಸಿನಲ್ಲಿ ಇಟ್ಕೋಬಾರ್ದು" ಮೃದುವಾಗಿಯೇ ಹೇಳಿದಳು.

ಶಾರದಮ್ಮ ಎಂದೂ ಅರ್ಥ ಮಾಡಿಕೊಳ್ಳಲಾರರು.

"ನನ್ನ ವಯಸ್ಸು, ಪರಿಸ್ಥಿತಿಯಲ್ಲಿ ನೀನು ಇದ್ದಿದ್ದರೆ ಅರ್ಥವಾಗೋದು. ಇಲ್ಲಿಗ್ಮಂದ್ಮೇಲೆ ಗಂಡಿನ ಅನ್ವೇಷಣೆ ನಿಂತಂತಾಯಿತು." ಮತ್ತೊಂದು ಕೊಂಕು ಮಾತು.

ಊರಿಗೆ ಹೋಗುತ್ತಿದ್ದಾಗ ಮಾತ್ರ ಕೇಳುತ್ತಿದ್ದ ಮಾತುಗಳು ನಿತ್ಯ ಅನಿವಾರ್ಯವೆಂದುಕೊಂಡು ಸುಮ್ಮನೆ ಒಳಗೆ ನಡೆದಳು.

ಇನ್ನು ಹಾಸಿಗೆಯ ಮೇಲೆ ಇದ್ದ ಶ್ರೀಪತಿಗಳು ತೀರಾ ಬಲಹೀನರಾಗಿ ಕಂಡರು. ಅವರು ಯಾವುದೇ ಸ್ಥಿತಿಯಲ್ಲಿರಲಿ ಈ ಸಂಸಾರಕ್ಕೆ ಅವಳ ಅಗತ್ಯವಿತ್ತು. ತರಕಾರಿಯ ಬ್ಯಾಗನ್ನು ಅಲ್ಲೆ ಇಟ್ಟು ತಂದೆಯ ಬಳಿ ಕೂತಳು.

"ಹೇಗನಿಸುತ್ತೆ. ಅಪ್ಪ?" ಕೇಳಿದಳು.

"ಪರ್ವಾಗಿಲ್ಲಾಂತ ಅನ್ನಿಸ್ತಾ ಇದೆ. ನಿಂಗೆ ಕೆಲ್ಸ ವಿಪರೀತವಾಯ್ತೂಂತ ಅನ್ನಿಸೋಲ್ವಾ?" ಮಗಳನ್ನು ಅಭಿಮಾನದಿಂದ ನೋಡುತ್ತ ಕೇಳಿದರು. ತುಟಿಗಳ ಮೇಲೆ ನಗು ಅರಳಿಸಿ "ಎಂಥದ್ದು ಇಲ್ಲ. ಸಮಯ ಸರಿದು ಹೋಗೋದೇ ಗೊತ್ತಾಗೊಲ್ಲ. ತುಂಬ ಇಷ್ಟಪಡೊಂಥ ಕೆಲ್ಸನೇ. ನೀನು ಸ್ವಲ್ಪ ಚೇತರಿಸಿಕೊಂಡ್ಮೇಲೆ ಕರ್ಕಂಡ್ ಹೋಗ್ತೀನಿ. ಬೆಳಿಗ್ಗೆ ಏನಾದ್ರೂ ತಗೊಂಡ್ಯಾ?"

"ಕಾಫಿ ಕುಡಿದೆ, ಅಡಿಗೆಗೆ ಇಟ್ಟಿರಬೇಕು. ಮಧ್ಯಾಹ್ನ ಒಂದ್ಸಲ ಊಟ ಮಾಡ್ಬಿಡೋಣಾಂತ. ಹೇಗೂ ಬಂದಿದ್ದಿಯಲ್ಲ, ಎಲ್ಲಾ ಒಟ್ಟಿಗೆ ಊಟ ಮಾಡೋಣ" ಅಂದಾಗ ಮೇಲೆದ್ದು ಬಚ್ಚಲ ಮನೆಗೆ ಹೋಗಿ ಬಂದವಳು ಬೆಚ್ಚಗಿದ್ದ ನೀರಲ್ಲಿಯೇ ಬಟ್ಟೆ ಹಿಡಿದು ಹೋಗಿ ಸ್ನಾನ ಮುಗಿಸಿಕೊಂಡು ಬಂದಳು. ಇಡೀ ರಾತ್ರಿ ನಿದ್ದೆಗೆಟ್ಟ ದಣಿವು.

ಶಾರದಮ್ಮ ಒಂದು ಲೋಟ ಕಾಫಿ ಹಿಡಿದು ಬಂದರು. "ಡಬ್ಬಾ ಹಾಲು ಹಾಕ್ಸಿಕೊಳ್ಳೋಣಾಂತ. ಅರ್ಧ ಲೀಟರ್‌ಗೆ ಇನ್ನು ಒಂದ್ರೂಪಾಯಿ ಕಡ್ಮೆ" ಲೋಟ ಅವಳ ಮುಂದಿಟ್ಟು ಹೇಳಿದಾಗ ಒಳಗೆ ಹೋಗಿ ಇನ್ನೊಂದುಲೋಟ ಹಿಡಿದು ಬಂದು ಅರ್ಧಕಾಫಿಯನ್ನು ಆ ಲೋಟಕ್ಕೆ ಬಗ್ಗಿಸಿ ತಾಯಿಯ ಮುಂದಿಟ್ಟಳು "ಮೂರು ನಾಲ್ಕು ಸಲ ಕಾಫೀಂತ ಆಯ್ತು. ಮತ್ತೆ ಈಗ ಕುಡ್ಯೋಕೆ ಕಷ್ಟ. ಅವಳು ಬರಿ ನೀರು ಕುಡಿದಿದ್ದಳಷ್ಟೇ. ಈ ತುಂಬು ಸಂಸಾರವನ್ನು ತನ್ನ ಸಂಪಾದನೆಯಲ್ಲಿ ತೂಗಿಸಬೇಕೆಂದರೆ ಇದೆಲ್ಲ ಅನಿವಾರ್ಯ.

"ಅದೇನು, ಅಷ್ಟು ಸಲ ಕಾಫಿ ಕುಡ್ಯೋದು? ಅಲ್ಲಿ ಯಾರು ಕಾಫಿ ಮಾಡಿಕೊಡ್ತಾರೆ?" ಶಾರದಮ್ಮನ ಸಂಶಯವನ್ನು ನಿವಾರಿಸಿದ್ದು ಶ್ರೀಪತಿ. "ನಿಂಗೆ ಹೇಳಿದರೂ ಅರ್ಥವಾಗೋಲ್ಲ ಬಿಡು ಶಾರದ. ಬೇಗ್ನೆ ಅಡ್ಗೆ ಮುಗ್ಸು. ರಾತ್ರಿ ಡ್ಯೂಟಿ ಮಾಡಿ ದಣಿದಿದ್ದಾಳೆ. ಒಂದು ತುತ್ತು ಬಿಸಿಯಾಗಿ ಊಟ ಮಾಡಿ ಮಲಗ್ಲಿ" ಹೆಂಡತಿಗೆ ಸಲಹೆ ಇತ್ತರು. ಸುಮ್ಮನೆ ಮಾತಾಡಿ ಮಗಳತಲೆ ಬಿಸಿ ಮಾಡುವುದು ಅವರಿಗೆ ಬೇಕಿರಲಿಲ್ಲ.

ತಂದ ತರಕಾರಿ ಹಿಡಿದು ತಾನೇ ಅಡಿಗೆ ಮನೆಗೆ ಹೋದಳು ಸಂಧ್ಯಾ. ಮನೆ ಮುಂದೆ ಬರೋ ತರಕಾರಿ ತೀರಾ ತುಟ್ಟಿಯೆಂದು ಶಾರದಮ್ಮ ಕೊಳ್ಳಲು ಹಿಂಜರಿಯುತ್ತಿದ್ದರೂ ಆ ಹಣ ರಾಘವೇಂದ್ರನ ಬಿಸ್ಕತ್, ಚಾಕಲೇಟು, ವ್ಯಾಮೋಹಕ್ಕೆ

ಕರಗಿ ಹೋಗುತ್ತಿತ್ತು. ಅದು ಅವರುಗಳ ಮಟ್ಟಿಗೆ ತೀರಾ ದುಂದೇ. ಹಾಗೆಂದು ಹೇಳಲು ಮಾತ್ರ ಸಾಧ್ಯವಿರಲಿಲ್ಲ.

ಸಣ್ಣ ಗ್ಯಾಸ್ ಸ್ಟೌವ್ ಉರಿಯಲ್ಲಿ ಬೇಳೆ ಬೇಯುತ್ತಿತ್ತು. ಸರಿಯಾಗಿ ಗ್ಯಾಸ್ ಸ್ಟೌವ್‌ನಲ್ಲಿ ಅಡಿಗೆ ಮಾಡುವುದು ತಿಳಿಯದ ಶಾರದಮ್ಮ ಸಾರು, ಹುಳಿಯನ್ನು ಅರ್ಧಗಂಟೆಗಳ ಕಾಲ ಕುದಿಯಲು ಇಡುತ್ತಿದ್ದರು. ಏನಾದರೂ ಹೇಳಲು ಹೋದರೆ ರೇಗುವುದರ ಜೊತೆಗೆ ಕಣ್ಣೀರು ಬೇರೆ. ಅದಕ್ಕಾಗಿ ತೆಪ್ಪಗೆ ಹೆಚ್ಚು ಕಡಿಮೆ ಅಡಿಗೆ ಕೆಲಸ ತಾನೇ ಮುಗಿಸುತ್ತಿದ್ದಳು.

"ಅಮ್ಮ ನೀನೊಂದಿಷ್ಟು ಹೆಚ್ಚಿಕೊಡು. ನಾನು ಬೇಗ ಅಡಿಗೆ ಕೆಲ್ಸ ಮುಗ್ಸಿಬಿಡ್ತೀನಿ. ಹುಡುಗರಿಗೇನು ತಿಂಡಿ ಮಾಡಿ ಕೊಡ್ಲಿಲ್ವಾ?" ಕೇಳಿದಳು ಗ್ಯಾಸ್‌ನ ಉರಿ ಹೆಚ್ಚಿಸುತ್ತ.

ಊರಿಂದ ತಂದ ಈಳಿಗೆ ಮಣೆಯನ್ನು ಮುಂದೆ ಇಟ್ಟುಕೊಳ್ಳುತ್ತ "ನಿಮ್ಮಪ್ಪ ಬೇಡಾಂದ್ರೂ, ರಾಘವೇಂದ್ರ ಹಸಿವೂಂತ ಪರದಾಡಿ ಬಿಟ್ಟ. ನಾನೇ ಏನಾದ್ರೂ ತಗೋ ಅಂತ ಎರ್ಡು ರೂಪಾಯಿ ಕೊಟ್ಟು ಕಳಿಸ್ದೇ" ಎಂದ ಕೂಡಲೇ ಎಗರಿಬಿದ್ದಳು. ತಾಯಿ ಕೂಡಿಟ್ಟುಕೊಂಡ ಹಣ ರಾಘವೇಂದ್ರನ ಪಾಲಾಗಿಬಿಡುತ್ತದೆಯೆಂದು ಅವಳಿಗೆ ಗೊತ್ತು.

"ಅಮ್ಮ ಅವ್ನ ಹಸಿವೂಂದರೇ ಮನೆಯಲ್ಲೇ ಏನಾದ್ರೂ ಮಾಡಿಕೊಡು. ಚಾಕಲೇಟ್, ಬಿಸ್ಕತ್ ತಿಂದರೇ ಹೊಟ್ಟೆ ತುಂಬುತ್ತಾ? ಅದೇನು ಆರೋಗ್ಯಕ್ಕೆ ಒಳ್ಳೆಯದಲ್ಲ" ಎನ್ನುತ್ತ ಅನ್ನ ಬಸಿದು ಒಂದಿಷ್ಟು ನಿಂಬೆ ಹುಳಿಯ ಒಗ್ಗರಣೆ ಹಾಕಿ ಮೂವರನ್ನು ಕರೆದುಕೊಟ್ಟಳು.

ಅಡಿಗೆ ಮುಗಿದ ನಂತರ ಎಲ್ಲರಿಗೂ ತಟ್ಟೆ ಹಾಕಿ ತಾನು ಒಂದು ತುತ್ತು ಗಬಗಬನೆ ತಿಂದು ಚಾಪೆ ಮೇಲೆ ಉರುಳಿಕೊಂಡಳು. ಇಲ್ಲಿಗೆ ಬಂದ ಮೇಲೆ ತನ್ನ ಹಾಸಿಗೆಯನ್ನು ತಾಯಿಗೆ ಬಿಟ್ಟು ತಾನು ಆರಾಮಾಗಿ ಚಾಪೆಯ ಮೇಲೆ ಮಲಗುತ್ತಿದ್ದಳು. ತಾಯಿಯ ಬೇಜಾರು, ಕಣ್ಣೀರು ಕೂಡ ಅವಳನ್ನೇನು ಮಾಡಲಿಲ್ಲ.

ಮನೆ ಮಾಡಿ ಕುಟುಂಬವನ್ನು ಇಲ್ಲಿಗೆ ಕರೆತರುವ ಮುನ್ನ ಸಿಸ್ಟರ್ ಚರಿತ್ರ ರೂಮಿನಲ್ಲಿ ಇರುತ್ತಿದ್ದಳು. ಅವಳ ಸ್ವಭಾವ, ನಡತೆ ಇವಳಿಗೆ ಒಗ್ಗದಿದ್ದರೂ ಅಂಟಿದರೂ ಅಂಟದಂತೆ ಇದ್ದಳು. ಕಮಲ ಕೆಸರಿನ ನಡುವೆ ಇದ್ದರೂ ಪರಿಶುಭ್ರವಾಗಿಯೇ ಇರುತ್ತದೆಯೆನ್ನುವ ಮಾತು ಸಂಧ್ಯಾಳಿಗೆ ಅನ್ವಯವಾಗುತ್ತಿತ್ತು.

ಬಂದ ಶಾರದಮ್ಮ ಮಗಳನ್ನು ವಾತ್ಸಲ್ಯದಿಂದ ನೋಡಿದರು. ಹದಿನೇಳು ಹದಿನೆಂಟಕ್ಕೆ ವಿವಾಹವಾಗಿದ್ದರೆ ಒಂದೆರಡು ಪುಟ್ಟ ಮಕ್ಕಳು ಇರುತ್ತಿದ್ದರು. ಅವಳದೇ ಗಂಡ-ಮಕ್ಕಳು-ಸಂಸಾರ-ಎಷ್ಟೊಂದು ಥಲೋ ಇರುತ್ತಿತ್ತು. ಸುಖ ಸೌಭಾಗ್ಯದಿಂದ ವಂಚಿತಳಾಗಿ ತಮಗಾಗಿ ದುಡಿಯುತ್ತಿದ್ದಾಳೆ. ಇದಕ್ಕೆ ಯಾರನ್ನು ಹೊಣೆ ಮಾಡುವುದು? ಶ್ರೀಪತಿಗಳು ಕೆಮ್ಮಿದ್ದರಿಂದ ನೀರನ್ನು ಹಿಡಿದು ರೂಮಿಗೆ ಹೋದರು. ಆ ಪುಟ್ಟ ಮನೆಗೊಂದು ಚಿಕ್ಕ ರೂಮು. ಅದನ್ನು ಅಪ್ಪ ಅಮ್ಮನಿಗೆ ಬಿಟ್ಟುಕೊಟ್ಟು ಹುಡುಗರೊಂದಿಗೆ ನಡುಮನೆಯಲ್ಲಿ ಮಲಗುತ್ತಿದ್ದಳು.

ಮಲಗಿದ್ದ ಗಂಡನ ಸಮೀಪ ಕೂತರು.

"ಶಾರದ, ನೀನು ಬಂದೆಯೆಂದರೇ ನಂಗೆ ಭಯವಾಗುತ್ತೆ ಕಣೇ" ಎಂದರು ಮೆಲುವಾಗಿ. ಸದಾ ಮಗಳ ಕುತ್ತಿಗೆಯ ತಾಳಿಯ ಬಗ್ಗೆ ಮಾತಾಡುವ ಹೆಂಡತಿಯನ್ನು ಹೇಗೆ ಸಾಂತ್ವನಿಸಬೇಕೆಂದು ಅವರಿಗೆ ತಿಳಿಯುತ್ತಿರಲಿಲ್ಲ.

ಬಹುಶಃ ಗಂಡನಾಡಿದ ಮಾತು ಆಕೆಯ ಮಸ್ತಿಷ್ಕ ಪ್ರವೇಶಿಸಲೇ ಇಲ್ಲ. "ಯಾಕೋ ಕೆಮ್ತುತ್ತ ಇದ್ರಿ. ರಾಘವೇಂದ್ರನಿಗೂ ಕೆಮ್ಮು ಇಲ್ಲಿ ಅಸಾಧ್ಯ. ಬಿಸ್ಲು ಕೂಡ ಜಾಸ್ತಿ" ಅಮ್ಮನಾಡಿದ ಮಾತುಗಳು ಅವಳಿಗೆ ಕೇಳಿಸುತ್ತಿತ್ತು.

"ಅದೆಲ್ಲ ಇರ್ಲಿ. ಒಳ್ಳೆ ಮಗ್ಳುನ ಹೆತ್ತುಕೊಟ್ಟೆ ಶಾರದ. ಸಾವಿರದಲ್ಲಿ ಒಬ್ಳು. ನಾವು ಅವ್ಳಿಗೆ ಏನು ಮಾಡಿದ್ದೀವಿ? ಅವ್ಳು ಮಾಡ್ತಾ ಇರೋದೆ ಹೆಚ್ಚು" ಮಗಳ ಬಗ್ಗೆ ಅಭಿಮಾನದಿಂದ ಹೇಳಿಕೊಂಡರು. ಆದರೂ ಒಂದು ರೀತಿಯ ಭಯ. ಈ ಸಂಸಾರಕ್ಕೆ ಜೀವ ತೇಯುವ ಅವಳು ಒಂಟಿಯಾಗಿ ಉಳಿದುಬಿಡಬೇಕಾ?

"ಅಯ್ಯೋ, ಮಗ್ಳು ಬದಲು ಮಗನಾಗಿದ್ದರೇ ಚೆನ್ನಾಗಿತ್ತು. ಇಷ್ಟೊತ್ತಿಗೆ ಅವ್ನ ವಿವಾಹವಾಗಿ ಮನೆಗೂ ಸೊಸೆ ಬಂದಿರೋಳು. ನಂಗೆ ಕೆಲ್ಸ ಕಾರ್ಯದಲ್ಲಿ ಸಹಾಯ ಮಾಡೋಳು. ಗಂಡಾಗಿದ್ದರೆ ಯಾರಾದ್ರೂ ಹೆಣ್ಣು ಕೊಡೋಕೆ ಮುಂದೆ ಬಂದಿರೋರು. ಈಗ ನೋಡಿ ಜಾತ್ಕ ಹಿಡ್ದು ಗಂಡು ಹೆತ್ತೋರ ಮನೆಗಳ ಮುಂದೆ ಹೋಗಿ ನಿಲ್ಲಬೇಕು" ಎಂದರು ಶಾರದಮ್ಮ. ಹೆಣ್ಣಾಗಿ ಸಂಧ್ಯಾ ಹುಟ್ಟಿದ್ದೇ ತಪ್ಪಾಯಿತೆನ್ನುವಂತೆ ಮಾತಾಡಿದರು.

ಶ್ರೀಪತಿಗಳ ಮುಖ ಕೆಂಪಾಯಿತು. "ಮುಚ್ಚಿ ಬಾಯಿ ಸಾಕು. ನಿನ್ನಕ್ಕನ ಮಗ ನಮ್ಮ ಸಂಧ್ಯಾಗಿಂತ ಎರ್ಡು ವರ್ಷ ದೊಡ್ಡೋನು. ಈಗ ನಿನ್ನಕ್ಕನ ಸುಖ ಲೆಕ್ಕ ಹಾಕ್ಕೋ. ನಾನು ಮಲಗ್ತೀನಿ. ನೀನು ಆಚೆ ಹೋಗು" ಗದರಿಕೊಂಡರು.

ಆಕೆ ತುಟಿ ಬಿಗಿದುಕೊಂಡು ಹೊರಗೆ ಬಂದರು.

ಆಕೆಯ ಅಕ್ಕನ ಮಗ ಬುದ್ಧಿವಂತ. ಬಿ.ಕಾಮ್. ಮುಗಿದ ಕೂಡಲೇ ಕೆಲಸ ಸಿಕ್ಕಿತು. ಆರು ತಿಂಗಳಲ್ಲಿಯೇ ತನ್ನ ಸಹದ್ಯೋಗಿಯನ್ನೇ ವಿವಾಹವಾಗಿ ಅವಳ ಮನೆಯಲ್ಲಿ ನೆಲೆಸಿಬಿಟ್ಟ. ಮನೆಯವರಿಗೆ ಸಹಾಯ ಮಾಡುವುದಾಗಲೀ ಇತ್ತ ಹೊರಳಿ ಕೂಡ ನೋಡುತ್ತಿರಲಿಲ್ಲ.

ಕೆನ್ನೆಗೆ ಹಾಕಿಕೊಂಡರು ದೇವರ ಮುಂದೆ "ಸಂಧ್ಯಾಳಂತ ಮಗಳನ್ನು ಕೊಟ್ಟು ಉಪಕಾರ ಮಾಡಿದೆ. ಇಲ್ಲದಿದ್ದರೇ ನಾವು ಬೀದಿ ಪಾಲಾಗಬೇಕಿತ್ತು" ಕಣ್ತುಂಬಿ ಹೇಳಿಕೊಂಡರು. ಇಂಥ ಭಾವ ಆಲೋಚನೆ ನಿಮಿಷಗಳಲ್ಲಿ ಮುಗಿದುಹೋಗುತ್ತಿತ್ತು. ಆಮೇಲೆ ಮಗಳ ಮಾಂಗಲ್ಯ ಭಾಗ್ಯ.

ಅದೇ ಬೀದಿಯಲ್ಲಿನ ಕಡೆಯಲ್ಲಿ ಪುರೋಹಿತರ ಮನೆಯವರೊಂದಿಗೆ ಪರಿಚಯ ಮಾಡಿಕೊಂಡವರು ಮಗಳ ಜಾತಕ ಕೊಂಡೊಯ್ದು ಕೊಟ್ಟು ಬಂದ ಮೇಲೆ ಒಂದಿಷ್ಟು ಸಮಾಧಾನ.

ವಿಷಯ ತಿಳಿದ ಶ್ರೀಪತಿ ಕಣ್ಮುಚ್ಚಿ ನೋವಿನ ನಗೆ ನಕ್ಕರು.

* * * *

ಡ್ಯೂಟಿ ಮುಗಿಸಿಕೊಂಡು ಹೊರಡಲು ಉದ್ಯುಕ್ತಳಾಗುವ ವೇಳೆಗೆ ಬಂದ ಡಾ॥ ಸುಧಾಕರ್ ಹಣೆಯ ಬೆವರನ್ನೊತ್ತುತ್ತ "ಮೈ ಗಾಡ್ ಇನ್ಮೇಲೆ ಸಿಟಿ ಬಸ್ಸಿನಲ್ಲಿ ಓಡಾಡೋದೆ ಒಳ್ಳೆದು. ಮತ್ತೆ ಪೆಟ್ರೋಲ್ ರೇಟು ಏರಿಸ್ತಾ ಇದ್ದಾರೆ. ನನ್ನ ಸಂಬ್ಳ ಬರೀ ಪೆಟ್ರೋಲ್‌ಗೆ ಸರಿ ಹೋಗುತ್ತೆ. ಹೊಟ್ಟೆ ಮೇಲೆ ತಣ್ಣೀರು ಬಟ್ಟೆ ಹಾಕ್ಕೋಬೇಕಾಗುತ್ತೆ" ಕಷ್ಟಸುಖ ಹೇಳಿಕೊಳ್ಳುವ ವೇಳೆಗೆ ಡಾ॥ ನಿಷಾ ಜೊತೆ ಡಾ॥ ನಾಯ್ಡು ಕೂಡ ಬಂದು ಸೇರಿದರು.

"ಈಗೇನ್ಮಾಡೋದು?" ಡಾ॥ ನಾಯ್ಡು ಅಯೋಮಯದಿಂದ ಕೇಳಿದಾಗ ಡಾ॥ ನಂದಿನಿ "ನಿಮ್ಗೇನು ಅಂಥ ತಾಪತ್ರಯವಿಲ್ವಲ್ಲ. ಇರೋದು ಮಾವನ ಮನೆ. ಓಡಾಡೋಕೆ ಮಾರುತಿ 1000 ಕೊಟ್ಟಿದ್ದಾರಲ್ಲ" ನಗೆ ಚಟಿಕೆ ಹಾರಿಸಿದಳು.

"ಮಾರುತಿ 1000 ಕೊಟ್ಟಿದ್ದಾರೆ. ಅದ್ಕೆ ಪೆಟ್ರೋಲ್ ಮಾತ್ರ ನಾನೇ ಹಾಕಿಸ್ಬೇಕು. ನನ್ನ ಸಂಬ್ಳ ನೇರವಾಗಿ ಅವ್ಳ ಕೈಗೆ ಹೋಗಿಬಿಡುತ್ತೆ. ತುಂಬ ಪರದಾಟ" ಡಾ॥ ನಾಯ್ಡು ತಲೆ ಕೆರೆದುಕೊಂಡಾಗ, ಎಲ್ಲಾ ಘೊಳ್ಳೆಂದರು. ಅನಾಥವಾಗಿ ಅಲ್ಲಲ್ಲಿ ಬೆಳೆದು ಬರೀ ಬೇರೆಯವರ ಕರುಣೆ, ಸಹಾನುಭೂತಿಯಲ್ಲಿ ಬೆಳೆದು ಮನೆ ಅಳಿಯನಾದ ಡಾ॥ ನಾಯ್ಡು ತೀವ್ರವಾದ ಇನ್‌ಫಿಯಾರಿಟಿ ಕಾಂಪ್ಲೆಕ್‌ನಿಂದ ನರಳುತ್ತಿದ್ದರು.

ಬಂದ ಸಿಸ್ಟರ್ ಮಾರ್ಟಿನಾ ಡಾ॥ ಸುಧಾಕರ್‌ಗೆ ಒಂದು ಸಲಹೆ ಇತ್ತಳು. "ನೀವು ಆರಾಮಾಗಿ ಡಾ॥ ನಂದಿನಿ ಮೇಡಮ್‌ನ ಮದ್ವೆ ಆಗ್ಬಿಡಿ ಸರ್. ಸದಾ ಅವ್ರ ಪರ್ಸ್ ತುಂಬಿರುತ್ತೆ. ಒಂದು ಕಾಂಪ್ಲೆಕ್ಸ್, ಎರಡು ಬಂಗ್ಲೆಯ ಓನರ್. ಆಮೇಲೆ ನೀವೇ ಒಂದು ನರ್ಸಿಂಗ್ ಹೋಂ ತೆಗೀಬಹ್ದು."

ಡಾ॥ ಸುಧಾಕರ್ ನೇರವಾಗಿ ಡಾ॥ ನಂದಿನಿನ ನೋಡಿ "ಬೇಡ, ನಾನು ಅವ್ರ ವೆಲ್ ವಿಷರ್. ನಾನೊಬ್ಬ ಬರೀ ಎಂ.ಬಿ.ಬಿ.ಎಸ್. ಹೈಯರ್ ಸ್ಟಡಿ ಯೋಚ್ನೆ ಇಲ್ಲ. ಡಾ॥ ನಂದಿನಿ ರಿಚ್. ಅವ್ರ ತಂದೆ ಒಬ್ಬ ಅಮೆರಿಕಾದ ಡಾಕ್ಟ್ರುನ ತರ್ತಾರೆ. ಆಮ್ ಐ ಕರೆಕ್ಟ್?" ಉಬ್ಬಿಸಿದ. ಡಾ॥ ನಂದಿನಿ ಗ್ಲಾಮರ್ ಹೆಣ್ಣು. ಅಮೆರಿಕಾ, ಫಾರಿನ್ ರಿಟರ್ನ್ಡ್ ಗಂಡ ಬೇಕೆನ್ನೋ ಕನಸು ಇದ್ದರೂ ಡಾ॥ ಸುಧಾಕರ್ ಇಷ್ಟ. ಅದನ್ನು ವ್ಯಕ್ತಪಡಿಸಿದಳು ಕೂಡ "ನಿಮಗೋಸ್ಕರ ಅದ್ನೆಲ್ಲ ತ್ಯಾಗ ಮಾಡ್ಬಲ್ಲೆ."

ಡಾ॥ ಸುಧಾಕರ್ ಕೈಜೋಡಿಸಿ "ಅಂಥ ಪನಿಷ್‌ಮೆಂಟ್ ವಿಧಿಸೋಕೋ ಬೇಡಿ. ಸೀ ಯೂ" ಜೇಬಿನಲ್ಲಿ ಕೈಗಳನ್ನು ತುರುಕಿ ಹೊರಟೇಬಿಟ್ಟ.

"ನಾವೆಲ್ಲ ಸ್ಯಾಲರಿ ಜಾಸ್ತಿ ಮಾಡೀಂತ ಯಾಕೆ ಡಿಮ್ಯಾಂಡ್ ಮಾಡ್ಬಾರ್ದು. ಒಳ್ಳೆ ಹೆಸರು, ಇನ್‌ಕಮ್ ಇರೋ ನರ್ಸಿಂಗ್ ಹೋಂ" ಇಂಥ ಒಂದು ಸೂಚನೆಯನ್ನು ಡಾ॥ ನಾಯ್ಡು ಕೊಟ್ಟಾಗ ಸಿಸ್ಟರ್ ಮಾರ್ಟಿನಾ ತಗ್ಗಿದ ದನಿಯಲ್ಲಿ "ಡಾ॥ ಸುಧಾಕರ್‌ಗೆ ಹೇಳಿ" ಅಂದು ಹೊರಟಳು.

ಸಂಧ್ಯಾ ತನ್ನ ಹ್ಯಾಂಡ್ ಬ್ಯಾಗ್ ತಗೊಂಡು ಮೆಟ್ಟಿಲು ಇಳಿಯುವಾಗ ಸದಾ ಚೆಕ್‌ಅಪ್‌ಗೆ ಬರೋ ಹಳೆಯ ಪೇಷಂಟ್ ಕಡೆಯವರು "ಡಾ|| ಅನುರಾಧ ಇದ್ದಾರ?" ವಿಚಾರಿಸಿ ಪಕ್ಕಕ್ಕೆ ಕರೆದೊಯ್ದು "ಒಂದೆರಡು ಸಲ ನೀನೇ ನನ್ನ ಕಾಲಿಗೆ ಬ್ಯಾಂಡೇಜ್ ಹಾಕ್ದೆ. ಬೇಗ ವಾಸೀನು ಆಯ್ತು. ಪದೇ ಪದೇ ಚೆಕ್ ಅಪ್ಗೇಂತ ನರ್ಸಿಂಗ್ ಹೋಂಗೆ ಬರೋದು ತಲೆ ಬಿಸಿ. ಮೂರು ದಿನಕ್ಕೊಮ್ಮೆ ನೀನೇ ಬಂದ್ಹೋಗಬಹುದು" ಹೇಳಿದರು.

"ನಾನು ನರ್ಸಿಂಗ್ ಹೋಂನಲ್ಲಿ ಬರೀ ತೀರಾ ಎಮರ್ಜನ್ಸಿ ಇದ್ದಾಗ ಮಾತ್ರ ಸಣ್ಣಪುಟ್ಟ ಕೆಲ್ಸ ಮಾಡ್ತೀನಿ ಅಷ್ಟೇ, ಬರ್ಲಾ" ಬೀಳ್ಕೊಟ್ಟು ಹೊರಟುಬಿಟ್ಟಳು.

ಎಲ್ಲರನ್ನು ಇಲ್ಲಿಗೆ ಕರೆ ತಂದಾಗಿತ್ತು. ಬಂದ ದಿನದಿಂದ ಹುಡುಗರದು ಗಲಾಟೆ ಮನೆಯಲ್ಲಿದ್ದು ಬೇಜಾರು. ಇಲ್ಲಿ ಪಾರ್ಕು, ಜೂ, ಸಿನಿಮಾ, ಸರ್ಕಸ್ ಅಂಥದ್ದೆಲ್ಲ ಇದೆಯಲ್ಲ. ನಮ್ಗೂ ತೋರ್ಸು. ತಿಂಗಳವರೆಗೂ ಆ ಬೇಡಿಕೆಗಳನ್ನು ಬುದ್ಧಿವಂತಿಕೆಯಿಂದ ಮುಂದಕ್ಕೆ ಹಾಕಿಕೊಂಡು ಬಂದಿದ್ದಳು. ಸಂಬಳ ಬಂದ ಮಾರನೇ ದಿನ ಭಾನುವಾರವಾದುದ್ದರಿಂದ ಇಡೀ ದಿನ ರಜ ಇತ್ತು. ಕಳೆದೆರಡು ಭಾನುವಾರ ಶಾಂತಿಯ ಡ್ಯೂಟಿಯನ್ನು ಒಬ್ಬಳೇ ಮಾಡಿದ್ದರಿಂದ ಈ ಭಾನುವಾರ ಪೂರ್ತಿ ರಜ. "ನಾಳೆ ಖಂಡಿತ ಹೊರಗಡೆ ಹೋಗಿಬರೋಣ" ಅಂತ ಹುಡುಗರಿಗೆ ಆಶ್ವಾಸನೆ ಕೊಟ್ಟಿದ್ದಳು.

ಇಂದು ಮನೆಗೆ ಬಂದ ಕೂಡಲೇ "ಅಮ್ಮ, ನಾಳೆ ಪೂರ್ತಿ ಮನೆಯಲ್ಲೇ ಇರ್ತೀನಿ. ಪಾರ್ಕ್‌ಗೆ ಹೋಗಿ ಸುತ್ತಾಡಿಕೊಂಡು ಬರೋಣ. ಏನಾದ್ರೂ ಸ್ವಲ್ಪ ತಿಂಡಿ ಮಾಡ್ಕೋ" ಹೇಳಿದಳು.

ಊರಿನಲ್ಲಿ ಕಿರಾಣಿ ಅಂಗಡಿ ಚೆನ್ನಾಗಿ ನಡೆಯುತ್ತಿದ್ದಾಗ ಕೈ ಹಿಡಿಯದೇ ಧಾರಾಳವಾಗಿದ್ದ ಹೆಣ್ಣು. ಆಮೇಲಿನ ದಿನಗಳು ತೀರಾ ಸಂಕಷ್ಟದವು.

ಶ್ರೀಪತಿಯ ಕಿವಿಗೆ ಮಗಳ ಮಾತುಗಳು ಬಿದ್ದವು. ಆದಷ್ಟು ವೆಚ್ಚವನ್ನು ಕಡಿತಗೊಳಿಸಿ ಮಗಳಿಗೆ ಉಪಕಾರ ಮಾಡಬಹುದಿತ್ತಷ್ಟೇ.

"ಸಂಧ್ಯಾ, ಈಗ್ಯಾಕೆ ಸುಮ್ನೇ ಸುತ್ತಾಟ? ಶಾಲೆಗೆ ಸೇರಿಕೊಂಡ್ಮೇಲೆ ಓಡಾಡ್ತಾರೆ. ಇಲ್ಲಿಗೆ ಬಂದಾಗಿದೆ. ಮುಂದೆ ಎಂದಾದ್ರೂ ಅವನ್ನೆಲ್ಲ ನೋಡಬಹ್ದು" ನಿರಾಕರಣೆ ತೋರಿದರು. ತಂದೆಯ ಮಾತಿನಿಂದ ಹುಡುಗರು ನಿರುತ್ಸಾಹಗೊಂಡು ಮೂಲೆ ಸೇರಿದಾಗ ಸಂಧ್ಯಾಗೆ ಪಿಚ್ಚೆನಿಸಿತು.

ಅಡಿಗೆಯ ಮನೆಗೆ ಬಂದಾಗ ಶಾರದಮ್ಮ "ನಿಮ್ಮಪ್ಪ ಹೇಳೋದು ಸರಿನೇ, ಇವ್ರನ್ನ ಶಾಲೆಗೆ ಸೇರಿಸ್ಬೇಕು. ಫೀಜು, ಯೂನಿಫಾರಂ ಅಂತ ಖರ್ಚುಗಳು ಇರುತ್ತೆ. ಹೊರ್ಗಡೆ ಹೋದ್ಮೇಲೆ ಅಷ್ಟಿಷ್ಟು ಖರ್ಚು ಇರುತ್ತೆ. ಅದೆಲ್ಲ ಯಾಕ್ಬೇಕು?" ಗಂಡನ ಮಾತನ್ನು ಆಕೆ ಸಮರ್ಥಿಸಿಕೊಂಡಳು.

"ಅಮ್ಮ ಆ ಓಡಾಟ ಬೇರೆ. ಈಗೇನು ಅಂಥ ಖರ್ಚು ಆಗೊಲ್ಲ. ಒಂದಿಷ್ಟು ತಿಂಡಿ

ಮಾಡ್ಕೊಂಡ್ ಬೆಳಿಗ್ಗೆ ಬೇಗ ರೆಡಿಯಾದರೆ ಸಾಕು. ನಂಗೆ ಎಂದೋ ರಜ ಸಿಗೋದು. ನಾನು ಅಪ್ಪನ ಹತ್ರ ಮಾತಾಡ್ತೀನಿ" ಹೊರಗೆ ಬಂದು ತಂದೆಯ ಬಳಿ ಕೂತಳು.

"ಅಪ್ಪ, ಸಮಸ್ಯೆಗಳು ಇವೆ. ಹಿರಿಯರಾದ ನಾವು ಸಮಾಳಿಸಿಕೊಳ್ಳಬೇಕೆ ವಿನಾ ಹುಡುಗರ್ನ ಆ ಹೊಂಡದಲ್ಲಿ ಹಾಕ್ಬಿಡ್ಬಾರ್ದು. ಅದಕ್ಕೂ ಎಲ್ಲಾ ಗೊತ್ತು. ನಾಳೆಯೊಂದು ದಿನ ಹೊರ್ಗಡೆ ಹೋಗ್ಬರೋಣ" ರಿಕ್ವೆಸ್ಟ್ ಮಾಡಿಕೊಂಡಳು. ಶ್ರೀಪತಿಗಳು ಸಮ್ಮತಿಸಿದರು.

ಬಂದು ಹುಡಗರ ಕಿವಿಯಲ್ಲಿ ಉಸುರಿದಾಗ ಉತ್ಸಾಹದಿಂದ ಪಕ್ಷಿಗಳಂತೆ ಆಕಾಶಕ್ಕೆ ಹಾರಿಬಿಟ್ಟರು. ಅಕ್ಕನನ್ನು ಅಪ್ಪಿಕೊಂಡು ತಮ್ಮ ಸಂತಸ ಹಂಚಿಕೊಂಡರು.

ರಾತ್ರಿ ಮಲಗಿದ ಸಂಧ್ಯಾಗೆ ನಿದ್ದೆ ಬರಲಿಲ್ಲ. ಊರಿನಿಂದ ಕರೆತಂದು ಆಗಿತ್ತು. ಈಗಾಗಲೇ ಸೀಟುಗಳಿಗಾಗಿ ಓಡಾಟ ನಡೆಸಿದ್ದಳು. ಡೊನೇಷನ್, ಫೀಜು, ಯೂನಿಫಾರಂ ಸಾಕಷ್ಟು ಖರ್ಚು ಇತ್ತು. ಸದ್ಯಕ್ಕೆ ಈ ದೊಡ್ಡ ಸಂಸಾರ ಚಕ್ರವನ್ನು ಒಂಟಿಯಾಗಿ ಎಳೆಯಬೇಕಿತ್ತು. ಮುಖಕ್ಕೆ ಕೈ ಅಡ್ಡವಾಗಿಟ್ಟುಕೊಂಡಳು. ಹರಿದ ಕಂಬನಿಯ ಹನಿಗಳು ದಿಂಬಲ್ಲಿ ಬಚ್ಚಿಟ್ಟುಕೊಂಡವು.

"ಈಗ ಸಂಧ್ಯಾ ವಯಸ್ಸು ಎಷ್ಟು ಗೊತ್ತಾ?" ತಾಯಿಯ ಪಿಸುದನಿ ಅವಳಿಗೆ ಕೇಳಿಸಿತು. "ನನ್ಮಗ್ಳು ವಯಸ್ಸು ನಂಗೆ ಗೊತ್ತಿಲ್ವಾ?" ಯಾಕೆ ಚಿತ್ರಹಿಂಸೆ ಮಾಡ್ತೀಯಾ? ಈ ಏಪ್ರಿಲ್‌ಗೆ ಇಪ್ಪತ್ತೆರಡು ತುಂಬುತ್ತೆ. ಅದೇನು ಮಹಾ ವಯಸ್ಸಲ್ಲ" ನಿಸ್ಸಹಾಯಕತೆಯಿಂದ ಕೊಸರಿಕೊಂಡರು ಶ್ರೀಪತಿ.

"ಅದೇನು ಮಹಾ ವಯಸ್ಸೂಂತ ನಾವು ಅಂದ್ಕೋಬೇಕು. ಶ್ರೀಮಂತರ ಮನೆಗಳಲ್ಲಿ ಮೂವತ್ತಾದ್ರೂ ನಡೆದುಹೋಗುತ್ತೆ. ಇಪ್ಪತ್ತರ ಒಳ್ಳೇ ಹೆಣ್ಣಿನ ಕುತ್ತಿಗೆಗೆ ತಾಳಿ ಬಿದ್ದರೇ ಚೆಂದ. ಅವ್ಳಿಗೆ ಬೇಗ ಮದ್ವೇ ಮಾಡ್ಬೇಕು" ಅಂದರು ಆಕೆ ಗದ್ಗದಿತರಾಗಿ.

"ಮಾಡ್ಬೇಕು ಹೇಗೆ?" ಪದೇ ಪದೇ ಈ ವಿಷ್ಯ ಎತ್ತಿ ಯಾಕೆ ನನ್ನ ಚಿತ್ರಹಿಂಸೆ ಮಾಡ್ತೀಯಾ ಶಾರದ? ತೀರಾ ನಿತ್ರಾಣವಾಗಿರೋ ಶರೀರದಲ್ಲಿ ದುಡಿಯುವ ಶಕ್ತಿನೇ ಇಲ್ಲ. ಊರು ಬಿಟ್ಟು ಬಂದಾಗಿದೆ. ಇಲ್ಲಿಗೆ ಹೇಗೆ ಸಂಪಾದನೆಗೆ ಕೈ ಹಚ್ಚಲಿ? ನಂಗೆ ಯಾವ ಅನುಭವವಿದೆ? ಈ ವಯಸ್ಸಿನಲ್ಲಿ ಯಾರು ಕೆಲ್ಸ ಕೊಡ್ತಾರೆ? ಇದೆಲ್ಲ ನಿಂಗೆ ಅರ್ಥವಾಗೋಲ್ವಾ? ಹೇಗೆ ಅವ್ಳ ವಿವಾಹ ಮಾಡ್ಲಿ?" ಅಳುವಿನ ಸ್ವರದಲ್ಲಿ ಶ್ರೀಪತಿ ನುಡಿದಾಗ ಸಂಧ್ಯಾ ಬಿಗಿಯಾಗಿ ಕಣ್ಮುಚ್ಚಿಕೊಂಡಳು. ದಿಂಬಿನಲ್ಲಿ ಮುಖಮುಚ್ಚಿ ರೋಧಿಸಲಿಲ್ಲ. ಅಳು ಪರಿಹಾರವಲ್ಲ.

ಮುಕ್ಕಾಲು ರಾತ್ರಿ ನಿದ್ರಿಸದಿದ್ದರೂ ಬೇಗನೆ ಎಚ್ಚರವಾದಳು. ಆ ವೇಳೆಗೆ ವಿದ್ಯಾ, ಸುವಿದ್ಯಾ ಮತ್ತು ರಾಘವೇಂದ್ರ ಸ್ನಾನ ಮುಗಿಸಿ ಒಂದೆಡೆ ಸೇರಿಬಿಟ್ಟಿದ್ದರು. ಒಮ್ಮೆ ಅಡಿಗೆ ಮನೆಯಲ್ಲಿ ಇಣಕಿ ಬಚ್ಚಲು ಮನೆಗೆ ನುಗ್ಗಿ ನಿಟ್ಟುಸಿರು ಚೆಲ್ಲಿ ತಾಯಿಯ ಬಗ್ಗೆ ಯೋಚಿಸಿದಳು. ಇವಳ ಹಿಂದಿನ ಹೆಣ್ಣು ಮಗು ಪೋಲಿಯೋ ಆಗಿ ತೀರಿಕೊಂಡರೆ, ವಿದ್ಯಾ ನಂತರ ಹೆಣ್ಣು ಮಗು ಹುಟ್ಟಿದ ನಂತರ ಸತ್ತಿತ್ತು. ಇನ್ನೊಂದು ಹೊಟ್ಟೆಯಲ್ಲಿಯೇ

ಜೀವ ಬಿಟ್ಟಿತ್ತು. ಈ ಹೆರಿಗೆಗಳಲ್ಲಿ ಸೋತು ಸೊಪ್ಪಾಗಿದ್ದರೂ ಆಕೆ ರಾಘವೇಂದ್ರ ಹುಟ್ಟಿದಾಗ ಎಲ್ಲವನ್ನು ಮರೆತು ತುಂಬು ತಾಯ್ತನದ ಧನ್ಯತೆಯನ್ನು ಅನುಭವಿಸಿದ್ದರು.

ಸ್ನಾನ ಮುಗಿಸಿ ಬಂದು ಹಾಲಿನ ಬೂತ್‌ಗೆ ಹೋಗಿ ಹಾಲಿಡಿದು ಬಂದು ಅಕ್ಕಿ ತೊಳೆದು ಅನ್ನಕ್ಕಿಟ್ಟು, ಹುಣಸೇಹಣ್ಣು ನೆನೆಸಿ ಕಾಫಿ ಮಾಡುವ ವೇಳೆಗೆ ಎದ್ದು ಬಂದು ಶಾರದಮ್ಮನೊಂದುಕೊಂಡರು.

"ನಂಗೇನು ಬಂತು. ಇಷ್ಟೊತ್ತು ಮಲ್ಗಿಬಿಟ್ಟೆ" ಎಂದು ಬಿಚ್ಚಿದ ಕೂದಲನ್ನು ಮುಡಿ ಹಾಕಿಕೊಂಡು ಬಚ್ಚಲ ಮನೆಗೆ ಹೋದರು. ಆಕೆಗೆ ಪಶ್ಚಾತಾಪವಾಗಿತ್ತು. ಹೊರಗಿನ ದಡಿತದ ಜೊತೆ ಮಗಳು ಮನೆ ಕೆಲಸ ಮಾಡುವುದು ಆಕೆಗೆ ಇಷ್ಟವಾಗಲಿಲ್ಲ.

ಎದ್ದು ಹೊರಗೆ ಬಂದ ಶ್ರೀಪತಿ "ಇವತ್ತು ಸುಸ್ತು ಕಡ್ಮೆ ಆಗಿದೆ" ಎಂದರು ಮಗಳ ಮುಖ ನೋಡುತ್ತ. ಸಂಧ್ಯಾ ಹಚ್ಚಹೊಸಹೂವಿನಂತೆ ಕಂಡಳು. ಇಷ್ಟು ಸಮಸ್ಯೆಗಳು, ಕೆಲಸದ ನಡುವೆಯು ತುಂಬು ಉತ್ಸಾಹ ಅವಳ ಮುಖದ ಮೇಲಿರುತ್ತಿತ್ತು.

ತಂದೆಯ ಮಾತನ್ನು ಕೇಳಿ ಖುಷಿಯಿಂದ "ನೋಡ್ತಾ ಇರಿ. ನಾಲ್ಕು ದಿನದ ನಂತರ ನೀವೇ ಹೋಗಿ ತರಕಾರಿ ತರ್ತೀರಾ. ನೀವು, ಅಮ್ಮ ಬಂದ್ಬಿಡಿ. ಎಲ್ಲರ ಜೊತೆಯಲ್ಲಿ ಹೋಗಿ ಒಂದು ರೌಂಡ್ ಹಾಕ್ಕೊಂಡ್ ಬಂದ್ಬಿಡೋಣ" ತುಂಬು ಮನಸ್ಸಿನಿಂದ ನುಡಿದಳು.

ಮಗಳ ಮುಖವನ್ನು ಮಮತೆಯಿಂದ ನೋಡಿದರು.

"ಸಂಧ್ಯಾ, ನಮ್ಮ ಬಗ್ಗೆ ನಿಮ್ಗೆ ಬೇಜಾರಿಲ್ವಾ?" ಕೇಳಿದರು.

ಅವಳ ಮುಖ ಸಪ್ಪಗಾಯಿತು "ಅಪ್ಪ, ಈ ಪ್ರಶ್ನೆ ಕೇಳೋಕೆ ನಿಮ್ಗೇ ಬೇಜಾರಿಲ್ದೇ ಇರ್ಬಹುದು. ನನ್ನ ಡಿಕ್ಷನರಿಯಲ್ಲಿ ಇಂಥ ಪದಗಳಿಗೆ ಜಾಗವೇ ಇಲ್ಲ. ಸೇರಿಸೋ ಇರಾದೆ ಕೂಡ ನಂಗಿಲ್ಲ. ಹುಡುಗ್ರು ಗಲಾಟೆ ಶುರು ಮಾಡೋ ಮೊದ್ಲು ನೀವು ರೆಡಿಯಾಗ್ಬೇಕು" ಅವಸರಪಡಿಸಿದಳು. ಅನಗತ್ಯ ಮಾತುಗಳು ಬೆಳವಣಿಗೆಯಿಂದ ಬರೀ ನೋವೆಂದು ಅವಳಿಗೆ ಗೊತ್ತು.

ಸದ್ಯಕ್ಕೆ ಹೊರಗೆ ಹೋಗುವ ಯೋಚನೆ ಶ್ರೀಪತಿಗೆ ಇರಲಿಲ್ಲ.

"ಇಲ್ಲಮ್ಮ ಹೇಗೂ ಇಲ್ಲಿಗೆ ಬಂದಿದ್ದೇವಲ್ಲ. ಇನ್ನಷ್ಟು ಮೈಲಿ ಶಕ್ತಿಗೂಡಿದ ಮೇಲೆ ಎಲ್ಲಾ ಒಟ್ಟಿಗೆ ಹೋಗ್ಬರೋಣ. ನಿಮ್ಮಮ್ಮನ ಕರ್ಕೊಂಡ್ಹೋಗು." ಅದು ಅವಳಿಗೂ ಸರಿಯೆನಿಸಿತು.

ಶಾರದಮ್ಮ ಕೂಡ ಹೊರಡಲಿಲ್ಲ. ಹುಳಿಯನ್ನ ಕಲೆಸಿ ಡಬ್ಬಿಗೆ ಹಾಕಿಕೊಟ್ಟರು. ಒಂದಲ್ಲ ಒಂದು ನೂರು ಸಲವಾದರೂ... ರಾಘವೇಂದ್ರ... ಜೋಪಾನ. ಬರೀ ಚೇಷ್ಟೇನೆ ವಿನಾಃ ಅಂಥ ತಿಳಿವಳಿಕೆಯೇನಿಲ್ಲ ಮಗನ ಬಗ್ಗೆ ಹೇಳಿದರು. ಇವರುಗಳೆಲ್ಲ ಒಂದು ತೂಕವಾದರೆ, ಅವನೊಬ್ಬನೇ ಒಂದು ತೂಕ.

ಸಿಟಿ ಬಸ್ಸು ಹತ್ತಿದ ಹುಡುಗರು ಕಿಟಕಿಯಿಂದ ನೋಡುತ್ತ ಪ್ರಶ್ನಿಸತೊಡಗಿದರು.

ಪ್ರತಿಯೊಂದರ ಬಗ್ಗೆಯು ಕುತೂಹಲ. ಪಕ್ಕದಲ್ಲಿ ಜಾಗವಿದ್ದರೂ ರಾಘವೇಂದ್ರ ಅಕ್ಕನ ತೊಡೆಯೇರಿಬಿಟ್ಟ.

"ಅಕ್ಕ,ನನ್ನ ಸ್ಕೂಲ್ ಎಲ್ಲಿದೆ?" ತಟ್ಟನೆ ಪ್ರಶ್ನಿಸಿದ.

ಸದ್ಯಕ್ಕೆ ಸರ್ಕಾರಿ ಶಾಲೆಗಳನ್ನು ಆಶ್ರಯಿಸಬೇಕಿತ್ತು. ಖಾಸಗಿ ಸ್ಕೂಲುಗಳ ಬಳಿಯಲ್ಲೂ ಹೋಗಿ ಬಂದಿದ್ದಳು. ಉದ್ಯೋಗ ದೊರಕಿಸಿಕೊಳ್ಳುವುದು ಎಷ್ಟು ಕಷ್ಟವೋ ಶಾಲೆಗಳಲ್ಲಿ ಸೀಟು ಸಿಗುವುದು ಕೂಡ ಅಷ್ಟೇ ಕಷ್ಟ. ಈಗಾಗಲೇ ವೇಳೆ ಸಿಕ್ಕಾಗಲೆಲ್ಲ ಶಾಲೆಗಳಿಗೆ ಎಡೆತಾಕಿ ಅಪ್ಲಿಕೇಷನ್‌ಗಳನ್ನು ತಂದಿಟ್ಟಿದ್ದಳು. ಸಾವಿರಾರು ರೂಪಾಯಿ ಡೊನೇಷನ್ ಸುರಿಯಲು ಚೈತನ್ಯವಿಲ್ಲ. ರೆಕಮಂಡೇಷನ್ ನೀಡುವ ಪ್ರತಿಷ್ಠಿತ ವ್ಯಕ್ತಿಗಳು ಅವಳ ಬೆನ್ನಿಗಿರಲಿಲ್ಲ. ಮುಂದಿನ ದಿನಗಳು ತೀರಾ ಕಠಿಣವೆನಿಸಿತು.

"ಅಕ್ಕ...." ರಾಘವೇಂದ್ರ ಎಚ್ಚರಿಸಿದ "ಮೂಲೆ ಮನೆ ಸುರುಚಿನ ಕರ್ಕೊಂಡ್ಹೋಗೋಕೆ ವ್ಯಾನ್ ಬರುತ್ತಂತೆ. ನನ್ನ ಆ ಶಾಲೆಗೆ ಸೇರ್ಸು" ತನ್ನ ಆಸೆ ವ್ಯಕ್ತಪಡಿಸಿದ. ಈಗಾಗಲೇ ಕೆಲವು ತನ್ನ ವಯಸ್ಸಿನ ಹುಡುಗ ಹುಡುಗಿಯರನ್ನು ಪರಿಚಯ ಮಾಡಿಕೊಂಡಿದ್ದ.

"ಈಗ ಅದೆಲ್ಲ ಆಮೇಲೆ, ಮೊದ್ಲು ಎಕ್ಸ್‌ಕರ್ಷನ್... ಆಮೇಲೆ ಮಿಕ್ಕಿದ್ದು" ಎಂದು ಅವನ ಬಾಯಿ ಮುಚ್ಚಿಸಿದಳು. ಪ್ರಾಣಿಗಳನ್ನು ನೋಡುವ ಆಸೆಯನ್ನು ವ್ಯಕ್ತಪಡಿಸಿದ್ದರಿಂದ ಝೂ ಬಳಿಗೆ ಟಿಕೆಟ್ ಕೊಂಡಿದ್ದಳು.

ಝೂ ಬಳಿ ಇಳಿದ ಹುಡುಗರಿಗಂತು ಹರ್ಷವೋ.... ಹರ್ಷ. ಭಾನುವಾರವಾದುದ್ದರಿಂದ ಮಕ್ಕಳು ಮತ್ತು ಅವರೊಂದಿಗೆ ಬಂದ ಅಪ್ಪ ಅಮ್ಮಂದಿರ ದೊಡ್ಡ ಕ್ಯೂನೇ ಇತ್ತು. ಜೊತೆಗೆ ತಿಂಡಿಯ ಬ್ಯಾಸ್ಕೆಟ್‌ಗಳು.

ಇಡೀ ಝೂನಲ್ಲಿ ಪ್ರಾಣಿಗಳನ್ನೆಲ್ಲ ತೋರಿಸಿಕೊಂಡು ನಿರ್ಜನವಾದ ಮರದ ನೆರಳಿಗೆ ಬಂದಾಗ ಹುಡುಗರೆಲ್ಲ ಸುಸ್ತಾಗಿದ್ದರು. ಹಸಿವಿನ ಭೂತ ಅವರುಗಳ ಹೊಟ್ಟೆಯಲ್ಲಿ ಕುಣಿಯುತ್ತಿತ್ತು. ಪಾಪ್‌ಕಾರ್ನ್, ಚಿಪ್ಸ್, ಐಸ್‌ಕ್ಯಾಂಡಿ, ಐಸ್‌ಕ್ರೀಮ್ ತಿನ್ನುವರತ್ತ ಬರೀನೋಟ ಹರಿಸಿದ್ದರು. ರಾಘವೇಂದ್ರ ಪ್ರತಿಸಲವು ಅಕ್ಕನತ್ತ ದೀನನೋಟ ಬೀರುತ್ತಿದ್ದ.

"ಅಲ್ಲಿರೋ ನಲ್ಲಿಯಲ್ಲಿ ಕೈಗಳ್ನ ತೊಳ್ದು ಬನ್ನಿ" ಹುಡುಗರನ್ನ ಕಳಿಸಿ ತಂದಿರೋ ಪೇಪರ್ ಹರಡಿ ಅದರ ಮೇಲೆ ಬ್ಯಾಸ್ಕೆಟ್ ಇಟ್ಟು ಒಮ್ಮೆ ಹುಳಿಯನ್ನದಲ್ಲಿ ಕೈಯಾಡಿಸಿದಳು.

ಕೈತೊಳೆದು ಬಂದ ರಾಘವೇಂದ್ರನತ್ತ ನೋಡಿದಳು.

"ಅಕ್ಕ, ತುಂಬಾ ಹಸಿವು ಕಣೇ" ಎಂದ.

ತಂದ ಮುತ್ತುಗದ ಎಲೆಯ ಮೇಲೆ ಎರಡೆರಡು ಸೌಟು ಹುಳಿಯನ್ನ ಹಾಕಿಕೊಟ್ಟು ಅವನಿಗೆ ಮಾತ್ರ ಡಬ್ಬಿಯ ಮುಚ್ಚಳದಲ್ಲಿ ಹಾಕಿಕೊಟ್ಟಳು. ಹಸಿದ ಹುಡುಗರು ತಾನು ನಾನೆಂದು ಹಾಕಿಸಿಕೊಂಡು ಡಬ್ಬಿಯನ್ನು ಖಾಲಿ ಮಾಡಿಬಿಟ್ಟರು.

ಡಬ್ಬಿಯೊಳಗೆ ಇಣಕಿದ ವಿದ್ಯಾ "ಅಕ್ಕ, ನೀನೇನು ತಿನ್ಲೇ ಇಲ್ಲ" ಅಂದಳು ಸಂಕೋಚದಿಂದ. ತನ್ನನ್ನು ಅರಿತ ಸುವಿದ್ಯಾ ಮುಖಕೂಡ ಸಪ್ಪಗಾಯಿತು. ಅವಳಿಗೆ ವಯಸ್ಸು ಹದಿನೆಂಟು. ನೋಡಲು ತುಂಬ ಪೀಚು, ಅನೀಮಿಯ. ಸತ್ವಭರಿತ ಆಹಾರವಿಲ್ಲದೆ ಸೊರಗಿದ್ದಾಳೆಂದುಕೊಂಡಾಗ, ಉಪವಾಸದಿಂದ ನರಳುವ ಲಕ್ಷಾಂತರ ಮಕ್ಕಳ ಹಾಹಾಕಾರವೇ ಕೇಳಿದಂತಾಯಿತು.

"ನಂಗೆ ಹಸಿವಿಲ್ಲ" ಎಂದಳು.

ಸಂಧ್ಯಾ ಎದೆ ಭಾರವಾಯಿತು. ಕೈಯಲ್ಲಿ ಪುಟ್ಟ ಮೇಣದ ಬತ್ತಿ ಹಿಡಿದು ಜಗತ್ತಿನ ಕತ್ತಲನ್ನು ಬಡಿದಟ್ಟುವಂಥ ಸಾಹಸ ಸಾವಿರಾರು ಮಂದಿ ಮಾಡುತ್ತಿರಬಹುದು. ಅಂಥವರಲ್ಲಿ ತಾನು ಒಬ್ಬಳು ಎಂದುಕೊಂಡಾಗ ಒಂಟಿಯೆನಿಸಲಿಲ್ಲ.

ಡಬ್ಬಿ ತೊಳೆದು ಸುತ್ತಲು ನೋಟ ಹರಿಸಿದಳು. ಅಲ್ಲಲ್ಲಿ ಹರಿದಾಡುವ ಮಕ್ಕಳ ಮುಖದ ಉತ್ಸಾಹ, ಸಂತೋಷ ಸಂಭ್ರಮಗಳನ್ನೆಲ್ಲ ಕಂಡಾಗ ಮನುಕುಲದ ಸಂತೋಷವನ್ನೆಲ್ಲ ತಂದು ಸುರಿದಂಥ ವಾತಾವರಣ.

ಸಂಧ್ಯಾ ಬಂದಾಗ ಡಬ್ಬಿಯ ಮುಚ್ಚಳದಲ್ಲಿ ಹುಳಿಯನ್ನ ತಿನ್ನುತ್ತಿದ್ದ ರಾಘವೇಂದ್ರ ಅಕ್ಕನ ಮುಂದಿಡಿದು "ಇದು ನಿಂಗೆ. ನೀನೂ.... ತಿನ್ನು" ಹೇಳಿದ. ಅವಳಿಗೆ ತಿನ್ನುವ ಮನಸ್ಸಿರಲಿಲ್ಲ. ಅವನಿಗೆ ತಿನ್ನಿಸಿ ಡಬ್ಬಿಗೆ ಮುಚ್ಚಳ ಹಾಕಿ ತೊಳೆದು ಬ್ಯಾಸ್ಕೆಟ್ ಸೇರಿಸಿ ತಾನು ಅರ್ಧ ಬಾಟಲು ನೀರು ಕುಡಿದು ಹೊಟ್ಟೆಯನ್ನು ಸಮಾಧಾನಪಡಿಸಿದಳು.

ಶ್ರೀಪತಿ ಹಾಸಿಗೆ ಹಿಡಿದು ಅಂಗಡಿಗೆ ಬೀಗ ಬಿದ್ದ ಮೇಲೆ ಹೆಚ್ಚು ಕಡಿಮೆ ಅರೆಹೊಟ್ಟೆಯ ಊಟ ಅಭ್ಯಾಸವಾಗಿತ್ತು. ತಿಂಗಳು ತಿಂಗಳು ಮಗಳು ಕಳಿಸುವ ಹಣದಲ್ಲಿ ದಿನಗಳನ್ನು ದೂಡಬೇಕಿತ್ತು.

"ಅಕ್ಕ, ಹುಲಿ ನೋಡ್ಬೇಕು" ರಾಘವೇಂದ್ರ ಸೀರೆಯ ಸೆರಗಿಡಿದ.

ಎಲ್ಲರೊಂದಿಗೆ ಹೊರಟಾಗ ಗೆಳತಿಯರೊಂದಿಗೆ ಹೋಗುತ್ತಿದ್ದ ಒಬ್ಬ ಮಧ್ಯಮ ವಯಸ್ಸಿನವಳು ಇವಳನ್ನು ನೋಡಿದ ಕೂಡಲೇ ಪರಿಚಯದ ನಗೆಬೀರುತ್ತ ಇವರುಗಳತ್ತ ಬಂದಳು.

"ನೆನಪಿದ್ಯಾ? ನೀವು ಅನುರಾಧ ನರ್ಸಿಂಗ್‌ಹೋಂನ ರಿಸೆಪ್ಷನಿಸ್ಟ್ ಸಂಧ್ಯಾ ಅಲ್ವಾ?" ಆತ್ಮೀಯವಾಗಿ ಬಂದು ಮಾತಾಡಿಸಿದಾಗ "ಯೆಸ್ ಮೇಡಮ್, ನೀವು ಪೂರ್ಣಿಮಾ ಅಲ್ವಾ?" ಅಂದಳು. ಸದಾ ಬರುವ ಪೇಷೆಂಟ್‌ಗಳಲ್ಲಿ ಎಷ್ಟು ಜನರನ್ನು ಜ್ಞಾಪಕದಲ್ಲಿ ಇಟ್ಟುಕೊಳ್ಳಲು ಸಾಧ್ಯ. ಓವರ್ ಡೋಸೇಜ್ ಸ್ಲೀಪಿಂಗ್ ಗುಳಿಗೆಗಳನ್ನು ನುಂಗಿ ನರ್ಸಿಂಗ್ ಹೋಂಗೆ ತಂದಾಗ ಸಾವು-ಬದುಕಿನ ಹೋರಾಟದಲ್ಲಿದ್ದ ಪೂರ್ಣಿಮಾಗೆ ಟ್ರೀಟ್ ಮಾಡುವಾಗ ಅಲ್ಲೇ ಇದ್ದು ಸಹಾಯ ಮಾಡಿದ್ದಳು. ಚೇತರಿಸಿಕೊಂಡು ನರ್ಸಿಂಗ್ ಹೋಂನಿಂದ ಮನೆಗೆ ಹೋಗುವವರೆಗೂ ದಿನ ಎರಡು ಸಲವಾದರೂ ಹೋಗಿ ಮಾತಾಡಿಸಿಕೊಂಡು ಬರುತ್ತಿದ್ದಳು. ಅದು ಸ್ವಲ್ಪ ಹೆಚ್ಚಿನ ಪರಿಚಯಕ್ಕೆ ಎಡೆ ಮಾಡಿಕೊಟ್ಟಿತ್ತು.

"ಯು ಹ್ಯಾವ್ ಎ ಗುಡ್ ಮೆಮರಿ ಸಂಧ್ಯಾ. ನನ್ನ ನೆನಪಿನಲ್ಲಂತೂ ಅಚ್ಚಳಿಯದೇ ಉಳಿದಿದ್ದೀರಾ. ನಮ್ಮ ದಾಂಪತ್ಯ ಏನೇನು ಸರಿ ಹೋಗ್ಲಿಲ್ಲ. ಡೈವೋರ್ಸ್ ತಗೊಂಡು ಇಬ್ಬರು ಬೇರೆಯಾದ್ವಿ. ಈಗ್ಲೂ ಸುಖಿಯಾಗಿಲ್ಲ. ಜೀವನ ಅಂದ್ರೇನೂಂತ ತಿಂಗಳಾನುಗಟ್ಟಲೇ ಹುಡುಕಾಡಿದೆ. ಫಿಲಾಸಫಿ ಬದ್ಕಬೇಕೆನ್ನೋ ಆಸೆ ಹುಟ್ಟಿಸಿದೆ. ಇದಿಷ್ಟು ನನ್ನ ಕತೆ ಆಯ್ತು. ಇವ್ರೆಲ್ಲ.... ಯಾರು?" ಹುಡುಗರ ಕಡೆ ನೋಟ ಹರಿಸುತ್ತ ಪೂರ್ಣಿಮ ಕೇಳಿದಳು. ಅವಳಿಗೆ ಯಾಕೋ ಡೌಟ್. ಎರಡನೇ ಸಂಬಂಧದಲ್ಲಿ ವಿವಾಹವಾಗಿಬಿಟ್ಲಾ?

ರಾಘವೇಂದ್ರನ ಭುಜದ ಮೇಲೆ ಕೈಯಿಟ್ಟು "ಇವ್ನು ನನ್ತಮ್ಮ, ಇವರಿಬ್ರೂ ನನ್ತಂಗೀರು" ಅಂದಳು.

ಪೂರ್ಣಿಮಾ ಪರ್ಸ್‌ನಿಂದ ಚಾಕಲೇಟ್ ಬಾರ್‌ಗಳನ್ನು ತೆಗೆದು ಮೂವರಿಗೂ ಒಂದೊಂದು ಕೊಟ್ಟು, ತಾನೊಂದು ಪುಟ್ಟ ಚಾಕಲೇಟ್ ಬಿಡಿಸಿ ಬಾಯಿಗೆ ಹಾಕಿಕೊಂಡು ಸಂಧ್ಯಾಳಿಗೊಂದು ಕೊಟ್ಟಳು.

ಮತ್ತೆ ಪರ್ಸ್‌ನ ಇನ್ನೊಂದು ಭಾಗದ ಜಿಪ್ ಎಳೆದು "ಇದು ನನ್ನ ಮನೆ ವಿಳಾಸ. ಫೋನ್ ನಂಬರ್ ಕೂಡ ಇದೆ. ಖಂಡಿತ ಒಂದು ದಿನ ಬಾ. ನಿನ್ನೊತೆ ತುಂಬ ಮಾತಾಡೋಣಾಂತ ಅನಿಸಿದೆ. ಫ್ರೆಂಡ್ಸ್, ಕೊಲೀಗ್ಸ್ ಬಂಧುಗಳು ಇದ್ದರೂ ಯಾರಿಂದಲೂ ಆತ್ಮೀಯತೆ ಸಿಕ್ಕೋಲ್ಲ. ಇದು ನನ್ನೊಬ್ಬಳ ಅನುಭವ ಅಲ್ಲ ಬರ್ತೀನಿ" ಎಂದು ಸುವಿದ್ಯಾ ಕೆನ್ನೆ ಸವರಿ ಹೊರಟಳು.

ಹೋದತ್ತಲೇ ನೋಡಿ ನಿಟ್ಟುಸಿರುಚೆಲ್ಲಿದಳು. ದಂಪತಿಗಳು ಸ್ಫುರದ್ರೂಪಿಗಳು. ಬ್ಯಾಂಕ್‌ನಲ್ಲಿ ಪೂರ್ಣಿಮಾ ಅಧಿಕಾರಿ. ಅವಳ ಗಂಡ ಕೂಡ ಮಲ್ಟಿ ನ್ಯಾಷನಲ್ ಕಂಪೆನಿಯಲ್ಲಿ ಉನ್ನತ ಹುದ್ದೆಯಲ್ಲಿದ್ದ. ಅವರಿಬ್ಬರ ಮಧ್ಯದ ವಿರಸಕ್ಕೆ ಕಾರಣವೇನು? ಪುಸ್ತಕಗಳಲ್ಲಿ ಹುಡುಕಾಟ ನಡೆಸಿದ್ದೆ ಎಂದ ಮನಸ್ಥಿತಿಯ ಬಗ್ಗೆ ಚಿಂತಿಸತೊಡಗಿದಳು.

"ಅಕ್ಕ, ನಾನು ಇನ್ನೊಂದ್ಸಲ.... ಒಂದೇ ಒಂದು ಸಲ ಕಾಡು ಕುದುರೆ, ಒಂಟೆನಾ ನೋಡ್ಲಾ?" ಸುವಿದ್ಯಾ ಬೇಡಿಕೆ. ಹೇಗೂ ಬಂದಿದ್ದಾಗಿತ್ತು. ಇನ್ನೊಂದು ಸುತ್ತುಹೋಗಿ ಬರುವುದು ಪ್ರಯಾಸವಲ್ಲವೆನಿಸಿತು.

ಅವರುಗಳ ಜೊತೆ ಹೊರಟಳು. ಹುಲಿಗಳನ್ನು ಹುಡುಗರು ನೋಡುತ್ತ ನಿಂತಾಗ ಸ್ವಲ್ಪ ಸುಸ್ತೆನಿಸಿ ಮರದ ಬೊಡ್ಡೆಗೆ ಬಂದು ಒರಗಿ ನಿಂತಳು.

"ಹಲೋ ಸಂಧ್ಯಾ?" ಬೆಚ್ಚಿ ಬೀಳುವಂತಾಯಿತು.

ತಟ್ಟನೇ ಚೇತರಿಸಿಕೊಂಡು ನೋಟವೆತ್ತಿದಾಗ ಡಾ॥ ಸುಧಾಕರ್ ನಸುನಗುತ್ತ ನಿಂತಿದ್ದ. ವಿಸ್ಮಿತಳಾದಳು. "ಹಲೋ ಡಾಕ್ಟರ್" ಅಂದಳು ತಗ್ಗಿದ ದನಿಯಲ್ಲಿ.

"ಭಾನುವಾರ ಈ ರೀತಿ ಉಪಯೋಗಿಸ್ತಾ ಇದ್ದೀರಿ. ನಾನು ಮಾತ್ರ ಇದ್ನ ಪನಿಷ್‌ಮೆಂಟ್ ಅಂತ ತಿಳ್ಕೊಂಡಿದ್ದೀನಿ. ಎಲ್ಹೋಯ್ತು ನಿಮ್ಮ ಪಟಾಲಂ?" ನಗುತ್ತ ಕೇಳಿದಾಗ ಅವಳಿಗೆ ಮತ್ತಷ್ಟು ಗಾಬರಿ. ಯಾರನ್ನು ಕುರಿತು ಈ ಪ್ರಶ್ನೆ. ಅದಕ್ಕೆ

ಕೇಳದೆಯೇ ಅವನೇ ಉತ್ತರಿಸಿದ. "ನೀವು ತಿಂಡಿ ಡಬ್ಬಿ ಖಾಲಿ ಮಾಡೋ ಬಿಜಿಯಲ್ಲಿದ್ದಾಗ್ಲೇ ನೋಡ್ದೇ" ಹಾಸ್ಯ ಮಾಡಿದ. ಯಾಕೋ ಏನೋ ಮೆಚ್ಚಿಗೆಯ ಜೊತೆ ಸಂಧ್ಯಾಳ ಬಗ್ಗೆ ಮರುಕ ಕೂಡ.

"ಸಾರಿ, ನಾನು ನೋಡ್ಲೇ ಇಲ್ಲ. ಎಲ್ಲಾ ಹುಲಿನ ನೋಡ್ತಾ ಇದ್ದಾರೆ". ಅವರುಗಳು ನಿಂತಿದ್ದ ಕಡೆ ನೋಡಿ ಹೇಳಿದಾಗ "ಓಕೆ ಬನ್ನಿ. ಜೊತೆಯಲ್ಲಾದ್ರೂ ಐಸ್‌ಕ್ರೀಮ್ ತಿನ್ನೋಣ" ಬಲವಂತ ಮಾಡಿ ಎಳೆದೊಯ್ದ. ಅವನು ಅವನ ತಾಯಿಯ ಕಡೆಯ ನಾಲ್ಕಾರು ನೆಂಟರನ್ನು ಕರೆತಂದಿದ್ದ. ಅವರಿಗೆ ಜೂ ನೋಡುವ ಆಸೆ. ಅವರೊಂದಿಗೆ ಡ್ರೈವರ್‌ನ ಕಳಿಸಿ ತಾನು ಮಾತ್ರ ತೆಪ್ಪಗಿದ್ದ.

ತಂಗಿ, ತಮ್ಮನನ್ನು ಬಿಟ್ಟು ತಿನ್ನುವುದು ಹಿಂಸೆಯೆನಿಸಿದರೂ ಅದನ್ನು ಹೊರಹಾಕಲಿಚ್ಛಿಸದೇ ತಿಂದಳು. ಮತ್ತೆ ಮೂರು ಐಸ್‌ಕ್ರೀಮ್‌ಗಳನ್ನು ಕೊಡಿಸಿ ಕಿವಿಮಾತು ಹೇಳಿದ.

"ಸಂಧ್ಯಾ, ನೀನು ಚೆನ್ನಾಗಿ ಆರೋಗ್ಯವಾಗಿದ್ದರೆ ಮಾತ್ರ ನಿನ್ನ ಕುಟುಂಬವನ್ನು ಪೋಷಿಸಬಲ್ಲೆ. ಸೀಯೂ" ಎಂದು ಹೊರಟೇಬಿಟ್ಟ. ಅವಳಷ್ಟು ಮಂಕಲ್ಲ, ಬೇಗನೆ ಅರ್ಥಮಾಡಿಕೊಂಡಳು.

ತಮ್ಮದೇ ಆದ ಲೋಕ ಸೃಷ್ಟಿಸಿಕೊಂಡು ಸಂಭ್ರಮಪಡುತ್ತಿದ್ದ ಹುಡುಗರ ಬಳಿ ಹೋಗಿ "ತಗೊಳ್ಳಿ, ಈ ಐಸ್‌ಕ್ರೀಮ್ ಮುಗ್ಯೋವರ್ಗೂ ಮಾತ್ರ ಅಲ್ಲಿರಬೇಕು. ಆಮೇಲೆ ಮನೆಗೆ ಹೋಗೋಣ. ಸಮಯಕ್ಕೆ ಸರ್ಯಾಗಿ ಬಸ್ಸು ಸಿಗೋಲ್ಲ" ಅವಸರಿಸಿದಳು.

ಐಸ್‌ಕ್ರೀಮ್ ಸಿಕ್ಕಕೂಡಲೇ ಅವರಿಗೆ ಹರ್ಷವೋ ಹರ್ಷ. ಬೇರೆ ತಿನ್ನುತ್ತಿದ್ದ ಹುಡುಗರನ್ನು ನೋಡಿ ಕರುಬಿದ ಅವರಿಗೆ ಅಕ್ಕ ದೇವತೆಯಾಗಿ ಕಂಡಳು.

ಅಂತು ಎಲ್ಲರನ್ನು ಹೊರಡಿಸಿಕೊಂಡು ಹೊರಬಂದಳು. ಮುಂದೆ ಒಂಟೊಂಟಿಯಾಗಿ ಓಡಾಡಬೇಕು, ಶಾಲೆಗೆ ಹೋಗಬೇಕೆಂದು ಅರ್ಥವಾಗುವ ಹಾಗೆ ಸಂಚಾರಿ ನಿಯಮಗಳನ್ನು ತಿಳಿಸಿದಳು.

ಬರುವಾಗ ತೂಕ ತೋರಿಸುವ ಮೆಷಿನ್ ನೋಡಿದ ಕೂಡಲೇ ಹಿರಿಯವಳಾದ ವಿದ್ಯಾ ನಿಂತಳು. "ಅಕ್ಕ, ನಾನು ಎಷ್ಟು ಕೆ.ಜಿ. ಇದ್ದೀನೋ ನೋಡ್ಬೇಕು" ಅಂದಾಗ ಅವಳ ಆಸೆ ಚಿವುಟಲು ಇಚ್ಛಿಸಲಿಲ್ಲ ಸಂಧ್ಯಾ. ಮೂರು ರೂಪಾಯಿ ಅವಳ ಮಟ್ಟಿಗೆ ದೊಡ್ಡ ಮೊತ್ತವೇ. ಆದರೆ ಹುಡುಗರಿಗೆ ಈ ಅನುಭವಗಳು ಬೇಕು.

ಎಲ್ಲರ ಬಲವಂತಕ್ಕೆ ತಾನು ಒಂದು ರೂಪಾಯಿ ನಾಣ್ಯ ಹಾಕಿ ವೆಯಿಟ್ ಚೆಕ್ ಮಾಡಿದಳು. ಕಾರ್ಡ್‌ನಲ್ಲಿ 52.5 ನಮೂದಾಗಿತ್ತು. ಅದರ ಕೆಳಗೆ ಹರಿಯಿತು ಸಂಧ್ಯಾಳ ನೋಟ. 'You will enjoy a peaceful Life' ಎನ್ನುವ ವಾಕ್ಯ ಅವಳ ತುಟಿಗಳ ಮೇಲೆ ನಗುವನ್ನು ತರಿಸಿತು.

ಅಂತು ಇಂತು ಅವರುಗಳೊಂದಿಗೆ ಮನೆ ಸೇರಿದಾಗ ಬೆಳಕನ್ನು ಪೂರ್ತಿಯಾಗಿ

ಆವರಿಸಲು ಕತ್ತಲು ಸಿದ್ಧವಾಗಿತ್ತು. ಹುಡುಗರಂತೂ ಸಂತೋಷವಾಗಿದ್ದರು. ಕೊನೆಯ ಮನೆಯ ಶಾಸ್ತ್ರಿಗಳ ಹೆಂಡತಿ ಬಂದು ಕೂತಿದ್ದರು.

"ಇವ್ಳೇ ಅಲ್ವಾ ನಿಮ್ಮ ಮಗ್ಳು. ತುಂಬಾ ಲಕ್ಷಣವಾಗಿದ್ದಾಳೆ. ವಯಸ್ಸಿಗೆ ಬಂದ ಮಗ್ಳ ಕುತ್ತಿಗೆಯಲ್ಲಿ ಮಾಂಗಲ್ಯ ಇರ್ಬೇಕು. ಬರೀ ಕೊರಳು ಕೆಟ್ಟದಾಗಿ ಕಾಣುತ್ತೆ" ಅಂಥದೊಂದು ಮಾತು ಹೇಳಿಯೇ ಎದ್ದಿದ್ದು.

ಮಗಳ ಹಿಂದೆ ಬಚ್ಚಲು ಮನೆಗೆ ಬಂದ ಶಾರದಮ್ಮ "ಐವತ್ತು ರೂಪಾಯಿ ಇದ್ದರೆ ಕೊಡು" ಪಿಸುದನಿಯಲ್ಲಿ ಕೇಳಿದರು. "ಯಾಕಮ್ಮ" ಕೇಳಿದಳು ಮೆಲುದನಿಯಲ್ಲಿ.

"ಅದ್ನೆಲ್ಲ ಆಮೇಲೆ ಹೇಳ್ತೀನಿ. ಈಗ ಕೊಡು" ಅಂದರು.

"ಪರ್ಸ್‌ನಲ್ಲಿದೆ ತಗೋಮ್ಮ" ಅಷ್ಟು ಹೇಳಿ ಮುಖಕ್ಕೆ ತಣ್ಣೀರೆರಚಿಕೊಂಡಳು. ತಾಯಿಯ ಸ್ವಭಾವ ಗೊತ್ತಿದ್ದರಿಂದ ತುಟಿ ಕಚ್ಚಿದಳು. ಅವರುಗಳು ನೋಯಬಹುದು. ಆವೇದನೆಗೆ ಒಳಗಾಗಬಹುದು. ಆದಷ್ಟು ಮಾತು ಕಮ್ಮಿ ಮಾಡಿದ್ದಳು.

ಮುಖವನ್ನೊರೆಸಿಕೊಂಡು ಹೊರಗೆ ಬಂದಾಗ ತಾಂಬೂಲದ ಜೊತೆ ಕುಬುಸದ ಕಣ, ಐವತ್ತು ರೂಪಾಯಿ ಇಟ್ಟು ಶಾಸ್ತ್ರಿಗಳ ಹೆಂಡತಿಗೆ ಕೊಡುವುದನ್ನು ನೋಡಿ ಅವಳೆದೆ ಝುಗ್ ಎಂದಿತು. ಇದು ಹೀಗೆ ಮುಂದುವರಿಯುವುದು ಅಪಾಯವೆನಿಸಿತು.

ಅವರು ಹೊರಟ ನಂತರ ತಾಯಿಯನ್ನು ಕೇಳಿದಳು. "ಅಮ್ಮ ಏನು ಇದೆಲ್ಲ?" ಶಾರದಮ್ಮ ಗೆಲುವಾಗಿ "ಅವ್ರಿಗೆ ನಿನ್ನ ಜಾತ್ಕ ಕೊಟ್ಟಿದ್ದೀನಿ. ಗಂಡನ ಹುಡ್ಕಿ ಕೊಡೋ ಭರವಸೆ ಕೊಟ್ಟಿದ್ದಾರೆ ಶಾಸ್ತ್ರಿಗಳು. ಮನೆಗೆ ಬಂದೋರಿಗೆ ಇಷ್ಟು ಮಾಡದಿದ್ದರೆ ಹೇಗೆ?" ಆಕೆಯ ದನಿಯಲ್ಲಿ ಸಮರ್ಥನೆ ಇತ್ತು.

"ಅಮ್ಮ ಬೇಜಾರು ಮಾಡ್ಕೋಬೇಡ. ಅಪ್ಪನ ದುಡಿಮೆ ಚೆನ್ನಾಗಿದ್ದಾಗ ಐವತ್ತು ರೂಪಾಯಿ ದೊಡ್ಡ ಮೊತ್ತವೇನು ಆಗಿರಲಾರ್ದು. ಈಗ ಅದೆಲ್ಲ ನಮ್ಗೆ ಜಾಸ್ತಿನೇ. ಸದ್ಯಕ್ಕೆ ವಿವಾಹದ ಯೋಚ್ನೆನೇ ಇಲ್ಲದಿದ್ದಾಗ ಜಾತಕ ಯಾಕೆ ಕೊಟ್ಟೆ. ಸದ್ಯಕ್ಕೆ ಈಗ ಹುಡುಗರನ್ನು ಸ್ಕೂಲಿಗೆ ಸೇರಿಸ್ಬೇಕು" ಬಹಳ ನಿಧಾನವಾಗಿ ಮೃದುವಾಗಿ ಹೇಳಿದಳು.

ಅಷ್ಟರಲ್ಲಿ ಮಾರ್ಟಿನಾ ದನಿ ಕೇಳಿ ಹೊರಗೆ ಬಂದಳು.

"ಶಾಂತಿ ಇವತ್ತು ಚಕ್ಕರ್. ನಂಗಂತು ಭಯಂಕರ ತಲೆನೋವು" ಎಂದಿದ್ದು ಮಾತ್ರ ಕೇಳಿಸಿತು. ಒಳಗೆ ಬಂದ ಸಂಧ್ಯಾ ಉಡುಪು ಬದಲಾಯಿಸಿ ಸಣ್ಣಗೆ ಮೇಕಪ್ ಮಾಡಿಕೊಂಡು ಹಣೆಗಿಟ್ಟು "ಅಮ್ಮ ನಾನು ಬೆಳಿಗ್ಗೇನೇ ಬರೋದು. ನೀವೆಲ್ಲ ಊಟ ಮಾಡ್ಬಿಡಿ" ಅಂದು ತಂದೆಗೆ ಹೇಳಿ ಹೊರಟೇಬಿಟ್ಟಳು.

ಬಾಗಿಲಲ್ಲಿ ಬಂದು ನಿಂತ ಶಾರದಮ್ಮ ಸ್ಕೂಟಿ ಕಣ್ಮರೆಯಾದ ಕೂಡಲೇ ಬಂದು ಗಂಡನ ಬಳಿಯಲ್ಲಿ ಕೂತು "ನಂಗ್ಯಾಕೋ, ಇವ್ಳ ಕೆಲ್ಸ ಸ್ವಲ್ಪನು ಇಷ್ಟವಾಗೋಲ್ಲ. ಇವಳಲ್ಲಿ ಭಯನೇ ಕಡ್ಮೆಯಾಗಿದೆ. ನಾವು ಅಲ್ಲೇ ಉಳ್ಕೋಬೇಕಿತ್ತು. ಆಗ ಸಂಧ್ಯಾಳ ಬಗ್ಗೆ ನಿರ್ಯೋಚನೆ ಇತ್ತು. ಈಗಂತು ತಲೆ ಕೆಟ್ಟಂತಾಗಿದೆ" ತಲೆಯ ಮೇಲೆ ಕೈಯೊತ್ತು ಕೂತುಬಿಟ್ಟರು.

ಹೆಂಡತಿಯ ಸ್ವಭಾವ ಬಲ್ಲ ಅವರು ಅವಳು ಬೇರೆ ರೀತಿಯಲ್ಲಿ ಯೋಚಿಸಲೇ ಸಾಧ್ಯವಿಲ್ಲವೆಂದುಕೊಂಡರು ದೀರ್ಘವಾದ ನಿಟ್ಟುಸಿರು ಚೆಲ್ಲಿದರು.

"ನಂಗೆ ಸಂಧ್ಯಾಳ ಕೆಲ್ಸ ಇಷ್ಟವಾಗ್ಲಿಲ್ಲ" ಮತ್ತೆ ಹೇಳಿದರು.

"ನಿಂಗೊಂದು ತರಹ ಹುಚ್ಚು. ಇಲ್ಲಿ ಇಷ್ಟ... ಇಷ್ಟಗಳು ಎಲ್ಲಿವೆ? ಒಂಟಿಯಾಗಿ ಈ ಸಂಸಾರದ ಉಳಿವಿಗಾಗಿ ಹೋರಾಡ್ತ ಇದ್ದಾಳೆ. ಬೆಳಿಗ್ಗೆ ಹತ್ತು ಗಂಟೆಗೆ ಬಾಗ್ಲು ತೆಗೆದು ಸಂಜೆ ಮುಚ್ಚಿ ಬಿಡೋಂಥ ಸ್ಕೂಲು, ಆಫೀಸಿನಲ್ಲಿ ಅಲ್ಲ ಅವಳು ಕೆಲ್ಸ ಮಾಡ್ತಾ ಇರೋದು. ನರ್ಸಿಂಗ್ ಹೋಂನಲ್ಲಿ. ಕೆಲವೊಮ್ಮೆ ರಾತ್ರಿಯ ವೇಳೆಯಲ್ಲಿ ಪೇಷಂಟ್‌ಗಳು ಬರ್ತಾರೆ. ಷಿಫ್ಟ್ ಪ್ರಕಾರ ಎಲ್ಲಾ ಕೆಲಸ ಮಾಡಬೇಕಾಗುತ್ತೆ. ಹೆದರೋಕೆ ಅಲ್ಲಿ ನಿನ್ನ ಮಗಳು ಒಬ್ಳೆ ಇರೋಲ್ಲ. ಡಾಕ್ಟ್ರುಗಳು, ನರ್ಸುಗಳು ಜೊತೆಗೆ ಮಿಕ್ಕ ಸಿಬ್ಬಂದಿಯವ್ರು, ಪೇಷೆಂಟ್‌ಗಳು ಎಲ್ಲಾ.... ಎಲ್ಲಾ ಇರ್ತಾರೆ. ನೀನು ಸುಮ್ನೇ ತಲೆ ಕೆಡಿಸಿಕೊಂಡು ನನ್ತಲೆ ಕೆಡಿಸ್ಬೇಡ" ಸಮಾಧಾನವಾಗಿಯೇ ಗದರಿಸಿಕೊಂಡರು.

"ನಂಗಂತೂ ಭಯ. ಅವ್ಳ ಕುತ್ತಿಗೆಗೆ ತಾಳಿ ಬೀಳೋವರ್ಗೂ ನಂಗೆ ನಿಶ್ಚಿಂತೆ ಇಲ್ಲ" ಕಣ್ಣೀರು ಸುರಿಸತೊಡಗಿದರು.

ಶ್ರೀಪತಿ ಎದ್ದು ಹೊರಗೆ ಬಂದರು. ಈಗ ಪೂರ್ತಿ ಕತ್ತಲು. ಅಕ್ಕ ಹೇಳಿ ಹೋಗಿದ್ದರಿಂದ ಹುಡುಗರು ಪುಸ್ತಕಗಳನ್ನು ಹಿಡಿದುಕೂತಿದ್ದರು. ತಮ್ಮಿಂದ ಈ ಸಂಸಾರಕ್ಕೆ ಏನು ಸಹಾಯವಿಲ್ಲವೇನೋಂತ ಅನಿಸಿದಾಗ ಅಳು ಉಮ್ಮಳಿಸಿ ಬಂತು. ಗಂಡು ಹಾಗೂ ಮನೆಯ ಯಜಮಾನನೆನಿಸಿಕೊಂಡು ವ್ಯಕ್ತಿ ಕಣ್ಣೀರಿಟ್ಟರೆ ಇಡೀ ಸಂಸಾರ ಧೃತಿಗೆಡುತ್ತದೆ.

ಎಲ್ಲಿ ತಪ್ಪಿದೆ? ಇಷ್ಟು ಮಕ್ಕಳು ತನ್ನಂಥವನಿಗೆ ಅನಿವಾರ್ಯವಾಗಿತ್ತೆ? ಎಷ್ಟೋ ಹೊತ್ತು ಚಿಂತೆಯಲ್ಲಿ ಮುಳುಗಿಹೋದರು.

* * * *

ಡಾ. ಅನುರಾಧ ಸಂಧ್ಯಾಳನ್ನು ಬರೀ ರಿಸೆಪ್ಷನಿಸ್ಟ್ ಆಗಿ ಮಾತ್ರ ಅಪಾಯಿಂಟ್ ಮಾಡಿಕೊಂಡಿರಲಿಲ್ಲ. ಅಕೆಡೆಮಿಕ್ ಆಗಿ ನರ್ಸ್ ಕೋರ್ಸ್‌ಗೆ ಸೇರಿ ಸರ್ಟಿಫಿಕೇಟ್ ಪಡೆಯದಿದ್ದರೂ ಅವಕಾಶ ಬಿದ್ದಾಗಲೆಲ್ಲ ಅವಳನ್ನು ಉಪಯೋಗಿಸಿಕೊಂಡು ತರಬೇತು ನೀಡುತ್ತಿದ್ದುದು ಒಂದು ಉಪಯೋಗವೇ ಆಗಿತ್ತು.

ಅಂದು ಇವಳು ಬಂದಾಗ ಡಾ॥ ಸುಧಾಕರ್, ಡಾ॥ ನಂದಿನಿ ಮಾತಾಡುತ್ತಿದ್ದವನು ಕಿರುನಗೆ ಬೀರಿದಾಗ ವಿಶ್ ಮಾಡಿದಳು ನಗುಸೂಸುತ್ತ.

"ಸಂಧ್ಯಾ, ನಾನು ನಿಂಗೋಸ್ಕರನೇ ಕಾಯ್ತ ಇದ್ದೆ. ಶಾಂತಿ ಕಾಲು ಉಳುಕಿಸಿಕೊಂಡು ಪಟ್ಟಿ ಹಾಕ್ಕೊಂಡಿದ್ದಾಳೆ. ಅವ್ಳು ನಿಮ್ಮ ಜಾಗದಲ್ಲಿ ಕೂತು ಮ್ಯಾನೇಜ್ ಮಾಡ್ಕೋತಾಳೆ. ಸದ್ಯಕ್ಕೆ ನೀವು ನನ್ಜೊತೆ ಬನ್ನಿ" ಕರೆದೊಯ್ದ.

ಬಂದ ಅವಳು ಆಫೀಸ್‌ಗೆ ಹೋಗಿ ಪರಮಶಿವಯ್ಯನವರ ಮುಂದಿದ್ದ ರಿಜಿಸ್ಟರ್‌ನಲ್ಲಿ ಸಹಿ ಹಾಕಿದಾಗ ಆತ "ಡಾ॥ ಸುಧಾಕರ್ ಬಂದಿದ್ದಾರೆಯೇ? ಅವ್ರಂತು

ಬಂದು ಅಟೆಂಡೆನ್ಸ್ ಸಹಿ ಹಾಕೋಲ್ಲ. ನಾನೇ ಅವರಿದ್ದ ಕಡೆ ಅಟೆಂಡೆನ್ಸ್ ಬುಕ್‌ನ ಹೊತ್ತುಕೊಂಡು ಹೋಗ್ಬೇಕು" ಗೊಣಗಿದರು.

"ಬಂದಿದ್ದಾರೆ ಸರ್, ನಾನು ಸಹಿ ಹಾಕ್ಸಿಕೊಂಡ್ಬಂದು ಕೊಡ್ಲಾ?" ಕೇಳಿದ್ದಕ್ಕೆ ಆ ಮನುಷ್ಯ ತಲೆ ಕೊಡವಿದ. "ಸಾಧ್ಯವಿಲ್ಲ ಬಿಡಿ ಬೇರೆ ಎಲ್ಲದರಲ್ಲೂ ಕರೆಕ್ಟ್. ಅಟೆಂಡೆನ್ಸ್ ವಿಷ್ಯದಲ್ಲೇ ಪ್ರಾಬ್ಲಮ್. ಒಂದೆರಡು ಸಲ ಡಾಕ್ಟರ್ ಹತ್ರ ಪ್ರಸ್ತಾಪಿಸಿದೆ, ಅವ್ರು ನಕ್ಕು ಸುಮ್ಮನಾಗ್ತಾರೆ" ಎಂದು ತಲೆ ಕೆರೆದುಕೊಂಡರು. ಸ್ವಲ್ಪ ಡಾ|| ಸುಧಾಕರ್ ವಿಚಾರದಲ್ಲಿ ಹೆಚ್ಚಿನ ಆಸಕ್ತಿ ತೋರುತ್ತಾರೆಂದು ಅನುಮಾನವಿದ್ದರೂ ಬಾಯಿಬಿಟ್ಟು ಪ್ರಸ್ತಾಪಿಸಲಾರರು.

ವಾರ್ಡ್‌ನಲ್ಲಿದ್ದ ಡಾ|| ಸುಧಾಕರ್‌ಗೆ ಬುಲಾವ್ ಬಂತು.

"ಈ ಪೇಷೆಂಟ್ ಬಿ.ಪಿ. ಚೆಕ್ ಮಾಡ್ಬಿಡಿ. ಈಗ್ಬಂದೆ" ಎಂದು ವಾರ್ಡ್ ಬಾಯ್ ಜೊತೆ ಹೋದರು. "ಹೇಗಿದ್ದೀರಾ?" ಆತ್ಮೀಯವಾಗಿ ವಿಚಾರಿಸುತ್ತಲೇ ಬಿ.ಪಿ. ಚೆಕ್ ಮಾಡಿದಳು. ಎಲ್ಲಾ ಪೇಷೆಂಟ್‌ಗಳ ಬಳಿಗೆ ಹೋಗಿ ಚಾರ್ಟ್‌ಗಳನ್ನು ನೋಡಿ ವಾರ್ಡಿನಿಂದ ಹೊರಬರುವ ವೇಳೆಗೆ ಔಟ್ ಪೇಷಂಟ್‌ನಲ್ಲಿ ದೊಡ್ಡ ದಾಂಧಲೆ.

ಮಾಜಿ ಮಂತ್ರಿ ಸದಾಶಿವಯ್ಯನ ಮೊಮ್ಮಗಳು ಮೊಪೆಡ್‌ನಿಂದ ಬಿದ್ದು ಪೆಟ್ಟು ಮಾಡಿಕೊಂಡಿದ್ದಳು. ಬಹುಶಃ ಅವಳಿಗೆ ಬಿದ್ದ ಪೆಟ್ಟುಗಳು ತೀರಾ ಸಾಧಾರಣ ಜನಕ್ಕೆ ಆಗಲೇ ಉಪಚರಿಸಿ 'ಹೋಗಿ' ಎನ್ನಬಹುದಿತ್ತು. ಆದರೆ ಮಾಜಿ ಮಂತ್ರಿ ಸದಾಶಿವಯ್ಯನವರ ವಂಶದ ಕುಡಿ. ಇದೇನು ಸಾಮಾನ್ಯ ವಿಷ್ಯವಾ? ಈ ನರ್ಸಿಂಗ್ ಹೋಂನ ಆಪರೇಷನ್ ಥಿಯೇಟರಿನಲ್ಲಿ ಇಂಜಕ್ಷನ್ ರಿಯಾಕ್ಷನ್ ಆಗಿ ಡೆತ್ ಆದಾಗ ಅವರು ಆರೋಗ್ಯಮಂತ್ರಿಯಾಗಿದ್ದರು. ಆ ಸಮಯದಲ್ಲಿ ಸಾಕಷ್ಟು ಸಹಾಯ ಮಾಡಿ ಸಾಕು ಮಾಡಿದ್ದರು. ಇಂಥ ಸಣ್ಣಪುಟ್ಟ ಅವಕಾಶಗಳಿಂದಲೇ ಅವರಿಗೆ ಕೃತಜ್ಞತೆ ಸಲ್ಲಿಸಬೇಕಿತ್ತು.

ಗೌರಿ ರಂಪಾಟ ನೋಡಲಾರದೇ ಅಡ್ಮಿಟ್ ಮಾಡಿಕೊಂಡು ವಾರ್ಡ್‌ಗೆ ಸಾಗಿಸಿದ್ದು ಆಯ್ತು. ಆದರೆ ಇಡೀ ನರ್ಸಿಂಗ್ ಹೋಂ ಕಿತ್ತು ಹೋಗುವಂತೆ ರಂಪಾಟ ಮಾಡುತ್ತಿದ್ದಳು.

ಡಾ|| ಪರಮೇಶ್ವರ್ ತೀರಾ ತಲೆ ಕೆಡಿಸಿಕೊಂಡರು.

"ಡರ್ಟಿ ಗರ್ಲ್. ಬೇರೆ ಎಲ್ಲಾದ್ರೂ ಕರ್ಕೊಂಡ್ಹೋಗ್ಲಿ. ನಂಗೆ ಡಿಸಿಪ್ಲಿನ್ ಮುಖ್ಯ. ಬೇರೆ ಪೇಶಂಟ್‌ಗಳಿಗೆ ಎಷ್ಟೊಂದು ತೊಂದರೆ ಆಗುತ್ತೆ" ಗೊಣಗಿದರು.

ಇಂಥ ವಿಷಯಗಳಲ್ಲಿ ಡಾ. ಅನುರಾಧಗೆ ಸಹನೆ ಹೆಚ್ಚು.

"ಹ್ಯಾವ್ ಪೇಷನ್ಸ್. ನಾವು ಪಬ್ಲಿಕ್ ನಡ್ವೆ ಇರೋ ಜನ. ಕೆಲವೊಮ್ಮೆ ಇಂಥವರ ಸಹಾಯ, ಸಹಕಾರ ಎರಡು ಬೇಕಾಗುತ್ತೆ." ಅತ್ತ ವಾರ್ಡಿಗೆ ಹೋಗುತ್ತಿದ್ದವರು. ಫೀಮೇಲ್ ವಾರ್ಡಿನತ್ತ ಹೊರಟಿದ್ದ ಸಂಧ್ಯಾನ ಕರೆದು "ನೀನು ಎಲ್ಲಿದ್ರೂ ಹೋಗಿ

ಡಾ॥ ಸುಧಾಕರ್‌ನ ಕರ್ಕಂಡ್ ಬಾ. ಕ್ಯಾಜುಯಾಲಿಟಿಯಲ್ಲಿ ಡಾ॥ ನಂದಿನಿಗೆ ಸಹಾಯ ಮಾಡ್ತಾ ಇರ್ಬಹ್ದು. ಷಿ ಈಸ್ ಅನ್‌ಫಿಟ್ ಫಾರ್ ದಿ ಪ್ರೊಫೆಷನ್" ಬೇಸರದಿಂದ ಹೇಳಿದರು.

ತಲೆಯಾಡಿಸಿದ ಸಂಧ್ಯಾ ಕ್ಯಾಜುಯಾಲಿಟಿ ತಲುಪಿದಾಗ ಬ್ಯಾಂಡೇಜ್ ಮಾಡುತ್ತಿದ್ದ ಡಾ॥ ಸುಧಾಕರ್ "ನಂದಿನಿ, ಹೇಗೆ ಮೆಡಿಸಿನ್ ಓದಿದ್ರೋ ನಂಗಂತೂ ಗೊತ್ತಿಲ್ಲ. ಹೇಗೂ ಬಿಳಿಕೋಟು ಹಾಕಿದ್ದಾಯ್ತು. ಸ್ಟೆತಾಸ್ಕೋಪ್ ಹಿಡಿದಿದ್ದಾಯ್ತು. ಆರಾಮಾಗಿ ಮ್ಯಾರೇಜ್ ಆಗಿ ಮನೆಯಲ್ಲಿ ಇದ್ಬಿಡಿ. ನಿಮ್ಗೆ ದುಡಿಮೆಯೇನು ಅನಿವಾರ್ಯವಲ್ಲ" ಮಂಕಾಗಿ ಕೂತಿದ್ದ ಡಾ॥ ನಂದಿನಿಗೆ ಹೇಳುತ್ತಲೇ ಬ್ಯಾಂಡೇಜ್ ಮಾಡುತ್ತಿದ್ದರು. ಮೊಣಕಾಲು ಚಿಪ್ಪೊಡೆದು ರಕ್ತ ಹೋಗುತ್ತಿದ್ದ ಆಕ್ಸಿಡೆಂಟ್ ಪೇಷಂಟ್ ನೋಡಿಯೇ ಗಿಡ್ಡಿನೆಸ್ ಶುರುವಾಗಿತ್ತು.

"ಡಾಕ್ಟರ್ ಮೇಡಮ್ ಕರೀತಾರೆ" ಹೇಳಿದಳು ಸಂಧ್ಯಾ.

ಕೈ ತೊಳೆದುಕೊಂಡ ಡಾ॥ ಸುಧಾಕರ್ "ನೀವ್ಹೋಗಿ ಒಂದಿಷ್ಟು ರೆಸ್ಟ್ ತಗೊಳ್ಳಿ. ಡಾ॥ ನಾಯ್ಡು ಇದ್ದಾರೆ. ಹೇಗಾದ್ರೂ ಮ್ಯಾನೇಜ್ ಮಾಡ್ಕೋತಾರೆ" ಡಾ॥ ನಂದಿನಿಗೆ ಹೇಳಿಯೇ ಅವಳೊಂದಿಗೆ ಹೊರಟಿದ್ದು.

ಹೋಗುತ್ತ ಒಂದು ಸುದ್ದಿ ಬಿತ್ತರಿಸಿದ.

"ಸಂಧ್ಯಾ, ನಾವೆಲ್ಲ ಯಾಕೆ ಟ್ರೈ ಮಾಡ್ಬಾರ್ದು. ಇಷ್ಟು ಆದಾಯ ಇರೋ ನರ್ಸಿಂಗ್ ಹೋಂನಲ್ಲಿ ಕೆಲ್ಸ ಮಾಡಿ ಕೂಡ ಏನು ಪ್ರಯೋಜನವಿಲ್ಲ. ನಂಗಂತೂ ಎಷ್ಟು ತೊಂದರೆ ಗೊತ್ತಾ? ಕೆಲವೊಮ್ಮೆ ತಿಂಗ್ಳು ಕೊನೆಯಲ್ಲಿ ಪೆಟ್ರೋಲ್‌ಗೆ ಪೈಸಾ ಇರೋಲ್ಲ. ನೀವೆಲ್ಲ ಡಾಕ್ಟರ್‌ಗಳಿಗೆ ಸಪೋರ್ಟ್‌ಗೆ ನಿಲ್ತೀರಾ?" ಕೇಳಿದ. ತಕ್ಷಣ ಏನು ಉತ್ತರಿಸಬೇಕೋ ಅವಳಿಗೆ ತಿಳಿಯಲಿಲ್ಲ. ಬಹುಶಃ ಇಲ್ಲಿ ಅವಳು ಕೆಲಸ ಕಳೆದುಕೊಂಡರೆ ದೇವರೇ ಗತಿ.

"ಇಲ್ಲ ಡಾಕ್ಟರ್" ತಟ್ಟನೆ ನುಡಿದಳು.

ನಿಂತು ಅವಳತ್ತ ತಿರುಗಿದ "ವಾಟ್ ನಾನ್ಸೆನ್ಸ್ ಆರ್ ಯು ಟಾಕಿಂಗ್. ಒಂದೇ ಕಡೆ ಕೆಲ್ಸ ಮಾಡ್ತೀವಿ. ಮ್ಯಾನೇಜ್‌ಮೆಂಟ್ ಮುಂದೆ ಬೇಡಿಕೆ ಮಂಡಿಸುವಾಗ, ಸ್ಟ್ರೈಕ್ ಮಾಡುವಾಗ ನೀವುಗಳೆಲ್ಲ ನಮ್ಜೊತೆ ಕೈಜೋಡಿಸ್ಬೇಕು" ಸ್ಪಷ್ಟವಾಗಿ ಉಸುರಿ ಹೆಜ್ಜೆ ಮುಂದಕ್ಕೆ ಇಟ್ಟ.

"ಸಾರಿ ಸರ್. ನಂಗಂತು ಆಗೋಲ್ಲ. ನಂಗೆ ಮೇಡಮ್ ಕರುಣೆಯಿಂದ್ಲೇ ಕೆಲ್ಸ ಕೊಟ್ಟಿರೋದು. ನಂಗೆ ಆ ಬಗ್ಗೆ ಕೃತಜ್ಞತೆ ಇದೆ. ಅಕಸ್ಮಾತ್ ನಾನಿರೋ ಪರಿಸ್ಥಿತಿಯಲ್ಲಿ ಕೆಲ್ಸದಿಂದ ತೆಗ್ದುಬಿಟ್ಟರೇ?" ಸರಳವಾಗಿ ಇದನ್ನು ಹೇಳಿದರೂ ಅದೊಂದು ಜನ್ಮರಾಕ್ಷಸವಾಗಿ ಬೆದರಿಸುತ್ತಿತ್ತು.

ಡಾ॥ ಸುಧಾಕರ್ ಮಾತಾಡಲಿಲ್ಲ. ಅವಳ ಮಾತಿನಿಂದ ಬೇಜಾರು ಮಾಡಿಕೊಂಡರೂ ನಿಸ್ಸಹಾಯಕ.

ಗೌರಿಯ ರಂಪಾಟ ಸ್ಪೆಷಲ್ ವಾರ್ಡು ದಾಟಿಕೊಂಡು ಹೊರಬಂದು ಎಲ್ಲೆಡೆ ಹರಡಿಕೊಂಡಂತಾಗಿತ್ತು. ಎದುರಾದ ಮಾರ್ಟಿನಾ ಧುಮಗುಟ್ಟುತ್ತ ಅವಳ ಕೈ ಹಿಡಿದು ಪಕ್ಕಕ್ಕೆ ಕರೆದೊಯ್ದು ಅಸಹನೆ ಕಕ್ಕಿದಳು.

"ಎಷ್ಟೊಂದು ರಂಪಾಟ ಮಾಡ್ತಾಳೆ ನೋಡು. ಚಿಕ್ಕಪುಟ್ಟ ಮಗುವಲ್ಲ. ಹದಿನೈದು ದಾಟಿದ ಕತ್ತೆ."

ಸ್ವಲ್ಪ ಬಿರುಸಿನ ಹೆಜ್ಜೆಗಳನ್ನು ಹಾಕುತ್ತ ಬಂದ ಡಾ॥ ಪರಮೇಶ್ವರ್ ಅವಳ ಹೆಗಲ ಮೇಲೆ ಕೈಹಾಕಿ "ಸ್ಟುಪಿಡ್ ಗರ್ಲ್, ಮೊದ್ಲು ಹೇಗಾದ್ರೂ ಅವಳ ಬಾಯಿ ಮುಚ್ಚೋ ಹಾಗೆ ಮಾಡ್ಬೇಕು. ಇಲ್ಲದಿದ್ದರೆ ಇರೋ ಪೇಷೆಂಟ್‌ಗಳು ಓಡಿ ಹೋಗಿ ಇದೇ ದೊಡ್ಡ ಸುದ್ದಿಯಾಗುತ್ತೆ" ಎಂದು ದನಿಯೇರಿಸಿಯೇ ಹೇಳಿ, ಮುಖದ ಬೆವರನ್ನೊತ್ತಿಕೊಂಡರು. ಎಂಥ ಎಂಥ ಪೇಷಂಟ್‌ಗಳನ್ನು ಹ್ಯಾಂಡಲ್ ಮಾಡಿದ್ದರು. ಗೌರಿ ಕೂಗಾಡುತ್ತಿದ್ದಳೇ ವಿನಾಃ ಯಾರು ಹತ್ತಿರಕ್ಕೆ ಹೋಗಲು ಬಿಡುತ್ತಿರಲಿಲ್ಲ.

"ಅಂತು ವಿಚಿತ್ರ. ದೊಡ್ಡ ದೊಡ್ಡ ಕ್ರೂರ ಕಾಡುಪ್ರಾಣಿಗಳಿಗೆ ಹೆದರದ ಬೇಟೆಗಾರ... ಒಂದು ಬೆಕ್ಕಿಗೆ ಹೆದರಿದಂತಿದೆ" ಹಾಸ್ಯ ಮಾಡಿದ. ಅವರಲ್ಲಿ ಒಂದಿಷ್ಟು ಸಲಿಗೆ ಹೆಚ್ಚೇ. ಒಂಟಿಯಾದಾಗ ಬಳಸಿಕೊಳ್ಳುತ್ತಿದ್ದ "ಯೂ ನಾಟಿ" ಅವನ ಬೆನ್ನಿಗೊಂದು ಮೃದುವಾದ ಏಟು ಕೊಟ್ಟು ಮುಂದಕ್ಕೆ ಹೋದರು.

"ಈಗ್ಲಾದ್ರೂ ನಿಮ್ಮ ಹೆಲ್ಪ್ ಸಿಗುತ್ತಾ?" ಕೆಣಕಿದ ಸಂಧ್ಯಾನ.

ಇವರುಗಳು ಹೋದಾಗ ಸ್ಪೆಷಲ್ ವಾರ್ಡ್ ಒಳಗೆ ಮತ್ತು ಹೊರಗೆ ವಿಪರೀತ ಬಂಧುಗಳು. ಜೊತೆಗೆ ಡಾ. ಅನುರಾಧ. ಒಬ್ಬ ಸಿಸ್ಟರ್‌ನೊಂದಿಗೆ ಅಲ್ಲೇ ಇದ್ದರು. ಹಾಸಿಗೆಯಲ್ಲಿ ಅಸ್ತವ್ಯಸ್ತ ದಿಂಬು ಅಷ್ಟು ದೂರದಲ್ಲಿ ಬಿದ್ದಿತ್ತು.

"ಸುಧಾಕರ್ ನೀನು ನೋಡು" ಆಕೆ ಹೊರಗೆ ಹೋದರು.

"ನೀನು ಆಚೆ ಹೋಗು, ನೀನು ಬೇಡ" ಸೀಲಿಂಗ್ ಹಾರುವಂತೆ ಅರಚಿದಳು.

ಡಾ॥ ಸುಧಾಕರ್ ಸಂಧ್ಯಾ ಕಡೆ ತಿರುಗಿ ಏನೋ ಪಿಸುಗುಟ್ಟಿ ಹೊರಗೆ ಹೋದ. ಏಕಮಾತ್ರ ಸಂತಾನವಾದ ಅರಗಿಣಿಗೆ ಆದ ಸಣ್ಣ ಆಕ್ಸಿಡೆಂಟ್‌ಗಾಗಿ ಪೋಷಕರು ಸಾಲುಗಟ್ಟಿ ನಿಂತಿದ್ದರು.

"ನಾರ್ಮಲ್ಲಾ?" ಒಬ್ಬರ ಬಳಿ ಸರಿದು ಕೇಳಿದ ಡಾ. ಸುಧಾಕರ್.

"ವಾಟ್ ಡಾಕ್ಟರ್? ಬೆಳಿಗ್ಗೆ ಕಾನ್ವೆಂಟ್‌ಗೆ ಹೋಗಿದ್ಲು. ಬರೋವಾಗ ಹೀಗಾಗಿದೆ" ಎಂದು ಕೋಪ ಬೆರೆತ ದನಿಯಲ್ಲಿ ಹೇಳಿದರು. ಅಲ್ಲೆ ನಿಂತ.

ಗೌರಿಯ ಬಳಿಯಲ್ಲಿ ನಿಂತ ಸಂಧ್ಯಾ "ಹಾಯ್ ಗೌರಿ, ನೀನಾ? ನಿನ್ನ ಸ್ಕೂಟಿಯಲ್ಲಿ ನಂಗೊಂದ್ಸಲ ಡ್ರಾಪ್ ಕೊಟ್ಟಿದ್ದು ನೆನಪಿದ್ಯಾ? ಎಷ್ಟೊಂದು ಭಯಂಕರವಾಗಿ ಸ್ಕೂಟಿ ಓಡಿಸ್ದೇ" ಅವಳ ನೆನಪನ್ನು ತನ್ನ ಮಾತಿನಿಂದ ಹಿಂದಕ್ಕೆ ಓಡಿಸಿದಳು. ತಟ್ಟನೇ ಸುಮ್ಮನಾದಳು ಅವಳು.

ಹದಿನೈದು ದಾಟಿದ ಅವಳಲ್ಲಿ ಲೈಸೆನ್ಸ್ ಇರಲಿಲ್ಲ. ನಾಲ್ಕು ಕಾರುಗಳು ಇದ್ದರೂ

ಅವಳು ಸ್ಕೂಟಿ ಹತ್ತಿ ಬರುತ್ತಿದ್ದಳು. ಒಂದು ರೀತಿಯಲ್ಲಿ ಅಹಂಕಾರದ ಹುಡುಗಿ. ಅವಳಲ್ಲಿನ ವೀಕ್‌ನೆಸ್ ಎಂದರೆ ಹೊಗಳಿಕೆಗೆ ಮರುಳಾಗಿಬಿಡುವುದು.

ಇನ್ನು ಮೊಣಕಾಲು ಚಿಪ್ಪು ಬಳಿ ಆದ ಗಾಯದಿಂದ ರಕ್ತ ಒಸರುತ್ತಿತ್ತು. ತುಂಬ ಪೂಸಿಯೊಡೆದ ಮೇಲೆ ಸಂಧ್ಯಾನ ಹತ್ತಿರಕ್ಕೆ ಬಿಟ್ಟುಕೊಂಡಳು.

"ಮಾರ್ಕೆಟ್ ಯಾರ್ಡ್‌ನ ಬಳಿಯಲ್ವಾ ಡಿಕ್ಕಿಯೊಡೆದಿದ್ದು?" ಕೇಳುತ್ತಲೇ ಅವಳ ಕಾಲಿನ ರಕ್ತವನ್ನೊರೆಸಿ ಬ್ಯಾಂಡೇಜ್ ಮಾಡತೊಡಗಿದಳು. ಗೌರಿ ಟೂ ವೀಲರ್ ತೆಗೆಸಿಕೊಂಡ ಮೇಲೆ ಪ್ರಾಣಾಪಾಯವಾಗುವಂಥ ಆಕ್ಸಿಡೆಂಟ್ ಮಾಡದಿದ್ದರೂ ಸಾಕಷ್ಟು ಜನಕ್ಕೆ ಡಿಕ್ಕಿಯೊಡೆದಿದ್ದಳು. ಆದರೂ ಸ್ಕೂಟಿ ಓಡಿಸುವ ಪ್ರೇಮ ಕಮ್ಮಿಯಾಗಿರಲಿಲ್ಲ. ಮನೆಯವರಿಂದ ಅದನ್ನು ರದ್ದುಪಡಿಸಲು ಸಾಧ್ಯವಾಗಿರಲಿಲ್ಲ.

"ಯು ಆರ್ ಕರೆಕ್ಟ್" ಎಂದಳು ಗೌರಿ.

ಸಂಧ್ಯಾ ಬರೀ ಅವರ ಡ್ರೈವಿಂಗ್ ಬಗ್ಗೆ ಮಾತಾಡತೊಡಗಿದಳು. ಅವಳ ಸವಾರಿಯ ನಯಗಾರಿಕೆ, ಕಲಾವಂತಿಕೆಯ ಬಗ್ಗೆ ಹೊಗಳತೊಡಗಿದಾಗ ಎಷ್ಟು ತನ್ಮಯತೆಯಿಂದ ಆಲಿಸುತ್ತಿದ್ದಳೆಂದರೆ ಡಾ|| ಸುಧಾಕರ್ ಲೋಡ್ ಮಾಡಿದ ಸಿರೆಂಜ್ ಹಿಡಿದು ಬಂದು ಚುಚ್ಚುವರೆಗೂ 'ಹಾ' ಎನ್ನಲಿಲ್ಲ. ದೊಡ್ಡ ಗಂಡಾಂತರದಿಂದ ಪಾರಾದೆವೆನ್ನುವಂತೆ ಎಲ್ಲಾ ನಿಟ್ಟುಸಿರು ಚೆಲ್ಲಿದರು. ಅಷ್ಟೊಂದು ದಾಂಧಲೆ ಎಬ್ಬಿಸಿದ್ದಳು, ಮಾಜಿ ಮಂತ್ರಿಯ ಮೊಮ್ಮಗಳು. ಇನ್ನು ಹಾಲಿ ಮಂತ್ರಿಯ ಮೊಮ್ಮಗಳಾಗಿದ್ದರೆ ಗತಿಯೇನೆಂದು ಯೋಚಿಸುವಂತಾಯಿತು.

"ಇಷ್ಟು ಜನರಲ್ಲಿ ಅವ್ಳ ಒರಿಜಿನಲ್ ಪೇರೆಂಟ್ಸ್ ಯಾರು?" ಡಾ|| ಸುಧಾಕರ್ ಬಂಧುಗಳ ಹಿಂಡನ್ನು ಉದ್ದೇಶಿಸಿ ಕೇಳಿದ. ಕೆಲವೊಮ್ಮೆ ಅಂತರ, ಅಡ್ಡಗೋಡೆಗಳನ್ನು ಮುಲಾಜಿಲ್ಲದೆ ಕೊಡವಿ ಬಿಡಬಲ್ಲ.

"ಏನು ಅರ್ಥ?" ಮಾಜಿ ಮಂತ್ರಿಗಳು ಕೇಳಿದರು.

ಡಾ|| ಸುಧಾಕರ್ ಅವರ ಬಳಿ ಸಾರಿ "ಏನಿಲ್ಲ, ಈ ತರಹ ಆಕ್ಸಿಡೆಂಟ್‌ಗಳು ರಿಪೀಟ್ ಆಗೋದು ಒಳ್ಳೆದಲ್ಲ. ನಿಮ್ಮ ಮುದ್ದಿನಿಂದ ಅವ್ಳ ಆಯಸ್ಸನ್ನು ಕಮ್ಮಿ ಮಾಡ್ತಾ ಇದ್ದೀರಾ?" ಸ್ವಲ್ಪ ಕಠಿಣವಾಗಿಯೇ ಹೇಳಿ ತನ್ನ ಪಾಡಿಗೆ ತಾನು ಹೋದ.

ಬಂದ ಡಾ|| ಪರಮೇಶ್ವರ್ ಮಾಜಿ ಮಂತ್ರಿಗಳನ್ನು ತಮ್ಮ ಪರ್ಸನಲ್ ರೂಮಿಗೆ ಕರೆದೊಯ್ದು "ನೋ ಪ್ರಾಬ್ಲಮ್, ಷಿ ಈಸ್ ಆಲ್‌ರೈಟ್. ಬರೀ ತರಚು ಗಾಯಗಳೇ ವಿನಾಃ ಎಲ್ಲೂ ಡೀಪಾಗಿ ಕಟ್ ಆಗಿಲ್ಲ. ನಾಳೆ ಆರಾಮಾಗಿ ಕರ್ಕೊಂಡ್ಹೋಗಿ. ನಿಮ್ಮ ಮೊಮ್ಮಗ್ಳು ಮೇಲಿನ ಪ್ರೀತಿ ಇರ್ಲಿ. ಆದರೆ ಇಂಥ ಅನಾಹುತಗಳು ಘಟಿಸ್ಬಾರ್ದು. ಹೇಗೆ ಮ್ಯಾನೇಜ್ ಮಾಡ್ತೀರೋ ನೋಡಿ" ಎಂದರು ಕಾಫಿ ಕಪ್ ಕೊಡುತ್ತ.

ಮಾಜಿ ಮಂತ್ರಿ ಸದಾಶಿವಯ್ಯನವರು ಚಿಂತಿತರಾದರು. ಅವರ ಹಣೆಯ ಮೇಲಿನ ಗೀರುಗಳು ಮತ್ತಷ್ಟು ಆಳವಾದವು.

"ನಂಗೆ ನಾಲ್ಕು ಸಂತಾನ. ಒಬ್ಬ ಮದ್ವೆ ಆಗಲೇ ಇಲ್ಲ. ಇನ್ನೊಬ್ಬನಿಗೆ ಮಕ್ಳು ಇಲ್ಲ.

ಇಬ್ರೂ ಹೆಣ್ಣು ಮಕ್ಕಳಲ್ಲಿ ಒಬ್ಬಳ ಮಗಳೇ ಇವಳು. ಅದರಿಂದ್ಲೇ ವಿಪರೀತ ಮುದ್ದು. ಗೌರಿ ನಮಗೊಂದು ಸಮಸ್ಯೆಯಾಗಿಬಿಟ್ಟಿದ್ದಾಳೆ. ವಿಪರೀತ ಹಟ. ಕೇಳಿದ್ದು ಕೊಡಿಸ್ಬೇಕು. ಇಲ್ಲದಿದ್ದರೇ ಈ ಪಾಟಿ ಅನ್ನ, ನೀರು ಬಿಟ್ಟು ಚೀರಾಡ್ತಾಳೆ" ಹತ್ತಿರದ ಬಂಧುವೆನ್ನುವಂತೆ ಹೇಳಿಕೊಂಡರು.

ಬಹಳ ಹೊತ್ತು ಇಬ್ಬರು ಮಾತಾಡಿದರು. ಸಮಸ್ತವು ಮೊಮ್ಮಗಳೇ ಎನ್ನುವಂತೆ ಆ ಮನುಷ್ಯ ಕಣ್ಣೀರು ಹಾಕಿದ.

ಮರುದಿನ ಗೌರಿಯನ್ನು ಕರೆದೊಯ್ಯಲು ನಾಲ್ಕು ಕಾರುಗಳು ಅದರ ತುಂಬ ಜನ ಬಂದರು.

ಮಾಜಿ ಮಂತ್ರಿಗಳು ಸಂಧ್ಯಾನ ಕರೆಸಿಕೊಂಡು "ಗಾಯ ಪೂರ್ತಿಯಾಗಿ ವಾಸಿಯಾಗೋವಗರ್ೂ ಅಲ್ಲೇ ಬಂದು ಬ್ಯಾಂಡೇಜ್ ಮಾಡು. ನಾನು ಪರಮೇಶ್ವರ್ ಹತ್ರ ಮಾತಾಡ್ತೀನಿ" ಎಂದರು. ತುದಿ ನಾಲಿಗೆಯವರೆಗೂ ಬಂದ ಮಾತುಗಳನ್ನು ಅಲ್ಲೇ ತಡೆದಿಟ್ಟಳು.

ವಿಷಯ ಡಾ॥ ಅನುರಾಧ ಮುಂದೆ ಹೋದಾಗ "ಓಕೇ, ನೋ ಪ್ರಾಬ್ಲಮ್. ಫೀಜಿನ ಬಗ್ಗೆ ನಾನು ಮಾತಾಡ್ತೀನಿ" ಎಂದರು. ಅವಳಿಗೆ ಆರ್ಥಿಕವಾಗಿ ಒಂದಿಷ್ಟು ಸಹಾಯವಾಗಲಿಯೆನ್ನುವುದು ಅವರ ಅಭಿಪ್ರಾಯ.

"ನಾನು ಬರೀ ರಿಸೆಪ್ಷನಿಸ್ಟ್. ಸಿಸ್ಟರ್ ಮಾರ್ಟಿನಾ ಅಥವಾ ಬೇರೆ ಯಾರನ್ನಾದ್ರೂ ಕಳಿಸಿದ್ದರೇ ಚೆನ್ನಾಗಿತ್ತು" ಹಿಂಜರಿಯುತ್ತ ಹೇಳಿದಳು.

"ನಾನೇ, ನೋ ಪ್ರಾಬ್ಲಮ್ ಅಂದ್ಮೇಲೆ ನಿಂಗೆ ಯಾತರ ಭಯ? ಸುಮ್ನೇ ಹೋಗು" ಪ್ರೀತಿಯಿಂದ ಗದರಿಕೊಂಡರು, ಅನುರಾಧ.

ವಾರವಲ್ಲ, ಒಂದು ತಿಂಗಳಾದರೂ ಮಾಜೀ ಮಂತ್ರಿಗಳ ಮನೆಗೆ ಹೋಗಿ ಗೌರಿಗೆ ಬ್ಯಾಂಡೇಜ್ ಹಾಕಬೇಕಾಯಿತು. ವಾರದಲ್ಲಿ ಪ್ಲಾಸ್ಟರ್ ಹಾಕಿದರೂ ದಿನ ಬಿಟ್ಟು ದಿನ ಹೋಗಿಬರಬೇಕಾಯಿತು. ಇದಕ್ಕಾಗಿ ಮೂರು ಸಾವಿರ ರೂಪಾಯಿಗಳನ್ನು ಕವರ್‌ನಲ್ಲಿಟ್ಟುಕೊಟ್ಟರು.

ಅದನ್ನು ತಂದು ಡಾ॥ ಅನುರಾಧ ಮುಂದಿಟ್ಟಾಗ ಕನ್ನಡಕದ ಹಿಂದಿನ ಕಣ್ಣುಗಳಲ್ಲಿ ತೀಕ್ಷ್ಣವಾಗಿ ದಿಟ್ಟಿಸಿದರು.

"ಏನಿದು?" ಕೇಳಿದರು.

"ಈ ಹಣನ ಸದಾಶಿವಯ್ಯನೋರು ಕೊಟ್ರು. ಪೂರ್ತಿ ವಾಸಿಯಾಗಿದೆ. ಗಾಯದ ಅಷ್ಟಿಷ್ಟು ಗುರುತು ಬಿಟ್ಟು ಮತ್ತೇನಿಲ್ಲ" ಎಂದಳು.

ಕವರ್‌ನ ಅವಳತ್ತ ತಳ್ಳಿ "ನೀನೇ ಇಟ್ಕೋ" ಅಷ್ಟೇ ಅಂದಿದ್ದು. ಅವಳಿದ್ದ ಪರಿಸ್ಥಿತಿಯಲ್ಲಿ ಬಂಪರ್ ಹೊಡೆದಂತಾಗಿತ್ತು. ಪರೀಕ್ಷೆಗಳು ಮುಗಿದ ಕೂಡಲೇ ಕರೆ ತಂದ ಹುಡುಗರನ್ನು ಶಾಲೆಗೆ ಸೇರಿಸುವ ದೊಡ್ಡ ಜವಾಬ್ದಾರಿ ಅವಳ ಮೇಲಿತ್ತು.

* * * *

ಸಿಸ್ಟರ್ ಮಾರ್ಟಿನಾ ಎರಡು ದಿನದಿಂದ ನರ್ಸಿಂಗ್ ಹೋಂಗೆ ಬಂದಿರಲಿಲ್ಲ. ಅವಳನ್ನು ನೋಡುವ ಉದ್ದೇಶದಿಂದ ಡ್ಯೂಟಿ ಮುಗಿಸಿಕೊಂಡು ನೇರವಾಗಿ ಅವಳ ಮನೆಗೆ ಹೋದಾಗ ತಾಜಾ ನಿದ್ದೆಯಲ್ಲಿದ್ದಳು.

"ಸರ್‌ಪ್ರೈಜ್, ನಿನ್ನ ಬಿಜಿ ಷೆಡ್ಯೂಲ್‌ನಲ್ಲಿ ನನ್ಮನೆಗೆ ಬರೋಷ್ಟು ಪುರಸತ್ತು ಸಿಕ್ಕಿತಲ್ಲ, ಥ್ಯಾಂಕ್ ಗಾಡ್" ಎಂದು ಬಾಗಿಲು ತೆಗೆದು ಕರೆದೊಯ್ದಳು.

ಸುತ್ತಲೂ ನೋಟವರಿಸಿದಳು. ಮನೆಯಲ್ಲಿ ಯಾರು ಇದ್ದ ಹಾಗೇ ಇರಲಿಲ್ಲ. ಅರ್ಥ ಮಾಡಿಕೊಂಡ ಮಾರ್ಟಿನಾ "ಯಾರು ಇಲ್ಲ, ಎಲ್ಲೆಲ್ಲೋ ಹೋಗಿದ್ದಾರೆ. ನಾನು ಎರಡು ಸ್ಲೀಪಿಂಗ್ ಗುಳಿಗೆ ನುಂಗಿ ಮಲ್ಗಿಬಿಟ್ಟೆ" ಎಂದು ದಿಂಬನ್ನೆತ್ತಿ ತೊಡೆಯ ಮೇಲೆ ಹಾಕಿಕೊಂಡು ಗದ್ದಕ್ಕೆ ಕೈಯೂರಿದಳು.

"ಯಾಕೆ ಎರ್ಡು ದಿನದಿಂದ ಬಂದಿಲ್ಲ" ಕೇಳಿದಳು.

"ಏನಿಲ್ಲ, ಹೋಗೋದ್ಬೇಡಾಂತ ಅನ್ನಿಸ್ತು. ಮನೆಯಲ್ಲಿ ಉಳ್ದುಕೊಂಡೆ. ಅಪರೂಪಕ್ಕೆ ಬಂದಿದ್ದೀಯ ಒಂದಿಷ್ಟು ಟೀ ಮಾಡ್ಕೊಂಡ್ ಬರ್ತೀನಿ. ಇಲ್ಲ ಬಿಸಿ ಬಿಸಿ ಬಿರಿಯಾನಿ ಹಾಟ್ ಬಾಕ್ಸ್‌ನಲ್ಲಿದೆ. ಹಾಕ್ಕೊಂಡ್ ತರ್ಲಾ" ಮೇಲೆದ್ದವಳ ಕೈ ಹಿಡಿದು "ಎರ್ಡು ಬೇಡ. ಒಂದಿಷ್ಟು ನೀರು ತಂದ್ಬಿಡು" ಅಂದಳು. ಅವಳು ಕೈ ಕೊಸರಿಕೊಂಡು ಒಳಗೆ ಹೋದಳು.

ಟ್ರೇನಲ್ಲಿ ಫೇಡಾ, ಬಿಸ್ಕತ್‌ಗಳನ್ನು ಹಿಡಿದು ಬಂದು ಅವಳ ಮುಂದಿಟ್ಟು "ತಿಂತಾ ಇರು. ಆರೆಂಜ್ ಜ್ಯೂಸ್ ತಂದ್ಬಿಡ್ತೀನಿ" ಹೋದಳು.

ಮಾರ್ಟಿನಾ ಮನೆ ಚೆನ್ನಾಗಿತ್ತು. ಫ್ರಿಜ್, ವಾಷಿಂಗ್ ಮಿಷನ್, ಸ್ಟಿರಿಯೋ ಅಂಥ ಬೆಲೆಬಾಳುವ ವಸ್ತುಗಳು ಇದ್ದವು. ಎಲ್ಲಾ ಅಣಿಯಾಗಿ ಜೋಡಿಸಿದ್ದರು. ಚೆಂದದ ಮನೆ, ಅಂದದ ಒಡತಿ.

ಕಿತ್ತಲೆ ಹಣ್ಣಿನ ರಸ ಕುಡಿದ ಮೇಲೆ ತನ್ನ ಬೇಡಿಕೆ ಮಾರ್ಟಿನಾ ಮುಂದಿಟ್ಟಳು. "ನಿನ್ನಿಂದ ನಂಗೊಂದು ಹೆಲ್ಪ್ ಆಗ್ಬೇಕು. ಮನೆಯಿಂದ ನರ್ಸಿಂಗ್ ಹೋಂಗೆ ಅಂಥ ದೂರವೇನಿಲ್ಲ. ಆದ್ರೂ ಒಂದು ಸೆಕೆಂಡ್ ಹ್ಯಾಂಡ್ ವೆಹಿಕಲ್ ಇದ್ದರೆ ಅನ್ಕೂಲ. ಹೇಗೂ ನೀನು ಮಾರೋ ತರಾತುರಿಯಲ್ಲಿದ್ದೀಯಂತಲ್ಲ. ನಾನೇ ಗಿರಾಕಿ ಅಂದ್ಕೊಂಡ್ ಮಾರಿಬಿಡು. ಒಟ್ಟಿಗೆ ಮಾತ್ರ ಹಣ ಸಿಗೋಲ್ಲ. ಕಂತಿನಲ್ಲಿ ತೀರಿಸ್ತೀನಿ. ಏನ್ಹೇಳ್ತೀಯಾ?" ಮಾರ್ಟಿನಾ ನೇರವಾಗಿ ಅವಳನ್ನು ನೋಡಿದಳು. ಮುದ್ದುಮುದ್ದಾಗಿ ಶಾಸ್ತ್ರಿಗಳ ಹೆಂಡತಿಯ ಜೊತೆ ಅನುರಾಧ ನರ್ಸಿಂಗ್ ಹೋಂಗೆ ಬಂದಾಗ ತೀರಾ ಪುಟ್ಟ ಹುಡುಗಿಯಂತೆ ಕಂಡವಳು ಈಗ ಬಹಳ ಬೆಳೆದಿದ್ದಳು.

"ಯಾಕೆ ಮಾರ್ಟಿನಾ ಹಾಗೆ ನೋಡ್ತೀರಾ?" ಕೇಳಿದಳು.

"ನೋಡ್ಬೇಕೂಂತ ಅನ್ನಿಸ್ತು. ಡಾ. ಸುಧಾಕರ್ ಕೊಡುಗೈ ದೊರೆ. ನೀನು ಕೇಳಿದರೆ ಒಂದು ಹೊಸ ವೆಹಿಕಲ್ ಕೊಡಿಸ್ತಾರೆ. ಬೇರೆ ಏನೇನು ಅರ್ಥವಿಲ್ಲ. ಅವ್ರ ವೈಖರಿ ನೋಡಿದರೇ ನಿನ್ನ ತುಂಬ ಇಷ್ಟಪಡೋ ಹಂಗೆ ಕಾಣಿಸುತ್ತೆ" ಅಂದ ಕೂಡಲೇ

ಮೇಲೆದ್ದಳು ಸಂಧ್ಯಾ. ಕೆಟ್ಟದಾಗಿಯಾಗಲಿ ವಿಪರೀತ ಅರ್ಥ ಕಲ್ಪಿಸಿಕೊಳ್ಳುವುದಾಗಲೀ ಅವಳಿಗೆ ಇಷ್ಟವಿಲ್ಲ.

"ನಂಗೆ ಆಕಾಶದಲ್ಲಿ ಹಾರಾಡೋಕ್ಕಿಂತ ಭೂಮಿಯ ಮೇಲೆ ಬದುಕೋದೇ ಇಷ್ಟ. ನಿನ್ನ ಸ್ಕೂಟಿ ನಂಗೆ ಮಾರ್ತಿಯೋ ಇಲ್ವೋ ಅಷ್ಟನ್ನ ಹೇಳು. ನಾನು ಕನಸು ಕಲ್ಪನೆಯಲ್ಲಿ ಬದುಕೋ ಪೈಕಿಯಲ್ಲ. ವಾಸ್ತವ ಜೀವನ ನನ್ಮುಂದೆ ಇದೆ. ಸಮಸ್ಯೆಗಳು ಜವಾಬ್ದಾರಿಗಳ ಮಧ್ಯೆ ಬಂಧಿ ನಾನು" ಅಂದಳು. ಮಾರ್ಟಿನಾ ಕಣ್ಣುಗಳಲ್ಲಿ ಅಭಿಮಾನ ಇಣುಕಿತು.

"ಓಕೆ, ನನ್ನ ಮೊಪೆಡ್ ಕೊಳ್ಳಲು ಬಂದ ಗಿರಾಕಿ ನೀನು. ಈಗ ಪಾಯಿಂಟ್‌ಗೆ ಬಂದ್ಬಿಡ್ತೀನಿ. ಮೆಕ್ಯಾನಿಕ್‌ಗೆ ತೋರ್ಸಿ ರೆಟ್ ಫೀಕ್ಸ್ ಮಾಡ್ಬೇಕು. ಆಗಾಗ ನನ್ನ ಸ್ಕೂಟಿ ಮೇಲೆ ಓಡಾಡಿದ್ದರಿಂದ ಅದರ ಯೋಗ್ಯತೆ ಗೊತ್ತಿದೆ. ಈಗ್ಲೂ ಯೋಚ್ನೆ ಮಾಡು. ಅದ್ನ ರಿಪೇರಿ ಮಾಡ್ಸಿ.... ಮಾಡ್ಸಿ ನಂಗೆ ಸಾಕಾಗಿದೆ. ನಟ್ಟುಬೋಲ್ಟ್‌ನಿಂದ ಹಿಡಿದು ಒರಿಜಿನಲ್ ಪಾರ್ಟ್ಸ್ ಕಮ್ಮಿ. ಇದೆಲ್ಲ ಮನಸ್ಸಿನಲ್ಲಿ ಇಟ್ಕೋ." "ಗಿರಾಕಿ"ಯೆಂದು ಪ್ರಾರಂಭಿಸಿದರೂ ಬುದ್ಧಿ ಹೇಳಿದಳು.

"ಸರಿ, ಮೆಕ್ಯಾನಿಕ್ ಹೇಳಿದಷ್ಟೇ ರೇಟು. ನಾನೇನು ಬಾರ್‌ಗೈನ್ ಮಾಡೊಲ್ಲ. ಸದ್ಯಕ್ಕೆ ಅಡ್ವಾನ್ಸ್ ಅಂತ ಇದ್ನ ಇಟ್ಕೋ. ಮಿಕ್ಕಿದ್ದೆಲ್ಲ ಕಂತಿನಲ್ಲಿ. ನಾನು ವೆಹಿಕಲ್ ತಗೊಂಡ್ಹೋಗ್ತೀನಿ" ಎಂದು ಎರಡು ಸಾವಿರ ರೂಪಾಯಿನ ಅವಳ ಕೈಯಲ್ಲಿಟ್ಟು "ಥ್ಯಾಂಕ್ಯು ವೆರಿ ಮಚ್. ಸೀಯೂ. ನಾಳೆ ನರ್ಸಿಂಗ್ ಹೋಂನಲ್ಲಿ ಸಿಕ್ತೀನಿ. ಸದ್ಯಕ್ಕೆ ಪೆಟ್ರೋಲ್ ಇದೇಂತ ಅಂದ್ಕೋತೀನಿ" ಸ್ಕೂಟಿನ ಹತ್ತಿ ಕೈ ಬೀಸಿ ಹೊರಟೇಬಿಟ್ಟಳು.

ವೆಹಿಕಲ್‌ನ ಕೊಂಡಿದ್ದಕ್ಕೆ ಒಂದು ಕಾರಣವಿತ್ತು. ಷಿಫ್ಟ್‌ನಲ್ಲಿ ಕೆಲಸ. ಆ ಸಮಯ ಬಿಟ್ಟು ಬೇರೇನಾದ್ರೂ ಕೆಲಸ ಮಾಡಿ ಒಂದಿಷ್ಟು ಸಂಪಾದಿಸುವ ಆಸೆ ಅವಳದು.

ಮನೆಗೆ ಬಂದಾಗ ಹುಡುಗರೆಲ್ಲ ಅದರ ಸುತ್ತಲು ಸೇರಿಬಿಟ್ಟರು. ಆಕಾಶದಲ್ಲಿ ಹಾರಾಡುವ ವಿಮಾನ ಹಠಾತ್ತಾಗಿ ಅಂಗಳದಲ್ಲಿ ಇಳಿದಂತಿತ್ತು.

"ಇದು ನಮ್ಮದ್ದೇನಾ ಅಕ್ಕ?" ಸುವಿದ್ಯಾ ಅದರ ಹ್ಯಾಂಡಲ್‌ನ ಮುಟ್ಟಿ ನೋಡುತ್ತ ಕೇಳಿದಳು "ಮಾರ್ಟಿನಾದು, ಮುಂದೆ ನಾವೇ ಇಟ್ಕೋಳೋಣಾಂತ" ಒಳಗೆ ಹೋದಳು.

ಉಡುಪು ಬದಲಾಯಿಸಿ ಬಚ್ಚಲ ಮನೆಗೆ ಹೋಗಿ ಕೈಕಾಲು ತೊಳೆದು ಬಂದು ತಂದೆಯ ಮುಂದೆ ಕೂತಳು. ಅವರ ಆರೋಗ್ಯ ಮತ್ತಷ್ಟು ಸುಧಾರಿಸಿತ್ತು.

"ಹೇಗಿದ್ದೀರಾ?" ಕೇಳಿದಳು.

"ಪರ್ವಾಗಿಲ್ಲ, ಮೈಯಲ್ಲಿ ಶಕ್ತಿ ಕೂಡಿಕೊಂಡಿದೆ. ಹೇಗೂ ನಿಷ್ಪ್ರಯೋಜಕ ಆಗಿದ್ದೀನಿ. ಮನೆಯವರಿಗೆ ತೀರಾ ಎಲ್ಲಿ ಭಾರವಾಗಿ ಬಿಟ್ಟೆನೋಂತ ಹೆದರಿದ್ದೆ. ಆದರೆ ನನ್ನ ಆ ಅಪಾಯದಿಂದ ಪಾರು ಮಾಡ್ಬಿಟ್ಟೆ. ನೀನು ಮಗಳಲ್ಲ, ತಾಯಿ. ಮರುಹುಟ್ಟು ಪಡೆದಂತಾಯಿತು" ಮಗಳ ಕೈ ಹಿಡಿದುಕೊಂಡರು.

ತಾಯಿಗೂ ಮಗಳಿಗೂ ಅಂಥ ವ್ಯತ್ಯಾಸವೇನಿಲ್ಲ "ಅಪ್ಪ. ಹುಡುಗ್ರು ಶಾಲೆಗೆ

ಹೋಗೋಕೆ ಶುರು ಮಾಡಿದರೆ, ಬಿಕೋ ಅನ್ನುತ್ತೆ. ಆಗ ಅಷ್ಟಿಷ್ಟು ಸಹಾಯ ಮಾಡ್ತಾ ಅಮ್ಮನ ಬೇಸರ ಕಳೀಬಹುದ್ದು. ನಿಂಗ್ಯೂ ವ್ಯಾಮಾಯ, ಅಮ್ಮನಿಗೂ ಸಮಾಧಾನ" ನಗುನಗುತ್ತ ಹೇಳಿದಳು.

ಎಷ್ಟೇ ಆಯಾಸವಿರಲಿ, ಸಮಸ್ಯೆಗಳು ಇರಲಿ ಸಂಧ್ಯಾಳ ಮುಖ ಕಂಗೆಡುತ್ತಿರಲಿಲ್ಲ. ಮಂದಹಾಸ ಮುಖದಲ್ಲಿ ಮಿಳಿತವಾದಂತೆ ವಿಕಸಿಸುತ್ತಿದ್ದಳು.

ಎದ್ದು ಬ್ಯಾಗ್‌ನಲ್ಲಿದ್ದ ತರಕಾರಿಯನ್ನು ಬುಟ್ಟಿಗೆ ಸುರಿಯುವ ವೇಳೆಗೆ ಶಾರದಮ್ಮ "ನಿಮ್ಮಪ್ಪ, ಮಧ್ಯಾಹ್ನ ಸರ್ಯಾಗಿ ಊಟ ಮಾಡ್ಲಿಲ್ಲ. ನಿನ್ನೊತೆ ಮಾಡ್ತೀನೀಂದ್ರೂ" ಉಪ್ಪಿಟ್ಟು ತಟ್ಟೆಗಳನ್ನು ಅವಳ ಕೈಗೆ ಕೊಟ್ಟರು. ಸದ್ಯಕ್ಕೆ ತಿಂಡೀಂತ ಮಾಡುತ್ತಿದ್ದುದು ಅವಲಕ್ಕಿ ಒಗ್ಗರಣೆ, ಮತ್ತೊಂದು ಉಪ್ಪಿಟ್ಟು. ಇದು ಆಗಾಗ ಮಾತ್ರ ಚಾಲ್ತಿಯಲ್ಲಿತ್ತು. "ಸಂಧ್ಯಾ, ಇನ್ನೊಂದಾಮ್ತು. ಶಾಸ್ತ್ರಿಗಳು ಒಂದು ಸಂಬಂಧ ತಂದಿದ್ದಾರೆ. ಹುಡ್ಗನ ಮನೆಸ್ಥಿತಿನು ನಮ್ಮ ಹಾಗೇನೇ. ದೇವಸ್ಥಾನದಲ್ಲಿ ಮದ್ವೆ ಮಾಡಿಕೊಟ್ಟರೇ.... ಸಾಕೂಂದರು" ಆಕೆ ಹೇಳಲೋ ಬೇಡವೋಂತ ಉಸುರಿದಾಗ ಅವಳಿಗೆ ಏನು ಹೇಳಬೇಕೋ ತೋಚಲಿಲ್ಲ. ದೀರ್ಘವಾಗಿ ಉಸಿರೆಳೆದು ದಬ್ಬಿದಳು.

"ಅಮ್ಮ, ಬೇಜಾರು ಮಾಡ್ಕೋಬೇಡ. ಅಪ್ಪ ಚೇತರ್ಸಿಕೊಳ್ಳಿ. ಕನಿಷ್ಠ ವಧುವಿನ ತಂದೆಯಾಗಿ ಓಡಾಡ್ಬೇಡ" ಬುದ್ಧಿ ಹೇಳುವ ಪ್ರಯತ್ನ ಅವಳದು. ತಕ್ಷಣ ಶಾರದಮ್ಮ ಸಹನೆ ಕಳೆದುಕೊಂಡು ಉರಿದುಬಿದ್ದರು.

"ಅಷ್ಟೊತ್ತಿಗೆ ನೀನು ಮುದ್ಕಿ ಆಗಿರುತ್ತೀಯಾ? ತಲೆ ಕೂದಲು ಬೆಳ್ಳಗಾಗಿ ಮುಖದಲ್ಲಿ ಸುಕ್ಕುಗಳು ಬಂದ್ಮೇಲೆ ಯಾರು ನಿನ್ನ ಕುತ್ತಿಗೆಗೆ ತಾಳಿ ಕಟ್ಟುತ್ತಾರೆ?" ತಾಯಿಯ ಮಾತುಗಳು ಭರ್ಜಿಯಂತೆ ಇರಿದವು.

ಬಹುಶಃ ತಾಯಿಗೆ ಹೇಳಿದರೂ ಅರ್ಥವಾಗದೆನಿಸಿ ಮೌನವಾಗಿ ಉಪ್ಪಿಟ್ಟು ತಟ್ಟೆಗಳನ್ನು ಹಿಡಿದು ತಂದೆಯ ಬಳಿ ಬಂದು ಕೂತಳು.

"ತಗೋಪ್ಪ, ಅಮ್ಮನ ಕೈನ ಉಪ್ಪಿಟ್ಟಿನ ರುಚಿಯೇ ಬೇರೆ. ನಂಗಂತೂ ಎರಡು ಹೊಟ್ಟೆ ಆಗ್ಬಿಡುತ್ತೆ" ಅಭಿಮಾನದಿಂದ ಹೊಗಳಿದಳು.

ಶ್ರೀಪತಿಗೆ, ಉಪ್ಪಿಟ್ಟು ತಿನ್ನುವ ಮನಸ್ಸು ಇರಲಿಲ್ಲ. ಹಾಗೆಂದು ಮಗಳು ಎದ್ದು ಹೋಗಬಾರದು "ಇವತ್ತು ಊಟನೇ ಅರಗಿಲ್ಲ. ಈಗೇನಾದ್ರೂ ತಿಂದರೆ ರಾತ್ರಿ ಊಟ ಮಾಡೋಕ್ಕಾಗೊಲ್ಲ. ನೀನು ಅರ್ಥ ಮಾಡಿಕೊಳ್ಳಬಲ್ಲೆ. ನೀನು ಮಾತ್ರ ತಿನ್ದೆ ತಟ್ಟೆ ಎತ್ತಿಡಬಾರ್ದು" ಕಂಡೀಷನ್ ಹಾಕಿದರು. ಯಾವ ಕಾರಣಕ್ಕೂ ತಂದೆಯ ಮನಸ್ಸು ನೋಯಿಸಲು ಇಚ್ಛಿಸದೇ "ಆಯ್ತು" ಒಂದು ತಟ್ಟೆಯನ್ನೊಯ್ದು ಅಡಿಗೆ ಮನೆಯಲ್ಲಿ ಮುಚ್ಚಿಟ್ಟು ಬಂದಳು.

"ಅವ್ಳಿಗೆ ನಿನ್ನ ಮದ್ವೆಯಾಗಲಿಲ್ಲಾಂತ ಚಿಂತೆ. ಅದ್ಕೆ ಬಾಯಿಗೆ ಬಂದಿದ್ದು ಮಾತಾಡ್ತಾಳೆ. ಮನಸ್ಸಿಗೆ ಹಚ್ಕೋಬೇಡ. ನಿನ್ನ ಕುತ್ತಿಗೆಯಲ್ಲಿ ತಾಳಿ ನೋಡೋವರ್ಗೂ

ಅವ್ರು ನೆಮ್ದಿಯಾಗಿರೊಲ್ಲ, ಬೇರೆಯವರನ್ನು ಶಾಂತವಾಗಿರೋಕೆ ಬಿಡೊಲ್ಲ. ಇದೆಲ್ಲ ಒಂದು ರೀತಿಯ ಕರ್ಮ" ಅಂದರು ಶ್ರೀಪತಿ ನಿಟ್ಟುಸಿರಿನೊಂದಿಗೆ.

ಬಾಯಿಗಿಟ್ಟ ಉಪ್ಪಿಟ್ಟು ನಾಲಿಗೆಯ ಮೇಲೆ ಉಳಿಯಿತೇ ವಿನಾ ಒಳಗೆ ಹೋಗಲು ನಿರಾಕರಿಸಿತು. ತಟ್ಟನೆ ನೀರು ಕುಡಿದು ನೆತ್ತಿ ಹತ್ತಿ ತಟ್ಟೆ ಹಿಡಿದು ಎದ್ದು ಹೋಗಿಬಿಟ್ಟಳು.

ತೀರಾ ಬೇಸರವೆನಿಸಿತು. ಸಾವಿನಂಚಿನಲ್ಲಿರುವ ವ್ಯಕ್ತಿಯ ಮುಂದೆ ಬದುಕಿನ ಬಗ್ಗೆ ಮಾತಾಡಿ ಅದರ ಒತ್ತಡ ಕಡಿಮೆ ಮಾಡಬೇಕೆ ವಿನಾ ಅದೇ ವಿಷಯ ಪ್ರಸ್ತಾಪಿಸಿ ಪ್ರಸ್ತಾಪಿಸಿ ಕ್ಷಣ ಕ್ಷಣ ಸಾಯುವಂತೆ ಮಾಡಬಾರದು - ಇದು ಅಪ್ಪ ಅಮ್ಮನಿಗೆ ಅರ್ಥವಾದೀತೇ?

ಕೈತೊಳೆದು ಬಂದು ತನ್ನ ಹ್ಯಾಂಡ್‌ಬ್ಯಾಗ್‌ನಲ್ಲಿದ್ದ ವಿಟಮಿನ್ ಮಾತ್ರೆಗಳನ್ನು ತಂದೆಗೆ ಕೊಟ್ಟು "ಬೆಳಿಗ್ಗೆ, ಸಂಜೆ ತಗೋಬೇಕು. ಅದರ ಜೊತೆ ಒಂದಿಷ್ಟು ಹಾಲು ಕುಡಿದರೆ ಸಾಕು" ಎಂದು ಹೊರಗೆ ಬಂದು ನಿಂತಳು.

ಹುಡುಗರು ಸ್ಕೂಟಿಯ ಅಂಗಾಂಗಗಳ ಪರೀಕ್ಷೆಯಲ್ಲಿ ತೊಡಗಿದ್ದರು. ಸುಮ್ಮನೆ ಒಳಗೆ ಬಂದರು. ಶಾರದಮ್ಮ ಗಂಡನ ಬಳಿಯಲ್ಲಿ ಕೂತಿದ್ದರು.

"ಹೇಗಾದ್ರೂ ನೀವು ಅವಳ್ನ ಒಪ್ಪಿಸ್ಬೇಕು" ಪಿಸುಗುಟ್ಟುತ್ತಿದ್ದರು ಆಕೆ. "ನಾಳೆಯೊಂದು ದಿನ ರಜ ಹಾಕ್ಕೊಂಡ್ ಮನೆಯಲ್ಲಿ ಇರ್ಲಿ. ಜಾತ್ಕಾನುಕೂಲವಿದೆ. ಬರೀ ಹೆಣ್ಣು ತೋರಿಸೋ ಶಾಸ್ತ್ರ ಮಾಡಿ ಮದ್ವೆ ನಿಶ್ಚಯ ಮಾಡ್ಬಿಡೋಣ. ಆಮೇಲೆ ನಮ್ಮ ಪಾಡು ಹೇಗಾದ್ರಾಗ್ಲಿ. ವಯಸ್ಸಿಗೆ ಬಂದ ಹುಡ್ಗಿ ಬರೀ ಕೊರಳಲ್ಲಿ ಇರೋದು ಅಪ್ಪ, ಅಮ್ಮನಿಗೆ ಅನಿಷ್ಟವಂತೆ. ಆಮೇಲೆ ನಿಮ್ಮ ಆರೋಗ್ಯನು ಸರಿ ಹೋಗ್ಬಹ್ದು."

ಚಪ್ಪಾಳೆ ತಟ್ಟಿ 'ಭೇಷ್' ಅನ್ನಬೇಕೆನಿಸಿತು. ಪಾಪ ಆರ್ಥಿಕ ಸಂಕಷ್ಟದಿಂದ ನರಳುತ್ತಿರುವ ಆ ಜನಕ್ಕೆ ಒಬ್ಬ ದುಡಿಯುವ ಹೆಣ್ಣಿನ ಅಗತ್ಯವಿದೆ. ಅಂತು ಅಲ್ಲಿಗೂ ಇಲ್ಲಿಗೂ ಅಂಥ ವ್ಯತ್ಯಾಸವೇನಿಲ್ಲ ಎಂದುಕೊಂಡಳು ಸಂಧ್ಯಾ. ಸದ್ಯಕ್ಕೆ ಈ ಆಪತ್ತಿನಿಂದ ಪಾರಾಗಬೇಕಿತ್ತು.

ಶ್ರೀಪತಿಗಳು ಮಗಳನ್ನು ಕರೆದರು.

"ಕೂತ್ಕೋ, ಒಂದಿಷ್ಟು ಮಾತಾಡೋದು ಇದೆ."

ಪ್ರಸ್ತಾಪ ಗೊತ್ತಿದ್ದರಿಂದ ಪ್ರಶ್ನಿಸಲು ಹೋಗಲಿಲ್ಲ. ಈಗ ತನ್ನ ಕುಟುಂಬದ ಸಾವು-ಬದುಕಿನ ಪ್ರಶ್ನೆ ದೊಡ್ಡದಾಗಿದ್ದರಿಂದ ಅವಳಿಗೆ ತನ್ನ ವಿವಾಹದ ಕನಸುಗಳೇ ಇರಲಿಲ್ಲ.

"ಈಗ ಶಾಸ್ತ್ರಿಗಳ ಮನೆಯವ್ರು ಒಂದು ಸಂಬಂಧ ನೋಡ್ಕೊಂಡ್ ಬಂದಿದ್ದಾರೆ. ಅವರದು ಬಡಕುಟುಂಬ, ದೊಡ್ಡ ಸಂಸಾರ. ಮಗನಿಗೆ ಮದ್ವೆ ಮಾಡೋ ತರಾತುರಿ ಅವರದು. ನಿಮ್ಮಮ್ಮನಿಗೆ ನಿನ್ನದ್ವೆಯ ಮನೋರೋಗ. ಇದು ಸಂಪೂರ್ಣ ಚಿತ್ರ. ನಾಳೆ ಗಂಡಿನ ಮನೆಯವ್ರ ನಿನ್ನ ನೋಡೋ ಸಲುವಾಗಿ ಬರ್ತಾ ಇದ್ದಾರೆ."

ತಂದೆಯ ಮಾತುಗಳನ್ನು ಮೌನವಾಗಿ ಆಲಿಸಿ ಅವರನ್ನೇ ನೋಡಿದಳು. ಮಗಳ ಶುಭ್ರ ಬೆಳಕಿನ ಸ್ವಚ್ಛ ಕಣ್ಣುಗಳನ್ನು ನಿಟ್ಟಿಸಲಾರದೆ ತಲೆ ತಗ್ಗಿಸಿದರು.

"ಆಮೇಲೆ ಮುಂದಿನ ಚಿತ್ರ? ಆ ಮದ್ವೆಯಿಂದ ಕೂಡ ನನ್ನ ಜೀವನದಲ್ಲಿ ಯಾವ ದೊಡ್ಡ ಬದಲಾವಣೆಗಳು ಆಗೊಲ್ಲ. ಇಲ್ಲಿ ನೀವಿದ್ದೀರಿ. ಅಲ್ಲಿ ಅವ್ರುಗಳು ಇರ್ತಾರೆ. ನೀವು ಚೇತರಿಸಿಕೊಳ್ಳುವವರೆಗೂ ಈ ಕುಟುಂಬದ ಗತಿಯೇನು? ರಾತ್ರಿಯೆಲ್ಲ ಯೋಚ್ಸಿ ಬೆಳಿಗ್ಗೆ ನಿಮ್ಮಗಳ ನಿರ್ಧಾರ ಸರಿಯೇನೋ ತಿಳ್ಸಿ. ಇಲ್ಲ ಮೂರು ತಿಂಗ್ಳು ನಂಗೆ ಅವಕಾಶ ಕೊಡಿ. ನನ್ನ ಕತ್ತಿನಲ್ಲಿ ಮಾಂಗಲ್ಯ ನೋಡ್ಬಹ್ದು" ಎಂದು ಹೇಳಿ ಎದ್ದು ಹೋದಳು.

ಆ ಮಾತುಗಳು ಶಾರದಮ್ಮನ ಕಿವಿಗೂ ಬಿತ್ತು. ಬೆಚ್ಚಿಬಿದ್ದರು ಕೂಡ. ಮಗಳು ಬೇರೆ ಗಂಡನನ್ನು ಮನಸ್ಸಿನಲ್ಲಿ ಇಟ್ಟುಕೊಂಡು ಈ ಮಾತು ಹೇಳಿರಬಹುದೇ? ಅವಸರದಿಂದ ಗಂಡನ ಬಳಿಗೆ ಬಂದರು.

"ಕೇಳ್ಸಿರಬೇಕಲ್ಲ. ಶಾಸ್ತ್ರಿಗಳು ನೋಡಿರೋ ಸಂಬಂಧ ಮಾಡ್ಕೊಂಡ್ ಅಲ್ಲು ಜೀವನವನ್ನು ತೇಯುತ್ತ ಬದ್ಕಿರೋಕ್ಕಿಂತ ಅವ್ಳು ಇಷ್ಟಪಡೋ ಯಾವುದಾದ್ರೂ ಗಂಡನ ಮಾಡ್ಕಳ್ಳಿ. ಮೂರು ತಿಂಗಳೇನು ದೊಡ್ಡ ದೂರವಲ್ಲ. ನಾನು ಸ್ವಲ್ಪ ಚೇತರಿಸ್ಕೋತೀನಿ. ಅದ್ವರ್ಗೂ ನೀನು ತೆಪ್ಪಗಿರು" ರೇಗಿದರು. ಆಕೆಯ ಮುಖ ಸಪ್ಪಗಾಯಿತು.

ಮೂರು ತಿಂಗಳು ಕೂಡ ಆಕೆಗೆ ದೊಡ್ಡ ದೂರವೇ. ಇದನ್ನು ಮೂಢತನ ಅನ್ನಬೇಕೋ, ಮೂರ್ಖತನ ಅನ್ನಬೇಕೋ. ಆದರೂ ಇಂಥವರ ಸಂಖ್ಯೆ ಕೂಡ ಕಡಿಮೆಯದಲ್ಲವೆನಿಸಿತು.

* * * *

ಡಾ॥ ಸುಧಾಕರ್ ಬರುವ ವೇಳೆಗೆ ಮಾಜಿ ಮಂತ್ರಿ ಸದಾಶಿವಯ್ಯ ತಮ್ಮ ಮೊಮ್ಮಗಳೊಂದಿಗೆ ಡಾ. ಪರಮೇಶ್ವರ್ ರೂಮಿನಲ್ಲಿ ಕೂತಿದ್ದರು.

"ಗುಡ್ ಮಾರ್ನಿಂಗ್..." ಎಂದ ಒಳ ನುಗ್ಗಿ.

"ಸುಧಾಕರ್, ಸದಾಶಿವಯ್ಯನವ್ರ ಮೊಮ್ಮಗ್ಳು ಬೆರಳಿಗೆ ಪೆಟ್ಟು ಮಾಡ್ಕೊಂಡಿದ್ದಾಳೆ. ಒಂದಿಷ್ಟು ಬ್ಯಾಂಡೇಜ್ ಮಾಡ್ಬಿಡು" ಎಂದರು. ಅವನಿಗೆ ನಗು, ಕೋಪ ಒಟ್ಟಿಗೆ ಬಂತು. ಅವಳ ಕೈ ಬೆರಳಿಡಿದು ನೋಡಿದ. ಉಗುರುಗಣ್ಣಿನ ಬಳಿ ಒಂದಿಷ್ಟು ಕೆಂಪಗಾಗಿತ್ತು. ಅಷ್ಟು ಬಿಟ್ಟು ಬ್ಯಾಂಡೇಜ್ ಮಾಡುವಂಥ ದೊಡ್ಡ ಗಾಯವೇನು ಆಗಿರಲಿಲ್ಲ. "ಬೆರಳಿಗೆ ಮಾತ್ರವಲ್ಲ, ಇಡೀ ಕೈಗೆ ಬ್ಯಾಂಡೇಜ್ ಮಾಡಿಬಿಡ್ಬೇಕು" ಎಂದು ಕಣ್ಣಲ್ಲಿಯೇ ರೇಗಿಸಿದಾಗ ಕೈ ಕಿತ್ತುಕೊಂಡಳು ಗೌರಿ. "ನಾನು ಇವ್ರತ್ತ ಮಾಡ್ಸಿಕೊಳ್ಳೋಲ್ಲ. ಸಂಧ್ಯಾನೇ ಮಾಡ್ಬೇಕು" ಹಟವಿತ್ತು ಅವಳ ದನಿಯಲ್ಲಿ.

ಇದು ಡಾ॥ಪರಮೇಶ್ವರ್‌ಗೂ ಮುಜುಗರದ ವಿಷಯವೇ. 'ಇಂಥ ಸಣ್ಣ ವಿಷ್ಯಗಳಿಗೆ ರಾಜಿಯಾಗದ ಮನುಷ್ಯ ಜೀವನದಲ್ಲಿ ಏನನ್ನು ಸಾಧಿಸೋಲ್ಲ' ಇಂಥ ಒಂದು ಪ್ರಾವರ್ಬ್ ಅವರ ಮಿದುಳಿನಲ್ಲಿ ಮೂಡಿಸಿಬಿಟ್ಟಿದ್ದರು.

"ಸಂಧ್ಯಾ, ಬಂದಿದ್ದರೇ ಸ್ವಲ್ಪ ಕಳ್ಸು" ಹೇಳಿದರು.

ಡಾ॥ ಸುಧಾಕರ್ ಹುಬ್ಬು ಕುಣಿಸುತ್ತ ಹೋದ. ಜೀವನ ವಿಸ್ಮಯವು ಹೌದು. ಅದು ಅವರವರ ಅನುಭವ ಮತ್ತು ಯೋಚನೆಗಳನ್ನು ಅನುಸರಿಸಿ ವಿಶ್ಲೇಷಿಸಬಹುದಷ್ಟೇ. ಈ ಮಾತು, ಇಂಥ ಅರ್ಥ ಬರುವಂಥ ಮಾತುಗಳನ್ನು ಅವನಮ್ಮ ಆಡುತ್ತಿದ್ದರು. ಅಮ್ಮನ ನೆನಪು ಅವರನ್ನು ಮೃದುವಾಗಿಸಿ ಬಿಡುತ್ತಿತ್ತು.

ಬೇರೆಯವರಿಗೆ ಹೇಳದೇ ತಾನೇ ಮತ್ತೆ ಬಂದ ರಿಸೆಪ್ಷನ್‌ಗೆ. ಅಲ್ಲಿ ಇದ್ದಿದ್ದು ಮಾರ್ಟಿನಾ.

"ಇವತ್ತೇನಾದ್ರೂ ಸಂಧ್ಯಾ ರಜಾನ?" ಸ್ವಲ್ಪ ಸಿಡಿಮಿಡಿಗೊಂಡ. ಅದಕ್ಕೆ ಕಾರಣ ಅವನು ಹುಡುಕಲಾರ.

"ಮೇಡಮ್, ಅರ್ಜೆಂಟಾಗಿ ಹೇಳಿ ಕಳಿಸಿದ್ರು. ಅದ್ಕೇ ಇಲ್ಲಿ ನಿಂತೆ. ಬೇಗನೆ ಸಂಧ್ಯಾಗೆ ಪ್ರಮೋಷನ್ ಸಿಕ್ಕರೂ ಹೆಚ್ಚಲ್ಲ. ಸಂಬ್ಳ ಹೆಚ್ಚಿಗೆ ಕೊಡೋ ವಿಷ್ಯದಲ್ಲಿ ಸ್ವಲ್ಪ ತಕರಾರಷ್ಟೆ. ಎಷ್ಟೋ ಕೆಲ್ಸ ಮಾಡಿಸ್ತಾರೆ. ಆ ಹುಡ್ಗಿಗೆ ಸ್ವಲ್ಪ ಕೂಡ ರೂಲ್ಸು ರೆಗ್ಯುಲೇಷನ್ ಗೊತ್ತಿಲ್ಲ. ನೀವಾದ್ರೂ ಸ್ವಲ್ಪ ಅಡ್ವೈಸ್ ಮಾಡಿ" ಕೇಳಿಕೊಂಡಳು. ಸಂಧ್ಯಾ ಬಗ್ಗೆ ಸ್ವಲ್ಪ ಅಸೂಯೆ ಕೂಡ. ಡಾ॥ ಅನುರಾಧಗೆ ತೀರಾ ಹತ್ತಿರದವಳಾಗುತ್ತಿದ್ದಳೆನ್ನುವ ಅಸೂಯೆ ಒಂದು ರೀತಿಯಲ್ಲಿ ಸಹಜ. ಈ ನರ್ಸಿಂಗ್ ಹೋಂಗೆ ಅವಳೇ ಮೋಸ್ಟ್ ಸೀನಿಯರ್.

ಯಾವುದೇ ಪ್ರತಿಕ್ರಿಯೆ ತೋರಿಸದೇ ಹೊರಟ.

ಡಾ. ಅನುರಾಧ, ಸಂಧ್ಯಾ ಇಬ್ಬರು ಜೊತೆಯಲ್ಲಿಯೇ ಬರುತ್ತಿದ್ದರು ವಾರ್ಡ್ ವಿಸಿಟ್ ಮುಗಿಸಿಕೊಂಡು. 'ವಿಷ್' ಮಾಡಿದ ಡಾ॥ ಸುಧಾಕರ್ "ಮಾಜಿ ಮಂತ್ರಿಗಳ ಮೊಮ್ಮಗಳಿಗೆ ಈ ಡಾಕ್ಟ್ರು ಬೇಕಂತೆ. ನಾವು ಇಷ್ಟೆಲ್ಲ ಕೋರ್ಸು ಮಾಡಿದ್ದು ದಂಡ" ಎಂದಾಗ ಡಾ॥ ಅನುರಾಧ ನಕ್ಕುಬಿಟ್ಟರು.

"ಸಂಧ್ಯಾ, ಹೋಗಿ ನೋಡು" ಅವಳನ್ನು ಕಳಿಸಿ "ನಿಂಗೊಂದು ಆಫರ್ ಇದೆ, ಡಾ॥ ನಂದಿನಿನ ಯಾಕೆ ಮದ್ವೆ ಆಗ್ಬಾರ್ದು" ಕೇಳಿದರು. ಬಹುಶಃ ವಾರದಿಂದ ಈ ವಿಷಯ ಪ್ರಸ್ತಾಪಿಸಬೇಕೆಂದು ಸುಮ್ಮನಾಗಿದ್ದರು.

ಅತ್ತಿತ್ತ ನೋಡಿ ಕೈ ಜೋಡಿಸಿ "ನಿಮ್ಗೆ ಡಾ॥ ನಂದಿನಿ ಮೇಲೇನಾದ್ರೂ ಕೋಪನಾ? ಈ ರೀತಿ ತೀರ್ಸಿಕೊಳ್ಳೋ ಪ್ರಯತ್ನ ಮಾಡ್ಬೇಡಿ. ಈ ಪುರಂದರನನ್ನು ಕಟ್ಟಿಕೊಂಡು ಅವಳೆಂದು ಸುಖಿಯಾಗೊಲ್ಲ. ಸದ್ಯಕ್ಕೆ ಈ ಟಾಪಿಕ್ ಮುಕ್ತಾಯ. ಸೀಯೂ...." ಎಂದೂ ದಾಪುಗಾಲು ಹಾಕುತ್ತ ಮರೆಯಾದ.

ಅಷ್ಟಿಷ್ಟು ಡಾ॥ ನಂದಿನಿಯ ಬಗ್ಗೆ ಗೊತ್ತಿದ್ದರಿಂದ ಅವಳಿಗೆ ವೃತ್ತಿಯಲ್ಲಿ ಸೀರಿಯೆಸ್‌ನೆಸ್ ಇಲ್ಲ. ಅದಕ್ಕೆ ಈ ನಿರಾಕರಣೆಯೆಂದುಕೊಂಡರಷ್ಟೇ.

ಸಂಜೆ ಡ್ಯೂಟಿ ಮುಗಿಸಿಕೊಂಡು ಮನೆಗೆ ಬಂದಾಗ ಮಗನನ್ನು ತೊಡೆಯ ಮೇಲೆ ಕೂಡಿಸಿಕೊಂಡು ಕೂತಿದ್ದ ಶಾರದಮ್ಮ ಮುಖ ನೋಡಿದ ಕೂಡಲೇ ಶುರು ಮಾಡಿದರು.

"ಇಲ್ಲೆಲ್ಲಾದ್ರೂ ಹತ್ತಿರದಲ್ಲಿ ಶಾಲೆ ಇದ್ದರೇ ರಾಘವೇಂದ್ರನ್ನ ಸೇರ್ಸು. ಇಲ್ಲದಿದ್ದರೆ ಬೇಡವೇ ಬೇಡ. ಓದಿರೋರು ಕಡಿದು ಹಾಕಿರೋದು ಅಷ್ಟರಲ್ಲೇ ಇದೆ. ದೊಡ್ಡವನಾದ ಮೇಲೆ ಕಿರಾಣಿ ಅಂಗಡಿ ಇಟ್ಕೊಳ್ಳಿ" ಘೋಷಿಸಿಬಿಟ್ಟರು.

ಆಮೇಲೆ ಅವಳಿಗೆ ವಿಷಯ ತಿಳಿದಿದ್ದು. ಪಕ್ಕದ ಬೀದಿಯಲ್ಲಿನ ಒಂದು ಹುಡುಗ ಬಸ್ಸಿಗೆ ಸಿಕ್ಕಿ ಸತ್ತನಂತೆ. ಅದಕ್ಕೆ ಭಯ ಹೊತ್ತು ಮಗನಿಗೆ ವಿದ್ಯಾಭ್ಯಾಸ ಬೇಡವೆನ್ನುವಷ್ಟರ ಮಟ್ಟಿನ ಪ್ರೀತಿ. ಕೆಲವು ಶಾರದಮ್ಮನಿಗೆ ಅರ್ಥವಾಗದು. ಹೇಳಿದರು ಅರ್ಥ ಮಾಡಿಕೊಳ್ಳಲಾರರು.

"ಹೇಳಿದ್ದು ಅರ್ಥವಾಯಿತಲ್ಲ. ನೂರು ದೇವರಿಗೆ ಹರಕೆ ಹೊತ್ತಿದ್ದೀನಿ. ಈಗ್ಲೂ ನಾನು ಗುರುವಾರ ಒಪ್ಪೊತ್ತೆ. ಲೇ ಸಂಧ್ಯಾ, ಇವನೊಬ್ಬನನ್ನಾದ್ರೂ ಹತ್ತಿರದ ಸ್ಕೂಲಿಗೆ ಸೇರ್ಸು. ನಿಂಗೆ ಕೈ ಮುಗಿತೀನಿ" ಅಳೋಕೆ ಶುರು ಮಾಡಿಬಿಟ್ಟರು.

ಸಂಧ್ಯಾ ಉಗುಳು ಕೂಡ ನುಂಗಲಾರದೆ ಒದ್ದಾಡಿದಳು.

"ಏನೇನೋ ಮಾತಾಡ್ಬೇಡಮ್ಮ. ನಾನು ಆ ಪ್ರಯತ್ನದಲ್ಲೇ ಇದ್ದೀನಿ" ಎಂದು ಪುಟ್ಟ ಬಚ್ಚಲು ಮನೆಗೆ ಹೋಗಿ ಬಾಗಿಲು ಹಾಕಿಕೊಂಡಳು. ಕಣ್ಣೀರು ಸುರಿಸಲು ಅದೇ ಸೂಕ್ತವಾದ ಸ್ಥಳ. ಅತ್ತ ಕಣ್ಣೀರು ತೊಡೆದುಕೊಂಡಳು. ಆ ಪ್ರಯತ್ನ ಮಾಡಿದ್ದುಂಟು.

ಹತ್ತಿರದಲ್ಲಿ ಇದ್ದಿದ್ದು ಒಂದೇ ಕಾನ್ವೆಂಟ್. ಹೆಡ್ ಮಿಸ್‌ಸ್ಟ್ರೆಸ್ ಅಪ್ಲಿಕೇಷನ್ ಫಾರಂಗಾಗಿ ಹೋದಾಗ ಜಾಲಾಡಿಬಿಟ್ಟಿದ್ದರು.

"ಮಗುವಿನ ಮಮ್ಮಿ ಡ್ಯಾಡಿ ಎಲ್ಲಿಯವರೆಗೂ ಕಲಿತಿದ್ದಾರೆ? ಇಂಗ್ಲೀಷ್‌ನಲ್ಲಿ ಸ್ಪಷ್ಟವಾಗಿ ಮಾತಾಡಬಲ್ಲರಾ? ಕನ್ನಡದ ಉಚ್ಚಾರಣೆ ಸರಿಯಾಗಿದ್ಯಾ? ಪೋಷಕರ ಕ್ವಾಲಿಫಿಕೇಷನ್ ನೋಡಿಯೇ ಹುಡುಗರನ್ನು ಅಡ್ಮಿಟ್ ಮಾಡಿಕೊಳ್ಳೋದು. ಅವ್ರ ಇಂಟರ್‌ವ್ಯೂ ನಂತರವೇ ಅಪ್ಲಿಕೇಷನ್ ಕೊಡೋದು" ಖಡಾಖಂಡಿತವಾಗಿ ಹೇಳಿದಾಗ ಜೋಲು ಮುಖ ಹಾಕಿಕೊಂಡು ಬಂದಿದ್ದಳು.

ಅವಳಮ್ಮನ ಕಲಿಕೆ ನಾಲ್ಕನೆಯ ಇಯತ್ತೆಗೆ ನಿಂತುಹೋಗಿತ್ತು. ಅವಳಪ್ಪ ಮೆಟ್ರಿಕ್ಯುಲೇಷನ್ ಪಾಸಾಗಿದ್ದರು. ಹೀಗಿರುವಾಗ ಡಿಗ್ರಿಗಳನ್ನು ಎಲ್ಲಿಂದ ತರುವುದು? ಅವಳು ಕೂಡ ಕಾಲೇಜು ಮೆಟ್ಟಿಲು ಹತ್ತಿರಲಿಲ್ಲ.

ಮುಖ ತೊಳೆದು ಹೊರಗೆ ಬಂದಾಗ ಶ್ರೀಪತಿ ಹೆಂಡತಿಯನ್ನು ಬಯ್ದಿರಬೇಕು. ಆಕೆ ಅಳುತ್ತ ಕೂತಿದ್ದರು.

"ಸಂಧ್ಯಾ, ಇವ್ರು ಹೇಳಿದ ತರಹ ನಡ್ಯೋಕ್ಕಾಗೊಲ್ಲ. ಎಲ್ಲಿ ಸೀಟು ಸಿಕ್ಕುತ್ತೆ? ಅಲ್ಲಿಗೆ ಸೇರ್ಸು. ಇವ್ರು ಕಳಿಸೊಲ್ಲಾಂದರೇ ಸುಮ್ನೇ ಇದ್ಬಿಡು. ಅವನೊಬ್ಬ ಅಪ್ಪಾಪೋಲಿಯಾಗಿ ತಿರ್ಗಿಕೊಂಡು ಬಿದ್ದಿರ್ಲಿ. ಯಾರು ಹೆರದ ಮಗ್ನ ಇವ್ರು ಹೆತ್ತು ಉದ್ಧಾರ ಮಾಡಿದ್ದಾಳೆ" ಹೆಂಡತಿಯ ಮೇಲೆ ಬೈಗಳ ಸುರಿಮಳೆಯನ್ನೆ ಸುರಿದರು.

"ಬಿಡಿ ಅಪ್ಪ. ಅಮ್ಮ ಹೇಳೋದು ಸರ್ಯಾಗಿದೆ. ಪ್ರಯತ್ನವಂತು ಮಾಡೋಣ" ತಂದೆಯನ್ನು ಸುಮ್ಮನಾಗಿಸಿದಳು.

ಅಂದು ರಾತ್ರಿಯೇ ಶ್ರೀಪತಿಗೆ ಜ್ವರ ಬಂತು. ಅವಳಿಗೆ ಕೈಕಾಲೇ ಆಡಲಿಲ್ಲ. ಟೆಂಪರೇಚರ್ ನೋಡಿ ಮಾತ್ರೆ ಕೊಟ್ಟು ಮಲಗಿಸಿದಳು. ಆಮೇಲೆ ತಾಯಿ, ಮಗಳು ನಿದ್ರಿಸಲಿಲ್ಲ.

"ಅವ್ರಿಗೂ ಕೂಡ ನಿನ್ನದ್ದೆ ಚಿಂತೆ. ಬೆಳೆದ ಮಗ್ಳ ಕೊರಳಲ್ಲಿ ಮಾಂಗಲ್ಯ ಇರ್ಬೇಕು ಕಣೇ" ಮತ್ತೆ ಅದೇ ಹಳೆಯ ಹಾಡು. ಸಂಧ್ಯಾಗೆ ದಿಕ್ಕೇ ತೋಚಲಿಲ್ಲ.

"ಇನ್ನೊಂದು ಮೂರು ತಿಂಗಳಲ್ಲಿ ಖಂಡಿತ ನನ್ನ ವಿವಾಹವಾಗುತ್ತೆ. ನಿಮ್ಮ ಮಗ್ಳು ಕುತ್ತಿಗೆಯಲ್ಲಿ ಮಾಂಗಲ್ಯ, ಕರಿಮಣಿಯಲ್ಲಿ ನೋಡ್ಬಹುದ್ದು" ತುಂಬು ಭರವಸೆಯನ್ನು ನೀಡಿ ತಾಯಿಯನ್ನು ತಬ್ಬಿಕೊಂಡಳು. ವಿವಾಹ ಕರೀಮಣಿ, ಮಾಂಗಲ್ಯ ಅವೆಲ್ಲ ಬದುಕಿಗೆ ಅಷ್ಟೊಂದು ಮುಖ್ಯವೇ? ತಲೆ ಕೆಟ್ಟಂತಾಯಿತು.

ಮರುದಿನ ಆಟೋ ಮಾಡಿಕೊಂಡು ಹತ್ತಿರದ ಕ್ಲಿನಿಕ್‌ಗೆ ಕರೆದೊಯ್ದು ತಾನೇ ಇಂಜಕ್ಷನ್ ಕೊಡಿಸಿಕೊಂಡು ಹೊರಬರುತ್ತಿದ್ದಾಗ, ಡಾ॥ ಸುಧಾಕರ್ ಸ್ಕೂಟರ್ ನಿಲ್ಲಿಸಿ ಒಳಬರುತ್ತಿದ್ದವನು ನಿಂತರೂ, ಮಾತಾಡಿಸದೇ ಒಳಗೆ ಹೋದ. ಆ ಕ್ಲಿನಿಕ್‌ನ ಡಾಕ್ಟರ್ ಮತ್ತು ಅವನು ಕ್ಲಾಸ್‌ಮೇಟ್ಸ್.

ಅಂದಿನ ಸಂಜೆನೇ ಡಾ. ಸುಧಾಕರ್‌ಗೆ ಸಿಕ್ಕಿದ್ದು. ರಿಸೆಪ್ಷನ್‌ನಲ್ಲಿ ಅವಳೊಬ್ಬಳೇ ಇದ್ದಳು.

"ನರ್ಸಿಂಗ್ ಹೋಂ ಡಾಕ್ಟುಗಳ ಬಗ್ಗೆ ನಿಂಗೆ ಅಪನಂಬಿಕೆನಾ?" ಸ್ವಲ್ಪ ಸೀರಿಯಸ್ಸಾಗಿಯೇ ಕೇಳಿದ. ಅವಳಿಗೆ ತಕ್ಷಣ ಮಾತಾಡಲಾಗಲಿಲ್ಲ. ಆದರೂ ಬೇಗ ಚೇತರಿಸಿಕೊಂಡಳು "ನನ್ತಂದೆಗೆ ಜ್ವರ, ಕ್ಲಿನಿಕ್ ಹತ್ತಿರದಲ್ಲೇ ಇತ್ತು."

"ಜ್ವರಕ್ಕೆ ಟ್ರೀಟ್‌ಮೆಂಟಲ್ಲಾಂತ ಎಲ್ಲು ಬೋರ್ಡು ಹಾಕಿಲ್ಲ. ನರ್ಸಿಂಗ್ ಹೋಂ ಕೂಡ ಅಂಥ ದೂರವೇನಿಲ್ಲ" ರೇಗಿದರೂ ಸಮಾಧಾನಕ್ಕೆ ಬಂದ. "ಇಲ್ಲಿಗೆ ಕರೆತರದಿದ್ರೂ.... ಒಂದ್ಮಾತು ಹೇಳಬಹುದಿತ್ತು. ನಿಮ್ತಂದೆ ಜ್ವರಕ್ಕೆ ಬರೀ ಎಂ.ಬಿ.ಬಿ.ಎಸ್. ಡಾಕ್ಟು ಸಾಕಿತ್ತು" ಕುಟುಕಿದ.

ಸಂಧ್ಯಾಳ ತಲೆ ಪೂರ್ತಿ ತಗ್ಗಿತು. ತಂದೆಯ ಅನಾರೋಗ್ಯ ಅವಳನ್ನು ಧೃತಿಗೆಡಿಸಿತು . ಕಣ್ಣಲ್ಲಿ ಕಂಬನಿ ಇಣಕಿಯೇಬಿಟ್ಟಿತು.

"ಎಕ್ಸ್‌ಕ್ಯೂಸ್ ಮಿ ಡಾಕ್ಟರ್" ಎಂದಳು.

"ಸಂಧ್ಯಾ ಬೇಗ ಕಣ್ಣು ಒರೆಸ್ಕೋ. ನಾನೇನೋ ಅಂದು ನಿನ್ನ ಅಳಿಸ್ದೇಂತ ಡಾ॥ ಅನುರಾಧ ನನ್ನ ಕೆಲ್ಸದಿಂದ ತೆಗ್ದುಬಿಟ್ಟಾರು. ಆಗ ನಾನು ಒಂದು ಕ್ಲಿನಿಕ್ ತೆಗ್ದು, ಜ್ವರ, ನೆಗಡಿಯ ಪೇಷಂಟ್‌ಗಳಿಗೆ ಕಾಯ್ಬೇಕಾಗುತ್ತೆ" ಹಾಸ್ಯ ಮಾಡಿದ.

ಪಕ್ಕಕ್ಕೆ ತಿರುಗಿ ಕಣ್ಣೊರೆಸಿಕೊಂಡಳು.

"ಈಗ ಹೇಗಿದ್ದಾರೆ?" ವಿಚಾರಿಸಿದ.

ಟೆಂಪರೇಚರ್, ಕೊಟ್ಟ ಪ್ರಿಸ್ಕಿಪ್ಷನ್ ಬಗ್ಗೆಯಲ್ಲ ಕೇಳಿ ತಿಳಿದುಕೊಂಡು "ಇಷ್ಟಕ್ಕೆ ನೀನೇ ಸಾಕಿತ್ತು. ನಂಗ್ಯಾಕೋ ಮೇಡಮ್ ಬಗ್ಗೆ ಅನುಮಾನ ಶುರುವಾಗಿದೆ.

ಯಾರ್ಹತ್ರ ಬೆಟ್ಸ್ ಕಟ್ಟಿದ್ದಾರೋ, ಯಾವ್ದೇ ಯೂನಿವರ್ಸಿಟಿಗೆ ಕಳಿಸದೇ ನಿನ್ನ ಡಾಕ್ಟ್ರು ಮಾಡ್ತೀನೀಂತ" ಛೇಡಿಸಿದ. ಅದು ಉತ್ಪ್ರೇಕ್ಷೆಯ ಮಾತಾಗಿರಲಿಲ್ಲ. ಅಗತ್ಯವೆನಿಸಿದಾಗ ಪೇಷಂಟ್‌ಗಳಿಗೆ ಇಂಜಕ್ಷನ್ ಕೊಡುವುದು, ಬ್ಯಾಂಡೇಜ್ ಮಾಡುವುದು ಟೇಂಪರೇಚರ್, ಬಿ.ಪಿ. ಅಂಥದ್ದನ್ನ ಚೆಕ್ ಮಾಡುವುದು ಇದೆಲ್ಲ ತಾನೇ ಸ್ವತಂತ್ರವಾಗಿ ಮಾಡುವಷ್ಟು ಪರಿಣತಿ ಪಡೆದಿದ್ದಳು.

ತಂದೆ ಮಾತ್ರ ಚೇತರಿಸಿಕೊಳ್ಳುವ ವೇಳೆಗೆ ವಾರವೇ ಆಯಿತು. ಕೈಯಲ್ಲಿನ ಹಣ ಖಾಲಿಯಾಗಿತ್ತು. ಮಾರ್ಟಿನಾ ಹಿಡಿದು ಹೊರಗೆ ಕರೆದೊಯ್ದು "ನಿನ್ನಿಂದ ಮತ್ತೊಂದು ಉಪಕಾರ ಆಗ್ಬೇಕು. ಸದಾ ಈ ಬ್ಯಾಗ್‌ನಲ್ಲಿರೋ ಬಳೆಗಳ್ನ ಮಾರಿಬಿಡೋಣಾಂತ. ನಂಗೆ ಅಂಥ ಕಡೆಯೆಲ್ಲ ಹೋದ ಅನುಭವ ಇಲ್ಲ" ತೋಡಿಕೊಂಡಳು.

ಮಾರ್ಟಿನಾ ಮುಖ ಚಿಕ್ಕದು ಮಾಡಿಕೊಂಡಳು.

"ನಿಂಗೆ ಅಷ್ಟೊಂದು ಹಣದ ಅಗತ್ಯವಿದ್ದರೆ ನಾನು ಸಾಲವಾಗಿ ಕೊಟ್ಟಿರುತ್ತೀನಿ. ಸುಮ್ನೇ ಯಾಕೆ ಬಳೆಗಳ್ನ ಮಾರ್ತೀಯಾ? ಎಷ್ಟು ಅಕ್ಕರೆಯಿಂದ ನಿನ್ತಂದೆ ಮಾಡಿಸಿದರೋ. ಈಗ ನಿಂಗೆ ಎಷ್ಟು ಬೇಕು ಹೇಳು" ಬಳೆಗಳನ್ನು ಹಿಂದಿರುಗಿಸುತ್ತ ಕೇಳಿದಳು.

ಅದಕ್ಕೆ ಸಂಧ್ಯಾಳ ಸಮ್ಮತಿ ಇಲ್ಲ. ಬಹುಶಃ ಸಾಲ ತಗೊಂಡರು ತೀರಿಸುವ ಸ್ಥಿತಿಯಲ್ಲಿ ಇರಲಿಲ್ಲ.

"ಬೇಡ, ಮಾರಿ ನೀನೇ ಹಣ ತಂದು ಕೊಟ್ಬಿಡು" ಬಳೆಗಳನ್ನು ಅವಳ ಕೈಯಲ್ಲಿಟ್ಟು ಮುಚ್ಚಿದಳು. "ದಯವಿಟ್ಟು ಇದೊಂದು ಹೆಲ್ಪ್ ಮಾಡು" ಕೇಳಿಕೊಂಡು ಅಲ್ಲಿ ಅಲ್ಲಿ ನಿಲ್ಲದೇ ಹೊರಟಳು.

ಸಂಧ್ಯಾಳ ಬಗೆಗಿನ ಅಸೂಯೆ ಕರಗಿ ಮಾರ್ಟಿನಾ ಮನದಲ್ಲಿ ಸಹಾನುಭೂತಿಯುಂಟಾಯಿತು. ಅವಳೇ ಒಂದಿಷ್ಟು ಹಣ ಕೊಡಬಲ್ಲಳು. ನಿಖರವಾಗಿ ಅವುಗಳ ಬೆಲೆ ಎಷ್ಟೆಂದು ತಿಳಿದೇ ಕೊಡಬೇಕಿತ್ತು. ವ್ಯಾವಹಾರಿಕವಾಗಿ ಬುದ್ಧಿವಂತೆಯಾದರೂ ಅವಳ ವಿಷಯದಲ್ಲಿ ಮೋಸ ಮಾಡಲು ಇಷ್ಟವಾಗಲಿಲ್ಲ.

ಆಕಸ್ಮಿಕವಾಗಿ ಮಾಮೂಲಾಗಿ ಡಾ|| ಸುಧಾಕರ್ ಮುಂದೆ ಹೇಳಿದಳು. "ಸಂಧ್ಯಾಗೆ ಹಣ ಎಷ್ಟು ತುರ್ತಾಗಿದೆಯೇ, ನಂಗಂತೂ ಜ್ಯುಯೆಲ್ ಶಾಪ್‌ಗೆ ಹೋಗೋಕ್ಕಾಗೋಲ್ಲ" ಎಂದು ಬಳೆಗಳನ್ನು ತೋರಿಸಿಯೇ ಬಿಟ್ಟಳು. ಅವು ಸಂಧ್ಯಾ ಕೈಯಲ್ಲಿರುತ್ತಿದ್ದುದ್ದೇ ಅಪರೂಪ, ಯಾವಾಗಲೂ ಹ್ಯಾಂಡ್‌ಬ್ಯಾಗ್‌ನಲ್ಲಿ ಹಾಕ್ಕೊಂಡು ಇರುತ್ತಿದ್ದುದ್ದನ್ನು ನೋಡಿದ್ದ.

"ಇದು ಚಿನ್ನದ್ದಾ?" ಅಂದು ಒಮ್ಮೆ ಕೇಳಿದಾಗ ಅವಳೇನು ಕೋಪಗೊಳ್ಳದೇ "ಹಾಗಂತಲೇ ನಮ್ಮ ಊರಿನ ಚಿನಿವಾರ ಮಾಡಿಕೊಟ್ಟಿದ್ದಾನೆ ನಂಗೆ. ಅಷ್ಟೇ ಗೊತ್ತಿರೋದು" ಎಂದಿದ್ದಳು.

ಬಳೆಗಳನ್ನು ಕೈಯಲ್ಲಿಡಿದು ನೋಡಿದ ಡಾ. ಸುಧಾಕರ್ "ನಂಗೆ ಆ ಕಡೆ

ಹೋಗ್ಹೋದಿದೆ. ಮಾರಿ ಹಣ ತಂದುಕೊಡ್ತೀನಿ ಬಿಡಿ. ಇಲ್ಲಿ ಕಮಿಷನ್ ಆಸೆ ಇಲ್ಲ" ಎನ್ನುತ್ತ ಜೇಬಿಗೆ ಸೇರಿಸಿದ್ದ.

ಒಂದು ರೀತಿಯಲ್ಲಿ ಮಾರ್ಟಿನಾಗೆ ನಿಶ್ಚಿಂತೆಯೆನಿಸಿತು. ಒಂದು ಗಂಟೆಯಲ್ಲಿಯೇ ಅವುಗಳ ತೂಕ ನಿಖರತೆ, ಕೊಟ್ಟು ಬೆಲೆ ನಮೂದಿಸಿದ ಒಂದು ಚೀಟಿ, ಹಣವನ್ನು ತಂದುಕೊಟ್ಟವನ ಮುಖ ಗಂಭೀರವಾಗಿತ್ತು.

"ಮಾರ್ಟಿನಾ, ನೀನು ಬಾಯಿ ಬಡಕಿ. ನನ್ನ ಮಧ್ಯೆ ತಂದೆ. ಸಂಧ್ಯಾ ನೊಂದ್ಕೋಬಹುದು. ಏನೋ ಆತ್ಮೀಯಳೂಂತ ನಿಂಗೆ ಕೊಟ್ಟರೇ ನನ್ನ ಮುಂದೆ ಬಿತ್ತರಿಸಿಬಿಟ್ಟೆ. ಅದು ಮತ್ತೆ ರಿಪೀಟ್ ಆಗೋದ್ಬೇಡ" ಎಚ್ಚರಿಸಿಯೇ ನಡೆದಿದ್ದು.

ಮಾರ್ಟಿನಾ ಸಂಧ್ಯಾ ಹೊರಡೋಕೆ ಮೊದಲು ಹಣ ತಲುಪಿಸಿದಳು.

ತಂದೆಗೆ ಬೇಕಾದ ಮೋಸಂಬಿ, ಟಾನಿಕ್, ಮಾತ್ರೆಗಳನ್ನು ಕೊಳ್ಳುವ ಮೊದಲು ಸ್ಕೂಟಿಗಾಗಿ ಮಾರ್ಟಿನಾಗೆ ಕೊಡಬೇಕಾದ ಕಂತಿನ ತೆಗೆದಿಟ್ಟೆ ಮನೆಗೆ ಸಾಮಾನು ತಂದಿದ್ದು. ಎಂದಿಗೆ ಈ ಟೆನ್‌ಷನ್ ಕಮ್ಮಿಯಾಗಬಹುದು? ಭಾರತದಲ್ಲಿ ಅರ್ಧಕ್ಕಿಂತ ಹೆಚ್ಚಿನ ಜನರ ಸ್ಥಿತಿ ಇದು ಇರಬೇಕೆಂದುಕೊಂಡಳು.

ಆ ವೇಳೆಗೆ ಸ್ವಲ್ಪ ವಯಸ್ಸು ದಾಟಿದ ಮುತ್ತೈದೆಯೊಬ್ಬರು ಅವಳನ್ನು ಹುಡುಕಿಕೊಂಡು ಬಂದರು ಹಣ್ಣಿನ ಸಮೇತ. ಅವಳಿಗಂತು ಆಶ್ಚರ್ಯವೋ... ಆಶ್ಚರ್ಯ. ಪರಿಚಯದ ಮುಖವೆನಿಸಿತು. ನರ್ಸಿಂಗ್ ಹೋಂಗೆ ರೆಗ್ಯುಲರ್ ಆಗಿ ಬರುವ ಎರಡರಷ್ಟು ವ್ಯಕ್ತಿಗಳನ್ನು ದಿನವು ನೋಡುವುದಿತ್ತು. ಅದರಿಂದ ಎಲ್ಲರ ನೆನಪು ಉಳಿಯುವುದು ಅಸಾಧ್ಯ.

"ಬನ್ನಿ, ಏನಾಗ್ಬೇಕಿತ್ತು?" ಕೇಳಿದಳು ಆತ್ಮೀಯವಾಗಿ. ಆ ರೀತಿ ಮಾತಾಡಿಸುವುದು ಅಭ್ಯಾಸವಾಗಿ ಹೋಗಿತ್ತು. ಹಣ್ಣುಗಳನ್ನು ಅವಳ ಕೈಯಲ್ಲಿಟ್ಟು "ನಿನ್ನನ್ನೇ ನೋಡೋಣಾಂತ್ಬಂದೆ" ಅಂದಾಗ ಆಕೆಯ ಕಣ್ಣುಗಳಲ್ಲಿನ ತುಂತುರು ಅವಳ ಗಮನಕ್ಕೆ ಬಂತು. ಶಾರದಮ್ಮನಿಗಿಂತ ವಯಸ್ಸಾದವರು. ಮುಪ್ಪು, ಚಿಂತೆಯ ಭಾರದಿಂದ ಕುಗ್ಗಿದರು ಗೌರವ ಮೂಡಿಸುವಂಥ ವ್ಯಕ್ತಿತ್ವ.

"ಕೂತ್ಕೊಳ್ಳಿ. ಹಣ್ಣು ಯಾಕಾಗಿ ತಂದಿರೋ ಗೊತ್ತಿಲ್ಲ" ಸ್ವಲ್ಪ ಸಂಕೋಚ ಬೆರೆಸಿಯೇ ಹೇಳಿದಳು.

ತಾನು ವಸಂತಮ್ಮ ಎಂದು ಪರಿಚಯ ಮಾಡಿಕೊಂಡ ನಂತರವೇ ವಿಷಯ ಮುಂದಿಟ್ಟಿದ್ದು "ಅನುರಾಧ ನರ್ಸಿಂಗ್ ಹೋಂನಲ್ಲಿ ಒಂದಲ್ಲ ಮೂರು ಸಲ ಅಡ್ಮಿಟ್ ಮಾಡಿದ್ದೆ. ಏನೇನು ಸುಧಾರಣೆ ಇಲ್ಲ. ಅವ್ರು ಎದೆನೋವುಂತು ಒದ್ದಾಡ್ತಾನೆ ಇರ್ತಾರೆ. ನಮ್ಮಿಂದ ಡಾಕ್ಟುಗಳು ಏನೋ ಮುಚ್ಚಿಡ್ತಾ ಇದ್ದಾರೆ. ಅವರೊಬ್ರೆ ನಂಗೆ ದಿಕ್ಕು. ಅಂಥದ್ದರಲ್ಲಿ ಅವ್ರೆ ಹೀಗೆ ಮಲ್ಗಿಬಿಟ್ಟರೆ ನಂಗೆ ಯಾರು ದಿಕ್ಕು" ಆಕೆ ಮಗುವಿನಂತೆ ಬಿಕ್ಕಿ ಬಿಕ್ಕಿ ಅಳೋಕೆ ಶುರು ಮಾಡಿದರು.

ಆ ವೇಳೆಗೆ ಅಡಿಗೆ ಮನೆಯಲ್ಲಿದ್ದ ಅವಳಮ್ಮ ರೂಮಿನಲ್ಲಿದ್ದ ಅವಳಪ್ಪ ಇಬ್ಬರು ಹೊರಗೆ ಬಂದರು ಗಾಬರಿಯಿಂದ.

ಸಂಧ್ಯಾ ಅವರನ್ನು ಸಾಂತ್ವನಿಸಿ ಆತ್ಮೀಯವಾಗಿ ಎಲ್ಲಾ ವಿಷಯವನ್ನು ಕೇಳಿ ತಿಳಿದ ನಂತರ ಆಶ್ವಾಸನೆ ಕೊಟ್ಟಳು. "ನಂಗೆ ಎರ್ಡು ದಿನ ಅವಕಾಶ ಕೊಡಿ. ಕೇಸ್ ಹಿಸ್ಟರಿ ನೋಡಿದ ನಂತರ ಏನಾದ್ರೂ ಹೇಳೋಕೆ ಸಾಧ್ಯವೇನೋ ನೋಡ್ತೀನಿ. ಅಲ್ಲಿ ನಾನು ಡಾಕ್ಟ್ರು ಅಲ್ಲ, ನರ್ಸು ಅಲ್ಲ. ನಂಗೆ ರೋಗ, ಚಿಕಿತ್ಸೆ ಆ ಬಗ್ಗೆ ಏನು ಗೊತ್ತಿಲ್ಲ. ನಿಮ್ಗೇ ಏನಾದ್ರೂ ಒಳ್ಳೇದು ಮಾಡೋದು ಸಾಧ್ಯವಿದ್ದರೇ ಖಂಡಿತ ಮಾಡ್ತೀನಿ" ಎಂದಳು ಭರವಸೆ ನೀಡಿದ.

"ನನ್ನ ಮನಸ್ಸು ಹೇಳ್ಕೊಂತ ಹೇಳ್ತು. ಅದ್ಕೇ ಬಂದೆ. ಏನು ತೊಂದರೆ ಇಲ್ಲ ತಾನೇ?" ಆಕೆ ಕಣ್ಣೊರೆಸಿಕೊಂಡು ನುಡಿದರು.

"ಏನಿಲ್ಲ" ಎಂದು ತಂದೆ ತಾಯಿಯರನ್ನು ಕರೆದು ಪರಿಚಯ ಮಾಡಿಕೊಟ್ಟು ಉಪಚರಿಸಿದ ನಂತರ "ನೀವು ಹಣ್ಣು ತರ್ಬಾರ್ದಿತ್ತು. ಅಂಥ ದೊಡ್ಡ ಸಹಾಯ ನನ್ನಿಂದ ನಿಮ್ಗೇನು ಆಗೋಲ್ಲ. ನನ್ನು ಎಜುಕೇಷನ್ ಬರೀ ಎಸ್.ಎಸ್.ಎಲ್.ಸಿ. ಅಲ್ಲಿ ಸಾಧಾರಣ ರಿಸೆಪ್ಷನಿಸ್ಟ್" ಮತ್ತೊಮ್ಮೆ ತನ್ನ ವೃತ್ತಿಯ ಬಗ್ಗೆ ಅವರಿಗೆ ಅರಿವು ಮಾಡಿಕೊಟ್ಟಳು.

ಆಕೆಗೆ ಕುಂಕುಮ ಕೊಟ್ಟು ಕಳುಹಿಸಿದ ಶಾರದಮ್ಮ "ಯಾಕೆ ಅಳ್ತಾ ಇದ್ರು?" ಮುಗ್ಧವಾಗಿ ಕೇಳಿದರು. "ವಂಸತಮ್ಮ ಗಂಡನಿಗೆ ಎದೆನೋವು. ನಮ್ಮ ನರ್ಸಿಂಗ್ ಹೋಂಗೆ ಅಡ್ಮಿಟ್ ಆಗಿದ್ರು. ಈಗ್ಲೂ ಎದೆನೋವು ವಾಸಿಯಾಗಿಲ್ಲವಂತೆ" ಎಂದು ಹಣ್ಣುಗಳನ್ನು ಒಳಗೊಯ್ದು ಇಟ್ಟುಬಂದಳು.

ನೋವು, ರೋಗ ಹೊತ್ತ ಜನರೇ ನರ್ಸಿಂಗ್‌ಹೋಂಗಳನ್ನು ಹುಡುಕಿಕೊಂಡು ಬರೋದು. ರೋಗಗಳೇನು ಶ್ರೀಮಂತರಿಗೆ ರಿಯಾಯಿತಿ ತೋರಿಸೋಲ್ಲ. ಅಲ್ಲಿನ ಸಾವು, ನೋವು, ರೋಗ, ಕಣ್ಣೀರಿನ ನಡುವೆಯು ನಗು, ಉತ್ಸಾಹ ಚಿಮ್ಮಿಸುತ್ತ ಮಾತಾಡುವ, ಓಡಿಯಾಡುವ ಸಂಧ್ಯಾ ಎಲ್ಲರಿಗೂ ಬೇಗ ಪ್ರಿಯವಾಗಿ ಬಿಡುತ್ತಿದ್ದಳು.

ಮರುದಿನ ಡಾ|| ಸುಧಾಕರ್‌ಗಾಗಿ ಕಾದು ವಸಂತಮ್ಮನ ಗಂಡನ ವಿಷಯ ತಿಳಿಸಿದಳು.

"ಆಕೆ, ನನ್ನ ಹುಡ್ಕೊಕೊಂಡು ಬಂದಿದ್ರು. ಯಾವ ರೀತಿ ನೆರವು ನೀಡೋದು?" ತನ್ನ ಸಮಸ್ಯೆಯನ್ನು ಅವನ ಮುಂದಿಟ್ಟಳು. "ಆಯ್ತು, ಕೇಸ್ ಹಿಸ್ಟರಿ ನೋಡಿದ್ಮೇಲೆ ಏನಾದ್ರೂ ಹೇಳ್ಬಹ್ದು. ಇಲ್ಲ ಮತ್ತೆ ಬಂದು ಅಡ್ಮಿಟ್ ಆಗ್ಲಿ. ಮೇಡಮ್ ಥರೋ ಚೆಕ್‌ಅಪ್‌ಗೆ ಬರೀತಾರೆ. ಕೆಲವು ಸಾವಿರಗಳ ಫೀಜು ನರ್ಸಿಂಗ್ ಹೋಂನ ಬೊಕ್ಕಸಕ್ಕೆ ಸೇರುತ್ತೆ" ಎಂದ ನಗುತ್ತ. ಡಾ|| ಅನುರಾಧ ಗಳಿಕೆಯ ವಿಷಯದಲ್ಲಿ ಸಾಕಷ್ಟು ಎಚ್ಚರಿಕೆಯುಳ್ಳವರೆಂದು ಎಲ್ಲರಿಗೂ ಗೊತ್ತು.

ಸಂಜೆ ಡಾ|| ಅನುರಾಧ ಇವಳನ್ನು ಜೊತೆಗೆ ಕರೆದೊಯ್ದರು.

"ಒಂದಿಷ್ಟು ಜನರಲ್ ಸ್ಟೋರ್‌ಗೆ ಹೋಗ್ಬೇಕು. ನಮ್ಮ ಮನೆ ಕೆಲ್ಸದವರೆಲ್ಲ ಬುದ್ದುಗಳೇ. ಕಿಚನ್‌ನೊಳಕ್ಕೆ ಹೋದರೆ ಒಂದು ಸಾಮಾನು ಇದ್ದರೆ ಮತ್ತೊಂದಿಲ್ಲ. ಸ್ಟುಪಿಡ್ ಫೆಲೋಸ್" ರೇಗಿಕೊಂಡರು. ಆಕೆ ಕೈ ಕೆಳಗೆ ಕೆಲಸ ಮಾಡುತ್ತಿದ್ದವರನ್ನು ನಂಬುತ್ತಿದ್ದುದು ಕಡಿಮೆ.

'ಸುರಭಿ ಜನರಲ್ ಸ್ಟೋರ್' ಮುಂದೆ ಕಾರು ನಿಂತಿತು. ತಮ್ಮ ಹ್ಯಾಂಡ್ ಬ್ಯಾಗ್‌ನಿಂದ ಸ್ಲಿಪ್ ತೆಗೆದು ಅದರೊಂದಿಗೆ ಹಣ ಕೊಟ್ಟು "ಇಷ್ಟು ಸಾಮಾನು. ಬಿಲ್ ಸರ್ಯಾಗಿ ನೋಡಿ ಹಣ ಕೊಡು" ಹೇಳಿ ಕಳಿಸಿದರು.

ಮೆಡಿಕಲ್ ಜರ್ನಲ್ ತೆಗೆದು ಓದತೊಡಗಿದರು. ಅವರಿಗೆ ಸಮಯ ಹಣ ಎರಡು ಅಮೂಲ್ಯ. ಅದನ್ನೆಂದು ಪೋಲು ಮಾಡಲು ಇಚ್ಛಿಸರು. ಇವರೆಡರ ವಿಷಯದಲ್ಲಿ ಎಂದೂ ಕಾಂಪ್ರಮೈಸ್ ಆಗರು. ಪ್ರತಿದಿನ ಎಷ್ಟೇ ಹೊತ್ತಾದರೂ, ಟೆನ್‌ಷನ್ ಜೊತೆ ಆಯಾಸಗೊಂಡಿದ್ದರೂ ಅಕೌಂಟ್ಸ್ ನೋಡುತ್ತಿದ್ದರು. ಅಲ್ಲಿ ಹೆಚ್ಚು ಕಡಿಮೆಯಾಗಲು ಸಾಧ್ಯವೇ ಇರಲಿಲ್ಲ. ಆದರೆ ಅವರ ಮನಸ್ಸಿನ ಸಮಾಧಾನಕ್ಕಾದರೂ ನೋಡಬೇಕಿತ್ತು. ಹತ್ತು ರೂಪಾಯಿ ಸಂಬಳ ಜಾಸ್ತಿ ಮಾಡಬೇಕಾದರೂ ನೂರು ಸಲ ಯೋಚಿಸುವಂಥ ಮಹಿಳೆ. 'ಹಣದ ಭೂತ' ನರ್ಸಿಂಗ್ ಹೋಂ ಕೆಲಸಗಾರರು ಹಿಂದೆ ಅಂದುಕೊಳ್ಳುತ್ತಿದ್ದರು. ಎರಡು ರೂಪಾಯಿನ ಪಿನ್ ತರಿಸಿದರೂ ರಸೀದಿ ತರಲೇಬೇಕಿತ್ತು.

ಸಾಮಾನು, ಬಿಲ್ ಹಿಡಿದು ಬಂದವಳು ಕೊಟ್ಟು "ಮೇಡಮ್, ನಾನು ಹಿಂದಕ್ಕೆ ಹೋಗ್ಲಾ. ಮಾರ್ಟಿನಾ" ಯಾವ್ದೋ ಸಿಸೇರಿಯನ್ ಕೇಸ್ ಇದೆ. ಇವತ್ತು ಡಾಕ್ಟರ್ ನಂದಿನಿ ಮಾಡ್ತಾರೆ. ನಾನು ಇರ್ಬೇಕು ಅಂದ್ರು" ಅಂದಳು.

"ಡಾ|| ನಾಯ್ಡುನು ಇದ್ದಾರೆ. ಎನಿವೇ.... ನೀನು ಬೇಗ ಹೋಗೋದು ಒಳ್ಳೇದು. ಹೇಗೆ ಹೋಗ್ತೀಯಾ?" ಅಂದರು.

ಅತ್ತಿತ್ತ ನೋಡಿದಳು. ಸುರಭಿ ಜನರಲ್ ಸ್ಟೋರ್ಸ್‌ನಿಂದ ಐದು ಕಿಲೋಮೀಟರ್ ಹಾದಿ ನರ್ಸಿಂಗ್ ಹೋಂಗೆ. ಸಿಟಿಯ ಹೃದಯ ಭಾಗದಲ್ಲಿತ್ತು ಹೆಸರಾಂತ ನರ್ಸಿಂಗ್ ಹೋಂಗಳ ಲಿಸ್ಟ್‌ನಲ್ಲಿ 'ಅನುರಾಧ ನರ್ಸಿಂಗ್ ಹೋಂ' ಇತ್ತು. ಬೇರೆ ನರ್ಸಿಂಗ್ ಹೋಂಗಳಿಗೆ ಹೋಲಿಸಿದರೆ ಇಲ್ಲಿ ಸಿಬ್ಬಂದಿ ಕಡಿಮೆ. ಮೈನ್ ರೋಡಿನಲ್ಲಿದ್ದ ನರ್ಸಿಂಗ್ ಹೋಂ 'ಶುಚಿತ್ವ, ಉತ್ತಮ ಚಿಕಿತ್ಸೆ, ನುರಿತ ವೈದ್ಯರ ಸೇವೆ' ಇವಷ್ಟು ಒಳ್ಳೆಯ ಗುಣಗಳು. 'ಬಿಲ್ ಮಾತ್ರ ಅಧಿಕ' ಇಂಥದೊಂದು ಮಾತು ಇತ್ತು.

"ಹೇಗೆ.... ಹೋಗ್ತೀಯಾ?" ಮತ್ತೆ ಕೇಳಿದರು.

"ಆಟೋ, ಬಸ್... ಹೇಗಾದರಾಗುತ್ತೆ ಮೇಡಮ್. ನೀವ್ಹೋಗಿ" ಅಂದಳು.

ಅಷ್ಟರಲ್ಲಿ ಜನರಲ್ ಸ್ಟೋರಿನಿಂದ ಹೊರಬಂದ ಡಾ|| ಸುಧಾಕರ್ ಕಾರಿನತ್ತ ಬಂದ "ಹಲೋ ಮೇಡಮ್" ಎಂದ ಪ್ರಶ್ನಾರ್ಥಕವಾಗಿ.

"ಒಂದಿಷ್ಟು ಸಾಮಾನು ಬೇಕಿತ್ತು. ಸಂಧ್ಯಾನ ಕರ್ಕೊಂಡ್ ಬಂದಿದ್ದೆ. ಒಂದಿಷ್ಟು ನರ್ಸಿಂಗ್ ಹೋಂ ಬಳಿ ಡ್ರಾಪ್ ಮಾಡ್ಬಿಡು" ಆಣತಿ ಇತ್ತರು ಡಾ॥ ಅನುರಾಧ.

"ಓಕೇ. ಬೈ ಆಲ್ ಮೀನ್ಸ್" ಎಂದು ಕೈಯೆತ್ತಿ "ನೀವ್ಹೋಗಿ ನಾನು ಸಂಧ್ಯಾನ ಡ್ರಾಪ್ ಮಾಡ್ತೀನಿ" ಭರವಸೆ ಇತ್ತ. ಕಾರಿನ ಚಕ್ರಗಳು ಮುಂದಕ್ಕೆ ಉರುಳಿದವು.

ಸ್ಕೂಟರ್ ತಳ್ಳಿಕೊಂಡು ಬಂದಾಗ ಸಂಧ್ಯಾ ಅತ್ತಿತ್ತ ನೋಡುತ್ತಿದ್ದಳು. ಡಾ॥ ಸುಧಾಕರ್ ಜೊತೆ ಹೋಗುವುದು ಬೇಡವಾಗಿತ್ತು.

"ಹತ್ತು ಸಂಧ್ಯಾ" ಹೇಳಿದ ಸಹಜವಾಗಿ.

"ಬೇಡ ಸರ್, ಆಟೋ-ಬಸ್ಸು ಎಲ್ಲಾ ಸಿಕ್ಕುತ್ತೆ. ಹತ್ತು ನಿಮಿಷದಲ್ಲಿ ನಾನು ನರ್ಸಿಂಗ್ ಹೋಂನಲ್ಲಿ ಇರ್ತೀನಿ. ಈಗ ನಿಮ್ಗೆ ಡ್ಯೂಟೀನು ಇಲ್ಲ. ಅನಗತ್ಯವಾದ ತೊಂದರೆ" ಸಂಕೋಚಿಸುತ್ತ ನುಡಿದಳು. ಸ್ವಾಭಿಮಾನ, ಆತ್ಮಗೌರವ ಕಾಪಾಡಬಲ್ಲದೆಂದು ಅವಳಿಗೆ ಗೊತ್ತು.

ಒಂದು ತರಹ ನೋಡಿದ. "ನಂಗೂ ಅದೆಲ್ಲ ಗೊತ್ತು. ಮೇಡಮ್ ಆಜ್ಞೆ. ಒಂದಿಷ್ಟು ಓಬಿಡಿಯಂಟಾಗಿ ಇರೋ ಅಗತ್ಯವಿದೆ. ಇಲ್ಲಿ ಸೀನ್ ಕ್ರಿಯೇಟಾದರೂ ಪರವಾಗಿಲ್ಲ. ನಾನಂತೂ ನರ್ಸಿಂಗ್ ಹೋಂಗೆ ಒಯ್ದುಬಿಡ್ತೀನಿ" ಅಂದ ಗಂಭೀರವಾಗಿ. ಸರಳವಾಗಿ ಹರಟುವ, ಆತ್ಮೀಯವಾಗಿ ನಡೆದುಕೊಳ್ಳುವ ಡಾ॥ ಸುಧಾಕರ್‌ಗೆ ಒಂದಿಷ್ಟು ಮುಂಗೋಪವೆಂದು ಎಲ್ಲರಿಗೂ ಗೊತ್ತು.

ಸಂಧ್ಯಾ ಪಿಲಿಯನ್ ಮೇಲೆ ಕೂತಳು.

"ಏಯ್ ಸಂಧ್ಯಾ.... ಸರ್ಯಾಗಿ ಹಿಡ್ಕೋ. ಹೆಚ್ಚುಕಮ್ಮಿಯಾಗಿ ಬಿದ್ದು ಪೆಟ್ಟು ಮಾಡ್ಕೊಂಡರೇ ಚಿಕಿತ್ಸೆ ಖರ್ಚು ನಾನು ಕೊಡ್ಬೇಕಾಗುತ್ತೆ. ಸದಾ ಸಂಧ್ಯಾ... ಸಂಧ್ಯಾ.... ಅನ್ನೋ ಮೇಡಮ್ ಕೂಡ ಫ್ರೀಯಾಗಿ ಟ್ರೀಟ್‌ಮೆಂಟ್ ಕೊಡೋಲ್ಲ" ಛೇಡಿಸಿದ. ಅವನ ಮಾತುಗಳು ಸದಾ ಇದೇ ಧಾಟಿಯಲ್ಲಿ ಇರುತ್ತಿತ್ತು.

ಮಾರ್ಟಿನಾ ಜೊತೆ ಸ್ಕೂಟಿ ಮೇಲೆ ಕೂಡುತ್ತಿದ್ದ ಅವಳಿಗೆ ಸ್ಕೂಟರ್ ಮೇಲೆ ಕೂಡುವುದು ಭಯವೆನಿಸಲಿಲ್ಲ. ಈಗ ಅವಳೇ ಸ್ಕೂಟಿಯೋಡಿಸುತ್ತಿದ್ದಳು.

ಮಾರ್ಗ ಮಧ್ಯದಲ್ಲಿ ಒಂದು ಹೋಟೆಲ್ ಮುಂದೆ ಸ್ಕೂಟರ್ ನಿಲ್ಲಿಸಿ "ಒಂದಿಷ್ಟು ಕಾಫಿ ಕುಡಿದು ಹೋಗೋಕೆ ಅಭ್ಯಂತರವೇನಿಲ್ಲ. ಇವಕ್ಕೆಲ್ಲ ಮೇಡಮ್ ಪರ್ಮಿಷನ್ ಬೇಕಾಗೋಲ್ಲ" ಎಂದು ಒಳ ಹೋದಾಗ ಹಿಂಬಾಲಿಸುವುದು ಅನಿವಾರ್ಯವಾಗಿತ್ತು.

ಎ.ಸಿ. ರೂಮಿಗೆ ಕರೆದೊಯ್ದಾಗ ಗಾಬರಿಯಾದಳು. ಬರೀ ಸಂಬಳ, ಪೆಟ್ರೋಲ್ ಏರಿಕೆ ಬಗ್ಗೆ ಮಾತಾಡುವ ಡಾ॥ ಸುಧಾಕರ್ ದುಂದುಗಾರನೇ?

"ಸಂಧ್ಯಾ, ನಾನು ಡ್ಯೂಟಿ ಮುಗ್ಸಿಕೊಂಡು ಹೊರಬಂದಿದ್ದರೂ ಏನು ತಿಂದಿಲ್ಲ. ಅಂತು ತಿಂಡಿ ತಿನ್ನುವ ಯೋಚನೆ ಇದೆ. ನೀನು ಬೇಡಾಂತ ಕೂತರೇ ನಂಗೆ ತಿನ್ನೋಕೆ ಕಷ್ಟವಾಗುತ್ತೆ. ಏನು ತಗೋತೀಯಾ?" ನೇರವಾಗಿಯೇ ಕೇಳಿದ.

ಅವಳೇನಾದರೂ ಹೇಳುವ ಮುನ್ನ ಬೇರರ್‌ನ ಕರೆದು ಪರೋಟಾ, ಗ್ರೀನ್ ಪೀಸ್‌ಗೆ ಆರ್ಡರ್ ಮಾಡಿದ.

"ನಂಗೆ ಹಸಿವಿರ್ಲಿಲ್ಲ" ಹೇಳಿದಳು.

"ನಿಮ್ಮ ಲಂಚ್ ಬಾಕ್ಸ್ ಇನ್ನು ಓಪನ್ ಆಗಿರಲಿಲ್ಲ. ಮಧ್ಯಾಹ್ನ ಏನು ತಿಂದಿಲ್ಲ. ಆದ್ರೂ ಹಸಿವಿಲ್ಲಾಂತ ಸುಳ್ಳು ಹೇಳ್ತೀರಾ. ಏನು ಸಂಕೋಚ ಬೇಡ. ನಿಮ್ಮ ಸ್ಕೂಟಿ ಮೇಲೆ ಕರ್ಕೊಂಡ್ ಹೋಗಿ ನಂಗೆ ತಿಂಡಿ ಕೊಡ್ಸಿ ಎಂದಾದ್ರೂ" ತಾನೇ ಪರಿಚಯ ಸೂಚಿಸಿದ.

ಪರೋಟ ಮುಗಿಸಿ ಕೈ ತೊಳೆದು ಬಂದ ಮೇಲೆ ವಿಚಾರಿಸಿದ "ನಿಮ್ಮ ತಂದೆ ಹೇಗಿದ್ದಾರೆ ತುಂಬ ವೀಕಾಗಿ ಕಂಡರು."

"ಈಗ ಪರ್ವಾಗಿಲ್ಲ. ಮೊದ್ಲು ತುಂಬ ಆರೋಗ್ಯವಾಗಿದ್ರು. ಒಂದೆರಡು ಸಲ ಅನಾರೋಗ್ಯದಿಂದ ಮಲಗಿದ್ಮೇಲೆ.... ದೈಹಿಕವಾಗಿ ಮಾನಸಿಕವಾಗಿ ವೀಕ್ ಆಗಿದ್ದಾರೆ" ಅಂದಳು. ಅವಳ ಸ್ವರ ಒಣಗಿದ್ದು ಡಾ।। ಸುಧಾಕರ್ ಗಮನಕ್ಕೆ ಬಂತು. ಕ್ಲಿನಿಕ್‌ನಲ್ಲಿ ತಂದೆ ಮಗಳನ್ನು ನೋಡಿದ ಮೇಲೆ ಸಂಪೂರ್ಣ ಚಿತ್ರದ ಅರಿವಾಗಿತ್ತು. ಮತ್ತೇನು ಪ್ರಶ್ನಿಸಲಿಲ್ಲ.

ಡಾ।। ಸುಧಾಕರ್ ಸ್ಕೂಟರ್ ನರ್ಸಿಂಗ್ ಹೋಂ ಕಾಂಪೌಂಡ್ ಪ್ರವೇಶಿಸಿದಾಗ ಹೆರಿಗೆ ನೋವಿನಿಂದ ಒದ್ದಾಡುತ್ತಿದ್ದ ಹೆಣ್ಣನ್ನು ಕಾರಿನಿಂದ ಇಳಿಸುವ ಕೈಂಕರ್ಯದಲ್ಲಿದ್ದ ಸಿಸ್ಟರ್ ಮಾರ್ಟಿನಾ ಇವರುಗಳತ್ತ ತಿರುಗಿ ನಗೆ ಬೀರಿದಳು. ಸ್ವಲ್ಪ ಹಿರಿಯಳು, ಹಳಬಳು ಅನ್ನೋದನ್ನೇ ಉಪಯೋಗಿಸಿಕೊಂಡು ಕೆಲವೊಮ್ಮೆ ಹೆಚ್ಚು ಮಾತಾಡಿಬಿಡುತ್ತಿದ್ದಳು ಅಂತರವನ್ನು ಮರೆತು.

ಇಳಿದ ಸಂಧ್ಯಾ ಸಹಾಯ ಮಾಡಲು ಅಲ್ಲಿಗೆ ಹೋದಳು. ಅವಳ ಸ್ವಭಾವನೇ ಹಾಗೆ. ಕ್ಷಣ ಸಂಧ್ಯಾನ ಗಮನಿಸಿದ. ಚೆಲುವಾದ ಮುಖಕ್ಕೆ ಸದಾ ನಗೆಯ ಆಭರಣ ಕೊಟ್ಟ ಅಪರೂಪದ ಸೌಂದರ್ಯ ಖನಿಯಾಗಿ ಕಂಡಳು. ಇದು ಆಂತರ್ಯದ ಚೆಲುವಾದುದ್ದರಿಂದ ಎಂದೂ ಬಾಡದು ಎಂದುಕೊಂಡ. ಪೇಷೆಂಟ್‌ಗಳಿಗೆ ನರ್ಸಿಂಗ್ ಹೋಂಗೆ ಸಂಬಂಧಿಸಿದ ವಿಷಯಗಳನ್ನು ಬಿಟ್ಟು ವೈಯಕ್ತಿಕ ವಿಷಯಗಳನ್ನು ಅವಳೆಂದು ಬಾಯಿಬಿಡಳು.

ಸ್ಕೂಟರ್ ನಿಲ್ಲಿಸಿ ಸಿಕ್ಕವರೊಂದಿಗೆ ಮಾತಾಡಿ ಹೊರಗೆ ಬರುವ ವೇಳೆಗೆ ಎದುರಾದ ಡಾ।। ನಂದಿನಿ "ನನ್ನ ಸ್ವಲ್ಪ ಮನೆಗೆ ಡ್ರಾಪ್ ಮಾಡ್ತೀರಾ? ವಿಪರೀತ ತಲೆನೋವು" ಹಣೆಯೊತ್ತಿಕೊಂಡಳು. ಇದು ಮಾಮೂಲಿ ರಾಗವೇ. ಹೇಗೆ ಇವಳು ಮೆಡಿಕಲ್ ಮಾಡಿದಳು ಎಂದು ಯೋಚಿಸುವಂತಾಗುತ್ತಿತ್ತು.

"ಈಗ ಒಂದು ಡೆಲಿವರಿ ಕೇಸ್ ಬಂತಲ್ಲ. ಒಂದು ಸೇರೇಯಿನ್ ಕೂಡ. ನೀವೇ ಮಾಡ್ತೀರಿ ಅಂದರು ಮೇಡಮ್" ಅಂದ. ಪಲಾಯನಕ್ಕೆ ಇನ್ನೊಂದು ಹೆಸರು ಡಾ।। ನಂದಿನಿಯೆಂದು ಎಲ್ಲರಿಗೂ ಗೊತ್ತು. ಕೂಡ ಮಾಡಿಸಿದ್ದರು ಅವಳಪ್ಪ. ಶ್ರೀಮಂತ

ತಂದೆ ಆಗಾಗ ಕರೆದೊಯ್ದು ಡಾ॥ ಪರಮೇಶ್ವರ್‌ಗೆ ಪಾರ್ಟಿಗಳನ್ನು ಕೊಡಿಸುತ್ತಿದ್ದರು, ಡಾ॥ ನಂದಿನಿಯನ್ನು ನರ್ಸಿಂಗ್ ಹೋಂನಲ್ಲಿ ಇಟ್ಟುಕೊಂಡಿದ್ದಕ್ಕೆ.

"ಡಾ॥ ನಾಯ್ಡು ಇದ್ದಾರೆ. ಸಿಸ್ಟರ್ ಮಾರ್ಟಿನಾ ಇದ್ದಾರೆ. ಬೇಕಾದರೆ ಬೇರೆ ಗೈನೊಕಾಲಜಿಸ್ಟ್‌ನ ಕರೆಸಿಕೋತಾರೆ. ನಂಗಂತು ಸಿಡಿದ್ಹೋಗುವಂಥ ತಲೆನೋವು" ಮತ್ತೆ ಹಣೆಯೆತ್ತಿಕೊಂಡಳು.

ತಲೆನೋವಿನ ಮಾತ್ರೆ ನೀರು ತಂದುಕೊಟ್ಟು "ನನ್ನ ಸ್ಕೂಟರ್ ಕತೆ ಗೊತ್ತಲ್ಲ, ಮಧ್ಯೆ ನಿಂತು ನಿಮ್ಗೆ ತೊಂದರೆಯಾಗ್ಬಾರ್ದು" ಎಂದವನು ಫ್ಯೂನ್‌ನ ಕರೆದು ಆಟೋ ತರಿಸಿ ಹತ್ತಿಸಿ ಹಣೆ ಚಚ್ಚಿಕೊಂಡು ಡಾ॥ ಸುಧಾಕರ್.

ಆತುರಾತುರವಾಗಿ ಬಂದ ಸಿಸ್ಟರ್ ಮಾರ್ಟಿನಾ "ಗೈನಾಕಾಲಜಿಸ್ಟ್ ಡಾ॥ ದೇವಯಾನಿ ಬರ್ತಾರಂತೆ, ಫೋನ್ ಮಾಡಿದ್ದೆ. ಈಗ ಬಂದ ಕೇಸ್ ಪ್ರಾಬ್ಲಂ ಇಲ್ಲ. ನಾರ್ಮಲ್ ಡೆಲಿವರಿಯಾಗುತ್ತೆ. ಒಂದಿಷ್ಟು ಕಾಯಬೇಕಷ್ಟೆ" ಅರ್ಥಗರ್ಭಿತವಾಗಿ ಹೇಳಿ ಡಾ॥ ನಂದಿನಿಯ ಬಗ್ಗೆ ಬೇಸರಗೊಂಡಿದ್ದರು ಬಾಯಿಬಿಟ್ಟು ಹೇಳಲಿಲ್ಲ.

"ನಾನು ಹೋಗ್ತೀನಿ" ಡಾ॥ ಸುಧಾಕರ್ ಹೊರಟ.

"ಡಾಕ್ಟರ್...." ಎಂದು ಕೂಗಿಕೊಂಡು ಹಿಂಬಾಲಿಸಿದ ಸಿಸ್ಟರ್ ಮಾರ್ಟಿನಾ "ಏನು ಸಮಾಚಾರ ಸರ್?" ಎಂದ ಸಲಿಗೆಯಿಂದ. ಅವನಿಗೆ ಅರ್ಥವಾಯಿತು. ಸ್ವಲ್ಪ ವಾಚಾಳಿಯಾದುದ್ದರಿಂದ ಯಾರನ್ನಾದರೂ ಛೇಡಿಸಬೇಕೆಂದರೆ ತಾನು ಮುಂದಾಗುತ್ತಿದ್ದಳು.

"ಸದ್ಯಕ್ಕಂತು ಏನಿಲ್ಲ. ಮೇಡಮ್ ಹೇಳಿದ್ರೂಂತ ಸಂಧ್ಯಾನ ತಂದು ಡ್ರಾಪ್ ಮಾಡ್ದೆ. ಆ ಹುಡ್ಗಿ ಮೇಲೆ ಬೇರೆ ಸಿಸ್ಟರ್‌ಗಳೊಂದಿಗೆ ಸೇರಿ ಕತೆ ಕಟ್ಟೋಕೆ ಹೋಗ್ಬೇಡ. ಸಂಧ್ಯಾ ಬಗ್ಗೆ ಗೊತ್ತಿದ್ದವರು ಯಾರು ನಂಬೋಲ್ಲ" ಸ್ವಲ್ಪ ಖಾರವಾಗಿಯೇ ಹೇಳಿದ. ಸಿಸ್ಟರ್ ಮಾರ್ಟಿನಾ ಕ್ರಾಸ್ ಮಾಡಿಕೊಂಡು "ಏನು ಎಂದಿಗೂ ನನ್ನ ಕ್ಷಮಿಸೋಲ್ಲ. ಸಾರಿ ಡಾಕ್ಟರ್" ಪೆಚ್ಚುಮುಖ ಹಾಕಿದಳು.

ಡಾಕ್ಟರ್ ದೇವಯಾನಿ ಬರುವುದು ತಡವಾದುದ್ದರಿಂದ ಸಿಸ್ಟರ್ ಮಾರ್ಟಿನಾ ಸಂಧ್ಯಾನ ಕರೆದೊಯ್ದಳು. 'ಯೂನಿಫಾರಂ ಇಲ್ಲದ ನರ್ಸು' ಎಂದು ಬೇರೆ ಸಿಸ್ಟರ್‌ಗಳು ನಗೆಯಾಡುತ್ತಿದ್ದರು.

ಒಂಬತ್ತರ ಸುಮಾರಿಗೆ ಡೆಲಿವರಿಯಾಗಿ ಮುದ್ದಾದ ಗಂಡು ಮಗುನ ತೊಳೆದು ಸಂಧ್ಯಾ ಕೈಗೆ ಕೊಟ್ಟಾಗ, ಅವಳಿಗೆ ರೋಮಾಂಚಕಾರಿ ಅನುಭವ. ಮಗುವಿನ ಮೃದು ಸ್ಪರ್ಶ ಅವಳ ಹೆಣ್ತನವನ್ನೇ ಕ್ಷಣಕಾಲ ಅಲ್ಲಾಡಿಸಿಬಿಟ್ಟಿತು.

ಮಧ್ಯರಾತ್ರಿಯ ಸಮಯದಲ್ಲಿ ಬಿಡುವಿನಲ್ಲಿ ಸಿಸ್ಟರ್ಸ್ ರಿಸೆಪ್ಷನ್ ಕೌಂಟರ್‌ಗೆ ಬಂದು ಹರಟುತ್ತಿದ್ದಾಗ, ಸಹಜವಾಗಿ ವಿವಾಹಗಳ ಬಗ್ಗೆ ಮಾತು ಬಂತು. ಸದ್ಯಕ್ಕೆ ಡಾ॥ ನಂದಿನಿ, ಡಾ॥ ಸುಧಾಕರ್‌ನ ಬಿಟ್ಟರೆ ನರ್ಸಿಂಗ್ ಹೋಂನ ಸ್ಟಾಫ್‌ನಲ್ಲಿ ಮದುವೆಯಾಗದವಳು ಇವಳೊಬ್ಬಳೇ.

"ಸಂಧ್ಯಾ, ನಿನ್ನ ಮದ್ವೆ ಯಾವಾಗ?" ಸಿಸ್ಟರ್ ಅನುಜಾ ಕೇಳಿದಳು. ಎಲೆಯಾಕಾರದ ಬಿಳಿಯ ಕ್ಲಿಪ್‌ನ ಸರಿಪಡಿಸಿಕೊಳ್ಳುತ್ತ ಸಿಸ್ಟರ್ ಮಾರ್ಟಿನಾ ನಿಟ್ಟುಸಿರು ಚೆಲ್ಲಿದಳು. "ಸದ್ಯಕ್ಕೆ, ಸಂಧ್ಯಾಗೇ ಆ ಯೋಚ್ನೆ ಇದ್ದಂಗಿಲ್ಲ." ಅದರಲ್ಲಿ ನೋವಿತ್ತು.

"ಬಹುಶಃ ಒಂದ್ಮೂರು ತಿಂಗಳಾಗ್ಬಹುದಷ್ಟೇ" ಅಂದ ಕೂಡಲೇ ಎಲ್ಲರ ಕಿವಿಗಳು ನೆಟ್ಟಗಾದವು "ಯೂ...." ಒಬ್ಬಳು ಕೂಗಿದಳು. ಇನ್ನೊಬ್ಬಳು ಕಿವಿಯ ಬಳಿ ಬಗ್ಗಿ "ಲವ್ ಮ್ಯಾರೇಜಾ?". ಶಭಾಷ್‌ಗಿರಿಯ ನಡುವೆ ಸುಮ್ಮನಿದ್ದವಳು ಸಿಸ್ಟರ್ ಮಾರ್ಟಿನಾ ಮಾತ್ರ. ಅವಳ ಮನ ಯಾವುದೋ ಲೆಕ್ಕಾಚಾರ ಹಾಕುತ್ತಿತ್ತು.

ಎಲ್ಲ ಸರಿದುಹೋದ ಮೇಲೆ ಗದ್ದಕ್ಕೆ ಕೈ ಹಚ್ಚಿದ ಮಾರ್ಟಿನಾ "ಸುಮ್ಸುಮ್ನೇ ಹೇಳಿದ್ದಾ? ಕುತೂಹಲ ವ್ಯಕ್ತಪಡಿಸಿದಳು. ತನ್ನ ಹ್ಯಾಂಡ್‌ಬ್ಯಾಗ್‌ನಲ್ಲಿದ್ದ ಪುಟ್ಟ ಚಾಕಲೇಟು ತೆಗೆದು ಅವಳ ಬಾಯಿಗಿಟ್ಟು "ಹಂಡ್ರೆಡ್ ಪರ್ಸೆಂಟ್ ಸತ್ಯ. ಮಿಕ್ಕದ್ದೇನು ಕೇಳ್ಬೇಡ" ಲಕ್ಷ್ಮಣ ರೇಖೆ ಎಳೆದು ತಪ್ಪಿಸಿಕೊಂಡಳು.

ಆದರೆ ಮಾರ್ಟಿನಾ ಬಿಡಬೇಕಲ್ಲ "ಲವ್ ಮ್ಯಾರೇಜಾ? ಅರೇಂಜ್ಡ್ ಮ್ಯಾರೇಜಾ? ಯಾರಾದ್ರೂ ಸಿರಿವಂತ ಮುದ್ಕನ್ನ ಕಟ್ಟಿಕೋತಾ ಇಲ್ಲ ತಾನೇ?" ಎದೆಯ ಮೇಲೆ ಕೈಯಿಟ್ಟುಕೊಂಡು ಏರಿದ ಎದೆಯ ಬಡಿತ ಲೆಕ್ಕ ಹಾಕುತ್ತ ಕೇಳಿದಳು.

"ಅರೇಂಜ್ಡ್ ಮ್ಯಾರೇಜ್‌ನಲ್ಲಿ ಕೂಡ ಅಂಥ ಸಾಧ್ಯತೆಗಳು ಇಲ್ಲ. ನಮ್ಮಪ್ಪ ಅಮ್ಮ ಅಂಥ ಸ್ವಾರ್ಥಿಗಳಲ್ಲ. ಸಂಗಾತಿಯ ಬಗ್ಗೆ ಸಾಕಷ್ಟು ಕನಸುಗಳಿವೆ. ನೀನೇ ಮೇಡ್ ಫಾರ್ ಈಚ್ ಅದರ್ ಅಂತೀಯ" ಸುಂದರ ನಗೆ ಚೆಲ್ಲಿದಳು ಸಂಧ್ಯಾ.

ಮಾರ್ಟಿನಾ ಗೊಂಬೆಯಾದಳು. ಅವಳ ಮಿದುಳಿನಲ್ಲಿ ಸುಳಿದಿದ್ದು ಡಾ. ಸುಧಾಕರ್. ಅಂಥ ಗಂಡು ಸಂಧ್ಯಾಳ ಪಾಲಾಗುವುದು ಯಾವ ಹೆಣ್ಣಿಗಾದರೂ ಅಸೂಯೆಯ ವಿಷಯವೇ. ಡಾ|| ಅನುರಾಧ ಸಂಧ್ಯಾಳಿಗೆ ಈ ನರ್ಸಿಂಗ್ ಹೋಂನಲ್ಲಿ ಕೊಡುವ ಪ್ರಾಶಸ್ತ್ಯದಿಂದ ಸಿಡಿಮುಡಿಗುಟ್ಟಿದುಂಟು. ಸಾಕಷ್ಟು ಕಿರುಕುಳ ಕೊಟ್ಟು ಅವಳ ಶಾಂತ ಸ್ವಭಾವ ನೋಡಿ ತಾನೇ ಬದಲಾಗಿದ್ದಳು. ಅದಕ್ಕೊಂದು ಕಾರಣವು ಇತ್ತು.

ಒಮ್ಮೆ ಡಾ|| ಅನುರಾಧ ಕರೆಸಿ "ಮಾರ್ಟಿನಾ, ನಿಂಗೆ ನರ್ಸಿಂಗ್ ಟ್ರೈನಿಂಗ್ ಆಗಿದೆ. ನೀನು ಕ್ವಾಲಿಫೈಡ್. ಆದರೆ ನಿಂಗೆ ಸಂಧ್ಯಾಳ ಹಾಗೆ ಜವಾಬ್ದಾರಿಗಳು ಇಲ್ಲ. ಬಹುಶಃ ಅವಳಷ್ಟು ತೀವ್ರವಾದ ಕಲಿಕೆ ನಿನ್ನಿಂದ ಸಾಧ್ಯವಿಲ್ಲ. ಅವಳ ಸೇವಾ ಮನೋಭಾವ, ಒಳ್ಳೆಯ ಮನಸ್ಸು ನೂರರಲ್ಲಿ ಒಬ್ರಿಗೆ ಇರೋಲ್ಲ. ಸಂಧ್ಯಾ ಬಗ್ಗೆ ಅಸೂಯೆ ಬೇಡ" ಎಂದು ಎಚ್ಚರಿಸುವುದರ ಜೊತೆಗೆ ಆತ್ಮಾವಲೋಕನ ಮಾಡಿಕೊಳ್ಳಲು ಹೇಳಿದ್ದರು.

ಆಮೇಲೆ ದಿನದಿಂದ ದಿನಕ್ಕೆ ಸಂಧ್ಯಾ ತೋರುವ ಆತ್ಮೀಯತೆ ಅವಳನ್ನು ಬದಲಾಯಿಸಿತ್ತು. ಇಂದು ಸಂಧ್ಯಾಳ ಮಾತು ಕೇಳಿದ ಮೇಲೆ ಒಂದಿಷ್ಟು ಚಿಂತೆಗೀಡಾಗಿದ್ದಳು. ಡಾ|| ನಂದಿನಿಯ ತಂದೆ ಡಾ|| ಸುಧಾಕರ್‌ನ ಅಳಿಯನನ್ನಾಗಿ ಮಾಡಿಕೊಂಡು ಹೆಚ್ಚಿನ ಓದಿಗಾಗಿ ವಿದೇಶಕ್ಕೆ ಕಳಿಸಲು ಸಿದ್ಧರಾಗಿರುವ ವಿಷಯ ಕಿವಿಗೆ

ಬಿದ್ದರೂ ಡಾ|| ಸುಧಾಕರ್ ಪ್ರತಿಕ್ರಿಯೆಯೇನು ಅಂತ ಪ್ರೋತ್ಸಾಹಕರವಾಗಿ ಇರಲಿಲ್ಲ. 'ವಿದೇಶ ಮತ್ತು ಓದು ಅಂಥದ್ದರಲ್ಲೇನು ಆಸಕ್ತಿ ಇಲ್ಲಪ್ಪ. ಡಾ|| ನಂದಿನಿಗೆ ನನ್ನಂಥ ಗಂಡು ಎಂದಿಗೂ ಲಾಯಕ್ಕಲ್ಲ' ಎನ್ನುತ್ತಿದ್ದ. ಈಗ ಸಂಧ್ಯಾನ ಮದುವೆಯಾಗಬಹುದೇ? 'ಹ್ಞೂ' ಅನಿಸಿತು. ಗುಟ್ಟಾಗಿಯಾದರೂ ತನ್ನ ಕೊಲೀಗ್ಸ್‌ನೊಂದಿಗೆ ವಿಷಯ ಹಂಚಿಕೊಂಡು ದೊಡ್ಡ ತಪ್ಪು ಮಾಡಿದ್ದಳು.

* * * *

ಇವಳು ನರ್ಸಿಂಗ್ ಹೋಂ ಕಾಂಪೌಂಡ್‌ನಲ್ಲಿ ಸ್ಕೂಟಿ ನಿಲ್ಲಿಸುವ ವೇಳೆಗೆ ಕಾರು ಬಳಿ ನಿಂತಿದ್ದ ವಸಂತಮ್ಮ ಕಾಣಿಸಿದರು. ಕಂಪ್ಯೂಟರ್‌ಗೆ ಫೀಡ್ ಮಾಡಿದ್ದ ಆಕೆಯ ಗಂಡನ ಕೇಸ್ ಹಿಸ್ಟರಿಯ ಪ್ರಿಂಟ್ ತೆಗೆದುಕೊಂಡ ವಿಷಯ ಡಾ|| ಸುಧಾಕರ್ ಹೇಳಿದ್ದ ಅಷ್ಟೆ. ಮತ್ತೇನು ಕೇಳೋಕೆ ಸಾಧ್ಯವಾಗಿರಲಿಲ್ಲ. ಇದು ಅಪರಾಧವೇನೋ ಎನ್ನುವ ಭಯ.

"ಹೇಗಿದ್ದೀರಾ?" ತಾನೆ ಹೋಗಿ ವಿಚಾರಿಸಿದಳು.

"ನಾನು ಗುಂಡುಕಲ್ಲಿನ ಹಾಗೆ ಇದ್ದೀನಿ. ಅವ್ರಿಗೆ ಮತ್ತೆ ರಾತ್ರಿ ಎದೆನೋವು ಬಂದಿತ್ತು. ಇಡೀ ರಾತ್ರಿ ನಿದ್ದೆ ಇಲ್ದೆ ಒದ್ದಾಡಿದರು. ಪಿಲ್ಸ್ ಕೊಟ್ಮೇಲೆ ಒಂದಿಷ್ಟು ನಿದ್ದೆ ಮಾಡಿದರು" ಆಕೆ ಕಂಬನಿಯೊಂದಿಗೆ ತೋಡಿಕೊಂಡರು.

"ನಾನು ಡ್ಯೂಟಿ ಮುಗ್ಸಿಕೊಂಡು ನೇರವಾಗಿ ನಿಮ್ಮ ಮನೆಗೆ ಬರ್ತೀನಿ. ಅಡ್ರೆಸ್ ಕೊಟ್ಟು ಹೋಗಿ" ಎಂದು ಆತುರದಿಂದ ಉಸುರಿ ಒಳಕ್ಕೆ ಓಡಿದಳು.

ಆಫೀಸಿನಲ್ಲಿ ಮುಖ ನೋಡಿದ ಕೂಡಲೇ ಪರಮಶಿವಯ್ಯ ಗಡಿಯಾರದ ಕಡೆ ನೋಡಿದರು. "ಹತ್ತು ನಿಮಿಷ ಲೇಟು" ಹೇಳಿದ್ದು ಸೀರಿಯಸ್ಸಾಗಿಯೇ. ಅವಳ ಡ್ಯೂಟಿ ಮುಗಿದ ಮೇಲು ನರ್ಸಿಂಗ್ ಹೋಂನ ಎಲ್ಲಾ ಕೆಲಸ ಮಾಡುತ್ತಿದ್ದಳು. ಆ ಬಗ್ಗೆ ಮ್ಯಾನೇಜರ್ ಪರಮಶಿವಯ್ಯನ ಯಾವ ತಕರಾರು ಇಲ್ಲ.

"ಶಾಂತಿ, ಒಂದು ನಿಮಿಷ ಬಂದೆ. ಡಾ|| ಸುಧಾಕರ್ ಬಂದಿದ್ದಾರ?" ಕೇಳಿದಳು. ಕೈಯಲ್ಲಿನ ಫೋನ್ ಹುಕ್ ಮೇಲಿಟ್ಟು "ಮೈ ಗಾಡ್, ಏನಾದ್ರೂ ವಿಶೇಷನ?" ಕಣ್ಣೊಡೆದಳು. ಸಂಧ್ಯಾ ಆ ಬಗ್ಗೆಯೇನು ತಲೆ ಕೆಡಿಸಿಕೊಳ್ಳಲಿಲ್ಲ.

ಎದುರಾದ ಸಿಸ್ಟರ್ ಮಾರ್ಟಿನಾನ ಕೇಳಿದಳು. "ಸದ್ಯಕ್ಕೆ ಅವರು ಸಿಗೋಲ್ಲ. ಡಾ. ಡೇವಿಡ್ ಬಂದಿದ್ದಾರೆ. ಒಂದು ಇಂಪಾರ್ಟೆಂಟ್ ಕಾಂಪ್ಲಿಕೇಟೆಡ್ ಆಪರೇಷನ್ ಇದೆ. ಆ ಬಿಜಿಯಲ್ಲಿದ್ದಾರೆ" ಎಂದು ಉಸುರಿ ಲೇಬರ್ ವಾರ್ಡ್‌ನ ಕಡೆ ಹೋದಳು. ಸಂಧ್ಯಾ ಹಿಂದಕ್ಕೆ ಬಂದಳು. ಭರವಸೆ ಕೊಟ್ಟಂತೆ ವಸಂತಮ್ಮನಿಗೆ ಏನಾದರೂ ಹೇಳಬೇಕಿತ್ತು.

ಮಧ್ಯಾಹ್ನ ಲಂಚ್ ಅವರ್‌ನಲ್ಲಿ ಡಾ|| ಸುಧಾಕರ್ ರಿಸೆಪ್ಷನ್‌ಗೆ ಬಂದವರು "ನನ್ನ ಹುಡ್ಕಿಕ್ಕೊಂಡು ತಿರುಗ್ತಾ ಇದ್ದೀರಾಂತ ಸಿಸ್ಟರ್ ಮಾರ್ಟಿನಾ ಹೇಳಿದರು. ಏನು ವಿಶೇಷ?" ಕೇಳಿದ ಕಣ್ಣಲ್ಲಿ ಛೇಡಿಸುವಿಕೆ ತುಂಬಿಕೊಂಡು.

"ಸಾರಿ ಡಾಕ್ಟರ್, ವಸಂತಮ್ಮ ಅವ್ರ ಗಂಡನ ಎದೆ ನೋವಿನ ಬಗ್ಗೆ.... ಆಕೆ ಇಲ್ಲಿ ಕಾಯ್ತಾ ಇದ್ರು" ಸಂಕೋಚದ ದನಿಯಲ್ಲಿ ಉಸುರಿದಳು.

"ಎವ್ವೆರಿಥಿಂಗ್ ಈಸ್ ನಾರ್ಮಲ್. ಆಕೆ ಗಂಡನ ಎದೆ ಗಟ್ಟಿಯಾಗಿದೆ. ಥರೋ ಚೆಕಪ್ ಮಾಡಿದ್ದಾರೆ. ಎಲ್ಲಾ ಟೆಸ್ಟ್ ಆಗಿದೆ. ಕಾರ್ಡಿಯಾಲಜಿಸ್ಟ್ ಡಾ।। ಗೋವಿಂದ್ ನೋಡಿದ್ದಾರೆ. ಸೀನಿಯರ್ ಫಿಜಿಷಿಯನ್ ನಮ್ಮ ಡಾ।। ಚಂದ್ರಶೇಖರ್ ನೋಡಿದ್ದಾರೆ. ಸೀನಿಯರ್ ಫಿಜಿಷಿಯನ್ ನಮ್ಮ ಡಾ।। ಚಂದ್ರಶೇಖರ್ ನೋಡಿದ್ದಾರೆ. ಈ ಎದೆ ನೋವು ಮತ್ತೆ ಮತ್ತೆ ಮರುಕಳಿಸಿದರೆ ಮಾನಸಿಕ ವೈದ್ಯರನ್ನು ನೋಡೋಕ್ಹೇಳಿ. ಹೇಗೂ ನ್ಯೂರೋ ಸರ್ಜನ್ ಡಾ।। ನರೋನ ಶನಿವಾರ ಬರ್ತಾರೆ. ಕರ್ಕೊಡ್ಬಂದು ತೋರಿಸೋಕೆ ಹೇಳಿ" ಡೀಟೈಲಾಗಿ ಎಲ್ಲವನ್ನು ವಿವರಿಸಿದ.

"ಥ್ಯಾಂಕ್ಯೂ ಡಾಕ್ಟರ್... ಥ್ಯಾಂಕ್ಯೂ ವೆರಿಮಚ್. ಆಕೆಗೆ ಈ ವಿಷ್ಯ ತಿಳಿಸಿದರೆ ಎಷ್ಟೊಂದು ಸಂತೋಷಪಡ್ತಾರೆ ಗೊತ್ತಾ? ಈಗ ಬಂದು ಕನ್‌ಫ್ಯೂಷನ್ ನನ್ನಿಂದ ಏನಾದ್ರೂ ಅಪರಾಧವಾಯ್ತ?" ಕಾಂಪ್ಲೆಕ್ಸ್‌ಗೆ ಬಿದ್ದಂಗೆ ಕಂಡಳು.

"ಷ್ಯೂರ್, ಮೇಡಮ್‌ಗೆ ಗೊತ್ತಾದರೆ ಗುಡುಗ್ತಾರೆ ಅಷ್ಟೆ" ಎಂದು ನಕ್ಕ.

ಸಂಧ್ಯಾಳ ಮುಖವೇ ಸಪ್ಪಗಾಗಿಬಿಟ್ಟಿತ್ತು. "ಹೇಳಿ, ಎಕ್ಸ್‌ಕ್ಯೂಜ್ ಕೇಳ್ಲಾ?" ಅವಳ ಮುಗ್ಧವಾದ ಪ್ರಶ್ನೆಗೆ ಹಣೆಯೊತ್ತಿಕೊಂಡ "ಅದು ರಿಸ್ಕ್ ಆಗುತ್ತೆ ಸುಮ್ನಿದ್ಬಿಡಿ, ನಾಳೆ ಒಂದು ಸ್ಕ್ಯಾಂಡಲ್ ಮಾಡ್ಬಿಡ್ತಾರೆ" ತಿಳಿಸಿ ಹೇಳಿದ. ಡಾ।। ಅನುರಾಧ ಎಂಥವರೆಂದು ಅವನಿಗೆ ಗೊತ್ತು. ಡಾ।। ಪರಮೇಶ್ವರ್ ಅಂತು ಶಿಸ್ತಿನ ಮನುಷ್ಯ. ಪರಮಶಿವಯ್ಯ ಕಟ್ಟುನಿಟ್ಟಿನ ಮನುಷ್ಯ. ಇವನ್ನೆಲ್ಲ ಮನಸ್ಸಿನಲ್ಲಿಟ್ಟುಕೊಂಡೇ ಹೇಳಿದ್ದು.

ದೊಡ್ಡ ಅಪರಾಧ ಮಾಡಿದಂತೆ ಕನಲಿ ಹೋದ ಹುಡುಗಿಯನ್ನು ಕರುಣೆಯಿಂದ ನೋಡಿದ. ಅಷ್ಟರಲ್ಲಿ ಬಂದ ಒಂದು ಪೇಷಂಟ್ ಕಡೆಯ ವ್ಯಕ್ತಿ ಅತ್ತಿತ್ತ ನೋಡಿ "ಇಲ್ಲಿ ಸಂಧ್ಯಾಯಾರು?" ಕೇಳಿದ.

"ನಾನೇ...." ಎಂದಳು ಉಗುಳು ನುಂಗುತ್ತ.

ಆ ವ್ಯಕ್ತಿಯ ಮುಖವೇ ಬದಲಾಗಿ ಹೋಯಿತು. "ನಮಸ್ಕಾರ ಅಮ್ಮ, ನನ್ಮಗಳು ಮದ್ವೆ. ನಿಮ್ಗೆ ನನ್ಮಗ್ಳು ಆಹ್ವಾನ ಪತ್ರಿಕೆ ಕಳ್ಸಿ ಕೊಟ್ಟಿದ್ದಾಳೆ. ನೀವು ಅವ್ಳ ಮದುವೆಗೆ ಖಂಡಿತ ಬರ್ಬೇಕು" ಕೈ ಮುಗಿದು ಕೇಳಿಕೊಂಡ. ಆಮೇಲೆ ವಿವರಗಳನ್ನು ಕೂಡ ಒದಗಿಸಿದ. ಕಾಲೇಜಿನಲ್ಲಿ ಕಲಿಯುತ್ತಿದ್ದ ಅವರ ಮಗಳು ಲವ್ ಅಫೇರ್‌ನಲ್ಲಿ ಫೈಲ್ಯೂರ್ ಆಗಿ ನಿದ್ದೆ ಮಾತ್ರೆಗೆ ಶರಣಾಗಿ ಸಾವು-ಬದುಕಿನ ಹೋರಾಟದಲ್ಲಿದ್ದಾಗ ಬಹಳ ಸಹಾಯ ಮಾಡಿದ್ದಳು. ಆ ಕೃತಜ್ಞತೆ ಅವರನ್ನು ಕಾಡಿತ್ತು.

"ಈಗ ಹೇಗಿದ್ದಾಳೆ, ಆಶಾ?" ವಿಚಾರಿಸಿದಾಗ ಡಾ।। ಸುಧಾಕರ್ ಸರಿದು ಹೋದ. ಡ್ಯಾಟಿ ಅವರ್ಸ್ ಬಿಟ್ಟು ಮಿಕ್ಕ ಸಮಯದಲ್ಲಿ ರೋಗಿಗಳ ಕಷ್ಟಸುಖ ವಿಚಾರಿಸುತ್ತ, ಎಲ್ಲರಿಗೂ ನೆರವಾಗುವ ಆತ್ಮೀಯತೆ ತೋರುವ 'ಸಂಧ್ಯಾ' ಎಂದರೇ ಎಲ್ಲರಿಗೂ ಮೆಚ್ಚುಗೆಯೇ.

ಸಂಜೆ ವಿಳಾಸ ಹಿಡಿದು ವಸಂತಮ್ಮನ ಮನೆಯನ್ನು ಹುಡುಕಿಕೊಂಡು ಹೋದಾಗ ಆಕೆ ಹೊರಗಿನ ಕೈ ತೋಟದಲ್ಲಿಯೇ ಇದ್ದರು.

"ಬಾಮ್ಮ.... ಸಂಧ್ಯಾ... ಬಾ" ಎಂದು ಅಕ್ಕರೆಯಿಂದ ಆಹ್ವಾನಿಸಿದರು.

ತನ್ನ ಸ್ಕೂಟಿ ನಿಲ್ಲಿಸಿ ಒಳಗೆ ಹೋದಳು. ಮನೆ ಚಿಕ್ಕದಾದರೂ ಸ್ವಚ್ಛವಾಗಿತ್ತು. ಮನೆಯಲ್ಲಿ ಇದ್ದಿದ್ದು ಇಬ್ಬರು ಮಾತ್ರವೇ. ಯಾವ ಅವ್ಯವಸ್ಥೆಯು ಇರಲಿಲ್ಲ.

ಕೂತು ಡಾ॥ ಸುಧಾಕರ್ ಹೇಳಿದ್ದನ್ನು ವಿವರವಾಗಿ ಉಸುರಿದಳು.

"ಅವ್ರು ಎದೆ ಗಟ್ಟಿಯಾಗಿದೆ. ಪೂರ್ತಿ ಆರೋಗ್ಯವಾಗಿದ್ದಾರೆ. ಬಹುಶಃ ಸ್ಥಳ ಬದಲಾವಣೆ ಮಾಡಿದರೆ ಎದೆನೋವು ಓಡಿಹೋಗಬಹುದು" ಒಂದು ಸಲಹೆಯನ್ನು ಕೂಡ ಕೊಟ್ಟಳು.

ಮನೆಗೆ ಹೊರಟಾಗ ಆಕೆ ಒಂದು ಬ್ಯಾಗ್ ತುಂಬಾ ಹಣ್ಣು, ತಿಂಡಿ ತುಂಬಿ ಕೊಡುವುದರ ಜೊತೆಗೆ ನೂರರ ಎರಡು ನೋಟುಗಳನ್ನು ತಾಂಬೂಲದಲ್ಲಿ ಇಟ್ಟುಕೊಟ್ಟಾಗ ಬೆಚ್ಚಿಬಿದ್ದಳು.

"ಅಯ್ಯೋ, ಇದೆಲ್ಲ ಬೇಡ. ತುಂಬಾ ತಪ್ಪಾಗುತ್ತೆ. ನಾನು ಮಾಡಿದ್ದು ತಾನೇ ಏನಿದೆ? ಡಾಕ್ಟ್ರು ನಿಮ್ಗೆ ಮೊದ್ಲೇ ಎಲ್ಲಾ ಹೇಳಿದ್ದರು" ಎಂದು ನಿರಾಕರಿಸಿದಳು.

ಆಕೆ ಇವಳ ಮಾತನ್ನು ಕೇಳಿಸಿಕೊಳ್ಳಲೇ ಇಲ್ಲ. ಮನೆಗೆ ಬಂದಾಗ ಅವಳಮ್ಮ ಒಂದಿಷ್ಟು ಸಂಭ್ರಮದಲ್ಲಿದ್ದರು. "ಸಂಧ್ಯಾ, ನಿನ್ನ ಜಾತಕ ಶಾಸ್ತ್ರಿಗಳ ಹತ್ತಿರ ಕೊಟ್ಟು ಬಂದಿದ್ದೆ. ಇನ್ನು ಮೂರು ತಿಂಗ್ಳಲ್ಲಿ ನಿನ್ಮದ್ವೆ ಆಗಿ ಹೋಗುತ್ತಂತೆ. ನಿಂಗೆ ಗುರುದೆಶೆ, ಶುಕ್ರದೆಸೆ ಎಲ್ಲಾ ಶುರುವಾಗಿದೆಯಂತೆ. ನಿನ್ನ ಕುತ್ತಿಗೆಗೆ ತಾಳಿ ಬಿದ್ದ ದಿನ ನಾನು ಧನ್ಯೆ" ಹೇಳಿಕೊಂಡರು. ಸಂಧ್ಯಾ ಮಾತೇ ಆಡಲಿಲ್ಲ. ವಿವಾಹ, ಮದ್ವೆ, ಲಗ್ನ, ಮಾಂಗಲ್ಯ ಇಂಥ ಪದಗಳ ಕರಿಮಣಿ ಸರ ಅವಳನ್ನು ಬಂಧಿಸಿತ್ತು.

"ನಾನು ಹೇಳಿದ್ದು ಕೇಳಿಸಲಿಲ್ವಾ?" ಎಂದರು ಮತ್ತೆ.

"ಕೇಳಿಸ್ತಮ್ಮ, ವಿವಾಹಗಳು ಸ್ವರ್ಗದಲ್ಲಿ ನಡೆದಿರುತ್ತೇಂತ ಹಿರಿಯರು ಹೇಳಲಿಲ್ವ. ಖಂಡಿತ ನಿನ್ನ ಆಸೆ ಬೇಗ ಪೂರ್ತಿ ಆಗುತ್ತೆ" ಭರವಸೆಯ ಮಾತಾಡಿದಳು. ಆಕೆಗೆ ಅಷ್ಟು ಸಾಕಿತ್ತು. "ಆ ಗಂಡಿಗೆ ಇನ್ನು ಕನ್ಯೆ ಹೊಂದಿಕೆಯಾಗಲಿಲ್ವಂತೆ. ಈಗ್ಲೂ ನಮ್ಮ ಮನೆ ಹಾದಿ ಕಾಯ್ತಿದ್ದಾರೆ. ನೀನು 'ಹ್ಞೂ' ಅಂದರೇ ನಾನು ಶಾಸ್ತ್ರಿಗಳ ಮನೆಗೆ ಹೋಗಿ ಹೇಳ್ಬರ್ತೀನಿ" ಎಂದರು ಶಾರದಮ್ಮ. ಆಕೆ ಎಂದು ಬದಲಾಯಿಸಿರೆನಿಸಿತು.

ಮುಖ ತೊಳೆದು ಬಂದ ಸಂಧ್ಯಾ ಒಂದು ಕಡೆ ಕೂತಳು. ಸುವಿದ್ಯಾ ಕಲಿಕೆಯಲ್ಲಿ ಅಂತ ಬುದ್ಧಿವಂತಳೇನು ಅಲ್ಲ. ಅವಳ ಪರವಶತೆ, ಯುವಕರ ಎದುರಿನಲ್ಲಿ ಅವಳ ವರ್ತನೆ, ಎಲ್ಲಾ ನೋಡಿದರೆ ಅವಳಿಗೆ ಬೇಗ ವಿವಾಹ ಮಾಡಿಬಿಡಬೇಕೆಂದು ಹಿರಿಯಳಂತೆ ಯೋಚಿಸಿದ್ದಳು. ಟೀನೇಜ್‌ನ ರೋಮ್ಯಾಂಟಿಕ್ ಅವಾಂತರಗಳು ಕೆಲವೊಮ್ಮೆ ಗಂಡಾಂತರಕಾರಿಯೆಂದು ಡಾ॥ ಅನುರಾಧ ನರ್ಸಿಂಗ್ ಹೋಂನ ಗೋಡೆ

ಗೋಡೆಗಳು ಹೇಳುತ್ತಿದ್ದವು. ಆತ್ಮಹತ್ಯೆಗೆ ಪ್ರಯತ್ನಿಸಿದ ಎಷ್ಟೋ ಯುವತಿಯರು ವಿಲವಿಲ ಒದ್ದಾಡಿ ನಿರ್ಜೀವವಾಗಿದ್ದನ್ನು ಕಂಡಿದ್ದಳು.

"ಏನು ಇದೆಲ್ಲ?" ಕೇಳಿದರು ಬ್ಯಾಗ್‌ನಲ್ಲಿದ್ದ ಹಣ್ಣು, ತಿಂಡಿಗಳನ್ನು ತೆಗೆಯುತ್ತ. ವಸಂತಮ್ಮ ಕೊಟ್ಟರೆಂದರೆ ಹತ್ತಾರು ಪ್ರಶ್ನೆ, ನೂರೆಂಟು ಮಾತು. ಆ ಗೊಂದಲ ಬೇಡವೆಂದು "ಅಪ್ಪನಿಗೆ ಹಣ್ಣು, ಹುಡುಗರಿಗೆ ತಿಂಡಿ. ನಾನೇ ಕೊಂಡು ತಂದೆ." ಸುಳ್ಳು ಹೇಳಿ ಪಾರಾದಳು. ಆದರೂ ಒಂದತ್ತು ನಿಮಿಷ ಆಕೆಯ ಗೊಣಗಾಟ ಕೇಳಿಸುತ್ತಿತ್ತು.

ಶಾರದಮ್ಮ ತಂದು ಕೊಟ್ಟ ಕಾಫಿ ಕುಡಿಯುತ್ತ "ಅಮ್ಮ, ಸುವಿದ್ಯಾಗೂ ಓದಿನ ಬಗ್ಗೆ ಅಂಥ ಆಸಕ್ತಿಯೇನಿಲ್ಲ. ಹೇಗೂ ಹದಿನೆಂಟು ತುಂಬುತ್ತೆ. ಈಗಾಗಲೇ ಎರಡು ತರಗತಿಯಲ್ಲಿ ಫೇಲಾಗಿದ್ದಾಳೆ. ಮತ್ತೇನಾದ್ರೂ ಎಸ್.ಎಸ್.ಎಲ್.ಸಿ.ಯಲ್ಲಿ ಫೇಲಾದರೆ ಏನು ಮಾಡೋಳು" ಕೇಳಿದಳು.

ಆಕೆಗೆ ಗೊತ್ತು ಸುವಿದ್ಯಾಗೆ ಗಂಡ, ಸಂಸಾರ, ಮಗು ಇಂಥ ವಿಷಯಗಳಲ್ಲಿ ಹೆಚ್ಚಿನ ಆಸಕ್ತಿ. ಆ ವಿಷಯಗಳನ್ನು ಮಾತಾಡುತ್ತಿದ್ದರೆ ಬಂದು ಕೂಡುತ್ತಿದ್ದಳು.

"ನಂಗಂತು ಅವ್ಳು ಪಾಸಾಗ್ತಳೆಂತ ಅನ್ನಿಸಿಯೇ ಇಲ್ಲ. ಮನೆ ಕೆಲ್ಸ ಮಾಡ್ಕೊಂಡ್ ಇರ್ಲಿ. ನಿನ್ಮದ್ವೆ ಆಗೋವರ್ಗೂ ಅವ್ಳ ಲಗ್ನಕ್ಕೆ ಕಾಯಬೇಕಲ್ಲ, ಅದೊಂದೆ ಚಿಂತೆ?" ಮತ್ತೆ ಆಕೆ ಅಲ್ಲಿಗೇ ಬಂದರು.

ತಾಯಿಯತ್ತ ನೋಡಿದಳು. ಈಕೆ ಇರುವುದೆಲ್ಲಿ? ಯಾವುದೇ ಆದಾಯವಿಲ್ಲ? ಚಿಕ್ಕವರ ಭವಿಷ್ಯವೇನು? ಈ ಬಗ್ಗೆಯಲ್ಲ ಯಾಕೆ ಯೋಚಿಸಬಾರದು. ವಿಚಿತ್ರವಾಗಿ ಕಂಡರೂ ಇಂಥವರ ಸಂಖ್ಯೆಯೇನು ಕಡಿಮೆ ಇಲ್ಲವೆನಿಸಿತು.

"ಈಗ್ಯಾಕೆ, ಒಂದ್ಕೆಲ್ಸ ಮಾಡ್ಬಾರ್ದು. ಮೊದ್ಲು ಸುವಿದ್ಯಾಗೆ ಮದ್ವೆ ಮಾಡ್ಬಿಡೋಣ" ಅಂದ ಕೂಡಲೇ ಆಕೆ ದೊಡ್ಡ ಗಂಡಾಂತರದಲ್ಲಿ ಸಿಕ್ಕಿ ಹಾಕಿಕೊಂಡವರಂತೆ "ಏನೇನೋ ಮಾತಾಡ್ಬೇಡ. ನೀನು ದೊಡ್ಡವಳು ಇದ್ದು ಚಿಕ್ಕವಳಿಗೆ ಲಗ್ನ ಮಾಡೋದಾ?" ತೀವ್ರ ವಿರೋಧ ವ್ಯಕ್ತಪಡಿಸಿದರು.

ಸಂಧ್ಯಾ ಮಾತೇ ಆಡಲಿಲ್ಲ. ಆಕೆಯ ಮಾತುಗಳು ಆಕೆಗೆ ಮಾತ್ರ ಸರಿಯೆನಿಸುತ್ತಿತ್ತು. ಇಂದು ತಂದೆ ಹುಡುಗರೊಂದಿಗೆ ಹೊರ ಹೋಗಿದ್ದವರು ಬಂದಾಗ ತೀರಾ ಕತ್ತಲಾಗಿತ್ತು. ಎಂದಿನ ಹಾಗೇ ಚಟುವಟಿಕೆಯಿಂದ ಅದೂ ಇದೂ ಮಾಡುತ್ತಿದ್ದ ಮಗಳು ಮೌನವಾಗಿ ಕೂತಿದ್ದು ಅಚ್ಚರಿಯನ್ನು ತರಿಸಿತು.

"ಯಾಕಮ್ಮ, ಒಂದು ತರಹ ಇದ್ದೀಯಾ?" ಕೇಳಿದರು ಶ್ರೀಪತಿ.

"ಏನಿಲ್ಲಪ್ಪ, ಸುಮ್ನೆ ಕೂತೆ. ಮಾಡೋಂಥ ಕೆಲ್ಸ ಕೂಡ ಏನಿಲ್ಲ" ಎಂದು ರಾಘವೇಂದ್ರನನ್ನು ಎಳೆದು ತೊಡೆಯ ಮೇಲೆ ಕೂಡಿಸಿಕೊಂಡು "ಅಕ್ಕ ಎಲ್ಲೋ?" ಕೇಳಿದಳು. ಅವನು ಬಗ್ಗಿ ಸಂಧ್ಯಾಳ ಕಿವಿಯ ಬಳಿ ಉಸುರಿದ "ಶಾಸ್ತ್ರಿಗಳ ಮನೆಯಲ್ಲಿದ್ದಾಳೆ"

ಎದ್ದ ಸಂಧ್ಯಾ ರಾಘವೇಂದ್ರನೊಂದಿಗೆ ಶಾಸ್ತ್ರಿಗಳ ಮನೆಗೆ ಹೋದಳು. ಈ

ಸಮಯದಲ್ಲಿ ಅವರು ಗಂಡ, ಹೆಂಡತಿ ಪ್ರವಚನಕ್ಕೆಂದು ದೇವಸ್ಥಾನಕ್ಕೆ ಹೋಗಿರುತ್ತಾರೆಂದು ಅವಳಿಗೆ ಗೊತ್ತು. ಇದ್ದ ಮಗಳಿಗೆ ಮದುವೆಯಾಗಿತ್ತು. ಮಗ ಮದುವೆಯಾದ ಮೇಲೆ ಬೇರೆ ಇದ್ದ. ಕಿರಿಯ ಮಗನೊಬ್ಬನೇ ಇವರೊಂದಿಗೆ ಇದ್ದಿದ್ದು. ಇಷ್ಟು ಸಮಾಚಾರ ಅಮ್ಮನ ಮಾತುಗಳಿಂದ ಅವಳಿಗೆ ತಿಳಿದಿತ್ತು.

ಮುಂದಿನ ಬಾಗಿಲು ಮುಚ್ಚಿತ್ತು. ಕಾಲಿಂಗ್ ಬೆಲ್ ಒತ್ತಿದಾಗ ಶಾಸ್ತ್ರಿಗಳ ಕಿರಿಯ ಮಗ ಬಂದು ಬಾಗಿಲು ತೆಗೆದವನು ಗರಬಡಿದವನಂತೆ ನಿಂತ. ಬೆವರಿದ. ಮುಖ ಒಂದು ತರಹ ಆಯಿತು.

"ಶಾಸ್ತ್ರಿಗಳು ಇಲ್ವಾ?" ಕೇಳಿದಳು.

"ಪ್ರವಚನಕ್ಕೆ ಹೋಗಿದ್ದಾರೆ. ಬರೋದು ಎಂಟು ಗಂಟೆ ಆಗುತ್ತೆ. ಏನಾದ್ರೂ ಅರ್ಜೆಂಟಾಗಿ ಮಾತಾಡೋದು ಇತ್ತ?" ಕೇಳಿದ ಚೇತರಿಸಿಕೊಳ್ಳದೇ.

"ಅಂಥ ಅರ್ಜೆಂಟೇನಿಲ್ಲ. ಇನ್ನೊಂದು ದಿನ ಮಾತಾಡ್ತೀನಿ" ಎಂದು ಹಿಂದಿರುಗಿ ಬರುವವಳೇ. ಆದರೆ ರಾಘವೇಂದ್ರ "ವಿದ್ಯಕ್ಕ" ಅಂದ.

ಬಾಗಿಲಲ್ಲಿ ನಿಂತಿದ್ದ ಶಾಸ್ತ್ರಿಗಳ ಮಗ ಮತ್ತಷ್ಟು ಬಿಳುಚಿಕೊಂಡ. ಪ್ರಯಾಸದಿಂದ ಏನೋ ಹೇಳಬೇಕೆಂದು ಚಡಪಡಿಸಿದರು ಅವನ ಬಾಯಿಂದ ಮಾತೇ ಹೊರಬರಲಿಲ್ಲ.

"ಅಯ್ಯೋ, ವಿದ್ಯಾ ಇಲ್ಲಿಗೆ ಬರಲೇ ಇಲ್ಲ" ಎಂದ ಪೆಚ್ಚಾಗಿ.

"ದೇವಸ್ಥಾನಕ್ಕೆ ಹೋಗಿರಬೇಕು. ಅಲ್ಲೇ ಹೋಗಿ ನೋಡ್ತೀನಿ" ಎಂದು ಹಿಂದಿರುಗಿದವಳು ಹಿಂಭಾಗದ ರೋಡಿಗೆ ಹೋಗುವ ವೇಳೆಗೆ ಸುವಿದ್ಯಾ ಹಿತ್ತಲಗೋಡೆ ಹತ್ತಿ ಧುಮುಕಿದ್ದನ್ನು ನೋಡಿದಳು.

ಸಂಧ್ಯಾ ಎದೆ ಧಸಕ್ಕೆಂದಿತು. ಹಿತ್ತಲಿನ ಗೋಡೆ ಹಾರಿ ಹೋಗುವ ಹಣೆಬರಹ ಆದಾಗ ಬಾರದೆನ್ನುವ ನಿರ್ಧಾರಕ್ಕೆ ಬಂದಳು.

ಅವಳ ಸೊಂಟ ತಿವಿದ ರಾಘವೇಂದ್ರ "ಅಲ್ಲಿ ಓಡಿ ಹೋದ್ಲು" ಹೇಳಿದ ಮೆಲ್ಲಗೆ. ಸಂಧ್ಯಾ ಮಾತಾಡದೇ ರಾಘವೇಂದ್ರನನ್ನು ದೇವಸ್ಥಾನಕ್ಕೆ ಕರೆದೊಯ್ದಳು. ಶಾಸ್ತ್ರಿಗಳ ಪ್ರವಚನ ಶುರುವಾಗಿತ್ತು. ಅವರ ಹೆಂಡತ ಕಂಬಕ್ಕೆ ಒರಗಿ ಕಣ್ಮುಚ್ಚಿ ಆಲಿಸುತ್ತಿದ್ದರು. ಕೆಲವು ರೆಗ್ಯುಲರ್ ಭಕ್ತರು ಇದ್ದರು. ಅಲ್ಲೇ ಕೂತಳು ಸಂಧ್ಯಾ.

ಅರ್ಧದಲ್ಲಿಯೇ ಎದ್ದು ಮನೆಯ ಕಡೆಬಂದಾಗ ಸುವಿದ್ಯಾ ಬಟ್ಟೆ ಮಡಚುತ್ತಿದ್ದವಳು ಕಣ್ಣ ನೋಟ ಬೀರಿದ್ದು ಕಂಡರೂ ಕಾಣದಂತೆ ಒಳ ನಡೆದಳು. ಹೊಸದೊಂದು ಸಮಸ್ಯೆ ಉದ್ಭವ ಆಗಿತ್ತು. ಇದಕ್ಕೆ ಹೇಗೆ ಪರಿಹಾರ?

ಮಗಳನ್ನು ಕರೆದ ಶ್ರೀಪತಿ "ನಂಗೆ ಇಲ್ಲಿ ಯಾವುದಾದ್ರೂ ಕೆಲ್ಸ ಸಿಕ್ಕುತ್ತ? ಒಂಟಿಯಾಗಿ ಕೂಡೋದು ಕಷ್ಟ" ಅವರ ದನಿಯಲ್ಲಿ ಬೇಸರ, ನೋವು ಮಿಳಿತವಾಗಿತ್ತು. ನಿಸ್ಸಹಾಯಕತನ ಅವರಿಗೆ ಇಷ್ಟವಿಲ್ಲ... "ಈಗ ತಾನೇ ಚೇತರಿಸ್ಕೊಂತಾ ಇದ್ದೀರಿ. ಆಮೇಲೆ ಆ ಬಗ್ಗೆ ಯೋಚ್ಸಬಹುದು" ಸಮಾಧಾನ ಹೇಳಿದಳು.

ಕಿರಾಣಿ ಅಂಗಡಿಯಲ್ಲಿ ವ್ಯಾಪಾರ ಮಾಡಿ ಅನುಭವವೇ ವಿನಾಃ ಹೊರಗೆ ಹೋಗಿ ಕೆಲಸ ಮಾಡಿದ್ದಿಲ್ಲ.

"ಸಿಗಬಹುದಾ ಯಾವುದಾದ್ರೂ ಕೆಲ್ಸ?" ಅವರ ಸ್ವರದಲ್ಲಿ ಆಸೆ ಇತ್ತು. ನೋವು, ಸಂಕಟ ಅನಾರೋಗ್ಯದಿಂದ ಹೊರಬೀಳಲು ಚಡಪಡಿಸುತ್ತಿದ್ದ ಮನುಷ್ಯನಿಗೆ ಒಂದು ಊರುಗೋಲು ಬೇಕು. ಅದನ್ನು ಹಿಡಿದು ವೇಗವಾಗಿಯಲ್ಲದಿದ್ದರೂ ತಡವರಿಸುತ್ತ ಮುಂದೆ ಸಾಗಬಲ್ಲರು.

"ಖಂಡಿತ ಸಿಗುತ್ತೆ. ಅದ್ಕೆ ಕೆಲವು ದಿನಗಳಾದ್ರೂ ಬೇಕಾಗುತ್ತೆ. ಆವರ್ಗೂ ಅಮ್ಮನಿಗೆ ಸಹಾಯ ಮಾಡ್ಕೊಂಡ್ ಮನೆಯಲ್ಲೇ ಇರ್ಬೇಕು" ಪ್ರೀತಿಯ ಒತ್ತಾಯವನ್ನು ಅವರ ಮೇಲೇರಿದಳು.

ಅದೇ ವಾರ ಎಸ್.ಎಸ್.ಎಲ್.ಸಿ. ರಿಸಲ್ಟ್ ಬಂತು. ಸುವಿದ್ಯಾ ಅನುತ್ತೀರ್ಣವಾಗಿದ್ದು ಒಂದು ಆಘಾತ. ಶಾರದಮ್ಮನಂತೂ ಮಗಳಿಗೆ ನಾಲ್ಕು ಬಡಿದೇಬಿಟ್ಟಳು. ಶ್ರೀಪತಿಗಳು ಮಾತ್ರ ತೆಪ್ಪಗೆ ಉಳಿದರು. ಅಂತು ಅವಳ ಓದು ಇಲ್ಲಿಗೆ ಮುಕ್ತಾಯ.

"ಇವ್ಳು ಇನ್ನೇನು ಮಾಡ್ಬೇಕು? ಮನೆಯಲ್ಲಿ ಮುಸುರೆ ಉಜ್ಕೊಂಡ್ ಇರ್ತಾಳೆ" ತಾಯಿ ರಂಪಾಟ ಮಾಡಿದಾಗ ಸಂಧ್ಯಾ ಸಮಾಧಾನ ಹೇಳಿದಳು. "ಮತ್ತೆ ಪರೀಕ್ಷೆಗೆ ಕೂತು ಪಾಸು ಮಾಡ್ತಾಳೆ. ಇನ್ನೊಂದ್ವರ್ಷ ಹಾಳಾಯ್ತು ಅನ್ನೋದು ಬಿಟ್ಟು ಬೇರೇನಿಲ್ಲ." ಈಗಾಗಲೇ ಎರಡು ವರ್ಷ ನಾಲ್ಕು ಸಾರಿ ಅನುತ್ತೀರ್ಣಳಾಗಿದ್ದ ಅವಳಿಗೆ ಇದೊಂದು ದುಃಖವೆನಿಸಲಿಲ್ಲ. ಮುಂದೆ ಓದುವ ಆಸೆ ಅವಳಿಗೆಂದು ಇರಲಿಲ್ಲ. ಪುಸ್ತಕ ಹಿಡಿಯಬೇಕೆಂದರೇ ಅವಳಿಗೆ ತಲೆನೋವು.

"ಇವ್ಳು ಇನ್ನು ಓದಿ ಪಾಸು ಮಾಡಿದಂಗೆ" ಶಾರದಮ್ಮ ಕಣ್ಣೀರಿಟ್ಟರು.

"ನೀನೆಷ್ಟು ಓದಿದ್ದೀಯಾ? ಗಂಡನೊಂದಿಗೆ ಸಂಸಾರ ಮಾಡೋಕೆ ಓದೇನು ಬೇಕಿಲ್ಲ" ತಾಯಿಯ ಕೈಯಲ್ಲಿ ಪೆಟ್ಟು ತಿಂದಿದ್ದ ಅವಳೊಂದು ಛಾಲೆಂಜ್ ಎಳೆದಿದ್ದಳು. ವೇದಿಕೆಯಲ್ಲಿ, ಶಾಸನ ಸಭೆಗಳಲ್ಲಿ ಚರ್ಚೆ ಮಾಡಬೇಕಾದ ವಿಷಯವೆನಿಸಿತು.

"ನೋಡಿದ್ಯಾ" ಎಂದು ಮೇಲೆದ್ದ ತಾಯಿಯನ್ನು ಸಂಧ್ಯಾ ತಡೆದು "ಫೇಲಾಗಿರೋದು ಅವ್ಳಿಗೂ ದುಃಖವೇ. ಈ ಸಂದರ್ಭದಲ್ಲಿ ಮತ್ತಷ್ಟು ನೋಯಿಸೋದ್ಬೇಡ". ಶಾರದಮ್ಮ ಒಂದು ಕಡೆ ಕೂತು ಕಂಬನಿ ಸುರಿಸಿದರು.

ಅಂದು ನೈಟ್ ಡ್ಯೂಟಿಗೆ ಬಂದಿದ್ದ ಸಂಧ್ಯಾಗೆ ಡಾ॥ ಪರಮೇಶ್ವರ್‌ನಿಂದ ಬುಲಾವ್ ಬಂತು. ಮನಸ್ಸು ಸರಿ ಬರಲಿಲ್ಲ. ಹೆದರುತ್ತಲೇ ಹೋದಳು.

"ದಿಸ್ ಈಸ್ ಟೂ ಮಚ್. ಯಾರೇ ಆದರೂ ಸಹಿಸಿಕೊಳ್ಳೋದು ತುಂಬಾನೇ ಕಷ್ಟ. ಸರ್ವಂ ಸಂಧ್ಯಾಮಯವಾಗೋ ಹಾಗಿದೆ. ಒಮ್ಮೆ ಬಂದ ಪೇಷೆಂಟ್ ಅವರ ಮನೆಯ ಕಡೆಯವ್ರು ರಿಸೆಪ್ಷನ್‌ನಲ್ಲಿ ನಿನ್ನ ಕಾಣದಿದ್ದರೇ ನಿನ್ನನ್ನೇ ವಿಚಾರಿಸ್ತಾರೆ ಯಾಕೆ? ಸ್ವಲ್ಪ ಯೋಚ್ನೆ ಮಾಡು" ಕನ್ನಡಕ ಸರಿ ಮಾಡಿಕೊಂಡರು.

ಅವಳಿಗೇನು ತೋಚಲಿಲ್ಲ. ಸಂಧ್ಯಾ ಇಲ್ಲೇನು ಅಲ್ಲ. ಇಲ್ಲಿರೋ ರೋಗಗಳನ್ನು ಹೊತ್ತ ಜನ ಚಿಕಿತ್ಸೆಗಾಗಿ ಬರೋದು. ರಿಸೆಪ್ಷನ್ ಒಂದು ರೀತಿಯಲ್ಲಿ ವಿಚಾರಣಾ ಸೆಂಟರ್ ವಿನಾ ಮತ್ತೇನು ಅಲ್ಲ.

"ಟೆಲ್ ಮಿ ಸಂಧ್ಯಾ?" ಕೇಳಿದರು ಮತ್ತೆ.

"ಗೊತ್ತಿಲ್ಲ ಸರ್, ಅವ್ರನ್ನೇ ಕೇಳ್ಬೇಕು" ಎಂದಳು ಮುಗ್ಧವಾಗಿ.

ಅವಳು ಅಷ್ಟನ್ನು ಬಿಟ್ಟು ಬೇರೇನೂ ಹೇಳಲು ಸಮರ್ಥಳಲ್ಲ. ಬಂದ ಜನರೊಂದಿಗೆ ಅವಳದು ಮೃದುವಾದ ವರ್ತನೆ. ಪೇಷಂಟ್‌ಗಳಿಗೆ ಧೈರ್ಯ ತುಂಬುತ್ತ, ಹರ್ಷ ಚಿಮ್ಮಿಸುತ್ತ ಓಡಾಡುತ್ತಿದ್ದಳಷ್ಟೆ. ಇದೇ ಒಂದು ಕಾರಣವಾಗಿರಬಹುದಷ್ಟೆ.

ಹೆದರಿದ ಅವಳ ಮುಖ ನೋಡಿ ಡಾ|| ಪರಮೇಶ್ವರ್ ನಕ್ಕುಬಿಟ್ಟರು. ಈಗಿನ ಕಾಂಪಿಟೇಷನ್ ಸ್ಥಿತಿಯಲ್ಲಿ ಇರೋ ಸ್ಥಿತಿಯನ್ನು ಕಾಪಾಡಿಕೊಳ್ಳುವುದು ಕಷ್ಟ. ನೂತನವಾಗಿ ಆವಿಷ್ಕಾರಗೊಂಡ ಮನುಷ್ಯನ ದೇಹದ ತಪಾಸಣೆಯ ಎಲ್ಲಾ ರೀತಿಯ ಉಪಕರಣಗಳನ್ನು ವಿದೇಶದಿಂದ ತರಿಸಿದ್ದರು. ಸಿಬ್ಬಂದಿಯದು ಯಡವಟ್ಟಾದರೆ ನರ್ಸಿಂಗ್ ಹೋಂನ ಖ್ಯಾತಿಯೇ ಕುಸಿಯುತ್ತದೆಯೆನ್ನುವ ತಿಳಿವಳಿಕೆ ಇತ್ತು. ಸಂಧ್ಯಾಳ ಸ್ವಭಾವದಿಂದ ಅವರಿಗೆ ಉಪಕಾರವೇ ಆಗಿತ್ತು.

"ಕೂತ್ಕೋ ಸಂಧ್ಯಾ, ನಿನ್ಹತ್ರ ಯಾಕೋ ಮಾತಾಡ್ಬೇಕೂಂತ ಅನ್ನಿಸಿದೆ. Life is Short ಅನ್ನಿಸಿದೆ. ಎಷ್ಟೋ ಜನ ಕೊಲೀಗ್ಸ್ ಈಗ ಬದ್ಕಿಲ್ಲ. ಎಷ್ಟು ಬೇಗ ಮುಗ್ದುಹೋಯಿತಪ್ಪ ಅವರ ಜೀವನ ಅನಿಸುತ್ತೆ" ಒಂದು ತರಹ ಮಾತಾಡಿದರು.

"ಯಾಕೋ ಒಂದು ತರಹ ಮಾತಾಡ್ತೀರಾ. ತುಂಬ ಡಿಪ್ರೆಸ್ಡ್ ಆಗಿ ಕಾಣ್ತೀರಾ?" ಅಂದಳು. ಡಾ|| ಪರಮೇಶ್ವರ್ ದೀರ್ಘವಾಗಿ ಉಸಿರೆಳೆದು ದಬ್ಬಿ "ನನ್ನ ಬೆಸ್ಟ್ ಫ್ರೆಂಡ್ ಕೊಲೀಗ್ ಶಂಕರಲಿಂಗೇಗೌಡ ಇವತ್ತು ಬೆಳಿಗ್ಗೆ ಹೋದ್ನಂತೆ. ಅವನೊಂದಿಗೆ ಕೂತು ತುಂಬಾ ಮಾತಾಡ್ಬೇಕೂಂತ ಲೆಕ್ಕ ಹಾಕ್ಕೊಂಡಿದ್ದೆ. ಆಗ್ಲೇ ಇಲ್ಲ. ಈಗ ಅವನನ್ನು ಹೇಗೆ ಭೇಟಿ ಮಾಡೋದು? ಮಾತಾಡೋದು?" ವಿಚಿತ್ರವಾಗಿ ಸಾಗಿತು ಅವರ ಮಾತಿನ ಸರಣಿ.

ನಿಜವಾಗಿಯೂ ಸಂಧ್ಯಾಗೆ ಗಾಬರಿಯಾಯಿತು. ಷುರು ಮಾಡಿದ್ದು ಯಾವುದೋ ವಿಷಯ. ಈಗ ಬಂದು ತಲುಪಿದ್ದು ಎಲ್ಲಿಗೋ? ಏನಿದೆಲ್ಲ?

ಮೊದಲು ಬಲವಂತದಿಂದ ಉಗುಳು ನುಂಗಿ "ಸರ್, ಯಾಕೋ ಇವತ್ತು ನಿಮ್ಮ ಮನಸ್ಥಿತಿ ಸರ್ಯಾಗಿಲ್ಲ. ಮೇಡಮ್‌ನ ಕರೀಲಾ?" ಎಂದು ಫ್ರಿಜ್‌ನಲ್ಲಿದ್ದ ನೀರಿನ ಬಾಟಲನ್ನು ತಂದು ಅವರ ಮುಂದಿಟ್ಟಳು.

"ಷ್ಯೂರ್, ಮೇಡಮ್ ಬೇಡ. ಸ್ವಲ್ಪ ಡಾ|| ಸುಧಾಕರ್‌ನ ಕಳಿಸು" ಎಂದು ನೀರಿನ ಬಾಟಲು ಎತ್ತಿಕೊಂಡರು. ಶಂಕರಲಿಂಗೇಗೌಡ ಅವರ ಪರಮದೋಸ್ತು. ಅವನು ಅಮೇರಿಕಾದಲ್ಲಿ ನೆಲೆಸಿ ಹದಿನೈದು ವರ್ಷಗಳೇ ದಾಟಿ ಹೋಗಿದ್ದರು ಅವರ ಸ್ನೇಹ ಇನ್ನು ಲಕಲಕನೆ ಹೊಳೆಯುತ್ತಿತ್ತು. ಒಮ್ಮೆ ಅವನೊಂದಿಗೆ ಕೂತು ಒಂದು ಗಂಟೆ ಮಾತಾಡಬೇಕಿತ್ತು. ಈಗ ಸಾಧ್ಯವೆ.

ಡಾ|| ಸುಧಾಕರ್, ಡಾ|| ನಂದಿನಿ ಒಟ್ಟಿಗೆ ಬರುತ್ತಿದ್ದುದ್ದನ್ನು ನೋಡಿ 'ಒಳ್ಳೆ ಜೋಡಿ' ಎನಿಸಿತು. ಫಿಸಿಕಲೀ, ಆದರೆ ಮನಸತ್ವ ಮಾತ್ರ ವಿರುದ್ಧ.

"ಸರ್ ಕರೀತಾರೆ" ಎಂದಳು.

ಅಷ್ಟರಲ್ಲಿ ಡಾ|| ನಂದಿನಿ ತಲೆ ಹಾಕಿ "ಸಂಧ್ಯಾ, ಏನು ನಿನ್ನ ಡ್ಯೂಟಿ? ರಿಸೆಪ್ಷನಿಸ್ಟ್ ಕೆಲಸದ ಲಿಮಿಟ್ ಏನು? ವಾರ್ಡ್ ವಾರ್ಡ್ ಅಲೆದು ಪೇಷೆಂಟ್‌ಗಳ್ನ ಯಾಕೆ ಮಾತಾಡಿಸ್ತೀಯ ಎಷ್ಟೋ ಜನ ನಿನ್ಮೇಲೆ ರಿಪೋರ್ಟ್ ಮಾಡಿದ್ದಾರೆ?" ಅಸಹನೆಯ ಮಾತಾಡಿದಳು.

"ಸ್ಟಾಪ್ ಮಿಸೆಸ್ ನಂದಿನಿ. ಸಂಧ್ಯಾ ಡಾ|| ಅನುರಾಧ ಮಾನಸಪುತ್ರಿ. ಸ್ವಲ್ಪ ವಿಚಾರ್ಸಿ. ಡೀಟೈಲ್ ಅವರೇ ಹೇಳ್ತಾರೆ" ತೀಕ್ಷ್ಣವಾಗಿ ನುಡಿದ. ಡಾ|| ನಂದಿನಿ ಕಾಲು ಅಪ್ಪಳಿಸಿ ಸಿಡಿಮಿಡಿಗುಟ್ಟುತ್ತ ಹೋದಾಗ ಸಂಧ್ಯಾಗೆ ಆಘಾತವಾಯಿತು.

"ಡಾ|| ನಂದಿನಿಯವ್ರಿಗೆ ಕೋಪ ಬಂದಿದೆ" ಅಂದಳು ಆತಂಕದಿಂದ.

"ಮೆಂಟಲ್ ಕೇಸ್ ಅದು. ಏನು ವಿಷ್ಯ?" ಅವಳೊಂದಿಗೆ ಹೆಜ್ಜೆ ಹಾಕಿದ.

ಡಾ|| ನಂದಿನಿ ಸ್ವಲ್ಪ ನಾಜೂಕಾದ ಪ್ರವೃತ್ತಿಯಾದವಳಾದರೂ ಎಂದೂ ಇವಳ ಮೇಲೆ ಸಿಡಿಗುಟ್ಟಿದ್ದೇ ಇಲ್ಲ. ಇಂದೇಕೆ? ಇದಕ್ಕೆ ಮಾರ್ಟಿನಾ ಕಾರಣವೆಂದು ಅವಳಿಗೆ ಗೊತ್ತು.

ಒಂದೆರಡು ಸಣ್ಣಪುಟ್ಟ ವಿಷಯಗಳನ್ನು ಆಧಾರವಾಗಿಟ್ಟುಕೊಂಡು "ಇನ್ನು ಮೂರು ತಿಂಗಳಲ್ಲಿ ನಾನು ವಿವಾಹವಾಗ್ತೀನಿ" ಎಂದು ಸಂಧ್ಯಾ ಹೇಳಿದ ಮಾತನ್ನು ನೆನಪಿನಲ್ಲಿ ಇಟ್ಟುಕೊಂಡು ಅವರಿವರೊಡನೆ ಮಾತುಗಳನ್ನು ಹಂಚಿಕೊಂಡಿದ್ದಳಷ್ಟೇ. ಅದು ಡಾ|| ನಂದಿನಿಗೂ ತಲುಪಲು ಸಾಕಷ್ಟು ಸಮಯ ಬೇಕಿರಲಿಲ್ಲ.

ಡಾ|| ಪರಮೇಶ್ವರ್ ರೂಮಿನೊಳಕ್ಕೆ ಡಾ|| ಸುಧಾಕರ್ ಹೋದ ಕೂಡಲೇ ಅದೃಶ್ಯಳಾದಳು ಸಂಧ್ಯಾ.

ಬಿಳಿ ಪ್ಯಾಂಟ್, ಬಿಳಿ ಷರಟು ಧರಿಸಿ ಕೂತಿದ್ದ ಡಾ|| ಪರಮೇಶ್ವರ್ ಹುಡುಗನಂತೆ ಕಂಡರೂ ಮುಖ ವಯಸ್ಸನ್ನು ಸ್ವಲ್ಪ ಹೆಚ್ಚಿಸಿದಂತೆ ಕಂಡಿತು.

"ಕೂತ್ಕೋ ಸುಧಾಕರ್, ನನ್ನ ಗೆಳೆಯ ಶಂಕರ ಲಿಂಗೇಗೌಡ ತೀರಿ ಹೋದ್ನಂತೆ. ಬೆಳಿಗ್ಗೆ ವಿಷಯ ಗೊತ್ತಾಯ್ತು. ನಾನು ಅವನೊಂದಿಗೆ ಮಾತಾಡ್ಬೇಕೂಂತ ತುಂಬ ವರ್ಷದಿಂದ ಕಾದಿದ್ದೆ. ಕಡೆಗೂ ಆಗ್ಲೇ ಇಲ್ಲ" ದುಃಖದಿಂದ ತೋಡಿಕೊಂಡರು.

ಡಾ|| ಸುಧಾಕರ್ ಅವರ ಎದುರಿನಲ್ಲಿದ್ದ ಸೋಫಾ ಮೇಲೆ ಕೂತ. ನೇಪಥ್ಯದಲ್ಲಿಯೇ ಉಳಿದ ಶಂಕರಲಿಂಗೇಗೌಡ ಸತ್ತ ಮೇಲೆ ಹಠಾತ್ತಾಗಿ ಪ್ರತ್ಯಕ್ಷವಾಗಿದ್ದು ಅವನಿಗೆ ಆಶ್ಚರ್ಯ ತರಿಸಿತು.

"ಯಾರು ಆ ಶಂಕರಲಿಂಗೇಗೌಡ?" ಹೇಳಿದ.

"ನನ್ನ ದೋಸ್ತು. ಪ್ರಿಯ ಮಿತ್ರ. ಪರಮ ಸ್ನೇಹಿತ. ಬೆಸ್ಟ್ ಫ್ರೆಂಡ್....

ಇತ್ಯಾದಿ.... ಇತ್ಯಾದಿ" ಒಂದೇ ಸಮ ಹೇಳಿದರು. "ವಿಷ್ಯ ತಿಳಿದ ಕೂಡ್ಲೇ ದುಃಖ ತಡೀಲಾರ್ದೆ ಏನು ತೋಚದೆ ಎರ್ಡು ಪೆಗ್ ಹಾಕ್ಕೊಂಡೇ" ಕಣ್ಣೊತ್ತಿಕೊಂಡರು.

ಮೊದಲ ಸಲ ಡಾ|| ಪರಮೇಶ್ವರ್ ಈ ರೀತಿ ಮಾತಾಡಿದ್ದು. ಡಿಗ್ನಿಫೈಡ್ ಮನುಷ್ಯ. ಸೋಷಿಯಲ್ ಸ್ಟೇಟಸ್ ಬಗ್ಗೆ ಸದಾ ಎಚ್ಚರವಾಗಿರುವಂಥ ವ್ಯಕ್ತಿ ಎಂದೂ ಈ ತರಹ ನಡೆದುಕೊಂಡಿದ್ದೇ ಇಲ್ಲ.

"ಮೇಡಮ್‌ಗೆ ಗೊತ್ತಿಲ್ವಾ ಈ ವಿಷ್ಯ?" ಕೇಳಿದ ಡಾ|| ಸುಧಾಕರ್.

"ಅವ್ಳಿಗೆ ಗೊತ್ತಾಗೋದು ನಂಗಿಷ್ಟವಿಲ್ಲ. ಆ ಮೋಸಗಾತಿ ಅವ್ನ ಪ್ರೀತಿಸಿ ನನ್ನ ಮದ್ವೆಯಾದ್ಲು. ಇಂದಿಗೂ ಆ ವಿಷ್ಯ ನಂಗೆ ಗೊತ್ತಿಲ್ಲಾಂತ ತಿಳಿದಿದ್ದಾಳೆ" ಒಂದು ಕಠೋರ ಸತ್ಯವನ್ನು ತೆರೆದಿಟ್ಟು ಅವರು ಹಗುರವಾದರು. ಆದರೆ ಡಾ|| ಸುಧಾಕರ್ ಬೆಚ್ಚಿಬಿದ್ದ. ಬೇರೆಯವರ ವಿಷಯದಲ್ಲಾದರೆ ಹಗುರವಾಗಿ ತೆಗೆದುಕೊಳ್ಳುತ್ತಿದ್ದ. "ಸರ್, ನಿಮ್ಮ ಮೈಂಡ್ ನಾರ್ಮಲ್ಲಾಗಿಲ್ಲ. ಆ ಎರಡು ಪೆಗ್ ನಿಶೆ ಇನ್ನು ಉಳಿದಿದೆಯೆನಿಸುತ್ತೆ" ಅಂದ ಸಾಂತ್ವನ ದನಿಯಲ್ಲಿ.

"ಇಲ್ಲ ಸುಧಾಕರ್ ಈ ಪರಮೇಶ್ವರ್‌ನ ಎರಡು ಪೆಗ್ ಏನು ಮಾಡೋಲ್ಲ" ಅಂದು ಸಂಕ್ಷಿಪ್ತವಾಗಿ ಒಂದು ಕತೆಯನ್ನು ಬಿಚ್ಚಿಟ್ಟರು. "ಶಂಕರ ನನ್ನ ವಿವಾಹಕ್ಕೆ ಬರ್ಲಿಲ್ಲ. ನಾಲ್ಕಾರು ವರ್ಷ ನನ್ನ ಭೇಟಿ ಮಾಡ್ಲಿಲ್ಲ. ಒಂದೆರಡು ಸಲ ಹುಡ್ಕಿಕೊಂಡು ಹೋದಾಗ್ಲೂ ಸಿಗ್ಲಿಲ್ಲ. ಕಣ್ಣು ಮುಚ್ಚಾಲೆಯಾಡಿಬಿಟ್ಟ. ಒಂದಲ್ಲ ಒಂದು ದಿನ ಅವ್ನ ಹಿಡಿದು ಮಾತಾಡ್ಬೇಕೂಂತ ಇದ್ದೆ. ಈ ಈಡಿಯಟ್ ಸದ್ದಿಲ್ಲದೇ ಹೊರಟೇಬಿಟ್ಟ. ಈಗ ನಾನೇನು ಮಾಡ್ಲಿ?" ತೀರಾ ಅಪ್‌ಸೆಟ್ ಆಗಿ ಬಡಬಡಿಸಿದರು.

"ಕಾಲ ಹಿಂದಕ್ಕೆ ಸರಿದಿದ್ದರೇ ಎಷ್ಟೊಂದು ಚೆನ್ನಾಗಿತ್ತಲ್ಲ. ಕಾಲ ಯಾಕೆ ರಿಪೀಟ್ ಆಗ್ಬಾರ್ದು. ಸತ್ತವರೆಲ್ಲ ಹಿಂದಿರುಗಿ ಬರ್ತಾರೆ. ಗಾಂಧಿ, ಬುದ್ಧ, ಕೆನಡಿಯವರನ್ನೆಲ್ಲಾ ನಾವು ನೋಡ್ಬಹುದ್ದು" ಬುದ್ಧಿ ಕೆಟ್ಟವರಂತೆ ಮಾತಾಡಿದರು.

"ಜೊತೆಗೆ ಹಿಟ್ಲರ್, ಸ್ಟಾಲಿನ್ ಅಂಥವರು ಕೂಡ ಬರ್ತಾರೆ. ಇಂಥ ಪುನರಾವರ್ತನೆ ಇದ್ದರೆ ಗತಿಯೇನು?" ಎಚ್ಚರಿಸುವಂತೆ ಮಾತಾಡಿದ.

"ಯು ಆರ್ ಕರೆಕ್ಟ್, ನನ್ನ ಮಿದುಳು ಇವತ್ತು ಸರ್ಯಾಗಿ ಕೆಲ್ಸ ಮಾಡ್ತಾ ಇಲ್ಲ" ಎನ್ನುವ ವೇಳೆಗೆ ಕಾಫಿ ಜಗ್ ಹಿಡಿದು ಬಂದ ಸಂಧ್ಯಾ "ಮೆ ಐ ಕಮಿನ್ ಸರ್" ಎಂದಾಗ ಡಾ|| ಪರಮೇಶ್ವರ್ ಮೇಲೆದ್ದು "ಬಾ.... ಬಾ...." ಬಾತ್‌ರೂಮಿಗೆ ಹೋಗಿ ಬಾಗಿಲು ಹಾಕಿಕೊಂಡರು.

"ಸರ್, ನಾರ್ಮಲ್‌ಗೆ ಬಂದ್ರಾ?" ಭೀತ ಕಣ್ಣುಗಳಿಂದ ವಿಚಾರಿಸಿದಳು.

"ಮೇಡಮ್‌ನ ನೋಡಿದ ಕೂಡ್ಲೇ ನಾರ್ಮಲ್‌ಗೆ ಬಂದ್ಬಿಡೋರು. ಈಗ ಮೇಡಮ್ ಎಲ್ಲಿದ್ದಾರೆ?" ಕೇಳಿದ ದನಿಯೆತ್ತರಿಸಿದೆ. "ಒಂದು ಸಿಸೇರಿಯನ್ ಕೇಸ್ ಅಟೆಂಡ್ ಮಾಡ್ತಾ ಇದ್ದಾರೆ. ಎನಿಥಿಂಗ್ ರಾಂಗ್ ಡಾಕ್ಟರ್?" ಮತ್ತಷ್ಟು ಬಗ್ಗಿ ಕೇಳಿದಾಗ ಎರಡು ಕೈಯಾಡಿಸಿ ತುಟಿಯನ್ನು ಒದ್ದೆ ಮಾಡಿಕೊಂಡು "ಸರ್ ಅಪ್‌ಸೆಟ್ ಆಗಿರೋ ವಿಷ್ಯಯಾರ್ಗೂ ಹೇಳೋದ್ಬೇಡ" ಎಂದ.

ಐದು ನಿಮಿಷದ ತರುವಾಯ ಬಾತ್‌ರೂಂನಿಂದ ಹೊರಗೆ ಬಂದ ಡಾ|| ಪರಮೇಶ್ವರ್ ಶಾಂತವಾಗಿದ್ದರು. ಒಳಗೆ ಬೆಂಕಿ ಕುದಿಯುತ್ತಿದ್ದರು ಹೊರಗೆ ಪ್ರಶಾಂತ ಮುಖಮುದ್ರೆ. ಕೆಲವರು ಇಂಥ ಅಭಿನಯದಲ್ಲಿ ಗೆಲ್ಲುತ್ತಾರೆ, ಕೆಲವರು ಸೋಲುತ್ತಾರೆ.

ಎರಡು ಕಪ್ ಕಾಫಿ ಬಗ್ಗಿಸಿ ಅವರಿಬ್ಬರ ಮುಂದಿಟ್ಟಳು. ಆಗ ಡಾ|| ನಂದಿನಿ ಅಂದ ಮಾತು ನೆನಪಾಯಿತು. ಡಾ|| ಪರಮೇಶ್ವರ್ ಮನಸ್ಸನ್ನು ಮಾತನ್ನು ಬೇರೆಡೆ ತಿರುಗಿಸುವುದು ಅನಿವಾರ್ಯವಾಗಿತ್ತು ಡಾ|| ಸುಧಾಕರ್‌ಗೆ.

"ಸಂಧ್ಯಾ, ನರ್ಸಿಂಗ್ ಹೋಂನಲ್ಲಿ ತುಂಬ ಪಾಪ್ಯುಲರ್ ಆಗ್ತಾ ಇದ್ದಾರೆ. ಇದು ಕೆಲವರಿಗೆ ಸಮಸ್ಯೆಯಾಗಿದೆ" ವಿಷಯ ಎತ್ತಿದ ಕೂಡಲೇ ಸಂಧ್ಯಾ "ಸರ್, ನಾನು ಹೋಗ್ಲಾ?" ಎಂದಳು ಡಾ|| ಪರಮೇಶ್ವರ್ ಕಡೆ ನೋಡಿ.

"ನೋ.... ನೋ.... ನೀನಿಲ್ದೆ ನಿನ್ನ ಬಗ್ಗೆ ಹೇಗೆ ಕಾಮೆಂಟ್ಸ್ ಮಾಡೋದು? ಆರೋಪವನ್ನೊರೆಸೋದು? ಆ ವಿಷ್ಯಕ್ಕೇನೇ ಸಂಧ್ಯಾನ ಕರೆಸಿದ್ದು ಸುಧಾಕರ್. ಬಂದವರಲ್ಲಿ ಎಷ್ಟು ಜನರ ನೆನಪಿನಲ್ಲಿ ಈ ಹುಡ್ಗಿ ಉಳಿಯುತ್ತಾಳೆ? ಬರೋರು ಕೂಡ ಸಂಧ್ಯಾ ಬಗ್ಗೇನೇ ಪ್ರಶ್ನಿಸ್ತಾರೆ. ನಾವೆಲ್ಲ ಇಲ್ಲಿ ಏನು?" ಅತ್ಯಂತ ಸರಳವಾಗಿಯೇ ವಿಷಯವನ್ನೆತ್ತಿಕೊಂಡಿದ್ದರು ಡಾ|| ಪರಮೇಶ್ವರ್.

ಕಾಪಿ ಕಪ್ ಕೈಗೆತ್ತಿಕೊಂಡ ಡಾ|| ಸುಧಾಕರ್ "ಈಗ ಡಾ|| ನಂದಿನಿ ಕೂಡ ಸಂಧ್ಯಾ ಮೇಲೆ ಉರಿದುಬಿದ್ದರು. ಇದ್ರಿಂದ ನರ್ಸಿಂಗ್ ಹೋಂಗೆ ಅನ್ಕೂಲವಾಗಿಯೇ ಇದೆ. ಸಂಬಳ ಹೆಚ್ಚಿಸೋಕೆ ಮೇಡಮ್‌ಗೆ ರೆಕಮಂಡ್ ಮಾಡ್ಬಿಡಿ" ಸಲಹೆ ಕೊಟ್ಟರು ಡಾ|| ಸುಧಾಕರ್.

"ಕರೆಕ್ಟ್..." ಒಪ್ಪಿಕೊಂಡರು ಡಾ|| ಪರಮೇಶ್ವರ್.

"ಸರ್, ನಾನು ಬರ್ತೀನಿ" ಮತ್ತೆ ಕೇಳಿದಳು.

ಡಾ|| ಪರಮೇಶ್ವರ್ ಹೋಗುವಂತೆ ಸನ್ನೆಯಿಂದಲೇ ಹೇಳಿದರು. ಅವರಲ್ಲಿ ಇಂದು ಪ್ರೀತಿ, ಪ್ರೇಮದ ಬಗ್ಗೆ ಜಿಜ್ಞಾಸೆ ಹುಟ್ಟಿಕೊಂಡಿತ್ತು. ಯಾರೊಂದಿಗಾದರೂ ಚರ್ಚಿಸಬೇಕೆನಿಸಿತ್ತು. ಸದ್ಯಕ್ಕೆ ಡಾ|| ಸುಧಾಕರ್ ಸೂಕ್ತ ವ್ಯಕ್ತಿಯಾಗಿಯೇ ಕಂಡ.

ಕಾಫಿ ಕಪ್ ಖಾಲಿಯಾಗುವವರೆಗೂ ಗಂಭೀರವಾಗಿದ್ದ ಡಾ|| ಪರಮೇಶ್ವರ್ "ನನ್ನಲ್ಲಿ ಹುಟ್ಟಿಕೊಂಡ ಪ್ರಶ್ನೆಗೆ ಇನ್ನು.... ಈ ಕ್ಷಣದವರೆಗೂ ಉತ್ತರ ಸಿಕ್ಕಿಲ್ಲ. ಪ್ರೀತಿ, ಪ್ರೇಮವೆಂದರೇನು? ಅನುರಾಧ, ಶಂಕರಲಿಂಗೇಗೌಡ ಇಬ್ಬರು ಪ್ರೇಮಿಗಳು. ಅವರಿಬ್ಬರ ಮಧ್ಯೆ ಸಾಮರಸ್ಯವಿತ್ತು. ಉತ್ತಮ ಒಡನಾಡಿಗಳಾಗಿದ್ದರು. ಅವರಿಬ್ಬರು ವಿವಾಹವಾಗ್ಬೇಕೂಂತಲೂ ಇದ್ದರು. ಆಮೇಲೆ ಅನುರಾಧ ನನ್ನ ವಿವಾಹವಾದರೂ ಹಿಂದಿನ ಯಾವುದೇ ಸುಳಿವು, ಸೂಕ್ಷ್ಮ ಬಿಟ್ಟುಕೊಡಲಿಲ್ಲ. ಬಹಳ ಸಂತೋಷವಾಗಿಯೇ ಸಂಸಾರ ಮಾಡಿದಳು. ಈಗ್ಲೂ ಜೊತೆಯಲ್ಲೇ ಇದ್ದೀವಿ. ಮೇಡ್ ಫಾರ್ ಈಚ್ ಅದರ್. ಇದು ಬೇರೆಯವ್ರ ಮಾತು. ಆಸ್ತಿ, ಅಂತಸ್ತು ಯಾವ್ದು ಶಂಕರಲಿಂಗೇಗೌಡ ಇವಳನ್ನು ಬೇರೆ ಮಾಡಿದ್ದು? ಈ ಪ್ರಶ್ನೆ ನನ್ನಲ್ಲಿ ಬಹಳ ಸಲ ಉದ್ಭವವಾಗಿತ್ತು. ಈ

ಸುಂದರವಾದ ಹೆಣ್ಣು ಮುಂದಿನ ತನ್ನ ಉಜ್ವಲವಾದ ಭವಿಷ್ಯತ್ತಿನ ಅಪ್ಪಿಕೊಳ್ಳೋ ದೆಶೆಯಲ್ಲಿ ಪ್ರೇಮ ಅನ್ನೋದು ಅಳಿಸಿ ಹಾಕಿದ್ಲೂಂತ ಕಾಣಿಸುತ್ತೆ. ಎಂಥ ಅನ್ಕೂಲಕರ ಜಾಣತನ ಅಲ್ವಾ? ನಂಗೆ ಇನ್ನೊಂದು ಡೌಟ್? ಇವ್ಳಿಗೂ, ಶಂಕರಲಿಂಗೇಗೌಡನ ಮಧ್ಯೆ ಪ್ರೇಮವಿತ್ತೆಂದು ತಿಳಿದಾಗ ಚಿತ್ ಆಗಿದ್ದೆ. ಇದ್ರಲ್ಲಿ ನನ್ನ ಅಪರಾಧವೇನಿಲ್ಲಾಂತ ಅವ್ಳಿಗೆ ಮನದಟ್ಟು ಮಾಡಿಕೊಡೋ ಇಚ್ಛೆ ಇತ್ತು. ಸಾಧ್ಯವಾಗಲೇ ಇಲ್ಲ." ಎರಡು ಕೈಯಲ್ಲಿ ತಲೆಯನ್ನು ಹಿಡಿದುಕೊಂಡು "ಶಂಕರಲಿಂಗೇಗೌಡನಿಗಿಂತ, ನನಗಿಂತ ಅನುರಾಧ ಹಣವೇ ಹೆಚ್ಚು ಪ್ರೀತಿಸ್ತಾಳೆ. ಎಲ್ಲಕ್ಕೂ ಪ್ರಯೋಜನಕ್ಕೆ ಬರೋ ಹಣದ ಬಗ್ಗೆನೇ ಅವಳ ವ್ಯಾಮೋಹ" ಎಂದು ನಕ್ಕುಬಿಟ್ಟರು. ಆ ನಗುವಿನಲ್ಲಿ ವಿಷಾದಕ್ಕಿಂತ ಸತ್ಯದ ಅನ್ವೇಷಣೆ ಮಾಡಿದ್ದೆನೆನ್ನುವ ಸಂತೋಷವಿತ್ತು. ಅವರ ನಗೆಯಲ್ಲಿ ಯಾವಾಗಲೂ ಎರಡು ವಿಧ. ನಕ್ಕರೆ ಮುಕ್ತ ನಗೆ. ಇಲ್ಲದಿದ್ದರೇ ಸೀರಿಯಸ್ ಮುಖದಲ್ಲಿ ಕಾಣುವ ತೆಳು ನಗೆ.

ಆಮೇಲಿನ ವಿಷಯವೆಲ್ಲ ವ್ಯಕ್ತಿಗಳಿಂದ ವಿಷಯಕ್ಕೆ ಹೋಯಿತು.

"ನೋಡು ಸುಧಾಕರ್, ನಾವು ಕೂಡ ಸಾಧಾರಣ ಜನಕ್ಕಿಂತ ಬೇರೆ ನಿಲ್ಲುವಂಥ ಮಹನೀಯರೇನು ಅಲ್ಲ. ಇಷ್ಟು ಸಂಪತ್ತು ಸ್ಟೇಟಸ್, ಜನ ಎಲ್ಲಾ ಇದ್ದಾರೆ. ಕೆಲವೊಮ್ಮೆ ಒಂಟಿಯೆನಿಸಿಬಿಡುತ್ತೆ. ಅಂಥ ಸಮಯದಲ್ಲಿ ಪ್ರೀತಿಗಾಗಿ ಮನ ಕಾತರಿಸುತ್ತೆ. ಪೇಷಂಟ್‌ಗಳು ಸಂಧ್ಯಾನ ಇಷ್ಟಪಡ್ತಾರೆ ಯಾಕೆ? ಪ್ರೀತಿ ಅತ್ಯಂತ ಹಿತಕರ ಹಾಗೂ ಆರೋಗ್ಯವರ್ಧಕ ರಾಸಾಯನಿಕ ಪರಿಣಾಮವನ್ನು ರಕ್ತದಲ್ಲಿ ಉಂಟು ಮಾಡುತ್ತೆ. ಅನಾರೋಗ್ಯ, ಭಯದಿಂದ ನರಳುವ ಜನರಿಗೆ ಸಂಧ್ಯಾ ಪ್ರೀತಿ, ಆತ್ಮೀಯತೆಯನ್ನು ಹಂಚುತ್ತಿದ್ದಾಳೆ. ಇದು ಅವಳಿಗೆ ಹೇಗೆ ಸಾಧ್ಯವಾಗಿದೆ? ನಂಗೆ ಪಾರ್ವತಿಯ ಪ್ರೀತಿ, ಪ್ರೇಮದ ಬಗ್ಗೆ ಮಾತ್ರವಲ್ಲ, ನಾನು ಅವಳನ್ನು ಪ್ರೀತಿಸೋ ಬಗ್ಗೆಯು ಅನುಮಾನ" ಜೋರಾಗಿ ನಕ್ಕರು. ಮನದ ನೋವು, ಗೆಳೆಯನ ದುಃಖವನ್ನು ಹೊಡೆದೋಡಿಸುವಂತೆ ನಕ್ಕರು.

ಇದುವರೆಗೂ ಆಫ್ ಮಾಡಿದ್ದ ಸೆಲ್ಯೂಲಾರ್‌ನ ಆನ್ ಮಾಡಿದ ಕೂಡಲೇ ಸದ್ದು ಮಾಡಿತು. ರಿಸೀವ್ ಮಾಡಿಕೊಂಡವರು "ಮಾಜಿ ಮಂತ್ರಿ ಸದಾಶಿವಯ್ಯ ಬಂದಿದ್ದಾರೆ ನಾನು ನೋಡ್ತೀನಿ" ಎಂದು ಮೇಲೆದ್ದವರು ಡಾ|| ಸುಧಾಕರ್ ಕೈ ಹಿಡಿದು "ಈ ಮಾತುಗಳೆಲ್ಲ ನನ್ನ, ನಿನ್ನಲ್ಲೇ ಇರಲೀ. ಅನುರಾಧಗೆ ತಿಳಿದರೂ ಅಪಾಯವೇ" ಎಂದರು.

"ಓಕೇ ಡಾಕ್ಟರ್" ಎಂದು ಕಿರುನಗೆ ಬೀರಿದ.

ಡಾ|| ಪರಮೇಶ್ವರ್‌ಗಿಂತ ಡಾ|| ಅನುರಾಧದು ಗಟ್ಟಿ ವ್ಯಕ್ತಿತ್ವವೆಂದು ತೀರಾ ಹತ್ತಿರದಿಂದ ಕಂಡವರಿಗೆ ಗೊತ್ತು. ಅದೂ ಖಂಡಿತ ಸುಳ್ಳಲ್ಲವೆನಿಸಿತು.

ಇಬ್ಬರು ಜೊತೆಯಾಗಿಯೇ ಹೊರಬಂದರು.

* * * *

ವಿದ್ಯಾನ ಹತ್ತಿರದ ಕನ್ನಡದ ಸ್ಕೂಲಿಗೆ ಸೇರಿಸಿ ಸ್ವಲ್ಪ ಧಾವಂತ ಕಡಿಮೆ

ಮಾಡಿಕೊಂಡರೂ, ರಾಘವೇಂದ್ರ ಸಮಸ್ಯೆಯಾಗಿಯೇ ಉಳಿದುಕೊಂಡಿದ್ದ. ಹತ್ತಿರದ ಸ್ಕೂಲು ಇದ್ದರೆ ಸೇರ್ಸು. ಇಲ್ಲ ಸುಮ್ಮನಿದ್ದುಬಿಡು" ಒಂದೇ ಪಟ್ಟು ತಾಯಿಯದು. ಹೇಗೆ ತಿಳಿಸಿ ಹೇಳಬೇಕೆಂಬುದೇ ಸಂಧ್ಯಾಗೆ ಸಮಸ್ಯೆಯಾಗಿತ್ತು.

ತಂದೆಯ ಬಳಿಯಲ್ಲಿ ಹೋಗಿ ಕೂತು ವಿಷಯ ಪ್ರಸ್ತಾಪಿಸಿದಳು.

"ಇಲ್ಲಿಂದ ಸಾಕಷ್ಟು ಹುಡುಗರು ಸ್ಕೂಲಿಗೆ ನಡೆದೇ ಹೋಗ್ತಾರೆ. ಅಂಥ ದೂರವೇನಲ್ಲ. ರಾಘವೇಂದ್ರನನ್ನ ಆ ಸ್ಕೂಲಿಗೆ ಸೇರಿಸೋಕೆ ಒಪ್ತಾ ಇಲ್ಲ. ಓದೋ ಹುಡ್ಗನ್ನ ಹೇಗೆ ಮನೆಯಲ್ಲಿ ಇಟ್ಟುಕೊಳ್ಳೋದು?"

"ಶಾರದಮ್ಮನ ಕಿವಿಗೆ ಈ ಮಾತು ಬಿದ್ದ ಕೂಡಲೇ ಆಕೆಯೇ ಬಂದರು "ಸಂಧ್ಯಾ, ಓದದಿದ್ದರೂ ಪರ್ವಾಗಿಲ್ಲ. ನಂಗೆ ರಾಘವೇಂದ್ರನ್ನ ದೂರ ಕಳಿಸೋಕೆ ಇಷ್ಟವಿಲ್ಲ. ಇದು ನಿಂಗ್ಯಾಕೆ ಅರ್ಥವಾಗೋಲ್ಲ. ಇಲ್ಲ ನಮ್ಮನ್ನ ಊರಿಗೆ ಕಳ್ಸಿಬಿಡು. ನಾಲ್ಕು ಮನೆ ಮುಸುರೆ ತಿಕ್ಕಿಯಾದ್ರೂ ನನ್ನ ಸಂಸಾರನ ಕಾಪಾಡ್ಕೋತೀನಿ. ಇಲ್ಲಿಗ್ಬಂದ್ಮೇಲೆ ಮತ್ತಷ್ಟು ಹಿಂಸೆಯಾಗಿದೆ. ಬೆಳೆದ ಮಗಳ ಕೊರಳಲ್ಲಿ ತಾಳಿ ಇಲ್ಲ. ನಿನ್ನ ಹಿಂದೆ ಸುವಿದ್ಯಾನು ವಿವಾಹಕ್ಕೆ ತಯಾರಾಗಿ ನಿಂತಿದ್ದಾಳೆ" ಬಡಬಡಿಸಿದರು. ಆಕೆಯಲ್ಲಿ ನಿಸ್ಸಹಾಯಕತೆ ಎದ್ದು ಕಾಣುತ್ತಿತ್ತು.

"ಶಾರದ, ತೆಪ್ಪಗೆ ಎದ್ದು ಹೋಗು. ಇನ್ನೊಂದಾತ್ಮಾಡಿದರೇ ನಾನೇನಾಗ್ತೀನೋ" ಶ್ರೀಪತಿ ರೌದ್ರಾವೇಶ ತಾಳಿದರು. ಈಗ ಸಂಸಾರನ ತಲೆಯ ಮೇಲೇರಿಕೊಂಡು ದುಡಿಯುತ್ತಿರುವ ಮಗಳನ್ನು ಚಿತ್ರವಧೆ ಮಾಡುವುದು ಅವರಿಗೆ ಸೈರಿಸಲಾಗಲಿಲ್ಲ. "ಅಮ್ಮ ಹೇಳೋದು ಸರಿ. ಹತ್ತಿರದಲ್ಲೇ ಒಂದು ಕಾನ್ವೆಂಟ್ ಇದೆ. ಅಲ್ಲಿ ಪ್ರಯತ್ನಿಸ್ತೀನಿ. ಅಕಸ್ಮಾತ್ ಸೀಟು ಸಿಕ್ಕಲಿಲ್ಲಾಂದರೆ ಈ ವರ್ಷ ಮನೆಯಲ್ಲೇ ಪಾಠ ಹೇಳಿಕೊಟ್ಟು ಮುಂದಿನ್ವರ್ಷ ಸೇರಿಸೋಣ. ಅಮ್ಮನ ಮನಸ್ಸು ನೋಯಿಸೋದ್ಬೇಡ" ತಂದೆಗೆ ಸಮಾಧಾನ ಹೇಳಿ ಹೊರಗೆದ್ದು ಬರುವ ವೇಳೆಗೆ ಎಲ್ಲೋ ಹೋಗಿದ್ದ ಸುವಿದ್ಯಾ ಒಳಗಡಿ ಇಟ್ಟವಳು ನಿಂತಳು.

"ಎಲ್ಲೋಗಿದ್ದೆ?" ಎಂದಳು.

ಅದಕ್ಕೆ ಉತ್ತರವಾಗಿ ಹೇಳಿದ್ದು ಶಾರದಮ್ಮ "ಶಾಸ್ತ್ರಿಗಳ ಹೆಂಡತಿಗೆ ಕೈಯಲ್ಲಾಗೋಲ್ಲ. ಒಂದಿಷ್ಟು ಕೆಲ್ಸ ಮಾಡಿಕೊಟ್ಟು ಬಾಂತ ನಾನೇ ಕಳಿಸಿದ್ದೆ. ಇಲ್ಲಿ ನಮ್ಗೆ ಸ್ವಲ್ಪ ಹೆಚ್ಚಿನ ಪರಿಚಯ ಇರೋರು ಅವರೊಬ್ರೇ.

ಸಂಧ್ಯಾಳ ಬಾಯಿಂದ ಮಾತೇ ಹೊರಬರಲಿಲ್ಲ. ಮದುವೆಯಾಗದ್ದು ಸಂಧ್ಯಾಳ ಅಪರಾಧವೆನ್ನುವಂತೆ ಆಕೆ ಮಾತಾಡುತ್ತಿದ್ದರು. ಅದಕ್ಕೆ ಯಾರು ಕಾರಣ ಎಂದು ತಿಳಿಯಲಾರದಷ್ಟು ಅಜ್ಞಾನ.

ಹೊರಗೆ ಬಂದಳು. ಆ ಏರಿಯಾದಲ್ಲಿ ಅಂದರೆ ಮನೆಗೆ ತೀರಾ ಹತ್ತಿರವಾಗಿ ಇದ್ದಿದ್ದು ಒಂದು ಕಾನ್ವೆಂಟ್. ಅಲ್ಲಿ ಕನ್ನಡ ಮಾತಾಡುವವರೇ ಇರಲಿಲ್ಲ. ಅಲ್ಲಿನ ಸಿಬ್ಬಂದಿ ವರ್ಗ ನೇರವಾಗಿ ಅಮೇರಿಕಾದಿಂದ ಇಳಿದವರಂತೆ ವರ್ತಿಸುತ್ತಿದ್ದರು.

ವಾಚ್ ಕಡೆ ನೋಡಿದಳು. ನರ್ಸಿಂಗ್ ಹೋಂಗೆ ಫೋನ್ ಮಾಡಿದಳು. ಡಾ॥ ಪರಮೇಶ್ವರ್ ಮನೆಯಲ್ಲಿದ್ದ ವಿಷಯ ತಿಳಿದ ಕೂಡಲೇ ತನ್ನ ಸ್ಕೂಟಿಯನ್ನು ಹೊರತೆಗೆದಳು. ಹೋದಾಗಲಂತೂ ಅವರಿಗೆ ಆಶ್ಚರ್ಯವೋ ಆಶ್ಚರ್ಯ.

"ಏನು ಸರ್‌ಪ್ರೈಜ್. ನಿಮ್ತಂದೆ ಹುಷಾರಾಗಿದ್ದಾರ?" ಕೇಳಿದರು.

"ಅದೆಲ್ಲ ಏನಿಲ್ಲ" ಎಂದು ಸಮಸ್ಯೆಯನ್ನು ಸೂಕ್ಷ್ಮವಾಗಿ ವಿವರಿಸಿದಾಗ ಅವರ ಹುಬ್ಬೇರಿತು. ಅಂತು ತಮ್ಮನ್ನ ಕಾನ್ವೆಂಟ್‌ಗೆ ಸೇರಿಸಬೇಕೆನ್ನೋ ಹೋರಾಟ. ಮಾಜಿ ಮಂತ್ರಿ ಸದಾಶಿವಯ್ಯ ಒಂದ್ಮಾತು ಹೇಳಿದರೆ ಸುಮ್ನೆ ಕೊಡ್ತಾರೆ. ಈಗ ನೀನು ಅವ್ರ ಫ್ಯಾಮಿಲಿ ಡಾಕ್ಟ್ರು ಆಗ್ಬಿಟ್ಟಿದ್ದೀಯಾ. ಇದೊಂದು ಸಣ್ಣ ಸಹಾಯ ಮಾಡೇ ಮಾಡ್ತಾರೆ" ಒಂದು ದಾರಿ ಸೂಚಿಸಿದರು.

ಸಂಧ್ಯಾಳ ತಲೆ ತಗ್ಗಿತು. 'ನೀನೀಗ ಅವ್ರ ಫ್ಯಾಮಿಲಿ ಡಾಕ್ಟ್ರು ಆಗ್ಬಿಟ್ಟಿದ್ದೀಯಾ' ಎಂದ ಮಾತಿನ ಹಿಂದೆ ವ್ಯಂಗ್ಯವೇನಾದರೂ ಇದೆಯೇ ಎಂದು ಭಯಪಟ್ಟಳು. "ಸರ್...." ಎಂದ ಅವಳ ಕಣ್ಣಿಂದ ಹರಿದ ಕಂಬನಿ ನೋಡಿ ನಕ್ಕುಬಿಟ್ಟರು. "ಫೂಲಿಷ್ ಗರ್ಲ್. ತಮಾಷೆಗೆ ಅಂದಿದ್ದು. ಅದ್ರಲ್ಲಿ ಅಭಿಮಾನ ಕೂಡ ಇದೆ. ಡೋಂಟ್ ವರೀ, ಹೇಗೂ ಇದೇನು ನರ್ಸಿಂಗ್ ಹೋಂ ಅಲ್ಲ. ವಿಪರೀತ ಮರ್ಯಾದೆ ಯಾಕೆ? ಕೂತ್ಕೋ..." ಎಂದು ಪ್ರೀತಿಯಿಂದ ಗದರಿಸಿಕೊಂಡರು.

ಸಮೋಸಾ ಕಾಫಿ ಬಂತು. ಈಗ ಅವರಿಗೂ ಮಾತಾಡುವ ಮೂಡ್ ಇತ್ತು. ಡಾ॥ ಅನುರಾಧ ಯಾವುದೋ ಸಾಂಸ್ಕೃತಿಕ ಕಾರ್ಯಕ್ರಮದಲ್ಲಿ ಚೀಫ್ ಗೆಸ್ಟ್ ಆಗಿ ಭಾಗವಹಿಸಲು ಹೋಗಿದ್ದರು. ಎದುರಿಗೆ ಕೂತ ಸಂಧ್ಯಾನೇ ನೇರವಾಗಿ ನೋಡಿದರು. ವಯಸ್ಸಿನಲ್ಲಿ ಇವರ ಮಗಳಿಗಿಂತ ಚಿಕ್ಕವಳು. ನಯ, ವಿಧೇಯತೆ, ಆತ್ಮೀಯತೆ ಜೊತೆಗೆ ಸ್ವಾಭಿಮಾನ ತುಂಬಿದ ಮುಖ. ಒಬ್ಬ ಒಳ್ಳೆ ಮಗಳು ಆ ಸಂಸಾರಕ್ಕೆ ಎಂದುಕೊಂಡರಷ್ಟೇ.

ಅಷ್ಟರಲ್ಲಿ ರಿಂಗ್ ಬಂತು. ಡಾ॥ ಪರಮೇಶ್ವರ್, ಡಾ॥ ಅನುರಾಧರ ಒಬ್ಬಳೇ ಮಗಳ ಕರೆ. "ಡ್ಯಾಡ್, ಈ ಸಲ ನಾವು ಪ್ಯಾರೀಸ್‌ಗೆ ಹೋಗೋದೂಂತ ಇದ್ದೀವಿ. ನಮ್ಗೆ ನ್ಯೂಯಾರ್ಕ್ ಒಗ್ಗಿ ಹೋಗಿದೆ. ಮೊನ್ನೆ ಫೋನ್‌ನಲ್ಲಿ ಮಮ್ಮಿ ರೇಗಾಡಿದ್ರು. ಡೋಂಟ್ ಡಿಸ್ಟರ್ಬ್ ಅಂತ ಆಕೆಗೆ ಹೇಳಿ. ಸದ್ಯಕ್ಕೆ ಈ ವರ್ಷ ಇಂಡಿಯಾಗೆ ಬರೋ ಇರಾದೆ ಇಲ್ಲ. ಸ್ವಲ್ಪ ಮಮ್ಮಿಗೆ ಕನ್ವಿನ್ಸ್ ಮಾಡಿ" ಅಷ್ಟನ್ನು ಲೀಲಾಜಾಲವಾಗಿ ಹೇಳಿ ಮುಗಿಸಿದ್ದಕ್ಕೆ "ಓಕೆ" ಎಂದರಷ್ಟೆ. ಬಹುಶಃ ಕೆಲವು ದಿನಗಳ ಹಿಂದೆಯಾಗಿದ್ದರೆ ಎಕ್ಸೈಟ್ ಆಗುತ್ತಿದ್ದರು. ಕಣ್ಣೀರು ಸುರಿಸುತ್ತಿದ್ದರು. ಜೊತೆಗೆ ಎರಡು ಪೆಗ್ ಹಾಕಿಕೊಂಡು ವಿಲಾಪಿಸುತ್ತಿದ್ದರು. ಮಗಳ ಮೇಲೆ ತಮಗೆ ಅಷ್ಟೊಂದು ಪ್ರೀತಿ ಇದೆಯೆನ್ನುವ ಭ್ರಮೆ. ಶಂಕರಲಿಂಗೇಗೌಡನ ಸಾವಿನ ಸುದ್ದಿಯ ನಂತರ ಕೆಲವು ಭ್ರಮೆಗಳು, ಒತ್ತಡಗಳು ಕಡಿಮೆಯಾಗಿದೆಯೆನಿಸಿತು.

ತೀರಾ ಮೌನಿಯಾದ ಡಾ॥ ಪರಮೇಶ್ವರ್‌ನ ನೋಡಿ ಅವಳಿಗೆ ಆತಂಕವಾಯಿತು. "ಸರ್, ಏನಾಯ್ತು? ಯಾವಾಗ ಬರ್ತಾರೆ ಡಾ॥ ಸುಷ್ಮಾ

ಅವರು?" ಕೇಳಿದಳು ಸಂಧ್ಯಾ. ಈ ವಿಷಯ ಈಗಾಗಲೇ ನರ್ಸಿಂಗ್ ಹೋಂನಲ್ಲಿ ಹಬ್ಬಿತ್ತು.

"ಈ ವರ್ಷ ಬರೋಕೆ ಆಗೋಲ್ಲಾಂದ್ರೂ. ದಂಪತಿಗಳು ಪ್ಯಾರೀಸ್‌ಗೆ ಹೋಗ್ತಾರಂತೆ. ಈಗಾಗ್ಲೇ ನಿಮ್ಮ ಮೇಡಮ್ ಮಗಳು, ಅಳಿಯ ಬರ್ತಾರೆ ಅನ್ನೋ ಸಂಭ್ರಮದಲ್ಲಿದ್ದಾಳೆ. ಒಂದು ರೀತಿಯಲ್ಲಿ ಅವ್ಳಿಗೆ ಷಾಕ್ ಆಗ್ಬಹ್ದು. ಆದ್ರೂ ಬೇಗ ಅರಗಿಸಿಕೋತಾಳೆ. ಸ್ಪೆಷಲೈಸ್ ಮಾಡೋಕೆ ಕಳಿಸಿದ್ದು. ಈ ನರ್ಸಿಂಗ್ ಹೋಂಗೆ ಒಂದು ಅಸೆಟ್ ಆಗ್ತಾಳೇಂತ. ಅವ್ಳ ಗಂಡ ಕಾರ್ಡಿಯಾಲಜಿಸ್ಟ್" ಚಿಂತಿತರಾದರು. ಅಂದಿನಂತೆ ಡಾ|| ಪರಮೇಶ್ವರ್ ದುಃಖಿತರಾಗಲಿಲ್ಲ.

ಎದ್ದು ಹೋದ ಡಾ|| ಪರಮೇಶ್ವರ್ ಒಂದು ಫೋಟೋ ಹಿಡಿದು ಬಂದು ಅವಳಿಗೆ ಕೊಟ್ಟರು. "ಇದ್ರಲ್ಲಿರೋದು, ನಾನು ಮತ್ತು ನನ್ನ ಫ್ರೆಂಡ್ ಶಂಕರಲಿಂಗೇಗೌಡ. ಕಾಲೇಜಿನಲ್ಲಿ ಜೊತೆಯಾಗಿಯೇ ಕಲಿತವರು. ಪ್ರಾಣ ಮಿತ್ರರು. ಈಚೆಗೆ ತೀರಿಕೊಂಡ." ಅದೇ ಪ್ರಸ್ತಾಪಿಸಿದರು. ಬಹುಶಃ ಹೆಂಡತಿಯನ್ನು ಕಳೆದುಕೊಂಡರು ಇಷ್ಟೊಂದು ದುಃಖಿತರಾಗುತ್ತಿರಲಿಲ್ಲವೇನೋ.

"ಸಾವು ಸಹಜ ಅಲ್ವಾ?" ಹುಟ್ಟಿನೊಂದಿಗೆ ಸಾವು ಗಂಟು ಹಾಕಿಕೊಂಡೇ ಇರುತ್ತೆ. ನೀವು ಇಷ್ಟೊಂದು ಅಪ್‌ಸೆಟ್ ಆಗ್ಬಿಟ್ಟರೇ ಹೇಗೆ? ಡಾಕ್ಟ್ರುಗಳಿಗೆ ರೋಗ, ಸಾವು ನೋಡುವ ಅವಕಾಶ ಹೆಚ್ಚೆ" ಎಂದ ಸಂಧ್ಯಾ ತಟ್ಟನೆ ನಿಲ್ಲಿಸಿದಳು.

ಕಣ್ಮುಚ್ಚಿ ತಲೆ ಕೊಡವಿದ ಡಾ|| ಪರಮೇಶ್ವರ್ "ಯು ಆರ್ ಕರೆಕ್ಟ್. ಆದರೆ ಅವನೊಂದಿಗೆ ಒಂದು ದಿನ ಕಳೀಬೇಕಿತ್ತು. ಕನಿಷ್ಠ ಒಂದ್ಗಂಟೆ ಮಾತಾಡ್ಬೇಕಿತ್ತು. ಇದೆರಡು ಸಾಧ್ಯವಾಗ್ದೇ ಹೋಯ್ತು. ಅದೇ ನೋವು... ಬೇಗ ಹೋಗಿ ಅವ್ನ ಮೀಟ್ ಮಾಡ್ಲಾ ಅನ್ನೋ ಆತುರ" ತುಂಬ ಎಕ್ಸೈಟ್ ಆಗಿ ನುಡಿದಾಗ ಗಾಬರಿಯಾದಳು.

"ಪ್ಲೀಸ್ ಏನೇನೋ ಮಾತಾಡ್ಬೇಡಿ, ಸರ್" ಎನ್ನುವ ವೇಳೆಗೆ ಬಂದ ಡಾ|| ಸುಧಾಕರ್ "ಆತುರ ಬೇಡ. ನಿಮಗಾಗಿ ಶಂಕರಲಿಂಗೇಗೌಡರು ಕಾಯ್ತಾ ಇರ್ತಾರೆ. ಆ ಬಗ್ಗೆ ಖಂಡಿತ ಅನುಮಾನಬೇಡ" ಎಂದು ಸೋಫಾ ಮೇಲೆ ಸಂಧ್ಯಾ ಪಕ್ಕನೆ ಕೂತ.

ಡಾ|| ಪರಮೇಶ್ವರ್ ಸ್ವಲ್ಪ ಚೇತರಿಸಿಕೊಂಡು "ಸರ್‌ಪ್ರೈಸ್, ಸಂಧ್ಯಾ ಮನೆಗೆ ಬಂದು ವರ್ಷವೇ ಆಗಿತ್ತು. ನೀನು ಕೂಡ ಬರೋದೂಂದರೇನು. ಹೋಗ್ಲಿ ಬಿಡು ನಿನ್ಜೊತೆ ಒಂದ್ಸಲ ಕಾಫಿ ಕುಡಿತೀನಿ" ಆತ್ಮೀಯವಾಗಿ ನುಡಿದರು.

"ಬರ್ತೀನಿ.... ಸರ್" ಸಂಧ್ಯಾ ಮೇಲೆದ್ದಳು.

"ನಾನು ಬಂದಿದ್ದೇನಾದ್ರೂ ಡಿಸ್ಟರ್ಬ್ ಆಯ್ತ?" ಅಂದ ನಗುತ್ತಲೇ. ಆಮೇಲೆ ಡಾ|| ಪರಮೇಶ್ವರ್ ವಿಷಯ ತಿಳಿಸಿದರು. "ಸದಾಶಿವಯ್ಯನವ್ರು ಒಂದು ಫೋನ್ ಮಾಡಿದರೆ ಕೆಲ್ಸ ಆಗುತ್ತೇಂತ ಅಂದೆ. ನನಗಿಂತ ಅವ್ರ ಮೊಮ್ಮಗ್ಳ ಮಾತಿಗೆ ಹೆಚ್ಚು ವಿಧೇಯ ಆ ಮನುಷ್ಯ" ಎಂದರು.

ಇನ್ನು ಹತ್ತು ನಿಮಿಷ ಕೂಡುವುದು ಅವಳಿಗೆ ಅನಿವಾರ್ಯವಾಯಿತು.

ಅರ್ಜೆಂಟ್ ಕಾಲ್ ಬಂದಿದ್ದರಿಂದ ನರ್ಸಿಂಗ್ ಹೋಂಗೆ ಹೋದರು ಡಾ|| ಪರಮೇಶ್ವರ್. ನರ್ಸಿಂಗ್ ಹೋಂ, ಬಂಗ್ಲೆ ಅಂಟಿಕೊಂಡೇ ಇತ್ತು. ಮಗಳು ಬರುವಿಕೆಯನ್ನು ಮನದಲ್ಲಿಟ್ಟುಕೊಂಡೇ ದೊಡ್ಡ ಪ್ಲಾನ್ ತಯಾರಿ ನಡೆಸಿದ್ರು ಡಾ|| ಅನುರಾಧ.

ಸ್ಕೂಟರ್ ಹತ್ತುವ ಮುನ್ನ ಡಾ|| ಸುಧಾಕರ್ "ನೀನೇನು ಸದಾಶಿವಯ್ಯನವ್ರ ಮನೆಗೆ ಹೋಗೋದ್ಬೇಡ. ನಾಳೆ ನಿನ್ನ ತಮ್ಮನ್ನ ಕರ್ಕೊಂಡ್ಹೋಗಿ ಸೇರ್ಸು. ಸ್ಟೂಡೆಂಟ್ ಹೆಸರು ರಾಘವೇಂದ್ರ ತಾನೇ?" ಸ್ಕೂಟರ್ ಸ್ಟಾರ್ಟ್ ಮಾಡಿಕೊಂಡು ಹೊರಟೇಬಿಟ್ಟ.

ದೊಡ್ಡ ಸಮಸ್ಯೆಯಿಂದ ಹೊರಬಂದಂತೆ ನಿಟ್ಟುಸಿರುಬಿಟ್ಟಳು. ಅವಳು ಬಂದಿದ್ದು ನರ್ಸಿಂಗ್ ಹೋಂಗೆ. ಅವಳ ವರ್ಕಿಂಗ್ ಅವರ್ಸ್ ಅಲ್ಲದಿದ್ದರೂ ಸಿಸ್ಟರ್ ಮಾರ್ಟಿನಾನ ನೋಡಲು ಬಂದಿದ್ದು ದೊಡ್ಡ ಅಪರಾಧವಾಯಿತು.

ಎದುರಾದ ಡಾ|| ನಂದಿನಿ "ನಿನ್ನ ವರ್ಕಿಂಗ್ ಅವರ್ಸ್..." ಕೀರಲು ದನಿಯಲ್ಲಿ ವಿಪರೀತವಾದ ತೀಕ್ಷ್ಣತೆ ಇತ್ತು. "ನಿನ್ನ ಎಜುಕೇಷನ್ ಏನು? ಸ್ಥಿತಿ ಏನು? ಡಾ|| ಸುಧಾಕರ್ ಬಗ್ಗೆ ಇಲ್ಲದ ಗಾಳಿ ಸುದ್ದಿ ಹಬ್ಬಿಸಿದ್ದೀಯಾ."

ಡಾ|| ನಂದಿನಿ ಮಾತಿಗೆ ತೀರಾ ಸುಸ್ತಾಗಿಬಿಟ್ಟಳು. ಅವಳಿಗೆ ಏನೇನು ಅರ್ಥವಾಗಲಿಲ್ಲ. "ಎಕ್ಸ್‌ಕ್ಯೂಜ್ ಮಿ ಡಾಕ್ಟರ್ ನಂಗೇನು ಅರ್ಥವಾಗಲಿಲ್ಲ. ಡಾ|| ಸುಧಾಕರ್ ಬಗ್ಗೆ ಗಾಳಿ ಸುದ್ದಿನಾ?" ಅಂದಳು.

ಡಾ|| ನಂದಿನಿ ಕಾಲು ಅಪ್ಪಳಿಸಿ ಮುಖ ತಿರುಗಿಸಿಕೊಂಡು ಹೋದಾಗ ವಿದೇಶಿ ಸುವಾಸನೆ ಕೂಡ ಕಟುವೆನಿಸಿತು. ಸಂಧ್ಯಾಗೆ ತಲೆ ಕೆಟ್ಟಂತಾಯಿತು.

ಎದುರಾದ ಸಿಸ್ಟರ್ ಮಾರ್ಟಿನಾ "ಅದೇನು ಬಂದಿದ್ದು? ಡಾ|| ಸುಧಾಕರ್ ಇಲ್ವಲ್ಲ" ಕಿಸಕ್ಕನೆ ನಕ್ಕಳು. ನಗುವಿನಲ್ಲಿ ವಿಪರೀತ ಅರ್ಥಗಳು ಇದ್ದಂಗೆ ಕಂಡಿತು. "ಅಲರ್ಟ್ ಆಗಿರು. ಡಾ. ನಂದಿನಿ ಅಪ್ಪ ಮಗಳೊಂದಿಗೆ ದೊಡ್ಡ ಪ್ರಯತ್ನದಲ್ಲಿದ್ದಾರೆ. ಗಂಡಸರನ್ನ ನಂಬೋದೇ ಕಷ್ಟ" ಎಂದು ಮುಂದಕ್ಕೆ ಹೋದವಳನ್ನು ಹಿಡಿದು ನಿಲ್ಲಿಸಿ ಆಡಿದ ಮಾತುಗಳಿಗೆಲ್ಲ ವ್ಯಾಖ್ಯಾನ ಕೇಳಬೇಕೆನಿಸಿತು. ಆದರೂ ಸಮಯವಲ್ಲವೆಂದುಕೊಂಡು ಹಿಂದಕ್ಕೆ ಬಂದಾಗ ರಿಸೆಪ್ಷನಿಸ್ಟ್ ಶಾಂತಿ "ಪೂರ್ಣಿಮಾಂತ ನಿನ್ನ ಹುಡ್ಕಿಕೊಂಡು ಬಂದಿದ್ರು. ಇದೊಂದು ಲೆಟರ್ ಕೊಟ್ಹೋಗಿದ್ದಾರೆ" ಎಂದು ಒಂದು ಪುಟ್ಟ ಚೀಟಿ ಕೊಟ್ಟಳು.

ಸಂಧ್ಯಾ ಬಿಡಿಸಿ ನೋಡಿದಳು "ಸಂಧ್ಯಾ, ನಾನು ಹೈದರಾಬಾದ್‌ಗೆ ಹೊರಟು ಹೋಗ್ತಾ ಇದ್ದೀನಿ. ನಿನ್ನ ಅವಶ್ಯ ಭೇಟಿ ಮಾಡಬೇಕೆನಿಸಿದೆ. ಖಂಡಿತ ಬಂದು ನೋಡು" ಬರವಣಿಗೆಯ ಕೆಳಗೆ ಸಹಿಯ ಜೊತೆ ವಿಳಾಸವು ಇತ್ತು.

ಚೀಟಿ ಮಡಚಿ ಹ್ಯಾಂಡ್ ಬ್ಯಾಗ್‌ನೊಳಕ್ಕೆ ಹಾಕಿಕೊಳ್ಳುವ ವೇಳೆಗೆ ಸ್ಪೆಷಲ್ ವಾರ್ಡ್ ಕಡೆಯಿಂದ ಡೆಂಟಿಸ್ಟ್ ಡಾ|| ಜಗನ್ನಾಥ್ ಅವರೊಂದಿಗೆ ಮಾತಾಡುತ್ತ ಬರುತ್ತಿದ್ದವಳು ಡಾ|| ನಂದಿನಿ ಕಡೆ ದುರುಗುಟ್ಟುವ ನೋಟ ಬೀರಿದಾಗ ಸಂಧ್ಯಾ

ಬೆವತುಬಿಟ್ಟಳು. ಹಿಂದೆ ಆಕೆಯೆಂದು ಅವನ ಬಗ್ಗೆ ಒರಟಾಗಿ ವರ್ತಿಸಿದ್ದು, ಸಿಡಿಮಿಡಿಗುಟ್ಟಿದ್ದು ಅವಳಿಗೆ ನೆನಪಿರಲಿಲ್ಲ.

ಕಾರಿಡಾರ್‌ನಲ್ಲಿದ್ದ ಕಂಬಕ್ಕೆ ಒರಗಿ ನಿಂತ ಸಂಧ್ಯಾಗೆ ಅಳಬೇಕೆನಿಸಿತು. ಎಷ್ಟೋ ಕೆಲಸ ಮಾಡುತ್ತಿದ್ದರೂ ಅವಳು ಸಂಬಳ ಪಡೆಯುತ್ತಿದ್ದುದ್ದು ರಿಸೆಪ್ಷನಿಸ್ಟ್ ಕೆಲಸಕ್ಕಾಗಿ ಮಾತ್ರ. ಡಾ॥ ನಂದಿನಿಯ ವೈಯಕ್ತಿಕ ಕೆಲಸಗಳನ್ನು ಕೂಡ ಮಾಡಿಕೊಟ್ಟಿದ್ದಳು. ಈ ನರ್ಸಿಂಗ್ ಹೋಂ ಡಾ॥ ಪರಮೇಶ್ವರ್, ಡಾ॥ ಅನುರಾಧ ಜೊತೆ ಸೀನಿಯರ್ ಫಿಜೀಷಿಯನ್ ಡಾ॥ ನಾಯ್ಡುನ ನೇಮಕ ಮಾಡಿಕೊಂಡಿದ್ದರು. ಅವರುಗಳ ಜೊತೆ ಡಾ॥ ಸುಧಾಕರ್, ಡಾ॥ ನಂದಿನಿಯನ್ನು ಅಪಾಯಿಂಟ್ ಮಾಡಿಕೊಂಡಿದ್ದರು. ಜೊತೆಗೆ ವಿಸಿಟಿಂಗ್ ಡಾಕ್ಟರ್‌ಗಳು ಬರುತ್ತಿದ್ದರು. ಅವರೆಲ್ಲ ಬಂದುಹೋಗುವ ಅತಿಥಿಗಳು. ಒಂದು ವಿಸಿಟ್‌ಗೆ ಇಷ್ಟು ಹಣ ಎಂದು ಕೆಲವರಿಗೆ ಸಂದಾಯವಾದರೆ, ಕೆಲವರಂತೂ ಪೇಷಂಟ್‌ಗೆ ಇಷ್ಟೂಂತ. ಅಂತೂ ಎಲ್ಲಾ ಕಾಯಿಲೆಗಳ ದೊಡ್ಡ ಕ್ಯೂ ಇತ್ತು.

"ಏಯ್, ಸಂಧ್ಯಾ ಇಲ್ಬಾ" ಶಾಂತಿ ಕೂಗಿಕೊಂಡಳು.

"ಹೇಗೂ ಬಂದಿದ್ದೀಯಾ. ಇಲ್ಲೇ ಇದ್ಬಿಡು. ನಾನು ಬೇಗ ಮನೆಗೆ ಹೋಗ್ತೀನಿ" ಕೇಳಿದಾಗ ಒಪ್ಪಿಕೊಳ್ಳುವ ಮನಸ್ಸೇ. "ಸ್ವಲ್ಪ ಮನೆಗೆ ಹೋಗೋದಿದೆ. ಒಂದ್ಗಂಟೆ ಮೊದ್ಲೇ ಬರ್ತೀನಿ" ಎಂದು ಹೊರಟೇಬಿಟ್ಟಳು.

ಪೂರ್ಣಿಮ ಮನೆ ತಲುಪುವುದೇನು ಕಷ್ಟವಾಗಲಿಲ್ಲ. ಆಕೆ ಮನೆಯಲ್ಲೇ ಇದ್ದರು. ಆತ್ಮೀಯವಾಗಿ ಬರಮಾಡಿಕೊಂಡರು. ಬ್ಯಾಂಕ್‌ನಲ್ಲಿ ಅಧಿಕಾರಿಯಾಗಿದ್ದವರು.

"ಮತ್ತೆ ಫೋನ್ ಮಾಡೋದಿತ್ತು. ಹೇಗಿದ್ದಿ ಸಂಧ್ಯಾ?" ಹಿರಿಯಕ್ಕನಂತೆ ಕೇಳಿದರು. "ನಂದು ಇನ್ನು ಊಟ ಇಲ್ಲ. ಇಬ್ರೂ ಜೊತೆಯಾಗಿಯೇ ಊಟ ಮಾಡೋಣ" ಎಂದು ಬಲವಂತದಿಂದ ಡೈನಿಂಗ್ ಹಾಲಿಗೆ ಕರೆದೊಯ್ದರು.

ಊಟ ಮುಗಿಸುವ ವೇಳೆಗೆ ಎಷ್ಟೋ ವಿಷಯಗಳನ್ನು ಹೇಳಿಕೊಂಡರು.

"ನಾನು ಭಾನುವಾರ ಹೈದರಾಬಾದ್‌ಗೆ ಹೋಗ್ತಾ ಇದ್ದೀನಿ. ಅಲ್ಲೇ ಉಳಿಯೋದೂಂತ ನಿಶ್ಚಯ ಮಾಡಿದ್ದೀನಿ. ಇಲ್ಲಿನ ಬದುಕೇ ಬೇಸರ ಬಂದ್ಹೋಗಿದೆ."

ಇವಳು ಹೊರಟು ನಿಂತಾಗ ಒಂದು ಪುಟ್ಟ ಸ್ವಿಸ್ ವಾಚ್‌ನ ಇವಳ ಕೈಗೆ ಕಟ್ಟಿ "ನೆನಪಾಗಿ ನಿನ್ಹತ್ರ ಇರ್ಲಿ. ಆ ಸಮಯದಲ್ಲಿ ನೀನು ತೋರಿಸಿದ ಪ್ರೀತಿ, ಮಾಡಿದ ಸೇವೆ, ತುಂಬಿದ ಆತ್ಮವಿಶ್ವಾಸ ಎಂದೂ ಮರೆಯಲಾರದಂಥದ್ದು. ಖಂಡಿತ ಇದ್ನ ಬೇಡ ಅನ್ಬಾರ್ದು" ಒತ್ತಾಯವೇರಿದರು.

ಸಂಧ್ಯಾ ಕಣ್ಣಲ್ಲಿ ನೀರಾಡಿತು. ನರ್ಸಿಂಗ್ ಹೋಂಗೆ ಬರುವ ಎಷ್ಟೋ ಬಂಧುಬಾಂಧವರ ಪರಿಚಯವಿತ್ತು. ಅದರಲ್ಲಿ ಕೆಲವರು ತಾನೊಬ್ಬ ರಿಸೆಪ್ಷನಿಸ್ಟ್ ಎನ್ನುವ ತಾತ್ಸಾರ ತೋರಿದವರುಂಟು. ಲೋಕ ಭಿನ್ನ ಎನ್ನುವುದು ತಿಳಿದಿದ್ದ ಅವಳೆಂದು

ತಲೆ ಕೆಡಿಸಿಕೊಂಡಿದ್ದಿಲ್ಲ. ಹುಟ್ಟು, ಸಾವು ಸಂತೋಷ-ದುಃಖದ ಸಂಗಮ ನರ್ಸಿಂಗ್ ಹೋಂ.

"ಪ್ಲೀಸ್ ಸಂಧ್ಯಾ, ನಂಗೆ ಒಡಹುಟ್ಟಿದವರಿಲ್ಲ. ನೀನು ನನ್ನ ತಂಗಿ ಇದ್ದಂತೆ ಖಂಡಿತ ತಪ್ಪು ತಿಳಿಬಾರ್ದು" ಇವಳ ಕೈ ಹಿಡಿದು ತುಟಿಗೊತ್ತಿಕೊಂಡಳು ಪೂರ್ಣಿಮಾ. ಸಂಧ್ಯಾ ಆಕೆಯ ತೆಕ್ಕೆಗೆ ಬಿದ್ದು ಕಣ್ಣೀರು ಸುರಿಸಿದಳು.

ಇವತ್ತು ಮನೆಗೆ ಬಂದಾಗ ಸಂಧ್ಯಾ ಗಂಭೀರವಾಗಿದ್ದಳು.

"ಬಳೆಗಳ್ನ ಏನ್ಮಾಡ್ದೆ" ಕೇಳಿದರು ಗಾಬರಿಯಾಗಿ.

ಈ ಪ್ರಶ್ನೆ ಒಂದೆರಡು ಸಲ ಎದುರಾಗಿದ್ದರು ಏನೇನೋ ಹೇಳಿ ತಪ್ಪಿಸಿಕೊಂಡಿದ್ದಳು "ಅಮ್ಮ, ನರ್ಸಿಂಗ್ ಹೋಂನ ನನ್ನ ಟೇಬಲ್ ಡ್ರಾಯರ್‌ನಲ್ಲಿ ಉಳ್ದುಬಿಟ್ಟಿದೆ. ರಾತ್ರಿ ವೇಳೆ ಒಬ್ಳೆ ಬರ್ತೀನಲ್ಲ, ಆಗ ತೆಗೆದಿಟ್ಟು ಬಿಡ್ತೀನಿ" ಹೇಳಿದಳು. ಆಕೆಗೆ ಇದು ಸರಿ ಬರಲಿಲ್ಲ.

"ಅಷ್ಟು ಆತಂಕವಾದರೆ ಮನೆಯಲ್ಲಿಟ್ಹೋಗು. ಚಿನ್ನನ ಜವಾಬ್ದಾರಿ ಇಲ್ದೇ ಎಲ್ಲೆಲ್ಲೋ ಇಡ್ತೀಯಲ್ಲ" ರೇಗಿದರು. ಅಷ್ಟರಲ್ಲಿ ಮಲಗಿದ್ದ ಶ್ರೀಪತಿ ಎದ್ದು ಬಂದಿದ್ದರಿಂದ ಸುಮ್ಮನಾಗಿ "ರಾಘು, ಸುವಿದ್ಯಾ ಶಾಸ್ತ್ರಿಗಳ ಮನೆಯಲ್ಲಿದ್ದಾಳೆ. ಹೋಗಿ ಕರ್ದು ಬಾ" ಹೇಳಿ ಕಾಫಿ ಮಾಡಲು ಎದ್ದುಹೋದರು.

ಎರಡು ವಾಚ್‌ಗಳನ್ನು ಬಿಚ್ಚಿಟ್ಟು ಮುಖ ತೊಳೆಯಲು ಬಚ್ಚಲು ಮನೆಗೆ ಹೋದಳು. ಒಂದು ತೊಟ್ಟು ನೀರು ಇರಲಿಲ್ಲ. ಸುವಿದ್ಯಾ ಇಲ್ಲಿಗಿಂತ ಶಾಸ್ತ್ರಿಗಳ ಮನೆಯಲ್ಲಿರುವುದೇ ಹೆಚ್ಚೆಂದು ಅವಳಿಗೆ ಗೊತ್ತಾಗಿತ್ತು. ಅಲ್ಲಿ ಪ್ರತಿಯೊಂದು ಕೆಲಸವು ಅವಳದೇ.

ಮುಖವನ್ನೊರೆಸುತ್ತ ಬಂದ ಸಂಧ್ಯಾ "ಅಪ್ಪ, ನೀವಾದ್ರೂ ಸ್ವಲ್ಪ ಹೇಳಿ, ಶಾಸ್ತ್ರಿಗಳ ಮನೆಗೆ ಹೋಗೋದು ಕಡ್ಮೆ ಮಾಡಿ ಒಂದಿಷ್ಟು ಓದಿಕೊಳ್ಳಿ. ಸೆಪ್ಟೆಂಬರ್ ಪರೀಕ್ಷೆಗೆ ಕೂತು ಪಾಸು ಮಾಡ್ಬಹ್ದು" ತಂದೆಯ ಬಳಿ ನ್ಯಾಯ ಹೇಳಿದಳು.

ಈಗಾಗಲೇ ಪರೀಕ್ಷೆಗೆ ಕಟ್ಟಬೇಕಾದ ಹಣ ಕೊಟ್ಟು "ಹೋಗಿ ಪರೀಕ್ಷೆಗೆ ಕಟ್ಟಿ ಬಾ" ನಾಲ್ಕಾರು ಸಲ ಹೇಳಿದ್ದರೂ ಸುವಿದ್ಯಾ ಕಿವಿಯ ಮೇಲೆ ಹಾಕಿಕೊಂಡಿರಲಿಲ್ಲ.

ಕಾಫಿ ಹಿಡಿದು ಬಂದ ಶಾರದಮ್ಮ "ಅವ್ಳು ಓದೊಲ್ಲ ಬಿಡು. ಊರಿಗೆ ಹೋಗಿ ಪರೀಕ್ಷೆಗೆ ಕಟ್ಟಿ ಬರ್ಬೇಕು. ಅಲ್ಲೇ ಹೋಗಿ ಪರೀಕ್ಷೆಗೆ ಬರೀಬೇಕು. ಅದು ಇದು ಪಾಸಾಗೋ ಪೈಕಿಯಲ್ಲ. ನಿನ್ನದ್ವೆಯಾದ ಕೂಡ್ಲೇ ಅವ್ಳಿಗೊಂದು ಲಗ್ನ ಮಾಡ್ಬಿಡ್ಬೇಕು" ಮತ್ತೆ ಅದೇ ಹಳೆಯ ರಾಗ.

ಮತ್ತೆ ತುಟಿ ಬಿಚ್ಚಲಿಲ್ಲ. ಶ್ರೀಪತಿ ಹೆಂಡತಿಗೆ ಹೇಳಿ ಹೇಳಿ ಸೋತು ಹೋಗಿದ್ದರು. ಸುವಿದ್ಯಾ ಚಟುವಟಿಕೆಯನ್ನು ಗಮನಿಸಿದ ಮೇಲೆ ಓದು ಅವಳ ತಲೆಗೆ ಹತ್ತದೆಂದು ಸಂಧ್ಯಾಗೂ ಅರಿವಾಗಿತ್ತು.

ಕುಡಿದ ಕಾಫಿ ಗಂಟಲಲ್ಲಿ ಇಳಿಯಲಿಲ್ಲ. ನಾಲಿಗೆ ತೀರಾ ಕಹಿಕಹಿಯೆನಿಸಿತು.

ಅಷ್ಟರಲ್ಲಿ ರಾಘವೇಂದ್ರನೊಂದಿಗೆ ಬಂದ ಸುವಿದ್ಯಾ "ಸುಮ್ನೆ ಹಗಲೆಲ್ಲ ಯಾಕೆ ಹೇಳಿಕಳಿಸ್ತೀ? ಅಲ್ಲಿ ಮಾಡೋ ಕೆಲ್ಸ ಸಾಕಷ್ಟಿತ್ತು" ಧುಮುಗುಟ್ಟುತ್ತಲೇ ಬಂದು ಅಕ್ಕನನ್ನು ನೋಡಿದ ಕೂಡಲೇ ತಣ್ಣಗಾದಳು.

"ನೀನು ಮಾಡಿದ್ದೇ. ಅನುಭವಿಸು" ರೇಗಿಕೊಂಡು ಎದ್ದು ಹೋದರು ಶ್ರೀಪತಿ. ಹೆಂಡತಿ ಯಾವ ಉದ್ದೇಶ ಇಟ್ಟುಕೊಂಡು ಮಗಳನ್ನು ಶಾಸ್ತ್ರಿಗಳ ಮನೆಗೆ ಕಳುಹಿಸುತ್ತಿದ್ದಾಳೆಂದು ಗೊತ್ತು. ತಮ್ಮ ಹೆಣ್ಣು ಮಕ್ಕಳ ವಿವಾಹಗಳಿಗೆ ನೆರವು ನೀಡುವ ಏಕೈಕ ಜನ ಎನ್ನುವಂಥ ಆಸೆ.

"ಸುವಿದ್ಯಾ, ಬಾ ಇಲ್ಲಿ" ಕರೆದಳು.

ಬಂದ ಸುವಿದ್ಯಾ ತಲೆತಗ್ಗಿಸಿ ನಿಂತಾಗ ಮುಗ್ಧೆಯೆನಿಸಲಿಲ್ಲ. "ಪದೇ ಪದೇ ನೀನು ಶಾಸ್ತ್ರಿಗಳ ಮನೆಗೆ ಯಾಕೆ ಹೋಗ್ತೀ? ಎಂದಾದ್ರೂ ಒಮ್ಮೆ ಹೋದರೆ ಸರಿ. ಇನ್ಮೇಲೆ ಹೋಗ್ಬೇಡ" ಬುದ್ಧಿ ಹೇಳಿದಳು. ಇದು ಅವಳ ಮನಕ್ಕೆ ನಾಟದಷ್ಟು ದೂರಕ್ಕೆ ಹೋಗಿದ್ದಾಳೆಂದು ಅರಿವಾಗಿದ್ದು ವಾರದ ಬಳಿಕವೇ.

ಸಿರಸಿರ ಅತ್ತುಕೊಂಡು ಕಣ್ಣೊರೆಸಿಕೊಂಡು ಹೋದ ಸುವಿದ್ಯಾ ಗೊಣಗುತ್ತಿದ್ದುದ್ದು ಕೇಳಿಸಿದರೂ ವಿಚಾರಿಸಲು ಹೋಗಲಿಲ್ಲ. ತಾಯಿ ಮಗಳ ಮಧ್ಯೆ ಒಂದಿಷ್ಟು ವಿಚಾರ ವಿನಿಮಯ ನಡೆಯುತ್ತಿದ್ದರೂ ಸಂಧ್ಯಾ ಕಿವುಡಳಾಗಿದ್ದಳು. ಇಲ್ಲಿಗೆ ಮನೆಯವರನ್ನು ಕರೆತಂದರೆ ಕೆಲವು ಕಾಲವಾದರೂ ಅವರುಗಳು ನೆಮ್ಮದಿಯಾಗಿ ಇರುತ್ತಾರೆ. ಇರಿಸಬೇಕೆನ್ನೋ ನಿರ್ಧಾರ ಬರೀ ಹುಸಿಯೆನಿಸಿತು.

ಮರುದಿನ ಕಾನ್ವೆಂಟ್‌ಗೆ ರಾಘವೇಂದ್ರನನ್ನು ಕರೆದೊಯ್ದಾಗ ಇನ್ನೊಂದು ಮಾತಾಡದೇ ಸೇರಿಸಿಕೊಂಡರು. ಇಷ್ಟು ಸುಲಭವಾಗುತ್ತದೆಯೆಂದೇನು ಅಂದುಕೊಂಡಿರಲಿಲ್ಲ. ಫೀಜು ದುಬಾರಿ, ಯೂನಿಫಾರಂ, ಷೂಸ್ - ಇಂಥ ಖರ್ಚುಗಳೆಲ್ಲ ಇತ್ತು. ಇದೊಂದು ಹೆಚ್ಚಿನ ಖರ್ಚನ್ನು ಹೇಗೆ ನಿಭಾಯಿಸುವುದು? ಏನೇನು ಅರ್ಥವಾಗಲಿಲ್ಲ.

ಮಾರ್ಟಿನಾ ಸಿಕ್ಕಾಗ ಕುತ್ತಿಗೆಯಲ್ಲಿದ್ದ ಚೈನನ್ನು ತೆಗೆದು ಅವಳ ಕೈಯಲ್ಲಿಟ್ಟು "ಪ್ಲೀಸ್, ಇದ್ನ ಏನು ಮಾಡ್ತೀಯೋ ನಂಗಂತು ಹಣಬೇಕು. ನಮ್ಮ ರಾಘುಗೆ ಕಾನ್ವೆಂಟ್‌ನಲ್ಲಿ ಸೀಟು ಸಿಕ್ಕಿದೆ. ಹೇಗೋ ಫೀಜು ಕಟ್ಟಿದ್ದಾಯ್ತು. ಮೂರು ಸೆಟ್ ಯೂನಿಫಾರಂ, ಷೂ ಸಾಕ್ಸ್, ಬುಕ್ಸ್ ಬ್ಯಾಗ್ - ಅಂಥ ಖರ್ಚುಗಳೆಲ್ಲ ಇದೆ. ಕೈಯಲ್ಲಿ ಏನೇನು ಉಳಿದಿಲ್ಲ" ಪಿಸುದನಿಯಲ್ಲಿ ತೋಡಿಕೊಂಡಳು.

ಅಂಗೈಯಲ್ಲಿದ್ದ ಚೈನ್ ಕಡೆ ನೋಡಿದ ಸಿಸ್ಟರ್ ಮಾರ್ಟಿನಾ "ಇಷ್ಟೆಲ್ಲ ಕಷ್ಟ ಯಾಕೆ? ಆರಾಮಾಗಿ ಸರ್ಕಾರಿ ಶಾಲೆಗೆ ಸೇರ್ಸಿಬಿಡಬಹುದಿತ್ತು. ಅಂತು ಇಷ್ಟು ಲೇಟಾದರೂ ಸೀಟು ಕೊಟ್ಟಿದ್ದಕ್ಕೆ ಯಾರಿಂದ ರೆಕಮಂಡೇಷನ್ ತಗೊಂಡ್ ಹೋಗಿದ್ದೆ?" ಕೇಳಿದಳು ಹುಬ್ಬು ಕುಣಿಸಿದಳು.

"ಈ ಎರಡು ಪ್ರಶ್ನೆಗೂ ನಿಧಾನವಾಗಿ ಉತ್ತರಿಸ್ತೀನಿ. ಪ್ಲೀಸ್, ದುಡ್ಡಿನದು ಮಾತ್ರ

ಅರೇಂಜ್ ಮಾಡು. ಆಫೀಸ್ ರೂಂಗೆ ಹೋಗ್ಬರ್ತೀನಿ" ಹೊರಟೇಬಿಟ್ಟಳು. ಸಂಧ್ಯಾ ಹೋದತ್ತಲೇ ನೋಡಿದಳು. ಇವಳ ಬಗ್ಗೆ ಹಬ್ಬಿದ್ದ ರೂಮರ್ ದಟ್ಟವಾಗಿತ್ತು. ಕೆಲವೇ ದಿನಗಳಲ್ಲಿ ಡಾ॥ ಸುಧಾಕರ್, ಸಂಧ್ಯಾ ವಿವಾಹವಾಗಿ ಬಿಡುವವರೆಗೂ ಬಂದು ನಿಂತಿತು.

ಸರವನ್ನು ಡಾ॥ ಸುಧಾಕರನ ಕೈಗಿಟ್ಟು ಹಣ ತರಿಸುವುದೆಂದು ನಿರ್ಧರಿಸೋಕೆ ಮತ್ತೊಂದು ಕಾರಣವಿತ್ತು. ಸಂಧ್ಯಾಳ ಮನೆಯ ಪರಿಸ್ಥಿತಿ ತಿಳಿದು ಡಾ॥ ನಂದಿನಿ ತಂದೆಯ ಆಫರ್‌ಗೆ ಒಪ್ಪಿಕೊಳ್ಳಲಿ. ಅಂದು ಒಳಮನಸ್ಸು ಒತ್ತಾಯಿಸುತ್ತಿತ್ತು. ಇದು ಅಸೂಯೆಯ ಇನ್ನೊಂದು ಮುಖವೇನೋ.

ಹುಚ್ಚುಮನಸ್ಸಿಗೆ ಹತ್ತು ಮುಖಗಳು. ಸಿಸ್ಟರ್ ಮಾರ್ಟಿನಾ ಗೊಣಗಿಕೊಂಡು ಆಪರೇಷನ್ ಥಿಯೇಟರಿನತ್ತ ಹೋದಳು.

ಮಧ್ಯಾಹ್ನ ಲಂಚ್ ಸಮಯದಲ್ಲಿ ಡಾ॥ ಸುಧಾಕರ್ ಬಂದು ಯಾರಿಗೋ ಫೋನ್ ಮಾಡುತ್ತಿದ್ದುದು "ನಿನ್ನ ತಮ್ಮನ್ನ ಸೇರಿಸಿ ಆಯ್ತು. ಸುಮ್ನೇ ಡಿಸಿಪ್ಲಿನ್ ಅಂತ ವಿದ್ಯಾರ್ಥಿಗಳ ಪ್ರಾಣ ತಿಂತಾರೆ" ಅದೊಂದು ಮಾತನ್ನು ಸೇರಿಸಿದ್ದ. ಈಗಾಗಲೇ ಅವಳ ಕುತ್ತಿಗೆಯಲ್ಲಿನ ಒಂಟಿ ಎಳೆ ಚೈನ್ ಅವನ ಜೇಬಿನಲ್ಲಿತ್ತು. ಆರ್ಥಿಕವಾಗಿ ಸಂಕಷ್ಟದಲ್ಲಿ ಇದ್ದರೂ ಸಹ ಹಸನ್ಮುಖಿಯಾಗಿರುವ ಈ ಗುಣ ಅವನಿಗಿಷ್ಟವಾಯಿತು.

"ಆಯ್ತು ಸಾರ್. ನಿಮ್ಗೆ ಹೇಗೆ ಕೃತಜ್ಞತೆ ತಿಳಿಸೋದೂಂತ ಗೊತ್ತಾಗ್ತ ಇಲ್ಲ. ಸಾಕಷ್ಟು ಸಲ ಆ ಕಾನ್ವೆಂಟ್‌ಗೆ ಅಲೆದಾಡಿದೆ. ಥ್ಯಾಂಕ್ಯು ವೆರಿಮಚ್" ಕೃತಜ್ಞತೆ ತುಂಬಿ ಹೇಳುವ ವೇಳೆಗೆ ಡಾ॥ ನಂದಿನಿ ತನ್ನ ಬಾಬ್ ಕೂದಲನ್ನು ಹಿಂದಕ್ಕೆ ತಳ್ಳುತ್ತ ಬಂದು ಇವಳೆಡೆ ಉರಿ ನೋಟ ಬೀರಿ "ಆರನೇ ನಂಬರ್ ಬೆಡ್ ಪೇಷಂಟ್ ಬಗ್ಗೆ ನಿಮ್ಮೊಂದಿಗೆ ಡಿಸ್ಕಸ್ ಮಾಡ್ಬೇಕು" ಕರೆದೊಯ್ದಳು.

ಏನಾಗಿದೆ ಡಾ॥ ನಂದಿನಿಗೆ? ಕೆಂಗಣ್ಣು ಬಿಡುವಂಥ ತಪ್ಪು ನಾನೇನು ಮಾಡಿದ್ದೀನಿ? ಈ ಪ್ರಶ್ನೆಯನ್ನು ತನ್ನ ಮಿದುಳಿನಿಂದ ಪಕ್ಕಕ್ಕೆ ಸರಿಸಿ ಕೆಲಸದಲ್ಲಿ ಮಗ್ನಳಾದಳು.

ಬಂದ ಸಿಸ್ಟರ್ "ಮೇಡಮ್ ಕರೀತಾರೆ. ಅವ್ರ ರೆಸ್ಟ್ ರೂಂನಲ್ಲಿದ್ದಾರೆ" ಕಳಿಸಿ ತಾನು ಅಲ್ಲಿ ಉಳಿದುಕೊಂಡಳು.

ಕುತ್ತಿಗೆಗೆ ಹಾರ ಹಾಕಿಕೊಂಡ ಡಾ॥ ಸುಧಾಕರ್ ಬರುತ್ತಿದ್ದವನು ನಿಂತು "ಸ್ವಲ್ಪ ಸ್ಪೆಷಲ್ ವಾರ್ಡ್‌ನಲ್ಲಿರೋ ಪೇಷಂಟ್ ಬ್ಲಡ್ ಪ್ರೆಷರ್ ಚೆಕ್ ಮಾಡ್ಬಿಡು. ನಂಗೆ ಹೊರ್ಗೆ ಹೋಗೋದಿದೆ. ಅದು ನನ್ನ ಪರ್ಸನಲ್ ಕೇಸ್. ಮರ್ತುಬಿಡ್ಬೇಡ" ಅಷ್ಟು ಹೇಳುವ ಹೊತ್ತಿಗೆ ಬರುತ್ತಿದ್ದ ಡಾ॥ ಅನುರಾಧ ಒಂದು ತರಹ ನೋಡಿದರು. ವಿಷಯ ಆಕೆಯ ಕಿವಿಯವರೆಗೂ ಹೋಗಿತ್ತು. ಸಂಧ್ಯಾಳ ಬಗ್ಗೆ ಕರುಣೆ ಇದ್ದರೂ ಡಾ॥ ಸುಧಾಕರ್ ಅವಳ ಪ್ರೇಮದಲ್ಲಿ ಬೀಳುವುದಾಗಲೀ, ವಿವಾಹವಾಗುವುದಾಗಲೀ ಇಷ್ಟವಿರಲಿಲ್ಲ. ಚಲನಚಿತ್ರಗಳಂತೆ, ಕಾದಂಬರಿಗಳಂತೆ ಒಬ್ಬ ಬಡ ಹುಡುಗಿ ಅಷ್ಟೇನು

ವಿದ್ಯಾಭ್ಯಾಸವಿಲ್ಲದ ಒಬ್ಬ ಹೆಣ್ಣು ಒಬ್ಬ ಶ್ರೀಮಂತ ಡಾಕ್ಟರ್, ಇಂಡಸ್ಟ್ರಿಯಲಿಸ್ಟ್ ಅಂಥವರನ್ನು ವರಿಸುವುದು ಸರಿ ಕಂಡಿರಲಿಲ್ಲ.

ಬಿರುಸಾಗಿ ಮುಂದಕ್ಕೆ ಹೋದ ಡಾ॥ ಸುಧಾಕರ್ ಮೇಡಮ್‌ಗೆ ಏನೋ ಹೇಳಿ ಮುಂದಕ್ಕೆ ಹೋಗಿಬಿಟ್ಟ. ವಿನಯದಿಂದ ಡಾ॥ ಅನುರಾಧ ಮುಂದೆ ಹೋಗಿ ನಿಂತಾಗ "ಬಾ ಸಂಧ್ಯಾ..." ಎಂದು ಜೊತೆಯಲ್ಲಿ ರೂಮಿಗೆ ಕರೆದೊಯ್ದರು.

ಸಂಧ್ಯಾ ಅವರ ಕೋಟು ಬಿಚ್ಚಿಸಿ ಹ್ಯಾಂಗರ್‌ಗೆ ಹಾಕಿ ಫ್ರಿಜ್‌ನಿಂದ ಹಣ್ಣಿನ ರಸ ತೆಗೆದು ಡಾ॥ ಅನುರಾಧ ಮುಂದಿಟ್ಟು "ರಾಘುಗೆ ಕಾನ್ವೆಂಟ್‌ನಲ್ಲಿ ಸೀಟು ಸಿಕ್ತು" ಅಂದ ಕೂಡಲೇ ಆಕೆ ಗಂಭೀರರಾಗಿ ಸಂಧ್ಯಾ ಮುಖನೋಡಿ "ಏನೇನೋ ಮಾತಾಡ್ಕೋತಾ ಇದ್ದಾರೆ. ವಿಷ್ಯ ನನ್ನ ಕಿವಿಯವರೆಗೂ ಕೂಡ ಬಂತು. ಡಾ॥ ನಂದಿನಿ ತಂದೆ ಮಗ್ಳನ ಡಾ॥ ಸುಧಾಕರ್‌ಗೆ ಕೊಟ್ಟು ವಿವಾಹ ಮಾಡಿ ವಿದೇಶಕ್ಕೆ ಕಳಿಸ್ತಾರಂತೆ. ಅದ್ಕೇ ಸುಧಾಕರ್ ಕೂಡ ಒಪ್ಕೊಂಡಿದ್ದಾನಂತೆ. ವಯಸ್ಸು, ರೂಪ ಎರಡು ಇದೆ. ಕೆಲವರು ಆಸೆಯಿಂದ ಬಳಸಿಕೊಳ್ಳೋಕೆ ಮಾತ್ರ ಇಷ್ಟಪಡ್ತಾರೆ. ಅದ್ನ ನೀನು ಪ್ರೇಮಾಂತ ತಿಳ್ದು ಕನಸು ಕಾಣೋಕೆ ಹೋಗ್ಬೇಡ. ನಿನ್ನ ಫ್ಯಾಮಿಲಿ ನಿನ್ನನ್ನೇ ನಂಬಿಕೊಂಡಿದೆ" ಬುದ್ಧಿ ಹೇಳಿದರು.

ಮೊದಲು ಅರ್ಥವಾಗದಿದ್ದರೂ ಮಾರ್ಟಿನಾ ಮತ್ತುಬೇರೆ ಸಿಸ್ಟರ್‌ಗಳ ನಗು, ಡಾ॥ ನಂದಿನಿಯ ಸಿಡಿಮಿಡಿ, ಕೋಪಕ್ಕೆ ಡಾ॥ ಅನುರಾಧ ಒಂದು ರೂಪ ಕೊಟ್ಟಿದ್ದು ಅನುಕೂಲವಾಯಿತು.

"ಇಷ್ಟರಲ್ಲೇ ನನ್ಮದ್ವೇಂತ ಸಿಸ್ಟರ್ ಮಾರ್ಟಿನಾಗೆ ಹೇಳಿದೆಯಂತೆ. ಅಂಥ ಕನಸೆಲ್ಲ ಡಾ॥ಸುಧಾಕರ್ ಬಗ್ಗೆ ನೀನು ಇಟ್ಕೋಬೇಡ" ಸ್ವಲ್ಪ ಕಟುವಾಗಿಯೇ ಹೇಳಿದರು ಡಾ॥ ಅನುರಾಧ. ಒಮ್ಮೆಲೆ ಪಾತಾಳಕ್ಕೆ ದೂಡಿದಂತಾಯಿತು. ಅವಳಿಗೆ ಡಾ॥ ಸುಧಾಕರ್ ಬಗ್ಗೆ ಇದ್ದಿದ್ದು ಗೌರವ, ಅಭಿಮಾನ ಮಾತ್ರವೆಂದು ಹೇಳಿದರೂ ಯಾರು ನಂಬಲಾರರು.

"ನನ್ನ ವಿವಾಹ ಫಿಕ್ಸ್ ಆಗಿರೋದು ನಿಜ. ಆದರೆ ಗಂಡು ಡಾ॥ ಸುಧಾಕರ್ ಅಲ್ಲ" ಎಂದಳು ಚುರುಕಾಗಿ. ಡಾ॥ ಅನುರಾಧ ಮುಖ ಅರಳಿತು "ಗುಡ್, ಬೇಗ ನಿನ್ನ ಮದ್ವೆಯಾದರೆ ಈ ರೂಮರ್‌ಗಳೆಲ್ಲ ತಣ್ಣಗಾಗುತ್ತೆ, ಡೋಂಟ್ ವರಿ" ಎಂದು ಹಣ್ಣಿನ ರಸದ ಗ್ಲಾಸ್ ಎತ್ತಿಕೊಂಡಾಗ ಹೊರಗೆ ಬಂದಳು ಸಂಧ್ಯಾ.

ನರ್ಸಿಂಗ್ ಹೋಂನಿಂದ ಹಿಂದಿರುಗುವಾಗ ಒಂದಿಷ್ಟು ತರಕಾರಿ ಒಯ್ಯಲು ರಸ್ತೆಬದಿಯ ತರಕಾರಿ ಅಂಗಡಿಯ ಬಳಿಯಲ್ಲಿ ಸ್ಕೂಟಿ ನಿಲ್ಲಿಸಿ ಅತ್ತ ಹೋದಾಗ, ಅಲ್ಲೆ ಪಕ್ಕದಲ್ಲಿ ಸುವಿದ್ಯಾ ಮತ್ತು ಶಾಸ್ತ್ರಿಗಳ ಮಗ ನಿಂತು ನಗೆ ಚಾಟಿಕೆಗಳನ್ನು ಹಾರಿಸುತ್ತಿದ್ದರು. ಅವರ ಸನಿಹ ಲೆಕ್ಕ ಹಾಕಿದರೇ ತುಂಬ ದೂರ ಹೋಗಿದ್ದಾರೆನಿಸಿತು. ತರಕಾರಿಯವಳ ಕೂಗು ಕೂಡ ಕೇಳದಷ್ಟು ಕಿವುಡಾಗಿದ್ದಳು ಸಂಧ್ಯಾ. "ಇತ್ತ ದರಿ, ಅತ್ತ ಪುಲಿ" ಇದರಲ್ಲಿ ಅವಳು ನಿರಪರಾಧಿ. ಆದರೆ ಶಿಕ್ಷೆ ಅವಳಿಗೆ.

ಹಾಕಿದ ತರಕಾರಿಯನ್ನು ಎತ್ತಿಕೊಂಡು ಪೆಟ್ರೋಲ್ ಇಲ್ಲದ ಸ್ಕೂಟಿಯನ್ನು ತಳ್ಳಿಕೊಂಡು ಮನೆ ತಲುಪಿದಾಗ ಆಯಾಸವಾಗಿತ್ತು.

"ಅಮ್ಮ, ಸುವಿದ್ಯಾ ಎಲ್ಲಿ?" ಕೇಳಿದಳು.

"ಶಾಸ್ತ್ರಿಗಳ ಅಕ್ಕನ ಮಗ್ಳು ಬಂದಿದ್ದಾಳಂತೆ. ಅವಳೇನೋ ಕುಬಸದ ಬಟ್ಟೆ ತರಬೇಕೂಂತ ಅಂದಾಗ ಇವ್ಳು ಜೊತೆಗೆ ಹೋದ್ಲು. ದುಡ್ಡಿನ ಜನ ವಿಪರೀತ ಕೊಳ್ಳೋದೇನಾದರೂ ಇತ್ತೇನೋ. ಬೆಳಿಗ್ಗೆ ಹತ್ತಕ್ಕೆ ಹೋದವಳು ಇನ್ನು ಬಂದಿಲ್ಲ" ಅಂದರು. ಇಂಥ ಅಪ್ಪಟ ಸುಳ್ಳನ್ನು ಹೇಳುವ ಧೈರ್ಯ ಅವಳಿಗೆ ಹೇಗೆ ಬಂತೆಂಬುದೇ ತಿಳಿಯಲಿಲ್ಲ.

ಸತ್ಯ ತಿಳಿಯಬೇಕೆಂದು ಶಾಸ್ತ್ರಿಗಳ ಮನೆಗೆ ಬಂದಾಗ ದಂಪತಿಗಳು ಮಾತಾಡುತ್ತ ಹೊರ ಜಗುಲಿಯ ಮೇಲೆ ಕೂತಿದ್ದವರು ದೇಶಾವರಿ ನಗೆ ಬೀರಿದರು.

"ಅಪರೂಪಕ್ಕೆ ಬಂದೆ. ಇನ್ನೆರಡು ತಿಂಗಳಲ್ಲಿ ಮದ್ವೆ ಮಾಡ್ಕೋತೀನೀಂತ ಹೇಳಿದೆಯಂತೆ. ಆ ವರನ ಜೊತೆ ಮತ್ತೆರಡು ವರಗಳ ವಿವರಗಳ್ನ ನಿಂಗಾಗಿ ತೆಗ್ದು ಇರಿಸಿದ್ದೀನಿ" ಶಾಸ್ತ್ರಿಗಳು ಹೇಳಿದರು. ಎಲ್ಲಿ ಬಂದರೂ ಮದುವೆ, ಪ್ರೇಮ ಇಂಥ ವಿಷಯಗಳು ಬೆನ್ನತ್ತಿದ ಭೂತದಂತೆ ಕಾಣುತ್ತಿತ್ತು. ಯಾಕೆ ಇವರಿಗೆಲ್ಲ ಅರ್ಥವಾಗದು? ಕೂಗಿ ಹೇಳಬೇಕೆನಿಸಿತು. ಆದರೆ ಪ್ರಯೋಜನವಿಲ್ಲವೆಂದು ಅವಳಿಗೆ ಗೊತ್ತು.

"ಇರ್ಲಿ...." ಅಲ್ಲೇಜಗುಲಿಯ ಮೇಲೆ ಕೂತ ಸಂಧ್ಯಾ "ನಮ್ಮ ಸುವಿದ್ಯಾಗೂ ಒಂದು ಸಂಬಂಧ ನೋಡಿ. ಅವ್ಳಿಗೆ ಓದಿನ ಬಗ್ಗೆ ಅಕ್ಕರೆ ಕಮ್ಮಿ ಆಗಿದೆ. ತಾನು ಫೇಲಾದ ವಿಷ್ಯನ ತಲೆಗೆ ಹಚ್ಕೊಂಡ್ ಬಿಟ್ಟಿದ್ದಾಳೆ. ಅವ್ಳಿಗೂ ಬೇಗ ವಿವಾಹ ಮಾಡಿಬಿಡುವ ಮನಸ್ಸಿದೆ" ಎಂದಳು ನಿಧಾನವಾಗಿ.

"ಮೊದ್ಲು ನಿನ್ನ ವಿವಾಹವಾಗ್ಲಿ. ನೀನು ಕನ್ಯೆಯಾಗಿದ್ದುಕೊಂಡು ತಂಗಿಗೆ ವರಾನ್ವೇಷಣೆ ಮಾಡೋದು ಸರಿ ಕಾಣೊಲ್ಲ. ಅದಕ್ಕೆ ನಿನ್ನ ತಾಯ್ತಂದೆಯರು ಒಪ್ಪಿಗೆ ಕೊಡೊಲ್ಲ" ಶಾಸ್ತ್ರಿಗಳು ಒಂದೇ ಮಾತಿನಲ್ಲಿ ಈ ವಿಷಯವನ್ನು ತಳ್ಳಿ ಹಾಕಿದರು.

ಮಾತಿನ ಮಧ್ಯೆ ಶಾಸ್ತ್ರಿಗಳ ಮನೆಗೆ ಯಾವ ನೆಂಟರಿಷ್ಟರು ಬಂದಿಲ್ಲವೆಂದು ತಿಳಿಯಿತು. ಕಾಲೆಳೆಯುತ್ತ ಮನೆಗೆ ಬಂದಾಗ ಸುವಿದ್ಯಾ ಸಿನಿಮಾ ಹಾಡು ಗುನುಗುನಿಸುತ್ತಿದ್ದವಳು ಸಂಧ್ಯಾನ ನೋಡಿ ಅಡಿಗೆ ಮನೆಗೆ ಹೋದಳು.

ರಾತ್ರಿ ಊಟದ ನಂತರ ಸುವಿದ್ಯಾನ ಒಂಟಿಯಾಗಿ ಹೊರಗೆ ಕರೆದೊಯ್ದು "ಎಲ್ಲಿಗೆ ಹೋಗಿದ್ದೆ?" ಕೇಳಿದಳು. ಅವಳು ತಬ್ಬಿಬ್ಬಾದರು ಧೈರ್ಯಸ್ಥೆ. "ಶಾಸ್ತ್ರಿಗಳ ಮಗನ ಜೊತೆ ಸಿನಿಮಾಗೆ ಹೋಗಿದ್ದೆ. ಇಡೀ ದಿನ ಅಮ್ಮ ತಮ್ಮ ಗತವೈಭವನ ನೆನೆಸಿಕೊಂಡು ಕೊರಗ್ತಾ ಇರ್ತಾರೆ. ಇಲ್ಲ ಮದ್ವೆ ವಯಸ್ಸು ಎಲ್ಲಿ ದಾಟಿ ಹೋಗುತ್ತೇಂತ ಗೋಳಾಡ್ತ ಇರ್ತಾರೆ. ಇದ್ನೇ ಇಪ್ಪತ್ನಾಲು ಗಂಟೆ ಕೇಳಿದರೆ ನಂಗೆ ಹುಚ್ಚು ಹಿಡಿಯುತ್ತೆ" ಅಸಹನೆಯಿಂದ ನುಡಿದಳು.

"ಅದಕ್ಕೋಸ್ಕರ ಶಾಸ್ತ್ರಿಗಳ ಮಗ್ನ ಜೊತೆ ಸಿನಿಮಾಗೆ ಹೋಗ್ತೀಯಾ? ಅಮ್ಮ

ಅಪ್ಪನಿಗೆ ತಿಳಿದರೆ ಗತಿಯೇನು? ಮುಂದೆ ನಿನ್ನ ಭವಿಷ್ಯ ಏನಾಗ್ಬಹ್ದು. ಅವೆಲ್ಲ ಬೇಡ ಪರೀಕ್ಷೆಗೆ ಕಟ್ಟಿ ಶ್ರದ್ಧೆಯಿಂದ ಓದಿ ಪಾಸು ಮಾಡಿಕೊಂಡರೆ ಕಾಲೇಜಿಗೆ ಸೇರ್ಕೋಬಹ್ದು" ತಾಳ್ಮೆಯಿಂದ ಬುದ್ಧಿ ಹೇಳಿದಳು ಸಂಧ್ಯಾ.

"ನಂಗೆ ಓದೋ ಇಂಟರೆಸ್ಟ್ ಇಲ್ಲ. ಫೇಲಾದ ಮಾರ್ಕ್ಸ್‌ಕಾರ್ಡ್ ನೋಡಿದ್ಯಾ? ಹತ್ತಕ್ಕಿಂತ ಹೆಚ್ಚು ಯಾವ ಸಬ್ಜೆಕ್ಟ್‌ನಲ್ಲೂ ಬಂದಿಲ್ಲ. ಈ ಜನ್ಮದಲ್ಲಿ ನೂರು ಸಲ ಕಟ್ಟಿದರೂ ನಾನು ಎಸ್.ಎಸ್.ಎಲ್.ಸಿ. ಪಾಸು ಮಾಡೋಲ್ಲ. ಸುಮ್ನೇ ಕಾಸು ಯಾಕೆ ದಂಡ ಮಾಡ್ಕೋತೀಯಾ?" ತೆರೆದ ಮನಸ್ಸಿನಿಂದ ನುಡಿದಳು.

ಸಂಧ್ಯಾಗೆ ದಿಕ್ಕು ತೋಚದಂತಾಯಿತು. ಸುವಿದ್ಯಾ ಯಾರ ಬುದ್ಧಿವಾದವನ್ನು ಕೇಳುವ ಸ್ಥಿತಿಯಲ್ಲಿಲ್ಲವೆಂದು ಮನಗಂಡು ಒಂದು ನಿರ್ಧಾರಕ್ಕೆ ಬಂದಳು.

* * * *

ಅಂದು ಅನುರಾಧ ನರ್ಸಿಂಗ್ ಹೋಂ ಸಂಚಲನದ ಸುದ್ದಿ. ನಾಲ್ಕು ದಿನ ರಜ ಪಡೆದು ಹೈದರಾಬಾದ್‌ಗೆ ಹೋಗಿದ್ದ ಸಂಧ್ಯಾ ಬರುವ ಕುತ್ತಿಗೆಯಲ್ಲಿ ಕರೀಮಣಿ ಹಾಕಿಕೊಂಡು ಬಂದಿದ್ದಳು. ಹಣೆಗೆ ಹಚ್ಚುವ ಸ್ಟಿಕರ್‌ನ ಸೈಜ್ ಹೆಚ್ಚಿತ್ತು. ಸದಾ ಜಡೆ ಹಾಕುತ್ತಿದ್ದವಳು, ಕೂದಲಿಗೆ ಕ್ಲಿಪ್ ಹಾಕುವುದರ ಜೊತೆಗೆ ಬೈತಲೆಗೆ ಸಿಂಧೂರ. ಆಯಾ, ವಾರ್ಡ್‌ಬಾಯ್‌ನಿಂದ ಹಿಡಿದು ಡಾ॥ಪರಮೇಶ್ವರ್‌ವರೆಗೂ ಇದೇ ಮಾತು.

"ರಿಸೆಪ್ಷನಿಸ್ಟ್ ಸಂಧ್ಯಾಗೆ ಮದ್ವೆ ಆಗಿದೆ. ಪತ್ತೆ ಕೊಡದಂಗೆ ತಾಳಿ ಬಿಗಿಸಿಕೊಂಡು ಬಂದಿದ್ದಾಳೆ." ಪ್ರತಿಯೊಬ್ಬರು ಅವರುಗಳ ಸಂಸ್ಕಾರಕ್ಕೆ ಅನುಗುಣವಾಗಿ ಮಾತಾಡಿಕೊಂಡರು. "ಐ ಡೋಂಟ್ ಬಿಲೀವ್" ಎಂದರು, ಡಾ॥ ಪರಮೇಶ್ವರ್ ಅವಳನ್ನು ನೋಡುವವರೆಗೆ. ಹೆಚ್ಚು ಸಂತೋಷ ತಂದಿದ್ದು ಡಾ॥ ಅನುರಾಧಗೆ. ಡಾ॥ ನಂದಿನಿಗೆ ಷಾಕಾಯಿತು. ಆದರೆ ಡಾ॥ ಸುಧಾಕರ್ ಐದು ದಿನದಿಂದ ರಜ ಹಾಕದೆ ನರ್ಸಿಂಗ್ ಹೋಂಗೆ ಬಂದಿದ್ದು ಒಂದು ಸಮಾಧಾನ.

ಮೊದಲು ಬಂದು ಅವಳಿಗೆ ಕಂಗ್ರಾಟ್ಸ್ ಹೇಳಿದ್ದು ಡಾ॥ ನಂದಿನಿಯೇ. "ಯಾಕೆ, ಇಷ್ಟೊಂದು ಸರ್‌ಪ್ರೈಜ್ ಮಾಡ್ದೆ. ನಿಂಗೆ ಹಣದ್ದು ಸಮಸ್ಯೆಯಾದರೆ ನಾವೆಲ್ಲ ಸ್ವಲ್ಪ ಹೆಲ್ಪ್ ಮಾಡ್ತಾ ಇದ್ವಿ" ಎಂದಾಗ ಸಂಧ್ಯಾಳ ಅಭಿಮಾನಕ್ಕೆ ಪೆಟ್ಟುಬಿತ್ತು. ಇದೊಂದು ವೈಯಕ್ತಿಕ ಕಾರ್ಯಕ್ರಮ. ಬೇರೆಯವರಿಂದ ಸಹಾಯ ಪಡೆದು ಆಚರಿಸಬೇಕಾದ್ದೇನಿಲ್ಲ. "ಅಗತ್ಯ ಇರ್ಲಿಲ್ಲ" ಎಂದಳು ಚುಟುಕಾಗಿ.

ನೀಳವಾದ ಕೊರಳಲ್ಲಿ ಕರೀಮಣಿಯ ಸರ ಅತ್ಯಂತ ಲಕ್ಷಣವಾಗಿ ಕಾಣುತ್ತಿತ್ತು. ಅರಳುಗಣ್ಣುಗಳಿಗೆ ಕಾಡಿಗೆಯೇ ಸಿಂಗಾರ. ಮುಖದಲ್ಲಿ ತುಂಬು ಮಾರ್ದವತೆ. ಅತ್ಯಂತ ಚೆಲುವಾಗಿ ಕಂಡಳು.

ಡಾ॥ ಅನುರಾಧ ಪ್ರೀತಿಯಿಂದ ಅಧಿಕಾರದಿಂದ ಕೋಪ ಪ್ರದರ್ಶಿಸಿದರು. "ಸಂಧ್ಯಾ, ಇದು ಸರಿ ಹೋಗ್ಲಿಲ್ಲ. ಸಿಂಪಲ್ ಮದ್ವೆಯಾದ್ರೂ ನಮ್ಗೆ ತಿಳಿಸ್ಬೇಕಿತ್ತು.

ಅಷ್ಟೊಂದು ಅಡಾವುಡಿಯಾಗಿ ಯಾಕೆ ಮಾಂಗಲ್ಯ ಕಟ್ಟಿಸಿಕೊಂಡೆ?" ತರಾಟೆಗೆ ತಗೊಂಡರು.

"ಎಕ್ಸ್‌ಟ್ರೀಮ್ಲೀ..... ಸಾರಿ. ಮದುವೆಯ ಮಾತು ಇದ್ದರೂ ಇಷ್ಟೊಂದು ದಿಢೀರೆಂದು ವಿವಾಹವಾಗೋ ಉದ್ದೇಶ ಇರ್ಲಿಲ್ಲ. ಅವ್ರು ದುಬೈಗೆ ನೌಕರಿಗಾಗಿ ಹೋಗ್ಲೇಬೇಕಿತ್ತು. ಅವ್ರ ಅಕ್ಕ ಕೇಳಲೇ ಇಲ್ಲ. ದೇವಸ್ಥಾನದಲ್ಲಿ ಮದ್ವೆ ಮುಗಿಸಿಯೇ ತಮ್ಮನನ್ನು ಫ್ಲೈಟ್ ಹತ್ತಿಸಿದ್ದು" ಇಷ್ಟು ಹೇಳಿದಳು. ಇದನ್ನೇ ಹಲವರ ಬಳಿ ರಿಪೀಟ್ ಮಾಡಿದಳು.

ಇಲ್ಲಿ ಎಲ್ಲರ ಊಹಾಪೋಹಗಳು ಎಣಿಕೆಗಳು ಸುಳ್ಳಾಗಿತ್ತು. ಆದರೆ ಮಾರ್ಟಿನಾ ಮಾತ್ರ ಇವಳ ಕೈಹಿಡಿದು "ಡಾ॥ ಸುಧಾಕರ್, ನಿನ್ನ ಮಧ್ಯೆ ಲವ್ ಅಫೇರ್ ಇದೇಂತ ತಿಳ್ಕೊಂಡಿದ್ದೆ. ಯಾಕೆ ಹೀಗಾಯ್ತು? ಈ ವಿಷ್ಯ ಡಾಕ್ಟ್ರಿಗೆ ಗೊತ್ತಾ?" ಕೆಳದನಿಯಲ್ಲಿ ಕೇಳಿದಾಗ ಅವಳ ಗಂಟಲಲ್ಲಿ ಪದಗಳು ಉರುಳಲು ತಡಬಡಿಸಿತು.

"ಇಲ್ಲಪ್ಪ, ಅಸಲು ನಂಗೆ ಗೊತ್ತಿಲ್ಲ. ನನ್ತಂದೆ, ತಾಯಿಗೂ ಕೂಡ ಗೊತ್ತಿರ್ಲಿಲ್ಲ. ವಿವಾಹ ಮುಗ್ಸಿಕೊಂಡೇ ಹೋಗಬೇಕೆನ್ನೋ ಕರಾರಿಗೆ ಆಕಾಶ್ ಒಪ್ಪಿಕೊಳ್ಳಲೇಬೇಕಿತ್ತು" ಅಂದಳು.

ಸಿಸ್ಟರ್ ಮಾರ್ಟಿನಾ ತೀರಾ ಸಪ್ಪಗಾದಳು. ಬಹುಶಃ ಸಂಧ್ಯಾ ಡಾ॥ ಸುಧಾಕರ್‌ನ ಪ್ರೀತಿಸದೇ ಇರಬಹುದು. ಆದರೆ ಡಾ॥ ಸುಧಾಕರ್ ಸಂಧ್ಯಾನ ಪ್ರೀತಿಸ್ತಾ ಇದ್ದಾರೆ ಎನ್ನುವ ಬಗ್ಗೆ ಅನುಮಾನವೇ ಇರಲಿಲ್ಲ. ಮುಂದೇನು? ಇದೊಂದು ದಿನ ಡಾ॥ ಸುಧಾಕರ್ ರಜ ಪಡೆದಿದ್ದ.

"ನಾನು ತಪ್ಪು ಮಾಡ್ದೇಂತ ಅನಿಸುತ್ತೆ. ನೀನು ಬೇರೊಬ್ಬರ್ನ ಪ್ರೀತಿಸ್ತಾ ಇದ್ದಿದ್ದು ಡಾ॥ ಸುಧಾಕರ್‌ಗೆ ತಿಳಿಸ್ಬೇಕಿತ್ತು. ಬಹುಶಃ ನಿನ್ನ ಪ್ರೀತಿಸ್ತಾ ಇದ್ದಾರೆ ಸಂಧ್ಯಾ" ಹಿಡಿದ ಕೈಯನ್ನು ಅದುಮಿದಳು.

ಸಪ್ತಸಾಗರಗಳು ಅವಳೆದೆಯಲ್ಲಿ ಉಕ್ಕಿಹರಿದವು. ಆದರೆ ಹೊರನೋಟಕ್ಕೆ ತಣ್ಣಗಿದ್ದಳು. ಡಾ॥ ಸುಧಾಕರ್ ಸರಳ, ಆತ್ಮೀಯ ವ್ಯಕ್ತಿ. ರಾಘುನ ಕಾನ್ವೆಂಟ್‌ಗೆ ಸೇರಿಸಲು ಸಹಾಯ ಮಾಡಿದ್ದ. ಅಂತರ ಇಟ್ಟುಕೊಳ್ಳದೇ ಸರಳವಾಗಿ ಹರಟುತ್ತಿದ್ದ. ತನ್ನ ಓದುನ ತಾನೇ ತಮಾಷೆ ಮಾಡಿಕೊಳ್ಳುತ್ತಿದ್ದ.

"ಹಾಗೇನು ಇರ್ಲಾರ್ದು? ಡಾ॥ ನಂದಿನಿ ಅಂಥ ಹೆಣ್ಣು ಬಗ್ಗೆ ಕೈ ಮುಗಿಯೋ ವ್ಯಕ್ತಿ ನನ್ನನ್ನು ಪ್ರೇಮಿಸೋ ಸಾಧ್ಯತೇ ಇದ್ಯಾ? ಮಾರ್ಟಿನಾ ಇಂಥ ಮಾತನ್ನು ಯಾರ್ಮುಂದೇನು ಆಡೋದ್ಬೇಡ" ಎಂದು ಭರವಸೆ ಪಡೆದುಕೊಂಡ ನಂತರವೇ ಅಲ್ಲಿಂದ ಸರಿದಿದ್ದು.

ಕತ್ತಿನಲ್ಲಿ ಮಾಂಗಲ್ಯ ಬಿದ್ದ ಮೇಲೆ ನೋಡುವವರ ದೃಷ್ಟಿ ಬದಲಾಗಿಯೆಂದು ಅವಳ ಅರಿವಿಗೆ ಬಂತು. ಅಮ್ಮನ ಮಾತು ಸತ್ಯವಾದರೂ ವಿಕೋಪಕ್ಕೆ ಹೋಗುವಂತೆ ಶಾರದಮ್ಮ ಅತ್ತು ರಂಪ ಮಾಡಿದಾಗ ಶ್ರೀಪತಿಯವರೇ ಸಮಾಧಾನಗೊಳಿಸಿದ್ದರು.

"ಒಬ್ಬೇ ಅಕ್ಕ ಬ್ಯಾಂಕ್ ಅಧಿಕಾರಿ. ಹುಡುಗ ಇಂಜಿನಿಯರ್. ಕೆಲ್ಸಕ್ಕೆ ದುಬೈಗೆ ಹೋಗಿದ್ದಾನೆ. ಇಂಥ ಗಂಡ ಹುಡುಕಿಕೊಂಡು ಬರೋದು ನಿನ್ನ ಹಣೆಯಲ್ಲಿ ಬರ್ದು ಇರ್ಲಿಲ್ಲ. ಇಂಥ ಯಾವ್ದೇ ಹಿನ್ನೆಲೆ ಇಟ್ಕೊಂಡೇ ಸಂಧ್ಯಾ ಒಂದೆರಡು ತಿಂಗಳಲ್ಲಿ ವಿವಾಹವಾಗ್ತೀನೀಂತ ಭರವಸೆ ಕೊಟ್ಟಿದ್ದು. ಯಾವ್ದೇ ಧಾವಂತವಿಲ್ದೇ ಹಿರಿ ಮಗ್ಳ ವಿವಾಹ ಮುಗೀತು. ಮೂರು ವರ್ಷ ಬೇಗ ಕಳ್ದು ಹೋಗುತ್ತೆ. ಅವರಿಬ್ರೂ ಸಂಸಾರ ಮಾಡೋದ್ನಾ ನೋಡಿವಂತೆ."

ಅಷ್ಟಿಷ್ಟು ಶಾರದಮ್ಮ ಸಮಾಧಾನಗೊಂಡರು. ತಾವು ಓಡಾಡಿ ಮಗಳ ಮದುವೆ ಮಾತಾಡಲ್ಲಿಲ್ಲವಲ್ಲ ಎನ್ನುವ ಕೊರಗು.

ಇನ್ನು ಉತ್ಸಾಹದಿಂದ ಓಡಾಡಿದಳು. ಶಾಂತಿ ದುಂಬಾಲು ಬಿದ್ದಳು "ಮೇಡಮ್ ತೀರಾ ಕಂಜೂಸ್ ಕಣೇ. ಇನ್ನಿಬ್ರೂ ರಿಸೆಪ್ಷನಿಸ್ಟ್‌ನ ಅಪಾಯಿಂಟ್ ಮಾಡಿಕೊಳ್ಳೋಕ್ಕೇನು? ಮೆಡಿಕಲ್ ಸ್ಟಾಫ್‌ನೆ ಅಡ್ಜಸ್ಟ್ ಮಾಡ್ಬಿಡ್ತಾರೆ. ಇಲ್ಲ ಆ ಬಾಲ್ಡಿ ಪರಮಶಿವಯ್ಯನ ತಂದು ಕೂಡ್ಸಿಬಿಡ್ತಾರೆ" ಅತ್ತಿತ್ತ ನೋಡಿ ಘೊಳ್ಳೆಂದು ನಕ್ಕಳು. ಶಾಂತಿಗೆ ಕೆಲಸ ತೀರಾ ಅಗತ್ಯವೇನು ಇಲ್ಲ. ಗಂಡು ಸಿಕ್ಕಿ ಮದುವೆ ಫಿಕ್ಸ್ ಆಗೋವರೆಗೂ ಟೈಮ್‌ಪಾಸ್‌ಗೆ ಒಂದು ಟೆಂಪರರಿ ಜಾಬ್. ಅದರಿಂದಲೇ ಬಾಯಿಗೆ ಬಂದಿದ್ದನ್ನು ಹರಟುತ್ತಿದ್ದಳು.

"ಈಗ ವಿಷ್ಯ ಏನ್ಹೇಳು. ನೀನು ರಾತ್ರಿ ನೈಟ್ ಡ್ಯೂಟಿಗೆ ಬರೋಲ್ಲ. ಆ ಕೆಲ್ಸನ ನಾನು ಮಾಡಬೇಕಷ್ಟೇ" ಕೇಳಿದಳು. 'ಹೌದೆಂದು' ತಲೆಯಾಡಿಸಿದಳು. ಇವರುಗಳು ಡ್ಯೂಟಿನ ಅಡ್ಜೆಸ್ಟ್ ಮಾಡಿಕೊಂಡರೂ ಮ್ಯಾನೇಜರ್ ಪರಮಶಿವಯ್ಯ ಒಪ್ಪಬೇಕು. ಮೇಡಮ್ 'ಹ್ಞೂ' ಎನ್ನಬೇಕು.

"ಪರಮಶಿವಯ್ಯನವ್ರಿಗೆ ಪರ್ಮಿಷನ್ ಲೆಟರ್ ಕೊಡು. ಮೇಡಮ್‌ಗೆ ಒಂದ್ಮಾತು ಹೇಳು. ಅಷ್ಟನ್ನು ನೀನು ಮಾಡು" ಎಂದು ಬ್ಯಾಗ್ ಎತ್ತಿಕೊಂಡು ಸ್ಕೂಟಿಯತ್ತ ನಡೆದಳು. ಮನೆಗೆ ಹೋಗಲು ಹೆದರುತ್ತಿದ್ದಳು. ಈಗ ಟೆನ್ಷನ್ ಸ್ವಲ್ಪ ಕಡಿಮೆಯಾಗಿತ್ತು. "ಅಮ್ಮ ಸುವಿದ್ಯಾ ಜಾತ್ಕ ಶಾಸ್ತ್ರಿಗಳಿಗೆ ಕೊಡು" ಅಂತ ಹೇಳಬೇಕೆನಿಸಿತು.

ಶಾಸ್ತ್ರಿಗಳ ಮನೆಯಿಂದ ಬರುತ್ತಿದ್ದ ಶಾರದಮ್ಮ ಮಗಳನ್ನು ನೋಡಿ ನಿಂತು "ಹಾಗೇ ರಾಘವೇಂದ್ರನ ಕರ್ಕೊಂಡ್ ಬಂದ್ಬಿಡು. ಸ್ಕೂಲ್ ಬಿಡೋ ಹೊತ್ತಾಯ್ತು" ಅಂದರು. ವೆಹಿಕಲ್‌ನ ಹಿಂದಕ್ಕೆ ತಿರುಗಿಸಿದಳು.

ಅಂಥ ಹೆಚ್ಚು ದೂರವೇನು ಅಲ್ಲ. ಅವನೇ ಬರಬಲ್ಲ. ಈಗ ಸುವಿದ್ಯಾನೋ ಶಾರದಮ್ಮನೋ ಹೋಗಿ ಕರೆತರುತ್ತಿದ್ದರು. ಕೆಲವೊಮ್ಮೆ ಮಗನನ್ನು ಬಿಡಲು ಶ್ರೀಪತಿಯವರೇ ಹೋಗುತ್ತಿದ್ದರು. ಸಂಧ್ಯಾ ಇದ್ದರಂತು ವೆಹಿಕಲ್‌ನಲ್ಲಿ ಕರೆತರಲಿ ಎನ್ನುವ ಮನೋಭಾವ ಹೆತ್ತ ತಾಯಿಗೆ.

ಇವಳು ಕರೆತಂದಾಗ ಹೊರಗೆ ಇದ್ದು ಇಳಿಸಿಕೊಂಡು ಮಗನನ್ನು ಮುದ್ದಾಡಿದರು.

ಗಂಡು ಮಗು ಎನ್ನುವ ಕಾರಣಕ್ಕೆ ಇಷ್ಟೊಂದು ವಾತ್ಸಲ್ಯವೋ, ಇಲ್ಲ ಕೊನೆಯ ಸಂತಾನವೆಂಬ ಪ್ರೇಮವೋ. ಅಂತು ರಾಘವೇಂದ್ರ ಆಕೆಯ ಸರ್ವಸ್ವ.

"ಈಗ ಎಷ್ಟು ಲಕ್ಷಣವಾಗಿ ಕಾಣ್ತೆ ಗೊತ್ತಾ? ಹೆಣ್ಣಿಗೆ ಕುತ್ತಿಗೆಯಲ್ಲಿ ಮಾಂಗಲ್ಯವಿದ್ದರೇನೇ ಚೆಂದ" ಮಗಳನ್ನು ಅಕ್ಕರೆಯಿಂದ ನೋಡಿದರು. ಸಂಧ್ಯಾ ಭಾರವಾದ ಉಸಿರೆಳೆದು ದಬ್ಬಿದಳು.

ಮಗಳಿಗೆ ಕಾಫಿ ಕೊಟ್ಟ ಮೇಲೆ "ಶಾಸ್ತ್ರಿಗಳ ಹೆಂಡ್ತಿ ಏನೇನೋ ಹೇಳಿದ್ರು. ಜಾತ್ಕ ತೋರಿಸಿದ್ರಾ? ಜಾತಿ, ಕುಲ, ಗೋತ್ರ ಯಾವ್ದೂ ನೋಡೊಲ್ಲ ಈಗಿನೋರು. ಅದ್ರಿಂದ ಕೆಡುಕೇ ಹೆಚ್ಚೂಂದ್ರು" ಎನ್ನುವ ಪ್ರಸ್ತಾಪ ಮಗಳ ಮುಂದಿಟ್ಟರು.

ಲೋಟ ತೊಳೆದಿಟ್ಟು ಬಂದ ಸಂಧ್ಯಾ "ಅವೆಲ್ಲ ನೋಡಿ ಮಾಡಿದೋರೆಲ್ಲ ಸುಖವಾಗಿದ್ದಾರ? ಮದುವೆಗಳು ಸ್ವರ್ಗದಲ್ಲಿ ನಡೆದಿದೆ ಅಂತಾರೆ. ಒಂದು ಹೆಣ್ಣಿಗೆ ಒಂದು ಗಂಡೂಂತ ದೇವರು ಬರ್ದು ಹಾಕಿದ್ದಾರೇಂತ ಅನ್ತೀರಿ. ಇವಕ್ಕೆಲ್ಲ ಅರ್ಥ ಏನಾದ್ರೂ ಇದ್ಯಾ? ಅವ್ರು ತುಂಬ ಒಳ್ಳೆಯೋರು" ಎಂದಳು. ಕೈಹಿಡಿದವನ ಬಗ್ಗೆ ನಾಚಿ ಒಂದು ಒಳ್ಳೆಯ ಮಾತಾಡಿದಳು.

ಆಮೇಲೆ ಶಾರದಮ್ಮ ಕೇಳಿ ಕೇಳಿ ಎಲ್ಲಾ ಸಂಗ್ರಹಿಸಿಬಿಟ್ಟರು. ಅಂತು ಒಂದಿಷ್ಟು ತೃಪ್ತಿಗೊಂಡರು. ಮಗಳು ಹೇಳಿದ ವ್ಯಕ್ತಿಗಳು ಆಕೆಗೆ ಇಷ್ಟವಾದರು. ಅಳಿಯ ಬರುವುದು ಮೂರು ವರ್ಷಗಳು ಮಾತ್ರ ಬಹಳ ದೀರ್ಘವಾಗಿ ಕಂಡವು.

"ಮಧ್ಯದಲ್ಲಿ ಒಂದೆರಡು ದಿನ ಬಂದು ಹೋಗೋಕ್ಕಾಗೊಲ್ವಾ? ನೋಡ್ಬೇಕೂಂತ ಅನಿಸಿದೆ" ತಮ್ಮ ಆಸೆಯನ್ನು ತೋಡಿಕೊಂಡರು. ಪ್ರೀತಿಯಿಂದ ತಾಯಿಯ ಕೈ ಹಿಡಿದುಕೊಂಡ ಸಂಧ್ಯಾ "ಇನ್ನು ಮೊನ್ನೆ ತಾನಮ್ಮ ಹೋಗಿರೋದು. ಒಂದ್ವರ್ಷದ ಮೇಲಾದ್ರೂ ಒಮ್ಮೆ ಬಂದು ಹೋಗ್ಬಹುದಷ್ಟೇ" ಎಂದು ಸಂತೈಯಿಸಿದಳು.

ಇಂದು ಶಾರದಮ್ಮ ಮಗಳೊಂದಿಗೆ ಮುಕ್ತವಾಗಿ ಮಾತಾಡಿದರು. ಜೊತೆಗೆ ಸುವಿದ್ಯಾ ಮದುವೆಯ ಸುದ್ದಿ ಕೂಡ ಬಂತು. ಅವಳ ಬಗ್ಗೆ ಕೆಟ್ಟ ಕೋಪವ ಆಕೆಗೆ. ಸಂಧ್ಯಾ ಹಾಗೆ ಅವಳು ಮೃದುವಲ್ಲ, ವಿದ್ಯೆಯಿಲ್ಲ. ಮಾತಿಗೆ ಮಾತು ಜಾಡಿಸಿಬಿಡುತ್ತಿದ್ದಳು.

"ಅಮ್ಮ ಶಾಸ್ತ್ರಿಗಳಿಗೆ ಸುವಿದ್ಯಾಳ ಜಾತ್ಕ ಕೊಟ್ಟು ಗಂಡು ಹುಡ್ಕಿಕೊಡೋಕೆ ಹೇಳು. ಹೇಗೂ ಓದೋಲ್ಲಾಂತಾಳೆ. ಒಂದು ಎಸ್.ಎಸ್.ಎಲ್.ಸಿ.ಯಾದ್ರೂ ಮಾಡಿಕೊಂಡಿದ್ದರೆ ಚೆನ್ನಾಗಿತ್ತು. ನೀನು ಮತ್ತೊಮ್ಮೆ ಹೇಳು" ತಾಯಿಗೆ ಆ ಜವಾಬ್ದಾರಿ ವಹಿಸಿದಳು.

ರಾತ್ರಿ ಡ್ಯೂಟಿ ಅಂದಾಗ ಮಾತ್ರ ಬೇಸರಿಸಿದರು ಶಾರದಮ್ಮ. ಒಮ್ಮೆ ಕರೆದೊಯ್ದು ನರ್ಸಿಂಗ್ ಹೋಂ ಪೂರ್ತಿ ತೋರಿಸಿದ್ದರಿಂದ ಒಂಟಿಯಲ್ಲ ಎನ್ನುವ ಧೈರ್ಯವಿದ್ದರೂ ಮನಸ್ಸಿನ ಅಳುಕೇನು ಕಡಿಮೆಯಾಗಿರಲಿಲ್ಲ.

"ನೀನು ಕೆಲ್ಸದಲ್ಲಿರೋಕೆ ಅಳಿಯಂದಿರ ತಕರಾರೇನಿಲ್ವಲ್ಲ" ಅನುಮಾನದಿಂದ

ಪ್ರಶ್ನಿಸಿದಾಗ "ಖಂಡಿತ ಇಲ್ಲ, ಬಂದ್ಮೇಲೆ ಬೇಕಾದರೆ ಇಷ್ಟವಿಲ್ಲಾಂದರೇ ಬಿಟ್ಟರಾಯ್ತು" ಅದಕ್ಕೊಂದು ಪರಿಹಾರನು ಸೂಚಿಸಿದಳು.

ನಂತರವೇ ಆಕೆ ವಿಷಾದಕ್ಕೆ ಬಿದ್ದಿದ್ದು. ಅವಳ ಸಂಬಳದಲ್ಲಿ ಈಗ ಸಂಸಾರ ನಡೆಯುತ್ತಿತ್ತು. ಊರಿನಲ್ಲಿದ್ದ ಪುಟ್ಟ ಮನೆ, ಅಂಗಡಿಯ ಬಾಡಿಗೆ ಬರುತ್ತಿತ್ತು. ಅದನ್ನು ಶ್ರೀಪತಿಗಳ ಕೈಗೆ ಹಾಕಿಬಿಡುತ್ತಿದ್ದಳು. ಅಷ್ಟು ಕಡಿಮೆ ಹಣದಲ್ಲಿ ಎರಡು ಹೊತ್ತು ಊಟ ಕೂಡ ಮಾಡಲು ಸಾಧ್ಯವಿರಲಿಲ್ಲ. ಮುಂದೇನು?

ಊಟದ ನಂತರ ಗಂಡನಲ್ಲಿ ಪ್ರಸ್ತಾಪಿಸಿದರು "ಹೇಗೋ, ಏನೋ ಸಂಧ್ಯಾಳ ವಿವಾಹವಂತೂ ಆಗಿಹೋಯ್ತು. ಶಾಸ್ತ್ರಿಗಳಿಗೆ ಸುವಿದ್ಯಾ ಜಾತ್ಕ ಕೊಡೂಂತ ಅವ್ರೇ ಹೇಳಿದ್ಲು, ಹಣಕ್ಕೇನು ಮಾಡೋದು?"

ಶ್ರೀಪತಿಗಳಿಗೆ ಮೈಯೆಲ್ಲ ಬೆಂಕಿಯಾಯಿತು. "ಈ ವಿಷ್ಯ ನಿನ್ತಲೆಯಲ್ಲಿ ಇರ್ಲಿಲ್ವಾ? ಸಂಧ್ಯಾನ ಕಾಡ್ಬಿಟ್ಟೆ. ಅಕಸ್ಮಾತ್ ಅವ್ಳ ವಿವಾಹವೇನಾದ್ರೂ ಶಾಸ್ತ್ರಿಗಳು ಹೊಂದಿಸಿಕೊಟ್ಟಿದ್ದರೆ.... ಹಣಕ್ಕೇನು ಮಾಡ್ತಾ ಇದ್ದೆ?" ರೇಗಿದರು.

'ಹೌದು' ಏನು ಮಾಡಬೇಕಿತ್ತು?

"ಬೆಳ್ದ ಮಗ್ಳಿಗೆ ವಿವಾಹ ಮಾಡೋದ್ಬೇಡ್ವಾ? ಊರಿನಲ್ಲಿರೋ ಮನೆನೋ, ಅಂಗಡಿನೋ ಮಾರಬೇಕಿತ್ತು" ಅತ್ಯಂತ ಸೂಕ್ತವಾದ ಸಲಹೆ ಕೊಟ್ಟರು. ಆಕೆ ಈಗ ತಾಯಿಯಾಗಿ ಬರೀ ಮಗಳ ಭವಿಷ್ಯತ್ ಬಗ್ಗೆ ಮಾತ್ರ ಯೋಚಿಸುತ್ತಿದ್ದರು.

ಶ್ರೀಪತಿ ಹೆಂಡತಿಯನ್ನು ನೋಡಿದರು. "ಅಯ್ಯೋ ಪೆದ್ದಿ. ಸಂಧ್ಯಾ ವಿವಾಹವಾದ್ಮೇಲೆ ಗಳಿಕೆ ಕೂಡ ಅವರದೇ. ಆಮೇಲೆ ನಾವೆಲ್ಲ ಏನಾಗ್ಬೇಕಾಗಿತ್ತು. ಎಲ್ಲಾ ಒಟ್ಟಿಗೆ ಆತ್ಮಹತ್ಯೆ ಮಾಡಿಕೊಳ್ಳೊದೊಂದೇ ದಾರಿ ಇತ್ತು. ಅಷ್ಟೆಲ್ಲಾ ಮಾತಾಡ್ತ ಇದ್ದೆಯೆಲ್ಲ. ಈಗ್ಲೂ ಸಂಧ್ಯಾ ಗಂಡ ಹಿಂದಿರುಗಿ ಬಂದರೆ ಅವ್ಳ ಗಳಿಕೆಯೆಲ್ಲ ನಾವು ಊಟ ಮಾಡೋಕ್ಕಾಗುತ್ತ. ಇದ್ನೆಲ್ಲ ತಲೆಯಲ್ಲಿ ಇಟ್ಕೋ. ಹೇಗೂ ಅಷ್ಟಿಷ್ಟು ತ್ರಾಣ ಮೈಗೆ ಬಂದಿದೆ. ಮುಂದಿನ್ವರ್ಷ ಊರಿಗೆ ಹೋಗ್ಬಿಡೋಣ. ಅಲ್ಲಿವರ್ಗೂ ನೀನು ಶಾಸ್ತ್ರಿಗಳ ಕೈಗೆ ಜಾತ್ಕ ಕೊಡ್ಬೇಡ" ಬುದ್ಧಿ ಹೇಳಿದರು ಹೆಂಡತಿಗೆ. ಜೀವನ ಪೂರ್ತಿ ಮಗಳಿಗೆ ಹೊರೆಯಾಗಿಬಿಡೋದು ಅವರಿಗೆ ಸಮ್ಮತವಲ್ಲ.

ಅಂತೂ, ಗಂಡ, ಹೆಂಡತಿ ಮಾತಾಡಿ ಒಂದು ನಿರ್ಣಯಕ್ಕೆ ಬಂದರು. ಸದ್ಯಕ್ಕೆ ಸುವಿದ್ಯಾ ಮದುವೆ ಪ್ರಯತ್ನ ಬೇಡ. ಊರಿಗೆ ಹಿಂದಿರುಗಿದ ನಂತರ ಆಬಗ್ಗೆ ಯೋಚಿಸುವುದೆಂದು ಒಮ್ಮತದ ತೀರ್ಮಾನಕ್ಕೆ ಬಂದರು.

ರಾತ್ರಿ ಡ್ಯೂಟಿಗೆ ಬಂದ ಡಾ|| ಸುಧಾಕರ್‌ಗೆ ಡಾ|| ನಾಯ್ಡುಗೆ ಒಂದಿಷ್ಟು ಅನಾರೋಗ್ಯವೆಂದು ತಿಳಿದಿದ್ದರಿಂದ ಬಂದಿದ್ದ. ಬಂದಕೂಡಲೇ ಅತ್ಯಂತ ಫ್ರೆಶ್ ನ್ಯೂಸ್ ಎನ್ನುವಂತೆ ವಾರ್ಡ್‌ಬಾಯ್ ಅವನ ಕಿವಿಯ ಮೇಲೆ ಹಾಕಿದಾಗ ಅವನಲ್ಲಿನ ಚಲನಶೀಲತೆಯೇ ಕೆಲವು ನಿಮಿಷಗಳು ಸತ್ತಿತ್ತು.

"ಜೋಕ್ ಮಾಡ್ತೀಯಾ?" ಕೇಳಿದ.

"ಇಲ್ಲ ಸಾರ್, ಇವೊತ್ತು ಅವ್ರ ನೈಟ್ ಡ್ಯೂಟಿಗೆ ಬರೋರು. ಎಷ್ಟೊಂದು ಬದಲಾಗಿ ಬಿಟ್ಟಿದ್ದಾರೆ ಗೊತ್ತಾ?" ಸಂಭ್ರಮದಿಂದ ಹೇಳಿದ.

ಡಾ|| ಸುಧಾಕರ್‌ನ ಹೃದಯ ಒಡೆದು ಚೂರಾಗಿ ಆಕ್ರಂದಿಸಿತು. ಯಾಕೋ ಏನೋ ಅವನ ಕೊಲಿಗ್ಸ್‌ನಲ್ಲಿ ಎಷ್ಟೋ ಚೆಲುವೆಯರು ಇದ್ದರು. ಪ್ರೀತಿಯಿಂದ ಹತ್ತಿರ ಬಂದವರು ಕೂಡ ಉಂಟು. ಆದರೆ ಅವನ ಮನಸ್ಸು ಮಾತ್ರ ಸಂಧ್ಯಾ ಮಾತು, ನಗು, ಹಿಡಿ ಪ್ರೀತಿಗಾಗಿ ಕಾತರಿಸುತ್ತಿತ್ತು.

ವಿಶ್ರಾಂತಿ ಕೋಣೆಗೆ ಹೋಗಿ ಸುಮ್ಮನೆ ಕೂತುಬಿಟ್ಟ. ಸಿಸ್ಟರ್ ಲೀನಾ ಹರಸಿಕೊಂಡು ಬಂದು ಕಾರ್ಡ್‌ಲೆಸ್ ಕೊಟ್ಟು "ಸರ್ ಲೈನ್‌ನಲ್ಲಿದ್ದಾರೆ" ಎಂದಳು. ಡಾ|| ಪರಮೇಶ್ವರ್ ಈಗಾಗಲೇ ಎರಡು ಪೆಗ್ ಹಾಕಿಕೊಂಡವರಂತೆ ಮಾತಾಡಿದರು. "ಸುಧಾಕರ್, ಇವತ್ತು ಹರ್ನಿಯಾ ಆಪರೇಶನ್ ಕೇಸ್‌ನ ಫಾಲೋ ಅಪ್ ಮಾಡು. ಪಾಯಿಸನ್ ಕೇಸ್ ಗಮನಿಸು. ಲೆಕ್ಚರರ್ ಚಂಪಕವಲ್ಲಿ ಷುಗರ್ ಕಂಟ್ರೋಲ್‌ಗೆ ಬಂದಿಲ್ಲ" ಡೀಟೈಲ್‌ನ ದೊಡ್ಡ ಪಟ್ಟಿಯನ್ನೇ ಕೊಟ್ಟು "ನಾನು ರೌಂಡ್ಸ್ ಬರೋಲ್ಲ. ನಂಗೂ, ಮೇಡಮ್‌ಗೂ ಒಂದು ಸಣ್ಣ ಫೈಟಿಂಗ್ ಆಯ್ತು. ನನ್ನ ಫ್ರೆಂಡ್ ಶಂಕರಲಿಂಗೇಗೌಡನ್ನ ನೆನಸ್ಕೊಂಡ್ ಎರ್ಡು ಪೆಗ್ ಹಾಕ್ತೀನಿ" ಫೋನ್ ಕಟ್ ಆಯಿತು.

ನರ್ಸಿಂಗ್ ಹೋಂಗೆ ಅಂಟಿಕೊಂಡಂತೆ ದೊಡ್ಡ ಬಂಗ್ಲೆ ಇದ್ದರೂ ಊರಾಚೆ ಈಚೆಗೆ ಒಂದು ಬಂಗ್ಲೆ ಕಟ್ಟಿಸಿದ್ದರು. ಮಗಳು, ಅಳಿಯ ಬಂದು ಇಲ್ಲೇ ನಿಲ್ಲಬಹುದೆಂಬ ದೊಡ್ಡ ಆಕಾಂಕ್ಷೆ ಅವರದು. ಕೆಲವೊಮ್ಮೆ ಅಲ್ಲಿ, ಕೆಲವೊಮ್ಮೆ ಇಲ್ಲಿ ಇರುತ್ತಿದ್ದರು.

ಡಾ|| ಅನುರಾಧ ಪಕ್ಕದ ಬಂಗ್ಲೆಯಲ್ಲೇ ಇದ್ದುದ್ದರಿಂದ ಸ್ವಲ್ಪ ಕಾಂಪ್ಲಿಕೇಟೆಡ್ ಆಗಿದ್ದ ಡೆಲಿವರಿ ಕೇಸ್ ನೋಡೋಕೆ ಬಂದವರು ಡಾ|| ಸುಧಾಕರ್ ಜೊತೆ ಪೇಷೆಂಟ್‌ಗಳನ್ನು ನೋಡಿಕೊಂಡು ಕಾರಿಡಾರ್‌ನಲ್ಲಿ ಮಾತಿಗೆ ನಿಂತರು.

"ಸಂಧ್ಯಾ, ಎಂಥ ಷಾಕ್ ಕೊಟ್ಟಿದ್ದಾಳೆ ನೋಡಿ. ಆರಾಮಾಗಿ ಮದ್ವೆ ಮಾಡ್ಕೊಂಡ್ ಗಂಡನ್ನ ದುಬೈಗೆ ಕಳಿಸಿಬಂದಿದ್ದಾಳೆ. ಇಂಜಿನಿಯರ್ ಅಂತೆ. ಅಕ್ಕ ತಮ್ಮ ಅಷ್ಟೇ ಅವರ ಕುಟುಂಬ. ಇಷ್ಟು ಡೀಟೈಲ್ ಕೊಟ್ಟಳು. ಮುದ್ದಾದ ಹುಡ್ಗೀನ ಆರಾಮಾಗಿ ಹೊಡಕೊಂಡ್ಹೋದ. ಒಳ್ಳೆ ಫಿಲಂ ತರಹ ಇಲ್ವಾ?" ಡಾ|| ಅನುರಾಧ ಮಾತುಗಳಿಗೆ ಪ್ರತಿಕ್ರಿಯಿಸಲು ಹಿಂಜರಿಯಿತು ಅವನ ಮನ.

"ಅಂತು ಮೊದ್ದು ಹುಡ್ಗಿಯಲ್ಲ, ತುಂಬಾ ಜಾಣೆನೇ" ಆಕೆಯೇ ಅಂದಿದ್ದು.

"ಹೋಗ್ಲಿ ಬಿಡಿ ಡಾಕ್ಟರ್. ಜೀವನನೇ ವಿಚಿತ್ರ. FACTS ARE STRANGER THAN FICTION ಅನ್ನೋದೊಂದು ಮಾತಿಗೆ. ಸೀ ಯು.... ಮೇಡಂ" ಎಂದುಬಂದ ಸಿಸ್ಟರ್ ಜೊತೆ ಸರಿದು ಹೋದ.

ಡಾ|| ಅನುರಾಧ ಅನುಮಾನ ಪರಿಹಾರವಾಯಿತು. ಬಹುಶಃ ಸಂಧ್ಯಾ ಡಾ|| ಸುಧಾಕರ್‌ನ ಪ್ರೇಮಿಸದೇ ಇರಬಹುದು. ಆದರೆ ಡಾ|| ಸುಧಾಕರ್ ಅವಳನ್ನು ಪ್ರೇಮಿಸುತ್ತಿದ್ದ ಎನ್ನುವುದು ಮನವರಿಕೆಯಾಯಿತು. ಇದರಿಂದ ಏನೇನು

ಪ್ರಯೋಜನವಾಗುತ್ತಿರಲಿಲ್ಲವೆನಿಸಿತು. ಡಾ|| ನಂದಿನಿಯಂಥ ಒಂದೇ ಪ್ರೊಫೆಷನ್‌ನ ಶ್ರೀಮಂತ ಹೆಣ್ಣನ್ನು ಕೈಹಿಡಿದರೆ ವಿದೇಶಕ್ಕೆ ಕೂಡ ಹೋಗಬಹುದು. ಮುಂದೆ ಸಾಕಷ್ಟು ಅನುಕೂಲವಾಗುತ್ತೆ. ಇದೆಲ್ಲ ಮನಸ್ಸಿನಲ್ಲಿ ಡಾ|| ಸುಧಾಕರ್ ಇಟ್ಟುಕೊಳ್ಳುವುದು ಒಳ್ಳೆಯದೆನಿಸಿತು. ತಕ್ಷಣ ಡಾ|| ನಂದಿನಿಯ ತಂದೆಗೆ ಫೋನ್ ಮಾಡಿ ವಿಷಯ ತಿಳಿಸಿ "ಸಂಧ್ಯಾ ಬಗ್ಗೆ ನಂಗೆ ಗೊತ್ತಿತ್ತು. ಬರೀ ಯಾರೋ ಹಬ್ಬಿಸಿದ ರೂಮರ್. ಈಗ ಆರಾಮಾಗಿ ಯೋಚ್ಸಿ ಮುಂದುವರಿಯಿರಿ" ಸಲಹೆ ಇತ್ತರು.

ಇಂದು ಡಾ|| ಪರಮೇಶ್ವರ್ ಆ ಬಂಗ್ಲೆಯಲ್ಲಿ ಉಳಿದಿದ್ದರಿಂದ ವಿಶ್ರಾಂತಿ ಕೊಠಡಿಗೆ ಹೋಗಿ ಕೂತರು. ಶಂಕರಲಿಂಗೇಗೌಡ ಜೊತೆಗಿನ ಪ್ರೇಮ, ಗೆಳೆತನ ಎಲ್ಲಾ ನೆನಪಾಯಿತು. ಬಹಳ ಮುಗ್ಧವಾಗಿ, ಉತ್ಕಟವಾಗಿ ಪ್ರೀತಿಸುತ್ತಿದ್ದ ಅನ್ನೋಕೆ ಆಜನ್ಮ ಬ್ರಹ್ಮಚಾರಿಯಾಗಿ ಉಳಿದಿದ್ದೇ ಸಾಕ್ಷಿ. ಅಷ್ಟೇನು ಅನುಕೂಲವಲ್ಲದ ಸ್ಥಿತಿಯಲ್ಲಿದ್ದ ಶಂಕರಲಿಂಗೇಗೌಡನ ಮೇಲೆ ಆಸಕ್ತಿ ಕಡಿಮೆಯಾಗಿದ್ದು ಡಾ|| ಪರಮೇಶ್ವರ್ ನೋಡಿದ ಮೇಲೆ. ಯಾವ ಒತ್ತಾಯವು ಇಲ್ಲದೇ ಅವರೊಂದಿಗೆ ಅನುರಾಧ ಮದುವೆಗೆ ಒಪ್ಪಿಗೆ ನೀಡಿದ್ದಳು.

ಪಿ.ಯು.ಸಿ.ಯಲ್ಲಿ ಶಂಕರಲಿಂಗೇಗೌಡ ಕ್ಲಾಸ್‌ಮೇಟ್. ಟೀನೇಜ್ ಲವ್ ನಂತರ ಮುಂದುವರಿಯಿತು. ಮೆಡಿಸಿನ್‌ಗೆ ಸೇರಿಕೊಳ್ಳುವಷ್ಟರಲ್ಲಿ ಮಾರ್ಕ್ಸ್ ಬಂದಿರದ ಕಾರಣ ಬಿ.ಎ.ಗೆ ಸೇರಿಕೊಂಡಿದ್ದ. ಆಮೇಲು ಅವರುಗಳ ಸ್ನೇಹ, ಪ್ರೇಮ ಮುಂದುವರಿದು ಒಂದು ಹಂತಕ್ಕೆ ಬಂದು ನಿಂತಿತು.

"ಸಾರಿ, ನಂಗೆ ಡಾ|| ಪರಮೇಶ್ವರ್ ಜೊತೆ ವಿವಾಹ ನಿಶ್ಚಯವಾಗಿದೆ. ಒಂದೇ ಪ್ರೊಫೆಷನ್. ಹಿರಿಯರ ಮಾತನ್ನು ಹೇಗೆ ತಳ್ಳಿ ಹಾಕೋದು?" ಇಷ್ಟೇ ಹೇಳಿದ್ದು. ಅಂದು ತಲೆತಗ್ಗಿಸಿಕೊಂಡು ಹೋದ ಯುವಕ ಶಂಕರಲಿಂಗೇಗೌಡ ಮತ್ತೆಂದು ನೋಡಲು ಸಿಕ್ಕಿರಲಿಲ್ಲ. ದನಿ ಕೂಡ ಕೇಳುವುದಾಗಲಿಲ್ಲ.

ಆಮೇಲೆ ಡಾ|| ಪರಮೇಶ್ವರ್ ಆಲ್ಬಮ್‌ನಲ್ಲಿದ್ದ ಶಂಕರಲಿಂಗೇಗೌಡ ಅಣಕಿಸಿದಂತಾಯಿತು "ಅನು, ಇವನು ನನ್ನ ಪರಮಮಿತ್ರ. ಅಪ್ಪಾಜಿಯ ಊರಿನ ಕಡೆಯವನು. ಒಂದೆರಡು ವರ್ಷ ನಮ್ಮ ಮನೆಯಲ್ಲೇ ಇದ್ದ" ತಿಳಿಸಿದರು. ಆಗ ಒಂದು ಸತ್ಯ ಹೊರಗೆ ಬಂತು. ಅನುರಾಧ ಪ್ರೇಮಿ ಪರಮೇಶ್ವರ್ ಗೆಳೆಯ ಇಬ್ಬರು ಒಂದೇ.

ಅವರಿವರಿಂದ ಶಂಕರಲಿಂಗೇಗೌಡನ ವಿಷಯ ತಿಳಿಯುತ್ತಿತ್ತು. ಅನುರಾಧ ಆ ಪ್ರೇಮಿಗೆ ಅಂಥ ಮಹತ್ವ ಕೊಡಲಿಲ್ಲ. ಆರಾಮಾಗಿ ಮರೆತುಬಿಟ್ಟಿದ್ದರು.

ಇಂದು ಆ ದಿನಗಳ ನೆನಪಾಯಿತು. ಕವನಗಳನ್ನು ಬರೆದು ಓದಿ ಹೇಳುತ್ತಿದ್ದ ಶಂಕರಲಿಂಗೇಗೌಡನ ರೂಪು ಹೃದಯಾಳದಲ್ಲಿ ಎಲ್ಲೋ ಬಚ್ಚಿಟ್ಟುಕೊಂಡಿದೆಯೆನಿಸಿತು. ಕಡೆಗೆ ಪ್ರೇಮಿಯಾಗಿ ಇಷ್ಟು ವರ್ಷಗಳ ನಂತರ ಎರಡು ಬಿಂದು ಕಂಬನಿ ಉದುರಿತು.

"ಮೇಡಂ...." ಸಿಸ್ಟರ್ ಎಚ್ಚರಿಸಿದಳು "ನಾರ್ಮಲ್ ಡೆಲಿವರಿಯಾಗೋ ಎಲ್ಲಾ ಸೂಚನೆಗಳಿದ್ದರೂ ಆಕೆ ಕೋಪರೇಷನ್ ಮಾಡ್ತಾ ಇಲ್ಲ. ಆ ದಾಂಧಲೆ, ಗಲಾಟೆ

ನೋಡಿದರೆ ಸಿಸೇರಿಯನ್ ಮಾಡಿ ಮಗುನ ಹೊರ್ಗೆ ತೆಗ್ದುಬಿಡೋದೆ ಸಲೀಸು ಅನಿಸುತ್ತೆ" ಹೇಳಿದಳು.

ಡಾ॥ ಅನುರಾಧ ಏಪ್ರನ್ ಧರಿಸಿ, ಕೈಗಳಿಗೆ ಗ್ಲೌಸ್ ಹಾಕಿಕೊಂಡು ಇಂದು ತಾವೇ ಸಿಸೇರಿಯನ್ ಮಾಡಿ ಮಗುವನ್ನೆತ್ತಿಕೊಟ್ಟರು. ಆಗ ಸುಷ್ಮಾ ಹುಟ್ಟಿದ ದಿನದ ಕ್ಷಣದ ನೆನಪಾಯಿತು. ಆಗಿನ ಮಹತ್ವಾಕಾಂಕ್ಷೆಯಲ್ಲಿ ತಾಯ್ತನದ ಸೊಬಗನ್ನು ಪರಿಪೂರ್ಣವಾಗಿ ಸವಿಯಲಿಲ್ಲವೆನಿಸಿತು.

ಹೊರಟಾಗ ಬಂದ ಪೇಷಂಟ್ ಕಡೆಯವರಿಗೆ ಏನೋ ಹೇಳುತ್ತಿದ್ದ ಸಂಧ್ಯಾನ ನೋಡಿದರು. ತುಂಬ..... ತುಂಬ ಲಕ್ಷಣವಾಗಿ ಕಂಡಳು. ಈ ಹುಡುಗಿ ಪ್ರೀತಿ, ಆತ್ಮೀಯತೆಯ ಭಂಡಾರವನ್ನು ಬಚ್ಚಿಟ್ಟುಕೊಂಡಿದ್ದಾಳೆನಿಸಿತು.

"ಉಸ್...." ಎಂದು ಅವಳ ಪಕ್ಕದಲ್ಲಿಯೇ ಇದ್ದ ಛೇರಿನ ಮೇಲೆ ಕೂತರು. "ಮೇಡಂ, ತುಂಬಾ ಸುಸ್ತಾಗಿದ್ದೀರಾ" ಎಂದು ಓಡಿ ಹೋಗಿ ಹಾರ್ಲಿಕ್ಸ್ ಬೆರೆಸಿಕೊಂಡು ಬಂದುಕೊಟ್ಟಳು.

ನಿಧಾನವಾಗಿ ಕುಡಿದಿಟ್ಟ ಡಾ॥ ಅನುರಾಧ ಒಂದು ಮಾತು ಕೂಡ ಆಡದೇ ಹೊರಟುಬಿಟ್ಟರು. ಏಕಾಂಗಿತನ ಇಂದು ಆಕೆಯನ್ನು ಬಾಧಿಸಿತು. ಹೋಗಿ ಗಂಡನ ಎದೆಯಲ್ಲಿ ತಲೆಯಿಟ್ಟು ಕಣ್ಣೀರು ಸುರಿಸಬೇಕೆನಿಸಿತು.

ರಿಸೆಪ್ಷನ್ ಕೌಂಟರ್‌ನಲ್ಲಿ ನಿರ್ಜನವೆನಿಸಿದಾಗ ಒಂದು ಲೋಟ ಹಾರ್ಲಿಕ್ಸ್ ಬೆರೆಸಿಕೊಂಡು ವಿಶ್ರಾಂತಿಯ ಕೋಣೆಗೆ ಬಂದಾಗ ಉಳಿಯುತ್ತಿದ್ದುದ್ದು ಹಳದಿ ಬಣ್ಣದ ಮಂಕು ದೀಪ. ಪೂರ್ತಿ ಆರಾಮಾಸನದಲ್ಲಿ ಮೈ ಚೆಲ್ಲಿ ಕಣ್ಮುಚ್ಚಿದ್ದ ಡಾ॥ ಸುಧಾಕರ್ ನೋಡಿದ ಕೂಡಲೇ ಅವಳೆದೆಯ ಬಡಿತ ಒಂದೇ ಸಮ ಏರಿತು. ಅರ್ಥವಾಗದ ಭಾವನೆಗಳ ಸಂಘರ್ಷ, ನವಿರಾದ ಪ್ರೀತಿಯ ಹೊರಳಾಟ.

ತಕ್ಷಣ ಎರಡೆಜ್ಜೆ ಹಿಂದಕ್ಕೆ ಸರಿದಳು. ಮಾರ್ಟಿನಾ ಎಬ್ಬಿಸಿದ್ದು ರೂಮರ್ ಆದರೂ 'ತಾನು ಡಾ॥ ಸುಧಾಕರ್‌ನ ಪ್ರೀತಿಸ್ತಾ ಇದ್ದೀನಿ' ಅವಳ ಮನ ಅತ್ಯಂತ ಸ್ಪಷ್ಟವಾಗಿ ನುಡಿದಾಗ ಬೆವೆತುಬಿಟ್ಟಳು. ಮೈಯಲ್ಲಿ ಮಧುರತೆ ಭಯ ಬೆರೆತ ನವಿರಾದ ಕಂಪನ.

"ಯಾರು..." ಉಸಿರಾಟದ ಸದ್ದಿಗೋ, ಸಪ್ಪಳಕ್ಕೋ ಕಣ್ತೆರೆದ ಡಾ॥ ಸುಧಾಕರ್ ಸ್ವಲ್ಪ ಬಾಗಿಲಿಗೆ ಮರೆಯಾಗಿ ನಿಂತ ಸಂಧ್ಯಾನ ಕಂಡು "ಓ ಸಂಧ್ಯಾನ..." ಅಡಿಯಿಂದ ಮುಡಿಯವರೆಗೂ ನೋಡಿದ. ಒಂದಿಷ್ಟು ಬದಲಾವಣೆ ಬಂದಿತ್ತು. ಕುತ್ತಿಗೆಯಲ್ಲಿ ಕರೀಮಣಿಯ ಸರಕ್ಕೆ ಮಂಗಳಪ್ರದವಾದ ಮಾಂಗಲ್ಯ. ಒಂದು ಕೈ ತುಂಬ ಹಸಿರು ಬಳೆಗಳು ಇದ್ದವು. ಇನ್ನೊಂದು ಕೈಗೆ ಪುಟ್ಟ ವಾಚ್. ಮುಖದಲ್ಲಿ ಗಾಂಭೀರ್ಯಬೆರೆತ ಮಾರ್ದವತೆ.

"ಹಾರ್ಲಿಕ್ಸ್..." ಎಂದು ಗ್ಲಾಸ್‌ನ ಅವನ ಮುಂದಿಟ್ಟಳು.

ತೀರಾ ತಲೆ ಕೆಡಿಸಿಕೊಂಡಿದ್ದರಿಂದ ಡಾ॥ ಸುಧಾಕರ್ "ಸಂಧ್ಯಾ, ನೀನು

ಇಷ್ಟೊಂದು ಕೆಟ್ಟ ಹುಡ್ಗೀಂತ ಗೊತ್ತಿರ್ಲಿಲ್ಲ. ಐ ಹೇಟ್ ಯು..." ಕೋಪವನ್ನು ಹತ್ತಿಕ್ಕಲಾರದೇ ಪ್ರದರ್ಶಿಸಿಬಿಟ್ಟ.

ಮಾತುಗಾರ ಡಾ|| ಸುಧಾಕರ್ ಎಂದರೇ ಸ್ಟಾಫ್‌ಗೆ ತುಂಬ ಇಷ್ಟ. ಬೇರೆಯವರೊಂದಿಗೆ ದೊಡ್ಡಸ್ತಿಕೆ ತೋರಿಸಿಕೊಳ್ಳದೇ ಬೆರೆಯುತ್ತಿದ್ದುದ್ದು ಡಾ|| ಅನುರಾಧಗೆ ಸ್ವಲ್ಪ ಅಸಮಾಧಾನ.

"ಈ ಹುಡ್ಗನಿಗೆ ಡಿಗ್ನಿಟಿ ಮೈನ್‌ಟೆನ್ ಮಾಡ್ಬೇಕನ್ನೋದೆ ಇಲ್ಲ. ಡಾಕ್ಟ್ರುಗೂ, ಬೇರೆ ಸ್ಟಾಫ್‌ಗೂ ಅಂಥ ವ್ಯತ್ಯಾಸವೇ ಇಲ್ಲ ಅನ್ನೋ ತರಹ ನಡ್ಕೋತಾನೆ. ಇದು ಸರಿ ಹೋಗೋಲ್ಲ" ಈ ಮಾತುಗಳನ್ನು ಡಾ|| ಅನುರಾಧ ಗಂಡನಿಗೆ ಮಾತ್ರವಲ್ಲ ಅವನಿಗೂ ಮೃದುವಾಗಿ ತಿಳಿಸಿ ಹೇಳಿದ್ದರು. ಆಮೇಲು ಡಾ|| ಸುಧಾಕರ್‌ನಲ್ಲಿ ಅಂಥ ದೊಡ್ಡ ಬದಲಾವಣೆಯೇನು ಬಂದಿರಲಿಲ್ಲ.

ಗೊಂಬೆಯಂತೆ ನಿಂತ ಸಂಧ್ಯಾಳ ಎದೆಯ ಬಡಿತ ಮತ್ತಷ್ಟು ಏರಿತು. ಮೈಯಲ್ಲಿ ಕಂಪನವಿದ್ದರೂ "ನೀವೇನು ಹೇಳ್ತಾ ಇದ್ದೀರೋ ಅರ್ಥವಾಗ್ಲಿಲ್ಲ. ಪ್ಲೀಸ್ ಹಾರ್ಲಿಕ್ಸ್ ತಗೊಳ್ಳಿ" ಅಂದಳು. ತನ್ನಿಂದ ಆದ ತಪ್ಪೇನೂಂತ ಲೆಕ್ಕ ಹಾಕುತ್ತಿದ್ದಳು ಮನದಲ್ಲಿಯೇ.

ಡಾ|| ಸುಧಾಕರ್‌ನ ಉದ್ವೇಗ ಇನ್ನು ಕಮ್ಮಿಯಾಗಿರಲಿಲ್ಲ. "ಅರ್ಥ ಆಗ್ಲಿಲ್ಲ. ಅಂಥ ಪ್ರಯತ್ನ ಕೂಡ ಮಾಡ್ಲಿಲ್ಲ. ಕನಿಷ್ಟ ಒಂದು 'ಕ್ಲೂ' ಕೊಡದೇ ಎಂಥ ದೊಡ್ಡ ತಪ್ಪು ಮಾಡ್ದೇ. ಕಣ್ಣು ಮುಚ್ಚಾಲೆಯಾಡಿಬಿಟ್ಟೆ" ಹಂಗಿಸಿದ. ತಾಳ್ಮೆ ಕಳೆದುಕೊಂಡ.

ಸಂಧ್ಯಾ ಕಣ್ಣಲ್ಲಿ ಕಂಬನಿ ತುಂಬಿಕೊಂಡಿತು. ಡಾ|| ಸುಧಾಕರ್‌ನ ಸುಸ್ವಭಾವ, ಸರಳವಾದ ನಡತೆ ಹೆಚ್ಚಿನ ಅರ್ಥ ಕಲ್ಪಿಸಿಕೊಳ್ಳಲು ಹೋಗಿರಲಿಲ್ಲ. ಈ ಕೋಪ ಹಿಂದಿರೋ ಸ್ಪಷ್ಟವಾದ ಕಾರಣವೇನು?

"ಪ್ಲೀಸ್, ಸ್ವಲ್ಪ ಬಿಡಿಸಿ ಹೇಳಿ. ನನ್ನಿಂದ ಏನು ತಪ್ಪಾಯ್ತು?" ಕಂಪಿಸುವ ಸ್ವರದಲ್ಲಿ ಪ್ರಶ್ನಿಸಿದಳು "ಲವ್ ಮ್ಯಾರೇಜಾ?" ಕೇಳಿದ ಕಟುವಾಗಿ.

ಅಯೋಮಯವಾಯಿತು. ತಲೆತಗ್ಗಿಸಿಕೊಂಡು 'ಹ್ಞೂ'ಗುಟ್ಟಿದಳು.

"ಆಕಾಶ್ ದುಬೈಗೆ ಹೊರಟಿದ್ದರಿಂದ ಬೀಳ್ಕೊಡೋಕ್ಕೆ ಹೋಗಿದ್ದೆ. ವಿವಾಹ ಅನಿವಾರ್ಯವಾಯ್ತು. ಮೂರ್ವರ್ಷ ಮಾಂಗಲ್ಯವಿಲ್ದೇ ಕಾಯೋಕೆ ನನ್ನ ಕತ್ತು ಸಿದ್ಧವಿರ್ಲಿಲ್ಲ. ಇದ್ರಲ್ಲಿ ನನ್ನ ತಪ್ಪೇನು?" ಬಿಡಿಸಿದಳು ನಡೆದುಹೋದ ಚಿತ್ರವನ್ನು.

ಡಾ|| ಸುಧಾಕರ್ ಮುಷ್ಟಿ ಬಿಗಿಯಾಯಿತು. ವಿವೇಕ ಎಚ್ಚೆತ್ತ ಮೇಲೆ ಉದ್ವೇಗ ತನಗೆ ತಾನೇ ಕಮ್ಮಿಯಾಯಿತು. "ಕಂಗ್ರಾಟ್ಸ್, ಎಕ್ಸ್‌ಕ್ಯೂಜ್ ಮಿ ಸಂಧ್ಯಾ. ತಪ್ಪು ನಿನ್ನದಲ್ಲ. ಅಪರಾಧ ನಂದೇ. ಎನಿವೇ.... ಕಂಗ್ರಾಜುಲೇಷನ್. ಐ ವಿಶ್ ಯು ಎ ಹ್ಯಾಪಿ ಮ್ಯಾರೀಡ್ ಲೈಫ್" ಎಂದು ಹಾರ್ಲಿಕ್ಸ್ ಗ್ಲಾಸ್ ಎತ್ತಿಕೊಂಡಾಗ ಹೊರಬಂದಳು.

ಡಾ|| ಸುಧಾಕರ್ ಅಪರಾಧವೇನು? ಹೊರಳಿ ಹೊರಳಿ ನರಳಿತು ಅವಳ ಹೃದಯ. ಬಂದು ತನ್ನ ಸೀಟಿನಲ್ಲಿ ಕುಕ್ಕರಿಸಿದಳು. ಚಡಪಡಿಸಿದಳು. ಪತ್ರಿಕೆ,

ಮ್ಯಾಗಝೀನ್‌ಗಳನ್ನು ತಿರುವಿ ಹಾಕಿದಳು. ಬಂದ ಸಿಸ್ಟರ್‌ಗಳೊಂದಿಗೆ ಮಾತಾಡಿದಳು.

"ಸಂಧ್ಯಾ, ನೀನೇ ಹೇಳ್ದ ಘಟನೆ. ತುಂಬಾ ಫೆಂಟಾಸ್ಟಿಕ್ ಆಗಿದೆ. ಅದೊಂದು ಸಣ್ಣ ಎಳೆ ಇಟ್ಕಂಡ್ ಒಂದು ಸಿನಿಮಾ ಕತೆ ಡೆವಲಪ್ ಮಾಡ್ಬಹುದ್ದು. ಮೊದ್ಲು ನೀನು ಮಾಂಗಲ್ಯ ತೊಟ್ಟು ನರ್ಸಿಂಗ್ ಹೋಂಗೆ ಬಂದು ಎಲ್ಲರಿಗೂ ಷಾಕ್ ಮಾಡೋದು. ಆಮೇಲೆ ಆ ಸಸ್ಪೆನ್ಸ್ ಡೆವಲಪ್ ಮಾಡಿದರೆ ತುಂಬ ಬ್ಯೂಟಿಫುಲ್ ಆದ ಸಿನಿಮಾ ಕತೆ ಆಗುತ್ತೆ.ತುಂಬ ಸೆಂಟಿಮೆಂಟ್ಸ್ ಸೇರಿಸೋಕೆ ಅವಕಾಶ ಇರುತ್ತೆ. ಒಬ್ಬ ಒಳ್ಳೆ ಡೈರೆಕ್ಟರ್ ಕೈಗೆ ಸಿಕ್ಕರೆ ಐವತ್ತು ಥಿಯೇಟರ್‌ಗಳಲ್ಲಿ ಫಿಲಂ ಇಪ್ಪತ್ತೈದು ವಾರ ಓಡುತ್ತೆ" ಎಂದಳು ಸಿಸ್ಟರ್ ಮನೋರಮಾ. ಭಯಂಕರ ಸಿನಿಮಾ ಹುಚ್ಚಿನ ಹೆಣ್ಣು. ಬಂದ ಒಳ್ಳೆಯ, ಕೆಟ್ಟ ಚಿತ್ರಗಳನ್ನು ನೋಡಿ ತನ್ನ ಪರ್ಸ್ ಖಾಲಿ ಮಾಡಿಬಿಡುತ್ತಿದ್ದಳು.

ಉಳಿದವರು ಅವಳ ವ್ಯಾಖ್ಯಾನಕ್ಕೆ ನಕ್ಕರು. ಎಲ್ಲರದು ಹಲವು ವಿವರಗಳನ್ನು ಒಳಗೊಂಡ ಪ್ರಶ್ನೆಗಳು.

"ದುಬೈನಲ್ಲಿ ನಿಂಗೂ ಸುಲಭವಾಗಿ ಕೆಲ್ಸ ಸಿಕ್ಕುತ್ತೆ. ಅಲ್ಲಿಂದ ಬುಲಾವ್ ಬಂದರೆ ಗಪ್‌ಚಿಪ್ಪಾಗಿ ವಿಮಾನ ಹತ್ತುಬಿಡ್ತಿ. ಮೂರ್ವರ್ಷದಲ್ಲಿ ಇಬ್ರೂ ಒಟ್ಟಿಗೆ ದುಡಿದ್ರೆ ಒಂದಿಷ್ಟು ಹಣ, ಚಿನ್ನನ ಕೂಡಿ ಹಾಕ್ಕೊಂಡು ಬರ್ಬಹುದ್ದು. ಅವಕಾಶ ಸಿಕ್ಕಾಗ ಬೇಡಾನ್ನ ಬೇಡ. ಆದರೆ ನೀನು ಹೋಗಿ ಅಲ್ಲಿಂದ ತಿಳ್ಸೋ ಬದ್ಲು ಹೋಗೋ ಮುನ್ನ ತಿಳಿಸಿದರೆ ಎಲ್ಲಾ ಸೇರಿ ಒಂದು ಸಣ್ಣದಾದ ಪಾರ್ಟಿ ಅರೆಂಜ್ ಮಾಡಿ ನಿನ್ನ ಬೀಳ್ಕೊಡುತ್ತೇವೆ" ಇನ್ನೊಬ್ಬ ಸಿಸ್ಟರ್ ಸೂಚಿಸಿದರು.

ಅಂತು ಈ ಹ್ಯಾಂಗೋವರ್‌ನಲ್ಲಿ ಒಂದು ವಾರ, ಹದಿನೈದು ದಿನಗಳು ಕಳೆದುಹೋಯಿತು. ಮನೆಯಲ್ಲಂತು ಪೂರ್ತಿ ಅದೇ ವಿಷಯ. ಹೊರಗಿನ ಜಗತ್ತಿನಲ್ಲಿ ಯಾವುದೂ ಮುಖ್ಯವಲ್ಲ. 'Public memory is short' ಎನ್ನುವಂತೆ ಸ್ಟಾಫ್‌ಗೆ ವಿಷಯ ಹಳೆಯದಾಯಿತು.

ಡಾ|| ಸುಧಾಕರ್ ಮಾಮೂಲಿಯಾಗಿ ನಡೆದುಕೊಂಡರು ಮಾತು, ನಡವಳಿಕೆಯಲ್ಲಿ ಯಾವುದೋ ಕೊರತೆ ಕಾಣುತ್ತಿತ್ತು. ಅಂದು ರಿಸೆಪ್ಷನ್‌ಗೆ ಬಂದ ಡಾ|| ನಂದಿನಿ ಸ್ವಲ್ಪ ಉತ್ಸಾಹವಾಗಿದ್ದರು.

"ಸಂಧ್ಯಾ, ನಮ್ಗೇ ತಿಳಿಸ್ದೇ ವಿವಾಹವಾಗಿದ್ದು ದೊಡ್ಡ ತಪ್ಪೇ. ಅದ್ಕೆ ಪೆನಾಲ್ಟಿ ಬೇಡ್ವಾ? ಯಾವಾಗ ಮದ್ವೆ ಊಟ ಹಾಕಿಸ್ತೀರಿ" ಅಪರೂಪಕ್ಕೆ ಇಂಥದೊಂದು ಮಾತಾಡಿದರು.

ಅಷ್ಟು ಎಲ್ಲರಿಗೂ ಸಾಕಾಗಿತ್ತು. ಇವಳಿಗೆ ಅಮರಿಕೊಂಡುಬಿಟ್ಟರು. "ಯಾವಾಗ ಊಟ?" ಇಂಥ ದೊಡ್ಡ ಖರ್ಚು ತಾಳಿಕೊಳ್ಳುವ ಸಾಮರ್ಥ್ಯ ಅವಳಿಗೆ ಇರಲಿಲ್ಲ. ಹೇಗೆ ತಿಳಿಸುವುದು? "ಅವ್ರು ಬಂದ್ಬಿಡ್ಲಿ" ಅಂದಳು.

"ನೋ.... ನೋ.... ಇನ್ನು ಮೂರ್ವರ್ಷ ಕಾಯೋಕೆ ನಾವು ರೆಡಿ ಇಲ್ಲ"

ಒಕ್ಕೊರಲಿನಲ್ಲಿ ಕೂಗಿದರು. ಇದ್ದ ಡಾ||ಸುಧಾಕರ್ ಡಾ|| ನಂದಿನಿ ಹೋಗಿ ಎಳೆದುಕೊಂಡು ಬಂದಳು. ಅಂತು ಎಲ್ಲ ಸೇರಿ ಮುಂದಿನ ಭಾನುವಾರ ಊಟ ಫಿಕ್ಸ್ ಮಾಡಿದರು. ಹೋಟೆಲ್ ಕೂಡ ಅವರೇ ಸೆಲೆಕ್ಟ್ ಮಾಡಿಕೊಂಡರು. ಅವರು ಹಣ ಹೊಂದಿಸಿಕೊಂಡರೇ ಸಾಕಿತ್ತು. ಹೇಗೆ? ಅಂತು ಒಪ್ಪಿಗೆ ನೀಡಿದ್ದಾಗಿತ್ತು.

ಮನೆಗೆ ಬಂದಾಗ ಆತ್ಮೀಯ ವಾತಾವರಣ ಇದ್ದಿದ್ದನ್ನು ನೋಡಿ ಹಾಯೆನಿಸಿತು. ಸದ್ಯಕ್ಕೆ ಇದೊಂದು ವರ್ಷ ಸುವಿದ್ಯಾ ವಿವಾಹದ ಸಂಗತಿ ಎತ್ತಬಾರದೆಂದು ನಿರ್ಧಾರಕ್ಕೆ ಬಂದಿದ್ದರಿಂದ ಮನೆಯ ವಾತಾವರಣದಲ್ಲಿ ತಕ್ಕಷ್ಟು ಬದಲಾವಣೆ ಬಂದಿತ್ತು.

ಬಟ್ಟೆಬದಲಾಯಿಸಿ ಮುಖ ತೊಳೆದು ಬಂದು ಅಪ್ಪ, ಅಮ್ಮನ ಮಧ್ಯೆ ಕೂತಳು. ಆಗ ರಾಘವೇಂದ್ರ ಅಳುತ್ತ ಬಂದ.

"ಏನಾಯ್ತೋ, ಏನೋ?" ಶಾರದಮ್ಮ ಒಂದೇ ಹಾರಿಗೆ ಮಗನ್ನ ಸಮೀಪಿಸಿದರು. "ನನ್ನ ಪನಿಷ್ ಮಾಡಿದ್ರು" ಒಂದೇ ಅಳು. ಯಾಕೆ, ಏನೂಂತ ಹೇಳದಾದ.

"ಅಮ್ಮ, ನಾನು ಕಾನ್ವೆಂಟ್‌ಗೆ ಹೋಗ್ಬರ್ತೀನಿ" ತಕ್ಷಣ ಹೊರಟಳು.

ಹೋದಮೇಲೆಯೇ ವಿಷಯ ತಿಳಿದಿದ್ದು. ಸಣ್ಣ ಊರಿನಲ್ಲಿ ಕನ್ನಡ ಸರ್ಕಾರಿ ಶಾಲೆಯಲ್ಲಿ ಕಲಿತ ಅವನಿಗೆ ಸರ್ವಂ ಇಂಗ್ಲೀಷ್‌ಮಯವಾಗಿರೋ ಕಾನ್ವೆಂಟ್‌ನಲ್ಲಿ ಹೊಂದಿಕೊಳ್ಳೋದು ಕಷ್ಟವಾಗಿತ್ತು. ಪ್ರಿನ್ಸಿಪಾಲರು ಮಾರುದ್ದ ಹೇಳಿದರು. ಅವನನ್ನು ತಯಾರು ಮಾಡುವುದಾಗಿ ಒಪ್ಪಿಕೊಂಡು ಮನೆಗೆ ಬಂದಳು. ಸದ್ಯಕ್ಕೆ ಅದೊಂದು ಹೊಸ ಜವಾಬ್ದಾರಿ. ಸುವಿದ್ಯಾಗೆ ಒಪ್ಪಿಸಿದ್ದು ಪ್ರಯೋಜನವಿಲ್ಲದಾಗಿತ್ತು.

ಶ್ರೀಪತಿ ಹೆಂಡತಿಯನ್ನು ತರಾಟೆಗೆ ತಗೊಂಡರು.

"ನಿಂಗೆ ಬುದ್ಧಿ ತುಂಬ ಕಡಮೇನೆ. ಹೇಗೆ ಇಷ್ಟು ಬುದ್ಧಿವಂತಳಾದ ಸಂಧ್ಯಾನ ಹೆತ್ತೆಯೋ. ಎಷ್ಟೋ ಹುಡುಗರು ದೂರದ ಶಾಲೆಗೆ ಹೋಗಿ ಬರೋಲ್ವಾ? ಅವ್ನಿಗೆ ಅಭ್ಯಾಸವಾಗೋವರ್ಗೂ ನಾವು ಯಾರಾದ್ರೂ ಜೊತೆಯಲ್ಲಿ ಹೋಗಿಬರಬಹುದಿತ್ತು"

ಮಧ್ಯೆ ಪ್ರವೇಶಿಸಿದ ಸಂಧ್ಯಾ "ಅದೇನು ಅಂಥ ದೊಡ್ಡ ಸಮಸ್ಯೆಯಲ್ಲ. ರಾಘು ತುಂಬಾ ಚುರುಕು. ಬೇಗ ಕಲೀತಾನೆ. ನಾವು ಒಂದಿಷ್ಟು ಮನೆಯಲ್ಲಿ ತಯಾರು ಮಾಡ್ಬೇಕು" ತಿಳಿಸಿ ಹೇಳಿದರು. ತಣ್ಣಗೆ ಸುವಿದ್ಯಾ ಕಡೆ ನೋಡಿದಾಗ ಮುಖದ ಮುಂದೆ ಕತೆ ಪುಸ್ತಕ ಹಿಡಿದು ಕೂತಿದ್ದಳು.

ಮೆಲ್ಲಗೆ ಬೈಂಡ್ ಹಾಕಿದ್ದ ಪುಸ್ತಕ ತೆಗೆದು ನೋಡಿ ದಿಗ್ಭ್ರಮೆಗೊಂಡಳು. ತೀರಾ ಕೆಳದರ್ಜೆಯ ಶೃಂಗಾರ ರಸದ ಕತೆಗಳನ್ನು ಒಳಗೊಂಡ ಪುಸ್ತಕ. ಉಗುಳು ನುಂಗುವಂತಾಯಿತು. ಅವಳೆಂದೂ ಅಂಥ ಪುಸ್ತಕಗಳನ್ನು ನೋಡಿರಲಿಲ್ಲ.

"ಇವನ್ನೆಲ್ಲ ಓದೋ ಬದ್ಲು, ಪಾಠಕ್ಕೆ ಸಂಬಂಧಪಟ್ಟ ಪುಸ್ತಕಗಳ್ನ ಓದಿ ಎಸ್.ಎಸ್.ಎಲ್.ಸಿ. ಮಾಡ್ಕೊಬಾರ್ದಾ" ಕೆಳದನಿಯಲ್ಲಿ ಎಚ್ಚರಿಸಿದಾಗ ಪುಸ್ತಕ

ಕಿತ್ತುಕೊಂಡು ಎದ್ದುಹೋದಳು. ಅವಳಲ್ಲಿ ಅವಿಧೇಯತೆ ಹೆಚ್ಚುತ್ತಿರುವುದು ಎದ್ದು ಕಾಣುತ್ತಿತ್ತು.

ಅಡಿಗೆ ಮನೆಯಲ್ಲಿ ತಾಯಿಯನ್ನು ವಿಚಾರಿಸಿದಳು. "ಅಮ್ಮ ಶಾಸ್ತ್ರಿಗಳಿಗೆ ಸುವಿದ್ಯಾಜಾತ್ಕ ಕೊಟ್ಯಾ?" ಕೇಳಿದಳು ಸಪ್ಪಗೆ.

ಅಕ್ಕಿಯನ್ನು ಅಳೆದು ಮೊರಕ್ಕೆ ಹಾಕುತ್ತಿದ್ದ ಆಕೆ "ಈ ವರ್ಷ ಅಂಥ ಪ್ರಯತ್ನನೇ ಬೇಡಾಂದ್ರೂ ನಿಮ್ಮಪ್ಪ. ಒಂದಿಷ್ಟು ಚಿನ್ನ, ದುಡ್ಡು ಹೊಂಚಿಕೊಳ್ಳೋಣ ಅಂದ್ರು" ಅಂದರು ಶಾರದಮ್ಮ.

ಇದು ಸರಿಯೇ. ಆದರೆ ಅವಳು ಅಂದಿನವರೆಗೂ ತಾಳ್ಮೆಯಿಂದ ಕಾಯಬೇಕಲ್ಲ. ಸುವಿದ್ಯಾ ನೋಟ, ನಡೆನುಡಿಗಳನ್ನು ನೋಡಿದ ಮೇಲೆ ಅವಳನ್ನು ಭಯ ಆವರಿಸಿಕೊಂಡಿತು. ಈಗೀಗ ಚೇತರಿಸಿಕೊಳ್ಳುತ್ತಿದ್ದ ತಂದೆ ಯಾವುದೇ ಆಘಾತದಿಂದ ಮಂಚ ಹಿಡಿಯಬಾರದಲ್ಲ.

ತಾಯಿಯ ಕೈಯಲ್ಲಿದ್ದ ಅಕ್ಕಿಯ ಮೊರವನ್ನು ತಾನು ತಗೊಂಡು "ಅಮ್ಮ ಓದಿನಲ್ಲಿ ಮುಗ್ಗರಿಸಿಕೊಂಡು ಬಂದೇ ಹದಿನೆಂಟಕ್ಕೆ ಎಸ್.ಎಸ್.ಎಲ್.ಸಿ.ಯಲ್ಲಿ ನಿಂತಿದ್ದು. ಅವ್ಳಿಗೆ ಮುಂದೆ ಓದೋ ಮನಸ್ಸಿಲ್ಲ. ನನ್ನ ವಿವಾಹಕ್ಕಾಗಿ ಅಷ್ಟೊಂದು ಗಲಾಟೆ ಮಾಡಿದೆಯಲ್ಲ ಆಗ ಹಣ, ಚಿನ್ನ ಇತ್ತಾ?" ಕೇಳಿದಳು.

"ಗಂಡು ಗೊತ್ತಾದರೆ ಮನೆನೋ, ಅಂಗ್ಡಿನೋ ಮಾರಿ ನಿನ್ಮದ್ವೇ ಮಾಡೋ ಉದ್ದೇಶ ಇತ್ತು. ಈಗ ನಿಮ್ಮಪ್ಪನಿಗೆ ಅವರೆಡು ಮಾರೋ ಉದ್ದೇಶವಿಲ್ಲ. ಒಂದ್ವರ್ಷ ಬಿಟ್ಟಾದರೂ ಊರಿಗೆ ಹೋಗಿ ಅಂಗ್ಡಿ ತೆಗ್ಯೋ ಮನಸ್ಸು ಅವರದು. ಅದು ಸರಿನೇ? ಇಲ್ಲಿ ಬರೀ ಕೂತು ತಿಂದು, ಮಲ್ಗಿ ಸಮಯ ಕಳ್ಯೋಕ್ಕಾಗುತ್ತ? ಮೂರ್ವರ್ಷದ ನಂತರ ನಿನ್ನ ಗಂಡ ಬರ್ತಾನೆ. ನಿಂದೇ ಒಂದು ಮನೆ ಆಗುತ್ತೆ. ಆಗ಼್ಲೂ ನಿಂಗೆ ಹೊರೆಯಾಗೋಕೆ ಆಗುತ್ತ? ಇದೆಲ್ಲ ಮುಂದಾಲೋಚನೆಯಿಂದ್ಲೇ ನಿನ್ತಂದೆ ಆ ನಿರ್ಣಯಕ್ಕೆ ಬಂದಿರೋದು" ಎಂದು ಶಾರದಮ್ಮ ಹೇಳಿದಾಗ ಅವಳ ಉಸಿರು ನಿಂತಂತಾಯಿತು.

ಅದನ್ನು ತಂದೆಯ ಮುಂದೆ ವಾದ ಮಾಡಿದಾಗ ಅವರು ಸಮರ್ಥಿಸಿಕೊಂಡರು. "ಇನ್ನು ದುಡಿಯೋ ವಯಸ್ಸು ಇದೆ. ಎದೆಯಲ್ಲಿ ಛಲ ಇದೆ. ನಿನ್ತಂದೆ ನಿಸ್ಸಹಾಯಕನಾಗಿ ಇರ್ಬೇಕೂಂತ ಖಂಡಿತ ಬಯಸ್ಬೇಡ. ಸದ್ಯಕ್ಕಂತು ಇಲ್ಲೇ ಇರ್ತೀವಿ" ದುಸರ ಮಾತಾಡುವುದು ಸಂಧ್ಯಾಗೆ ಸಾಧ್ಯವಿರಲಿಲ್ಲ.

ಆದರೆ ಶಾರದಮ್ಮ ಕೈಯಲ್ಲಿನ ಚಿನ್ನದ ಬಳೆ, ಕುತ್ತಿಗೆಯಲ್ಲಿನ ಒಂಟಿ ಚೈನ್ ಬಗ್ಗೆ ಕೇಳಿದಾಗ ಸತ್ಯವನ್ನು ಉಸುರಿದ್ದು "ರಾಘುನ ಕಾನ್ವೆಂಟ್‌ಗೆ ಸೇರಿಸೋಕೆ ಹಣ ಬೇಕಿತ್ತು. ಸಿಸ್ಟರ್ ಹತ್ರ ಕೊಟ್ಟು ಹಣ ತಗೊಂಡಿದ್ದೀನಿ. ಸ್ವಲ್ಪ ನಿಧಾನವಾಗಿ ಬಿಡಿಸ್ಕೋಬಹ್ದು."

ಇಂಥ ಅನುಮಾನ ಆಕೆಗೆ ಇತ್ತು.

"ಅವರೆಡೂ ನಿಂಗೇಂತಮಾಡ್ಸಿದ್ದು. ಅದ್ನ ಈ ಸಂಸಾರಕ್ಕೆ ಇಟ್ಟಂಗಾಯ್ತು.

ಸಂಧ್ಯಾ ನಾವು ನಿಂಗೇನು ಮಾಡ್ಲಿಲ್ಲ" ಮಗಳನ್ನು ತಬ್ಬಿಕೊಂಡು ಅತ್ತೇಬಿಟ್ಟರು. ತಾಯಿಗೆ ಸಮಾಧಾನ ಮಾಡೋ ವೇಳೆಗೆ ಸಾಕುಸಾಕಾಯಿತು.

ಮಾರನೇ ದಿನ ಭೇಟಿಯಾದ ಡಾ|| ಸುಧಾಕರ್ "ಹೋಟೆಲ್‌ಗೆ ಅಡ್ವಾನ್ಸ್ ಕೊಟ್ಟು ಅರೇಂಜ್ ಮಾಡಿಯಾಗಿದೆ. ಈ ಖರ್ಚು ನಂಗಿರ್ಲಿ. ನಿನ್ನ ಹಸ್ಬೆಂಡ್ ಬಂದ್ಮೇಲೆ ಡಬಲ್ ಆಗಿ ವಸೂಲು ಮಾಡ್ಕೊಳ್ತೀನಿ" ಎಂದವನ ದನಿಯಲ್ಲಿ ಜೀವವೇ ಇರಲಿಲ್ಲ.

"ಸರ್...." ಎಂದು ದನಿಯೆತ್ತಿದಾಗ ಕೈಯೆತ್ತಿ "ನೋ ಕಾಮೆಂಟ್ಸ್. ಈ ಊಟ, ಪಾರ್ಟಿ ನಿನ್ನದಾಗೆ ಇರುತ್ತೆ. ಅನಗತ್ಯವಾಗಿ ಕಾಂಪ್ಲಿಕೇಷನ್ ಮಾಡ್ಬೇಡ" ಸ್ವಲ್ಪ ಬಿರುಸಾಗಿಯೇ ಹೇಳಿ ಪಕ್ಕದ ಸ್ಪೆಷಲ್ ವಾರ್ಡಿಗೆ ನುಗ್ಗಿದ. ಅವನು ಸಂಧ್ಯಾನ ಪ್ರೀತಿಸಿದ್ದ. ಅದಕ್ಕೆ ಯಾವುದೇ ಕ್ಲಾರಿಫಿಕೇಷನ್ ಬೇಕಿರಲಿಲ್ಲ.

ಶ್ರೀಮಂತ ಹೋಟೆಲ್ 'ಲಾಸ್ ಏಂಜಲೀಸ್'ನಲ್ಲಿ ನಡೆದ ಭೋಜನ ಕೂಟಕ್ಕೆ ಡಾ|| ಪರಮೇಶ್ವರ್ ದಂಪತಿಗಳು ಕೂಡ ಬಂದಿದ್ದರು. ಇದೊಂದು ವಿಸ್ಮಯಕಾರಿ ಬೆಳವಣಿಗೆ. ದೊಡ್ಡ ಖರ್ಚಿನ ಬಾಬತ್ತೆ. ಡಾ|| ಸುಧಾಕರ್ ಬಂದಿದ್ದು ತಡವಾಗಿಯೇ. ಹೋಗಿದ್ದು ಕೂಡ ಬೇಗನೇ. ಬಂದು ಒಂದು ಬೊಕ್ಕೆಯನ್ನು ಕೊಟ್ಟು ಶುಭ ಹಾರೈಸಿದ್ದ. ಡಾ|| ಪರಮೇಶ್ ದಂಪತಿಗಳು ಒಂದು ಕಾಂಜೀವರಂ ಸೀರೆ ಕೊಟ್ಟರು. ಮೌನವಾಗಿ ತುಟಿಗಳ ಮೇಲೆ ನಗೆ ಚಾದರ ಹೊದ್ದು ಸಹಿಸಿದಳು. ಶುಭಹಾರೈಕೆ ಜೊತೆಯಲ್ಲಿದ್ದು ಸ್ವೀಕರಿಸಬೇಕಾದ ಪತಿ ದೂರದಲ್ಲಿ. ಇದನ್ನು ಯಾವ ನವವಧು ಸಹಿಸಿಯಾಳು?

ಕೌಂಟರ್‌ಗೆ ಬಂದಾಗ ಬಿಲ್ ಪೇ ಆಗಿದೆಯೆಂದು ತಿಳಿಸಿದಾಗ ಅವಳೆದೆ ಭಾರವಾಯಿತು. ಇಷ್ಟು ಖರ್ಚು ಮಾಡುವ ಸ್ಥಿತಿಯಲ್ಲಿರಲಿಲ್ಲ. ಭರ್ಜರಿಯಾದ ಊಟ ಸ್ಟಾರ್ ಹೋಟೆಲಲ್ಲಿ.

ಆಟೋದಲ್ಲಿ ಮನೆಯ ಮುಂದೆ ಇಳಿದಾಗ ಸುವಿದ್ಯಾ ಬಾಗಿಲಲ್ಲಿ ನಿಂತಿದ್ದವಳು ಆಟೋದ ಬಳಿ ಓಡಿ ಬಂದು ಎಲ್ಲಾ ಈಸಿಕೊಂಡಳು. ಅವಳಿಗೆ ಆಸೆ ಹೆಚ್ಚು. ಅಂಥ ವಯಸ್ಸೇ.ಎಲ್ಲ ಹೆಣ್ಣು ಮಕ್ಕಳಂತೆ ತನ್ನ ಭವಿಷ್ಯದ ಬಗ್ಗೆ ಸುಂದರ ಕನಸಿನ ಬಗ್ಗೆ ಮಗ್ನಳು.

ರಾಘು, ವಿದ್ಯಾ ಕೂಡ ಬಂದು ಸೇರಿ ಪ್ರೆಸೆಂಟೇಷನ್‌ಗಳನ್ನು ಬಿಚ್ಚಿಯೇಬಿಟ್ಟರು. ಮಾರ್ಟಿನಾ ಮಿಕ್ಸಿ ಕೊಟ್ಟರೆ, ಇನ್ನೊಬ್ಬ ಸಿಸ್ಟರ್ ಕುಕ್ಕರ್ ಪ್ರೆಸೆಂಟ್ ಮಾಡಿದಳು. ಅಂತು ಎಲ್ಲಾ ಮನೆಗೆ ಅಗತ್ಯವಾದ ಪದಾರ್ಥಗಳೇ.

"ಅಮ್ಮ ಈ ಸೀರೆ ನೋಡು ಎಷ್ಟೊಂದು ಚೆನ್ನಾಗಿದೆ" ಸೀರೆಯ ಪ್ಯಾಕೇಟ್ ಬಿಚ್ಚಿ ಮುಟ್ಟಿ ಮುಟ್ಟಿ ನೋಡುತ್ತಿದ್ದ ಕಣ್ಣುಗಳಲ್ಲಿ ಆಸೆ ಕುಣಿಯುತ್ತಿತ್ತು. "ನಿನ್ನ ಮದ್ವೆಗೆ ಮೇಲು ಹೊದಿಕೆಯ ಸೀರೆ ಬೇಕಲ್ಲ. ಇಷ್ಟೊಂದು ಬೆಲೆಬಾಳೋದು ತರೋದು ಕಷ್ಟ. ಆಗ ಉಪಯೋಗಕ್ಕೆ ಬರುತ್ತೆ" ಎಂದಳು ಸಂಧ್ಯಾ ಮುಂದಾಲೋಚನೆಯಿಂದ. ಆದಷ್ಟು ಬೇಗ ವಿವಾಹ ಮಾಡಿಬಿಡಬೇಕೆಂಬುದೇ ಅವಳ ಅಭಿಮತವಾಗಿತ್ತು.

ಈ ಸಂಭ್ರಮದಲ್ಲಿ ತಂಗಿಯರಿಗೆ, ತಮ್ಮನಿಗೆ, ಅಮ್ಮನಿಗೆ ಬಿಟ್ಟು ತಾನು ಹೋಗಿ

ಬಚ್ಚಲು ಮನೆಯ ಗೋಡೆಗೆ ಒರಗಿ ಕಣ್ಣೀರು ಸುರಿಸಿದಳು. ಡಾ|| ಸುಧಾಕರ್ ಒಳ್ಳೆಯ ಮನಸ್ಸಿನಿಂದಲೇ ಇಂದಿನ ಖರ್ಚು ಕೊಟ್ಟಿರಬಹುದು. ಅದೆಷ್ಟು ಸರಿ? ಸದಾ ತಾಪತ್ರಯ, ಪೆಟ್ರೋಲ್ ರೇಟು, ಸಂಬಳದ ಬಗ್ಗೆ ಮಾತಾಡುವ ಡಾ|| ಸುಧಾಕರ್ ಇಷ್ಟು ದೊಡ್ಡ ಮೊತ್ತವನ್ನು ಹೇಗೆ ಕೊಟ್ಟರು? ಸಂಧ್ಯಾಗೆ ತಲೆ ಕೆಟ್ಟಂತಾಯಿತು. ಎಷ್ಟೇ ತಾಳಿ ಹಾಕಿದರೂ ಸಮಾಧಾನವಾಗಲಿಲ್ಲ.

"ಇಬ್ರೂ ಜೊತೆಯಾಗಿ ಕೊಡೋ ಪಾರ್ಟಿ ಖರ್ಚು ನಿಮ್ದೇ. ಆ ದಿನಕ್ಕಾಗಿ ಮೂರ್ವರ್ಷ ಕಾಯ್ತೀನಿ" ಅಂದಿದ್ದ ಮತ್ತೊಮ್ಮೆ ಸಂಕೋಚ ವ್ಯಕ್ತಪಡಿಸಿದಾಗ.

ಶಾರದಮ್ಮ ಕೂಗಿದಾಗಲೇ ಮುಖಕ್ಕೆ ತಣ್ಣೀರು ಎರಚಿಕೊಂಡು ಬಂದಿದ್ದು. ಕೆಲವನ್ನು ಕೇಳಲು ಆಕೆಗೆ ಹಿಂಜರಿಕೆ. ತಾಯಿಯಾದರೂ ಕೆಲವು ಸಂಕೋಚಗಳು ಬಾಧಿಸುವುದು ಸಹಜ.

"ಆಗ್ಲೇ ಇಪ್ಪತ್ತು ದಿನದ ಮೇಲಾಯ್ತು ಅಳಿಯಂದಿರಿಂದ ಒಂದು ಪತ್ರ ಕೂಡ ಇಲ್ಲ" ಶಾರದಮ್ಮ ನೆನಪಿಸಿದಾಗ ಮುಕ್ತವಾದ ನಗೆ ಬೀರಿ "ಅಲ್ಲಿ ಸ್ವಲ್ಪ ಸೆಟ್ಲು ಆದ್ಮೇಲೆ ಡೀಟೈಲಾಗಿ ಪತ್ರ ಬರೆಯೋದೂಂತ ಅಂದಿದ್ರು. ಮೊನ್ನೆ ಅತ್ತಿಗೆ ಆಕಾಶ್ ಅಕ್ಕ ನರ್ಸಿಂಗ್ ಹೋಂಗೆ ಫೋನ್ ಮಾಡಿ ನಿಮ್ಮನ್ನೆಲ್ಲ ವಿಚಾರಿಸಿದ್ರು" ಎಂದು ಹೇಳಿ ಸುಧಾರಿಸಿಕೊಂಡಳು.

ತಟ್ಟನೆ "ಅಮ್ಮ ಶಾಸ್ತ್ರಿಗಳ ಕೈಗೆ ಸುವಿದ್ಯಾ ಜಾತ್ಕ ಕೊಟ್ಬಂದ್ಯಾ? ಯಾವುದಾದ್ರೂ ಒಳ್ಳೆ ಸಂಬಂಧ ಒದಗಿಬಂದರೆ ಹಣಕ್ಕೇನಾದ್ರೂ ಮಾಡೋಣ" ಎಂದಳು. ಶಾರದಮ್ಮನ ಮುಖದಲ್ಲಿ ಗೆಲುವು ಮೂಡಲಿಲ್ಲ. "ಕೊಟ್ಬಂದೆ. ಅವ್ರು ತೀರಾ ಹೊಟ್ಟೆ ಬಟ್ಟೆಗೆ ಅಷ್ಟಕ್ಕೆ ಅಷ್ಟೇ ಇರೋರನ್ನ ನೋಡ್ಬೇಕು. ಒಳ್ಳೆ ರೂಪವತಿಯಾಗಿದ್ರೂ ಹುಡ್ಗಿ ಕೆಲ್ಸದಲ್ಲಿ ಇರಬೇಕೂಂದರು ಗಂಡಿನ ಕಡೆಯವ್ರು. ಇಲ್ಲ ಹಣ, ಬೈಕ್, ಸೈಟು ಅಂಥದ್ದೆಲ್ಲ ಕೊಡ್ಬೇಕೂಂತ ಮೂಗೆಳೆದರು" ಶಾಸ್ತ್ರಿಗಳು ಹೇಳಿದ್ದನ್ನು ಮಗಳಿಗೆ ಹೇಳಿದರು.

ಮಾತಾಡದೆ ಹೊರಗೆ ಬಂದಳು. ಸೀರೆಯನ್ನು ಹೆಗಲ ಮೇಲೆ ಹಾಕಿಕೊಂಡು ಕನ್ನಡಿಯಲ್ಲಿ ನೋಡಿಕೊಳ್ಳುತ್ತಿದ್ದ ಸುವಿದ್ಯಾ "ಈ ಬಣ್ಣ ನಂಗೆ ಚೆನ್ನಾಗಿ ಮ್ಯಾಚಾಗುತ್ತೆ" ಆಸೆಯಿಂದ ಹೇಳಿಕೊಂಡಾಗ ಶಾರದಮ್ಮ ಗದರಿಸಿದರು "ಅದು ಸಂಧ್ಯಾ ಸೀರೆ. ಅವ್ಳಿಗೆ ಇರ್ದ್ಕೊಳ್ಳಿ. ಈಗ ಇಂಥ ಬಣ್ಣದ ಸೀರೇನೇ ತೆಗೆದರಾಯ್ತು."

ಸೀರೆಯನ್ನು ಅಲ್ಲೆ ಎಸೆದು ಎದ್ದುಹೋದಳು.

ಶ್ರೀಪತಿಗಳು ಸದಾ ಕಾಲ ಮನೆಯಲ್ಲಿ ಇರದೇ ಬೆಳಿಗ್ಗೆ, ಸಂಜೆ ಹೊರಗಡೆ ಓಡಾಡುತ್ತಿದ್ದರು. ಸಾಮಾನು ಅಂಥದ್ದನ್ನೆಲ್ಲ ತಂದುಹಾಕುತ್ತಿದ್ದರು.

ಇಂದು ಬಂದ ಕೂಡಲೇ "ಸಂಧ್ಯಾ ಊರಿಗೆ ಹೋಗಿದ್ದು ಬರ್ತೀನಿ. ಬಾಡ್ಗೆ ಜೊತೆ ಒಂದಿಷ್ಟು ಬಾಕಿ ಕೂಡ ಬರ್ಬೋದಿದೆ. ಕೊಟ್ಟಷ್ಟು ತಗೊಂಡ್ಬರ್ತೀನಿ. ಇಲ್ಲೇ ಉಳಿಯೋ ಬದ್ಲು ಆಗಾಗ ಹೋಗ್ಬರೋದು ಸರಿಯೆನಿಸುತ್ತೆ" ವಿಷಯ ಮಗಳ

ಮುಂದಿಟ್ಟು ಅವಳ ಅಭಿಪ್ರಾಯ ಕೂಡ ಕೇಳಿದರು. ಪ್ರೀತಿ, ಮಮತೆ ಹೆತ್ತ ಮಕ್ಕಳ ಮೇಲಿರುವುದು ಸಹಜ. ಆದರೆ ಅವರಿಗೆ ಮಗಳ ಮೇಲಿದ್ದ ಗೌರವ, ಅಭಿಮಾನ.

"ಆದ್ರೂ ಇನ್ನು ಕೆಲವು ದಿನ ರೆಸ್ಟ್ ಬೇಕೂಂತ ಅನಿಸುತ್ತೆ. ಬರೀ ಇನ್ನು ಒಂದೆರಡು ತಿಂಗ್ಳು ಹೆಚ್ಚಿನ ಓಡಾಟ ಬೇಡಪ್ಪ. ಆಮೇಲೆ ನಿಮ್ಗೆ ಇಷ್ಟವೆನಿಸಿದ್ದು ಮಾಡ್ಬಹುದ್ದು. ನಂಗೆ ಈ ಅಪ್ಪನ ಮಗಳಾಗಿ ಇರೋದೆ ಇಷ್ಟ" ತಂದೆಯ ಎದೆಗೆ ತಲೆಯಾನಿಸಿ ಕಣ್ಣೀರು ಸುರಿಸಿದಾಗ ಶ್ರೀಪತಿಯ ಎದೆ ತೇವವಾಯಿತು. ಮಗಳ ಬೆನ್ನ ಮೇಲೆ ಕೈಯಾಡಿಸಿದರು.

ಸದ್ಯಕ್ಕೆ ಅವರ ಪ್ರಯಾಣ ನಿಂತಿತು.

ಭಾನುವಾರದ ದಿನ ತಂದೆಯನ್ನು ಕರೆದುಕೊಂಡು ಶಾಸ್ತ್ರಿಗಳ ಮನೆಗೆ ಹೋದಳು. ತಂದೆಯನ್ನು ಒಪ್ಪಿಸಿದ್ದಳು. ಅವರಿಗೂ ಸುವಿದ್ಯಾಳ ಸಿಡುಕು, ಸೋಮಾರಿತನ ತಿರುಗಾಟ ಒಂದು ಇಷ್ಟವಾಗಿರಲಿಲ್ಲ.

ಮನೆಯಲ್ಲೇ ಇದ್ದ ಶಾಸ್ತ್ರಿಗಳು ಅಂಥ ಉತ್ಸಾಹವೇನು ತೋರಲಿಲ್ಲ. ಸುವಿದ್ಯಾ ಸಾಧಾರಣ ಹುಡುಗಿ. ಅವಳ ಗಡುಸಾದ ಮಾತು, ನಡೆನುಡಿ ತೀರಾ ಕೆಳಮಧ್ಯಮ ದರ್ಜೆಯ ಕುಟುಂಬಕ್ಕೆ ಲಾಯಕ್ಕಾದವಳೂಂತ ಅವರ ಮನಸ್ಸು ತೀರ್ಮಾನಿಸಿತ್ತು. ಅಂಥ ವರಾನ್ವೇಷಣೆ, ಮದುವೆಗಳಲ್ಲಿ ಇವರುಗಳ ಆದಾಯ ಕೂಡ ಕಡಿಮೆಯೇ.

"ನೋಡೋಣ ನಿಮ್ಮ ಮಗ್ಳಿಗೊಂದು ಕೆಲ್ಸ ಇದ್ದಿದ್ದರೇ ಗಂಡು ಸಿಗೋದು ಸುಳಭವಾಗೋದು. ತೀರಾ ಕಡಿಮೆ ಆದಾಯವಿರೋ ಕುಟುಂಬಗಳಲ್ಲಿ ನಿತ್ಯ ಗೋಳು. ಮನೆಯಲ್ಲಿರೊ ಹೆಂಗಸರು ಕೂಡ ನಾಲ್ಕು ಕಾಸು ದುಡಿದು ತರಲೀ ಅನ್ನೋದೊಂದು ಇರಾದೆ ಅವರದು. ಮೊದ್ಲು ತಿಂಗ್ಳಿಗೆ ಒಂದಿಷ್ಟು ಆದಾಯ ಬರೋಂಥ ಕೆಲ್ಸ ಕೊಡ್ಸಿ" ಒಂದು ಅತ್ಯುತ್ತಮವಾದ ಸಲಹೆ ಕೊಟ್ಟರು.

ಇದು ಅಪ್ಪ, ಮಗಳ ಮನಸ್ಸಿಗೆ ಎಂದೂ ಬಂದಿದ್ದೇ ಇಲ್ಲ.

"ಓದಿಲ್ಲ, ಚಿಕ್ಕ ಊರಿನಲ್ಲಿ ಹುಟ್ಟಿ ಬೆಳೆದೋಳು. ಏನು ಕೆಲ್ಸ ಸಿಕ್ಕುತ್ತೆ?" ಎಂದರು ಶ್ರೀಪತಿಗಳು ನಿಸ್ಸಾಯಕತೆಯಿಂದ. ಇದು ತೀರಾ ಕಷ್ಟವೆನಿಸಿತು ಸಂಧ್ಯಾಗೆ. "ಸದ್ಯಕ್ಕೆ ಯಾವ ಕೆಲ್ಸ ಸಿಕ್ಕುತ್ತೆ? ಏನೋ ಒಂದಿಷ್ಟು ಕೊಟ್ಟುಬಿಟ್ಟು ಮಾಡಿ ಮದುವೆ ಮಾಡಿಕೊಡ್ತೀವಿ. ಹೊಟ್ಟೆಬಟ್ಟೆ ನೇರವಾಗಿರೋ ಸಂಬಂಧವಾದರೆ ಸಾಕು" ಸೂಚಿಸಿದಳು.

ಶ್ರೀಪತಿಗಳು ಮಾತೇ ಆಡಲಿಲ್ಲ. ಮಗಳು ಹೇಳಿದ ಪ್ರಕಾರ ಮನೆಯ ಮೇಲೋ, ಅಂಗಡಿಯ ಮೇಲೋ ಒಂದಿಷ್ಟು ಹಣ ತೆಗೆದು ಮದುವೆ ಮಾಡಿ ಮುಗಿಸುವುದು ಸರಿಯೆನಿಸಿತು.

ತೆಪ್ಪಗೆ ಮನೆಗೆ ಬರುವ ವೇಳೆಗೆ, ಇವರುಗಳು ಬೇಗ ಹಿಂದಿರುಗುವುದಿಲ್ಲವೆಂದೋ ಏನೋ ಸುವಿದ್ಯಾ ಲಕ್ಷಣವಾಗಿ ಸೀರೆಯುಟ್ಟು, ಮೇಕಪ್ ಮಾಡಿಕೊಂಡು ಹೊರಬಾಗಿಲಲ್ಲಿ ನಿಂತಿದ್ದವಳು ಇವರನ್ನು ನೋಡಿ ಒಳಕ್ಕೆ ಹೋದಳು.

ಶಾರದಮ್ಮನ ಜೊತೆ ಅವಳನ್ನು ಕರೆದು ಕೂಡಿಸಿಕೊಂಡು ಶಾಸ್ತ್ರಿಗಳು ಹೇಳಿದ್ದನ್ನು ವಿವರಿಸಿ "ಸದ್ಯಕ್ಕೆ ಗಂಡು ಸಿಗೋವರ್ಗೂ ನಿನ್ನ ಓದು ಮುಂದುವರಿಸು. ಮುಂದೆ ತುಂಬ ಕಷ್ಟಪಡ್ತೀ" ಎಚ್ಚರಿಸಿದರು. ಸುವಿದ್ಯಾ ಎದ್ದು ಹೋದಳು. ಯಾರು ಏನೇ ಹೇಳಿದರೂ ಪಾಠಗಳು ಅವಳ ತಲೆಗೆ ಹೋಗೊಲ್ಲ.

"ಇಲ್ಲಪ್ಪ, ಅವ್ಳಿಗೆ ಓದೋ ಇಷ್ಟವಿಲ್ಲ. ಹೊಲಿಗೆ, ಗೊಂಬೆ ಅಂಥದೇನಾದ್ರೂ ಕಲೀಲಿ. ಸದ್ಯದ ಸ್ಥಿತಿಯಲ್ಲಿ ಅದೇ ವಾಸಿ. ಹೆಚ್ಚು ಮಹಿಳೆಯರು ದುಡಿಯುತ್ತಿರುವುದು ಆ ಕ್ಷೇತ್ರದಲ್ಲಿಯೇ" ಪರಿಸ್ಥಿತಿಯ ಅವಲೋಕನ ಮಾಡಿದಳು. ಶಾಸ್ತ್ರಿಗಳು ಹೇಳಿದ್ದು ತಪ್ಪೆನಿಸಲಿಲ್ಲ.

ಬುಧವಾರ ಸಂಜೆ ನಾಲ್ಕು ಗಂಟೆಗೆ ಸಿಕ್ಕ ಡಾ|| ನಾಯ್ಡು ಅವರು ಬಾಯಿ ತುಂಬ ಹೊಗಳಿದರು. "ಒಳ್ಳೆ ಊಟ ಹಾಕಿಸ್ದೆ. ದುಬೈಗೆ ಅಲ್ವಾ ನಿನ್ನ ಪತಿ ಹೋಗಿರೋದು. ಒಳ್ಳೆ ಸಂಬ್ಳ ಸಿಗುತ್ತೆ. ನೀನು ಕೂಡ ಹೋಗ್ಬಿಡು. ನಿನ್ನ ಪೋಸ್ಟ್‌ಗೂ ಒಳ್ಳೆ ಆಫರ್ ಇದೆ. ಅಲ್ಲೇ ನಿನ್ನ ಗಂಡ ಇರೋದ್ರಿಂದ ಹೋಗೋದು, ಕೆಲಸ ಸಿಗೋದು ಎಲ್ಲಾ ಸುಲಭವಾಗುತ್ತೆ. ಒಂದಿಷ್ಟು ಹಣ ಮಾಡ್ಕೊಂಡು ಭಾರತಕ್ಕೆ ಬಂದ್ಬಿಡಿ. ಆಗ ಉದ್ಯೋಗ ಸಿಗಲಿಲ್ಲಾಂದ್ರು ಸ್ವಂತ ಏನಾದ್ರೂ ಮಾಡ್ಬಹುದು" ಒಂದು ಅದ್ಭುತವಾದ ಸಲಹೆ ಕೊಟ್ಟಾಗ ಸಿಸ್ಟರ್ ಮಾರ್ಟಿನಾ ಅಲ್ಲಿಯೇ ಇದ್ದಳು.

ಡಾ|| ನಾಯ್ಡು ಹೋದ ಮೇಲೆ ಇವಳಿಗೆ ದುಂಬಾಲು ಬಿದ್ದಳು.

"ಅವ್ರು ಹೇಳಿದ್ದರಲ್ಲಿ ಒಳ್ಳೆಯದಿದೆ. ನಿಜ್ವಾಗ್ಲೂ ನೀನು ಮೊದ್ಲಿನ ಸ್ಥಿತಿಯಲ್ಲಿದ್ದು ಅಷ್ಟು ದೊಡ್ಡ ಹೋಟೆಲಲ್ಲಿ ಲಕ್ಷುರಿ ಡಿನ್ನರ್ ಕೊಡೋಕೆ ಆಗ್ತಾ ಇತ್ತಾ? ಎಷ್ಟೊಂದು ಗ್ರಾಂಡಾಗಿತ್ತು. ಆದರೆ ಎರಡು ಕೊರತೆ ಎದ್ದು ಕಾಣ್ತಾ ಇತ್ತು. ನೀನು ಸಿಂಪಲ್ಲಾಗಿ ಬಂದಿದ್ದೆ. ಜೊತೆಯಲ್ಲಿ ನಿಂತು ನಮ್ಮನ್ನು ಸ್ವಾಗತಿಸಬೇಕಾದ ಮಹಾಶಯ ದುಬೈನಲ್ಲಿ. ಅದೇ ಇಷ್ಟವಾಗ್ಲಿಲ್ಲ. ನೀನೊಬ್ಬೇ ದಢಾರಂತ ದುಬೈಗೆ ಹೋಗ್ಬಿಡ್ಬೇಡ. ನಾನು ಕೂಡ ಬರ್ತೀನಿ. ಅರೇಬಿಯನ್ ಕಂಟ್ರಿಗಳಲ್ಲಿ ನರ್ಸುಗಳ ಅಗತ್ಯ ಇರುತ್ತೆ. ಒಂದು ಐದು ವರ್ಷ ಅಲ್ಹೋಗಿ ದುಡಿದು ಬಂದು ಹಾಯಾಗಿದ್ದುಬಿಡ್ತೀನಿ. ಪ್ರೈವೇಟ್ ನರ್ಸಿಂಗ್ ಹೋಂ ಯಾವಾಗ ಬೇಡಾಂದ್ರೂ ಹೋಗ್ಬೇಕಾಗುತ್ತೆ. ಇವೆಲ್ಲ ತೊಂದರೆ ಇದ್ದದ್ದೇ. ಪ್ಲೀಸ್ ನಂಗೆ ಇದೊಂದು ಉಪಕಾರ ಮಾಡು."

ದುಬೈಯಲ್ಲಿ ಕೆಲಸ ಮಾಡಿ ಬಂದು ಶ್ರೀಮಂತರಾದ ಕೆಲವರನ್ನು ಕಂಡು ಒಮ್ಮೆ ಹೋಗುವ ಆಸೆ ಬಹಳ ವರ್ಷಗಳಿಂದ. ಡಾ|| ನಾಯ್ಡು ಅವರು ಇಂದು ನೆನಪಿಸಿದಂತಾಯಿತು.

"ನಂಗೆ ಅದೆಲ್ಲ ಏನು ಗೊತ್ತಿಲ್ಲ. ಅವ್ರನ್ನೇ ವಿಚಾರಿಸ್ಬೇಕು" ಎಂದಳು ಸಂಧ್ಯಾ.

"ಈಗ್ಲೇ ಕೇಳಿ ತಿಳ್ಕೋ. ಮದ್ವೆಯಾದ ಹೊಸದರಲ್ಲಿ ಜೊತೆಯಲ್ಲಿರಬೇಕು ಅನ್ನೋ ಆಸೆ ಇಲ್ವಾ. ಪ್ಲೀಸ್ ಪ್ರಯತ್ನ ಮಾಡು. ಬೇಕಾದರೇ ಲಂಚ್ ಅವರ್‌ನಲ್ಲಿ

ಫೋನ್ ಮಾಡೋಣ. ಕಾಲ್ ಛಾರ್ಜ್ ನಾನು ಪೇ ಮಾಡ್ತೀನಿ" ಎಂದಳು ಮಾರ್ಟಿನಾ. ಈಗ ಆಗಲೇ ಅವಳು ದುಬೈಗೆ ಹೋದ ಕನಸು ಕಾಣುತ್ತಿದ್ದಂಗೆ ಕಂಡಳು.

ಅಷ್ಟರಲ್ಲಿ ನಾಲ್ಕು ಜನ ಒಟ್ಟಿಗೆ ಬಂದು "ಪೇಷೆಂಟ್ ಕಂಡೀಷನ್ ಸೀರಿಯಸ್" ಎಂದಾಗ ಮಾರ್ಟಿನಾ ಓಡಿಹೋದಳು. ಸಂಧ್ಯಾ ಸಮಾಧಾನದ ಉಸಿರುಬಿಟ್ಟಳು.

ಮೊದಲು ಆಕ್ಸಿಜನ್ ಕೊಂಡೊಯ್ದು ಉಸಿರಾಟದ ತೊಂದರೆಯಿಂದ ಹಿಂಸೆಪಡುತ್ತಿದ್ದ ವ್ಯಕ್ತಿಯನ್ನು ಸ್ಟ್ರೆಚರ್ ಮೇಲೆ ಒಳಗೆ ಕೊಂಡೊಯ್ದಿದ್ದು.

ಈ ದುಬೈನ ವಿಚಾರ ಹೇಗೆ ಹರಡಿತೋ ನರ್ಸುಗಳೆಲ್ಲ ಬಂದು ವಿಚಾರಿಸಿಕೊಂಡು ಹೋದರು. ಮತ್ತೆ ಸಂಜೆ ಬಂದ ಸಿಸ್ಟರ್ ಮಾರ್ಟಿನಾ "ನಾನು ಹೇಳ್ದ ವಿಷ್ಯ ಏನ್ಮಾಡ್ದೇ? ಈಗ ಬೇಕಾದರೇ ಫೋನ್ ಮಾಡೋಣ" ಪಿಸುಗುಟ್ಟಿದಳು. ಇದೊಂದು ಹೊಸ ಸಮಸ್ಯೆಯೆನಿಸಿತು ಸಂಧ್ಯಾಗೆ. ದೀರ್ಘವಾಗಿ ಅವಳತ್ತ ನೋಡಿ ಏನಾದರೂ ಹೇಳುವ ಮುನ್ನ ಮಾರ್ಟಿನಾ ತಾನೆ ಮಾತಾಡಿದಳು "ವಿವಾಹವಾದ ಹೊಸತರಲ್ಲಿ ಜೊತೆಯಲ್ಲಿ ಇರಬೇಕೆನ್ನೋ ಆಸೆ ಇಲ್ವಾ?"

"ಖಂಡಿತ ಇಲ್ಲ" ಅಂದಳು ಚುಟುಕಾಗಿ.

"ಛೀ, ನಿಂಗೇನಾಗಿದೆ ಸಂಧ್ಯಾ" ಲೈಫ್‌ನ ಎಂಜಾಯ್ ಮಾಡೋದು ಈ ಸಮಯದಲ್ಲೇ. ಗಂಡನ್ನ ಒಂಟಿಯಾಗಿಬಿಟ್ಟರೆ ನಾನಾ ಸಮಸ್ಯೆಗಳು. ನಿಂಗೆ ತೀರಾ ಸಂಕೋಚವಾದರೆ ನಾನೇ ಆಕಾಶ್ ಹತ್ರ ಮಾತಾಡ್ತೀನಿ. ಯು ವಿಲ್ ಲೂಸ್ ಯುವರ್ ಒನ್ ಗುಡ್ ಛಾನ್ಸ್. ಇಂಥ ಆಪರ್‌ಚ್ಯುನಿಟಿ ಯಾರಿಗಾದ್ರೂ ಸಿಕ್ಕರೇ ಬಿಟ್ಟಾರ? ಹೌದು ನಿನ್ತಂದೆ ತಾಯಿ ಮಿಕ್ಕವರ ಜವಾಬ್ದಾರಿ ನಿನ್ಮೇಲಿದೆ. ಅಲ್ಲಿಂದಲೇ ದುಡಿದು ತಿಂಗ್ಳು.... ತಿಂಗ್ಳು ಕಳಿಸು. ಅವ್ರಿಗೂ ಸಹಾಯ ಮಾಡಿದಂತಾಗುತ್ತೆ. ನಿನ್ನ ಕೈಯಲ್ಲಿ ಒಂದಿಷ್ಟು ಹಣ ಸಿಗುತ್ತೆ. ವಿವಾಹವಾಗಿ ಇಂಥ ಮುದ್ದಾದ ಹೆಂಡತಿಯನ್ನು ಬಿಟ್ಟಿರೋದು ಆಕಾಶ್‌ಗೂ ಕಷ್ಟ. ನೀನು ವಿಳಾಸ, ಫೋನ್ ನಂಬರ್ ಕೊಡು. ನಾನೇ ಕಾಂಟ್ಯಾಕ್ಟ್ ಮಾಡ್ತೀನಿ" ಜೋರು ಮಾಡಿದಳು. ಅದರಲ್ಲಿ ಪ್ರೀತಿ, ಸ್ವಾರ್ಥ ಎರಡೂ ಇತ್ತು.

ಸಂಧ್ಯಾ ಒಂದಿಷ್ಟು ಕೂಡ ಚಲಿಸಲಿಲ್ಲ.

"ನಿಂಗೆ ಆ ಮಹಾಶಯನ ಸ್ವಭಾವ ಗೊತ್ತಿಲ್ಲ. ಒಂದು ತರಹ ಇಂಟ್ರಾವರ್ಟ್. ಮಾತು, ಜನ ಅಂದರೆ ಅಷ್ಟಕಷ್ಟೆ. ಈ ಸಲ ಫೋನ್ ಮಾಡಿದಾಗ ನಾನು ಎಲ್ಲ ವಿವರಿಸ್ತೀನಿ. ಡಿಸಿಷನ್ ಅವರದೇ" ಎಂದು ಕೈಯಾಡಿಸಿಬಿಟ್ಟಳು.

ಅವಳ ಸ್ವಭಾವ ಬಲ್ಲ ಸಿಸ್ಟರ್ ಮಾರ್ಟಿನಾ ಹೆಚ್ಚು ಬಾಧಿಸಲಿಲ್ಲ. ಅಷ್ಟರಲ್ಲಿ ಪೇಷೆಂಟ್ ಕಡೆಯ ಹೆಂಗಸು ಓಡಿ ಬಂದು "ಯಾಕೋ, ಏನೇನೋ ಮಾತಾಡ್ತಾ ಇದ್ದಾರೆ" ಎಂದು ಮಾರ್ಟಿನಾನ ಕರೆದೊಯ್ದರು.

ತನ್ನ ವೃತ್ತಿಯ ಜೊತೆಗೆ ಪೇಷೆಂಟ್‌ಗಳ ಸೇವೆಯನ್ನು ನಿರ್ವಂಚನೆಯಿಂದ ಮಾಡುತ್ತಿದ್ದ ಸಂಧ್ಯಾ ಅವರಿಂದ ಏನನ್ನು ಅಪೇಕ್ಷಿಸುತ್ತಿರಲಿಲ್ಲ. ಕೆಲವು ಶ್ರೀಮಂತ

ಪೇಷೆಂಟ್‌ಗಳು ಹೋಗುವಾಗ ಸಿಬ್ಬಂದಿಗೆ ಗಿಫ್ಟ್‌ಗಳನ್ನು ಕೊಡುತ್ತಿದ್ದರು. ಇವಳು ಆಸಕ್ತಿ ವಹಿಸುತ್ತಿರಲಿಲ್ಲ. 'ಬೇಡ....' ಎಂದು ನಮ್ರತೆಯಿಂದ ನಿರಾಕರಿಸುತ್ತಿದ್ದಳು. ಬಲವಂತದಿಂದ ಬಂದವು ಕೂಡ ಕೆಲವರ ಪಾಲಾಗುತ್ತಿದ್ದುದ್ದುಂಟು. ಎಂದೂ ಗೊಣಗಿದವಳೇ ಅಲ್ಲ.

ವಾರ್ಡ್‌ಬಾಯ್ ಬಂದು ಅಲ್ಲಿ ನಿಂತು "ಮೇಡಮ್ ಕರೀತಾ ಇದ್ದಾರೆ" ಕಳಿಸಿದ.

ವಾರ್ಡ್‌ನಿಂದ ಹೊರಬರುತ್ತಿದ್ದ ಡಾ|| ಸುಧಾಕರ್ "ಸಂಧ್ಯಾ, ಸ್ವಲ್ಪ ಬಾ" ಎಂದು ಕರೆದು "ಸಿಸ್ಟರ್.... ನೀವ್ಹೋಗಿ" ಎಂದು ಕಳಿಸಿ ಮತ್ತೆ ವಾರ್ಡ್‌ಗೆ ಹೋದ. ಪೇಷೆಂಟಾಗಿದ್ದ ಹುಡುಗಿ ಸಿಸ್ಟರ್‌ಗಳನ್ನು ನೋಡಿದರೇ ವಿಕಾರವಾಗಿ ಅರಚುತ್ತಿದ್ದಳು. ಹತ್ತಿರ ಬರಲು ಬಿಡುತ್ತಿರಲಿಲ್ಲ. ಒಂದು ಇಂಜೆಕ್ಷನ್ ಕೊಡಲು ಪ್ರಯತ್ನಿಸಿ ಸೋತಿದ್ದ.

"ಇವು ನಿಂಗೆ ಗೊತ್ತಾ?" ಕೇಳುತ್ತ ಬೆಡ್‌ನ ಸಮೀಪಿಸಿದಾಗ, ಆ ಹುಡುಗಿ ಭಯಮಿಶ್ರಿತ ಕಣ್ಣುಗಳಿಂದ ಸಂಧ್ಯಾನ ನೋಡಿದಾಗ, ನಸುನಗೆಯಿಂದ ಹತ್ತಿರ ಹೋಗಿ ಅಸ್ತವ್ಯಸ್ತ ಕೂದಲನ್ನು ಸರಿಪಡಿಸಿ ತನ್ನ ಕರ್ಚೀಫ್‌ನಿಂದಲೇ ಅವಳ ಕಣ್ಣೀರು ತೊಡೆದು "ಏನು ಓದ್ತಿಯಾ?" ಎರಡೇ ನಿಮಿಷದಲ್ಲಿ ಅವಳಿಗೆ ಆತ್ಮೀಯಳಾದಳು.

ಡಾ|| ಸುಧಾಕರ್ ಎದೆಯಲ್ಲಿ ಬತ್ತ ಕುಟ್ಟಿದಂಥ ಸದ್ದು. ಅದೇನು ಹಿತವೆನಿಸಲಿಲ್ಲ. ಸರಾಗವಾಗಿ ಇಂಜೆಕ್ಷನ್ ಕೊಟ್ಟಾಗ ಜೊತೆಯಾದ ಸಂಧ್ಯಾ ಜೊತೆ ಮಾತೇ ಆಡಲಿಲ್ಲ. ಮೊದಲು ಸರಾಗವಾಗಿ ಹರಟುತ್ತಿದ್ದ ವ್ಯಕ್ತಿಗೆ ಏನಾಗಿದೆ? ಇದು ನರಕವೆನಿಸಿತು.

"ಸರ್, ಇವತ್ತು ನೀವು ನಾರ್ಮಲ್ಲಾಗಿಲ್ಲ" ಬಹಳ ಮೆಲ್ಲಗೆ.

ತಕ್ಷಣ ಡಾ|| ಸುಧಾಕರ್ ನೋಟ ಅವಳತ್ತ ಹರಿಸಿ "ಪರವಾಗಿಲ್ಲ, ವೈವಾಹಿಕ ಕನಸಿನ ಪ್ರಪಂಚದಿಂದ ಹೊರಬಂದು ವಾಸ್ತವ ಜಗತ್ತಿನ ವ್ಯಕ್ತಿಗಳನ್ನು ಕೂಡ ಗಮನಿಸ್ತಾ ಇದ್ದೀರಾ. ಆಕಾಶ್‌ನಿಂದ ಪತ್ರ ಬಂದಿತ್ತಾ? ಅಲ್ಲಿನ ಸಮಾಜ ಒಗ್ಗಿದೆಯಂತ?" ವಿಚಾರಿಸಿದ. ಅದರಲ್ಲಿ ಯಾವುದೇ ಕಹಿ ಇರಲಿಲ್ಲ. ಆದರೂ ಒಳಗಿನ ನೋವು, ನಿರಾಸೆ ಕಣ್ಣುಗಳಲ್ಲಿ ಪ್ರಕಟವಾಗಿಯೇಬಿಟ್ಟಿತು.

"ಎಲ್ಲಾ ಆರಾಮ್ ಅಂತ ಪತ್ರ ಬರೆದಿದ್ರು" ಅಂದಳು ನಿಧಾನವಾಗಿ.

ನಾಲ್ಕು ಹೆಜ್ಜೆ ಮುಂದಕ್ಕೆ ಹೋದವನು ಕಾರಿಡಾರ್‌ನ ಕಂಬಕ್ಕೊರಗಿ ನಿಂತು ಕುತ್ತಿಗೆಯನ್ನು ಅಲಂಕರಿಸಿದ್ದ ಸ್ಟೆತಾಸ್ಕೋಪ್ ಜೇಬಿಗೆ ಇಳಿಬಿಟ್ಟು ಕಣ್ಣುಗಳನ್ನು ಕಿರಿದುಗೊಳಿಸಿ "ಇಲ್ಲಿ ನಿನ್ನ ಫ್ಯಾಮಿಲಿ ಸಮಸ್ಯೆಗಳು ಇರ್ಬಹ್ದು. ಅದಕ್ಕಾಗಿ ಗಂಡನಿಂದ ದೂರ ಇರೋದು ಸರಿಯಲ್ಲ. ಅಲ್ಲು ನಿಂಗೆ ಕೆಲಸ ಸಿಕ್ಬಹ್ದು. ಆಗ ಇಲ್ಲಿಗೂ ಹಣದ ಸಹಾಯ ಮಾಡ್ಬಹ್ದು. ಆದ್ರಿಂದ ನೀನು ದುಬೈಗೆ ಆಕಾಶ್ ಬಳಿ ಹೋಗ್ಬಿಡು. ನನ್ನಿಂದ ಏನಾದ್ರೂ ಸಹಾಯ ಬೇಕಾದರೆ ಕೇಳು. ಸಂಕೋಚ ಬೇಡ" ಅಂದ. ತೀರಾ ಹೃದಯಕ್ಕೆ ಹತ್ತಿರವಾದ ಆತ್ಮೀಯ ವ್ಯಕ್ತಿ ಮಾತ್ರ ಇಂಥ ಮಾತುಗಳನ್ನಾಡಬಹುದು.

ತಟ್ಟನೆ ಅವಳ ಕಣ್ಣಲ್ಲಿ ಇಣುಕಿದ ಕಂಬನಿ ಕೆನ್ನೆಯ ಮೇಲೆ ಇಣುಕಿದಾಗ ಮೊದಲು

ದಿಗ್ಭ್ರಮೆಗೊಂಡರೂ ಆಮೇಲೆ ನಸುನಗುತ್ತ ಸ್ವತಂತ್ರವಹಿಸಿ ತೋರುಬೆರಳಿನಿಂದ ಕಂಬನಿ ತೊಡೆದು "ಯಾಕೆ ಅಳ್ತೀಯಾ? ಮೊದ್ಲು ನೀನು ಅಲ್ಲಿಗೆ ಹೋಗೋಕೆ ಆಕಾಶ್ ಒಪ್ಪಿಗೆ ಪಡ್ಕೋ. ಮಿಕ್ಕಿದ್ದನ್ನು ನಾನು ವ್ಯವಸ್ಥೆ ಮಾಡ್ತೀನಿ" ಅಂದವನು ತನ್ನ ಪಾಡಿಗೆ ತಾನು ಸರಿದುಹೋದ.

ಅಲ್ಲೇ ನಿಂತು ಬಹಳ ಹೊತ್ತು ಅಳಬೇಕೆನಿಸಿತು ಸಂಧ್ಯಾಗೆ. ಕಾರಿರುಳಿನಲ್ಲಿ ಕೋಲ್ಮಿಂಚು. ಇದೇ ಬದುಕಿನ ರಹಸ್ಯ. ಯಾವುದೋ ಮೂಡ್‌ನಲ್ಲಿ ನಿಂತಿದ್ದವಳನ್ನು ಸಿಸ್ಟರ್ ಕೂಗಿ ಮೇಡಮ್‌ನಿಂದ ಬುಲಾವ್ ಇರುವ ಸಂಗತಿ ಜ್ಞಾಪಿಸಿದಾಗ ಬೆಚ್ಚಿ ಅತ್ತ ಹೋದಳು.

ಇವಳು ರೆಸ್ಟ್ ರೂಮಿಗೆ ಹೋದಾಗ ಡಾ|| ಪರಮೇಶ್ವರ್ ಕೂಡ ಇಲ್ಲೇ ಇದ್ದರು.

"ಬಾ... ಬಾ... ಮೊದ್ಲಿನ ಸಂಧ್ಯಾ ಅಲ್ಲ. ಯಾವಾಗ್ಬೇಕಾದ್ರೂ ದುಬೈಗೆ ಹಾರಿ ಹೋಗ್ಬಹುದ್ದು. ಗ್ರಾಂಡಾದ ಪಾರ್ಟಿ ಕೊಟ್ಟೆ. ಈಗ ಇನ್ನೊಂದು ಅನುಮಾನ "ಡಾ|| ಅನುರಾಧ ಶುರು ಮಾಡಿದಾಗ ಡಾ|| ಪರಮೇಶ್ವರ್ "ಸ್ವಲ್ಪ ಕೂತ್ಕೋ, ಅಷ್ಟೊಂದು ಸಂಕೋಚ ಬೇಡ. ನಿಮ್ಮ ಮೇಡಮ್ ತುಂಬಾ ಡಿಸ್ಟರ್ಬ್ ಆಗಿದ್ದಾರೆ" ಕರೆಸಿದ ವಿಷಯಕ್ಕೆ ಪೀಠಿಕೆ ಹಾಕಿದರು.

ಸಂಧ್ಯಾಗೆ ಗಂಟಲಲ್ಲಿ ಉಗುಳು ಸಿಕ್ಕಿಕೊಂಡಂತಾಯಿತು. ಕುದಿಯುವ ಬಾಣಲಿಗೆ ಬಿದ್ದನೇನೋಂತ ಚಿಂತಿಸುವಂತಾಯಿತು.

"ಯಾಕೆ ಮೇಡಮ್?" ಕೇಳಿದಳು ವಿಸ್ಮಯದಿಂದ.

"ನೀನು ಮೊದ್ಲು ಕೂತ್ಕೋ" ಡಾ|| ಅನುರಾಧ ಕೂಡ ಹೇಳಿದರು.

ಸಂಧ್ಯಾ ಕೂತು ಅವರತ್ತ ನೋಡಿದಳು. ಅವರ ಉಪಕಾರದ ಹೊಣೆ ಅವಳ ಮೇಲಿತ್ತು. ಅದನ್ನೆಂದೂ ಮರೆಯಲಾರಳು. ಇಲ್ಲಿ ಅವಳು ಧೈರ್ಯ ಮಾಡಿ ಬಂದು ನಿಲ್ಲದಿದ್ದರೆ ಇಷ್ಟೊಂದು ಆತ್ಮವಿಶ್ವಾಸವು ಬೆಳೆಯುತ್ತಿರಲಿಲ್ಲ. ಅವಳಪ್ಪ ಚೇತರಿಸಿಕೊಳ್ಳುತ್ತಿರಲಿಲ್ಲ. ಸಂಸಾರ ಮೂರಾಬಟ್ಟೆಯಾಗಿಬಿಡುತ್ತಿತ್ತು.

"ನಮ್ಗೆ ಇದೆಲ್ಲ ಸಾಮಾನ್ಯವೆ. ಈ ನರ್ಸಿಂಗ್ ಹೋಂ ಪ್ರಾರಂಭಿಸಿದ್ಮೇಲೆ ಎಷ್ಟೋ ಜನ ಬಂದು ಕೆಲ್ಸ ಮಾಡಿದ್ದಾರೆ. ನಾನಾ ಕಾರಣಗಳಿಂದ ಬಿಟ್ಟೋದವ್ರು ಕೂಡ ಇದ್ದಾರೆ. ಕೆಲವರನ್ನು ನಾವು ತೆಗೆದದ್ದು ಉಂಟು. ಇವೆಲ್ಲ ನಾರ್ಮಲ್. ಸಿಸ್ಟರ್ ಮೇರಿ ಮಗನ ಹತ್ರ ಹೊರಟಾಗ ಮಾತ್ರ ತುಂಬಾ ತೊಂದರೆಗೆ ಒಳಗಾಗಿದ್ವಿ. ಅಂಥ ನರ್ಸ್ ಮತ್ತೊಬ್ಬು ಸಿಕ್ಕಿಲ್ಲ. ಈಗ ನಿನ್ನ ವಿಷ್ಯನೇ ತಗೋ. ನೀನು ಯೂನಿಫಾರಂ ಒಂದು ಹಾಕೊಲ್ಲ ಅನ್ನೋದ್ನ ಬಿಟ್ಟರೇ ನರ್ಸ್ ಕೆಲ್ಸವೆಲ್ಲ ಮಾಡ್ಬಲ್ಲೆ. ಮುಂದೆ ನಿಂಗೆ ಪ್ರಮೋಷನ್ ಕೊಟ್ಟು ಆ ಹುದ್ದೆಗೆ ಅಪಾಯಿಂಟ್ ಮಾಡೋ ಉದ್ದೇಶವು ಇತ್ತು" ದೊಡ್ಡದಾಗಿ ಭಾಷಣ ಶುರು ಮಾಡಿದಾಗ ಡಾ|| ಪರಮೇಶ್ವರ್ ಮುಖ ಒಂದು ತರಹ ಮಾಡಿದರು.

"ಸಂಧ್ಯಾ ಜಾಣೆ. ಅವೆಲ್ಲ ಅರ್ಥಮಾಡಿಕೊಳ್ಳಬಲ್ಲಳು. ವಿಷ್ಯನ ಶಾರ್ಟ್

ಮಾಡು" ಅಂದರು ಇರುಸು ಮುರುಸಿನಿಂದ. ಹೆಚ್ಚು ಮನಸ್ಸಿಗೆ ಹಚ್ಚಿಕೊಂಡಿದ್ದರಿಂದ ಕೂತಿದ್ದರೇ ವಿನಾಃ ಸಾಲ್ವ್ ಮಾಡಲು ಹೆಂಡತಿಗೆ ಬಿಟ್ಟು ತಾವು ಆರಾಮಾಗಿ ಹೋಗಿಬಿಡುತ್ತಿದ್ದರು.

ಅದು ಡಾ|| ಅನುರಾಧಗೂ ಸರಿಯೆನಿಸಿತು. "ನಮ್ಮ ನೋಟಿಸ್‌ಗೆ ಬರ್ದಂಗೆ ವಿವಾಹವಾದೆ. ಈಗ ನಿನ್ನ ಪತಿ ಇರೋದು ದುಬೈನಲ್ಲಿ. ಇಲ್ಲಿನ ದಳ್ಳಾಳಿಗಳು ಕೂಡ ಆಮಿಷವನ್ನೊಡ್ಡುತ್ತಾರೆ. ಅದ್ರಿಂದ ಕೆಲವರ ಜೀವನ ಟ್ರಾಜಿಡಿ ಆಗಿದೆ. ಅದ್ನೆಲ್ಲ ಯೋಚ್ಸೊಲ್ಲ. ಹೆಚ್ಚಿನ ದುಡ್ಡಿನ ಆಸೆಗೆ ಹೋಗಿಬಿಡ್ತಾರೆ. ನಾಳೆ ನಿನ್ನ ಪತಿಯ ಕರೆಗೆ ವಿಮಾನ ಹತ್ತಬಹ್ದು" ತಮ್ಮ ಸಂದೇಹ ಸ್ಪಷ್ಟಪಡಿಸಿದರು.

ಸಂಧ್ಯಾಗೆ ಆಶ್ಚರ್ಯವಾಯಿತು. ಅಕಸ್ಮಾತ್ ತಾನು ದುಬೈಗೆ ಹೋಗಿ ಬಿಡುವುದು ಅಂಥ ದೊಡ್ಡ ಸುದ್ದಿಯೇ. ಇಷ್ಟು ದೊಡ್ಡ ನರ್ಸಿಂಗ್ ಹೋಂ ತನ್ನಂಥವರಿಗೆ ಅನ್ನ ಕೊಟ್ಟು ಸಲಹುತ್ತಿದೆ ಒಂದು ರಿಸೆಪ್ಷನಿಸ್ಟ್ ಪೋಸ್ಟ್ ಖಾಲಿ ಇದೆಯೆಂದರೇ ಸಾವಿರ ಜನ ಆ ಪೋಸ್ಟ್‌ಗೆ ಕ್ಯೂನಲ್ಲಿ ನಿಲ್ಲುವ ಸ್ಥಿತಿ ಇದೆ.

"ನಂಗೆ ಅರ್ಥವಾಗ್ಲಿಲ್ಲ" ಅಂದಳು ಗಲಿಬಿಲಿಯಿಂದ.

ಸಂಧ್ಯಾನ ಎರಡು ದೃಷ್ಟಿಯಿಂದಲೂ ದೂರ ಮಾಡಿಕೊಳ್ಳಲು ಅವರಿಬ್ಬರಿಗೂ ಇಷ್ಟವಿಲ್ಲ. ಪ್ರಾಮಾಣಿಕಳು. ಇಡೀ ನರ್ಸಿಂಗ್ ಹೋಂ ಕೀ ಅವಳಿಗೆ ಕೊಟ್ಟು ಹೋಗಿ ವರ್ಷದ ನಂತರ ಬಂದರೂ ಬಾಧಕವಿಲ್ಲ. ಕಾರ್ಯತತ್ಪರತೆಯ ಜೊತೆ ಜಾಣೆಯೆಂದು ಅವರಿಗೆ ಗೊತ್ತು. ಎರಡನೆಯದಾಗಿ ಅವಳು ತೋರುವ ಪ್ರೀತಿ, ಆತ್ಮೀಯತೆಯಿಂದ ಕಾಣುವ ರೀತಿ ಬೇರೆ ಯಾರಿಂದಲೂ ಪಡೆಯುವುದು ಸಾಧ್ಯವಿರಲಿಲ್ಲ.

"ಅರ್ಥವಾಗ್ದೇ ಇರೋಂಥದೇನಿಲ್ಲ. ನೀನೆಂದು ದುಬೈಗೆ ಫ್ಲೈಟ್ ಹತ್ತುತ್ತೀಯಾ?" ನೇರವಾಗಿಯೇ ಕೇಳಿದರು ಡಾ|| ಅನುರಾಧ. ಸಂಧ್ಯಾ ತಲೆಯಾಡಿಸಿದಳು. "ಅಮ್ಮ ಸದ್ಯಕ್ಕೆ ಆ ಯೋಚ್ನೆ ಇಲ್ಲ. ಮೂರ್ವರ್ಷಗಳ ನಂತರ ಅವರೇ ಭಾರತಕ್ಕೆ ಬರ್ತಾರೆ" ಎಂದಳು.

"ಇದು ಪ್ರಸ್ತುತದ ವಿಷ್ಯವಾಗಿರಬಹ್ದು. ನಾಳೆ ಆಕಾಶ್ ನಿನ್ನ ಬರ ಹೇಳಿದ್ರೆ?" ಪ್ರಶ್ನೆ ಸಾಧಾರಣವಾಗಿ ಕಂಡರೂ, ಅದರಲ್ಲಿ ದೂರದೃಷ್ಟಿ ವ್ಯಕ್ತವಾಗುತ್ತಿತ್ತು. "ನಿನ್ನ ನರ್ಸ್ ಆಗಿ ಪ್ರಮೋಟ್ ಮಾಡೋದು ನಮ್ಮ ಉದ್ದೇಶವಾಗಿತ್ತು. ಅದು ನೀನು ತಗೊಳ್ಳೋ ನಿರ್ಣಯದ ಮೇಲೆ ನಿಂತಿದೆ" ಆಸೆಯ ದೀಪವನ್ನು ಹಚ್ಚಿಟ್ಟರು ಅವಳ ಮುಂದೆ.

"ನೋ ಮೇಡಮ್. ಇಲ್ಲಿ ನನ್ನ ಪೇರೆಂಟ್ಸ್ ಇದ್ದಾರೆ. ಓದೋ ತಂಗಿಯರು ತಮ್ಮ ಇದ್ದಾನೆ. ಇಲ್ಲಿರೋ ಉದ್ದೇಶದಿಂದ್ಲೇ ಅವ್ರನ್ನ ಕರ್ಕಂಡ್ ಬಂದಿರೋದು. ಸದ್ಯಕ್ಕೆ ಎಲ್ಲೂ ಹೋಗೋಲ್ಲ. ದಯವಿಟ್ಟು ನಂಗೆ ಪ್ರಮೋಷನ್ ಬೇಡ. ಸದ್ಯಕ್ಕೆ ನಾನು ರಿಸೆಪ್ಷನಿಸ್ಟ್ ಆಗಿಯೇ ಇರ್ತೀನಿ. ನಂಗೆ ಆ ಜಾಬ್ ಇಷ್ಟ" ತನ್ನ ನಿರ್ಧಾರವನ್ನು ಅವರ ಮುಂದಿಟ್ಟಳು.

ಡಾ|| ಅನುರಾಧ ಸ್ವಲ್ಪ ಮೃದುವಾದರು. ವ್ಯಥೆಯಿಂದ ಅವರ ಕಣ್ಣು ಹನಿಗೂಡಿದವು. "ತುಂಬಾ ಬೇಜಾರಾಗಿದೆ ಸಂಧ್ಯಾ. ನಿನ್ನ ಹಾಗೆ ಎಷ್ಟು ಜನ ತಾಯ್ತಂದೆಯರ ಬಗ್ಗೆ ಒಲವಿದೆ ಹೇಳು. ನಮ್ಮ ಸುಷ್ಮಾ ಹೆಚ್ಚಿನ ಉನ್ನತ ವಿದ್ಯಾಭ್ಯಾಸಕ್ಕಾಗಿ ವಿದೇಶಕ್ಕೆ ಹೋದ್ಲು. ಅಲ್ಲಿ ಕೋರ್ಸು ಬದಲಾಯಿಸಿದ್ಲು. ಸೈಕಾಲಜಿ ಓದಿದ್ಲು. ವಿವಾಹವಾಗಿ ನಂತರ ವಿಷ್ಯ ತಿಳಿಸಿದ್ಲು. ನಾವಿಬ್ರೂ ಅಲ್ಲಿಗೆ ಬರ್ತೀವಿಂದ್ಲೂ. ನಾವು ಕ್ಷಮಿಸಿ ತುಂಬು ಹೃದಯದಿಂದ ಬರ ಮಾಡಿಕೊಳ್ಳೋಕೆ ರೆಡಿಯಾಗಿದ್ವಿ. ಆಸೆಯ ಹಕ್ಕಿಗಳಾಗಿ ಆಕಾಶದಲ್ಲಿ ಹಾರಾಡಿದ್ವಿ. ಅವಳೆಂಥ ಪೆಟ್ಟುಕೊಟ್ಟಳು ಗೊತ್ತಾ" ಹತ್ತಿಕ್ಕಿದ್ದ ದುಃಖ ಕಣ್ಣೀರಿನ ರೂಪದಲ್ಲಿ ಹರಿಯತೊಡಗಿದಾಗ ಅವಳಿಗೇನು ಮಾಡಬೇಕೋ ಗೊತ್ತಾಗಲಿಲ್ಲ. "ಅಮ್ಮ, ದಯವಿಟ್ಟು ಸಮಾಧಾನ ಮಾಡ್ಕೊಳ್ಳಿ. ಈ ವರ್ಷವಲ್ಲದಿದ್ರೂ ಮುಂದಿನ್ವರ್ಷವಾದ್ರೂ ಸುಷ್ಮಾ ಅವರು ಬರ್ತಾರೆ" ಸವಿಯಾಗಿ ನುಡಿದಳು.

"ಬರ್ತಾಳೆ.... ಬರ್ತಾಳೆ" ಎನ್ನುತ್ತ ಡಾ|| ಪರಮೇಶ್ವರ್ ಎದ್ದುಹೋದರು.

ಡಾ|| ಅನುರಾಧ ಅವಳ ಎರಡು ಕೈಗಳನ್ನು ಹಿಡಿದುಕೊಂಡು "ಸದ್ಯಕ್ಕೆ ನಾವುಗಳು ಚೇತರಿಸಿಕೊಳ್ಳುವವರೆಗೂ ಇಲ್ಲಿರು" ರಿಕ್ವೆಸ್ಟ್ ಮಾಡಿಕೊಂಡರು. ಎಂದೂ ಇಂಥ ಸ್ಥಿತಿಯಲ್ಲಿ ಆಕೆಯನ್ನು ನೋಡಿರಲಿಲ್ಲ. "ಇಲ್ಲ ಮೇಡಮ್, ಅಲ್ಲಿಗೆ ಹೋಗಿ ದುಡಿದು ಹಣ ಕಳಿಸಿದರೆ ಮಾತ್ರ ನನ್ನ ಜವಾಬ್ದಾರಿ ಮುಗ್ಯೋಲ್ಲ. ನನ್ನ ಪೇರೆಂಟ್ಸ್‌ಗೆ ಹಣದಷ್ಟೇ ನನ್ನ ಅಗತ್ಯ ಕೂಡ ಇದೆ" ಅಂದಳು.

ಮಗಳ ಬಗ್ಗೆ ತಾವು ಕಂಡ ಕನಸುಗಳನ್ನು ಹೇಳಿಕೊಂಡರು ಇಂದು ಮುಕ್ತವಾಗಿ ಡಾ|| ಅನುರಾಧ.

ಅಂದಿನ ರಾತ್ರಿಯೇ ಗಂಡ ಹೆಂಡತಿ ಚರ್ಚಿಸಿ ಒಂದು ನಿರ್ಣಯ ತಗೊಂಡರು. ಸ್ಟಾಫ್‌ನ ಸಂಬಳ... ವಗೈರೆ ಎಲ್ಲಾ ಹೆಚ್ಚಿಸಿದ್ದು ಅದೇ ತಿಂಗಳಿನಿಂದಲೇ ಜಾರಿಗೆ ಬರಬೇಕೆಂದು ಪರಮಶಿವಯ್ಯನಿಗೆ ಕರೆಸಿ ಹೇಳಿದರು. ವಿಸಿಟಿಂಗ್‌ಗೆ ಬರುವ ಡಾಕ್ಟರ್‌ಗಳಿಗೆ ಕೊಡುವ ಹಣ ಕೂಡ ಹೆಚ್ಚಿಸಲಾಗಿತ್ತು. ಸೇವಾ ಸಿಬ್ಬಂದಿಯ ಬೇಡಿಕೆಗಳ ಪೆಂಡಿಂಗ್ ಯಾವ ಗಲಾಟೆಯೂ ಇಲ್ಲದೆ ಇತ್ಯರ್ಥವಾಗಿ ಹೋಯಿತು.

ಇದಕ್ಕೆ ಕಾರಣವೇನು? ಸಂಧ್ಯಾಳ ಮದುವೆಯಾ? ಅಥವಾ ದುಬೈಗೆ ಕೆಲಸಕ್ಕಾಗಿ ಹೋದ ಅವಳ ಗಂಡ ಕಾರಣವೋ? ಅಂತೂ ಇದರಿಂದ ಎಲ್ಲರಿಗೂ ಸಂತೋಷವೇ.

ಸಿಸ್ಟರ್ ಮಾರ್ಟಿನಾ ಗೆಲುವಿನಿಂದ "ಡಾಕ್ಟ್ರು ಸಂಬಳ ಹೆಚ್ಚಿಸಿಯೇಬಿಟ್ಟಿದ್ದಾರೆ. ನಿಮ್ಮ ವಿವಾಹ ಯಾವಾಗ?" ಕೇಳಿದಳು. ವಯಸ್ಸಿನಲ್ಲಿ ಸ್ವಲ್ಪ ಹಿರಿಯಳಾದ್ದರಿಂದ ಇಂಥದ್ದೆಲ್ಲ ಕೇಳುವ ಅಧಿಕಾರ ತನಗಿದೆಯೆಂದು ಅವಳ ಭಾವನೆ.

"ಯೋಚಿಸ್ತಾ ಇದ್ದೀನಿ" ಅಂದ ಎತ್ತಲೋ ನೋಡುತ್ತ. ಮೊದಲಿನ ನಗೆ ಚಾಟಿಕೆಗಳನ್ನು ನಿಲ್ಲಿಸಿದ್ದ. "ಈ ವಿಷ್ಯದಲ್ಲಿ ಸಂಧ್ಯಾ ಅಭಿಪ್ರಾಯ ಕೇಳ್ಬೋಣಾಂತ. ನಿಮ್ಮದೆಲ್ಲ ಹಳೆಯದಾಯ್ತು. ಸಜೆಷನ್ ಅಷ್ಟೊಂದು ಪವರ್‌ಫುಲ್ ಆಗಿರೋಲ್ಲ."

ಹೊರಟಿದ್ದ ಸಂಧ್ಯಾನ ಎಳೆದುಕೊಂಡು ಬಂದ ಸಿಸ್ಟರ್ ಮಾರ್ಟಿನಾ "ಮೈ

ಗಾಡ್, ನಿನ್ನ ಅಭಿಪ್ರಾಯದ ಮೇಲೆ ನಿಂತಿದೆ ಡಾಕ್ಟ್ರು ವಿವಾಹ. ಡಾ॥ ನಂದಿನಿಯವರು ಮತ್ತೆ ಸಿಡುಕೋದ್ನ ಶುರು ಮಾಡ್ತೋ ಮೊದ್ಲೇ ಅವ್ರ ಕುತ್ತಿಗೆಗೆ ತಾಳಿ ಬಿಗಿದುಬಿಡ್ಲಿ" ಉತ್ಸಾಹ ತೋರಿದಳು.

ಸಂಧ್ಯಾ ಪಿಳಿಪಿಳಿ ಕಣ್ಣುಗಳನ್ನು ಬಿಟ್ಟಳು. ತಾನು ಸಿಕ್ಕಿಕೊಂಡ ಇಕ್ಕಟ್ಟಿನ ಆಳಅಗಲ ಅಳೆಯುತ್ತಿದ್ದಳು ಮನದಲ್ಲಿಯೇ. ಸಿಸ್ಟರ್ ಮಾರ್ಟಿನಾ ಬಿಡಿಸಿ ಹೇಳಿದಳು.

"ಒಂದು ರೀತಿಯಲ್ಲಿ ಡಾಕ್ಟ್ರು ವಿವಾಹ ನಿನ್ನ ಅಭಿಪ್ರಾಯದ ಮೇಲೆ ನಿಂತಿದೆ."

ಮಾರ್ಟಿನಾ ಮಾತು ಸಂಕೋಚದ ಜೊತೆಗೆ ಅವಳಲ್ಲಿ ಭಯವನ್ನುಂಟು ಮಾಡಿತು. "ಫೆಂಟಾಸ್ಟಿಕ್, ಡಾಕ್ಟ್ರು ನಮ್ಗೆ ಆದಷ್ಟು ಬೇಗ ಮದ್ವೆ ಊಟ ಹಾಕಿಸ್ತಾರೆ" ಎಂದಾಗ ದೀರ್ಘವಾಗಿ ಸಂಧ್ಯಾಳನ್ನು ನೋಡಿದ ಡಾ॥ ಸುಧಾಕರ್ "ಫೆಂಟಾಸ್ಟಿಕ್‌ನ ಅರ್ಥವೇನು? ದಿಢೀರೆಂದು ಮದ್ವೆಯಾಗಿ ಬೇರೆ ಬೇರೆ ದಿಕ್ಕಿಗೆ ಓಡೋದ? ಅದ್ಕೆ ನಾನು ರೆಡಿ. ಆದರೆ ನಂದಿನಿ ಅಪ್ಪ ಕಿಲ್ಲರ್ ಆಗ್ಬಿಡ್ತಾರಷ್ಟೇ. ನಂಗಂತೂ ಮದ್ವೆ ಬಗ್ಗೆ ಇಂಟರೆಸ್ಟ್ ಇಲ್ಲ" ತಿಳಿಯಾಗಿ ಹೇಳಿದ.

"ಬದ್ಕು ಅಪೂರ್ಣವಾಗಿಬಿಡುತ್ತೆ ಡಾಕ್ಟರ್" ಹೇಳಿದಳು ಸಂಧ್ಯಾ ನವಿರಾಗಿ.

"ಹೌದೌದು, ವಿವಾಹವಾಗೋ ಮೊದ್ಲು ಅಪೂರ್ಣ, ಆಮೇಲೆ ಮುಕ್ತಾಯ" ನಗುತ್ತ ಹೇಳಿ ತನ್ನ ಪಾಡಿಗೆ ತಾನು ಹೋದ ಡಾ॥ ಸುಧಾಕರ್. ಮಾರ್ಟಿನಾ, ಸಂಧ್ಯಾ ನೋಡುತ್ತಾ ನಿಂತರು.

"ಸಂಧ್ಯಾ, ಒಂದ್ಮಾತು ಹೇಳ್ಲಾ?" ಕೇಳಿದಳು.

"ಅದೇನು, ಒಂದಲ್ಲ ನೀನು ಹತ್ತು ಮಾತು ಹೇಳಿದ್ರೂ ಕೇಳ್ತೀನಿ" ಸಮಾಧಾನದ ಉಸಿರುಬಿಟ್ಟಳು. ಯಾಕೋ ಏನೋ ಡಾ॥ ಸುಧಾಕರ್ ಮುಂದೆ ನಿಂತರೆ ಅವಳಿಗೆ ಕರಗಿ ಹೋಗುವ ಅನುಭವವಾಗುತ್ತಿತ್ತು.

ತಟ್ಟನೇ ಅವಳ ಕೈ ಹಿಡಿದುಕೊಂಡ ಸಿಸ್ಟರ್ ಮಾರ್ಟಿನಾ "ನಿನ್ನ ಡಾ॥ ಸುಧಾಕರ್ ತುಂಬ ಪ್ರೀತಿಸ್ತಾ ಇದ್ದರೂಂತ ಕಾಣ್ತಾರೆ. ನಿನ್ಮದ್ವೆಯಿಂದ ಆದ ಷಾಕ್‌ನಿಂದ ಅವರಿನ್ನು ಚೇತರಿಸಿಕೊಂಡಿಲ್ಲ. ಇಂಥ ಒಬ್ಬ ಗಂಡಿನಿಂದ ಪ್ರೀತಿಸಲ್ಪಡುವುದು ಕೂಡ ಅದೃಷ್ಟವೇ" ಗದ್ಗದ ಸ್ವರದಿಂದ ನುಡಿದ ಮಾರ್ಟಿನಾ ತಟ್ಟನೇ ಕಣ್ಣೊರೆಸಿಕೊಂಡು ಹೊರಟಳು.

ಸಂಧ್ಯಾ ದಿಗ್ಭ್ರಮೆಯಿಂದ ನೋಡುತ್ತ ನಿಂತಳು.

* * * *

ಅಂದು ಭಾನುವಾರ ಪೂರ್ತಿ ರಜೆ ಇದ್ದುದ್ದರಿಂದ ಸಂಧ್ಯಾ ಎಲ್ಲಾ ಬಟ್ಟೆಗಳನ್ನು ತಾನೇ ಒಗೆದು ಹರವಿ, ತಾಯಿಗೆ ಅಡಿಗೆ ಮನೆಯಲ್ಲಿ ಸಹಾಯ ಮಾಡುತ್ತಿದ್ದಾಗ ವಿದ್ಯಾ ಬಂದು ಅವಳ ಬಳಿ ಕೂತಳು. ಮಾತು ಕಡಿಮೆ ಓದುವುದರಲ್ಲಿ ಜಾಣೆ. ಸದ್ಯಕ್ಕೆ ಅವಳು ಸಮಸ್ಯೆಯಾಗಿರಲಿಲ್ಲ.

ಹುರುಳಿಕಾಯಿ ತೊಟ್ಟು ನಾರು ಬಿಡಿಸುತ್ತಿದ್ದ ಅಕ್ಕನಿಗೆ ಸಹಾಯ ಮಾಡುತ್ತ "ಅಕ್ಕ, ನಿನ್ಮದ್ವೆ ಯಾವಾಗ ಆಯ್ತು" ಮೆಲ್ಲಗೆ ಕೇಳಲೋ ಬೇಡವೋಂತ ಕೇಳಿದಳು.

ಇವತ್ತು ಶಾರದಮ್ಮನ ಮೂಡ್ ಕೂಡ ಸರಿಯಿರಲಿಲ್ಲ. ಶಾಸ್ತ್ರಿಗಳ ಹೆಂಡತಿ ಸಂಧ್ಯಾ ವಿವಾಹವಾಗಿದ್ದಕ್ಕೆ ಒಂದು ತರಹ ಮಾತಾಡಿ ಅಪಮಾನ ಪಡಿಸಿದ್ದರಿಂದ ಮನಸ್ಸು ಕಹಿ ಆಗಿತ್ತು.

"ನಮ್ಗೆ ಅವ್ಳ ಮದ್ವೆ ಮಾಡೋ ಸಾಮರ್ಥ್ಯವಿರ್ಲಿಲ್ಲ. ಅದ್ಕೇ ಅವ್ಳೇ ಮಾಡಿಕೊಂಡ್ಳು. ಅವ್ಳ ದುಡಿಮೆಯಲ್ಲಿ ಊಟ ಮಾಡ್ತಾ ಇರೋ ನಾವು ಯಾವ ಲೆಕ್ಕ?" ಬಹಳ ಒರಟಾಗಿ ಮಾತಾಡಿದರು. ಮುಳ್ಳುಗಳು ಚುಚ್ಚಿದಂತಾಯಿತು ಸಂಧ್ಯಾಗೆ.

"ಅಮ್ಮನ ಮನಸ್ಸು ಸರ್ಯಾಗಿಲ್ಲ. ಹೊರ್ಗಡೆ ಹೋಗೋಣ ಬಾ" ವಿದ್ಯಾನ ಹೊರಗೆ ಕರೆದೊಯ್ದಳು. "ಸುವಿದ್ಯಾ, ಅಮ್ಮನಿಗೆ ಒಂದಿಷ್ಟು ಅಡಿಗೆ ಮನೆಯಲ್ಲಿ ಒಂದಿಷ್ಟು ಸಹಾಯ ಮಾಡು" ಕಳಿಸಿ ಹೋಂವರ್ಕ್ ಮಾಡುತ್ತ ಇದ್ದ ರಾಘವೇಂದ್ರನ ಪಕ್ಕ ಕೂತಳು.

"ಅಕ್ಕ, ನಿಂಗೆ ಮದ್ವೆಯಾಗಿದೆಯಂತೆ" ಈ ಮಾತು ಹೇಳಿದ್ದು ರಾಘವೇಂದ್ರ.

"ಹೌದು...." ಅವನ ಗಲ್ಲ ಸವರಿದಳು.

"ನಾವ್ಯಾರು ನಿನ್ಮದ್ವೆಗೆ ಬರಲೇ ಇಲ್ಲ" ಆರೋಪವನ್ನೊರೆಸಿದ. ಬಹುಶಃ ಇದನ್ನು ಹೇಳಲು ಬಹಳ ದಿನಗಳಿಂದ ಕಾದಿದ್ದ "ನಿಮ್ಮ ಭಾವ ಅರ್ಜೆಂಟಾಗಿ ದುಬೈಗೆ ಹೋಗ್ಬೇಕಾಗಿದ್ದರಿಂದ ನೀವ್ಯಾರು ನನ್ಮದ್ವೆಗೆ ಬರೋಕ್ಕಾಗಿಲ್ಲ". ಅವನಿಗೆ ಅದೇ ಅಸಮಾಧಾನ.

ಮುಖ ಇಷ್ಟು ದಪ್ಪ ಮಾಡಿದ. ಅವನು ಸಾಕಷ್ಟು ಮದುವೆ ಮನೆಗಳಿಗೆ ಹೋಗಿದ್ದ. ಸಂಭ್ರಮ, ಸಡಗರ, ಓಲಗ, ಲಾಡು, ಊಟ - ಯಾವುದು ಇಲ್ಲದೆ ಅಕ್ಕನ ವಿವಾಹವಾಗಿದ್ದು ಅವನಿಗೆ ಸರಿಯೆನಿಸಲಿಲ್ಲ.

"ನಮ್ಗೆ ಹೊಸ ಬಟ್ಟೆ ಕೊಡಿಸ್ಲೇ ಇಲ್ಲ" ತನ್ನ ಆಸೆ ತೋಡಿಕೊಂಡ ರಾಘು.

ಖಂಡಿತ ಕೊಡಿಸುತ್ತೇನೆಂದು ರಮಿಸಿ ತನ್ನ ಹ್ಯಾಂಡ್‌ಬ್ಯಾಗ್‌ನಲ್ಲಿದ್ದ ಚಾಕಲೇಟುಗಳನ್ನು ಕೊಟ್ಟ ಮೇಲೆಯೇ ಅವರುಗಳು ಒಂದಿಷ್ಟು ಗೆಲುವಾದದ್ದು. ನಿಭಾಯಿಸುವುದು ತೀರಾ ಕಷ್ಟವೆನಿಸಿತು.

"ಕರೀಮಣಿ ಸರ ನಿನ್ನ ಕುತ್ತಿಗೆಗೆ ತುಂಬ ಚೆನ್ನಾಗಿ ಕಾಣುತ್ತೆ" ವಿದ್ಯಾ ಅವಳ ಕುತ್ತಿಗೆಯಲ್ಲಿನ ಸರ ಹಿಡಿದು ನೋಡಿದಳು. ಗುಂಡು, ಕಾಸು, ಕರಿಮಣಿಯ ನಡುವೆ ಇದ್ದ ಮಾಂಗಲ್ಯ ತುಂಬ ಲಕ್ಷಣವಾಗಿ ಕಂಡಿತು.

ಮಧ್ಯಾಹ್ನದ ಊಟದ ಸಮಯವಾದರೂ ಶಾರದಮ್ಮನ ಮುಖ ಸಡಿಲವಾಗಲಿಲ್ಲ. ಶಾಸ್ತ್ರಿಗಳೊಂದಿಗೆ ಯಾರ ಮನೆಯ ಪೂಜೆಗೋ ಹೋಗಿದ್ದ ಶ್ರೀಪತಿ ಅಲ್ಲೇ ಊಟ ಮುಗಿಸಿಕೊಂಡು ಬಂದಿದ್ದರು.

"ಅಮ್ಮ, ನಗ್ತಾ ಬಡಿಸಮ್ಮ" ಅಂದಳು ಅನ್ನದ ಮೇಲೆ ಕೈಯಾಡಿಸುತ್ತ. ಅನ್ನದ ಪಾತ್ರೆ ಪಕ್ಕಕ್ಕಿಟ್ಟು ಆಕೆ ಅಳು ಶುರು ಮಾಡಿದರು. "ನಮ್ಮ ಜನ್ಮಕ್ಕೆ ಬೆಂಕಿ ಬಿತ್ತು. ಈ

ಸಂಪತ್ತಿಗೆ ಯಾಕೆ ಬೇಕಿತ್ತು ಮಕ್ಳು? ಮೊದಲ ಸಂತಾನದ ಮೇಲೆ ಆಸೆ ಅಕ್ಕರೆ ಕನಸುಗಳು ಇರುತ್ತೆ. ಹತ್ತಿರ ನಿಂತು ಮಾಂಗಲ್ಯ ಕಟ್ಟಿಸಿ ನಾಲ್ಕು ಅಕ್ಷತೆ ಹಾಕೋ ಯೋಗ ಇಲ್ಲದ್ಮೇಲೆ ಯಾಕೆ ಬದ್ಕಿರಬೇಕು?" ಒಂದೊಂದು ಪದವು ಗುಂಡುಗಳಂತೆ ಚೆಲ್ಲಾಡಿದವು.

ಬಂದ ತಕ್ಷಣ ಅಪ್ಪ, ಅಮ್ಮನ ಕಾಲಿಗೆ ಬಿದ್ದು ಕ್ಷಮೆ ಬೇಡಿ ಸಮಯ ಸಂದರ್ಭ ವಿವರಿಸಿ ಆಕಾಶ್ ತನ್ನ ಕುತ್ತಿಗೆಗೆ ತಾಳಿ ಕಟ್ಟದಿದ್ದರೆ ಬೇರೆಯವರನ್ನಾದರೂ ಮದುವೆಯಾಗಬೇಕಿತ್ತು. ತೀರಾ ಹಟ ಮಾಡಿದಾಗಲೇ ಒಪ್ಪಿದ್ದೆಂದು ನಿವೇದಿಸಿಕೊಂಡಿದ್ದಳು.

ಶ್ರೀಪತಿ ಕರಗಿದರು. ಜಗತ್ತನ್ನು ಕಂಡವರು. ಮಗಳ ತಪ್ಪನ್ನು ಕ್ಷಮಿಸಿದರು.

"ವಿಧಿ ಸಂಕಲ್ಪ ಮೀರೋದು ಯಾರಿಂದ ಸಾಧ್ಯ. ಕನಿಷ್ಠ ಅಳಿಯಂದಿರು, ಅವ್ರ ಅಕ್ಕ ಒಮ್ಮೆ ಬಂದ್ಹೋಗಿದ್ದರೇ ಸಮಾಧಾನವಾಗ್ತ ಇತ್ತು" ಅಂದು ಸುಮ್ಮನಾಗಿದ್ದರು. ಆದರೆ ಶಾರದಮ್ಮ ನಾಲ್ಕು ದಿನ ಮಾತಾಡಿರಲಿಲ್ಲ. ಆಮೇಲೆ ಸರಿಹೋದರೂ ಆಗಾಗ ಕುಟುಕೋದು ಇದ್ದೇ ಇತ್ತು.

ಇಂದು ಅವರ ನೋವು, ನಿರಾಶೆ, ಅಸಹಾಯಕತೆ ತಾರಕಕ್ಕೇರಿತು.

ಬಂದ ಶ್ರೀಪತಿ ಗದರಿಕೊಂಡರು. "ಸಂಧ್ಯಾ ವಾರಕ್ಕೊಂದು ದಿನ ಮನೆಯಲ್ಲಿ ಇರೋದು. ಅಂದು ಬೇಕಾಗಿ ರಾದ್ಧಾಂತ ಎಬ್ಬಿಸ್ತೀಯಾ. ಅವ್ಳು ಮಾಡಿದ್ದರಲ್ಲಿ ತಪ್ಪೇನು? ನಿಂಗೆ ದೊಡ್ಡ ಅಪರಾಧವಾಗಿ ಕಂಡರೂ ಈಗ ಮಾಡೋದೇನಿದೆ. ಆ ಹುಡುಗಿನ ಅಂದು ಚಿತ್ರಹಿಂಸೆ ಮಾಡ್ತೀಯಾ" ಭಯಂಕರವಾಗಿ ತರಾಟೆಗೆ ತಗೊಂಡರೂ ಆಕೆ ಒಂದಿಷ್ಟು ಚಲಿಸಲಿಲ್ಲ. "ಬೇಕಾದ್ದು ತಂದ್ಕೊಡ್ತಾ ಇದ್ದಾರೆ. ಶಾಸ್ತ್ರಿಗಳ ಹೆಂಡತಿನೇ ಹೇಳಿದ್ರು. ಸಂಧ್ಯಾ ಮದ್ವೆಯಾದವರ ಕುಲ, ಗೋತ್ರ ಮನೆತನ ವಿಚಾರಿಸದೇ ಯಾರು ನಿಮ್ಮ ಇನ್ನೊಬ್ಬ ಮಗ್ಳುನ ಮದ್ವೆ ಆಗ್ತಾರೇಂತಾರೆ."

ಹೆಂಡತಿಯ ಮಾತುಗಳಿಗೆ ನೊಂದರಷ್ಟೆ.

"ಸಾಕು ಸುಮ್ನಿರು. ಇನ್ನು ಅವ್ರ ಮನೆ ಕಡೆ ಹೋಗೋದ್ಬೇಡ. ನಾವಿನ್ನು ಬದ್ಕಿದ್ದೀವಿ. ಬೇರೆ ಕಡೆ ಗಂಡು ನೋಡಿದರಾಯ್ತು" ಹೆಂಡತಿಯನ್ನು ಸುಮ್ಮನಾಗಿಸಿದರು.

ಶಾರದಮ್ಮ ಸಿರಸಿರ ಎಂದು ಬಡಿಸಿದರು. ಇದನ್ನೆಲ್ಲ ನುಂಗಿಕೊಳ್ಳುವುದು ಅನಿವಾರ್ಯವಾದುದ್ದರಿಂದ, ಮೌನವಾಗಿ ಊಟ ಮಾಡಿದಳು. ಹೊಟ್ಟೆಯಲ್ಲಿ ಹಸಿದಿತ್ತು. ಅನ್ನ ಬಿಸಾಕದೇ ತಿನ್ನುವುದು ಅನಿವಾರ್ಯವಾಗಿತ್ತು. ತುಟಿಕ್ ಪಿಟಿಕ್ಕೆನ್ನದೆ ಮಜ್ಜಿಗೆಯನ್ನು ಕೂಡ ಹಾಕಿಸಿಕೊಂಡು ಊಟ ಮಾಡಿ ತಾನೇ ತಟ್ಟೆಗಳನ್ನು ಒಯ್ದು ತಂದಿರಿಸಿ ತಂದೆಯ ಬಳಿಗೆ ಬಂದು ಹೇಳಿದಳು.

"ಅಪ್ಪ, ಅಮ್ಮ ಉಪವಾಸ ಮಾಡೋದ್ಬೇಡ. ನೀವೇ ಹೇಳಿ" ಎಂದು ರಾಘವೇಂದ್ರನನ್ನು ಕೂಡಿಸಿಕೊಂಡು ಪಾಠ ಹೇಳತೊಡಗಿದಳು.

"ಅಕ್ಕ, ಯಾವಾಗ ಹೊಸ ಬಟ್ಟೆ ಕೊಡಿಸ್ತೀಯಾ?" ರಾಘವೇಂದ್ರ ಕಿವಿಯಲ್ಲಿ ಕೇಳಿದ. ವಿದ್ಯಾದು ಇನ್ನೊಂದು ಬೇಡಿಕೆ, "ಚಪ್ಪರ ಹಾಕ್ಸಿ ಮದುವೆ ಮಾಡಿದರೇ ಎಲ್ಲರಿಗೂ ಗೊತ್ತಾಗೋದು. ಆಗ ನನ್ನ ಫ್ರೆಂಡ್ಸ್‌ನೆಲ್ಲ ಕರಿಬಹುದಿತ್ತು" ಅವಳದು ಮತ್ತೊಂದು ಆಸೆ.

ಆಸೆಗಳು ಎಲ್ಲರ ಜೀವನದಲ್ಲಿ ಬ್ರಹ್ಮಾಂಡವಾಗಿರುತ್ತೆ. ಅದೆಲ್ಲ ಎಷ್ಟು ಜನರ ಬದುಕಿನಲ್ಲಿ ಕೈಗೂಡುತ್ತೆ? ಎಷ್ಟು ಜನ ತಮ್ಮ ಆಸೆಗಳನ್ನು ಈಡೇರಿಸಿಕೊಳ್ಳಲು ಪ್ರಯತ್ನಿಸುತ್ತಾರೆ? ಸಫಲರಾಗೋದು ಕೆಲವರೇ ಇರಬಹುದು. ಆದರೆ ಪ್ರಯತ್ನ ಮಾಡದೇ ತಮ್ಮ ಆಸೆಗಳ ಬಗ್ಗೆ ಲೊಚಗುಟ್ಟುವ ಜನರೇ ಹೆಚ್ಚು.

"ನೀನೇನು ಹೇಳಿಲ್ಲ" ಕೇಳಿದಳು ವಿದ್ಯಾ.

"ಈಗೇನ್ಮಾಡ್ತೋದು?" ಕೆನ್ನೆಯ ಮೇಲೆ ಕೈಯಿಟ್ಟುಕೊಂಡಳು ನಿಸ್ಸಹಾಯಕತೆ ನಟಿಸಿದ ಸಂಧ್ಯಾ. "ನಿಮ್ಮ ಭಾವ ಹಿಂದಿರುಗಿದ ಕೂಡಲೇ ಇನ್ನೊಮ್ಮೆ ಚಪ್ಪರ ಹಾಕಿಸೋಣ. ಓಲಗದವರ್ನ ಕರೆಸೋಣ. ಆಗ ನಿನ್ನ ಫ್ರೆಂಡ್ಸ್ ನಮ್ಮ ರಾಘು ಸ್ನೇಹಿತರನ್ನ ಕರೆದು ಭರ್ಜರಿ ಊಟ ಹಾಕಿಸೋಣ" ತಮಾಷೆ ಮಾಡಿದಳು.

ಅವರಿಬ್ಬರೂ ನಕ್ಕರು. ಅಂತು ಇಬ್ಬರಿಗೂ ಹೊಸ ಬಟ್ಟೆ ಕೊಡಿಸುವ ಆಶ್ವಾಸನೆ ಕೊಟ್ಟ ಮೇಲೆ ಅಕ್ಕನ ಮೇಲಿನ ಅಸಮಾಧಾನ ಕಡಿಮೆ ಮಾಡಿಕೊಂಡು ಗೆಲುವಾದರು.

ಶಾರದಮ್ಮನ ಮುಖವಂತು ಗಂಟೆ ಕಳೆದರೂ ಸಡಿಲವಾಗಲಿಲ್ಲ.

ಮುಖ ದಪ್ಪಗೆ ಮಾಡಿಕೊಂಡು ಬಂದು ನಡುಮನೆಯಲ್ಲಿ ಒರಗಿ ಕೂತ ತಾಯಿಯ ಬಳಿ ಹೋಗಿ ಕೂತು "ಅಮ್ಮ, ನಿಮ್ಗೆ ತಿಳಿಸ್ದೇ ವಿವಾಹವಾಗೋಂಥ ಅವಿಧೇಯ ಮಗಳಾ? ಸಮಯ, ಸಂದರ್ಭ ಹಾಗೆ ಒದಗಿಬಂತು. ಅದಕ್ಕೆ ಆಕಾಶ್ ನಿಮ್ಮಗಳ ಕ್ಷಮೆ ಕೇಳಿದ್ದಾರೆ. ಶಾಸ್ತ್ರಿಗಳು ಅವ್ರ ಕುಟುಂಬ ತೀರಾ ಹಿಂದಿದ್ದಾರೆ. ಅವ್ರ ಅನುಭವ ಅನ್ಕೂಲಕ್ಕೆ ತಕ್ಕಂತೆ ಮಾತಾಡಿದ್ದಾರೆ" ಅತ್ಯಂತ ನವಿರಾಗಿ ಉದಾಹರಣೆಗಳ ಸಹಿತ ಅವರನ್ನು ಸಾಂತ್ವನಿಸಿದ್ದು ಪ್ರಯಾಸದಿಂದಲೇ.

ತಕ್ಷಣ ಅವಳಿಗೆ ವಸಂತಮ್ಮನ ನೆನಪಾಯಿತು. ಈಚೆಗೆ ನರ್ಸಿಂಗ್ ಹೋಂಗೆ ಬಂದಿರಲಿಲ್ಲ ಕೂಡ. ಒಮ್ಮೆ ಭೇಟಿಯಾಗಬಹುದೆನಿಸಿದಾಗ ಕೂದಲು ಬಾಚಿಪಿನ್ನು ಹಾಕಿಕೊಂಡು ಮುಖಕ್ಕೆ ಒಂದು ರೌಂಡುಪೌಡರ್ ಹಾಕಿ ಸ್ಟಿಕರ್ ಅಂಟಿಸಿಕೊಂಡು ಹೊರಗೆ ಬಂದಳು.

ರಾಘವೇಂದ್ರ ಸ್ಕೂಟಿ ಮೇಲೆ ಹತ್ತಿ ಕೂತಿದ್ದ. ಅದು ಮನೆಯಲ್ಲಿದ್ದರೆ ಇವನ ಸವಾರಿ ಅನಿವಾರ್ಯ.

"ಅಕ್ಕ, ನಾನು ಬರ್ತೀನಿ" ಬೇಡಿಕೆ ಮಂಡಿಸಿದ.

ಕೆನ್ನೆ ತಟ್ಟಿ ಇಳಿಸಿ "ಇದು ಕಾನ್ವೆಂಟ್. ಶಿಸ್ತು ಜಾಸ್ತಿ. ಸರ್ಯಾಗಿ ಓದದಿದ್ದರೆ ತುಂಬ ಪನಿಷ್ ಮಾಡ್ತಾರೆ. ಆಟ, ತಿರ್ಗಾಟ ಎಲ್ಲಾ ಬಿಟ್ಟು ಓದ್ಕೋಬೇಕು. ನಾನು ಬರೋದ್ರೊಳ್ಗೆ ಹೋಂವರ್ಕ್ ಮುಗ್ಸು" ಅನುನಯಿಸಿ ಒಳಗೆ ತಂದುಬಿಟ್ಟಳು.

ಅವನು ಹೋಗಿ ತಾಯಿಯ ಮಡಿಲೇರಿ ಪಿಸುಗುಟ್ಟಿದ ಕೂಡಲೇ ಶಾರದಮ್ಮ "ಮೂರ್ಹೊತ್ತು ಓದ್ಕೊನ್ನೋದು ಏನು ಚೆನ್ನ. ಒಬ್ಬೆ ಹೋಗೋ ಬದ್ಲು ಕರ್ಕಂಡ್ ಹೋಗು. ಅವನಿಗೂ ಬೇಸರ" ಶಿಫಾರಸು ಮಾಡಿದರು.

"ಬೇಡಮ್ಮ ಅವ್ನಿಗೆ ಬೇಜಾರಾಗುತ್ತೆ. ನಾನು ಹೋಗ್ತಾ ಇರೋದು ಡಾಕ್ಟ್ರ ಮನೆಗೆ" ನಿರಾಕರಿಸಿದಳು. ಈಗಾಗಲೇ ಒಂದೆರಡು ಸಲ ರಾಘವೇಂದ್ರನನ್ನು ಕರೆದುಕೊಂಡು ಹೋದಾಗ ಪರ್ಸ್ ಖಾಲಿ ಮಾಡಿಸಿದ್ದ.

ಮುದ್ದಿನ ಕಡೆಯ ಸಂತಾನ. ಶಾರದಮ್ಮನ ಅಪರಿಮಿತ ತಾಯಿ ವಾತ್ಸಲ್ಯದಿಂದ ಕೇಳಿದ್ದು ಕೊಡಿಸಲೇಬೇಕೆಂಬ ಹಟ. ಸದ್ಯಕ್ಕೆ ಇದು ಮಾರಕ. ಏನಾದರೂ ಗದರಿದಾಗಲೇ ಅಳೋಕೆ ಶುರು ಮಾಡಿಬಿಡುತ್ತಿದ್ದ. ಅದರಿಂದ ಅವನನ್ನು ಕರೆದೊಯ್ಯಲು ಹಿಂಜರಿಯುತ್ತಿದ್ದಳು.

ಪೆಟ್ರೋಲ್ ಬಂಕ್‌ನಲ್ಲಿ ಎರಡು ಲೀಟರ್ ಪೆಟ್ರೋಲ್ ಹಾಕಿಸಿಕೊಂಡು ಹತ್ತಿದಳು. ಸೆಕೆಂಡ್ ಹ್ಯಾಂಡ್ ವೆಹಿಕಲ್. ಆಗಾಗ ತಪಾಸಣೆ, ಟ್ರೀಟ್‌ಮೆಂಟ್. ಕೆಲವೊಮ್ಮೆ ಅವಳ ತಲೆ ಬಿಸಿಯಾಗಿಬಿಡುತ್ತಿತ್ತು.

ಕಾಂಪೌಂಡ್‌ನ ತೋಟದಲ್ಲಿ ಗಿಡಗಳಿಗೆ ಗೊಬ್ಬರ ಹಾಕುತ್ತಿದ್ದ ವಸಂತಮ್ಮ ಇವಳನ್ನು ನೋಡಿ ಕಣ್ಣರಳಿಸಿ ಕೈತೊಳೆದು ಬಂದವರು ಅವಳ ಕೈಹಿಡಿದುಕೊಂಡು "ಒಂದ್ಸಲ ಬಂದಿದ್ದೆ ನೀನು ರಜಾಂತ ಗೊತ್ತಾಯ್ತು. ಅಂತು ನೆನೆಸ್ಕೊಂಡ್ ಬಂದೆಯಲ್ಲ ತುಂಬ ಸಂತೋಷ" ಆಕೆಯ ಕಣ್ಣುಗಳಲ್ಲಿ ಆತ್ಮೀಯತೆಯ ಮಹಾಪೂರವೆ ಇತ್ತು.

ವಸಂತಮ್ಮನ ನೋಟ ಅವಳ ಮೇಲೆ ಸೂಕ್ಷ್ಮವಾಗಿ ಹರಿದಾಡಿ ಕರಿಮಣಿಯ ಮೇಲೆ ನಿಂತಿತು. "ಮೊನ್ನೆ ಡಿಪಾರ್ಟ್‌ಮೆಂಟಲ್ ಸ್ಟೋರ್‌ನಲ್ಲಿ ಡಾ॥ ಸುಧಾಕರ್ ಸಿಕ್ಕಿ ಮಾತಾಡಿಸಿದರು. ನೀನು ವಿವಾಹವಾಗಿ ಹನಿಮೂನ್‌ಗೆ ಹೋದೇಂತ ತಿಳಿಸಿದಾಗ ತಮಾಷೆಗೆಂದುಕೊಂಡೆ. ಆದರೆ ಅದು ನಿಜ. ನಮ್ಗೂ ಒಂದು ಇನ್ವಿಟೇಷನ್ ಕೊಟ್ಟಿದ್ದರೆ ಹರಸಿಬರ್ತಾ ಇದ್ವಿ" ಆಕ್ಷೇಪಿಸಿದರು.

"ಆತುರದಲ್ಲಿ ನಡೆದುಹೋದ ವಿವಾಹ. ನರ್ಸಿಂಗ್ ಹೋಂನಲ್ಲಿ ಕೂಡ ಯಾರ್ಗೂ ಗೊತ್ತಿರಲಿಲ್ಲ. ಈಗ ಅಂಕಲ್ ಹೇಗಿದ್ದಾರೆ?" ವಿಚಾರಿಸಿದಾಗಲೇ "ಮನೆಯಲ್ಲೇ ಇದ್ದಾರೆ ನೋಡ್ಬಾ" ಕರೆದೊಯ್ದರು. ಪುಸ್ತಕ ಓದುತ್ತಿದ್ದ ಅವರನ್ನು ಕಂಡ ಕೂಡಲೇ ಕೈಜೋಡಿಸಿದಳು.

"ಬಾಮ್ಮ.... ಬಾ" ಎಂದು ಆಹ್ವಾನಿಸಿದರು.

ಆ ಮನುಷ್ಯ ಸಂಧ್ಯಾ ಮಾಡಿದ್ದನ್ನು ಎಂದೂ ಮರೆಯರು. ಅವಳದಲ್ಲದ ಡ್ಯೂಟಿಯನ್ನು ತಲೆಯ ಮೇಲೆ ಹಾಕಿಕೊಂಡು ಉಪಚರಿಸಿದ್ದಳು. ಧೈರ್ಯ ಹೇಳಿದ್ದಳು. ಇವೆಲ್ಲ ಸದಾ ನೆನಪಿನಲ್ಲಿ ಇರಬೇಕಾದ ವಿಷಯಗಳು.

"ಕೂತ್ಕೋ.... ಬಂದೇ" ವಸಂತಮ್ಮ ಇವಳನ್ನು ಕೂಡಿಸಿ ಒಳಗೆ ಹೋದಾಗ "ಅಂಕಲ್, ಮತ್ತೆ ನೋವು ಬಂದಿತ್ತಾ?" ಕೇಳಿದಳು.

ಅವರ ಮುಖದ ಉತ್ಸಾಹ ಇಂಗಿತು. "ಎರಡು ದಿನದ ಹಿಂದೆ ಬಂದಿತ್ತು. ನೋವು ಎಷ್ಟು ತೀವ್ರವಾಗಿತ್ತೆಂದರೆ ನಾನು ಸತ್ತೇ ಹೋದೇಂತ ಅಂದ್ಕೊಂಡೆ. ಆಯಸ್ಸು ಗಟ್ಟಿಯಾಗಿರಬೇಕು ಉಳ್ಕೊಂಡೆ. ವಸಂತ ಸತ್ತ ಮೇಲೆ ನಾನು ಸಾಯ್ಬೇಕೂಂತ ದೇವರಲ್ಲಿ ಅಹಾವಾಲು ಸಲ್ಲಿಸಿದ್ದಾಳೆ. ಹೆಂಗಸರ ಮೇಲೆ ದೇವರಿಗೂ ಕರುಣೆ ಜಾಸ್ತಿ. ಅದ್ಕೇ ನನ್ನ ಉಳಿಸಿದ್ದಾನೆ" ಎಂದರು. ಆಗ ಅವರ ಸ್ವರದಲ್ಲಿ ಹರಿದು ಬಂದಿದ್ದು ಹೆಂಡತಿಯ ಮೇಲಿನ ಪ್ರೇಮಾಭಿಮಾನಗಳು.

ಕೊಂಡುಬಳೆಗಳನ್ನು ಹಾಕಿಕೊಂಡು ಬಂದು ಅವಳ ಮುಂದಿಟ್ಟ ವಸಂತಮ್ಮ "ಅವ್ರು ನೋವು ಅನುಭವಿಸೋದು ನೋಡ್ಲಾರೆ. ಜಗತ್‌ನಲ್ಲಿರೋ ಎಲ್ಲ ದೇವರಿಗೂ ಹರಕೆ ಹೊತ್ಕೊಂಡಿದ್ದೀನಿ. ಆದ್ರೂ ಏನು ಪ್ರಯೋಜನವಾಗ್ತ ಇಲ್ಲ. ಡಾಕ್ಟುಗಳು ನಮ್ಮಿಂದ ಏನೋ ಮುಚ್ಚಿಡ್ತಾ ಇದ್ದಾರೆ" ಕಣ್ಣೀರು ಹಾಕುತ್ತ ಆರೋಪವನ್ನೊರಸಿದರು.

ತಜ್ಞವೈದ್ಯರ ಪ್ರಕಾರ ಅವರ ಹೃದಯ ಚೆನ್ನಾಗಿತ್ತು. ಹೃದಯಕ್ಕೆ ಸಂಬಂಧಪಟ್ಟ ಯಾವುದೇ ಕಾಯಿಲೆ ಇಲ್ಲವೆಂದು ರಿಪೋರ್ಟ್‌ಗಳು ಸಾಬೀತುಗೊಳಿಸಿತ್ತು. ಅವರ ಇಡೀ ದೇಹ ಆರೋಗ್ಯವಾಗಿತ್ತು. ಯಾವ ನ್ಯೂನತೆಗಳು ಇರಲಿಲ್ಲ. ಮಾನಸಿಕ ತಜ್ಞರನ್ನು ನೋಡಲು ಹಿಂಜರಿದಿದ್ದಕ್ಕೆ ಕಾರಣ ಗೊತ್ತಿರಲಿಲ್ಲ.

"ಮೊನ್ನೆ ನೋವು ಬಂದಾಗ ಏನ್ಮಾಡಿದ್ರಿ?" ಕೇಳಿದಳು ಸಂಧ್ಯಾ.

"ಏನೇನು ಮಾಡ್ಲಿಲ್ಲ. ಕಡೆಗೆ ಯಾವ್ದೇ ಮಾತ್ರೆ ಕೂಡ ಕೊಡ್ಲಿಲ್ಲ. ದೇವರ ಮುಂದೆ ಹೋಗಿ ಕೂತಿದ್ದೆ. ತಾನಾಗಿ ಕಡ್ಮೆ ಆಯ್ತು. ಮತ್ತೆ ಯಾವಾಗ ವಕ್ಕರಿಸುತ್ತೋ?" ಎಲ್ಲಾ ನಿಧಾನವಾಗಿ ಹೇಳಿದರು.

ಮೂರು ವರ್ಷದ ಹಿಂದೆ ಮೊದಲ ಸಲ ಎದೆನೋವು ಬಂದಾಗ ಆತಂಕದಿಂದ ನರ್ಸಿಂಗ್ ಹೋಂಗೆ ಸೇರಿಸಿದ್ದರು. ಒಂದು ವಾರ ಅಲ್ಲೇ ಇರಿಸಿಕೊಂಡು ಎಲ್ಲಾ ಟೆಸ್ಟ್‌ಗಳ ನಂತರ ಹೈಪರ್ ಅಸಿಡಿಟಿ ಎಂದು ತೆಗೆದುಕೊಳ್ಳಬೇಕಾದ ಟ್ರೀಟ್‌ಮೆಂಟ್ ಬಗ್ಗೆ ಸೂಚಿಸಿದ್ದರು.

ಆಮೇಲೆ ಆಗಾಗ ಒಂದೊಂದು ಸೇದುತ್ತಿದ್ದ ಸಿಗರೇಟು ಬಿಟ್ಟಿದ್ದು. ಹೊಟ್ಟೆಯನ್ನು ಖಾಲಿ ಬಿಡದೇ ಹಾಲು, ಮಜ್ಜಿಗೆ ಜಾಸ್ತಿ ಕುಡಿದಿದ್ದು. ಗುಣ ಕಾಣದೆ ಅವರಿಬ್ಬರ ಸಲಹೆಯಂತೆ ಆಯುರ್ವೇದ, ಹೋಮಿಯೋಪತಿ ಡಾಕ್ಟರ್‌ಗಳಿಗೆ ಕೂಡ ತೋರಿಸಿದ್ದು, ಕಡೆಗೆ ಮತ್ತೆ ಮೊರೆಹೊಕ್ಕಿದ್ದು ಎಲ್ಲವನ್ನು ಹೇಳಿಕೊಂಡರು.

"ನನ್ನ ಎದೆ ನೋವು ಭ್ರಮೇಂತ ಬೈಯ್ತಾರೆ ನೆಂಟರಿಷ್ಟರು. ಅನುಭವಿಸುವ ನನಗೆ ಗೊತ್ತು ಅವ್ರಿಗೇನು" ವಸಂತಮ್ಮನ ಗಂಡ ತಮ್ಮ ನೋವು ಬೇಜಾರನ್ನು ತೋಡಿಕೊಂಡರು.

ಒಳ್ಳೆ ಕೆಲಸ, ಕೈತುಂಬಾ ಸಂಬಳ. ಯಾವುದೇ ದುರಭ್ಯಾಸಗಳಿಲ್ಲ. ಪ್ರೀತಿಸಿ ಅಕ್ಕರೆ

ತೋರುವ ಹೆಂಡತಿ. ಬಂಧು-ಬಳಗದವರಿಂದ ತಾಪತ್ರಯವಿಲ್ಲ. ಒಳ್ಳೆಯ ಸ್ನೇಹಿತರು ಇದ್ದರು. ಮೇಲಧಿಕಾರಿಗಳಿಂದ ಕಿರುಕುಳವಿಲ್ಲ. ಇಷ್ಟು ಅವರುಗಳ ಮಾತುಕತೆಯಿಂದ ತಿಳಿಯಿತು. ಅಂಥದ್ದರಲ್ಲಿ ಮಾನಸಿಕ ಅಸ್ವಸ್ಥತೆಯಿಂದ ಎದೆನೋವು ಬರಲು ಸಾಧ್ಯವೇ?

ಆ ಮನೆಯಲ್ಲಿ ಅವರಿಬ್ಬರ ಹೊರತು ಮೂರನೆಯವರು ಇದ್ದಾರೇಂತ ಅನ್ನಿಸಲಿಲ್ಲ. ಸಂತಾನದ ವಿಷಯ ಅವರುಗಳ ಮಾತುಕತೆಯಲ್ಲಿ ನುಸುಳಿರಲಿಲ್ಲ.

"ದಯವಿಟ್ಟು ತಪ್ಪು ತಿಳ್ಕೋಬೇಡಿ. ನರ್ಸಿಂಗ್ ಹೋಂನಲ್ಲಿ ಅಡ್ಮಿಟ್ಟಾಗಿದ್ದಾಗ ನೆಂಟರು, ಸ್ನೇಹಿತರು ಬಂದಿದ್ದುಂಟು. ಆದರೆ ಮಕ್ಳೂಂತ ಯಾರು ಬರ್ಲಿಲ್ಲ. ಅವುಗಳು ಬೇರೆ ಕಡೆ ಇದ್ದಾರ? ಅಥ್ವಾ ನಿಮ್ಮ ಅವುಗಳ ಮಧ್ಯೆ ವೈಮನಸ್ಸು?" ಕೇಳಲೋ ಬೇಡವೋಂತ ಕೇಳಿದಳು.

ದಂಪತಿಗಳ ಮುಖದಲ್ಲಿ ಕಾರ್ಮೋಡಗಳು ಇಣುಕಿದವು. ವಸಂತಮ್ಮನ ಗಂಡ ಎದ್ದು ಹೋದರು. ಆಕೆ ಬಾಯಿಗೆ ಕೈ ಅಡ್ಡ ಹಿಡಿದು ಬಿಕ್ಕಳಿಸಿದರು.

"ಒಬ್ಳೆ... ಒಬ್ಳು ಮಗ್ಳು. ಹತ್ತು ಕಟ್ಟೋ ಕಡೆ ಒಂದು ಮುತ್ತು ಕಟ್ಟು ಅನ್ನೋ ಹಾಗೆ..." ಅಂದು ಆಕೆ ಕಣ್ಣೀರು ತೊಡೆದು ಸಮಾಧಾನ ಮಾಡಿಕೊಂಡು "ಮೂರುವರೆ ವರ್ಷದ ಕೆಳ್ಗೆ ಆಕ್ಸಿಡೆಂಟ್‌ನಲ್ಲಿ ತೀರಿಕೊಂಡ್ಲು. ಆ ವಿಷ್ಯನ ನಾವು ಯಾರೊಂದಿಗೂ ಪ್ರಸ್ತಾಪಿಸೊಲ್ಲ" ದುಃಖ ತಾಳಲಾರದೆ ಆಕೆ ಎದ್ದುಹೋದರು.

ಬಂದ ವಸಂತಮ್ಮನ ಗಂಡ "ಅದ್ಕೆ ನಾನೇ ಕಾರಣ. ನನ್ನ ಸ್ನೇಹಿತನ ಮಗಳ ಮದ್ವೇಲಿ ನಾವೆಲ್ಲ ಆ ದಿನ ಭಾಗವಹಿಸಬೇಕಿತ್ತು. ನೆಂಟರು ಬಂದಿದ್ದರಿಂದ ನಾವಿಬ್ರೂ ನಿಂತು 'ಶಶಿನ ಹೋಗೂಂದೆ'. ಅವ್ಳು ಹೋಗೋದೇ ಇಲ್ಲಾಂತ ಹಟ ಮಾಡಿದ್ಲು. ನಂಗೆ ಅಂಥ ಸಮಾರಂಭಗಳಲ್ಲಿ ಭಾಗವಹಿಸೋಕೆ ಇಷ್ಟವಿಲ್ಲಾಂತ ಗೊಣಗಿದ್ಲು. ವಸಂತನೂ 'ಬೇಡಾಂತ' ಅಂದ್ಲು. ಆದರೆ ನಾನು ರೇಗಾಡ್ದೆ. ಶಶಿ ಮುಖ ಗಡಿಗೆ ಗಾತ್ರ ಮಾಡ್ಕೊಂಡ್ ಹೋದವಳು ಮತ್ತೆ ಬರಲೇ ಇಲ್ಲ. ಬಸ್ ಆಕ್ಸಿಡೆಂಟ್‌ನಲ್ಲಿ ತೀರಿಕೊಂಡ್ಲು" ಮುಸಿಮುಸಿ ಎಂದು ಮಗು ಅತ್ತಂಗೆ ಅತ್ತರು.

ಅವರ ಎದೆಯ ನೋವಿನ ಕಾರಣ ಸಂಧ್ಯಾಳ ಅರಿವಿಗೆ ಬಂತು. ಶಶಿ ಸತ್ತ ಎರಡು ತಿಂಗಳಿಗೆ ಉಸಿರಾಟದಲ್ಲಿ ತೊಂದರೆಯಾಗಿ ಮೊದಲ ಸಲ ಎದೆನೋವು ಬಂತು. ಆಗಾಗ ಅದು ಮರುಕಳಿಸಿ ವ್ಯಾಧಿಯಾಗಿ ಮಾರ್ಪಾಟಾಗಿತ್ತು. ಆ ಬಗ್ಗೆ ದಂಪತಿಗಳಲ್ಲಿ ಅರ್ಧ ಗಂಟೆ ಮಾತಾಡಿದಳು.

"ವ್ಯಾಧಿಗೆ ಕಾರಣ ಗೊತ್ತಾದ್ಮೇಲೆ ಅರ್ಧ ವಾಸಿಯಾದಂಗೆ. ಡಾ।। ನರೋನ ಒಳ್ಳೆ ಸೈಕಿಯಾಟ್ರಿಸ್ಟ್. ಪ್ರತಿ ಶನಿವಾರ ಡಾ।। ಅನುರಾಧ ನರ್ಸಿಂಗ್ ಹೋಂಗೆ ಬಂದು ಪೇಷೆಂಟ್‌ಗಳನ್ನು ನೋಡ್ತಾರೆ. ಇಲ್ಲಿ ಅವರದೇ ಒಂದು ನರ್ಸಿಂಗ್ ಹೋಂ ಇದೆ. ಅಲ್ಲಿಗಾದರೂ ಕರ್ಕೊಂಡೋಹೋಗ್ಬಹ್ದು. ನಾನೇ ಬೇಕಾದರೆ ಬಂದು ಕರ್ಕೊಂಡ್ಹೋಗ್ತೀನಿ."

ಸಂಧ್ಯಾ ಭರವಸೆಯಿಂದ ಅವರ ಬಾಳಿನ ದಿಗಂತದಲ್ಲಿ ಹೊಸ ಚಂದ್ರ

ಮೂಡಿದಂತಾಯಿತು. "ಖಂಡಿತ ನಾನು ಕರ್ಕೊಂಡ್ಹೋಗ್ಬಂದ್ ನಿಂಗೆ ಫೋನ್ ಮಾಡ್ತೀನಿ. ನೀನು ಹೇಳಿದ್ಮೇಲೆ ಖಂಡಿತ ವಾಸಿಯಾಗುತ್ತೆ" ಆಕೆ ಕಣ್ತುಂಬಿ ಹೇಳಿದರು.

ಮದುವೆಗೆ ಬಂದ ಮಗಳನ್ನು ಕಳೆದುಕೊಂಡ ಆಕೆ ದುಃಖಿತಪ್ತಳು. ಈ ನೋವು ನಿರಂತರ. ಅದು ಸಾವಿನೊಂದಿಗೆ ಮಾತ್ರ ಮುಕ್ತಾಯವಾಗಬೇಕು.

ಅವಳು ಹೊರಟು ನಿಂತಾಗ ಸೀರೆ ಕಣದೊಂದಿಗೆ ತಾಂಬೂಲದ ತಟ್ಟೆ ಹಿಡಿದು ಬಂದಾಗ ನಿರಾಕರಿಸಿದಳು. "ಬೇಡಮ್ಮ ಬಂದ... ಬಂದಾಗಲೆಲ್ಲ ಇವೆಲ್ಲ ಚೆನ್ನಾಗಿರೋಲ್ಲ. ಮತ್ತೆ ಎಂದಾದ್ರೂ ಬರಬೇಕೆಂದುಕೊಂಡರೂ ಸಂಕೋಚ ಬಾಧಿಸುತ್ತೆ."

ಆಕೆ ಸಂಧ್ಯಾಳ ಮಾತನ್ನು ಲೆಕಕ್ಕೆ ತೆಗೆದುಕೊಳ್ಳಲಿಲ್ಲ. "ವಿವಾಹವಾದ ಹೆಣ್ಣು. ಅರಿಶಿನ ಕುಂಕುಮ ಬೇಡ ಅನ್ಬಾರ್ದು. ಇದ್ದ ಕುಡಿ ನಮ್ಮುಂದೇನೆ ಕಣ್ಮುಚ್ಚಿತು. ನಿನ್ನ ನೋಡಿದರೇ ಶಶಿ ನೆನಪಾಗುತ್ತೆ. ಸ್ವಲ್ಪ ಮನಸ್ಸು ವಿಶಾಲವಾದರೆ ಜೀವನ ಭಾರಾಂತ ಅನ್ನಿಸೋಲ್ಲ" ಬಲವಂತದಿಂದ ಕೊಟ್ಟರು.

ಬೀಳ್ಕೊಟ್ಟು ಹೊರಟಾಗ ತಿರುವಿನಲ್ಲಿ ಕೆಟ್ಟು ನಿಂತಿತು ಸ್ಕೂಟಿ. ಎಷ್ಟೇ ಪ್ರಯತ್ನಿಸಿದರೂ ಸ್ಕೂಟಿ ಕೇಳದೇ ಮುಷ್ಕರ ಹೂಡಿತು. ಇದೇನು ಅಪರೂಪವಾಗಿರಲಿಲ್ಲ. ಸಿಸ್ಟರ್ ಮಾರ್ಟಿನಾ "ಬೇಡ ಸಂಧ್ಯಾ, ಸುಮ್ನೆ ಬೈಕೋತೀಯಾ. ನನ್ನಣ್ಣನ ಮಗ ಅದ್ನಾ ಹಿಗ್ಗಾ ಮುಗ್ಗ ಓಡಾಡಿಸಿ ಸುಸ್ತು ಮಾಡಿದ್ದಾನೆ. ಅಂಥ ಲೈಫ್ ಇಲ್ಲ." ಕೆಲವೊಮ್ಮೆ ಕಂತಿನ ಹಣ ತಡವಾಗಬಹುದು. ಆಗ ಅವರ ಮುಂದೆ ಹೋಗಿ ಸಪ್ಪಗೆ ನಿಲ್ಲುವುದು ಅವಳಿಗೆ ಬೇಕಿರಲಿಲ್ಲ.

"ವಾಟ್ ಹ್ಯಾಪನ್ಡ್? ಗುಜರಿಗೆ ಹಾಕೋಂಥ ವೆಹಿಕಲ್. ನೀನ್ಯಾಕೆ ತಗೊಂಡೆ ಸಂಧ್ಯಾ? ನಿನ್ನ ಓಡಾಟದ ಸಮಸ್ಯೆ ಮತ್ತಷ್ಟು ಜಾಸ್ತಿ ಆಯ್ತು. ರಿಪೇರಿ ತೀರಾ ದುಂದು. ಬಹುಶಃ ನಿನ್ನ ಸ್ಕೂಟಿ ಖರ್ಚು ನಿಭಾಯಿಸೋಕೆ ಸಂಬಳ ಹೆಚ್ಚಿಸಬೇಕು" ಎಂದು ನಗುತ್ತ ಡಾ॥ ಸುಧಾಕರ್ ಸ್ಕೂಟರ್ ಇಳಿದು ಸ್ಟಾಂಡ್ ಹಾಕಿದ್ದು. ಇಂದೇ ಸ್ವಲ್ಪ ಸ್ವಾಭಾವಿಕವಾಗಿ ಮಾತಾಡಿದ್ದು.

"ಏನೋ ಪ್ರಾಬ್ಲಮ್. ಇಲ್ಲೆ ಮೆಕ್ಯಾನಿಕ್ ಷಾಪ್ ಇದೆ. ಅಲ್ಲಿವರ್ಗೂ ತಳ್ಳಿಕೊಂಡ್ಹೋಗಿ ರಿಪೇರಿ ಮಾಡಿಸ್ಕೋತೀನಿ" ಅಂದಳು ಆರಾಮಾಗಿ. ಅವನ ಕನ್ನಡಕದ ಹಿಂದಿನ ಕಣ್ಣುಗಳು ನಕ್ಕವು. "ಹತ್ತಿರದಲ್ಲಿ ಮೆಕ್ಯಾನಿಕ್ ಷಾಪ್ ಇಲ್ಲ. ಅಲ್ಲಿವರ್ಗೂ ತಳ್ಳಿದರೆ ಪೇಷಂಟ್ ಆಗ್ತೀರಾ. ಸಂಬಳ ಹೆಚ್ಚಿಸಿರ್ಬಹುದ್ದು. ಫ್ರೀ ಟ್ರೀಟ್‌ಮೆಂಟ್ ಅಂತು ಸಿಗೋಲ್ಲ. ಇಲ್ಲೇ ಇರಿ" ಎಂದು ಹೋದ ಡಾ॥ ಸುಧಾಕರ್ ಕಿರಿ ವಯಸ್ಸಿನ ಮೆಕ್ಯಾನಿಕ್‌ನ ಕರೆತಂದು ಅವನಿಗೆ ಒಪ್ಪಿಸಿ "ಅವು ತಳ್ಳಿ ಕೊಂಡ್ಹೋಗಿ ರಿಪೇರಿ ಮಾಡ್ತಾನೆ. ಅದ್ಕೆ ಸ್ವಲ್ಪ ಸಮಯ ಬೇಕಾಗುತ್ತೆ. ಅಲ್ಲಿ ಕಾದು ನಿಲ್ಲೋ ಬದ್ಲು ಒಂದಿಷ್ಟು ಜ್ಯೂಸ್ ಕುಡ್ದು ಬರೋಣ" ಆಹ್ವಾನಿಸಿದ. ಡಾ॥ ಸುಧಾಕರ್‌ನ ಸ್ವಭಾವ ಬಲ್ಲವರು ಅವನನ್ನು ತಪ್ಪು ತಿಳಿಯಲಾರರು.

ಇಂದೇ ಡಾ॥ ಸುಧಾಕರ್ ಸಹಜವಾಗಿ ಮಾತಾಡಿದ್ದು. ಇಂದು ನಿರಾಕರಿಸಿ ಅವನ ಮೂಡ್ ಕೆಡಿಸುವ ಇಷ್ಟವಿಲ್ಲದೆ ಅವನೊಂದಿಗೆ ಗಾರ್ಡನ್ ಜ್ಯೂಸ್ ಸೆಂಟರ್‌ಗೆ ಹೋದಳು.

ಜ್ಯೂಸ್ ತಂದಿಟ್ಟು ಹೋದ ನಂತರ "ಸಂಧ್ಯಾ, ಏನಾಯ್ತು ನಿನ್ನ ದುಬೈ ಪ್ರಯಾಣ?" ಕೇಳಿದ. ಜ್ಯೂಸ್‌ನತ್ತ ಇದ್ದ ನೋಟ ಎತ್ತಲು ಪ್ರಯಾಸಪಟ್ಟಳು "ಇಲ್ಲ ಸರ್, ನಾನು ದುಬೈಗೆ ಹೋಗೋ ಯೋಚ್ನೇ ಎಂದೂ ಮಾಡೋಲ್ಲ" ಅಂದಳು ನಿಧಾನವಾಗಿ.

"ಯಾಕೆ?" ಅವನ ಪ್ರಶ್ನೆ ತೀಕ್ಷ್ಣವಾಗಿತ್ತು.

"ನಂಗೆ ಇಲ್ಲಿ ತುಂಬ ಜವಾಬ್ದಾರಿಗಳಿವೆ" ಅಂದಳು ತಲೆ ಎತ್ತದೆ.

"ದಿಸ್ ಈಸ್ ನಾಟ್ ಗುಡ್. ವಿವಾಹಕ್ಕೆ ಮುನ್ನ ಚಿಂತಿಸ್ಬೇಕಾದ ವಿಷ್ಯ. ಈಗ ಒಂಟಿತನ ಬಾಧಿಸುತ್ತೆ ಸಂಧ್ಯಾ. ಆಕಾಶ್ ಸ್ಥಿತಿನು ಇದೆ. ಈ ಬಗ್ಗೆ ಚಿಂತಿಸು. ಇಬ್ರೂ ಅಭಿಪ್ರಾಯ ವಿನಿಮಯ ಮಾಡ್ಕೊಳ್ಳಿ" ಸೂಚಿಸಿದ. ಒಬ್ಬ ವೆಲ್‌ವಿಷರ್‌ನಂತೆ ಮಾತಾಡಿದ ಡಾ॥ ಸುಧಾಕರ್ ಹೃದಯಕ್ಕೆ ತೀರಾ ಹತ್ತಿರವಾದಂತೆ, ಅಲ್ಲಿ ನಿಂತು ಕಣ್ಣಾಮುಚ್ಚಾಲೆಯಾಡಿದಂತೆ ಗೋಚರಿಸಿದ.

"ಎನಿವೇ, ಇದು ಬರೀ ನನ್ನ ಸಜೆಷನ್. ಮೇಡಮ್‌ಗೆ ತಿಳಿದರೆ ಕೋಪಿಸ್ಕೋತಾರೆ. ನಿನ್ನ ಇಲ್ಲಿ ಇರಿಸಿಕೊಳ್ಳೋ ಸಲುವಾಗಿಯೇ ಎಲ್ಲಾ ಸ್ಟಾಫ್‌ಗೂ ಸಂಬಳ ಹೆಚ್ಚಿಸಿರೋದು. ಅಲ್ಲಿ ಸ್ವಾರ್ಥವಿದೆ. ನಿಂಗೆ ನಿನ್ನ ಬದ್ಕು ಮುಖ್ಯವಾಗ್ಬೇಕು" ಎಂದವನು ಮಾತು ಬದಲಾಯಿಸಿ "ಎದೆ ನೋವಿನ ನಿನ್ನ ಪೇಷಂಟ್‌ನ ನೋಡೋಕೆ ಬಂದಿದ್ಯಾ? ಯು ಆರ್ ಲಕ್ಕಿ. ಒಬ್ಬ ಪೇಷಂಟ್ ಕೂಡ ನನ್ನ ಮನೆಗೆ ಆಹ್ವಾನಿಸಿಲ್ಲ" ಎಂದು ಮೇಲೆದ್ದು ಬಂದು ಕೌಂಟರ್‌ನಲ್ಲಿ ಬಿಲ್ ಕೊಟ್ಟು ಇಬ್ಬರು ಹೊರಬಂದರು.

ಆಮೇಲೆ ವಸಂತಮ್ಮನ ಗಂಡನ ಎದೆನೋವು, ಅದರ ಹಿಂದಿನ ಮಗಳ ಸಾವಿನ ಬಗ್ಗೆ ತಿಳಿಸಿ "ಡಾ॥ ನರೋನಾನ ಮೀಟ್ ಮಾಡೋಕೆ ಒಪ್ಕೊಂಡಿದ್ದಾರೆ" ಎಂದು ತಿಳಿಸಿದಳು.

ಡಾ॥ ಸುಧಾಕರ್ ಪರಧ್ಯಾನದಲ್ಲಿದ್ದುದ್ದರಿಂದ ಆ ಮಾತುಗಳ ಬಗ್ಗೆ ಆಸಕ್ತಿವಹಿಸಲಿಲ್ಲ. ಮೆಕ್ಯಾನಿಕ್ ಷಾಪ್ ಬಳಿ ಬಂದು ಸ್ಕೂಟರ್ ನಿಂತಿತು. ಡಾ॥ ಸುಧಾಕರ್ ಕೂಡ ಸ್ಕೂಟರ್‌ನಿಂದ ಇಳಿದು ಅವಳೊಂದಿಗೆ ಬಂದ.

"ಇನ್ನು ಹತ್ತೇ ಹತ್ತು ನಿಮಿಷ ಸರ್. ರೆಡಿಯಾಗ್ಬಿಡುತ್ತೆ" ಕೈಗೆ ಮೆತ್ತಿದ ಆಯಿಲ್ ಬಟ್ಟೆಗೊರಸಿಕೊಂಡು ಮೇಲೆದ್ದ. ಹದಿನೆಂಟರ ಒಳಗಿನ ವಯಸ್ಸು. ಕೈ ಕಾಲು ಜೊತೆ ಮುಖದಲ್ಲೆಲ್ಲ ಮಸಿ, ಆಯಿಲ್, ಧರಿಸಿದ್ದ ಪ್ಯಾಂಟ್, ಷರಟಿಗೆ ಕೈಯಲ್ಲಿನ ಕೊಳಕನ್ನೆಲ್ಲ ಆಗಾಗ ಒರೆಸುತ್ತಿದ್ದರಿಂದ ಅದ್ಭುತವಾದ ಆರ್ಟ್‌ನಂತೆ ಗೋಚರಿಸುತ್ತಿತ್ತು.

"ನಾನು ತಗೊಂಡ್ ಹೋಗ್ತೀನಿ ಡಾಕ್ಟರ್" ಎಂದಳು.

"ಇಲ್ಲಿ ನಿಲ್ಲೋದು ಕಷ್ಟ. ಆ ಮ್ಯಾಗ್‌ಜೀನ್ ಅಂಗಡಿ ಹತ್ರ ಇರ್ತೀನಿ. ಅಲ್ಲಿಗೆ ನಿನ್ನ

ರಿಪೇರಿಯಾದ ಕೂಡ್ಲೆ ವೆಹಿಕಲ್ ತಗೊಂಬಾ" ಎಂದು ಸ್ಕೂಟರ್ ಅತ್ತ ಹೊರಟ. ಅತ್ತಿತ್ತ ನೋಡಿದಳು. ಡಾ॥ ನಂದಿನಿಯ ಕಣ್ಣುಗಳು ನೋಡಿದಂತಾಯಿತು. "ನಿಮಗ್ಯಾಕೆ ತೊಂದರೆ? ಸ್ಕೂಟಿ ರಿಪೇರಿಯಾದ ಕೂಡ್ಲೇ ತಗೊಂಡ್ ಹೋಗ್ತೀನಿ" ಹೇಳಿದಳು. ಡಾ॥ ಸುಧಾಕರ್ ಒಪ್ಪಲಿಲ್ಲ.

"ನನ್ನೊತೆ ಬರೋಕೆ ಹೆದರಿಕೆನಾ? ಕತ್ತಿನಲ್ಲಿ ಮದ್ವೆಯಾಗಿರೋಕೆ ಲೈಸೆನ್ಸ್ ಇದೆ. ಮೊದ್ಲಿಗೂ ಈಗಿನದಕ್ಕೂ ಒಂದಿಷ್ಟು ಡಿಫರೆನ್ಸ್ ಇರುತ್ತೆ" ಎಂದು ನಕ್ಕ. ಅವಳಮ್ಮನ ಮಾತು ಮಿದುಳಿನಲ್ಲಿ ಹರಿದಾಡಿತು. ವ್ಯವಸ್ಥೆ ವ್ಯಕ್ತಿ ಬದುಕಿನ ವಿನ್ಯಾಸವನ್ನೇ ರೂಪಿಸಿದೆಯೆನಿಸಿತು.

ದಾರಿಯಲ್ಲಿ ಒಂದು ಕಿವಿ ಮಾತು ಹೇಳಿದ. "ನಿನ್ನ ಸ್ಕೂಟಿ ಹೋಪ್‌ಲೆಸ್ ಕೇಸ್. ಕಿಡ್ನಿ ಪೂರ್ತಿ ಫೈಲ್ಯೂರ್. ಡಯಾಲಿಸಿಸ್ ಕಾಸ್ಟ್ಲಿ. ಏನು ಪ್ರಯೋಜನವಿಲ್ಲ. ರೀ ಪ್ಲಾಂಟೇಶನ್ ಆಗ್ಬೇಕು. ಇವೆಲ್ಲ ರಿಸ್ಕ್. ಆರಾಮಾಗಿ ಮಾರ್ಬಿಟ್ಟು ಸಿಟಿ ಬಸ್ಸಿನಲ್ಲಿ ಓಡಾಡ್ಬಹ್ದು."

ಸಂಧ್ಯಾಗೆ ಅತ್ಯಂತ ಸೂಕ್ತವೆನಿಸಿತು.

"ಥ್ಯಾಂಕ್ಯೂ ಫಾರ್ ಯುವರ್ ಗುಡ್ ಸಜೆಷನ್ ಸರ್. ಆ ಬಗ್ಗೆ ಯೋಚಿಸ್ತೀನಿ" ಎಂದಳು.

ಒಂದಿಷ್ಟು ಮ್ಯಾಗ್‌ಝಿನ್ ಖರೀದಿಸುವ ವೇಳೆಗೆ ಆ ಹುಡುಗ ಸ್ಕೂಟರ್ ತಂದು ನಿಲ್ಲಿಸಿ ಕೈಯೊರೆಸಿಕೊಂಡ. "ಅಕ್ಕ, ಸ್ಕೂಟಿಯಲ್ಲಿ ಏನೇನು ಬಂಡವಾಳವಿಲ್ಲ. ಒಮ್ಮೆ ತಂದು ಒಂದ್ತಿಂಗ್ಳು ನನ್ಹತ್ರ ಬಿಟ್ಬಿಡಿ. ಹೊಸ ಗಾಡಿ ಮಾಡ್ಬಿಡ್ತೀನಿ" ಎಂದವ "ನನ್ನ ನೀವು ಮರ್ತುಬಿಟ್ಟಿದ್ದಿರೇನೋ. ಒಂದ್ಸಲ ನರ್ಸಿಂಗ್ ಹೋಂ ಮುಂದೇನೆ ಸಣ್ಣ ಆಕ್ಸಿಡೆಂಟ್ ಆಗಿತ್ತು. ಆವತ್ತು ನನ್ಹತ್ರ ಹಣ ಇರ್ಲಿಲ್ಲ. ಹೇಳಿ ಕಳಿಸಿದ್ರೂ ಗ್ಯಾರೇಜ್ ಯಜಮಾನ ಬರ್ಲಿಲ್ಲ. ಆಗ ಬಿಲ್ ಹಣ ನೀವೇ ಕೊಟ್ಟಿದ್ರಿ. ಆ ಋಣ ಎಂದಾದ್ರೂ ತೀರಿಸೋಕೆ ಸಾಧ್ಯನಾ? ನಂಗೆ ಮೂರ್ಕಾಸು ಕೊಡ್ಬೇಡಿ. ನಿಮ್ಮ ಗಾಡಿನ ತಂದ್ಬಿಡಿ. ಇನ್ನೊಬ್ಬ ಮೆಕ್ಯಾನಿಕ್ ಒಂದ್ವರ್ಷ ಯಾರು ಕೈಹಾಕ್ಬಾರ್ದು" ಎಂದು ಹೇಳಿ ಹೊರಟೇಬಿಟ್ಟ.

ಸಂಧ್ಯಾ ಚಪ್ಪಾಳೆ ತಟ್ಟಿ ಕೂಗಿದರೂ ಅವನು ಕೈಯಾಡಿಸಿದನೇ ವಿನಾ ಹಿಂದಕ್ಕೆ ಬಂದು ಮಾಡಿದ ಕೆಲಸಕ್ಕೆ ಮಜೂರಿ ಪಡೆಯಲಿಲ್ಲ. ಅಂದಿನ ಆ ಪುಟ್ಟ ಘಟನೆ ನೆನಪಿತ್ತು. ಬಾಯಿ ತುಂಬ ಹೊಗಳಿದ್ದ. ಹೊಗಳಿಕೆಗೆ ಅವಳಲ್ಲಿ ಪ್ರತಿಸ್ಪಂದನ ಕಡಿಮೆ.

"ಯು ಆರ್ ಲಕ್ಕಿ. ಅಂದಿನದನ್ನು ಸಾಲವಾಗಿ ತಿಳಿದಿದ್ದೂ ಮನುಷ್ಯ ಗುಣ. ಈ ತರಹ ಸಾಲಗಾರರೇ ಬಂದು ಋಣ ಸಂದಾಯ ಮಾಡೋದು ಭಾರತದ ಸಂಸ್ಕೃತಿಯ ಲಕ್ಷಣ ಇರ್ಬೇಕು. ಅದು ವಿದ್ಯಾವಂತನಲ್ಲದ ಅವ್ನಿಗೆ ಗೊತ್ತು. ಕಾಲೇಜಿನಲ್ಲಿ ಕಲಿತ ಪುಸ್ತಕಗಳಲ್ಲಿ ಆ ಬಗ್ಗೆ ಪಾಠ ಇಲ್ಲ. ಸೀಯು...." ಡಾ॥ ಸುಧಾಕರ್ ಸ್ಕೂಟರ್ ಹತ್ತಿ ಹೊರಟೇಬಿಟ್ಟ.

ಡಾ॥ ಸುಧಾಕರ್ ಅವಳ ಮೃದು ಮನಸ್ಸನ್ನು ತಟ್ಟಿದ್ದ. ಅಲ್ಲಿ ಭಾವನೆಗಳು

ಕೆರಳಲಿಲ್ಲ. ಹಾಯಾಗಿ ಮಲಗಿ ನಿದ್ದೆ ಮಾಡಿದವು. ಅಲ್ಲಿ ಜವಾಬ್ದಾರಿ ಅವುಗಳ ಮೇಲೆ ಸವಾರಿ ಮಾಡುತ್ತಿತ್ತು. ಇದು ಹಲವು ಮೊಳಕೆಗಳನ್ನು ನಿರ್ದಾಕ್ಷಿಣ್ಯವಾಗಿ ಹೊಸಕಿ ಹಾಕಬಲ್ಲದು.

ಆ ಬಗ್ಗೆ ಸಂಧ್ಯಾ ಚಿಂತಿಸಲಿಲ್ಲ. ಅವಳ ಕುಟುಂಬವನ್ನು ಕಾಪಾಡಿಕೊಳ್ಳಬೇಕಾದ್ದು ಕರ್ತವ್ಯ. ಅನಿವಾರ್ಯ ಕೂಡ.

* * * *

ಡಾ|| ಸುಧಾಕರ್ ಹೊರಡುವ ವೇಳೆಗೆ ಹೊರಬಂದ ಡಾ||ಪರಮೇಶ್ವರ್ ಚಪ್ಪಾಳೆ ತಟ್ಟಿ ಅವನನ್ನು ಕರೆದರು. ಡಾ|| ನಂದಿನಿಯ ತಂದೆ ಸಾಕಷ್ಟು ಸಲ ಅವರ ಮುಂದೆ ವಿಷಯವಿಟ್ಟು ಆಫರ್ ಕಳಿಸಿದ್ದರು. ಬಹುಶಃ ಇವರಿಂದ ಸರಿಯಾಗಿ ನಿರ್ವಹಿಸಲು ಸಾಧ್ಯವಾಗಿರಲಿಲ್ಲ.

"ನಿನ್ಹತ್ರ ಮಾತಾಡೋದಿತ್ತು" ಅಂದರು ಮೆಲ್ಲಗೆ.

"ವಾಟ್, ಮತ್ತೆ ಏನಾದ್ರೂ ಸಂಬಳ ಜಾಸ್ತಿ ಮಾಡೋ ಉದ್ದೇಶವಿದ್ಯಾ?" ಹುಬ್ಬೇರಿಸಿ ನಕ್ಕಾಗ "ಯೂ ನಾಟಿ ಬಾಯ್" ಪ್ರೀತಿಯಿಂದ ಬೈಯ್ದು "ಮಾರಾಯ ನಿನ್ನ ಬಯೋಡಟಾ-ಜಾತ್ಕ ಎರಡನ್ನು ತಂದ್ಕೊಡು. ಡಾ|| ನಂದಿನಿಯ ತಂದೆ ನನ್ನ ಪ್ರಾಣ ತಿಂತಾ ಇದ್ದಾನೆ" ಅಂದ ಕೂಡಲೇ ಹಣೆಯುಜ್ಜಿ 'ಉಸ್' ಎಂದು ಉಸಿರುದಬ್ಬಿದ.

"ಅವ್ರಿಗೆ ನಂಗಿಂತ ಉತ್ತಮವಾದ ಗಂಡು ಸಿಗೋಲ್ವಾ? ಯಾಕೆ ನನ್ನ ಹಿಂದೆ ಬಿದ್ದಿದ್ದಾರೆ. ನನ್ನ ಸ್ವಭಾವ ಗೊತ್ತು. ನಂಗೆ ಭಯಂಕರ ಹಿನ್ನೆಲೆ ಏನಿಲ್ಲ. ಬಹುಶಃ ಜಾತಕ ಬರೆಸೋ ಪದ್ಧತಿ ಇರಲಿಲ್ಲವೇನೋ. ಅಂಥದೆಲ್ಲ ನಮ್ಮಲ್ಲಿ ಇಲ್ಲ. ಇನ್ನು ಬಯೋಡಾಟಾ ಕೂಡ ಸಿಂಪಲ್. ಎಂ.ಬಿ.ಬಿ.ಎಸ್. ಬಿಟ್ಟು ಬೇರೆ ಡಿಗ್ರಿಗಳಿಲ್ಲ. ಇದಿಷ್ಟು ನಂದಿನಿಗೆ ಸಾಲೋಲ್ಲ. ಆರಾಮಾಗಿ ಎಫ್.ಐ.ಸಿ.ಎ., ಎಫ್.ಆರ್.ಸಿ.ಎಸ್. ಮಾಡಿರೋ ಗಂಡನ್ನ ಹುಡ್ಕಿಕೊಳ್ಳೋಕೆ ಹೇಳಿ. ಆ ಜನಕ್ಕೆ ಅಷ್ಟೊಂದು ಕಾಮನ್‌ಸೆನ್ಸ್ ಇಲ್ವಾ? ನನ್ನ ಸಂಬ್ಳವೆಲ್ಲ ಡಾ|| ನಂದಿನಿ ಬಳಸೋ ಪರಫ್ಯೂಮ್‌ಗೆ ಸಾಕಾಗೊಲ್ಲ. ಇಂಥ ಪ್ರಯತ್ನದಿಂದ ನಿಮ್ಗೆ ಒಂದು ಒಳ್ಳೆ ಹೆಸರು ಬರೋ ಸಾಧ್ಯತೆ ಕೂಡ ಇಲ್ಲ" ಧಾರಾಳವಾಗಿ ಮಾತಿನ ಮಳೆಯನ್ನೇ ಸುರಿಸಿದಾಗ ಡಾ. ಪರಮೇಶ್ವರ್ ಕೈ ಮುಗಿದುಬಿಟ್ಟರು.

ಬಂದ ಸಿಸ್ಟರ್ ಡಾ|| ಸುಧಾಕರ್‌ನ ಒಳಗೆ ಕರೆದೊಯ್ದಾಗ ಕಾರು ಹತ್ತಿದರು ಡಾ|| ಪರಮೇಶ್ವರ್. 'ಹುಡುಗ ಬಹಳ ಚಾಲೂಕು' ಅಂದುಕೊಂಡರು. ಈ ನರ್ಸಿಂಗ್ ಹೋಂಗೆ ಅವನೊಂದು ಆಸ್ತಿಯೇ. ಎಂ.ಎಸ್. ಅಥವಾ ಎಂ.ಡಿ. ಮಾಡುವ ಬಗ್ಗೆ ಎಂದು ಮಾತಾಡಿರಲಿಲ್ಲ. ವಿದೇಶಕ್ಕೆ ಹೋಗುವ ಸುದ್ದಿ ಕೂಡ ಅವನ ಮೈಂಡ್‌ನಲ್ಲಿ ಇರಲಿಲ್ಲ. ಆದರೆ ವೃತ್ತಿಯ ಬಗ್ಗೆ ಆಸಕ್ತಿ, ಪ್ರಾಮಾಣಿಕತೆ ಎರಡೂ ಇತ್ತು. ಇದು ಬಹಳ ಅನಿವಾರ್ಯವಾಗಿರಬೇಕಾದಂಥ ಗುಣ.

ಮತ್ತೆ ಹೊರಟ ಡಾ|| ಸುಧಾಕರ್‌ನ ಸಿಸ್ಟರ್ ಮಾರ್ಟಿನಾ ಹಿಡಿದು ನಿಲ್ಲಿಸಿ

"ಡಾಕ್ಟರ್, ಇವತ್ತು ನನ್ನ ಮಗ್ಳ ಬರ್ತಡೇ. ಒಂದು ಸಣ್ಣ ಪಾರ್ಟಿ... ಗೆಟ್ ಟುಗೆದರ್ ಇಟ್ಕೊಂಡಿದ್ದೀನಿ, 'ಲಾಸ್ ಎಂಜಲೀಸ್'ನಲ್ಲಿ. ಮನೆಗ್ಬಂದ್ ಇನ್ವೈಟ್ ಮಾಡೋಣಾಂದರೇ ನಿಮ್ಮ ವಿಳಾಸನೇ ಗೊತ್ತಿಲ್ಲ. ಮೇಡಮ್, ಸರ್ ಎಲ್ಲ ಬರೋಕೆ ಒಪ್ಕೊಂಡಿದ್ದಾರೆ. ನೀವು ಕೂಡ ಬರ್ಬೇಕು" ಕೇಳಿಕೊಂಡಳು."ಅಲ್ಲಿ ಬಂದರೆ ನರ್ಸಿಂಗ್ ಹೋಂನಲ್ಲಿ ಪೇಷಂಟ್‌ಗಳ ಬಿಟ್ಟು ಮಿಕ್ಕವರೆಲ್ಲ ಖಾಲಿಯಾಗಿಬಿಡ್ತಾರೆ. ಸೋ ಸಾರಿ ಅಮ್ಮ.... ಮಾರ್ಟಿನಾ. ಇಂದು ನಂಗೆ ಬರೋದಿಕ್ಕೆ ಆಗುತ್ತೋ ಇಲ್ವೋ. ಇಂದು ನೈಟ್ ಡ್ಯೂಟಿ. ಮಧ್ಯಾಹ್ನ ಒಂದೆರಡು ಗಂಟೆ ನಿದ್ದೆ ತೆಗೆಯದಿದ್ದರೆ ನಾನ್ಬಂದ್ ಪ್ರಯೋಗನವಾಗೋಲ್ಲ. ಬೆಳಿಗ್ಗೆ ಆಪರೇಷನ್ ಆದ ಪೇಷಂಟ್ ಕಂಡಿಷನ್ ಕ್ರಿಟಿಕಲ್ಲಾಗಿದೆ. ಹೇಗೂ ಮನೆ ಗೊತ್ತು. ಅಟ್ ಎನಿ ಟೈಮ್... ಬಂದು ವಿಶ್ ಮಾಡಿ ಹೋಗ್ತೀನಿ" ಭರವಸೆ ಕೊಟ್ಟವನು ನಿಲ್ಲದೇ ಹೊರಟುಬಿಟ್ಟ.

ಆದರೆ ಸಿಸ್ಟರ್ ಮಾರ್ಟಿನಾ ಮನೆಗೆ ಹೋಗೋ ವೇಳೆಗೆ ಡಾ॥ ಸುಧಾಕರ್ ಗಿಫ್ಟ್ ಕೊಟ್ಟು ವಿಶ್ ಮಾಡಿ ಹೊರಟಿದ್ದ. ಅವಳ ಗಂಡ ಗುಂಡು ಮಾಸ್ಟರ್ ಆದರೂ ದೊಡ್ಡ ಗ್ಯಾರೇಜ್ ಇಟ್ಟುಕೊಂಡು ಸಮಾಜದಲ್ಲಿ ಒಳ್ಳೆ ಸ್ಥಾನಮಾನಗಳನ್ನು ಸಂಪಾದಿಸಿಕೊಂಡಿದ್ದ. ಅವನು ಮನೆಯಲ್ಲಿದ್ದರಿಂದ ಉಪಚರಿಸಿದ್ದ.

"ಸರ್, ನೀವು ಬರದಿದ್ದರೆ ಪಾರ್ಟಿ ಕಳೆಯಾಗಿರೋಲ್ಲ" ಮಾರ್ಟಿನಾ ಸಪ್ಪೆ ಮುಖ ಮಾಡಿದಾಗ ಅವಳ ಮಗಳ ಕ್ರಾಪ್ ಕೆದರಿ "ಪಾರ್ಟಿಗೆ ನಿನ್ನ ಮಗಳೇ ಕಳೆ" ಎಂದು ಹೊರಟೇಬಿಟ್ಟ. ಈಚೆಗೆ ಅವನಿಗೆ ಒಂಟಿಯಾಗಿರಬೇಕೆನಿಸುತ್ತಿತ್ತು. ತಾನೇ ಇಂದು ಡಾ॥ ಪರಮೇಶ್ವರ್ ಅರಸಿಕೊಂಡು ಅವರ ಬಂಗ್ಲೆಗೆ ಹೋಗಿದ್ದು ಆಶ್ಚರ್ಯವೇ.

"ಇದೇನಿದು ಸುಧಾಕರ್ ಅಂತು ನನ್ನ ಸರ್‌ಪ್ರೈಜ್ ಮಾಡೋಕೆ ಬಂದ್ಯಾ? ಅಥ್ವಾ ನಂದಿನಿಯ ಮೇಲಿನ ಆಸೆಯಿಂದ ಜಾತಕ ಇಟ್ಕೊಂಡ್ ಬಂದ್ಯಾ? ವಂಡರ್‌ಫುಲ್... ಥಾನ್ಸ್ ಮೈ ಬಾಯ್. ಕೊಳೆತು ಹೋಗುವಷ್ಟು ಹಣ ಇದೆ ಅವ್ಳ ಅಪ್ಪನಲ್ಲಿ. ನೀನು ವಿದೇಶದಿಂದ ಬರೋಷ್ಟರಲ್ಲಿ ಒಂದು ನರ್ಸಿಂಗ್ ಹೋಂ ಕಟ್ಟಿಬಿಡ್ತಾನೆ" ಡಾ॥ ಪರಮೇಶ್ವರ್ ಹೇಳುತ್ತಲೇ ಸ್ವಾಗತಿಸಿದಾಗ ಅವನಿಗೆ ತಲೆ ಬಿಸಿ ಆಯ್ತು. ಬೇಸರದ ಮುಖ ಮಾಡಿದ.

"ನಾನು ಹಿಂದಕ್ಕೆ ಹೋಗ್ಲಾ? ಈಚೆಗೆ ಬಹಳ ಡಿಪ್ರೆಸ್ಡ್ ಆಗಿ ಕಾಣ್ತೀರಾ? ಸತ್ತು ನಿಮ್ಮನ್ನ ಕಾಡ್ತ ಇರೋ ಶಂಕರಲಿಂಗೇಗೌಡನ ಬಗ್ಗೆ ವಿಚಾರಿಸೋಕೆ ಬಂದೆ. ಇನ್ನೊಂದು ಬಂಗ್ಲೆ ರೆಡಿಯಾಗಿದ್ದು ತಪ್ಪಾಯ್ತು" ಎನ್ನುತ್ತ ಸೋಫಾ ಮೇಲೆ ಕೂತ ಡಾ॥ ಸುಧಾಕರ್ ಸುತ್ತಲೂ ನೋಟ ಹರಿಸಿದ. ಇನ್‌ಡೋರ್ ಡೆಕೋರೇಷನ್‌ಗೆ ಲಕ್ಷಾಂತರ ಸುರಿದಿದ್ದರು.

"ಯು ಆರ್ ಕರೆಕ್ಟ್ ಸುಧಾಕರ್. ನಾನು ತಪ್ಪಿತಸ್ಥನಲ್ಲಾಂತ ಒಂದೇ ಒಂದು ಸಲ ಶಂಕರಲಿಂಗೇಗೌಡನಿಗೆ ಹೇಳಿದ್ದರೇ ಸಾಕಿತ್ತು. ಅದೂ ಸಾಧ್ಯವಾಗ್ಲೇ ಇಲ್ಲ" ಮತ್ತೆ ಅಲ್ಲಿಗೆ ಹೋದರು. ಆ ಭ್ರಮೆಯಿಂದ ತಪ್ಪಿಸಿಕೊಳ್ಳಲು ಡಾ॥ ಪರಮೇಶ್ವರ್ ಹೆಣಗಾಡುತ್ತಿದ್ದರು, ಸಾಧ್ಯವಾಗದೇ ಹೋಯಿತು.

ಡಾ॥ ಸುಧಾಕರ್ ಅವರನ್ನು ದೀರ್ಘವಾಗಿ ನೋಡಿದ. ಡಾ॥ ಪರಮೇಶ್ವರ್‌ಗೆ ಹೆಸರಿತ್ತು. ವ್ಯವಹಾರದಲ್ಲಿ ದಂಪತಿಗಳು ಜಾಣರೆಂಬ ಮಾತಿತ್ತು. ಬದುಕಿನಲ್ಲಿ ಮೊದಲ ಸಲ ಅಪ್‌ಸೆಟ್ ಆದಂತೆ ಪ್ರಲಾಪಿಸುತ್ತಿದ್ದರು.

"ಸರ್, ನೀವು ಆ ಸತ್ತು ಹೋದ ಶಂಕರಲಿಂಗೇಗೌಡರನ್ನು ಮರ್ತುಬಿಡೋದು ಒಳ್ಳೆದು. ಬದ್ಕಿರೋವರ ಬಗ್ಗೆ ಯೋಚ್ಸಿ. ಇತ್ತೀಚಿನ ನಿಮ್ಮಲ್ಲಿನ ಬದಲಾವಣೆ ನೋಡಿ ಮೇಡಮ್ ಏನು ತಿಳ್ಕೊಬಹ್ದು? ಅವ್ರಿಗೂ ಹೇಳಿಕೊಳ್ಳಲಾರದಂಥ ನೋವು ಇರುತ್ತೆ. ಹರೆಯದಲ್ಲೂ ಶಂಕರಲಿಂಗೇಗೌಡರನ್ನು ಪ್ರೀತಿಸೋಕೆ ಮುನ್ನ ನೀವು ಡಾಕ್ಟರ್ ಕಣ್ಣಿಗೆ ಬೀಳ್ದೇ ಇರೋದು ನಿಮ್ಮ ತಪ್ಪು" ಅವರತ್ತಲೇ ಬೆಟ್ಟು ತೋರಿಸಿದ. ಅವರು ಚೇತರಿಸಿಕೊಳ್ಳುವ ಅಗತ್ಯವಿದೆಯೆಂದು ಡಾ॥ ಸುಧಾಕರ್‌ಗೆ ಅನ್ನಿಸಿತು.

"ನೀನು ಕಿಲಾಡಿ ಇದ್ದೀಯಾ. ನಾನು ಅನುರಾಧ ಬಗ್ಗೆ ತಲೆ ಕೆಡಿಸ್ಕೊತಾ ಇಲ್ಲ. ನನ್ನ, ಶಂಕರಲಿಂಗೇಗೌಡನ ಸ್ನೇಹ ಎಂಥದ್ದೂಂತ ನಿಂಗೆ ಗೊತ್ತಿಲ್ಲ." ಅದೇ ಪ್ರಲಾಪ, ಡಾ॥ ಸುಧಾಕರ್‌ಗೆ ಬಂದಿದ್ದೇ ತಪ್ಪಾಯಿತೇನೊಂತ ಅನ್ನಿಸಿತು.

"ಸ್ನೇಹದ್ದು ಮುಗ್ದು ಹೋದ ಕತೆಯಲ್ವಾ. ಈಗ ನೀವು ಯೋಚ್ಸಬೇಕಾದ್ದು ನರ್ಸಿಂಗ್ ಹೋಂ, ಅಲ್ಲಿಗೆ ಬರೋ ಪೇಷಂಟ್ಸ್, ಜೊತೆಗೆ ನಮ್ಮಂಥ ಬಡಪಾಯಿಗಳ ಬಗ್ಗೆ" ಅಂದ ಕೂಡಲೇ ಡಾ॥ ಪರಮೇಶ್ವರ್ ಜೋರಾಗಿ ನಗತೊಡಗಿದರು.

ಏನೇನೋ ಮಾತಿನ ನಡುವೆ ಡಾ॥ ಸುಧಾಕರ್‌ಗೂ ಎರಡು ಪೆಗ್ ಹಾಕಿಸಿದ್ದು ಒಂದಿಷ್ಟು ಅನಾಹುತಕ್ಕೆ ಕಾರಣವಾಯಿತೇನೋ.

"ಎಕ್ಸ್‌ಕ್ಯೂಜ್ ಮಿ ಸರ್. ನೀವು ಸ್ನೇಹ, ಶಂಕರಲಿಂಗೇಗೌಡನ ಬಗ್ಗೆ ಮಾತ್ರ ಮಾತಾಡ್ತೀರಾ? ನೀವು ಯಾರನ್ನಾದ್ರೂ ಪ್ರೀತಿಸಿದ್ದೀರಾ?" ಕೇಳಿದ ಡಾ॥ ಸುಧಾಕರ್. ವಿದೇಶಿ ವಿಸ್ಕಿ ಗಂಟಲೊಳಗಿಂದ ಇಳಿಯುತ್ತಿದ್ದಂಗೆ ಅದರ ಕೆಲಸ ಪ್ರಾರಂಭಿಸುತ್ತಿತ್ತು.

ಡಾ॥ ಸುಧಾಕರ್ ಸಹಪಾಠಿಗಳ ಬಲವಂತಕ್ಕೆ ಮೆಡಿಕಲ್‌ನಲ್ಲಿ ಓದುತ್ತಿದ್ದಾಗ ಆಗಾಗ ಪಾರ್ಟಿಗಳಲ್ಲಿ ಒಂದು ಪೆಗ್ ಹಾಕಿರಬಹುದಷ್ಟೇ. ಆಮೇಲೂ ಕೂಡ ಅದರ ಮಿತಿಯನ್ನು ದಾಟಿರಲಿಲ್ಲ. ಇಂದು ಮೀರಿಯೇ ಕುಡಿದಿದ್ದ.

"ಇಲ್ಲ ಸುಧಾಕರ್, ನಂಗೆ ಪ್ರೀತಿಸೋಕೆ ಪುರುಸೊತ್ತು ಸಿಗ್ಲಿಲ್ಲ. ನೀನ್ಹೇಳು ಯಾರನ್ನಾದ್ರೂ ಪ್ರೀತಿಸ್ತಾ ಇದ್ದೀಯಾ?" ಮತ್ತೊಂದು ಪೆಗ್ ಹಾಕುತ್ತ ಕೇಳಿದಾಗ ಅವನ ಬಾಯಿಂದ ಸತ್ಯ ಹೊರಬಿತ್ತು. "ಐ ಲವ್ ಸಂಧ್ಯಾ, ಐ ಅಡೋರ್ ಸಂಧ್ಯಾ."

"ಯು ಮಸ್ಟ್ ಬಿ ಜೋಕಿಂಗ್. ನೀನು ಸಂಧ್ಯಾನ ಪ್ರೀತಿಸೋದೂಂದರೇನು? ನಿನ್ನ ಅವ್ಳ ಮಧ್ಯೆ ಆಕಾಶಕ್ಕೂ ಭೂಮಿಗೂ ಮಧ್ಯೆ ಇರುವಷ್ಟು ಅಂತರ. ಆ ಅಂತರ ಯಾವಾಗ್ಲೂ ಕಡ್ಮೆ ಆಗೋಲ್ಲ. ನೀನು 'ಸೇಲಬಲ್ ಪ್ರಾಡಕ್ಟ್.' ಡಾ॥ ನಂದಿನಿ ಅಪ್ಪ ನಿಂಗೆ ಎಷ್ಟು ಬೇಕಾದ್ರೂ ಹಣ ಸುರಿದು ಕೊಂಡುಕೊಳ್ಳೋಕೆ ತಯಾರು. ಆರಾಮಾಗಿ ನಿನ್ನನ್ನೇ ಮಾರ್ಕೊ. ನನ್ನಂಥ ಹತ್ತು ಡಾಕ್ಟ್ರುಗಳ್ನ ನೀನು ಸಂಬಳ ಕೊಟ್ಟು ಕೆಲ್ಸಕ್ಕೆ

ಇಟ್ಕೋಬಹುದು. ಮೈ ಪೂರ್ ಬಾಯ್, ಇದ್ನ ಅರ್ಥ ಮಾಡ್ಕೋ" ಎನ್ನುತ್ತ ಗ್ಲಾಸ್‌ನಲ್ಲಿರೋದನ್ನ ಬಾಯಿಗೆ ಸುರಿದುಕೊಂಡರು.

"ನೋ ಇಂಪಾಜಿಬಲ್. ಐ ಲವ್ ಸಂಧ್ಯಾ. ಅವಳೆದೆಯ ಹಿಡಿ ಪ್ರೀತಿಗಾಗಿ ಜೀವನಪೂರ್ತಿ ಕಾಯಲು ತಯಾರಾಗಿದ್ದೆ. ಅವ್ಳಿಗೆ ಅದರ ಅರಿವು ಇದ್ಯೋ ಇಲ್ವೋ" ಇನ್ನೆರಡು ಪೆಗ್ ಏರಿಸಿ ತನ್ನ ಹೃದಯದ ಪ್ರೇಮವನ್ನು ವ್ಯಕ್ತಪಡಿಸಿದ, ಕುಡಿದ ಅಮಲಿನಲ್ಲಿ.

ಅಂತು ಇಬ್ಬರು ಕುಡುಕರಾದರು. ಎಷ್ಟೋ ಸತ್ಯಗಳು ಆಗ ಹೊರಬಂದವು. ಇಬ್ಬರು ಪೂರ್ತಿ ಅರ್ಥ ಮಾಡಿಕೊಳ್ಳುವ ಸ್ಥಿತಿಯಲ್ಲಿರಲಿಲ್ಲ. ಸೆಲ್ಯುಲರ್ ಕಿರುಗುಟ್ಟಿ ಎಚ್ಚರಿಸಿತು.

"ಒಂದಿಷ್ಟು ಬರೋಕ್ಕಾಗುತ್ತ?" ಡಾ|| ಅನುರಾಧ ಕೇಳಿದ್ದು.

"ಬರೊಲ್ಲ" ಎಂದು ಸೆಲ್ಯುಲರ್ ಆಫ್ ಮಾಡಿದರು.

"ನೋಡು ಸುಧಾಕರ್, ಸಂಧ್ಯಾ ಮದ್ವೆಯಾಗಿ ಗಂಡನ್ನ ದುಬೈಗೆ ಕಳಿಸಿದ್ಲು. ನೀನು ಶಂಕರಲಿಂಗೇಗೌಡ ಆಗ್ಬೇಡ" ತೊದಲಿ ಹಿಂದಕ್ಕೆ ಒರಗಿದರು. ಅವರ ಮಾತಿನಲ್ಲಿ ಸತ್ಯ ಇತ್ತು.

ಒಂದು ಗಂಟೆಯ ತರುವಾಯ ಡಾ|| ಅನುರಾಧ ಬರುವ ವೇಳೆಗೆ ಕೆಲಸದವ ಬಾಟಲುಗಳನ್ನು ಎತ್ತಿಟ್ಟಿದ್ದ. ಡಾ|| ಪರಮೇಶ್ವರ್ ಸೋಫಾಕ್ಕೆ ಒರಗಿ ಕಣ್ಮುಚ್ಚಿದ್ದರು. ಕುಡಿದಿದ್ದು ಸ್ವಲ್ಪ ಜಾಸ್ತಿಯೇ.

ಡಾ|| ಸುಧಾಕರ್ ಮುಖಕ್ಕೆ ತಣ್ಣೀರೆರೆಚಿಕೊಂಡ. ಅಮಲು ಸ್ವಲ್ಪ ಕಡಿಮೆಯಾಯಿತು. ತಪ್ಪಿನ ಅರಿವು ಕೂಡ ಆದಾಗ ಡಾ|| ಅನುರಾಧ ಮುಂದೆ 'ಸಾರಿ' ಕೇಳಿ ರಿಕ್ವೆಸ್ಟ್ ಮಾಡಿಕೊಂಡ.

"ಡಾಕ್ಟ್ರುನ ಒಂಟಿಯಾಗಿ ಬಿಡ್ಬೇಡಿ. ಒಳ್ಳೆ ಕುಡುಕರಾಗಿಬಿಡ್ತಾರೆ. ನಾನು ಕೂಡ ಒಳ್ಳೆ ಕುಡುಕಾಂತ ಸಾಬೀತು ಮಾಡಿದಂತಾಯ್ತು. ಬರ್ತೀನಿ" ಹೊರಬಂದ. ತಲೆ ಧಿಂ ಎನ್ನುತ್ತಿತ್ತು.

ಹೇಗೆ ಬಂದು ಮನೆ ತಲುಪಿದನೋ.

* * * *

'ಲಾಸ್ ಏಂಜಲೀಸ್' ಅಂಥ ಹೋಟೆಲ್‌ನಲ್ಲಿ ಮಗಳ ಹುಟ್ಟಿದಹಬ್ಬದ ಪಾರ್ಟಿ ಏರ್ಪಡಿಸಿದ್ದರೂ ಬಂದ ಜನ ತೀರಾ ಕಡಿಮೆ. ಅವಳ ಮತ್ತು ಅವಳ ಗಂಡನ ಕಡೆಯ ಬಂಧುಗಳು ಬೆರಳೆಣಿಕೆಯಷ್ಟಾದರೆ, ಡಾ|| ಅನುರಾಧ ನರ್ಸಿಂಗ್ ಹೋಂನಿಂದ ಬಂದವರು ಡಾ|| ನಾಯ್ಡು ಫ್ಯಾಮಿಲಿ, ರಿಸೆಪ್ಷನಿಸ್ಟ್ ಶಾಂತಿ, ರೂಪ ಒಂದಿಬ್ಬರು ಸಿಸ್ಟರ್ಸ್ ಮಾತ್ರ. ಡಾ|| ಪರಮೇಶ್ವರ್ ಆಗಲೀ ಡಾ|| ಅನುರಾಧ ಆಗಲೀ ಬರದಿದ್ದುದ್ದು ತೀರಾ ನಿರಾಸೆ ತಂದಿತು.

ಸಂಧ್ಯಾ ಬಂದಿದ್ದು ಲೇಟಾಗಿಯೇ "ಸಾರಿ, ಮಾರ್ಟಿನಾ... ಸ್ಕೂಟಿ ಕೆಟ್ಟು ರಿಪೇರಿಯಾಗದೇ ಅಲ್ಲೇ ತಳ್ಳಿ ಆಟೋದಲ್ಲಿ ಬಂದೆ" ಹೇಳಿಕೊಂಡವಳು ಮಗುಗೆ ಗಿಫ್ಟ್ ಕೊಟ್ಟು "ನೈಟ್ ಡ್ಯೂಟಿಯಲ್ವಾ, ಲೇಟಾಗಿ ಹೋಗುತ್ತೆ. ಬರ್ತೀನಿ" ಹೊರಟೇಬಿಟ್ಟಾಗ ಕೈ ಹಿಡಿದು ಎಳೆದು ತಂದು ಗಂಡ ಮತ್ತು ನಾದಿನಿ ಮತ್ತಿತರರಿಗೆ ಪರಿಚಯ ಮಾಡಿಸಿ "ಇವ್ರ ಗಂಡ ದುಬೈನಲ್ಲಿದ್ದಾರೆ. ಅಲ್ಲೇ ಒಂದು ನೌಕರಿ ಸಿಕ್ಕರೆ ಹಾರಿಬಿಡ್ತೀನಿ" ಎಂದು ಗಂಡನನ್ನು ಕಣ್ಣಲ್ಲಿಯೇ ಇರಿದಳು.

ಅವರುಗಳಿಂದ ತಪ್ಪಿಸಿಕೊಂಡು ಬರುವ ವೇಳೆಗೆ ಡಾ॥ ಅನುರಾಧ ನರ್ಸಿಂಗ್ ಹೋಂನಲ್ಲಿಯೇ ಇದ್ದರು. ಇತರೇ ಕೆಲವು ಜನ ಕೂಡ ಇದ್ದರು. ಒಂದು ಸಣ್ಣ ಗಲಾಟೆ. ಈಚೆಗೆ ಹೊಟ್ಟೆ ಆಪರೇಷನ್ ಆಗಿದ್ದ ಒಂದು ಪೇಷಂಟ್‌ಗೆ ಆ ಭಾಗದಲ್ಲಿ ಕೀವು ತುಂಬಿ ರಾದ್ಧಾಂತವಾಗಿತ್ತು. ಅವಳ ಗಂಡ ಕೂಗಾಡಿ ಎಲ್ಲರನ್ನು ಸರಳುಗಳ ಹಿಂದಕ್ಕೆ ಕಳಿಸುವುದಾಗಿ ಬೆದರಿಕೆಯೊಡ್ಡಿದ್ದ. ಅದನ್ನು ಬಹಳ ನಾಜೂಕಾಗಿ ಡೀಲ್ ಮಾಡಬೇಕಿತ್ತು.

"ನಿಮ್ಗೆಲ್ಲ ಕೆಲ್ಸ ಯಾಕೆ? ಆರಾಮಾಗಿ ಗಂಡ ಮಕ್ಳೂಂತ ಇದ್ಕಳ್ಳಿ" ಇವಳಿಗೆ ಹೋದ ಕೂಡಲೇ ಛೀಮಾರಿ ಹಾಕಿದರು. ಆ ವೇಳೆಗೆ ಡಾ॥ ಸುಧಾಕರ್ ಬಂದರೂ ರೆಸ್ಟ್ ರೂಮಿಗೆ ಹೋಗಿಬಿಟ್ಟ. ಕುಡಿದು ಬಂದು ಡ್ಯೂಟಿ ಮಾಡೋದು ತಪ್ಪುಂತ ಅವನಿಗೆ ಗೊತ್ತು. ಮನೆಗೆ ಹೋಗಲಾರದೆ ನರ್ಸಿಂಗ್ ಹೋಂಗೆ ಬಂದಿದ್ದು.

ಆಮೇಲೆ ಇವಳನ್ನು ತಮ್ಮ ರೂಮಿಗೆ ಕರೆಸಿಕಂಡ ಡಾ॥ ಅನುರಾಧ ಕಣ್ಣೀರಿಟ್ಟರು. "ಸಂಜೆ ಡಾಕ್ಟ್ರು, ಸುಧಾಕರ್ ಇಬ್ರೂ ಕೂತ್ಕೊಂಡ್ ಕಂಠಮಟ್ಟ ಕುಡಿದಿದ್ದಾರೆ. ಏನಾಗಿದೆ ಇವ್ರಿಗೆ? ಮಗ್ಳೂ, ಅಳಿಯ ಬಂದರೆ ಬೇಕೂಂತ ಅಲ್ಲೊಂದು ಬಂಗ್ಲೆ ಕಟ್ಟಿದ್ದು. ಅಲ್ಲಿಗೆ ಹೋಗಿ ಕೂಡ್ತಾರೆ. ಇದೆಲ್ಲ ನನ್ನ ಹಣೆಬರಹ. ಮಗ್ಳು ಅಳಿಯ ಬರಲಿಲ್ಲಾಂದರೇ ಇಷ್ಟೊಂದು ಅಪ್‌ಸೆಟ್ ಆಗ್ಬೇಕಾ?"

ವಿಷಯ ಅದಲ್ಲವೆಂದು ಗೊತ್ತಿದ್ದರೂ ಬಾಯಿಬಿಟ್ಟು ಹೇಳಲು ಸಾಧ್ಯವೇ? ಆದರೆ ಡಾ॥ ಸುಧಾಕರ್ ಮಾತ್ರ ಕೂತು ಕುಡಿದಿದ್ದು ಸರಿಯಲ್ಲವೆನಿಸಿತು.

"ನೀವು ಭಯಂಕರವಾಗಿ ತರಾಟೆಗೆ ತಗೊಂಡರೇ ಮೊದಲಿನಂತೆ ಗಪ್‌ಚಿಪ್ ಆಗ್ಬಿಡ್ತಾರೆ" ಪಕ್ಕನೆ ನಕ್ಕಳು. ಡಾ॥ ಅನುರಾಧಗೆ ಕೂಡ ನಗುಬಂತು. "ಯು ನಾಟಿ ಗರ್ಲ್. ನೀನು ಹೇಳೋದು ಕರೆಕ್ಟ್. ನನ್ನಲ್ಲೇ ಯಾಕೋ ಕಾಂಪ್ಲೆಕ್ಸ್ ಹುಟ್ಟಿಕೊಂಡಿದೆ, ಅದ್ನ ಬೆಳೆಯೋಕೆ ಬಿಡ್ಬಾರ್ದು" ಅಂದರು. ಕಾರಣಗಳು, ತಪ್ಪುಒಪ್ಪುಗಳು ಏನೇ ಆದರೂ ಡಾ॥ ಪರಮೇಶ್ವರ್ ಮತ್ತು ನರ್ಸಿಂಗ್ ಹೋಂ ಬಗ್ಗೆ ಮೊದಲಿನ ಅನುರಾಧ ಆಗಬೇಕೆಂದು ನಿರ್ಣಯಿಸಿದರು.

"ಓಕೆ ಥ್ಯಾಂಕ್ಯು. ಆಮೇಲೆ ಒಂದಿಷ್ಟು ಬಿಸಿಯಾಗಿ ಡಾ॥ ಸುಧಾಕರ್‌ಗೆ ಏನಾದ್ರೂ ಕೊಡು" ಎಂದು ಮೇಲೆದ್ದರು.

'ಡಾ. ಅನುರಾಧ ನರ್ಸಿಂಗ್ ಹೋಂ' ಕಾಂಪೌಂಡ್‌ನಲ್ಲಿದ್ದ ಕಾರು ಮೈನ್ ಗೇಟ್

ದಾಟಿಕೊಂಡು ಮುಂದಕ್ಕೆ ಹೋಯಿತು. ಡಾ|| ಅನುರಾಧ ಈಚೆಗೆ ಹೊಸದಾಗಿ ಕಟ್ಟಿದ್ದ ಬಂಗ್ಲೆಗೆ ಹೋಗುತ್ತಾರೆಂದು ಕೊಂಡಾಗ ಅವಳ ಮುಖದಲ್ಲಿ ತುಂಟ ನಗು ಅರಳಿತು. ಡಾ|| ಪರಮೇಶ್ವರ್‌ನ ಕುಡಿದ ಮತ್ತು ತಕ್ಷಣವೇ ಇಳಿದು ಹೋಗುತ್ತದೆಯೆಂದುಕೊಂಡಾಗ ಒಂದು ಸ್ಪಷ್ಟ ಚಿತ್ರಣ ಕಂಡಿತು.

ಸೀಟಿಗೆ ಬಂದಳು. ಒಂದು ಡೆಲಿವರಿ ಕೇಸ್ ಬಂತು. ಅದು ಸಿಸ್ಟರ್‌ಗಳ ವ್ಯಾಪ್ತಿಗೆ ಬಂತು. ಉಸಿರಾಟದಿಂದ ನರಳುತ್ತಿದ್ದ ಪೇಷಂಟ್ ಬಂದಾಗ ತಾನೇ ಡಾ|| ಸುಧಾಕರ್‌ನ ಕರೆಯಲು ಓಡಿದಳು. ಡಾ|| ಅನುರಾಧ, ಸಿಸ್ಟರ್ ಮಾರ್ಟಿನಾ ಇಲ್ಲದಿದ್ದರೇ ಕೆಲವು ಅಗತ್ಯ ಕೆಲಸಗಳನ್ನು ಇವಳೇ ಮಾಡಬೇಕಿತ್ತು.

ಬಾಗಿಲನ್ನು ಮುಂದಕ್ಕೆ ತಳ್ಳಿ "ಡಾಕ್ಟರ್..." ಎಂದಳು. ಒಂದೆರಡು ಸಲ ಕೂಗಿದ ನಂತರವೇ ಸೋಫಾಗೆ ಒರಗಿದವನು ಕಣ್ತೆರೆದಿದ್ದು. "ಪೇಷಂಟ್ ಬಂದಿದ್ದಾರೆ. ಕ್ರಿಟಿಕಲ್ ಆಗಿ ಕಾಣುತ್ತೆ" ಎಂದ ಕೂಡಲೇ ತಕ್ಷಣ ಹೊರಟ.

ಡಾ|| ಸುಧಾಕರ್‌ನ ಈ ಸ್ವಭಾವವೇ ಅವಳಿಗೆ ಮೆಚ್ಚಿಗೆಯಾಗಿದ್ದು.

ರಾತ್ರಿ ನೈಟ್ ಡ್ಯೂಟಿ ಮುಗಿಸಿಕೊಂಡು ಮನೆಗೆ ಬಂದಾಗ ವಿದ್ಯಾ ಸ್ಕೂಲಿಗೆ ಹೋಗದೇ ಮನೆಯಲ್ಲೇ ಉಳಿದಿದ್ದಳು. ಸರ್ಕಾರಿ ಪಾಠಶಾಲೆಯಾದರೂ ಅವಳಿಗೂ ಯೂನಿಫಾರಂ ಅಗತ್ಯವಿತ್ತು. ಹೆಚ್ಚಿನ ಖರ್ಚು ಎಂದು ಶಾರದಮ್ಮನ ವಾದ. ಹೇಗೋ ಆಸೆಯಿಂದ ಸಬೂಬು ಹೇಳಿಕೊಂಡು ಇಲ್ಲಿನವರೆಗೂ ತಳ್ಳಿಕೊಂಡು ಬಂದಿತ್ತು.

"ಯಾಕೆ, ಸ್ಕೂಲಿಗೆ ಹೋಗಿಲ್ಲ?" ಕೇಳಿದಳು.

"ಅಫ್ಫಿಗೆ ಯೂನಿಫಾರಂ ಇಲ್ಲ" ಪ್ರಶ್ನೆಗೆ ಉತ್ತರಿಸಿದ್ದು ಸುವಿದ್ಯಾ.

ಅವಳತ್ತ ನೋಟ ಹರಿಸಿದಳು. ಯಾವುದಾದರೂ ಒಂದು ಕತೆ ಪುಸ್ತಕ ಹಿಡಿದು ಕೂಡುತ್ತಿದ್ದಳು. ಓದುವಿಕೆ ಒಳ್ಳೆಯದೇ. ಅವಳು ಓದುತ್ತಿದ್ದ ಪುಸ್ತಕಗಳು ಮಾತ್ರ ಸರಿ ಇರಲಿಲ್ಲ.

"ಒಂದ್ವಾರ ಸಮಯ ಕೇಳು. ಅಷ್ಟರಲ್ಲಿ ಹೊಲಿಸೋಣ. ಹಾಗಂತ ಮನೆಯಲ್ಲಿ ಉಳಿಯುವುದು ಸರಿಯಲ್ಲ" ಹತ್ತಿರ ಹೋಗಿ ಬುದ್ಧಿ ಹೇಳಿದಾಗ ವಿದ್ಯಾ ಅಮ್ಮನತ್ತ ನೋಡಿ ಅಳತೊಡಗಿದಳು. "ಅಮ್ಮ ಸ್ಕೂಲಿಗೆ ಹೋಗ್ಲೇಬೇಡಾಂತಾಳೆ", "ಹೌದು, ಅಂದೆ ಏನು ತಪ್ಪಿದೆ. ಇಷ್ಟೆಲ್ಲಾ ತಾಪತ್ರಯಗಳನ್ನಿಟ್ಟುಕೊಂಡು ಓದಿಸೋದು ಯಾಕೆ? ಸುವಿದ್ಯಾದು ಏನಾಯ್ತು? ಇವು ಹಣೆಬರಹನು ಅಷ್ಟೇ. ನಾಳೆ ಗಂಡು ಹುಡುಕೋದು ತಪ್ಪೋಲ್ಲ, ಮದ್ವೆ ಮಾಡೋದು ತಪ್ಪೋಲ್ಲ" ಎಂದು ಬಿರುನುಡಿಗಳನ್ನಾಡಿದರು. ಆಕೆಯ ಸ್ವಭಾವವೇ ಅಷ್ಟು. ತಾಳ್ಮೆ ಕಡಿಮೆ. ಯೋಚಿಸಲಾರರು.

ಇಂದು ಶ್ರೀಪತಿಗಳು ಕೂಡ ಹೆಂಡತಿಯ ಮಾತನ್ನು ಪುರಸ್ಕರಿಸಿದರು.

"ಹೌದಮ್ಮ ಸಂಧ್ಯಾ, ತೀರಾ ಸಾಮರ್ಥ್ಯವೇ ಇಲ್ಲದಾಗ ಓದು ಅಂದದ್ದೆಲ್ಲ ಯಾಕೆ ಬೇಕು? ಮುಂದೆ ನೋಡ್ಲೋಣ" ನಿಟ್ಟುಸಿರು ದಬ್ಬಿದರು.

ತಂದೆಯ ಬಳಿಯಲ್ಲಿ ಹೋಗಿ ಕೂತ ಸಂಧ್ಯಾ "ಅಪ್ಪ, ಈ ಮಾತು ನೀವು ಹೇಳ್ತಾ

ಇದ್ದೀರಾ? ತಪ್ಪೂಂತ ಅನ್ನಿಸೋಲ್ವ? ಹೆಣ್ಣೂಂತ ಈ ತರಹ ತಾತ್ಸಾರ ಯಾಕೆ? ಸಮಸ್ಯೆಗಳು ಸದಾ ಇದ್ದೇ ಇರುತ್ತೆ. ನಮ್ಮನ್ನ ನಾವೇ ಸಮಸ್ಯೆಯಾಗಿಸ್ಕೋಬಾರ್ದು" ನಿವೇದಿಸಿಕೊಂಡಳು. ಶ್ರೀಪತಿಗಳು ಮುಖ ಆ ಕಡೆ ತಿರುಗಿಸಿಕೊಂಡರು.

ವಿದ್ಯಾ ಅಳು ನಿಲ್ಲಿಸಿ "ಅಕ್ಕ, ನಾನು ಡಾಕ್ಟ್ರು ಆಗ್ಬೇಕೂಂತ ಇದ್ದೀನಿ. ಓದೋಕೆ ತುಂಬಾ ಹಣ ಖರ್ಚು ಆಗುತ್ತಂತಲ್ಲ, ಎಲ್ಲಿಂದ ತರೋದು? ಅವಳ ಓದಿನ ಆಸೆ, ಮಹತ್ವಾಕಾಂಕ್ಷೆ ವ್ಯಕ್ತಪಡಿಸಿದಾಗ ಸಂತೋಷಪಟ್ಟಿದ್ದಳು ಸಂಧ್ಯಾ ಮಾತ್ರ.

ಅಂತು ಇಂತು ತಂದೆ ತಾಯಿನ ವಿದ್ಯಾ ಸ್ಕೂಲಿಗೆ ಹೋಗೋಕೆ ಒಪ್ಪಿಸಿದಳು.

ಶಾರದಮ್ಮ ಒಂದಿಷ್ಟು ಹಳೆ ಚಿನ್ನವನ್ನು ಮಗಳ ಕೈಯಲ್ಲಿಟ್ಟು "ಇದ್ನ ಕೂಡ ಮಾರಿಬಿಡು. ಹೇಗೂ ಅವ್ಳಿಗೆ ಓದೋ ಆಸೆ ಇದೆ. ಯೂನಿಫಾರಂ ಹೊಲ್ಸಿ ಹಾಕು. ಸುವಿದ್ಯಾ ಮದ್ವೆ ಗೊತ್ತಾದರೆ ಏನಾದ್ರೂ ಮಾಡ್ಸಿ ಹಾಕೋಣಾಂತ ಇಟ್ಕೊಂಡ್ ಇದ್ದೆ" ಕಣ್ಣು ಒದ್ದೆ ಮಾಡಿಕೊಂಡರು.

"ಬೇಡಮ್ಮ, ಅಂಥ ತೊಂದರೆಯೇನಿಲ್ಲ. ಈ ತಿಂಗ್ಳಿನಿಂದ ಸಂಬಳ ಜಾಸ್ತಿಯಾಗಿದೆ. ಹೇಗೊ ಸರಿದೂಗಿಸೋಣ. ಇದು ಸುವಿದ್ಯಾಗೇಂತ್ಲೇ ಇಟ್ಕೋ" ಹಿಂದಿರುಗಿಸಿದಳು.

ಊಟ ಮುಗಿದ ನಂತರ ವಿದ್ಯಾನ ಕರೆದುಕೊಂಡು ಹೊರಟಾಗ ಸುವಿದ್ಯಾ "ನಾನು ಬರ್ಲಾ?"ಕೇಳಿದಳು. "ಬೇಡ, ನನ್ನ ವೆಹಿಕಲ್‌ನಲ್ಲಿ ಮೂರು ಜನ ಹೋಗೋಕ್ಕಾಗೊಲ್ಲ" ನಿಷ್ಠೂರವಾಗಿಯೇ ನಿರಾಕರಿಸಿದಳು. ಅವಳ ಬಗ್ಗೆ ಸಂಧ್ಯಾಗೆ ಬೇಸರವೇ. ಅವಿಧೇಯತೆ ಜೊತೆ ಸೋಮಾರಿ ಕೂಡ. ಹೇಳಿ ಹೇಳಿ ಅವಳ ಕೈಯಲ್ಲಿ ಕೆಲಸ ಮಾಡಿಸೋ ವೇಳೆಗೆ ಶಾರದಮ್ಮನಿಗೆ ಸಾಕಾಗುತ್ತಿತ್ತು.

ಸಾಧಾರಣ ಬಟ್ಟೆ ಅಂಗಡಿಯ ಮುಂದೆ ವೆಹಿಕಲ್ ನಿಲ್ಲಿಸಿದಾಗ "ಏಯ್... ಸಂಧ್ಯಾ" ಕಾರು ಹತ್ತುತ್ತಿದ್ದ ಮಾರ್ಟಿನಾ ಓಡಿ ಬಂದು ಕೈ ಹಿಡಿದುಕೊಂಡು "ರಜನ ಮುಂದುವರಿಸಿದ್ದೀನಿ ಕಣೇ. ಒಂದಿಷ್ಟು ಹಣ ಕೂಡಿಟ್ಕೊಂಡಿದ್ದೆ. ಆರಾಮಾಗಿ ಖರ್ಚು ಮಾಡ್ಬಿಡ್ತೀನಿ. ನೀನೇನು.... ಇಲ್ಲಿ?" ಕೇಳಿದಳು ಸಂಧ್ಯಾಳ ತಂಗಿಯರತ್ತ ನೋಟ ಹರಿಸುತ್ತ.

"ಆಕಾಶ್ ಫೋನ್ ಮಾಡಿದ್ರಾ?" ಕೇಳಿದಳು.

"ಮೊನ್ನೆ ಮಾಡಿದ್ರು. ಅಂಥ ಡೀಟೈಲ್ಸ್ ಏನು ಕೊಡ್ಲಿಲ್ಲ" ಅಂದಳು ಸಂಧ್ಯಾ. ಇವಳ ಜೊತೆ ನರ್ಸಿಂಗ್ ಹೋಂನ ಇನ್ನು ಇಬ್ಬರು ತಾವು ದುಬೈಗೆ ಹೋಗಲು ಸಿದ್ಧವೆಂದು ಅದಕ್ಕೆ ಸಂಧ್ಯಾ ಗಂಡ ಸಹಾಯ ಮಾಡಬೇಕೆಂದು ಇವಳ ಬೆನ್ನ ಹಿಂದೆ ಬಿದ್ದಿದ್ದರು.

ಮಾರ್ಟಿನಾ ಅವಳನ್ನು ಪಕ್ಕಕ್ಕೆ ಕರೆದೊಯ್ದು, "ನೀನೇನೋ ಮುಚ್ಚಿಡ್ತಾ ಇದ್ದೀಯಾ. ನಿನ್ನ ತಲೆಯ ಮೇಲೆ ಕೈ ಇಟ್ಕಂಡ್ ಹೇಳು. ಸಸ್ಪೆನ್ಸ್‌ನಲ್ಲಿ ಇಡ್ಬೇಡ" ದಬಾಯಿಸಿದಳು.

ಸಂಧ್ಯಾ ನಿಶ್ಚಿಂತೆಯಿಂದ ತಲೆಯ ಮೇಲೆ ಕೈ ಇಟ್ಟುಕೊಂಡು "ಎಲ್ಲಾ ಮಾಮೂಲಿನೇ. ಗುಡ್ ಸ್ಯಾಲರಿ, ಒಳ್ಳೆ ಅಕಾಮಡೇಷನ್ ಅಂತ ಪತ್ರದಲ್ಲಿ ಕೂಡ ಬರೆದಿದ್ರು" ಒತ್ತಿ ಹೇಳಿದಳು.

"ಪ್ಲೀಸ್ ಸಂಧ್ಯಾ, ನಿನ್ನ ವೆಲ್‌ವಿಷರ್ ಆಗಿ ಹೇಳ್ತಾ ಇದ್ದೀನಿ. ನೀನು ನಂಗೆ ದುಬೈಗೆ ಹೋಗೋಕೆ ಸಹಾಯ ಮಾಡದಿದ್ದರೂ ಬೇಡ. ಗಂಡಸರ ಮನಸ್ಸು ತೀರಾ ಚಂಚಲ. ಡೇವಿಡ್‌ನ ಕಷ್ಟಪಟ್ಟು ಹಿಡಿತದಲ್ಲಿ ಇಟ್ಕೊಂಡಿದ್ದೀನಿ. ಇಲ್ಲದಿದ್ದರೆ ಯಾವೋಳ ಹಿಂದೆ ಹೋಗ್ತಾ ಇದ್ರೋ? ಈಗ್ಲೂ ನಂಗೆ ಡೌಟ್. ನೀನು ತವರಿನ ಹಂಬಲ ಕಡ್ಮೆಮಾಡ್ಕೊಂಡು ನಿನ್ನ ಸಂಸಾರದ ಬಗ್ಗೆ ಯೋಚ್ನೆ ಮಾಡು. ಆದಷ್ಟು ಬೇಗ ಹೊರಟುಬಿಡು. ಇಲ್ಲದಿದ್ದರೆ ತೊಂದರೆ ಆಗುತ್ತೆ" ಎಚ್ಚರಿಸಿದಳು ಮಾರ್ಟಿನಾ. ಹಲವಾರು ಸಲ ಈ ವಿಷಯದ ಬಗ್ಗೆ ಚರ್ಚೆ ಆಗಿತ್ತು.

ಅವಳ ಉಪದೇಶಕ್ಕೆ ಸಂಧ್ಯಾ ಪ್ರತಿಕ್ರಿಯೆ ತಣ್ಣಗಿತ್ತು.

"ವಿವಾಹಕ್ಕೆ ಮುನ್ನ, ನಾನು, ಆಕಾಶ ಈ ಬಗ್ಗೆ ಮಾತಾಡಿ ಮುಗ್ಸಿದ್ದೀವಿ. ಅವರು ಭಾರತಕ್ಕೆ ಹಿಂದಿರುಗೋವರೆಗೂ ನನ್ನ ಪೇರೆಂಟ್ಸ್ ಪೂರ್ತಿಯಾಗಿ ಗಮನಿಸೋಕೆ ಪರ್ಮಿಷನ್ ಕೊಟ್ಟಿದ್ದಾರೆ. ನಂತರವೇ ನನ್ನ ಸಂಸಾರದ ಬಗ್ಗೆ ಯೋಚ್ನೆ, ಕನಸುಗಳು."

ಮಾರ್ಟಿನಾ ಬಡಿದು ಹಾಕಿಬಿಡಬೇಕೆನಿಸಿತು. ಸ್ವಂತದ ಬಗ್ಗೆ ಇಷ್ಟೊಂದು ನಿರಾಸಕ್ತಿ ಅವಳಿಗಿಷ್ಟವಾಗಲಿಲ್ಲ.

"ನಿನ್ನ ಹಣೆಬರಹ" ಹಣೆ ಚಚ್ಚಿಕೊಂಡಳು.

ಮಾರ್ಟಿನಾ ಹೋದಮೇಲೆ ವಿದ್ಯಾಳತ್ತ ಬಂದು "ಅವ್ರು ಮಾರ್ಟಿನಾಂತ. ನರ್ಸಿಂಗ್ ಹೋಂನಲ್ಲಿ ನರ್ಸು ಆಗಿದ್ದಾರೆ" ಪರಿಚಯ ಹೇಳಿದಳು.

ಅಂತು ಸರ್ಕಾರಿ ಶಾಲೆಯ ಯೂನಿಫಾರಂ ಮೇಲೆ ರಿಬೇಟ್ ಇತ್ತು. ಸದ್ಯಕ್ಕೆ ಒಂದು ಜೊತೆ ಮಾತ್ರ ಖರೀದಿಸಿ ಅಲ್ಲೇ ಹೊಲಿದು ಹಾಕಿಬರುವಾಗ ಒಂದು ಮಾತು ಹೇಳಿದಳು.

"ನೀನು ಹೆಚ್ಚಿನ ಶ್ರದ್ಧೆಯಿಂದ ರಾತ್ರಿ ಹಗ್ಲು ಕಷ್ಟಪಟ್ಟು ಓದಿ ರ್‍ಯಾಂಕ್ ಅಂಥದ್ದು ಸಂಪಾದಿಸಿಕೊಂಡರೇ ನಿನ್ನ ಡಾಕ್ಟ್ರು ಆಗೋ ಕನಸು ನನಸಾಗುತ್ತೆ."

"ಖಂಡಿತ ಓದ್ತೀನಿ" ಭರವಸೆ ಕೊಟ್ಟಳು ವಿದ್ಯಾ.

ಹಿಂದೆ ಮಿಡಲ್ ಸ್ಕೂಲ್‌ಗೆ ಓದುತ್ತಿದ್ದ ದಿನಗಳಲ್ಲಿ ಅವಳಿಗೂ ಮೆಡಿಸಿನ್ ಮಾಡಬೇಕೆಂಬ ಕನಸು ಇತ್ತು. ಅದು ನನಸಾಗುವುದು ಸಾಧ್ಯವಿರಲಿಲ್ಲ. ಆದರೆ ಅಂಥ ವಾತಾವರಣದಲ್ಲಿ ಕೆಲಸ ಸಿಕ್ಕಿದಷ್ಟೇ ಹರ್ಷ. ದಕ್ಕಿದ್ದಿಕಷ್ಟೇ ತೃಪ್ತಿ.

ಬದುಕಿನ ಎಲ್ಲಾ ಆಸೆಗಳು ಎಲ್ಲಿ ಸಫಲವಾಗುತ್ತೆ? ಕೆಲವರ ಜೀವನದಲ್ಲಿ ಅದು ಸಾಧ್ಯವಾಗಬಹುದೇನೋ

ವಸಂತಮ್ಮನ ನೆನಪು ಮಾಡಿಕೊಂಡು ತನ್ನ ಸ್ಕೂಟಿಯನ್ನು ಅತ್ತ ತಿರುಗಿಸಿದಳು. ಆಕೆ ಮೊರದಗಲ ಮುಖ ಮಾಡಿಕೊಂಡು ಆಹ್ವಾನಿಸಿದರು.

"ಹೇಗಿದ್ದಾರೆ, ಅಂಕಲ್?" ವಿಚಾರಿಸಿದಳು.

ಕೊಬರಿ ಗಿಟಕುಗಳನ್ನೆಲ್ಲ ಮುಂದೆ ಹಾಕಿಕೊಂಡು ಕೂತಿದ್ದ ಆಕೆ ಅವನ್ನೆಲ್ಲ ಪಕ್ಕಕ್ಕೆ ಸರಿಸಿದರು. ಒಂದು ಗಿಟುಕನ್ನು ಕೈಗೆತ್ತಿಕೊಂಡ ಸಂಧ್ಯಾ ಅದರ ಮೇಲಿನ ಕುಸುರಿ ಕೆಲಸಕ್ಕೆ ದಂಗಾದಳು. ಮೇಲಿನ ಸಿಪ್ಪೆಯನ್ನೆರೆದು 'ಅರುಣ ವೆಡ್ಸ್ ರವಿ' ಎಂದು ಹೂಗಳ ಮಧ್ಯೆ ಬಿಡಿಸಿ ಚಿನ್ನಾರಿಯ ಅಲಂಕಾರ ಮಾಡಿದ್ದರು. ಮುಂದೆ ಹಾಕಿಕೊಂಡ ಗಿಟುಕುಗಳ ಮೇಲೆಲ್ಲ ಇಂಥ ಚಿತ್ತಾರಗಳೇ ಮೂಡಬಹುದೆಂದುಕೊಂಡಳು.

"ಎಲ್ಲಾ ತುಂಬಾ ಚೆನ್ನಾಗಿದೆ. ಅಂಕಲ್ ಎಲ್ಲಿ ಕಾಣ್ತಾ ಇಲ್ಲ? ಹೇಗಿದ್ದಾರೆ?" ಮತ್ತೊಮ್ಮೆ ಕೇಳಿದ್ದಕ್ಕೆ ಆಕೆ ಹರ್ಷಿತರಾದರು. "ಆಫೀಸಿಗೆ ಹೋಗಿದ್ದಾರೆ. ಡಾ|| ನರೋನ ಹತ್ರ ಒಂದ್ಸಲ ಕರ್ಕೊಂಡ್ ಹೋದೆ. ಆಮೇಲೆ ಅವ್ರೆ ಎರ್ಡು ಸಲ ಹೋಗ್ಬಂದ್ರು. ಈಗ ಪರ್ವಾಗಿಲ್ಲ. ತನ್ನ ಶರೀರದಲ್ಲಿ ಯಾವುದೇ ವ್ಯಾಧಿ ಇಲ್ಲವೆಂದು ಖಾತ್ರಿಯಾಗಿದೆ.

ಈ ಮಾತುಗಳನ್ನು ತುಂಬು ಸಂತೋಷದಿಂದ ಹೇಳಿಕೊಂಡರು. ಮನೆಯಲ್ಲಿ ಕರಿದು ಮಾಡಿದ ತಿಂಡಿ ಕೊಟ್ಟು ಕಾಫಿ ಮಾಡಿ ಕೊಟ್ಟವರು ಒಂದು ದೊಡ್ಡ ಪ್ಲಾಸ್ಟಿಕ್ ಬೇಸನ್‌ನ ತಂದು ಅವಳ ಮುಂದಿಟ್ಟರು.

ಗಿಟಕುಗಳ ಮೇಲೆ ಗಣಪತಿ, ಲಕ್ಷ್ಮಿ, ಸರಸ್ವತಿ ಮುಂತಾದ ದೇವತೆಗಳ ಮೂರ್ತಿಗಳು ಮೂಡಿ ಬಂದಿದ್ದವು. ಅತ್ಯಂತ ಆಕರ್ಷಕವಾಗಿತ್ತು. ತೋರಣ, ಕಳಸ, ರಂಗೋಲಿಯಂಥ ಸಿಂಗಾರಗಳಿಂದ ತುಂಬಿ ಹೋಗಿದ್ದ ಸಾಮಾನ್ಯ ಗಿಟಕುಗಳು ಅತ್ಯಂತ ಸುಂದರ ಕಲಾಕೃತಿಗಳಂತೆ ಗೋಚರಿಸಿತು.

"ಮೊದ್ಲು ಸಮಯ ಕಳೆಯಲು ಹವ್ಯಾಸ ಮಾಡ್ಕೊಂಡೆ. ನೋಡಿದವರು ಆಸಕ್ತಿವಹಿಸಿದಾಗ ಮಾಡಿಕೊಟ್ಟೆ. ಮೊದಮೊದಲು ಯಾವುದೇ ಪ್ರತಿಫಲವಿಲ್ದೆ ಮಾಡಿಕೊಟ್ಟೆ. ಈಗ ಕೆಲವರ ಬಲವಂತದಿಂದ ವ್ಯಾಪಾರವಾಯ್ತು. ಮೊದ್ಲೇ ಅಡ್ವಾನ್ಸ್ ಕೊಟ್ಟು ಹೋಗ್ತಾರೆ. ನಾನ್ಯಾಕೆ ಬೇಡ ಅನ್ಲಿ? ಇವುಗಳ್ನ ವರಪೂಜೆಯ ಸಾಮಾನಿನ ಜೊತೆ ಇಡ್ತಾರೆ" ಹೇಳಿಕೊಂಡರು ವಸಂತಮ್ಮ.

ಹೊರಟಾಗ ನಾಲ್ಕು ಗಿಟಕುಗಳನ್ನು ಪ್ಲಾಸ್ಟಿಕ್ ಕವರ್‌ಗೆ ಹಾಕಿಕೊಟ್ಟಾಗ ನಿರಾಕರಿಸಿದಳು. "ಬೇಡ ಹುಡುಗರು ಇರೋ ಮನೆ. ತಿನ್ನೋಕೆ ಉಪಯೋಗವಾಗಿ ಬಿಡುತ್ತೆ. ಅದು ನಂಗೆ ಇಷ್ಟವಾಗೋಲ್ಲ. ನನ್ತಂಗಿ ಮದ್ವೆಗೆ ಮಾಡಿ ಕೊಡಿ."

ಆ ಪ್ಲಾಸ್ಟಿಕ್ ಕವರ್‌ನ ಅವರಿಗೇ ಹಿಂದಿರುಗಿಸಿದಳು.

ಮನೆಗೆ ಬಂದಾಗ ಸುವಿದ್ಯಾ ಕಾಂಪೌಂಡ್‌ನಲ್ಲಿ ನಿಂತಿದ್ದಳು. ಶಾಸ್ತ್ರಿಗಳ ಮಗ ಸೈಕಲ್ ಹತ್ತಿ ಆ ಕಡೆಯಿಂದ ಈ ಕಡೆಗೆ, ಈ ಕಡೆಯಿಂದ ಆ ಕಡೆಗೆ ಓಡಿಯಾಡುತ್ತಿದ್ದ. ಇದನ್ನು ಅವನ ಮನೆಯವರಿಗೆ ತಿಳಿಸುವ ಬದಲು ತನ್ನ ತಂಗಿಯನ್ನು ಭದ್ರ ಮಾಡಬೇಕೆನಿಸಿತು. ಆದರೆ ಅದು ಸಾಧ್ಯವೇ?

ಬಂದಕೂಡಲೇ ಶ್ರೀಪತಿ ಒಂದು ವಿಷಯ ಮಗಳ ಮುಂದಿಟ್ಟರು.

"ಹೋಗಿ ಮನೆ ಮೇಲೆ ಒಂದಿಷ್ಟು ಹಣ ತರ್ತೀನಿ. ಆಮೇಲೆ ನಿಧಾನವಾಗಿ ತೀರಿಸೋಣ ಸಂಧ್ಯಾ. ದಯವಿಟ್ಟು ಇನ್ನೊಂದ್ಮಾತು ಹೇಳ್ಬೇಡ" ಅಧಿಕಾರ ಕೂಡ ಇತ್ತು ಅವರ ಮಾತಿನಲ್ಲಿ. ಜೊತೆಗೆ ಇನ್ನೊಂದು ವಿಷಯ ಕೂಡ ತಿಳಿಸಿದರು. "ಊರು ಕಡೆ ಯಾವುದಾದ್ರೂ ಗಂಡು ಇದೆಯೇನೋ ನೋಡ್ಕೊಂಡ್ಬರ್ತೀನಿ. ಅವ್ಳ ವಿವಾಹ ಮುಗಿದರೆ ನಿಮ್ಮಮ್ಮ ಅತೃಪ್ತಿ, ಹಾರಾಟ ಒಂದಿಷ್ಟು ಕಮ್ಮಿ ಆಗುತ್ತೆ.

ತಂದೆಯ ಮಾತು ಸಂಧ್ಯಾಗೆ ಸರಿಯೆನಿಸಿತು.

"ಹಾಗೇ ಮಾಡಿ ಅಪ್ಪ" ಎಂದು ಅಡಿಗೆ ಮನೆಗೆ ಹೋದಳು. ಮುಸಿ ಮುಸಿ ಅಳುತ್ತಿದ್ದ ಶಾರದಮ್ಮ "ಶಾಸ್ತ್ರಿಗಳ ಹೆಂಡ್ತಿ ಬಂದು ಬಾಯಿಗೆ ಬಂದಂಗೆ ಬಯ್ದುಹೋದ್ರು. ನಿನ್ನ ಹಿರಿ ಮಗಳಂಗೆ ಎರಡನೇ ಮಗ್ಳು ಕೂಡ ಹೇಳ್ದೇ ಕೇಳ್ದೇ ನನ್ನ ಮಗನ್ನ ಹಾರಿಸ್ಕೊಂಡ್ಹೋಗಿ ಮದ್ವೆ ಮಾಡ್ಕೋತಾಳಂತೆ."

ಗೋಡೆಯ ಅಂಚಿಗೆ ಒರಗಿದ್ದ ಸಂಧ್ಯಾ ಕುಸಿದಂತೆ ಕೂತಳು. ಅವರೆಲ್ಲ ಸುಖವಾಗಿರಬೇಕು ಕನಿಷ್ಠ ನೆಮ್ಮದಿಯಾದರೂ ಅವರುಗಳಿಗೆ ಇರಲಿಯೆಂದು ಇಲ್ಲಿಗೆ ಕರೆ ತಂದಿದ್ದಳು. ಪರಿಸ್ಥಿತಿಯ ಅರಿವಿಲ್ಲದೆ ಅಜ್ಞಾನ, ಮೂರ್ಖತನದಿಂದ ತಂದುಕೊಂಡ ಸಮಸ್ಯೆಗಳೇ ಹೆಚ್ಚು.

"ಅನ್ನೋರ ಬಾಯಿ ಮುಚ್ಚೋಕೆ ಆಗುತ್ತಾ? ಅಪ್ಪ ಊರಿಗೋಗಿ ಮನೆ ಮೇಲೆ ಸಾಲ ತರ್ತೀನೀಂತ ಹೇಳಿದ್ದಾರೆ. ಗಂಡೂಂತ ಸಿಕ್ಕಿಬಿಟ್ಟರೆ ಸುವಿದ್ಯಾ ವಿವಾಹ ಮಾಡಿ ಮುಗ್ಸಿಬಿಡೋಣ. ಸದ್ಯಕ್ಕೆ ಒಬ್ಬಳ ಜವಾಬ್ದಾರಿ ಕಡ್ಮೆ ಆಗುತ್ತೆ" ದೃಢವಾಗಿ ಹೇಳಿದಳು. ಅವರೆಗೂ ಸುವಿದ್ಯಾನ ಹದ್ದುಬಸ್ತಿನಲ್ಲಿ ಇಟ್ಟುಕೋ ಬೇಕೆನ್ನುವ ತೀರ್ಮಾನಕ್ಕೆ ಬಂದಳು.

ಸುವಿದ್ಯಾನ ದೇವಸ್ಥಾನಕ್ಕೇಂತ ಹೊರಗೆ ಕರೆದೊಯ್ದಳು.

"ನಿಂಗೆ ಮನೆ ಸ್ಥಿತಿ ಗೊತ್ತು. ನೀನು ಕೂಡ ಸಮಸ್ಯೆಯಾಗೋದ್ಬೇಡ. ಅಪ್ಪ ಕೂಡ ನಿನ್ಮದ್ವೆ ಪ್ರಯತ್ನದಲ್ಲೇ ಇದ್ದಾರೆ. ಶಾಸ್ತ್ರಿಗಳ ಹೆಂಡ್ತಿ ಬಂದು ಅಮ್ಮನ್ನ ಬಯ್ದು ಹೋದರಂತೆ. ಅಪ್ರಿಗೆ ಇಂಥ ಕಷ್ಟಕೊಡ್ಬೇಡ" ಕೈ ಜೋಡಿಸಿದಳು ಹಿರಿಯಳಾಗಿ.

"ನೋಡಕ್ಕ, ಬದ್ಕು ಸಾವಿರ ವರ್ಷದ್ದಲ್ಲ. ನಾನು ನಿನ್ನಂಗೆ ಆದರ್ಶನ ಗಂಟು ಕಟ್ಟಿಕೊಂಡು ಓಡಾಡ್ತ ಇಲ್ಲ. ನಂಗೆ ನಂದು ಅನ್ನೋ ಮನೆ ಬೇಕು. ಅಪ್ಪ ಈಗ ಗಂಡು ಹುಡುಕೋಕೆ ಶುರು ಮಾಡಿದ್ರೂ ನಮ್ಮ ಅನ್ಕೂಲಕ್ಕೆ ತಕ್ಕಂತಿರೋ ಗಂಡು ಸಿಗೋದು ಯಾವ ಕಾಲಕ್ಕೋ. ಗಂಡುನ ನಾನು ಹುಡ್ಕಿಕೊಂಡಿದ್ದೀನಿ. ಐವತ್ತು ಸಾವಿರ ರೂಪಾಯಿ ಕೊಡಿ. ನಾನೇ ಮದ್ವೆ ಮಾಡ್ಕೊಂಡ್ ನಿಮ್ಗಳ ಜವಾಬ್ದಾರಿ ಕಡ್ಮೆ ಮಾಡ್ತೀನಿ" ಘಂಟಾಘೋಷವಾಗಿ ಹೇಳಿದ ತಂಗಿಯನ್ನು ನೋಡಿ ದಿಗ್ಮೂಢಳಾದಳು. ಸಂಧ್ಯಾ ಬಾಯಿಂದ ಮಾತೇ ಹೊರಡಲಿಲ್ಲ.

"ನಿನ್ನಾಣೆ ನೂರಕ್ಕೆ ನೂರರಷ್ಟು, ಸತ್ಯ ಹಣ ಕೊಟ್ಟರೇ ಮದ್ವೆ ಮಾಡಿಕೊಳ್ಳೋದು. ನಂದು ಇರ್ಲಿ. ಆಮೇಲೆ ಕಟ್ಟಿಕೊಂಡವನೊಂದಿಗೆ ಬಂದು

ತಳವೂರುತ್ತಾಳೆಂದು ತಿಳ್ಕೋಬೇಡ. ನಿನ್ನಂಗೆ ನಾನು ಯಾರನ್ನೋ ಕುತ್ತಿಗೆಗೆ ಬಿಗಿದುಕೊಳ್ಳೋಕೆ ಸಿದ್ಧವಿಲ್ಲ. ಆಮೇಲೆ ನನ್ನ ದಾರಿ ನಂದು."

ವ್ಯವಹಾರ ಮಾತಾಡಿದಂತೆ ಹೇಳಿ ಮುಗಿಸಿದಳು. ಕನಿಷ್ಠ ಅಳುಕು ಕೂಡ ಅವಳಲ್ಲಿ ಕಾಣಲಾಗಲಿಲ್ಲ.

"ಸುವಿದ್ಯಾ, ಏನು ಈ ತರಹ ಮಾತಾಡ್ತಿ?" ಅಂದಳು ಸಂಧ್ಯಾ.

"ಯಾವ ತರಹ ಮಾತಾಡ್ತ ಇದ್ದೀನಿ. ನೀನು ತಾನೇ ಏನು? ಗಂಡನ ಆರಿಸಿಕೊಂಡೆ. ತಾಳಿ ಬಿಗಿಸಿಕೊಂಡ್ಬಂದು ಗಂಡನ್ನ ದುಬೈಗೆ ಕಳ್ಸಿ ಅಪ್ಪನ ಕಾಲಿಗೆ ಬಂದುಬಿದ್ದೆ. ಈ ಹೊತ್ತಿನ ತನಕ ಅವ್ರು ಅಳಿಯನ ಮುಖ ನೋಡಿಲ್ಲ. ನಂದು ಹಾಗಲ್ಲ. ಮಾಂಗಲ್ಯ ಕಟ್ಟಿಕೊಂಡವನ ಜೊತೆ ಬಂದು ಅಪ್ಪ ಅಮ್ಮನ ಆಶೀರ್ವಾದ ತಗೊಂಡೇ ಹೋಗ್ತೀನಿ."

ತಂಗಿಯ ಮಾತಿಗೆ 'ಭೇಷ್' ಎನ್ನಬೇಕೆನಿಸಿತು. ಅವಳ ಬಗ್ಗೆ ಯೋಚಿಸಬಾರದೆನಿಸಿತು. ಅವಳ ಎರಡು ಕೈಗಳನ್ನು ಹಿಡಿದುಕೊಂಡು "ಯಾವಾಗ ಮದ್ವೆ?" ಎನ್ನುವ ವೇಳೆಗೆ ಸಂಧ್ಯಾಳ ಸ್ವರ ಉಡುಗಿತು.

"ಹಣ ಕೊಟ್ಟ ಮಾರನೇ ತಿಥಿ, ನಕ್ಷತ್ರ, ರಾಶಿ, ರಾಹುಕಾಲ, ಗುಳಿಕ ಕಾಲ ಯಾವ್ದೂ ನೋಡ್ದೇ ಮದ್ವೆ ಮಾಡ್ಕೊಂಡ್ ಗಂಡನ್ನ ಕರೆತಂದು ನಿಮ್ಮ ಮುಂದೆ ನಿಲ್ಲಿಸ್ತೀನಿ. ಅಲ್ಲಿನವರ್ಗೂ ಅವ್ರು ನೇಪಥ್ಯದಲ್ಲಿ ಇರ್ತಾರೆ. ಇದ್ನ ಅಪ್ಪ, ಅಮ್ಮನಿಗೆ ಹೇಳು. ಮತ್ತೆ ಜೋರು ಮಾಡೋದು, ಅಮ್ಮ ಅಳೋದು ಶಾಪ ಹಾಕೋದು ಇಂಥದ್ನ ನಾನು ಸಹಿಸೋಲ್ಲಾಂತ ಹೆತ್ತವರಿಗೆ ಹೇಳ್ಬಿಡು."

ಮಾತು ಮುಗಿಸಿ ಸುವಿದ್ಯಾ ಮುಂದೆ ನಡೆದರೆ ಸಂಧ್ಯಾ ಹಿಂಬಾಲಿಸಿದಳು. ಅವಳ ಮೈಯಲ್ಲಿ ಶಕ್ತಿಯೇ ಇರಲಿಲ್ಲ. ತನ್ನ ಕಟುಮಾತು, ನಿರ್ಧಾರದ ಮೂಲಕ ಅದನ್ನ ಬಡಿದೋಡಿಸಿದ ಸುವಿದ್ಯಾ ತನ್ನ ಇನ್ನೊಂದು ಮುಖವನ್ನು ಪ್ರದರ್ಶಿಸಿದಳು.

ಇಬ್ಬರ ಮುಖಗಳು ಒಂದೊಂದು ದಿಕ್ಕು ಎನ್ನುವಂತೆ ಬಂದ ಶ್ರೀಪತಿಗಳ ಹುಬ್ಬೇರಿತು. ಸಂಧ್ಯಾಗಿಂತ ವಿಭಿನ್ನವಾದ ನಡೆನುಡಿಯನ್ನು ತಮ್ಮ ಎರಡನೆ ಮಗಳಲ್ಲಿ ಕಂಡು ಧನ್ಯರಾಗಿದ್ದರು.

ತಂಗಿ ನಿರ್ಣಯ ಹೇಳಿ ಬಾಂಬ್ ಸ್ಫೋಟಿಸಲು ಸಿದ್ಧವಿರಲಿಲ್ಲ ಸಂಧ್ಯಾ. ಇನ್ನೊಮ್ಮೆ ಸುವಿದ್ಯಾಳಲ್ಲಿ ಮಾತಾಡಿದ ನಂತರವೇ ತಂದೆಯೊಡನೆ ಪ್ರಸ್ತಾಪಿಸಬೇಕೆಂಬ ನಿರ್ಣಯಕ್ಕೆ ಬಂದಳು. ಮಕ್ಕಳು ದೊಡ್ಡವರಾದಂತೆ ಹಿರಿಯರಿಗೆ ಸಮಸ್ಯೆಯೇ. ಭಾರ ಕಡಿಮೆ ಮಾಡಬಹುದಾದ ಮಕ್ಕಳು ತಾವೇ ಭಾರವಾಗುವ ಪ್ರಕರಣಗಳೇ ಹೆಚ್ಚಾಗಿ ಕಾಣಿಸಿತು.

ಬೆಳಿಗ್ಗೆ ಹಾಲು ತರೋ ನೆಪದಲ್ಲಿ ಸುವಿದ್ಯಾನ ಎಬ್ಬಿಸಿಕೊಂಡು ಕರೆದೊಯ್ದವಳು ಮಾರ್ಗ ಮಧ್ಯದಲ್ಲಿ "ಸುವಿದ್ಯಾ ನಿನ್ನ ನಿರ್ಣಯನ ಸ್ವಲ್ಪಮಟ್ಟಿಗೆ ಬದಲಾಯಿಸ್ಕೋ. ನೀನು ಒಪ್ಪಿದ ಗಂಡೇ ಆಯ್ತು. ಐವತ್ತು ಸಾವಿರನು ಕೊಡೋಣ. ಆದರೆ ಅಮ್ಮ ಅಪ್ಪ

ಅಳಿಯನ ಕಾಲು ತೊಳೆದು ಕನ್ಯಾದಾನ ಮಾಡಿಕೊಡ್ಲಿ. ಇಷ್ಟಕ್ಕೆ ಒಪ್ಪಿಕೋ" ದೈನ್ಯದಿಂದ ಕೇಳಿಕೊಂಡಳು.

ಆದರೆ ಸುವಿದ್ಯಾ ಒಂದಿಂಚು ಕೂಡ ಅಲ್ಲಾಡುವ ಸ್ಥಿತಿಯಲ್ಲಿರಲಿಲ್ಲ.

"ಸಾಧ್ಯವೇ ಇಲ್ಲ. ನಾನು ಎಲ್ಲಾ ಯೋಚ್ನೆ ಮಾಡೇ ತೀರ್ಮಾನಕ್ಕೆ ಬಂದಿರೋದು. ನಂಗೆ ಅಮ್ಮನ ಬಗ್ಗೆ ಗೊತ್ತು. ಅಪ್ಪನ ಸ್ವಾಭಿಮಾನದ ವಿಷ್ಯನು ಗೊತ್ತು. ನನ್ಮದ್ವೆ ಆಗೋದೇ ಇಲ್ಲ. ಅವೆಲ್ಲ ಬೇಡ. ನೀನು ಐವತ್ತು ಸಾವಿರ ನಂಗೆ ಕೊಡ್ಸು. ಮದ್ವೆ ಮಾಡ್ಕೊಂಡ್ಬಂದು ಅವರ ಆಶೀರ್ವಾದ ತಗೋತೀನಿ" ಅಷ್ಟೇ ಹೇಳಿದ್ದು.

ಇನ್ನು ಮಾತಿನಿಂದ ಪ್ರಯೋಜನವಿಲ್ಲವೆನಿಸಿತು. ಜೊತೆಯಲ್ಲಿ ಆಡಿ ಬೆಳೆದ ಸುವಿದ್ಯಾಳಲ್ಲಿ ಇಂಥ ಒಂದು ಕಠಿಣವಾದ ಬದಲಾವಣೆ ಬರಬಹುದೆಂದು ಕಲ್ಪಿಸಿಕೊಳ್ಳುವುದು ಕೂಡ ಸಾಧ್ಯವಾಗಿರಲಿಲ್ಲ.

ಹಾಲಿನ ಪ್ಯಾಕೆಟ್ ಹಿಡಿದು ಬಂದ ಸಂಧ್ಯಾ "ಆಯ್ತು, ನಾನು ಅಪ್ಪನ ಒಪ್ಪಿಸ್ತೀನಿ. ಅಮ್ಮನ ಕಿವಿಗೆ ಸದ್ಯಕ್ಕೆ ಈ ವಿಷ್ಯ ಹಾಕ್ಬೇಡ. ಅಪ್ಪ ನಾಳೆ ಊರಿಗೆ ಹೋಗ್ತಾ ಇದ್ದಾರೆ. ಸದ್ಯಕ್ಕೆ ಮನೆ ಮೇಲೆ ಸಾಲ ಮಾಡ್ಬೇಕು. ಅದು ಅಪ್ಪನಿಗೆ ಪಿತ್ರಾರ್ಜಿತ ಆಸ್ತಿ. ಒಂದು ರೀತಿ ಮಮತೆ ಇತ್ತು. ಊರಿಗೆ ಹಿಂದಿರುಗೋ ಉದ್ದೇಶ ಕೂಡ ಇತ್ತು. ಈ ಬೆಳವಣಿಗೆ ಅವ್ರ ಮೇಲೆ ಪರಿಣಾಮ ಬೀರದಿದ್ದರೆ ಸಾಕು" ದಾರಿಯುದ್ದಕ್ಕೂ ತಿಳಿ ಹೇಳುತ್ತ ಬಂದಳು.

ಹೊರಗಡೆ ಅಡ್ಡಾಡುತ್ತಿದ್ದ ಶ್ರೀಪತಿ ಇಬ್ಬರ ಮುಖಗಳನ್ನು ಬದಲಿಸಿ ಬದಲಿಸಿ ನೋಡಿದವರು 'ಏನೋ ಇದೆ' ಎಂದುಕೊಂಡರು. ಸುವಿದ್ಯಾ ಹೋದಮೇಲೆ ಸಂಧ್ಯಾಗೆ ಹಾಲಿನ ಪ್ಯಾಕೆಟ್ ಒಳಗೆ ಕೊಟ್ಟು ಬರುವಂತೆ ತಿಳಿಸಿದರು.

ಬಂದ ಸಂಧ್ಯಾ ಕಣ್ಣುಗಳಲ್ಲಿ ನೀರಿತ್ತು "ಅಪ್ಪ ನೀವು ನನ್ನ ಕ್ಷಮ್ಸಿದಂತೆ ಸುವಿದ್ಯಾನ್ನು ಕ್ಷಮ್ಸಬೇಕು" ಎಂದು ಸಂಕ್ಷಿಪ್ತವಾಗಿ ವಿಷಯ ತಿಳಿಸಿದಾಗ ಅವರೆದೆಯ ಭಾರ ಕಡಿಮೆಯಾದಂತೆ ಸಮಾಧಾನದ ಉಸಿರುಬಿಟ್ಟರು.

"ಆಯ್ತು, ಹೇಗಾದ್ರೂ ಐವತ್ತು ಸಾವಿರ ರೂಪಾಯಿ ಹೊಂದಿಸ್ಕೊಂಡ್ಬಂದ್ ಕೊಡ್ತೀನಿ. ಎಂಥ ಒಳ್ಳೆ ಮಗ್ಳು ನೋಡು ಸುವಿದ್ಯಾ, ಒಳ್ಳೇದೆ ಆಯ್ತು. ನೀನೇನು ತಲೆ ಕೆಡಿಸ್ಕೋಬೇಡ. ನಾನು ಊರಿಗೆ ಹೋಗ್ಬರ್ತೀನಿ. ಏನಾಗುತ್ತೋ ನೋಡೋಣ." ಆರಾಮಾಗಿ ವಿಷಯವನ್ನು ಜೀರ್ಣಿಸಿಕೊಂಡರು. ಅವಕಾಶವಾದಿ ಸುವಿದ್ಯಾ ಅಂದುಕೊಂಡರು.

ಶ್ರೀಪತಿ ಮನ ಹಕ್ಕಿಯಂತೆ ಹಗುರವಾಯಿತು.

ತಂದೆಯನ್ನು ಬಸ್ಸು ಹತ್ತಿಸಿ "ಅಪ್ಪ, ಹಣ ಸಿಗದಿದ್ದರೂ ಚಿಂತೆ ಮಾಡ್ಬೇಡಿ. ಹೇಗಾದ್ರೂ ಹೊಂದಿಸೋಣ. ನಿಮ್ಮ ಆರೋಗ್ಯ ಮಾತ್ರ ಕೆಡ್ಬಾರ್ದು" ಕಣ್ತುಂಬಿ ಕೇಳಿಕೊಂಡಳು. ತನ್ನ ದುಡಿಮೆ ಇದ್ದಾಗ ಸ್ವಾರ್ಥಿಯಾಗದೆ ಮಕ್ಕಳು, ಸಂಸಾರವನ್ನು

ಅಚ್ಚುಕಟ್ಟಾಗಿ ನೋಡಿಕೊಂಡ ಮನುಷ್ಯ. ಸಂಧ್ಯಾಗೆ ತಂದೆಯ ಬಗ್ಗೆ ಅಪಾರವಾದ ಗೌರವ.

"ಆಯ್ತು, ಮನೆ ಕಡೆ ಜೋಪಾನ. ನಿಮ್ಮಮ್ಮನ ಮಾತುಗಳಿಗೆ ತಲೆ ಕೆಡಿಸ್ಕೋಬೇಡ" ಅಂದರು ಬಸ್ಸಿನ ಕಿಟಕಿಯಿಂದ ತಲೆ ಹೊರಗೆ ಹಾಕಿ. ತಂದೆಗೆ ಕೈಬೀಸಿ ಹೊರಟಳು. ಅರ್ಧ ದಾರಿಯಲ್ಲಿ ಸ್ಕೂಟಿ ಕೈಕೊಟ್ಟು ನಿಂತಾಗ ಅಂದಿನ ಮೆಕ್ಯಾನಿಕ್ ಹುಡುಗ ನೆನಪಾದ. ಬಿಟ್ಟಿ ಚಾಕರಿ ಮಾಡಿಸಿಕೊಳ್ಳುವ ಮನಸತ್ವದಿಂದಲ್ಲ, ಸದ್ಯಕ್ಕೆ ಅವನ ನೆರವು ಬೇಕಾಗಿತ್ತು.

ಮೆಕ್ಯಾನಿಕ್ ಶಾಪ್ ಅಂಥ ದೂರವೇನಲ್ಲವೆಂದುಕೊಂಡು ತಳ್ಳಿಕೊಂಡು ಹೋಗಿ ಅಲ್ಲಿ ನಿಲ್ಲಿಸಿ ಒಂದು ಸ್ಕೂಟರ್ ಬಿಚ್ಚಿಕೊಂಡು ಕೂತಿದ್ದವನು ನೋಡಿದ ಕೂಡಲೇ ಎದ್ದು ಬಂದ ಕೈಯೊರೆಸುತ್ತ.

"ಅಕ್ಕ, ಮತ್ತೆ ಪ್ರಾಬ್ಲಮಾ? ತೀರಾ ಸರ್ವೀಸ್ ಗಾಡಿ" ಎಂದು ಮುಟ್ಟಿ ಕೀ ಹಾಕಿ ತಿರುಗಿಸಿ ಹೇಳಿದಾಗ "ಒಂದ್ಕೆಲ್ಸ ಮಾಡು. ರಿಪೇರಿ ಮಾಡ್ಸಿ ಮಾರ್ಬಿಡು. ಸದ್ಯಕ್ಕೆ ನಂಗೆ ಇದ್ಬೇಡ" ಎಂದು ಹೇಳಿ ನಿಶ್ಚಿಂತೆಯಿಂದ ಅವನಿಗೆ ಒಪ್ಪಿಸಿ ರೂಟ್ ಬಸ್ಸು ಹತ್ತಿದಳು. ಅವಳಿಗೆ ಸ್ಕೂಟಿಯ ಸವಾರಿ ದುಬಾರಿಯಾಗಿಸಿತ್ತು.

ಮಾರ್ಟಿನಾ ಕಂತು ತೀರಿಲ್ಲದಿದ್ದರಿಂದ ಮಾರುವುದು ತಪ್ಪೆನಿಸಿದರೂ ಅನಿವಾರ್ಯವಾಗಿತ್ತು. ಸುವಿದ್ಯಾ ಹೇಳಿದ ಹಣಭೂತದಂತೆ ಹೆದರಿಸುತ್ತಿತ್ತು. ಹೋದ ತಕ್ಷಣ ತಂದೆಗೆ ಮನೆಯ ಮೇಲೆ ಅಷ್ಟೊಂದು ಹಣ ಸಿಗುವ ನಂಬಿಕೆ ಇರಲಿಲ್ಲ.

ಡ್ಯೂಟಿಯಲ್ಲಿದ್ದ ಶಾಂತಿನ ರಿಲೀವ್ ಮಾಡಿದ ಕೂಡಲೇ ಬಿಜಿಯಾಗಿಬಿಟ್ಟಳು. ಒಂಬತ್ತಕ್ಕೆ ಸರಿಯಾಗಿ ಡಾ|| ಅನುರಾಧ, ಡಾ|| ಪರಮೇಶ್ವರ್ ಜೊತೆಯಾಗಿ ಬಂದರು. ಅದು ಅವಳ ಮಟ್ಟಿಗೆ ಸಂತೋಷದ ವಿಷಯವೇ.

ಆಪತ್ಕಾಲಿಕ ವಾರ್ಡ ಮುಂದೆ ಇಂದು ಕ್ಯೂ ಅಧಿಕವಾಗಿತ್ತು.

"ಒಂದ್ಸಲ ಕಣ್ಣು ತೋರಿಸ್ಕೋಬೇಕು. ಸ್ವಲ್ಪ ಓದೋದರಲ್ಲಿ ಆಯಾಸವಾಗುತ್ತೆ" ಅವಳಪ್ಪ ಒಮ್ಮೆ ಅಂದಿದ್ದು ನೆನಪಾಯಿತು. ಕರೆದುಕೊಂಡು ಬಂದು ಆದಷ್ಟು ಬೇಗ ತೋರಿಸಬೇಕೆನಿಸಿತು. ಎಲ್ಲಕ್ಕೂ ಹಣದ ತೊಂದರೆಯೇ.

ಮಧ್ಯಾಹ್ನ ಸಿಸ್ಟರ್ ಮಾರ್ಟಿನಾ ಸಿಕ್ಕಾಗ "ನನ್ನಿಂದ ಒಂದು ತಪ್ಪಾಗ್ತ ಇದೆ. ನಿನ್ನ ಕಂತು ತೀರಿಸದೆಯೇ ನಿನ್ನ ಸ್ಕೂಟಿನ ಮಾರಬೇಕಾಗಿದೆ. ಅದ್ಕೆ ಒಪ್ಕೋಬೇಕು" ಕೇಳಿದಾಗ, ಸನಿಹಕ್ಕೆ ಬಂದ ಮಾರ್ಟಿನಾ "ಹೊಸ ಮಾರುತಿ ಏನಾದ್ರೂ ತಗೋತಾ ಇದ್ಯಾ? ಸ್ಟಾಫ್‌ನವರಲ್ಲಿ ನೀನೊಬ್ಬಳಾದ್ರೂ ಕಾರಿನಲ್ಲಿ ಬರೋ ಹಂಗೆ ಆಗುತ್ತೆ" ಕಣ್ಣು ಮಿಟುಕಿಸಿದಳು.

"ಮಹರಾಯ್ತಿ ನನ್ಹತ್ರ ಅಷ್ಟೊಂದು ಹಣವೇನಿಲ್ಲ. ಆರು ತಿಂಗ್ಳು ದುಬೈನಿಂದ ಒಂದು ರೂಪಾಯಿ ನಂಗೆ ಬರೋಲ್ಲ. ನಾನು ಕೂಡ ನಮ್ಮ ಸಂಸಾರದ ಪೋಷಣೆಗೆ ಅಪ್ರಿಂದ ಹಣ ಪಡ್ಯೋಲ್ಲ. ದಯವಿಟ್ಟು ಅರ್ಥ ಮಾಡ್ಕೋ" ಎಂದಳು ಸಂಧ್ಯಾ.

"ನೀನೇನು ಬುದ್ಧಿವಂತಳಲ್ಲ ಬಿಡು. ನಿನ್ನ ಬದ್ಕು ಕಾಡಿನ ಬೆಳದಿಂಗಳು ಆಗ್ಬೇಕಾ. ಸುಡುಗಾಡು ಆದರ್ಶ, ಸ್ವಾಭಿಮಾನದಿಂದ ನೀನೇನು ಸುಖಪಡೋಲ್ಲ. ದುಬೈಯಲ್ಲಿ ಒಳ್ಳೆಯ ದುಡಿಮೆ ಇದೆ. ನೀನು ತಾಳಿ ಕಟ್ಟಿಸ್ಕೊಂಡ ಹೆಂಡ್ತಿ ತಾನೆ. ತಿಂಗ್ಳು ತಿಂಗ್ಳು ಒಂದಿಷ್ಟು ಹಣ ಕಳಿಸೋಕೆ ಡಿಮ್ಯಾಂಡ್ ಮಾಡು" ಮತ್ತೆ ಬುದ್ಧಿ ಹೇಳಿದಳು ಮಾರ್ಟಿನಾ.

ಸಂಧ್ಯಾ ಕೈಜೋಡಿಸಿ "ಸದ್ಯಕ್ಕೆ ಒತ್ತಟ್ಟಿಗೆ ಅವೆಲ್ಲ ಇರ್ಲಿ. ಸದ್ಯಕ್ಕೆ ಸ್ಕೂಟಿ ಮಾರೋಕೆ ನಿನ್ನ ಒಪ್ಗೆ ಬೇಕು. ಆದ್ರೂ ನಿನ್ನ ಹಣ ಪೂರ್ತಿ ಸಂದಾಯವಾಗ್ಬೇಕು. ಆಗುತ್ತೆ. ನೀನೇನು ಹೇಳ್ತೀಯಾ?" ಕೇಳಿದಳು.

ಸಿಸ್ಟರ್ ಮಾರ್ಟಿನಾ ಮಾತಾಡದೇ ಹೋಗಿಬಿಟ್ಟಳು. ಸಂಧ್ಯಾ ಅವಳಿಗೆ ತೀರಾ ಗುಗ್ಗು ಆಗಿ ಕಂಡಳು. ತಟ್ಟನೇ ಡಾ|| ಸುಧಾಕರ್ ನೆನಪಾಯಿತು. ಇವಳು ಸ್ವಲ್ಪ ಪ್ರಯತ್ನಿಸಿದ್ದರೂ ಆರಾಮಾಗಿ ಡಾಕ್ಟರ್ ಮದುವೆಯಾಗಿ ಸುಖಪಡುವ ಅವಕಾಶ ಇತ್ತು. ಹಾಳು ಮಾಡಿಕೊಂಡಳು ಎಂದು ಮನದಲ್ಲೇ ಸಂಧ್ಯಾ ಬೈಯ್ದಳು.

ಕೇಸ್ ಷೀಟುಗಳಿಗೆ ಎಂಟ್ರಿ ಹಾಕುತ್ತಿದ್ದ ಸಂಧ್ಯಾ ಸಪ್ಪಳ ಕೇಳಿ "ವಾಟ್ ಕೆನ್ ಐ ಡು ಫಾರ್ ಯು, ಸರ್" ತಲೆ ಎತ್ತದೇ ಕೇಳಿದಾಗ ಡಾ|| ನಂದಿನಿ ನಕ್ಕಳು. "ಇಷ್ಟೊಂದು ಕಾನ್ಸೆಂಟ್ರೇಟ್ ಆಗಿ ವರ್ಕ್ ಮಾಡೋಕೆ ಮೇಡಮ್ ಎಷ್ಟು ಕೊಡ್ತಾರೆ?"

ತಕ್ಷಣ ಎದ್ದು ನಿಂತ ಸಂಧ್ಯಾ ಕಿರುನಗು ಬೀರಿದಳು.

ಫೋನ್ ಹಿಡಿದು ಡಯಲ್ ಬಟನ್‌ಗಳನ್ನೊತ್ತುತ್ತಿದ್ದ ಡಾ|| ಸುಧಾಕರ್ ಒಂದು ತರಹ ನೋಡಿದ. ಅವನಿಗೆ ಬೇಕಾದ ನಂಬರ್ ಕನೆಕ್ಟ್ ಆಗದಿದ್ದಾಗ ಫೋನಿಟ್ಟ.

"ಸಂಧ್ಯಾ, ಹತ್ತನೇ ನಂಬರ್‌ನ ಪೇಷೆಂಟ್‌ದು ಒಂದೇ ತಗಾದೆ. ನೀನು ಅವ್ರ ಬಿ.ಪಿ. ನೋಡಿದಾಗ ನಾರ್ಮಲ್ ಆಗಿರುತ್ತಂತೆ. ನಾವು ಮುಟ್ಟಿದರೇ ಮಾತ್ರ ಒಂದೇ ಸಮ ಏರುತ್ತೆ. ಯಾಕೆ?" ಕೇಳಿದ. ಅವನ ಸ್ವರದಲ್ಲಿ ತುಂಟತನ ಇತ್ತೇ ವಿನಾಃ ವ್ಯಂಗ್ಯವಾಗಲೀ ಕೋಪವಾಗಲೀ ಇರಲಿಲ್ಲ.

"ಅವ್ರಿಗೆ ನರ್ಸಿಂಗ್ ಹೋಂನ ಬಿಲ್ ಜ್ಞಾಪಕ ಬರ್ಬಹುದ್ದು" ಅಂದಳು ನಗುತ್ತ. ಡಾ|| ನಂದಿನಿ ನಕ್ಕಳು. "ಸಂಧ್ಯಾ ಹೇಳೋದು ಕರೆಕ್ಟ್. ಅವ್ರು ಮನೆಯ ಹುಡ್ಗಿಯಂಗೆ ಕಾಣ್ತಾಳೆ. ಬಿಳಿ ಕೋಟು, ಸ್ಟೆತಾಸ್ಕೋಪ್ ನೋಡಿದ ಕೂಡಲೇ ಇದು ನರ್ಸಿಂಗ್ ಹೋಂ ಕೊಡಬೇಕಾದ ಫೀಜಿನ ಮೊತ್ತ ನೆನಪಾಗಿ ಬಿಡುತ್ತೆ" ವಿವರ ನೀಡಿದ್ದು ತಮಾಷೆಯಾಗಿದೆ.

ಸಂಧ್ಯಾ ಮದುವೆಯಾದ ಮೇಲೆ ಡಾ|| ನಂದಿನಿ ಅವಳ ಬಗ್ಗೆ ಪ್ರಸನ್ನವಾಗಿದ್ದಳು. ಸಿಡಿಮಿಡಿಗುಟ್ಟದೇ ಮಾತಾಡಿಸುತ್ತಿದ್ದಳು. ಅದೊಂದು ದೊಡ್ಡ ಉಪಕಾರ ಸಂಧ್ಯಾ ಪಾಲಿಗೆ.

"ಗುಡ್ ಜೋಕ್. ಸಂಧ್ಯಾ, ನೀನೆಂದು ದುಬೈಗೆ ಹೋಗೋದು? ನಮ್ಗೆ ತಿಳಿಸ್ದಂಗೆ ತಾಳಿ ಕಟ್ಟಿಸ್ಕೊಂಡ್ಬಂದೆ. ಈಗ್ಲೇ ಹೇಳ್ದೆ... ಕೇಳ್ದೆ ಎಲ್ಲಿ ಓಡಿಹೋಗ್ತೀಯೋ

ಅನ್ನೋ ಅನುಮಾನ. ಅದಕ್ಕೆ ಪ್ರಿವಿಯಸ್ಸಾಗಿಯೇ ಒಂದು ಬೀಳ್ಕೊಡುಗೆ ಸಮಾರಂಭ ಏರ್ಪಡಿಸಿಬಿಡ್ಬೇಕು" ಎಂದಳು ಡಾ. ನಂದಿನಿ

ಸಂಧ್ಯಾಗೆ ಕಣ್ಕಣ್ ಬಿಡುವಂತಾಯಿತು. ತಾನು ಈ ನರ್ಸಿಂಗ್ ಹೋಂನಲ್ಲಿ ಅಂಥ ಇಂಪಾರ್ಟೆಂಟ್ ವ್ಯಕ್ತಿಯಲ್ಲ. ನೇರವಾಗಿ ಪೇಷಂಟ್‌ಗಳಿಗೆ ತನ್ನಿಂದ ಸೇವೆ ಸಲ್ಲಿಸಲು ಇಲ್ಲ. ಅಂಥದ್ದರಲ್ಲಿ ಡಾ|| ನಂದಿನಿ ಇಂಥ ಮಾತಾಡಲು ಕಾರಣವೇನು?

"ಯೋಚಿಸ್ತಾ ಇದ್ದೀಯಾ? ನನ್ಮಾತು ನಿಜ ತಾನೆ?" ಮತ್ತೆ ಡಾ|| ನಂದಿನಿಯೇ ಕೇಳಿದ್ದು. ನಸುನಗುತ್ತ ಅಡ್ಡಡ್ಡ ಆಡಿಸಿದ ಸಂಧ್ಯಾ "ನಾನು ಅಂಥ ಮುಖ್ಯವಾದ ವ್ಯಕ್ತಿಯಲ್ಲ, ಈ ಸೀಟು ಕೂಡ ಅಂತ ದುಬಾರಿಯಲ್ಲ. ಯಾರು ಬೇಕಾದರೂ ನಿಭಾಯಿಸಬಲ್ಲರು. ಅಂಥ ದೊಡ್ಡ ಶಿಕ್ಷಣದ ಅಗತ್ಯವು ಇಲ್ಲ" ಅತ್ಯಂತ ಸಹಜವಾಗಿ ಹೇಳಿದಳು.

ಡಾ|| ಸುಧಾಕರ್ ತಿಂದುಬಿಡುವಂತೆ ನೋಡಿದ.

"ಹೌದೌದು, ನಾವೆಲ್ಲ ಸಾಕಷ್ಟು ಸಲ ಹೆಚ್ಚಿನ ಸಂಬಳದ ಬಗ್ಗೆ ಬೇಡಿಕೆ ಸಲ್ಲಿಸಿದಾಗಲೂ ಸುಮ್ಮನಿದ್ದ ಮೇಡಮ್ ನೀನು ಹೊರಡ್ತೀಯಾ ಅನ್ನೋ ಸೂಚನೆ ಬಂದ ಕೂಡಲೇ ಕರೆಸಿಕೊಂಡು ಮೀಟಿಂಗ್ ನಡೆಸಿ ನರ್ಸಿಂಗ್ ಹೋಂನ ಎಲ್ಲಾ ಸೇವಾ ಸಿಬ್ಬಂದಿಯ ಸಂಬಳಗಳನ್ನು ತಕ್ಷಣ ಏರಿಸಿದ್ದಕ್ಕೆ ಕಾರಣ ಕೇಳಬಹುದಾ?" ಅಣಕಿಸಿದಂತೆ ಡಾ|| ಸುಧಾಕರ್ ಕೇಳಿದಾಗ ಸಂಧ್ಯಾ ಚಕಿತಳಾದಳು. ಇದು ನಿಜಾಂತ ಅನ್ನಿಸಲಿಲ್ಲ. "ಸಾರಿ ಡಾಕ್ಟರ್, ನೀವು ಜೋಕ್ ಮಾಡ್ತಾ ಇದ್ದೀರಾ. ನನ್ನ ಪೋಸ್ಟ್‌ಗೆ ಕ್ಯೂ ಇದ್ದಾರೆ. ಇದಕ್ಕಿಂತ ಕಡಿಮೆ ಸಂಬಳಕ್ಕೆ ನನಗಿಂತ ಹೆಚ್ಚಿನ ವಿದ್ಯಾವಂತರೂ ಚೆಲುವೆಯರು, ಬುದ್ಧಿವಂತರು ಸಾಲುಗಟ್ಟಿ ನಿಂತಿದ್ದಾರೆ. ನಾನು ಹೋದರೆ ಲಾಭವೇ ವಿನಾಃ ಖಂಡಿತ ನಷ್ಟವಿಲ್ಲ. ಇದು ಷ್ಯೂರ್" ಸಂಧ್ಯಾಳ ವಿವರಣೆಗೆ ನಸುನಗು ಬೀರಿದ. "ಓಕೇ, ಸೀಯು ಲೇಟರ್. ಈ ವಿಷ್ಯದ ಬಗ್ಗೆ ಇಬ್ರೂ ಮೂರು ಜನ ಚರ್ಚೆ ಮಾಡೋದು ಸರಿಯಲ್ಲ. ಎಲ್ಲಾ ಇದ್ದಾಗಲೇ ಸತ್ಯ ಹೊರಬೀಳೋದು" ಅನ್ನುತ್ತ ನಡೆದ ಡಾ|| ಸುಧಾಕರ್‌ನ ಹಿಂಬಾಲಿಸಿದಳು ಡಾ|| ನಂದಿನಿ.

ಸಿಸ್ಟರ್ ಮಾರ್ಟಿನಾ ಸ್ಕೂಟಿ ಡಾಕ್ಯುಮೆಂಟ್ಸ್ ತಂದು ಅವಳ ಕೈಯಲ್ಲಿಟ್ಟು "ಎಂದೋ ಮಾರಿ ಬಿಡ್ಬೇಕೂಂತ ಇವನ್ನೆಲ್ಲ ತಂದು ನರ್ಸಿಂಗ್ ಹೋಂನಲ್ಲೇ ಇಟ್ಕೊಂಡ್ ಇದ್ದೆ. ನೀನು ತಗೊಳ್ಳೋವಾಗ್ಲೂ ಬೇಡಾಂದೆ. ಯಾರಾದ್ರೂ ಗಿರಾಕಿ ಸಿಕ್ಕರೆ ಕೊಡು. ಇಲ್ಲದಿದ್ದರೆ... ಬೇಡ" ಧಾರಾಳ ಮನಸ್ಸಿನಿಂದ ಹೇಳಿದಳು. ಅವಳಿಗೆ ಹಣ ಕಂಡರೇ ಇಷ್ಟವೇ. ಹಾಗೆಂದು ಸಂಧ್ಯಾಳಿಂದ ವಸೂಲು ಮಾಡುವುದು ಮಾತ್ರ ಸಮ್ಮತವಲ್ಲ.

ಅದನ್ನು ತಂದು ಮೆಕ್ಯಾನಿಕ್ ಹುಡುಗನಿಗೆ ಕೊಟ್ಟು "ರಿಪೇರಿ ಮಾಡ್ಸಿ ಮಾರ್ಬಿಡು ಬಂದ ಹಣದಲ್ಲಿ ನಿನ್ನ ರಿಪೇರಿ ಹಣ ಹಿಡಕೊಂಡು ಮಿಕ್ಕಿದ್ದು ಕೊಡು" ಅಂದಳು. ಅವನು ಬೆರಗಿನಿಂದ ನೋಡಿದ.

ಈ ಗ್ಯಾರೇಜ್‌ನಲ್ಲಿ ಅವನು ಕೆಲಸಕ್ಕಿದ್ದ. ಇಲ್ಲಿಂದ ಬಿಟ್ಟು ಹೋಗಬಹುದು. ಅಥ್ವಾ ನಿಮ್ಮ ಸ್ಕೂಟರ್ ಕೊಟ್ಟೇ ಇಲ್ಲಂತ ಅನ್ನಬಹುದು. ಅಂಥದ್ದರಲ್ಲಿ ಇಷ್ಟೊಂದು ನಂಬಿಕೆ.

"ನಮ್ಮ ಓನರ್ ಹತ್ರ ಮಾತಾಡಿ" ಅಂದ ಮೆಲ್ಲಗೆ.

"ಬೇಡ, ನಿಂಗೆ ಹೇಳಿದ್ದೀನಲ್ಲ. ಮಾರಾಟವಾದಾಗ ನಂಗೆ ಹಣ ತಂದುಕೊಟ್ಟರೆ ಸಾಕು. ನನ್ನ ತಂಗಿ ಮದ್ವೆ ನಿಶ್ಚಯವಾಗಿದೆ. ಆದಷ್ಟು ಬೇಗ ಮಾರಿದರೆ ಒಳ್ಳೇದು" ಅಷ್ಟು ನುಡಿದು ತನ್ನ ಪಾಡಿಗೆ ತಾನು ನಡೆದಳು.

ಅಮ್ಮ ಗುರುತು ಹಾಕಿ ಕೊಟ್ಟಿದ್ದ ಸಾಮಾನು ತಗೊಂಡು ಸಿಟಿ ಬಸ್ಸಿನಿಂದ ಇಳಿಯುತ್ತಿದ್ದಾಗ ಎದುರು ಸಿಕ್ಕ ಶಾಸ್ತ್ರಿಗಳು ಕರೆದು "ನಿನ್ನಿಂದ ಒಂದು ಉಪಕಾರವಾಗ್ಬೇಕು ತಾಯಿ" ಅಂದರು.

ಜೋರಾಗಿ, ದರ್ಪದಿಂದ ಮಾತಾಡುತ್ತಿದ್ದ ಮನುಷ್ಯ ಇಷ್ಟು ಮೃದುವಾಗೋಕೆ ಕಾರಣವೇನೆಂದುಕೊಂಡಳು.

"ಮನೆಗೆ ಹೋಗೋಣ ಬನ್ನಿ" ಕರೆದಳು.

"ಬೇಡ ಇಲ್ಲೆ ಎಲ್ಲಾದ್ರೂ ಮಾತಾಡೋಣ. ನಿಂಗೇನು ಬಿಡ್ಸಿ ಹೇಳ್ಬೇಕಿಲ್ಲ. ವಿಷ್ಯ ಸೂಕ್ಷ್ಮವಾಗಿ ತಿಳಿಸಿದರೇ ಅರ್ಥಮಾಡಿಕೊಳ್ಳಬಲ್ಲೆ" ಎಂದು ರಸ್ತೆಯ ಪಕ್ಕಕ್ಕೆ ಕರೆದೊಯ್ದಾಗ ಸಂಧ್ಯಾಳಿಗೆ ಆಶ್ಚರ್ಯ. ಜೊತೆಗೆ ಭಯ ಕೂಡ.

"ಹೇಳಿ, ಏನು ವಿಷ್ಯ?" ಕೇಳಿದಳು.

"ನಿನ್ತಂಗಿ, ನನ್ನ ಮಗ ಸೇರ್ಕೊಂಡ್ ಏನೋ ಕರಾಮತ್ತು ನಡೆಸ್ತಾ ಇದ್ದಾರೇಂತ ಅನ್ನಿಸುತ್ತೆ. ಅವನಂತು ಎಷ್ಟು ಕೇಳಿದರೂ ಬಾಯಿಬಿಡೋಲ್ಲ್. ಈಗ ಅವ್ನಿಗೂ ಜಾತ್ಕಗಳು ಬರ್ತಾ ಇವೆ. ಹೆಣ್ಣು ನೋಡೋಕೆ ಬಾರೋ ಅಂದರೇ ತಪ್ಪಿಸ್ಕೊಂಡು ಓಡಾಡ್ತಾನೆ" ಅಷ್ಟು ಹೇಳಿದರು. ಸಂಧ್ಯಾ ಚಿಂತಿತಳಾದಳು.

ಇದು ಅವಳಿಗೂ ಗೊತ್ತು. ಅಷ್ಟು ಕರಾರುವಾಕ್ಕಾಗಿ ಮಾತಾಡುವ ತಂಗಿಯನ್ನು ಮಣಿಸುವುದು ಸಾಧ್ಯವಿಲ್ಲವೆಂದು ಅವಳಿಗೆ ಗೊತ್ತು.

"ನಾನೇನು ಮಾಡ್ಲಿ?" ನಿಸ್ಸಹಾಯಕತೆಯಿಂದ ಕೇಳಿದಳು.

"ಇದಾ ಪ್ರಶ್ನೆ? ನಿನ್ತಂಗಿಗೆ ಬುದ್ಧಿ ಹೇಳು. ಅವ್ನು ಗಂಡು. ಕೆಟ್ಟ ಹೆಸರು ಬಂದರೂ ಬೇಗ ತಡಕೋತಾನೆ. ಸುವಿದ್ಯಾ ಹೆಸರು ನಾಲ್ಕು ಜನರ ಬಾಯಿಗೆ ಬಿದ್ದರೆ ಯಾರು ಮದ್ವೆ ಆಗ್ತಾರೆ. ಇದ್ನ ನೀವು ಯೋಚ್ನೆ ಮಾಡ್ಬೇಕು" ಸ್ವಲ್ಪ ದನಿಯೇರಿಸಿದರು.

"ಹೋಗ್ಲಿ ಅವರಿಬ್ಬರಿಗೂ ಮದ್ವೆ ಮಾಡಿಬಿಡೋಣ" ಪರಿಹಾರ ಸೂಚಿಸಿದ ಕೂಡಲೇ ಶಾಸ್ತ್ರಿಗಳು ಉರಿದುಬಿದ್ದರು. "ಬಿಟ್ಟಿ ಗಂಡು ಸಿಗ್ತಾನೇಂತ ಸಿದ್ಧವಾಗಿ ಬಿಟ್ಟಿರೇನೋ. ನಿನ್ತಂಗಿದು ಸಾಧಾರಣ ಜಾತ್ಕ. ಅವ್ನ ಜಾತಕಕ್ಕೆ ಹೊಂದಿಕೆಯಾಗೊಲ್ಲ. ಈ ವಿವಾಹದಿಂದ ಉಭಯತ್ರಯರಿಗೂ ಕೆಡುಕೆ. ಸುವಿದ್ಯಾಗೆ ಸ್ವಲ್ಪ ಬುದ್ಧಿ ಹೇಳು. ಅವಳೊಬ್ಬು ಪೀಡೆ" ಬಯ್ಯುತ್ತಲೇ ಹೊರಟುಬಿಟ್ಟರು.

ಸಂಧ್ಯಾ ಅವರು ಹೋದ ಕಡೆನೇ ನೋಡಿದಳು. ಸುವಿದ್ಯಾ ಧೋರಣೆ

ನೆನೆಸಿಕೊಂಡಾಗ ಶಾಸ್ತ್ರಿಗಳನ್ನು ಮನೆಯಿಂದ ಹೊರಗೆ ಅಟ್ಟಲು ಕೂಡ ಹಿಂಜರಿಯಲಾರಳೆಂದುಕೊಂಡಳು.

ಮನೆಗೆ ಬಂದಾಗ ಸುವಿದ್ಯಾ ಒಬ್ಬಳೇ ಇದ್ದಿದ್ದು.

"ಕಾಫಿ ಮಾಡ್ಕೊಂಡ್ ಬರ್ಲಾ?" ಕೇಳಿದಳು ಕೂತೇ.

"ಬೇಡ" ಅಂದ ಸಂಧ್ಯಾ ಮುಖ ತೊಳೆದು ಬಂದು ತಾನೇ ಎರಡು ಲೋಟ ಕಾಫಿ ಮಾಡಿಕೊಂಡು ಬಂದು ಅವಳ ಮುಂದೊಂದು ಲೋಟ ಇಟ್ಟು "ಅಮ್ಮ.... ಎಲ್ಲಿ?" ಕೇಳಿದಳು.

"ರಾಘುನ ಕರ್ಕೊಂಡ್ಬರೋಕೆ ಹೋಗಿದ್ದಾರೆ."

ಕಾಫಿ ಕುಡಿಯುವವರೆಗೂ ಸುಮ್ಮನಿದ್ದ ಸಂಧ್ಯಾ ಲೋಟಗಳನ್ನು ಒಯ್ದು ತೊಳೆದಿಟ್ಟು ಬಂದು "ಈಗ ಬರೋವಾಗ ಬಸ್ ಸ್ಟಾಪಿನಲ್ಲಿ ಶಾಸ್ತ್ರಿಗಳು ಸಿಕ್ಕಿದ್ರು. ಏನೇನೋ ಹೇಳಿದ್ರು. ನಿನ್ನ ಜಾತ್ಕ ಅವ್ರ ಮಗ್ನ ಜಾತಕಕ್ಕೆ ಹೊಂದಿಕೆಯಾಗೋಲ್ವಂತೆ. ಕೇಡು ಸಂಭವಿಸುತ್ತೇಂತ ಎಚ್ಚರಿಸಿದ್ರು. ಇದೆಲ್ಲ ಏನು ಚೆನ್ನ ಸುವಿದ್ಯಾ? ಈ ಮನೆಗ್ಬಂದ್ಮೇಲೆ ನಮ್ಗೆ ಮೊದ್ಲು ಪರಿಚಯವಾದದ್ದು ಆ ಮನೆಯವ್ರೇ. ಆಗಾಗ ಹೋಗ್ಬರೋ ಅಮ್ಮನಿಗೆ ಬೇಜಾರು ಕಳಿತಾ ಇತ್ತು. ಅನಗತ್ಯವಾಗಿ ವೈಮನಸ್ಸು ಬೆಳೆಯೋದ್ಬೇಡ. ಪ್ಲೀಸ್, ನೀನು ಅದ್ಕೆ ಅವಕಾಶ ಕೊಡ್ಬೇಡ. ಗಂಡು ಹುಡುಕೋಕೆ ಅಪ್ಪ ಊರಿಗೆ ಹೋಗಿರೋದು" ಮೃದುವಾಗಿ ತಿಳಿಹೇಳುವ ಪ್ರಯತ್ನ ಮಾಡಿದಾಗ ಸುವಿದ್ಯಾ ಉರಿದುಬಿದ್ದಳು.

"ಸಂಧ್ಯಾಕ್ಕ, ನೀನು ಉಪದೇಶ ಮಾಡೋಕೆ ಬರ್ಬೇಡ. ನಿಂಗೆ ಒಂದು ನ್ಯಾಯ. ನಂಗೊಂದು ನ್ಯಾಯ. ಇವೆಲ್ಲ ಬೇಡ. ನಂಗೆ ಐವತ್ತು ಸಾವಿರ ಕೊಡ್ಸು. ನಾನು ಶಾಸ್ತ್ರಿಗಳ ಮಗನನ್ನ ಮದ್ವೆ ಮಾಡ್ಕೊತಿನೋ ಬೀದಿಯಲ್ಲಿ ಹೋಗೋ ದಾಸಯ್ಯನ್ನ ಮದ್ವೆ ಮಾಡ್ಕೊತೀನೋ. ನಿಮ್ಗೆ ಸಂಬಂಧಪಟ್ಟಿದ್ದಲ್ಲ" ಎಂದು ದಿಢೀರನೆ ಎದ್ದುಹೋದಳು.

ಸಂಧ್ಯಾಳ ನಾಲಿಗೆಯಲ್ಲಿ ಪಸೆಯಾರಿತು. ಭಯದಿಂದ ಅತ್ತಿಂದಿತ್ತ ನೋಡಿದಳು. ತಾಯಿಗೆ ಕಿವಿಗೆ ಈ ಮಾತುಗಳು ಬಿದ್ದರೇ ಘಟಸ್ಫೋಟವೇ ನಡೆದುಹೋಗುತ್ತದೆಯೆಂದುಕೊಂಡಳು.

ಶಾರದಮ್ಮನಿಗೂ ಆವೇಶ ಹೆಚ್ಚು. ಆಲೋಚನೆ ಕಮ್ಮಿ, ಕೂಗಾಡಿ, ಅತ್ತು ಮನದ ಒತ್ತಡ ಕಡಿಮೆ ಮಾಡಿಕೊಳ್ಳುತ್ತಾರೆ.

ಹೊರಗೆ ನಿಂತಿದ್ದ ಸುವಿದ್ಯಾ ಕೈ ಹಿಡಿದು ಒಳಗೆ ಕರೆತಂದು "ನಿಂಗೆ ಐವತ್ತು ಸಾವಿರ ಕೊಡೋದು ನನ್ನ ಜವಾಬ್ದಾರಿ. ಅವರ್ಗೂ ದಯವಿಟ್ಟು ತೆಪ್ಪಗೆ ಇರು. ಅಮ್ಮ ನಿನ್ನ ಬಾಯನ್ನು ಸಹಿಸಿಕೊಳ್ಳಲಾರರು. ಎಷ್ಟು ಉದ್ದ ನಾಲಿಗೆ ಮಾಡ್ತೀಯಾ. ಮನೆಯ ಪರಿಸ್ಥಿತಿ ನೋಡಿ ಕೂಡ ಈ ತರಹ ಮಾತಾಡೋಕೆ, ಹಟ ಮಾಡೋಕೆ ನಿಂಗೆ ಹೇಗೆ ಮನಸ್ಸು ಬರುತ್ತೆ. ಪ್ಲೀಸ್ ಸುವಿದ್ಯಾ.... ನಿನ್ನ ಒಳಿತನ್ನು ಬಯಸೋ ಮನೆಯವರು ಖಂಡಿತ ಶತ್ರುಗಳಲ್ಲ" ಅನುನಯಿಸಿದಳು. ಅವಳು ಮಾತೇ ಆಡಲಿಲ್ಲ.

ಸಂಧ್ಯಾನ ಭಯ ಆವರಿಸಿತು. ಮೌನವಾಗಿ ಒಂದು ಕಡೆ ಕೂತಳು.

ಅಷ್ಟರಲ್ಲಿ ಬಂದ ಶಾರದಮ್ಮ "ನಮ್ಮ ರಾಘುನ ಎಲ್ಲಾ ಹೊಗಳೋರೆ ಇನ್ನಷ್ಟು ಚೆನ್ನಾಗಿ ಪಾಠ ಹೇಳಿಕೊಡು. ಆ ವಂಶದ ಬೆಳಗೋ ದೀಪ" ಸಂಭ್ರಮದಿಂದ ಹೇಳಿದಾಗ ಅವರ ಆನಂದವನ್ನು ಹಂಚಿಕೊಳ್ಳೋ ಸ್ಥಿತಿಯಲ್ಲಿಲ್ಲ ಮಗಳು.

"ಕಾಫಿ ಕೊಟ್ಯಾ?" ಸುವಿದ್ಯಾನ ಕೇಳಿದರು.

"ಕೊಟ್ಟೆ" ಎಂದಳು ಮುಖದ ಮುಂದಿನ ಪತ್ರಿಕೆಯನ್ನು ತೆಗೆಯದೇ. ಶಾರದಮ್ಮ ತಟ್ಟನೆ ಆ ಪತ್ರಿಕೆಯನ್ನು ಕಿತ್ತೆಸೆದು "ಮೂರ್ಹೊತ್ತು ಇದನ್ನ ಓದೋ ಬದ್ಲು ಪರೀಕ್ಷೆಗೆ ಕಟ್ಟಿ ಪಾಠಗಳನ್ನಾದ್ರೂ ಓದ್ಕೋ ಬಾರ್ದಾ. ಸುಡುಗಾಡು ಹುಡ್ಗಿ, ಕರ್ಮಕ್ಕೆ ಹೆತ್ತೆ" ಸಿಡಿಮಿಡಿಗುಟ್ಟಿದರು.

ತಂಗಿಯ ಬಾಯಿಯ ಅರಿತಿದ್ದರಿಂದ ಇನ್ನೇನು ದೊಡ್ಡ ರಾಮಾಯಣವಾಗುತ್ತದೆಯೋ ಎಂದು ಹೆದರಿದ್ದಳು. ಆದರೆ ಸುವಿದ್ಯಾ ಕಾಲು ಅಪ್ಪಳಿಸುತ್ತ ಹೊರಗೆದ್ದು ಹೋದಳು.

"ಹಾಳಾಗಿ ಹೋಗ್ಲಿ. ಇವ್ಳು ಯಾಕೆ ನನ್ನ ಹೊಟ್ಟೆಯಲ್ಲಿ ಹುಟ್ಟಿದ್ಲೋ. ಇಲ್ಲಿಗ್ಬಂದ್ಮೇಲೆ ತೀರಾ ಹೆಚ್ಕೊಂಡಿದಾಳೆ" ಗೊಣಗಿದರು ಶಾರದಮ್ಮ.

ಸಂಧ್ಯಾಗೆ ಹಾಗೆ ಅನ್ನಿಸಲಿಲ್ಲ. ಮೊದಲಿನಿಂದಲೂ ಸುವಿದ್ಯಾ ಓದೋದರಲ್ಲಿ ಹಿಂದು, ಕೆಲಸದಲ್ಲೂ ಸೋಮಾರಿ. ಬಾಯಿ ಜೋರು. ಇಲ್ಲಿಗೆ ಬಂದ ಮೇಲೆ ನಪಾಸಾದ ಮೇಲೆ ಅದು ಹೆಚ್ಚು ಪ್ರಕಟವಾಗಿತ್ತು.

"ಅಮ್ಮ ಸುಮ್ನೆ ಯಾಕೆ ಬೈಯ್ತಿಯಾ? ಅವ್ಳಿಗೆ ಫೇಲಾಗಿದ್ನ ತುಂಬ ಮನಸ್ಸಿಗೆ ಹಚ್ಚಿಕೊಂಡಿದ್ದಾಳಷ್ಟೇ. ಹಿರಿಯರೆನಿಸಿಕೊಂಡ ನಾವು ತಾಳ್ಮೆ ಕಳ್ಕೋಬಾರ್ದು" ಅಂದಳು ಮೆಲ್ಲಗೆ.

ವಿದ್ಯಾ ಮನೆಗೆ ಬಂದ ಮೇಲೆ ಸುವಿದ್ಯಾ ಆಡುತ್ತಿದ್ದ ಮಾತುಗಳನ್ನು ಕೇಳಿ ಮೆಟ್ಟಿಬಿದ್ದಳು.

"ನಾನು ಡಾಕ್ಟರು ಆಗ್ತೀನಿ" ವಿದ್ಯಾ ಮಾತು.

"ಈ ಜನ್ಮದಲ್ಲಿ ಆಗದ ಮಾತುಬಿಡು. ಎಷ್ಟೊಂದು ಹಣ ಬೇಕು? ಇವ್ರೆಲ್ಲಿ ಹೊಂಚಿಕೊಡ್ತಾರೆ? ರಾತ್ರಿ ಹಗ್ಲೂ ಓದಿ ಸುಟ್ಟು ಸುಣ್ಣವಾಗ್ತಿ. ಹೇಗೂ ನನ್ನದ್ವೆಯಾದ್ಮೇಲೆ ನಿನ್ನ ಬಗ್ಗೆ ಯೋಚಿಸ್ತಾರೆ. ಆರಾಮಾಗಿ ಮದ್ವೆ ಮಾಡ್ಕೊ. ಕಟ್ಟಿಕೊಂಡವನು ತಂದುಹಾಕ್ತಾನೆ. ಆರಾಮಾಗಿ ತಿಂದ್ಕೊಂಡ್ ಮನೆ ಕೆಲ್ಸ ಮಾಡಿ ಕಾಲ ಕಳೀಬಹ್ದು" ಅತ್ಯಂತ ಸುಲಭವಾದ ಸುಗಮವಾದ ಹಾದಿಯನ್ನು ತಂಗಿಗೆ ಸೂಚಿಸುತ್ತಿದ್ದಳು ಸುವಿದ್ಯಾ.

ತೀರಾ ಅಪಾಯದ ಸ್ಥಿತಿಯೆನಿಸಿತು ಸಂಧ್ಯಾಗೆ. ತುಂಬಾ ಬುದ್ಧಿವಂತಳಾದ ವಿದ್ಯಾ ಕೂಡ ಅಕ್ಕನ ಹಾದಿ ಹಿಡಿಯುವುದು ಸರಿಯೆನಿಸಲಿಲ್ಲ.

ಸುವಿದ್ಯಾನ ಕರೆದು ಛೀಮಾರಿ ಹಾಕಿದಳು.

"ನಿಂಗುತು ಓದು ಹತ್ತಲಿಲ್ಲ. ಚೆನ್ನಾಗಿ ಓದೋ ವಿದ್ಯಾನ ಯಾಕೆ ಹಾಳು ಮಾಡ್ತೀಯಾ? ನಂಗೆ ಮುಂದಕ್ಕೆ ಓದೋಕಾಗ್ಲಿಲ್ಲ. ನಿಂಗೆ ಓದೋ ಇಷ್ಟವಿಲ್ಲ. ಹೇಗಾದ್ರೂ ಅವಳ್ನ ಓದಿಸೋಣ. ಇಷ್ಟು ನಿನಗೆ ಅರ್ಥವಾಗದ?

ಸುವಿದ್ಯಾ ತಕ್ಷಣ ಹಿಂದಿರುಗಿಬಿದ್ದಳು.

"ರಾತ್ರಿ ಹಗ್ಲೂ ಕಷ್ಟಪಟ್ಟು ಓದಿ ಡಾಕ್ಟ್ರು ಆದಲೂಂತ ಇಟ್ಕೋ. ಅವ್ರಿಗೇನು ಸುಖ? ಮೂರ್ಹೊತ್ತು ದುಡೀಬೇಕು. ಇವ್ರ ಹಣದಲ್ಲಿ ಬೇರೆಯವ್ರು ಮಜಾ ಉಡಾಯಿಸ್ತಾರೆ. ಈಗ ನಿನ್ನ ಸ್ಥಿತಿ ನೋಡು. ನೆಟ್ಟಗೆ ಕೂತು ಲೊಟ್ಟೆ ಹೊಡೆಯುತ್ತ ತಿಂಡಿ ತಿಂದಿದ್ದುಂಟಾ? ಆರಾಮಾಗಿ ಸಂಪಾದಿಸ್ತೀಯಾ. ಗಂಡನ ಮನೆಗೆ ಹೋದ್ಮೆಲೆ ಇದೇ ದುಡಿಮೆ. ಒಮ್ಮೆ ಹೊರಗೆ ಹೋಗಿ ದುಡಿದು ಗಳಿಸೋ ಹೆಣ್ಣನ್ನು ಯಾರು ಕೂಡ್ಸಿಕೊಂಡು ಊಟ ಹಾಕೋಲ್ಲ" ಅನುಭವಸ್ಥಳಂತೆ ವಿಮರ್ಶಿಸಿದಾಗ ಸಂಧ್ಯಾ ದಂಗಾದಳು.

ಇವರುಗಳ ನಿರೀಕ್ಷೆಗೆ ಮೀರಿ ಬೆಳೆದಿದ್ದಳು. ಸಾಮಾಜಿಕ ಜೀವನದಲ್ಲಿ ಅವಳ ತಿಳುವಳಿಕೆ ಅಪಾರ. ಮೊದಲು ತನ್ನ ಸುಖವನ್ನು ಅನ್ವೇಷಿಸಿಕೊಳ್ಳುವ ಬುದ್ಧಿವಂತೆ.

* * * *

ಶಾರದಮ್ಮ ಶ್ರಾವಣಮಾಸ ಬಂದ ಕೂಡಲೇ ಮಗಳ ಕೈಯಲ್ಲಿ ಮಂಗಳಗೌರಿ ವ್ರತ ಮಾಡಿಸಬೇಕೆಂದು ತೀರ್ಮಾನಿಸಿಕೊಂಡರು. ಊರಿನಿಂದ ಹಿಂದಿರುಗಿದ ಶ್ರೀಪತಿ ಅಂಗಡಿ, ಮನೆಯ ಬಾಡಿಗೆ ಹಣವನ್ನು ತಂದಿದ್ದರು. ಒಂದಿಷ್ಟು ಕೈಬಿಟ್ಟು ಖರ್ಚು ಮಾಡುವಂತಾದರು.

"ಸಂಧ್ಯಾ ವಿವಾಹಕ್ಕೆ ಎಷ್ಟೊಂದು ಹಣ ಖರ್ಚು ಮಾಡ್ಬೇಕಿತ್ತು. ಬಿಡಿಗಾಸು ಖರ್ಚಿಲ್ಲದೆ ಅವಳ ಕುತ್ತಿಗೆಗೆ ತಾಳಿಬಿತ್ತು. ದೂರದಲ್ಲಿರೋ ಅಳಿಯನಿಗೆ ಒಳ್ಳೆಯದಾಗಬೇಕಲ್ಲ. ಅದಕ್ಕೆ ಶಾಸ್ತ್ರೋಕ್ತವಾಗಿ ಮಂಗಳಗೌರಿ ಪೂಜೆ ಮಾಡಿಸಿ ನಾಲ್ಕು ಜನ ಮುತ್ತೈದೆಯರಿಗೆ ಸಂಧ್ಯಾ ಕೈಯಲ್ಲಿ ಅರಿಶಿನ, ಕುಂಕುಮ ಕೊಡಿಸೋಣಾಂತ" ಪತಿಯ ಮುಂದೆ ಈ ವಿಷಯ ಇಟ್ಟರು.

ಹೆಂಡತಿಯ ಮಾತು ಸರಿಯೆನಿಸಿತು. ಈ ವಾರದಲ್ಲಿ ಅಳಿಯನಿಂದ ಎರಡು ಪತ್ರ ಬಂದಿತ್ತು. ಆ ಸಂತೋಷ ವ್ಯಕ್ತಪಡಿಸಲು ಇದೊಂದು ಸುಸಮಯವೆನಿಸಿತು.

"ಹಾಗೇ ಮಾಡು. ಊರಿನಲ್ಲಿ ಕೆಲವರಿಗೆ ಸುವಿದ್ಯಾ ಗಂಡಿನ ಸಲುವಾಗಿ ಹೇಳಿ ಜಾತ್ಕ ಕೊಟ್ಟು ಬಂದಿದ್ದೀನಿ. ಮನೆ ಮೇಲು ಹಣ ಸಿಗ್ಬಹ್ದು. ನೋಡೋಣ ಏನೇನು ಬೇಕೋ ಲಿಸ್ಟ್ ಮಾಡ್ಕೋ. ಹೋಗಿತರೋಣ. ಅವ್ರ ಮದ್ವೇಗೇಂತ ಒಂದು ಸಾಧಾರಣ ಸೀರೆ ಕೂಡ ತರ್ಲಿಲ್ಲ. ಈಗ್ಲಾದ್ರೂ ಒಂದು ಸೀರೆ ತರೋಣ" ಅಂದರು.

ಶಾರದಮ್ಮನಿಗೆ ಸಂಭ್ರಮವೋ ಸಂಭ್ರಮ. ಮೂರು ವರ್ಷ ಬೇಗ ಸರಿದು ಹೋಗಿ ಸಂಧ್ಯಾ ಗಂಡ ಬೇಗ ಹಿಂದಿರುಗಿ ಬರಲಿಯೆಂದು ಸಿಕ್ಕಿದ ದೇವಸ್ಥಾನಗಳ ಮುಂದೆಲ್ಲ ನಿಂತು ಹರಕೆ ಸಲ್ಲಿಸುತ್ತಿದ್ದರು.

ಸಂಜೆ ಇವಳು ಬರೋ ವೇಳೆಗೆ ಶಾರದಮ್ಮ, ಶ್ರೀಪತಿಗಳು ಮನೆಯಲ್ಲಿ ಇರಲಿಲ್ಲ. "ಎಲ್ಹೋದ್ರು ಅಪ್ಪ, ಅಮ್ಮ?" ಕೇಳಿದಳು.

ಮನೆಯೊರೆಸುತ್ತಿದ್ದ ಸುವಿದ್ಯಾ "ಮದ್ವೆಯಾದ ವರ್ಷ ಅಲ್ವಾ? ನಿನ್ನ ಕೈಯಲ್ಲಿ ಮಂಗಳ ಗೌರಿ ಪೂಜೆ ಮಾಡಿಸ್ಬೇಕೂಂತ ಪೂಜೆ ಸಾಮಗ್ರಿ, ಅದು ಇದು ತರೋಕೆ ಹೋಗಿದ್ದಾರೆ. ನನ್ತಲೆ ಮೇಲೆ ಬಂಡಿ ಕೆಲ್ಸ" ಸಾರಿಸಿದ ಬಟ್ಟೆಯನ್ನು ಹಿಂಡಿ ನೆಲಕ್ಕೆಸೆದಳು.

ಸಂಧ್ಯಾ ಮಾತೇ ಆಡಲಿಲ್ಲ. ಅವರ ಸ್ಥಿತಿಯಲ್ಲಿ ಇಂದು ದುಂದೇ. ಹಾಗೆಂದು ಮಾತ್ರ ಹೇಳಲಾರಳು. ಕೈಗಳನ್ನು ನೋಡಿಕೊಂಡಳು. ಕೊಟ್ಟ ವಾಚ್ ಒಂದು ಕೈಯಲ್ಲಿದ್ದರೆ, ಫ್ಯಾನ್ಸಿ ಚಿನ್ನದ ಹೊಳಪುಳ್ಳ ಎರಡು ಬಳೆಗಳು ಬಲಗೈಯಲ್ಲಿ. ಶ್ರೀಪತಿ ಕತ್ತು, ಕೈನಲ್ಲಿದ್ದ ಚಿನ್ನದ ಬಗ್ಗೆ ಪ್ರಸ್ತಾಪಿಸದಿದ್ದರೂ ಆಗಾಗ ಶಾರದಮ್ಮ ಜ್ಞಾಪಿಸುತ್ತಿದ್ದರು.

ಸಾಮಾನಿನೊಂದಿಗೆ ಆಟೋದಿಂದ ಇಳಿದ ದಂಪತಿಗಳ ಮುಖದಲ್ಲಿ ಮಗಳ ಮದುವೆಯ ಸಡಗರವಿತ್ತು. ತಾನೇ ಹೋಗಿ ಸಾಮಾನಿನ ಚೀಲಗಳನ್ನು ತಂದಿಟ್ಟಾಗ ಸುವಿದ್ಯಾ ನೋಡಿದರೂ ನೋಡದಂತೆ ನೆಲವನ್ನುಜ್ಜುತ್ತಲೇ ಇದ್ದಳು. ಕೇಳಿದರೇ ಮುಖದ ಮೇಲೊಡೆದಂತೆ ಏನಾದರೂ ಹೇಳುತ್ತಾಳೆಂದು ಸಂಧ್ಯಾ ಸುಮ್ಮನಿದ್ದಳು.

"ನಿಂಗೇನು ಮದ್ವೆಯಲ್ಲಿ ಒಡ್ವೆ ಕೊಡ್ಲಿಲ್ವಾ?" ಸಾರಿಸುತ್ತಲೇ ಇಂದು ಕೇಳಿದ್ದು ಸುವಿದ್ಯಾ. ಏನು ಈವರೆಗೂ ತಮಗೆ ತೋಚಲಿಲ್ಲವಲ್ಲ ಎಂದುಕೊಂಡರು ಶ್ರೀಪತಿ. ಶಾರದಮ್ಮ ಸುಮ್ಮನಿರಲಿಲ್ಲ. "ಹೌದೇ ಸಂಧ್ಯಾ, ಅವ್ರ ಅಕ್ಕ ಬ್ಯಾಂಕ್‌ನಲ್ಲಿ ಆಫೀಸರ್ ಅಂತೀಯಾ. ಅಳಿಯ ಇಂಜಿನಿಯರ್. ಅಷ್ಟಿಷ್ಟು ಒಡ್ವೆ ಕೂಡ ಹಾಕಲಿಲ್ಲವಲ್ಲ?" ಕೇಳಿದರು. ನೆನಪಿಸಿದಂತಿತ್ತು.

"ಆತುರದಲ್ಲಿ ಆದ ವಿವಾಹ ಅಲ್ಲವೇನಮ್ಮ. ಅವ್ರಿಗೂ ಏನು ತೋಚಿರೊಲ್ಲ. ಅವ್ರಮ್ಮನ ಖಾಯಿಲೆಗೆ ಒಂದಿಷ್ಟು ಸಾಲ ಮಾಡಿಕೊಂಡಿದ್ದರಂತೆ. ಹೋದ ಆರು ತಿಂಗ್ಳಿನಲ್ಲಿ ಅದ್ನ ತೀರಿಸಬೇಕೆಂದರೂ, ಇನ್ನು ಅವ್ರ ಅಕ್ಕನ ಬಗ್ಗೆ ನಂಗೆ ಗೊತ್ತಿಲ್ಲ" ಅಂದಳು.

"ಇರ್ಲಿ ಬಿಡಮ್ಮ ಚಿನ್ನವೇನು ಶಾಶ್ವತವಲ್ಲ. ಅಳಿಯಂದಿರು ಬಂದು ನಿನ್ನ ಚೆನ್ನಾಗಿ ನೋಡ್ಕೊಂಡರೆ ನಮ್ಗೆ ಅಷ್ಟೇ ಸಾಕು. ಊರಿನಲ್ಲಿ ನಮ್ಮ ಸುವಿದ್ಯಾಗೆ ಒಂದು ಸಂಬಂಧ ನೋಡಿದ್ದೆ. ಅವ್ರು ಮಾಂಗಲ್ಯ ಕೂಡ ನೀವೇ ಮಾಡ್ಸಿಕೊಡಬೇಕೆಂದು ಕರಾರು ಹಾಕಿದ್ರು. ಅಷ್ಟು ಚೈತನ್ಯ ನಮಗೆಲ್ಲಿದೆ?" ಎಂದರು ಶ್ರೀಪತಿ ನೋವಿನ ದನಿಯಲ್ಲಿ.

ತಂದೆಯ ಮಾತಿನಿಂದ ಬಿಡುಗಡೆ ಸಿಕ್ಕಂತಾಯಿತು ಸಂಧ್ಯಾಗೆ.

"ಅದೂ ಸರಿನೇ. ಇಂಜಿನಿಯರ್ ಗಂಡೂಂದರೇ ಲಕ್ಷ ಲಕ್ಷ ಸುರಿಯೋಕೆ ಹೆಣ್ಣಿನೋರು ಸಿದ್ಧವಾಗಿರ್ತಾರೆ. ಋಣಾನುಬಂಧ ಇತ್ತು, ನಡೆದುಹೋಯ್ತು. ಸದ್ಯ ಆಕಾಶ್ ಬಂದು ನಮ್ಮ ಸಂಧ್ಯಾ ಜೊತೆ ಸಂಸಾರ ಮಾಡೋದ್ನ ನೋಡ್ಬೇಕೂಂತ

ಮನಸ್ಸು ತವಕಿಸುತ್ತೆ" ಮೃದುವಾದ ಸ್ವರದಲ್ಲಿ ತೋಡಿಕೊಂಡರು ಶಾರದಮ್ಮ. ಹೆತ್ತ ಕರುಳಿನ ದಾವಾಗ್ನಿ ಕೆಲವೊಮ್ಮೆ ಹಿತವಾಗಿದ್ದರೆ ಕೆಲವೊಮ್ಮೆ ಆರ್ಭಟಿಸುತ್ತದೆ.

ಎದ್ದು ಅಡಿಗೆಯ ಮನೆಗೆ ಹೋದಳು. ಸಾಮಾನುಗಳನ್ನೆಲ್ಲ ಕೆಳಗೆ ತೆಗೆದಿಟ್ಟುಕೊಂಡು ಕೂತಿದ್ದ ಶಾರದಮ್ಮ ಮಗಳಿಗಾಗಿ ತಂದ ಗಾರ್ಡನ್ ಸೀರೆಯನ್ನು ಮುಟ್ಟಿಮುಟ್ಟಿ ನೋಡುತ್ತಿದ್ದರು. ಅವರಿಗೆ ರೇಶಿಮೆ ಸೀರೆ, ಕಣ ತರಬೇಕೆಂದಿದ್ದರೂ ಗಂಡನ ಜೇಬಿನಲ್ಲಿದ್ದ ಹಗುರವಾದ ಮನಿ ಪಾಕೆಟ್ ಅದಕ್ಕೆ ಅವಕಾಶ ಮಾಡಿಕೊಟ್ಟಿರಲಿಲ್ಲ.

"ಸಂಧ್ಯಾ, ಸೀರೆ ನೋಡ್ಬಾ" ಕೂಗಿದರು ಶಾರದಮ್ಮ.

ಸೊಂಟಕ್ಕೆ ಸೆರಗು ಸಿಕ್ಕಿಸಿ ಅಡಿಗೆ ಮನೆಯನ್ನು ಸ್ವಚ್ಛ ಮಾಡುತ್ತಿದ್ದವಳು ಹಾಗೆಯೇ ಬಂದಳು. "ನೋಡು, ಈ ಬಣ್ಣ ನಿಂಗೆ ಒಪ್ಪುತ್ತೇಂತ ತಂದೆ. ತುಂಬ ನೈಸಾಗಿದೆ ಕಣೇ" ಮಗಳ ಮುಂದಿಡಿದರು.

ಬಂದ ಸುವಿದ್ಯಾ ಸಂಕೋಚ ಬಿಟ್ಟು "ನಂಗೇನು ತರಲಿಲ್ವಾ? ಹದಿನೆಂಟು ತುಂಬಿದರೂ ಈ ಲಂಗ, ದಾವಣಿ ಹಾಕಿ ಸಾಕಾಗಿದೆ. ನನಗೂ ಒಂದೆರಡು ಸೀರೆ ತರಬಹುದಿತ್ತು. ಅಕ್ಕ ಲಕ್ಷಣವಾಗಿ ಡ್ರೆಸ್ ಮಾಡ್ಕೊಂಡ್ ಹೋಗ್ತಾಳೆ" ಅಸಹನೆಯನ್ನು ಕಕ್ಕಿದಾಗ ಉಳಿದವರು ದಂಗಾದರು ಶಾರದಮ್ಮ ಕೈಗೆ ಕೋಲೆತ್ತಿಕೊಂಡುಬಿಟ್ಟರು.

"ನಿಂಗೇನು ಕಣ್ಣು ಇಂಗಿ ಹೋಗಿದ್ಯಾ? ತಲೆಯಲ್ಲಿ ಮಿದುಳು ಇಲ್ವಾ? ಅವಳು ಈ ಸಂಸಾರವನ್ನು ತನ್ನ ನೆತ್ತಿಯ ಮೇಲೆ ಹಾಕ್ಕೊಳ್ಳದಿದ್ದರೆ, ನಾವೆಲ್ಲ ಬೀದಿಗೆ ಬೀಳಬೇಕಾಗಿತ್ತು" ಎಂದು ಮಗಳಿಗೆ ಎರಡು ಬಡಿದೇಬಿಟ್ಟರು.

ಸಂಧ್ಯಾ ಕೋಲು ಕಿತ್ತುಕೊಳ್ಳದಿದ್ದರೆ ಬಹುಶಃ ಅವಳ ಮೈಮೇಲೆ ಏಳೋ ಬಾಸುಂಡೆಗಳು ಮಾಯಲು ತಿಂಗಳು ಬೇಕಾಗುತ್ತೇನೋ, ಅಷ್ಟು ಕೋಪ ಬಂದಿತ್ತು ಆಕೆಗೆ.

ಶ್ರೀಪತಿಗಳಂತು ಮೌನವಾಗಿ ಕೂತುಬಿಟ್ಟರು. ಹುಟ್ಟು, ಬೆಳವಣಿಗೆ ಒಂದೇ ಕಡೆಯಾದ್ರೂ ತದ್ವಿರುದ್ಧ ಸ್ವಭಾವ ಅಕ್ಕತಂಗಿಯರದು. ಸಡಗರಗೊಂಡಿದ್ದ ಅವರ ಮನ ರೋದಿಸಿತು.

ಆ ಸೀರೆಯನ್ನು ಒಯ್ದು ಸುವಿದ್ಯಾಗೆ ಕೊಟ್ಟ ಸಂಧ್ಯಾ "ನೀನೇ ಉಟ್ಕೊ. ಅಪ್ಪನ ಹತ್ತಿರ ಹಣ ಇದ್ದಿದ್ದರೆ ನಿಂಗೆ ಒಂದೇನು ನಾಲ್ಕು ಸೀರೆ ತರ್ತಾ ಇದ್ರು. ಆದರೆ ಪರಿಸ್ಥಿತಿ ಚೆನ್ನಾಗಿಲ್ಲ. ಸ್ವಲ್ಪವಾದ್ರೂ ಅರ್ಥ ಮಾಡ್ಕೋ" ತಲೆ ಸವರಿ ಸಮಾಧಾನ ಮಾಡಿದಳು.

ತೀರಾ ವ್ಯಾವಹಾರಿಕವಾಗಿ ಯೋಚಿಸುವ ಸುವಿದ್ಯಾ ಮುಖ ತೊಳೆದು ಬಂದು ಸೀರೆಯುಟ್ಟೇ ಬಿಟ್ಟಳು. "ಅಕ್ಕ, ಹೇಗಿದೆ ನೋಡು" ಏನು ನಡೆಯಲೇ ಇಲ್ಲವೆನ್ನುವಂತೆ ಸಂಧ್ಯಾ ಮುಂದೆ ನಿಂತಾಗ ಹರ್ಷ ವ್ಯಕ್ತಪಡಿಸಿದಳು. "ತುಂಬಾ ಚೆನ್ನಾಗಿ ಕಾಣುತ್ತೆ. ಅಮ್ಮ ಅಪ್ಪನಿಗೆ ನಮಸ್ಕಾರ ಮಾಡ್ಹೋಗು" ಭುಜ ತಟ್ಟಿ ಕಳಿಸಿದಳು.

ಭಾನುವಾರನೇ ಶಾರದಮ್ಮ "ನಾಳಿದ್ದು ಮಂಗಳವಾರ ಮೊದಲ ಶ್ರಾವಣ

ಮಂಗಳವಾರ. ಶ್ರದ್ಧೆಯಿಂದ ಭಕ್ತಿಯಿಂದ ಮಂಗಳಗೌರಿ ಪೂಜೆ ಮಾಡಿ ನಾಲ್ಕು ಜನ ಮುತ್ತೈದೆಯರಿಗೆ ಅರಿಶಿನ, ಕುಂಕುಮ ಕೊಟ್ಟು ಆಶೀರ್ವಾದ ತಗೋ. ಇದ್ರಿಂದ ನಿನ್ನ ಗಂಡನ ಆರೋಗ್ಯ, ಆಯಸ್ಸು ವೃದ್ಧಿಸುತ್ತೆ. ಸುಖವಾಗಿರ್ತೀರಾ" ಎಂದರು ಶಾರದಮ್ಮ.

ತಾಯಿಗೆ ಎದುರುಡಾವ ಇಷ್ಟ ಅವಳಿಗೆ ಇರಲಿಲ್ಲ. ವ್ರತ, ಪೂಜೆಯೆಂದು ಡ್ಯೂಟಿಗೆ ತಪ್ಪಿಸಿಕೊಳ್ಳುವುದಂತು ಆಗದ ಮಾತು.

"ಅಮ್ಮ ಮಂಗಳವಾರ ನನ್ನ ಡ್ಯೂಟಿ ಬೆಳಿಗ್ಗೆ ಆರಕ್ಕೆ. ಏನ್ಮಾಡ್ತೋದು? ಅಷ್ಟು ಹೊತ್ತಿಗೆ ಪೂಜೆ ಮುಗಿಯುತ್ತಾ?" ಅನುಮಾನಿಸುತ್ತ ಕೇಳಿದಳು.

"ಸಾಕು ಸುಮ್ನಿರು. ನೀನೇನು ರಾಗ ತೆಗೀಬೇಡ. ಸಮಯದ ಪರಿವೆ ಇಲ್ದೇ ದುಡಿತೀಯಾ. ವಿವಾಹವಾದ ವರ್ಷ ಮಂಗಳಗೌರಿ ಪೂಜೆ ಮಾಡಲೇಬೇಕು. ಏನು ಹೇಳ್ಕೋತೀಯೊ ಹೇಳ್ಕೋ" ಶಾರದಮ್ಮ ಪಟ್ಟಾಗಿ ನಿಂತರು.

ತಾಯಿಯ ಮಾತಿಗೆ ಎದುರು ಹೇಳಲಿಲ್ಲ. ಮೌನವಾಗಿ ಎಲ್ಲದಕ್ಕೂ ಹ್ಞೂಗುಟ್ಟಿದಳು. ಸಂಕೋಚವೇ ವಿನಾ ಅವಳು ರಜ, ಪರ್ಮಿಷನ್ ಕೊಡದಷ್ಟು ಶಿಸ್ತೇನು ಇರಲಿಲ್ಲ. ಇಡೀ ಸ್ಟಾಫ್‌ನಲ್ಲಿ ಡಾ|| ಅನುರಾಧ, ಡಾ|| ಪರಮೇಶ್ವರ್ ಮೃದುವಾಗಿರೋದು ಸಂಧ್ಯಾಳ ಬಗ್ಗೆನೇ. ಆದರೆ ಮ್ಯಾನೇಜರ್ ಪರಮಶಿವಯ್ಯ ಗೊಣಗುತ್ತಿದ್ದ. ಯಾರೇ ರಜ ಪಡೆಯುವುದು ಆತನಿಗೆ ಇಷ್ಟವಾಗದು. ನರ್ಸಿಂಗ್ ಹೋಂನಲ್ಲಿ ಮಿಲಿಟರಿ ಶಿಸ್ತು ಇರಬೇಕೆಂಬುದು ಆ ಮನುಷ್ಯನ ಬಯಕೆ.

ಅಂತು ಮಧ್ಯಾಹ್ನದವರೆಗೂ ಪರ್ಮಿಷನ್ ಕೇಳಲು ನಿಶ್ಚಯಿಸಿದಳು. ಮರುದಿನ ಊಟದ ಸಮಯದಲ್ಲಿ ಅವರ ವಿಶ್ರಾಂತಿ ಕೋಣೆಯಲ್ಲಿ ಈ ವಿಷಯ ಮುಂದಿಟ್ಟಾಗ ನಕ್ಕರೂ ಆಮೇಲೆ ಗಂಭಿರವಾದರು.

"ಪೂಜೆ ಊಟ ಮುಗ್ಸಿಕೊಂಡು ಮಧ್ಯಾಹ್ನದ ಶಿಫ್ಟ್‌ಗೆ ಬಾ. ಪೂಜೆ, ವ್ರತ ಎಲ್ಲ ಇಂಟರೆಸ್ಟಿಂಗ್ ವಿಷ್ಯವೇ. ವಿವಾಹವಾದ ಹೊಸದರಲ್ಲಿ ನಂಗೆ ಸಮಸ್ತವು ಆದದ್ದು ಬೇರೆಯೇ. ಹಿರಿಯರ ಅಡ್ವೈಸ್‌ನ ನೆಗ್ಲೆಕ್ಟ್ ಮಾಡ್ದೆ. ಇಂಥ ವಿಷ್ಯಗಳಲ್ಲಿ ಆಸಕ್ತಿ ಬೆಳೆಸಿಕೊಳ್ಳಲಿಲ್ಲ. ಈಗ ಪಶ್ಚಾತ್ತಾಪವಾಗಿದೆ. ತುಂಬಾನೇ ಕಳೆದುಕೊಂಡೆ ಅನ್ನೋ ನೋವು. ಈಗ ಬೇಕೂಂತ ಅನ್ನಿಸಿದರೂ ಮತ್ತೆ ಆ ದಿನಗಳು ಬರುತ್ತಾ? ಏನಿವೆ... ಯಾವ್ದೇ ಪ್ರಾಬ್ಲಮ್‌ಗಳು ಇಲ್ಲದಿದ್ದರೆ ಒಂದು ಮಂಗಳವಾರ ನಿನ್ನ ಪೂಜೆ ವೇಳೆಗೆ ಹಾಜರ್ ಆಗ್ತೀನಿ. ಆದ್ರೂ ನೆನಪಿಸೋದು ಮಾತ್ರ ನಿನ್ನ ಡ್ಯೂಟಿ" ಎಂದರು ನಿರಾಳವಾಗಿ.

ಡಾ|| ಅನುರಾಧ ನೊಂದರು. ಆಕೆ ಎಂಥ ಪೂಜೆ, ವ್ರತ ಮಾಡಿ ಸಂಭ್ರಮಪಡಲಿಲ್ಲ. ಮಗಳ ಕೈಯಲ್ಲಿ ಮಾಡಿಸುವ ಆಸೆಯಿದ್ದರೂ ನಡೆಯಲಿಲ್ಲ.

ಅಲ್ಲೇ ಇದ್ದ ಶಾಂತಿ ಕೂಡ "ಮೇಡಮ್, ನಾನು ಆದಷ್ಟು ಬೇಗ ಮದ್ವೆ ಆಗ್ತೀನಿ. ನಂಗೂ ಮಂಗಳಗೌರಿ ಪೂಜೆಗೆ ರಜ ಸಿಕ್ಕುತ್ತೆ" ಎಂದಾಗ ಡಾ|| ಅನುರಾಧ ಛೀಮಾರಿ ಹಾಕಿದರು. "ನಿಂಗೆ ಕೆಲ್ಸ, ಸಂಬಳ ಯಾಕೆ ಬೇಕು? ಕೊಡೋ ಸಂಬಳಕ್ಕಿಂತ ಜಾಸ್ತಿ

ಖರ್ಚು ಮಾಡ್ತಿ. ತಿಂಗಳಲ್ಲಿ ಎಷ್ಟು ರಜ, ಎಷ್ಟು ಪರ್ಮಿಷನ್. ಬಹುಶಃ ಪರಮಶಿವಯ್ಯ ಇಲ್ಲದಿದ್ದರೆ.... ದೇವರೇ ಗತಿ. ಆರಾಮಾಗಿ ಮನೆಗೆ ಹೋಗ್ಬಿಡು. ಬೇರೆ ಯಾರಿಗಾದ್ರೂ ಈ ಕೆಲ್ಸ ಕೊಟ್ಟರೇ ಅವರಿಗೂ ಅನ್ಕೂಲ. ನಮ್ಗೂ ಒಳ್ಳೇದು."

"ನಾನು ನಿಮ್ಮ ರೂಮು ಮುಂದೇನೇ ಉಪವಾಸ ಸತ್ಯಾಗ್ರಹ ಮಾಡಿ ಪ್ರಾಣಬಿಡ್ತೀನಿ. ನೀವು ಸಂಬಳ ಕೊಡದಿದ್ರು ಪರ್ವಾಗಿಲ್ಲ, ಕೆಲ್ಸವಂತೂ ಬಿಡೋಲ್ಲ" ಎಂದು ನಗುತ್ತ ಹೋದ ಶಾಂತಿಯನ್ನು ನೋಡಿದರು ಅನುರಾಧ.

"ಮೇಡಮ್ ಈ ವಾರನೇ ಬನ್ನಿ. ಅಮ್ಮನಿಗಂತು ಸಂತೋಷವಾಗುತ್ತೆ" ಅಂದಳು. ಮೇಲೆದ್ದ ಡಾ॥ ಅನುರಾಧ ಅಡಿಕೆಪುಡಿಯನ್ನು ಬಾಯಿಗೆ ಹಾಕ್ಕೊಂಡು "ಈ ವಾರ ಬೇಡ. ಎರಡು ಇಂಪಾರ್ಟೆಂಟ್ ಆಪರೇಷನ್‌ಗಳು ಇವೆ" ಎಂದು ಸರಿದುಹೋದರು.

ಅಂತು ಮಂಗಳವಾರ ಬಂದೇ ಬಂತು. ತಾವೇ ಮಗಳಿಗೆ ಎಣ್ಣೆಯೊತ್ತಿ ನೀರು ಹಾಕಿ, ಉಡಲು ತಮ್ಮ ಹಳೆಯ ರೇಶಿಮೆ ಸೀರೆ ಕೊಟ್ಟರು. ಇವಳಿಗಾಗಿ ತಂದ ಸೀರೆಯನ್ನು ಸುವಿದ್ಯಾ ಉಟ್ಟು ಎತ್ತಿಟ್ಟುಕೊಂಡಿದ್ದಳು. ಇನ್ನು ಸುಮ್ಮನೆ ಯಾಕೆ ಪಂಚಾಯಿತಿಯೆಂದು ಸುಮ್ಮನಾಗಿದ್ದರು.

ಸ್ವಲ್ಪ ಅಷ್ಟಕಷ್ಟೆ ಇದ್ದ ಶಾಸ್ತ್ರಿಗಳ ಹೆಂಡತಿ ಬಂದು ಶಾಸ್ತ್ರೋಕ್ತವಾಗಿ ಸಂಧ್ಯಾ ಕೈಯಲ್ಲಿ ಪೂಜೆ ಮಾಡಿಸಿದರು. ಬಂದ ಮುತ್ತೈದೆಯರಿಗೆ ಅರಿಶಿನ ಕುಂಕುಮದ ಜೊತೆ ಒಂದೊಂದು ಕಣ ಇಟ್ಟು ಕೊಟ್ಟಿದ್ದಾಯ್ತು. ಅಂತು ಪೂರ್ತಿಯಾಗಿ ಹಬ್ಬದ ವಾತಾವರಣ. ಮನೆಯಲ್ಲಿ ಪಾಯಸ, ಹೋಳಿಗೆ ವಾಸನೆ.

ಅಪ್ಪ, ಅಮ್ಮನ ಕಾಲು ಮುಟ್ಟಿ ನಮಸ್ಕರಿಸಿದಾಗ "ಸಂಧ್ಯಾ, ಅಳಿಯಂದಿರಿಗೆ ಪತ್ರ ಬರೆದಿದ್ಯಾ? ಅವ್ರು ಕೂಡ ಇದ್ದಿದ್ದರೆ ಎಷ್ಟೋ ಚೆನ್ನಾಗಿತ್ತು" ಶಾರದಮ್ಮನ ಮಾತಿನಲ್ಲಿ ನೋವು ಮರುಕಳಿಸಿತು.

ಶ್ರೀಪತಿ ಮನಃಪೂರ್ವಕವಾಗಿ ಮಗಳನ್ನು ಆಶೀರ್ವದಿಸಿ ಒಂದು ಮಾತು ಹೇಳಿದರು. ಅಳಿಯಂದಿರು ನಿನ್ನ ಕರೆಸಿಕೊಳ್ಳೋ ಇಚ್ಛೆ ವ್ಯಕ್ತಪಡಿಸಿದರೆ ನಿರಾಕರಿಸದೇ ಹೋಗು. ಈಗ ನಾನು ಚೇತರಿಸಿಕೊಂಡಿದ್ದೀನಿ. ನಿನ್ನ ನಗು, ಸುಖ, ಬಾಳು ನಮ್ಗೆ ಮುಖ್ಯ."

ತಂದೆಯನ್ನು ನೋಡಿದಳು. ಕಂಬನಿ ತುಂಬಿ ಎಲ್ಲಾ ಮಸುಕು ಮಸುಕಾಯಿತು. "ಇಲ್ಲಪ್ಪ ಅವ್ರಿಗೆ ನನ್ನ ದುಬೈಗೆ ಕರೆಸಿಕೊಳ್ಳೋ ಇಷ್ಟ ಇಲ್ಲ. ಅವರೇ ಇಲ್ಲಿಗೆ ಬಂದ್ಬಿಡ್ತಾರೆ. ಒಂದಿಷ್ಟು ಹಣ ತಂದು ಏನಾದ್ರೂ ಸ್ವಂತ ಉದ್ಯೋಗ ಪ್ರಾರಂಭಿಸಬೇಕೆನ್ನೋದು ಅವರ ಇರಾದೆ" ಬಿಡಿಸಿಟ್ಟಳು.

ಎಲ್ಲರನ್ನು ಕೂಡಿಸಿ ಶಾರದಮ್ಮ ಬಡಿಸುವಾಗ ಕಳೆಕಳೆಯಾಗಿದ್ದರು. ಅವರಿಗೆ ಎಂಥದ್ದೋ ತೃಪ್ತಿ. ಈ ತೃಪ್ತಿ, ಆನಂದ ಸದಾ ತಾಯಿಯ ಮುಖದಲ್ಲಿ ಇರಲಿಯೆಂದು ಮಂಗಳ ಗೌರಿಯನ್ನು ಬೇಡಿಕೊಂಡಳು.

ಮಗಳು ಹೊರಟಾಗ ಒಂದಿಷ್ಟು ಹೋಳಿಗೆಗಳನ್ನು ಡಬ್ಬಿಗೆ ತುಂಬಿಕೊಟ್ಟ ಶಾರದಮ್ಮ "ಬೇಕಾದವ್ರಿಗೆ ಕೊಡು. ನಿನ್ಗಂಡ ಹಿಂದಿರುಗಿದ ಮೇಲೆ ಸತ್ಯನಾರಾಯಣ ಪೂಜೆ ಇಟ್ಕೊಂಡು ಕೆಲವರಿಗಾದ್ರೂ ಊಟ ಹಾಕ್ಬೇಕು" ಎಂದರು.

"ಖಂಡಿತ" ಎಂದು ಚಪ್ಪಲಿ ಮೆಟ್ಟಿ ಹೊರಟಳು.

ನರ್ಸಿಂಗ್ ಹೋಂನಲ್ಲಿ ಹೊರಗೆ ಮಾತಾಡುತ್ತ ನಿಂತ ಡಾ|| ಸುಧಾಕರ್ ಮೊದಲು ಎದುರಾದದ್ದು. ಕಣ್ಣರಳಿಸಿ ಹುಬ್ಬೆತ್ತಿ ಅತ್ಯಂತ ಆಕರ್ಷಕವಾಗಿ ನಕ್ಕು ಅವಳು ವಿಶ್ ಮಾಡಿದಾಗ, ಅವರನ್ನು ಬೀಳ್ಕೊಟ್ಟು ಹಿಂದಕ್ಕೆ ಬಂದವನು 'ಸಂಧ್ಯಾ' ಎಂದು ಕೂಗಿ ನಿಲ್ಲಿಸಿದ. ಏನೋ ಹೊಸತನವಿತ್ತು ಅವಳ ಮುಖದಲ್ಲಿ.

ಬೆಳಗಿನ ಮಂಜಿನಲ್ಲಿ ತೊಯ್ದ ಸೂರ್ಯನ ಬೆಚ್ಚನೆಯ ಕಿರಣಗಳಿಗೆ ಅರಳಿದ ಸುಂದರ ಹೂವಿನಂತೆ ಕಂಡಳು. 'ಹೂವಿನ ಸೊಗಸು ಮನಸು' ಎಂದು ಬಾಡದಿರಲೆಂದು ಹಾರೈಸಿದ.

"ಬೈ ದಿ ಬೈ ಸಂಧ್ಯಾ, ಇವತ್ತೇನು ತುಂಬಾ ಹೊಸ್ದಾಗಿ ಕಾಣ್ತೀರಾ? ನಿನ್ನ ಹಸ್ಬೆಂಡೇನಾದ್ರೂ ದಿಢೀರೆಂದು ವಾಪಸ್ಸು ಬಂದ್ರಾ?" ಲಘುವಾಗಿ ಹಾಸ್ಯ ಮಾಡಿದ. ಮಗುವಿನಂಥ ಮುಗ್ಧ ನಗು ಅವಳ ತುಟಿಯ ಮೇಲೆ ಅರಳಿತು.

"ಅಂಥದೇನಿಲ್ಲ. ಇವತ್ತು ಮಂಗಳಗೌರಿ ಪೂಜೆ."

"ಗುಡ್, ನಿನ್ನ ನೋಡಿದ ಕೂಡಲೇ ಏನೋ ವಿಶೇಷವಿದೆಯೆಂದುಕೊಂಡೆ. ಹಬ್ಬಗಳ ದಿನ ಸರ್ಕಾರಿ ಕಛೇರಿಗಳಿಗೆ ಯಾಕೆ ರಜಾ ಕೊಡ್ತಾರೇಂತ ಇವತ್ತು ಗೊತ್ತಾಯ್ತು. ಅಂದು ಬಂದರೂ ಆಫೀಸ್‌ಗಳಲ್ಲಿ ಎಡವಟ್ಟು ಮಾಡ್ತಾರೇಂತಲೇ ಸಾರ್ವತ್ರಿಕ ರಜ ಘೋಷಿಸಿರೋದು. ಅಂತು ಒಂದು ರಹಸ್ಯ ಬೇಧಿಸಿದಂಗಾಯ್ತು. ನನ್ನ ಫ್ರೆಂಡ್ಸ್ ಹಬ್ಬದ ದಿನ ಹೊರ್ಗೆ ಬರಬೇಕೂಂದರೆ.... ತಲೆ ಬಿಸಿ ಮಾಡ್ಕೋತಾರೆ. ಥ್ಯಾಂಕ್ಯು ಒನ್ಸ್ ಎಗ್ರೈನ್" ಅಂದು ಹೊರಟವನನ್ನು ಸಂಧ್ಯಾಳ ಸ್ವರ ಹಿಡಿದು ನಿಲ್ಲಿಸಿತು. "ನಮ್ಮಮ್ಮನ ಕೈನ ಹೋಳಿಗೆ ತುಂಬಾ ಚೆನ್ನಾಗಿರುತ್ತೆ" ಅರ್ಥಪೂರ್ಣವಾಗಿ ಹೇಳಿದಾಗ ದೀರ್ಘವಾಗಿ ನೋಡಿದ. "ಅಮ್ಮನ ಕೈದು ಸದಾ ಟೇಸ್ಟೇ. ನಂಗು ತೆಗೆದಿಡು, ಬರ್ತೀನಿ" ಹೊರಟ.

ಹತ್ತು ನಿಮಿಷದಲ್ಲಿಯೇ ಸಿಸ್ಟರ್ ಮಾರ್ಟಿನಾ ಮೂಲಕ ಬುಲಾವ್ ಬಂತು. ಆಗ ತಾನೇ ವಾರ್ಡಿಗೆ ಸಾಗಿಸಿದ ಪೇಷೆಂಟ್ ಪಲ್ಸ್ ನೋಡುತ್ತಿದ್ದವನು ಸಿಸ್ಟರ್ ಚರಿತಾಗೆ ಏನೋ ಹೇಳಿ ರೆಸ್ಟ್ ರೂಮಿನತ್ತ ನಡೆದ.

"ಬಾರಯ್ಯ ಸುಧಾಕರ್. ನಮ್ಮ ಸಂಧ್ಯಾ ಇವತ್ತು ಮಂಗಳಗೌರಿ ಪೂಜೆ ಮಾಡಿದ್ದಾಳೆ. ಹೊಳಿಗೆ ತಿಂದು ಶುಭ ಹಾರೈಸೋಣ" ಡಾ|| ಪರಮೇಶ್ವರ್ ಆಹ್ವಾನಿಸಿದರು.

ಆರಾಮಾಗಿ ದಂಪತಿಗಳ ನಡುವೆ ಕೂತ.

ಅಲ್ಲೇ ಇದ್ದ ಸಿಸ್ಟರ್‌ಗೆ "ಸ್ವಲ್ಪ ಸಂಧ್ಯಾನ ಕಳ್ಸು" ಅಂತ ಕಳಿಸಿದವರು "ಎಷ್ಟು

ಲಕ್ಷಣವಾಗಿ ಇವತ್ತು ಕಾಣ್ತಾ ಇದ್ದಾಳೆ ಆ ಹುಡ್ಗಿ. ನಮ್ಮ ಟ್ರೆಡಿಷನ್‌ನಲ್ಲಿ ಸೊಗಸಿದೆ, ಸೌಂದರ್ಯವಿದೆ. ಆ ಆಕರ್ಷಣೆಯಲ್ಲಿ ಕಟ್ಟಿಕೊಂಡವನನ್ನು ಜೀವನಪೂರ್ತಿ ಕಟ್ಟಿಹಾಕಬಲ್ಲಳು" ಅಂದರು ನಗುತ್ತ.

"ಮೇಡಮ್, ಡಾಕ್ಟ್ರು ಇವತ್ತು ಒಳ್ಳೆ ಮೂಡ್‌ನಲ್ಲಿದ್ದಾರೆ ಏನು ಸಮಾಚಾರ" ಮುಲಾಜಿಲ್ಲದೆ ಛೇಡಿಸಿದಾಗ ಡಾ॥ ಅನುರಾಧ ರಂಗಾದರು. "ಯು ನಾಟಿ ಬಾಯ್, ಮೊದ್ಲು ನಿನ್ನ ಕುತ್ತಿಗೆಗೆ ಯಾರನ್ನಾದ್ರೂ ಕಟ್ಟಬೇಕು" ಪ್ರೀತಿಯಿಂದ ರೇಗಿದರು.

"ಮೇಐ ಕಮಿನ್ ಸರ್" ಎಂದಳು ಬಾಗಿಲಲ್ಲಿ ನಿಂತು.

"ಯೆಸ್ ಕಮಿನ್. ಅಂತು ಕೇಳೋ ಪರಿಪಾಠವಂತು ನಿಲ್ಲಿಸಲಿಲ್ಲ. ಒಬ್ಬಟ್ಟು ನಿನ್ನ ಕೈಯಿಂದ್ಲೇ ಬರಲೀಂತ" ಎಂದರು ಡಾ॥ ಅನುರಾಧ.

ಫ್ರಿಜ್‌ನಲ್ಲಿದ್ದ ಬಾಟಲುಗಳನ್ನು ಹೊರತೆಗೆದು ನೀರನ್ನು ಗ್ಲಾಸ್‌ಗಳಿಗೆ ಬಗ್ಗಿಸಿ ಇಟ್ಟನಂತರ ಡಬ್ಬಿ ತೆಗೆದು ಹೋಳಿಗೆಗಳನ್ನು ತಟ್ಟೆಗಳಿಗೆ ಹಾಕಿ ಅವರ ಮುಂದಿಟ್ಟಳು.

"ನೀನು ತಗೋ" ಎಂದ ಡಾ॥ ಪರಮೇಶ್ವರ್ "ಸಂಕೋಚ ಯಾಕೆ ಕೂತ್ಕೋ. ನಿಂತು ಕಾಲು ನೋಯಿಸಿಕೊಳ್ಳುವಂಥ ರಿಸ್ಕ್ ತಗೊಳೋದ್ಬೇಡ" ಅಂದ ಮೇಲೆ ಡಾ॥ ಸುಧಾಕರ್ ಪಕ್ಕದಲ್ಲಿದ್ದ ಸಿಂಗಲ್ ಸೋಫಾ ಮೇಲೆ ಸಂಕೋಚಿಸುತ್ತಲೇ ಕೂತಳು. "ನಾನು ಊಟ ಮಾಡ್ಕೊಂಡ್ಬಂದೆ" ಮೆಲ್ಲಗೆ ಉಸುರಿದಳು.

ಡಾ॥ ಅನುರಾಧಗೆ ಕೂಡ ಇಂದು ಅತ್ಯಂತ ಲಕ್ಷಣವಾಗಿ, ಮುದ್ದಾಗಿ ಕಳೆಯಾಗಿ ಕಂಡಳು ಸಂಧ್ಯಾ. ಮಗಳನ್ನು ನೆನೆಸಿಕೊಂಡರು. ಅವಳು ಬಂದು ಇಲ್ಲೇ ಉಳಿದಿದ್ದರೇ ಚೆನ್ನವೆನಿಸಿತು.

"ಡೋಂಟ್ ಡಿಸ್ಟರ್ಬ್ ಮಿ. ಈ ಒತ್ತಡಗಳು ನಂಗಿಷ್ಟವಿಲ್ಲ. ಅಷ್ಟು ಬೇಕೂಂದರೇ ಇನ್ನಿಬ್ಬರು ಡಾಕ್ಟ್ರುಗಳ್ನ ಪರ್ಮನೆಂಟಾಗಿ ಅಪಾಯಿಂಟ್ ಮಾಡ್ಕೊಂಡ್ ನೀವುಗಳು ರೆಸ್ಟ್ ತಗೊಳ್ಳಿ" ಎಂದು ಅದ್ಭುತವಾದ ಸಲಹೆಯನ್ನು ಕೊಟ್ಟು ನುಣುಚಿಕೊಂಡಿದ್ದಳು ಸುಷ್ಮಾ.

ಹೋಳಿಗೆಯ ಬಣ್ಣ, ಮೃದುತ್ವ, ಆಕಾರ, ನವಿರುತನವನ್ನು ಮುಟ್ಟಿಮುಟ್ಟಿ ಪರೀಕ್ಷಿಸಿದ ಡಾ॥ ಸುಧಾಕರ್ "ಫೆಂಟಾಸ್ಟಿಕ್. ನೋಡೋಕೆ ಸುಪರ್ಬ್ ಆಗಿದೆ" ಮೆಚ್ಚುಗೆಯಾಗಿದೆ.

"ಅಮ್ಮ ಮಾಡಿದ್ದು" ಅವಳದು ಸೊಗಸಾದ ಉತ್ತರ.

ಡಾ॥ ಅನುರಾಧ ಬೇಗ ತಿಂದು ಹೊರಟಾಗ ಡಾ॥ ಪರಮೇಶ್ವರ್ "ಅನು, ಆರಾಮಾಗಿ ಒಂದು ಸಣ್ಣ ನಿದ್ದೆ ತೆಗೀತೀನಿ. ಸುಮ್ನೇ ಡಿಸ್ಟರ್ಬ್ ಮಾಡ್ಬೇಡ" ಎಂದು ಸೆಲ್ಯುಲರ್ ಕೂಡ ಆಫ್ ಮಾಡಿದರು ಎಡಗೈಯಿಂದ.

"ಸಿಹಿ ಹೊಟ್ಟೆಗೆ ಬಿದ್ದ ಕೂಡಲೇ ನಿದ್ದೆ ಒದ್ದುಕೊಂಡು ಬರುತ್ತೆ. ಎನಿವೇ ಮಲ್ಗಿ" ಹೊರಟವರು "ಸಂಧ್ಯಾ, ನೀನು ಮನೆಗೆ ಹೋಗೋಕೆ ಮುನ್ನ ನನ್ನ ನೋಡು" ಅಂದರು.

"ನಾನಿನ್ನು ಈಗ್ಲೇ ಡ್ಯೂಟಿಗೆ ಬಂದಿರೋದು" ಸಮಜಾಯಿಷಿ ನೀಡಿದಳು.

ಅವರು ಹೋಳಿಗೆ ತಿಂದು ಮುಗಿಸಿದಾಗ ಎಲ್ಲಾ ಎತ್ತಿಟ್ಟು "ಥ್ಯಾಂಕ್ಯು... ಥ್ಯಾಂಕ್ಯು ವೆರಿಮಚ್. ಅಮ್ಮ ಕೊಟ್ಟಾಗ ನಂಗೆ ತರೋಕೆ ಸಂಕೋಚವಾಗಿತ್ತು. ನೀವುಗಳು ತಿಂದಿದ್ದು ತುಂಬ ಸಂತೋಷ" ಅಕ್ಕರೆಯಿಂದ ನುಡಿದಳು.

ಡಾ॥ ಪರಮೇಶ್ವರ್ ನಕ್ಕರು.

"ಇಂಥ ಸಿಹಿ ನಮಗೆಲ್ಲಿ ಸಿಕ್ಕಬೇಕು? ಮನೆಯಲ್ಲಂತು ಇವನ್ನೆಲ್ಲ ಮಾಡೋದು ನಿಲ್ಸಿ ಬಹಳ ವರ್ಷಗಳೇ ಆದವು. ಈಗಿನ ಸಂತೋಷಕೂಟಗಳಲ್ಲಿ ಕಾಣೋದು ಉತ್ತರ ಭಾರತದ ಸಿಹಿತಿಂಡಿಗಳೇ." ಆ ಬಗ್ಗೆ ಸ್ವಲ್ಪ ಬೇಸರವನ್ನು ಕೂಡ ವ್ಯಕ್ತಪಡಿಸಿದರು. ಇಂದು ಡಾ॥ ಪರಮೇಶ್ವರ್ ಒಳ್ಳೆ ಮೂಡ್‌ನಲ್ಲಿದ್ದರು.

ಸಂಧ್ಯಾ ಹೊರಟ ಮೇಲೆ ಡಾ॥ ಸುಧಾಕರ್‌ನ ನಿಲ್ಲಿಸಿಕೊಂಡು.

"ಒಂದು ಗುಡ್ ಆಪರ್‌ಚ್ಯುನಿಟಿ ನಿನ್ನಿಂದ ಮಿಸ್ ಆಯ್ತು. ಅವತ್ತು ಗುಂಡು ಹಾಕಿದಾಗ ಸತ್ಯ ಹೊರಗೆಡವಿದೆ. ಅದ್ನ ಜ್ಞಾಪಿಸಿಕೊಳ್ಳೋಕೆ, ಸತ್ಯಾನಂತ ಪರಾಮರ್ಶಿಸಿಕೊಳ್ಳೋಕೆ ಎರಡು ದಿನ ಬೇಕಾಯ್ತು. ನಿಂಗೆ ಸಂಧ್ಯಾ ಬಗ್ಗೆ ಏನು ಗೊತ್ತಿಲ್ಲ. ಇಡೀ ಕುಟುಂಬದ ಜವಾಬ್ದಾರಿ ಅವ್ಳ ಮೇಲಿದೆ. ತೀರಾ ಸಾಧಾರಣ ಕೆಳ ಮಧ್ಯಮ ದರ್ಜೆಯ ಕುಟುಂಬದಲ್ಲಿ ಹುಟ್ಟಿ ಬೆಳೆದವಳು. ಆದ್ರೂ ಅದ್ಭುತ ಹುಡ್ಗಿ. ತೀರಾ ಮೂರೇ ತಿಂಗಳಲ್ಲಿ ಮೂರು ಭಾಷೆ ಕಲಿತು ಕೆಲಸಕ್ಕಾಗಿ ಬಂದು ನಿಂತಳು. ಪಾದರಸ" ಹೊಗಳಿದರು ಸಂಧ್ಯಾನ ಮನದುಂಬಿ.

ಡಾ॥ ಸುಧಾಕರ್ ಎದ್ದು ಹೋಗಿ ಗೋಡೆಗೆ ತೂಗು ಹಾಕಿದ ಸುಂದರ ಚಿತ್ರವನ್ನು ನೋಡುತ್ತ ನಿಂತ. ಮೊದಲ ಸಲ ಸಂಧ್ಯಾ ಕಂಡಾಗ ಅವಳ ಮುಗ್ಧನಗು, ಚಟುವಟಿಕೆ, ಪೇಷಂಟ್‌ಗಳ ಬಗೆಗಿನ ಆತ್ಮೀಯತೆ ಎಲ್ಲಾ ಇಷ್ಟವಾಗಿತ್ತು. ಒಂದು ನಾಲ್ಕಾರು ಎಕ್ಕರೆ ಪ್ರದೇಶದಲ್ಲಿ ಆರೋಗ್ಯ ಧಾಮ ನಿರ್ಮಿಸುವ ಕನಸಿತ್ತು. ಅದರ ರೂಪು-ರೇಷೆಗಳು ಕಾಗದದ ಮೇಲೆ ಮೂಡುವ ವೇಳೆಗೆ ಕನಸು ಭಂಗವಾಗಿತ್ತು. ಎಚ್ಚೆತ್ತಾಗ ಸಂಧ್ಯಾಳ ಕುತ್ತಿಗೆಯಲ್ಲಿ ತಾಳಿ ಇತ್ತು. ಆ ಷಾಕ್‌ನಿಂದ ಮೇಲ್ಮುಖವಾಗಿ ಚೇತರಿಸಿಕೊಂಡಂತೆ ಕಂಡರೂ ಆಂತರಂಗಿಕವಾಗಿ ಆ ನೋವು ಅವನನ್ನು ಬಾಧಿಸುತ್ತಲೇ ಇತ್ತು.

ಡಾ॥ ಪರಮೇಶ್ವರ ಕೈ ಡಾ॥ಸುಧಾಕರ್ ಭುಜದ ಮೇಲೆ ಬಿತ್ತು. "ಐ ನೋ, ಸುಧಾಕರ್. ನಾನು ಈ ಪ್ರೇಮ, ಪ್ರೀತಿಯ ಬಗ್ಗೆ ತೀರಾ ಇನ್ನೊಸೆಂಟ್ ಆಗಿದ್ದೆ. ಆದರೆ ಶಂಕರಲಿಂಗೇಗೌಡ ನನ್ನ ಕಣ್ಣು ತೆರೆಸಿದ. ಆದ್ರೂ ನೀನು ಸಂಧ್ಯಾನ ಮದ್ವೆಯಾಗಿದ್ದರೆ, ಕೆಲವು ಅನ್ಕೂಲಗಳು, ಆಪರ್‌ಚ್ಯುನಿಟಿ ನಿನ್ನಿಂದ ತಪ್ಪಿ ಹೋಗ್ತಾ ಇತ್ತು" ವಿಷಾದ ವ್ಯಕ್ತಪಡಿಸಿದರು.

"ಸಂಧ್ಯಾಗೋಸ್ಕರ ಕೆಲವನ್ನು ಕಳೆದುಕೊಂಡರೂ, ಹಲವನ್ನು ಸಂಪಾದಿಸಿಕೊಳ್ತಾ ಇದ್ದೆ. ಆದಷ್ಟು ನನ್ನ ಸಾಧನೆಗೆ ಮೈಲಿಗಲ್ಲಾಗ್ತ ಇತ್ತು. ಪಾಸ್ಟ್ ಈಸ್ ಪಾಸ್ಟ್. ಸಂಧ್ಯಾ ವೈವಾಹಿಕ ಜೀವ್ನ ಸುಂದರವಾಗ್ಲಿ, ಸುಖಮಯವಾಗ್ಲೀಂತ ಹಾರೈಸ್ತೀನಿ" ಎಂದು

ಹೊರಟವನನ್ನು ಹಿಡಿದು ನಿಲ್ಲಿಸಿ ಒಂದು ಕಿವಿ ಮಾತು ಹೇಳಿದರು. "ಬಹುಶಃ ಈ ಸತ್ಯ ನನಗೊಬ್ಬನಿಗೆ ಗೊತ್ತಿರೋದೂಂತ ತಿಳ್ಕೊಂಡಿದ್ದೀನಿ. ಯಾರ್ಗೂ ತಿಳಿಯೋದ್ಬೇಡ ಸಂಧ್ಯಾಗೆ ತಿಳಿಯೋದಂತು ಬೇಡವೇ ಬೇಡ. ಎಂದಾದ್ರೂ ಕ್ಲೂ ಕೊಟ್ಟಿದ್ಯಾ?" ಕೇಳಿದರು. ಈಗ ನಗುವುದು ಡಾ॥ ಸುಧಾಕರ್‌ನ ಸರದಿ "ಅಂಥ ಅವಕಾಶ ದೊರೆಯಲಿಲ್ಲ. ದೊರೆತರೂ ಅದನ್ನೆಲ್ಲ ಅರ್ಥ ಮಾಡಿಕೊಳ್ಳುವಷ್ಟು ಪ್ರಾಜ್ಞಳಲ್ಲ ಬಿಡಿ. ಸಂಧ್ಯಾ, ಅವ್ರ ಜಗತ್ತಿನಲ್ಲಿರೋ ವ್ಯಕ್ತಿಗಳೇ ಬೇರೆ. ನಿಮ್ಗೆ ಆ ಭಯ ಬೇಡ. ವಿಷ್ಯ ಯಾರ್ಗೂ ತಿಳಿಯೊಲ್ಲ ಎಂದಾದರು ಕುಡಿದರೇ ಒಂಟಿಯಾಗಿ ಕೂತು ಕುಡಿಯಬೇಕೂಂತ ನಿಶ್ಚಯಿಸಿದ್ದೀನಿ. ಡೋಂಟ್ ವರೀ" ಎಂದು ಹೊರಬಂದ.

ಸಂಧ್ಯಾ ಕೊರಳಿಗೆ ತಾಳಿ ಬೀಳಲು ಎರಡು ಕಾರಣಗಳಲ್ಲಿ ಡಾ॥ ಸುಧಾಕರ್ ಒಬ್ಬ ಎನ್ನುವ ಅರಿವು ಅವನಿಗೆ ಇರಲಿಲ್ಲವೇನೋ.

ನೇರವಾಗಿ ರಿಸೆಪ್ಷನ್‌ಗೆ ಬಂದು "ಹೋಳಿಗೆ ತುಂಬ ತುಂಬಾ ಚೆನ್ನಾಗಿತ್ತು. ಈ ಸೀರೆ, ಟ್ರೆಡಿಷನಲ್ ಗೆಟಪ್‌ನಲ್ಲಿ ಫೆಂಟಾಸ್ಟಿಕ್ ಆಗಿ ಕಾಣ್ತಾ ಇದ್ದೀಯಾ. ಎಲ್ಲ ಮಂಗಳವಾರಗಳು ಮಂಗಳ ಗೌರಿಯ ಸ್ವೀಟ್ ನರ್ಸಿಂಗ್ ಹೋಂವರ್ಗೂ ಬರುತ್ತಾ?" ತಮಾಷೆ ಮಾಡಿದ.

ಸದಾ ಒಂದೇ ರಂಗಿನಲ್ಲಿರುತ್ತಿದ್ದ ಅವಳ ಕೆನ್ನೆಗಳು ಕೆಂಪಾದವು. ಸುಂದರಶಾಂತ ಕಣ್ಣುಗಳಲ್ಲಿ ಕನಸುಗಳ ಹೂ ಅರಳಿದವು. ಅದ್ಭುತವಾಗಿ ಕಂಡಳು.

"ನನ್ನ ಪ್ರಶ್ನೆಗೆ ಉತ್ತರ ಸಿಗಲಿಲ್ಲ?" ಎಂದ ಛೇಡಿಸುವಂತೆ.

"ಅಮ್ಮ ಮಾಡಿಕೊಟ್ಟರೆ ತಗೊಂಡ್ಬರ್ತೀನಿ" ಉಸುರಿದಳು ಮುಗ್ಧವಾಗಿ.

ಡಾ॥ ಸುಧಾಕರ್ ಕಣ್ಣುಮುಚ್ಚಿ ತೆಗೆದು ನಿಡಿದಾದ ಉಸಿರು ದಬ್ಬಿ "ಅವ್ರಿಗೆ ಥ್ಯಾಂಕ್ಯು ಹೇಳಬೇಕಿತ್ತು. ಇಲ್ಲಿ ಅಮ್ಮತಾಳಿ ಕಟ್ಟಿಸಿಕೊಳ್ಳೋವರ್ಗೂ ಯಾರದ್ದೋ ಒತ್ತಾಯದ ಬದ್ಕು. ಇಲ್ಲಿ ನಿಂಗೋದು ಮನಸ್ಸಿದೆ, ಹೃದಯವಿದೆ. ಅಲ್ಲಿ ಆಸೆ, ಆಕಾಂಕ್ಷೆಗಳೆಲ್ಲ ಗೂಡು ಕಟ್ಟಿಕೊಂಡು ಇರುತ್ತೆ. ಅದನ್ನೆಲ್ಲ ಕೆಡವೋ ಪ್ರಯತ್ನ ಒಳ್ಳೆದಲ್ಲ" ರೇಗಿಹೋದ.

ಸಂಜೆ ಸಿಸ್ಟರ್ ಮಾರ್ಟಿನಾ ಹೋಳಿಗೆಯ ಬಗ್ಗೆ ಪ್ರಸ್ತಾಪಿಸಿ ಡಾ॥ ಸುಧಾಕರ್ ಕಣ್ಣುಗಳಲ್ಲಿ ಮಿಸುಕಾಡುವುದೇನೆಂದು ಪರೀಕ್ಷಿಸಲು ಕೇಳಿದಳು.

"ನಮ್ಮ ಸಂಧ್ಯಾ ಮದ್ವೆಯಾಗಿರೋ ಗಂಡು ನಿಜ್ವಾಗ್ಲೂ ಅದೃಷ್ಟವಂತ. ಬೇರೆಯವರಿಗಾಗಿ ಪ್ರೀತಿ, ಆತ್ಮೀಯತೆಯನ್ನು ಬೊಗಸೆಗಟ್ಟಲೆ ತುಂಬಿಕೊಡ್ತಾಳೆ. ಇದೊಂದು ಅಪರೂಪದ ಕೇಸ್" ಅವಳದೇ ಆದ ಧಾಟಿಯಲ್ಲಿ ಅಂದಳು.

ಗಂಭೀರವಾಗಿದ್ದ ಡಾ॥ ಸುಧಾಕರ್‌ನ ಮುಖದ ಮೇಲೆ ನೋವಿನ ನೆರಳು ಮೂಡಿತು. ಸತ್ಯವನ್ನು ಅರಗಿಸಿಕೊಳ್ಳಲಾರದೆ ಅವನ ಮನ ಹಿಂಸೆಗೆ ಒಳಗಾಗಿತ್ತು. ಒಂದು ರೀತಿಯ ಚಿತ್ರವಧೆ.

ಸಿಸ್ಟರ್ ಮಾರ್ಟಿನಾ ಮಾತುಗಳಿಗೆ ಪ್ರತಿಕ್ರಿಯಿಸದೆ ಮೌನವಾಗಿ ನಡೆದು

ಕುತ್ತಿಗೆಯ ಮೇಲಿದ್ದ ಸ್ಟೆತಾಸ್ಕೋಪ್ ಜೇಬು ಸೇರಿತು. ಬಹಳ ದೀರ್ಘವಾಗಿ ಹೆಜ್ಜೆಗಳನ್ನು ಎತ್ತಿಡುತ್ತಿದ್ದ. ಅದು ಯಾವುದರ ಸಂಕೇತ? ನಿರಾಶೆಯೇ, ಹತಾಶೆಯೋ?

ಮಾರ್ಟಿನಾ ನೊಂದುಕೊಂಡಳು. ಸುಧಾಕರನಂಥ ಮೃದುಹೃದಯಿ, ಹ್ಯಾಂಡ್‌ಸಮ್, ಬ್ರಿಲಿಯಂಟ್, ಹೃದಯವಂತ ಯುವಕ ಪ್ರೇಮದಲ್ಲಿ ವಿಫಲನಾಗಬಾರದಾಗಿತ್ತೆಂದುಕೊಂಡಳು.

ಡಾ|| ಸುಧಾಕರ್‌ನ ಸ್ಕೂಟರ್ ನರ್ಸಿಂಗ್ ಹೋಂ ಆವರಣ ಬಿಟ್ಟು ಹೊರಗೆ ಹೋಯಿತು. ಸದ್ಯಕ್ಕೆ ಎಲ್ಲಿಗೆ ಹೋಗಬೇಕೆಂಬ ಗಮ್ಯವಿರಲಿಲ್ಲ. ಐದು ಕಿಲೋಮೀಟರ್ ದೂರವಿದ್ದ ಗಾರ್ಡನ್ ರೆಸ್ಟೋರೆಂಟ್‌ನಲ್ಲಿ ಹೋಗಿ ಕೂತ. ನೆರಳು ನೀಡಲು ತಲೆಯ ಮೇಲೆ ಛತ್ರಿ ಇತ್ತು. ಬಿಸಿಲು ಕೂಡ ಅಧಿಕವಾಗಿರಲಿಲ್ಲ. ಆದರೆ ಧಗೆಯಿಂದ ಅವನ ಮನ ಉರಿಯುತ್ತಿತ್ತು.

"ಡಾಕ್ಟ್ರೇ, ನಮಸ್ಕಾರ. ನೀವೇನು ಇಲ್ಲಿ" ಒಬ್ಬ ವ್ಯಕ್ತಿ ಬಂದು ಕೂತು ಪ್ರಶ್ನಿಸಿದಾಗ ಅವನಿಗೆ ಮತ್ತಷ್ಟು ತಲೆ ಬಿಸಿಯಾಯಿತು. ಪೇಷೆಂಟೋ, ಪೇಷಂಟು ಕಡೆಯವನೋ ಇರಬಹುದು. ನರ್ಸಿಂಗ್ ಹೋಂಗೆ ಬಂದವರನ್ನೆಲ್ಲ ನೆನಪಿನಲ್ಲಿ ಇಟ್ಟುಕೊಳ್ಳುವುದು ಹೇಗೆ ಸಾಧ್ಯ?

"ಸಾರಿ, ಇನ್ನೊಮ್ಮೆ ಮಾತಾಡೋಣ" ಎಂದ ಸಹನೆಯಿಂದ.

"ಎಕ್ಸ್‌ಕ್ಯೂಜ್ ಮಿ ಸರ್" ಎಂದು ಎದ್ದುಹೋದ.

ಬಂದ ಬೇರರ್‌ಗೆ "ಹತ್ತು ನಿಮಿಷ ನನ್ನ ಡಿಸ್ಟರ್ಬ್ ಮಾಡ್ಬೇಡ" ಎಂದ ಸಿರಿಯಸ್ಸಾಗಿ. ಅವನು ತಲೆದೂಗಿ ಹೋದ. ಅವನ ದಿನಚರಿಯಲ್ಲಿ ವಿವಿಧ ರೀತಿಯ ಜನರನ್ನು ನೋಡಿ ಅಭ್ಯಾಸವಾಗಿದ್ದರಿಂದ, ಹೆಚ್ಚಿಗೇನು ಅನ್ನಿಸಲಿಲ್ಲ.

ಮತ್ತೆ ಕೈ ಸನ್ನೆಯಿಂದ ಬೇರರ್ ಕರೆದು "ಈ ಟೇಬಲ್ ಸರ್ವೀಸ್ ನಿಂದೇತಾನೆ?" ಕೇಳಿದ. ಅವನ ಕೈ ಯೂನಿಫಾರಂ ಷರಟಿನ ಜೇಬಿನೊಳಕ್ಕೆ ಹೋಯಿತು. "ಹೌದು, ಸರ್, ಇನ್ನು ಅರ್ಧಗಂಟೆಗೆ ನನ್ನ ರಿಲೀವರ್ ಬರ್ತಾನೆ. ಇಲ್ಲಿ ತುಂಬ ಪಂಕ್ಚುಯಾಲಿಟಿ" ಎಂದ ವಿನಯದಿಂದ.

"ಓಕೆ, ಇನ್ನು ಅರ್ಧಗಂಟೆ ಇದೆಯಲ್ಲ. ಹತ್ತು ನಿಮಿಷ ಬಿಟ್ಬಾ" ಹೇಳಿದ. ಅವನು ತಲೆಯಾಡಿಸುತ್ತ ಹೋದ. ಅವನು ಸಂಸಾರಿ. ಬದುಕನ್ನು ಕಂಡವನು. ಪ್ರೇಮದಿಂದ ವಂಚಿತರಾದವರು, ಕಟ್ಟಿಕೊಂಡ ಹೆಂಡತಿಯಿಂದ ದೂರ ಹೋದವರು ಮಾತ್ರ ಈ ರೀತಿ ಡಿಪ್ರೆಸ್ ಆಗಿ ಬಂದುಕೂಡುತ್ತಾರೆಂದು ಅವನ ಅನುಭವ ಹೇಳುತ್ತಿತ್ತು.

ಹತ್ತು ನಿಮಿಷಗಳ ತರುವಾಯ ಹಾಜರಾದ.

"ನಿಂಗೆ ಒಳ್ಳೆ ಟೈಮ್ ಸೆನ್ಸ್ ಇದೆ" ಎಂದು ನಕ್ಕ ಡಾ|| ಸುಧಾಕರ್.

ಅಟೆನ್ಷನ್ ರೀತಿಯಲ್ಲಿ ನಿಂತ ಬೇರರ್ "ಸಂಬಳ ಕೊಡೋ ಯಜಮಾನ್ರು ಸುಮ್ನೇ ಓಡಾಡಿಕೊಂಡಿದ್ರೆ ಸುಮ್ನೆ ಇರ್ತಾರ ಸರ್. ಅವ್ರ ನೋಟ ಯಾವಾಗ್ಲೂ ನಮ್ಮ ಹಿಂದೆ ಮುಂದೇನೇ ಇರುತ್ತೆ. ಅಲ್ಲಲ್ಲಿ ನಿಂತು ನಮ್ಮ ಮೇಲೆ ಕಣ್ಣಿಟ್ಟಿರುವ ಜನ ತಕ್ಷಣ

ದೂರು ಸಲ್ಲಿಸ್ತಾರೆ. ಅಷ್ಟು ಸಾಕು ನಮ್ಮನ್ನ ಹೊರ್ಗೆ ಹಾಕೋಕೆ" ಅತ್ತಿತ್ತ ನೋಡಿದ ಭಯದಿಂದ.

"ಎರಡು ಜ್ಯೂಸ್ ತಗೊಂಡ್ಬಾ. ಒಂದು ನಂಗೆ, ಒಂದು ನಿಂಗೆ" ಎಂದ ಡಾ॥ ಸುಧಾಕರ್ ಹಸನ್ಮುಖವಾಗಿ "ಸಾರಿ ಸರ್, ಒಂದೇ ತರ್ತೀನಿ" ಹೋದ. ಜ್ಯೂಸ್ ಬಂತು ನಿಧಾನವಾಗಿ ಕುಡಿದಿಟ್ಟು ನೂರು ರೂಪಾಯಿನ ನೋಟು ಬಿಲ್ಲಿನ ಜೊತೆ ಇಟ್ಟ. ಉಳಿದ ಚಿಲ್ಲರೆಯನ್ನು ಹಿಂದಕ್ಕೆ ಪಡೆಯುವ ಇರಾದೆಯೇನು ಇರಲಿಲ್ಲ.

ನಡೆದು ಬರುವಾಗ ಒಬ್ಬ ಹುಡುಗಿ, ಒಬ್ಬ ಹುಡುಗನನ್ನು ಬೇರರ್ ಎಳೆದುಕೊಂಡು ಹೋಗುತ್ತಿದ್ದ. ಅನಗತ್ಯವಾಗಿ ಗಮನ ಆ ಕಡೆ ಹರಿಯಿತು. ಆ ಪುಟ್ಟ ಹುಡುಗನ ತಲೆಯ ಮೇಲೊಂದು ಏಟು ಬಿತ್ತು. ಯಾಕೋ ಅವನಿಗೆ ಸೈರಿಸಲಾಗಲಿಲ್ಲ.

ಕ್ಯಾಷ್ ಕೌಂಟರ್‌ನಲ್ಲಿದ್ದ ಯಜಮಾನನ ಮಗನ ಮುಂದೆ ಅವರಿಬ್ಬರನ್ನು ಬಯ್ದು ನಿಲ್ಲಿಸಿದರು. ಆ ವ್ಯಕ್ತಿಯ ಹಿಂಭಾಗದಲ್ಲಿ ಒಂದು ಬೋರ್ಡು ಇತ್ತು. ''Anger brings catastrophe'' ಸಿಟ್ಟು ಸಮಸ್ಯೆಗಳನ್ನು ತಂದೊಡ್ಡುತ್ತದೆ.

ಆ ಮನುಷ್ಯ ಸಿಟ್ಟಿನಿಂದ ಮುಖ ಕೆಂಪಗೆ ಮಾಡಿಕೊಂಡು ವಾಚಾಮಗೋಚರವಾಗಿ ಬಯ್ದುಬಿಟ್ಟ. ಹತ್ತಿರಕ್ಕೆ ಹೋಗಿ ವಿಚಾರಿಸಿದಾಗ ದೊಡ್ಡ ನಷ್ಟದಲ್ಲಿ ಬಿದ್ದವನಂತೆ "ಲಕ್ಷಣವಾಗಿ ಎಪ್ಪತ್ತು ಚಿಲ್ಲರೆ ಬಿಲ್ಲಾಗುವಂತೆ ತಿಂದಿದ್ದಾರೆ. ಕೈಯಲ್ಲಿರೋದು ಹದಿನೈದು. ಮಿಕ್ಕಿದ್ದು ಇವರಪ್ಪ ಕೊಡ್ತಾರ?" ಎಂದ ಕೂಡಲೇ ಕೈಯೆತ್ತಿ ಮಾತು ಬೇಡವೆಂದು ಉಳಿದ ಹಣ ಕೊಟ್ಟು ಅವರನ್ನು ಹೋಗುವಂತೆ ಸನ್ನೆ ಮಾಡಿದ.

ಇವನು ಗೇಟು ಬಳಿಗೆ ಹೋಗುವಾಗ ಅವರಿಬ್ಬರು ಅಲ್ಲೇ ನಿಂತಿದ್ದರು. "ಥ್ಯಾಂಕ್ಯು ಸರ್, ನನ್ನ ಹೆಸರು ವಿದ್ಯಾ. ಇವ್ನು ನನ್ನ ತಮ್ಮ ರಾಘು. ನಾವು ತಿಂದಿದ್ದಕ್ಕೆ ಇಷ್ಟೊಂದು ಹಣ ಕೊಡ್ಬೇಕೂಂತ ಗೊತ್ತಿರ್ಲಿಲ್ಲ. ನಿಮ್ಮ ಅಡ್ರೆಸ್ ಕೊಡಿ. ನಾವು ಮನಿಯಾರ್ಡರ್ ಮಾಡ್ತೀವಿ" ಧೈರ್ಯವಹಿಸಿ ಆ ಹುಡುಗಿ ಹೇಳಿದಾಗ ಮೆಚ್ಚಿಕೊಂಡ.

"ಆಯ್ತು, ಅದೇನು ಬೇಡ. ನಿಮ್ಮ ಮನೆ ಎಲ್ಲಿ?" ವಿಚಾರಿಸಿದ.

"ಸರ್ಯಾಗಿ ಗೊತ್ತಿಲ್ಲ. ನಮ್ಮ ಸಂಧ್ಯಾ, ಅನುರಾಧ ನರ್ಸಿಂಗ್ ಹೋಂನಲ್ಲಿ ರಿಸೆಪ್ಷನಿಸ್ಟ್ ಆಗಿದ್ದಾಳೆ" ಅಂದಾಗ ಅವನಿಗೆ ನಿಜವಾಗಿ ಸಿಟ್ಟು ಬಂತು. ಕೆನ್ನೆಗೆ ಬಾರಿಸಿ ಬಿಡಬೇಕೆನಿಸಿತು. ನಿರಂತರವಾಗಿ ಆ ಮನೆಗಾಗಿ ಅವಳು ದುಡಿಯುತ್ತಿರುವಾಗ ಇವಕ್ಕೆ ಹೋಟೆಲಿನಲ್ಲಿ ತಿನ್ನೋ ಖಯಾಲಿ" ಅಂದುಕೊಂಡ.

"ನೀವು ಯಾಕೆ ಇಲ್ಲಿಗ್ಬಂದ್ರಿ?" ಪ್ರಶ್ನಿಸಿದ.

"ಜಾಮೂನ್, ದೋಸೆ ತಿನ್ನೋಕೆ" ಅಂದಾಗ ಅವನ ಮೈ ಉರಿಯಿತು. "ಯಾಕೆ ಹೋಳಿಗೆ ತಿನ್ನಲಿಲ್ವಾ" ಗದರಿಯೇ ಸ್ಕೂಟರ್‌ಗೆ ಹತ್ತಿಸಿಕೊಂಡು ಬಂದು ನರ್ಸಿಂಗ್ ಹೋಂ ಬಳಿ ಇಳಿಸಿ "ನಿಮ್ಮಕ್ಕ ಒಳಗಡೆ ಇದ್ದಾಳೆ ಹೋಗಿ" ಅಂದ. ನಿಮಿಷದಲ್ಲಿ ಅವನ ಸ್ಕೂಟರ್ ಕಣ್ಮರೆಯಾಯಿತು.

ಇವೆರಡು ಅನುಮಾನಿಸುತ್ತಲೇ ಗೇಟಿನೊಳಕ್ಕೆ ಹೊಕ್ಕಾಗ ಆಯಾ ಕೆಂಪಮ್ಮ ಬಂದು ವಿಚಾರಿಸಿದಳು. "ಸಂಧ್ಯಾ, ನಮ್ಮಕ್ಕ" ಅಂದಕೂಡಲೇ ಅವಳ ಗಡಸು ಮುಖ ಮೆದುವಾಯಿತು. ತೀರಾ ಶ್ರೀಮಂತ ಮನೆತನದ ಮಕ್ಕಳು ನರ್ಸಿಂಗ್ ಹೋಂನಲ್ಲಿ ಹುಟ್ಟಿದಾಗ ಎಲ್ಲರಿಗೂ ಸ್ವೀಟ್ಸ್ ಬಾಕ್ಸ್, ಗಿಫ್ಟ್ ಕೊಡೋದು ಸಹಜ. ಎಷ್ಟೋ ಸಲ ಸಂಧ್ಯಾ ಸ್ವೀಟ್ಸ್ ಬಾಕ್ಸನ್ನು ಅವಳಿಗೆ ಕೊಟ್ಟಿದ್ದುಂಟು. ಅದರಿಂದಲೇ ಅವಳ ಬಗ್ಗೆ ಗೌರವ.

"ಬನ್ನಿ...." ಎಂದು ಮುಂದಕ್ಕೆ ಹೋದ ಕೂಡಲೇ ವಿದ್ಯಾರಾಘುನ ಬಿಟ್ಟು ಹಿಂದಕ್ಕೆ ಓಡಿ ಅದೃಶ್ಯಳಾದಳು. ಆಯಾ ಕೆಂಪಮ್ಮ ಹಿಂದಕ್ಕೆ ತಿರುಗಿ "ಎಲ್ಲೋ ನಿಮ್ಮಕ್ಕ...." ಅನ್ನುತ್ತಲೇ ಅಳುತ್ತಿದ್ದ ಅವರನ್ನು ಎಳೆದೊಯ್ದು ಸಂಧ್ಯಾ ಮುಂದೆ ನಿಲ್ಲಿಸಿದಾಗ ಮೂರ್ಛೆ ಹೋಗುವಂತಾಯಿತು. ದಿಕ್ಕು ತೋಚಲಿಲ್ಲ. ಮಂಗಳಗೌರಿ ಪೂಜೆ ಮಾಡಿದ ಸಂತೋಷವೆಲ್ಲ ದಿಕ್ಕಾಪಾಲಾಯಿತು.

ಅವನ ಬಳಿಗೆ ಬಂದ ಸಂಧ್ಯಾ ಕಣ್ಣೊರೆಸಿ "ಸುಮ್ನೇ ಇರು ಇಲ್ಲೆಲ್ಲ ಅಳ್ಬಾರ್ದು" ಎಂದು ಪಕ್ಕಕ್ಕೆ ಎಳೆದೊಯ್ದು ವಿಚಾರಿಸಿದಾಗ ಬಿಕ್ಕುವಿಕೆಯಲ್ಲಿ ಹೇಳಿದ್ದು ಅರ್ಧಂಬರ್ಧ. ಆಗ ಕೆಂಪಮ್ಮ "ನಿನ್ತಂಗಿ ಕೂಡ ಇದ್ಲು. ಇದ್ದಕ್ಕಿದ್ದಂಗೆ ಓಡಿಹೋದ್ಲು" ವಿಷಯ ತಿಳಿಸಿದಾಗ ಆಕಾಶ ಕಳಚಿ ಅವಳ ತಲೆಯ ಮೇಲೆ ಬಿದ್ದಂತಾಯಿತು.

ಮೊದಲೇ ಸಿಟಿಗೆ ಬರಲು ಇಷ್ಟವಿಲ್ಲದ ಶಾರದಮ್ಮ ನಾನಾ ಭಯಗಳನ್ನೊಡ್ಡಿದ್ದರು. ಅಂಥದ್ದರಲ್ಲಿ 'ವಿದ್ಯಾನಾ, ಸುವಿದ್ಯಾನಾ?" ಅವಳೆದೆ ನಗಾರಿಯಾಯಿತು.

ಮಾರ್ಟಿನಾನ ಹುಡುಕಿಕೊಂಡು ಓಡಿದವಳು "ಪ್ಲೀಸ್, ಮಾರ್ಟಿನಾ ಒಂದರ್ಧ ಗಂಟೆ ಪರ್ಮಿಷನ್ ಬೇಕು. ಪರಮಶಿವಯ್ಯನವರ ಹತ್ತಿರ ಹೋದರೇ ನೂರೆಂಟು ಪ್ರಶ್ನೆ. ನೀನೇ ಹೆಲ್ಪ್ ಮಾಡ್ಬೇಕು" ರಿಕ್ವೆಸ್ಟ್ ಮಾಡಿಕೊಂಡಳು.

"ಆಯ್ತು ಹೋಗ್ಬಾ. ಅಂಥ ಏಮರ್ಜನ್ಸಿಯೇನು? ಮಡದಿನ ನೋಡೋಕೆ ಪತಿದೇವರು ದುಬೈನಿಂದ ಇಳ್ದು ಬಂದಿದ್ದಾರೆ? ಇಲ್ಲ ತನಗಾಗಿ ಪೂಜೆ ಮಾಡಿದ ಹೆಂಡ್ತಿಗೆ ಏನಾದ್ರೂ ಗಿಫ್ಟ್ ಕಳ್ಸಿದ್ದಾರ? ಇನ್ನೊಂದೇ ಒಂದು ದೊಡ್ಡ ಕಾದಂಬರಿಗಾಗೋಷ್ಟು ಲೆಟರ್ ಬರೆದಿದ್ದಾರ? ಅಥ್ವಾ ನಿನ್ನ ಸ್ವೀಟ್ ವಾಯ್ಸ್ ಕೇಳಲು ಲೈನ್‌ನಲ್ಲಿ ಇದ್ದಾರ?" ಎಂದು ಛೇಡಿಸಿ ಅವಳ ತಾಳ್ಮೆಯನ್ನು ಕದಡಿಬಿಟ್ಟಳು.

ಮಾತಾಡದೆ ಹೊರಗೆ ಬಂದ ಸಂಧ್ಯಾ ರಾಘು ರಟ್ಟೆನಾ ಹಿಡಿದು "ನಿನ್ಜೊತೆ ಬಂದಿದ್ದು ವಿದ್ಯಾನಾ, ಸುವಿದ್ಯಾನಾ?" ಕೇಳಿದಳು. ಬೆವರಿನಿಂದ ಅವಳ ಕಂಕುಳೆಲ್ಲ ಒದ್ದೆಯಾಗಿತ್ತು.

"ವಿದ್ಯಾ" ಎಂದು ಉಸುರಿ ಬಿಕ್ಕಿದಾಗ ಎಳೆದೊಯ್ದು ಆಟೋ ಹತ್ತುವ ಮುನ್ನ ಇಡೀ ನರ್ಸಿಂಗ್ ಹೋಂನ ಆವರಣ ಒಂದು ಸುತ್ತು ಹಾಕಿಕೊಂಡು ಬಂದರೂ ವಿದ್ಯಾ ಕಣ್ಣಿಗೆ ಬೀಳಲಿಲ್ಲ "ವಿದ್ಯಾ ಎಲ್ಲಿ ಹೋದ್ಲು?" ಕೇಳಿದಳು.

"ಗೊತ್ತಿಲ್ಲ" ಎಂದು ತಲೆಯಾಡಿಸಿಬಿಟ್ಟ.

ಆಟೋ ಹತ್ತಿ ಶಾಲೆ ಅಡ್ರೆಸ್ ಹೇಳಿದಳು. ಇಂದು ರಾಘು, ವಿದ್ಯಾ ಮಂಗಳ ಗೌರಿಯ ಪೂಜೆಯ ಸಲುವಾಗಿ ಮನೆಯಲ್ಲೇ ಉಳಿದಿದ್ದರು. ಇವರನ್ನು ಕಾಣದೇ ಮನೆಯವರೆಲ್ಲ ಹುಡುಕಾಡುತ್ತಿದ್ದಾರೆಂದು ಅಂಜಿದಳು.

ಆಟೋ ನಿಲ್ಲಿಸಿ ಶಾಲೆಯ ಆವರಣದೊಳಕ್ಕೆ ಹೋದಳು. ನಾಲ್ಕರ ಸಮಯ ವಿದ್ಯಾರ್ಥಿಗಳೆಲ್ಲ ಗಲಾಟೆ ಮಾಡುತ್ತ ಆಟವಾಡುತ್ತಿದ್ದರು. ಅವರಲ್ಲಿ ವಿದ್ಯಾನ ಹುಡುಕಿ ಸೋತು ಹಿಂದಕ್ಕೆ ತಿರುಗಿದಾಗ ಗೇಟಿನ ಬಳಿ ನಿಂತಿದ್ದಳು ಅಳುತ್ತ. ಹೋದ ಜೀವ ಮರಳಿ ಬಂದಂತಾಯಿತು. ಕಪಾಳಕ್ಕೆ ನಾಲ್ಕು ಬಾರಿಸಬೇಕೆನಿಸಿದರೂ ಅಲ್ಲೊಂದು ಸೀನ್ ಕ್ರಿಯೇಟ್ ಮಾಡಿಬೇರೆಯವರ ಗಮನ ಸೆಳೆಯಲು ಇಚ್ಛಿಸಲಿಲ್ಲ.

ಅವರಿಬ್ಬರನ್ನು ಮನೆಯ ಬಳಿ ಇಳಿಸಿ "ಏನು ಹೇಳೋಕೆ ಹೋಗ್ಬೇಡಿ" ಒಳಗೆ ಕಳಿಸಿ ತಾನು ಅದೇ ಆಟೋದಲ್ಲಿ ನರ್ಸಿಂಗ್ ಹೋಂಗೆ ಹೋದಳು. ಮೀಟರ್ ನೋಡಿದಾಗ ಅವಳೆದೆ ಧಸಕ್ಕೆಂದಿತು. ಆದರೂ ಹಣ ತೆತ್ತು ಸೋತವಳಂತೆ ಒಳಕ್ಕೆ ಬಂದಳು.

ಮುಖ ತೊಳೆದು ಮೇಕಪ್ ಮಾಡಿಕೊಂಡು ಬಂದಾಗ ತೀರಾ ಸುಸ್ತೆನಿಸಿತು. ಅವಳ ಕಣ್ಣಲ್ಲಿ ನೀರು ಒಸರಿತು. ಸಮಸ್ಯೆಗಳ ನಡುವೆ ನಜ್ಜುಗುಜ್ಜು. ಅವಳ ಬಗ್ಗೆ ಯೋಚಿಸುವವರೇ ಇಲ್ಲ. ರಾಘು ಬೇಡಿಕೆ, ವಿದ್ಯಾ ಕೇಳಿಕೆ ಜೊತೆಗೆ ಸುವಿದ್ಯಾಳ ಬಾಂಬ್ ಯಾವ ಸಮಯದಲ್ಲಾದರೂ ಸಿಡಿಯಬಹುದು.

ಪಕ್ಕಕ್ಕೆ ತಿರುಗಿ ಕಣ್ಣೀರು ತೊಡೆದುಕೊಂಡಳು. ಅನ್ನ ತಿನ್ನುವಾಗ ಒಂದು ತುತ್ತು ಕಡಿಮೆ ತಿನ್ನುತ್ತಿದ್ದಳು. ಸಮಯವಿದ್ದರೆ ನಡೆದೇ ನರ್ಸಿಂಗ್ ಹೋಂಗೆ ಬರುತ್ತಿದ್ದಳು. ತರಕಾರಿ ಕಡಿಮೆ ಬೆಲೆಗೆ ಸಿಕ್ಕುತ್ತದೆಯೆಂದು ಒಂದೆರಡು ಕಿಲೋಮೀಟರ್ ನಡೆದು ತರುತ್ತಿದ್ದಳು. ಹತ್ತು ಪೈಸೆ ತನಗಾಗಿ ಖರ್ಚು ಮಾಡಲು ಹಿಂಜರಿಯುವಂಥ ಹೆಣ್ಣು. ಹುಡುಗರು ಮಾಡಿದ ತಪ್ಪಿಗೆ ತೆತ್ತಿದ್ದು ಬಹಳ.

"ಕೆಂಪಮ್ಮ, ನಮ್ಮ ಹುಡುಗರ್ನ ತಂದುಬಿಟ್ಟೋರು ಯಾರು?" ವಿಚಾರಿಸಿದಾಗ 'ಗೊತ್ತಿಲ್ಲ'ವೆಂದು ತಲೆಯಾಡಿಸಿದಳು. ರಾತ್ರಿ ವಿದ್ಯಾ ಸತ್ಯ ಹೇಳಿದಾಗ ಹೌಹಾರಿದಳು.

"ರಾಘು, ಮಸಾಲೆದೋಸೆ, ಜಾಮೂನ್ ತಿನ್ನಬೇಕೂಂತ ಹಣ ಇಟ್ಕಂಡ್ ಇದ್ದ. ನಂಗೂ ಆಸೆ ಆಯ್ತು... ಕರ್ಕಂಡ್ ಹೋದೆ. ಎರ್ಡು ದೋಸೆ, ನಾಲ್ಕು ಜಾಮೂನ್ ಎಷ್ಟೊಂದು ದುಡ್ಡು ಆಯ್ತು ಗೊತ್ತಾ? ನಮ್ಹತ್ರ ಇದ್ದಿದ್ದು ಬರಿ ಹದಿನೈದು ರೂಪಾಯಿ ಅಷ್ಟೇ. ಹೋಟೆಲ್ ಯಜಮಾನ ಬೈಯ್ತಾ ಇರೋವಾಗ ಯಾರೋ ಅಂಕಲ್ ಆ ಹಣ ಕೊಟ್ಟು ನಮ್ಮನ್ನು ನರ್ಸಿಂಗ್ ಹೋಂ ಹತ್ರ ಬಿಟ್ಟೋದ್ರು. ನಂಗೆ ಭಯ ಆಯ್ತು. ಅದ್ಕೆ ಸ್ಕೂಲು ಹತ್ರ ಹೋದೆ" ಅಳುತ್ತ ಹೇಳಿದಾಗ ಹಣೆಗೆ ಕೈಯೊತ್ತಿಕೊಂಡು ಕೂತುಬಿಟ್ಟಳು. ದಿಕ್ಕು ತೋಚದಂತಾಯಿತು. ಈ ವಿಷಯ ಅಮ್ಮ ಅಪ್ಪನವರಿಗೂ ಹೋಗೋದು ಸರಿಕಾಣಲಿಲ್ಲ.

ಅಷ್ಟಿಷ್ಟು ಶಾರದಮ್ಮನ ಕಿವಿಗೆ ಬಿದ್ದು ರಾದ್ಧಾಂತವಾಗಿ ಹೋಯಿತು.

"ಪಾಪಿಗಳು ಯಾಕಾದ್ರೂ ನನ್ನ ಹೊಟ್ಟೆಯಲ್ಲಿ ಹುಟ್ಟಿದ್ವೋ? ಎಷ್ಟೊಂದು ಹೋಳಿಗೆ ತಟ್ಟಿ ಇಟ್ಟಿದ್ದೀನಿ. ಇವ್ರಿಗೆ ಜಾಮೂನು, ದೋಸೆ ಬೇಕಾಗಿತ್ತಾ?" ಕೋಲಿಗಾಗಿ ಹುಡುಕತೊಡಗಿದಾಗ "ಅಮ್ಮ ದಯವಿಟ್ಟು ಸುಮ್ನೆ ಇರು. ನಾವು ಇವ್ರುಗಳ ಹೊಟ್ಟೆಯಲ್ಲಿ ಹುಟ್ಟಿದ್ದು ತಪ್ಪಂತ ಸಂಕಟಪಡೋ ಹಂಗೆ ಮಾಡ್ಬೇಡಿ. ಹುಡುಗ ಸಹಜವಾದ ಬುದ್ಧಿ. ಈಗಾಗ್ಲೇ ಶಿಕ್ಷೆ ಅನುಭವಿಸಿದ್ದಾರೆ. ಅದೊಂದು ಸಣ್ಣ ವಿಷ್ಯ" ಮಗಳು ಅಷ್ಟೊಂದು ಸಮರ್ಥಿಸಿಕೊಂಡಾಗ ಹುಡುಗರು ಮಾಡಿದ್ದು ದೊಡ್ಡ ತಪ್ಪಾಗಿ ಕಾಣಲಿಲ್ಲ ಆಕೆಗೆ.

ರಾತ್ರಿ ಎಲ್ಲರಿಗೂ ಬಡಿಸೋವಾಗ "ಅಳಿಯಂದಿರ ಪತ್ರ ಬಂತಾ? ನರ್ಸಿಂಗ್ ಹೋಂಗೆ ಫೋನ್ ಮಾಡ್ತಾರೆ. ನಮ್ಗೆ ಅವ್ರ ಧ್ವನಿ ಕೂಡ ಕೇಳೋಕ್ಕಾಗ್ಲಿಲ್ಲ" ಶಾರದಮ್ಮ ಶುರು ಮಾಡಿದಾಗ ಅವಳಿಗೆ ಹೊಟ್ಟೆ ತುಂಬಿಹೋಯಿತು. ಇದು ಪ್ರೀತಿಯೋ, ಕಾಳಜಿಯೋ? ಕನಿಷ್ಠ ಯಾವುದೇ ವಿಷಯ ಎತ್ತದಂಗೆ ಪ್ರೀತಿಯಿಂದ ಬಡಿಸಿದರೆ ಇವರಿಗಾಗೋ ನಷ್ಟವೇನು? ಅಂಥ ಬದಲಾವಣೆ ಸಾಧ್ಯವಿಲ್ಲವೆನಿಸಿತು.

"ಮನೆ ವಿಳಾಸ ತಿಳಿಸ್ತೀನಿ. ಇನ್ಮೇಲೆ ಇಲ್ಲಿಗೆ ಪತ್ರ ಬರೀತಾರೆ ಬಿಡು" ಎಂದ ಸಂಧ್ಯಾ ತಿಳಿಸಾರು ಹಾಕಿಸಿಕೊಂಡು ಊಟ ಮಾಡಿ ಎದ್ದಳು.

ಎಲ್ಲರಿಗಿಂತ ಇಂದು ಬೇಗ ಮಲಗಿದವಳು ಸಂಧ್ಯಾನೇ.

ಹೋಟೆಲ್ ನಡೆದ ಪ್ರಕರಣಕ್ಕೆ ಉಪ್ಪು, ಖಾರ ಬೆರೆಸಿ ತಾನು ಮುಂದು, ನಾನು ಮುಂದು ಅಂತ ಹೇಳುತ್ತಿದ್ದರೆ ಸುವಿದ್ಯಾ, ಶಾರದಮ್ಮ ಬಿದ್ದುಬಿದ್ದು ನಗುತ್ತಿದ್ದರು. ಅದೂ ತಮಾಷೆಯ ವಿಷಯವಾಗಿ ಕಂಡಿತು.

"ಅಮ್ಮ ಇನ್ಮೇಲೆ ರಾಘು ಕೈಗೆ ಹಣ ಕೊಡ್ಬೇಡ. ಕೇಳಿದ್ನಾ ಮನೆಯಲ್ಲೆ ಮಾಡಿ ಕೊಡು" ಮಲಗಿಯೇ ಹೇಳಿದಳು. ಮತ್ತೆ ಮತ್ತೆ ಇಂಥ ಅನಾಹುತ ಮಾಡಿದರೆ ಇಂದಿನಂತೆ ಸಹಾಯ ಮಾಡಲು ಮತ್ತೊಬ್ಬ ವ್ಯಕ್ತಿ ಸಿಗಲಾರ.

"ಅವರೇನಾದ್ರೂ ನಿಮ್ಮನ್ನು ಪೊಲೀಸರಿಗೆ ಕೊಟ್ಟರೆ ಏನ್ಮಾಡ್ತಾ ಇದ್ದಿರಿ?" ಸುವಿದ್ಯಾ ಕೇಳಿದಾಗ "ಸುಮ್ನೇ ಅಳ್ತಾ ಇದ್ವಿ. ಅಕ್ಕನ ಹೆಸರು, ಅನುರಾಧ ನರ್ಸಿಂಗ್ ಹೋಂ ಹೆಸರು ಹೇಳ್ತಾ ಇದ್ವಿ" ವಿದ್ಯಾ ಧೈರ್ಯದಿಂದ ಹೇಳಿದಳು.

ಎಲ್ಲರು ಮಲಗಿದ ಮತ್ತೆ ಕತ್ತಲಲ್ಲಿ ಸಂಧ್ಯಾಳ ಬಳಿ ಬಂದು ಕುಳಿತ ಶಾರದಮ್ಮ ಮಗಳ ತಲೆಯನ್ನು ಸವರಿ "ನಾವು ಇಲ್ಲಿಗ್ಬಂದು ಪೂರ್ತಿ ಹೊರೆಯಾಗಿ ಬಿಟ್ವಿ ಸಂಧ್ಯಾ. ಅಲ್ಲಾದರೆ ಸ್ಕೂಲಿಗೆ ನಡಕೊಂಡು ಹೋಗ್ತಾ ಇದ್ರು. ಹಳ್ಳಿ ಕಡೆಯಿಂದ ಬರ್ತಾ ಇದ್ದ ಗುರುತಿನ ತರಕಾರಿಯವರು ಸುಮ್ಮನೆ ತರಕಾರಿ ಕೊಟ್ಟು ಹೋಗ್ತಾ ಇದ್ದರು. ಮನೆಗೆ ಬಾಡ್ಗೆ ಇರ್ಲಿಲ್ಲ. ನಿಮ್ಮಪ್ಪನ ಅನಾರೋಗ್ಯವಿಲ್ಲದಿದ್ದರೆ ಹೇಗೋ ಮನೆ ತೂಗಿಸಿಕೊಂಡು ಹೋಗ್ತಾ ಇದ್ದೆ. ನೀನು ಕೊಡ್ತಾ ಇದ್ದ ಹಣ. ಈಗ ಎಷ್ಟೊಂದು ತಾಪತ್ರಯಗಳು. ಇದನ್ನೆಲ್ಲ ಹೇಗೆ ಪೂರೈಸ್ತಿ" ಆಕೆಯ ಕಣ್ಣೀರು ಅವಳ ಕೆನ್ನೆಗಳ ಮೇಲೆ ಉದುರಿತು.

ತಾಯಿಯ ಹಸ್ತವನ್ನು ತನ್ನ ಕೈಯೊಳಗೆ ತಗೊಂಡ ಸಂಧ್ಯಾ "ಅಮ್ಮ, ಅಲ್ಲಿನ

ಮನೆಯ ಮೇಲೆ ಒಂದಿಷ್ಟು ಹಣ ತೆಗ್ದು ಸುವಿದ್ಯಾ ಮದುವೆ ಮಾಡೋಣಾಂತ ಇದ್ದಾರೆ ಅಪ್ಪ. ನನ್ನ ವಿವಾಹವಾಯ್ತು. ಆಗ ಇಬ್ಬರ ಜವಾಬ್ದಾರಿ ಕಡ್ಮೆ ಆದಂಗೆ. ಈ ವರ್ಷ ಕಳೆದ್ಮೇಲೆ ದುಬೈನಿಂದ ಅವ್ರು ಒಂದಿಷ್ಟು ಹಣ ಕಳ್ಸಬಹ್ದು. ನಂಗೂ ಒಳ್ಳೆ ಸಂಬಳವಿದೆ. ಒಳ್ಳೆ ಸ್ಕೂಲುಗಳಲ್ಲಿ ಹುಡುಗರಿಗೆ ಸೀಟು ಸಿಕ್ಕಿದೆ. ಇದೆಲ್ಲ ಅಲ್ಲಿದ್ದರೇ ಸಾಧ್ಯವಾಗ್ತ ಇತ್ತ?" ವಿಷಯ ಮರೆಸಿದಳು.

ಮಗಳ ಧೈರ್ಯದ ನುಡಿಗಳಿಂದ ಒಂದಿಷ್ಟು ಸಮಾಧಾನಗೊಂಡರೂ ಒಂದು ರೀತಿಯ ಒಳಗುದಿ ವ್ಯಕ್ತಪಡಿಸಲಾರದೇ ಚಡಪಡಿಸಿ, ಕೊನೆಯಲ್ಲಿ ತೋಡಿಕೊಂಡರು.

"ಏನೋ ಕಣೇ ಸಂಧ್ಯಾ.... ಎಷ್ಟೇ ಪ್ರಯತ್ನಿಸಿದರೂ ಮನಸ್ಸು ಸಮಾಧಾನಕ್ಕೆ ಬರ್ತಾ ಇಲ್ಲ. ನೀನು ಹಿರಿಯ ಸಂತಾನ. ಬದುಕಿದ್ದ ನಾವು ಹಲವು ಹತ್ತು ಕಡೆ ಗಂಡುನ ಹುಡ್ಕಿ ನಿಂಗೆ ಮದ್ವೆ ಮಾಡಬೇಕಾಗಿತ್ತು. ಅದೂ ನಮ್ಮ ಕೈಯಲ್ಲಾಗಲಿಲ್ಲ. ಖರ್ಚಿಲ್ಲದಂಗೆ ನೀನೇ ಮಾಡ್ಕೊಂಡೆ. ಇದೇನು ಕಡಿಮೆ ಅವಮಾನ.... ನೋವಾ? ನಮ್ಮಂಥ ಹೊಣೆಗೇಡಿಗಳು, ನಿಸ್ಸಹಾಯಕರಿಗೆ ಮಕ್ಳು ಅಗತ್ಯವೇ ಇಲ್ಲ" ಮುಸಿ ಮುಸಿ ಅಳಲು ಶುರು ಮಾಡಿದಾಗ ತಟ್ಟನೆದ್ದು ತಾಯಿಯನ್ನು ಅಡಿಗೆ ಮನೆಗೆ ಕರೆದೊಯ್ದಳು.

"ಅಮ್ಮ ಪ್ಲೀಸ್, ನೀನು ಬೇರೆ ತರಹ ಯೋಚ್ಸು. ಅವೆಲ್ಲ ಹಿಂದಿನ ಕಾಲದ ಪದ್ಧತಿಗಳು. ಅದ್ಕೆ ನಾವು ಯಾಕೆ ಗೋಣು ಹಾಕ್ಕೋಬೇಕು. ಮುಗ್ದ ನನ್ನ ಮದ್ವೆ ವಿಷ್ಯನ ಯಾಕೆ ತಲೆಗೆ ಹಚ್ಕೊಂಡು ಕೊರಗ್ತೀಯಾ? ಮಿಕ್ಕವ್ರ ಬಗ್ಗೆ ಯೋಚ್ಸು. ಮೂರ್ವರ್ಷ ನಾನು ನಿಮ್ಜೊತ್ರ ಇರ್ತೀನಿ. ಆಮೇಲೆ ನಂದೇ ಸಂಸಾರವಾಗುತ್ತೆ. ಈ ಬಗ್ಗೆಯಲ್ಲ ಕನಸು ಕಾಣು. ನೀನು ಏನೇನೋ ಮಾತಾಡಿ ಅಪ್ಪನ್ನ ಮತ್ತೆ ಮಲಗೋ ಹಾಗೇ ಮಾಡ್ಬೇಡ. ನಿನ್ನ ಪ್ರಕಾರ ನನ್ನ ಕತ್ತಿನಲ್ಲಿ ಕರಿಮಣಿ ಬಿದ್ದ ಮೇಲೆ ಎಷ್ಟೋ ಸಮಸ್ಯೆಗಳಿಂದ ಪಾರು" ಎಂದು ತಾಯಿಗೆ ತಾಳ್ಮೆಯಿಂದ ಅರ್ಧಗಂಟೆ ಉಪದೇಶ ಮಾಡಿದಳು.

ಅಂಥ ಸಂದರ್ಭದಲ್ಲಿ ಶಾರದಮ್ಮನಿಗೆ ಮಗಳ ಮಾತು ಸರಿಯೆನಿಸುತ್ತಿತ್ತು. ಆಮೇಲೆ ಬದಲಾಗಿ ಮೊದಲಿನ ಸ್ಥಿತಿಗೆ ಮರಳುತ್ತಿದ್ದರು. ಇದು ಅಸಹಜ ಅಲ್ಲವೇನೋ.

"ಒಂದ್ಮಾತು ಕಣೇ ಸಂಧ್ಯಾ. ಎಷ್ಟೇ ಅರ್ಜೆಂಟ್ ಮದ್ವೆಯಾದ್ರೂ ಒಂದೆರಡು ಫೋಟೋಗಳನ್ನಾದ್ರೂ ತೆಗೆಸಿರುತ್ತಾರಲ್ಲ. ಹೈದರಾಬಾದ್‌ನಲ್ಲಿ ತಾನೇ ನಿನ್ನ ಅತ್ತಿಗೆ ಇರೋದು. ಅವ್ರಿಗಾದ್ರೂ ಪತ್ರ ಬರೀ ಅಥ್ವಾ ಫೋನಾದ್ರೂ ಮಾಡಿ ಒಂದು ಫೋಟೋ ತರ್ಸು. ನಮ್ಗೂ ನೋಡ್ಬೇಕೂಂತ ಆಸೆ ಇರುತ್ತಲ್ಲ" ತೋಡಿಕೊಂಡರು.

ಸಂಧ್ಯಾ ಮುಖ ಗಂಭೀರವಾಯಿತು.

"ಆಯಿತಮ್ಮ, ಫೋನ್‌ನಲ್ಲಿ ತಿಳ್ಸಿ ತರಿಸ್ತೀನಿ. ಆಕೆ ಸ್ವಲ್ಪ ರಿಸರ್ವ್. ಆದ್ರೂ ತುಂಬ ಒಳ್ಳೆ ಹೆಂಗಸು. ತಮ್ಮನೆಂದರೆ ಪಂಚಪ್ರಾಣ" ಹೇಳಿಕೊಂಡಳು. ಆಕಾಶ್‌ನ ಅಕ್ಕನ ಬಗ್ಗೆ. ಬದುಕಿನಲ್ಲಿ ನೊಂದ ಆಕೆ ಒಳ್ಳೆಯವಳೇ.

"ಹೋಗಮ್ಮ ಮಲಕ್ಕೋ" ತಾಯಿಯನ್ನು ಕಳಿಸಿ ಕಣ್ಣು ಮುಚ್ಚಿಕೊಂಡಳು.

ಇನ್ನೊಮ್ಮೆ ಹೋಗಿ ಹಣಕ್ಕಾಗಿ ಪ್ರಯತ್ನಿಸುವುದಾಗಿ ತಂದೆ ತಿಳಿಸಿದ್ದರು. ಸುವಿದ್ಯಾ ಮೊನಚಿನ ನೋಟ ಅವಳನ್ನು ಇರಿಯುತ್ತಿತ್ತು. ಹೆದರಿಸುತ್ತಿತ್ತು. ಮನೆಯ ಮೇಲೆ ಎಷ್ಟು ಹಣ ತೆಗೆಯಬಹುದು? ಐವತ್ತು ಸಾವಿರದಷ್ಟು ದೊಡ್ಡ ಮೊತ್ತ ಸಿಗಬಹುದಾ? ತಲೆ ಕೆಟ್ಟಂತಾಯಿತು. ಬಾಯಾರಿಕೆಯೆನಿಸಿ ಎದ್ದುಹೋಗಿ ನೀರು ಕುಡಿದು ಬಂದು ಮಲಗಿದರು. ರೆಪ್ಪೆಗಳು ಒಂದುಗೂಡಲಿಲ್ಲ.

ಮತ್ತೆ ಎದ್ದು ಕೂತಳು. ಮೂವರು ಆರಾಮಾಗಿ ಸಾಲಾಗಿ ಮಲಗಿದ್ದರು. ನಾಳಿನ ಯೋಚನೆ ಇಲ್ಲದೆ ನಿಶ್ಚಿಂತೆಯಿಂದ ಇದ್ದರು. ಅವಳ ಮುಂದೆ ನೂರು ನೂರು ಸಮಸ್ಯೆಗಳು.

ಇಡೀ ರಾತ್ರಿ ನಿದ್ರಿಸಲಾಗಲಿಲ್ಲ. ಬೆಳಿಗ್ಗೆ ತಲೆ ನೋವೆನಿಸಿತು. ಯಾರೊಂದಿಗೂ ಹೇಳಲು ಇಚ್ಛಿಸದೆ, ಬೇಗ ರೆಡಿಯಾಗುವ ವೇಳೆಗೆ ಬಂದ ಸುವಿದ್ಯಾ "ನಿನ್ಹತ್ರ ಸ್ವಲ್ಪ ಮಾತಾಡೋದಿದೆ. ನಿನ್ಜೊತೆ ಬಸ್ ಸ್ಟಾಪ್‌ಗೆ ಬರ್ಲಾ?" ಕೇಳಿದಾಗ ಅಡಿಯಿಂದ ಮುಡಿಯವರೆಗೂ ನೋಟ ಹರಿಸಿ "ಸಂಜೆ ಬರ್ತೀನಲ್ಲ, ಆಗ ಮಾತಾಡ್ಬಹುದಲ್ಲ" ಎಂದಳು ನೀರಸ ದನಿಯಲ್ಲಿ ಸಂಧ್ಯಾ.

"ಆಯ್ತು" ಅಂದಾಗ ಈಚೆಗೆ ಸ್ಕೂಟಿ ಕಾಣದಿದ್ದನ್ನು ನೆನಪಿಸಿಕೊಂಡು "ವೆಹಿಕಲ್ ಏನ್ಮಾಡ್ದೇ? ಬಸ್ಸಿನಲ್ಲಿ ಓಡಾಟ ಷುರು ಮಾಡಿದ್ದೀಯಲ್ಲ" ತೀಕ್ಷ್ಣವಾಗಿ ಕೇಳಿದ ತಂಗಿಯನ್ನು ನೋಡಿ ನೋವಿನ ನಗೆ ಬೀರಿದಳು.

"ತುಂಬ ಖರ್ಚು ಬರುತ್ತೆ. ಹಳೇ ವೆಹಿಕಲ್ ಆಗಾಗ ರಿಪೇರಿ. ಅದಕ್ಕೆ ಮಾರೋದಿಕ್ಕೆ ಹೇಳಿದ್ದೀನಿ. ಇನ್ನು ಮಾರಾಟವಾಗಿಲ್ಲ."

ಇಂದು ಡಬ್ಬಿ ಕೂಡ ಬೇಡವೆಂದು ಹೊರಟಾಗ ಸುವಿದ್ಯಾ ಅವಳ ಜೊತೆಗೂಡಿದ್ದು ಆಶ್ಚರ್ಯವೆನಿಸಿತು.

"ಏನು ವಿಷ್ಯ?"

"ಅಪ್ಪ, ಸುಮ್ನೆ ಇದ್ದಾರೆ. ಮೂರ್ಹೊತ್ತು ಅಮ್ಮನ ರಗಳೆ ಮನೆಗೋಸ್ಕರ. ನೀನಂತು ಹೊರ್ಗಡೆನೇ ಕಳಿತಿ. ನನ್ನ ಕಷ್ಟ ನಿಂಗೆ ಹೇಗೆ ಅರ್ಥವಾಗ್ಬೇಕು?" ಗೊಣಗಿದಳು. ಅಷ್ಟಿಷ್ಟು ಅರ್ಥವಾಯಿತು. "ಪ್ರತಿಯೊಬ್ಬರ ಮನೆಯಲ್ಲು ಕಷ್ಟಗಳು ಸಮಸ್ಯೆಗಳು ಇದ್ದೇ ಇರುತ್ತೆ. ಅಮ್ಮನಿಗೆ ಕೆಲ್ಸ ಮಾಡಿ ವಿಶ್ರಾಂತಿ ಕೊಡು. ಒಂದಿಷ್ಟು ರಾಘುಗೆ ಪಾಠ ಹೇಳು. ಇಲ್ಲಿ ಗಂಡು ಸಿಕ್ಕಿ ಮದ್ವೆಯಾಗೋವರ್ಗೂ ಸಂಗೀತ, ಹೊಲಿಗೆ... ಬೇರೇನಾದ್ರು ಕಲಿತೀಯಾ?"

ಅಕ್ಕನ ಮಾತುಗಳು ಇಷ್ಟವಾಗಲಿಲ್ಲವೆಂದು ಎರಡು ಕೈಗಳನ್ನು ಜೋಡಿಸಿದ ಸುವಿದ್ಯಾ "ಅದೆಲ್ಲ ನನ್ಕೈಯಲ್ಲಾಗೊಲ್ಲ. ಗಂಡುನ ನಾನೇ ಹುಡ್ಕಿಕೊಂಡಿದ್ದೀನಿ. ಮದ್ವೆ ಖರ್ಚಿಲ್ಲ, ವರೋಪಚಾರ, ವರದಕ್ಷಿಣೆ ಮೊದ್ಲೇ ಇಲ್ಲ. ಐವತ್ತು ಸಾವಿರ ಕೊಟ್ಟರೆ ನಾನೇ ಎಲ್ಲ ಮ್ಯಾನೇಜ್ ಮಾಡ್ಕೋತೀನಿ" ಅಳುಕಿಲ್ಲದೆ ನುಡಿದಳು.

"ಈ ತರಹ ಹೇಳಿದರೆ ಅಪ್ಪ, ಅಮ್ಮ ಒಪ್ತಾರ? ಮನೆ ಮೇಲೆ ಅಷ್ಟೊಂದು ಹಣ

ಸಾಲವಾಗಿ ಸಿಗೋದು ಕಷ್ಟ. ನಮ್ಹತ್ರ ಬೇರೆ ಯಾವ ಹಣ ಇದೆ? ಅಷ್ಟು ದೊಡ್ಡ ಮೊತ್ತನಾ ಹೇಗೆ ಹೊಂಚೋದು? ಇದೆಲ್ಲ ಈ ಮನೆ ಮಗಳಾಗಿ ಯೋಚ್ಸಬೇಕು" ಹಿತ ನುಡಿದಳು.

ಅದನ್ನು ಒಪ್ಪಲು ಸುವಿದ್ಯಾ ಸಿದ್ಧವಿಲ್ಲ.

"ನಂಗೆ ಇಂಥ ಉಪದೇಶ ಬೇಡ. ನಿಂಗೆ ನಮ್ಮ ಮೇಲೆ ಅಷ್ಟೊಂದು ಪ್ರೀತಿ ಇದ್ದರೆ, ನಿನ್ನ ಗಂಡನಿಗೆ ಪತ್ರ ಬರ್ದು ತರಿಸು. ಅಲ್ಲಿ ಬೇಕಾದಷ್ಟು ಸಂಬ್ಳ ಕೂಡ ಬರುತ್ತಂತಲ್ಲ. ಪ್ರೀತಿಸಿ ಕಟ್ಟಿಕೊಂಡವನು ಇಷ್ಟು ಸಣ್ಣ ಹೆಲ್ಪ್ ಮಾಡಲಾರನಾ?" ಛಾಲೆಂಜ್ ಎಸೆದ ತಂಗಿಯನ್ನೇ ನೋಡಿದಳು ಸಂಧ್ಯಾ. ಅವಳ ಬೆಳವಣಿಗೆಯ ಮಿತಿಯನ್ನು ಲೆಕ್ಕ ಹಾಕಲಾರದೆ ಹೋದಳು.

ಸುವಿದ್ಯಾಳ ಕೈ ಹಿಡಿದುಕೊಂಡು "ಸದ್ಯಕ್ಕೆ ಸಮಯ ಕೊಡು. ಅಪ್ಪ ಮತ್ತೆ ಊರಿಗೆ ಹೋಗ್ತಾ ಇದ್ದಾರೆ. ಅಂತು ಹಣ ಹೊಂದಿಸೋ ಪ್ರಯತ್ನ ಮಾಡ್ತೀನಿ."

ಕೈಯನ್ನು ಹಿಂದಕ್ಕೆಳೆದುಕೊಂಡ ಸುವಿದ್ಯಾ "ನೀನು ಹಣ ಜೊತೆ ಮಾಡೋ ವೇಳೆಗೆ ನಾನು ಮುದ್ಕಿಯಾಗಿ ಬಿಟ್ಟಿರುತ್ತೀನಿ. ಹದಿನೈದು ದಿನದಲ್ಲಿ ನಂಗೆ ಹಣ ಬೇಕು. ಇಲ್ಲದಿದ್ದರೆ ಮನೆ ಅಂಗ್ಡಿ ಮಾರಿ ಪಾಲು ಕೊಡುಂತ ಕೇಳ್ತೀನಿ" ದುರದುರ ನೋಡಿ ಮನೆಯತ್ತ ಹೋದಳು.

ಅವಳೇನು ಹೆದರಿಸಲು ಹೇಳಿದಂಗೆ ಕಾಣಲಿಲ್ಲ. ಅಷ್ಟು ಮಾಡಿಯೇ ಮಾಡುತ್ತಾಳೆ. ಆಮೇಲಿನ ಪರಿಸ್ಥಿತಿ. ಇತ್ತೀಚಿಗೆ ಶ್ರೀಪತಿಗಳು ಚೇತರಿಸಿಕೊಂಡಿದ್ದು ಮುಖದ ಮೇಲೆ ಕಳೆ ಮೂಡಿತ್ತು. ಈ ಆಘಾತ ತಡೆಯಲಾರದೇ ಮತ್ತೆ ಅದೇ ಸ್ಥಿತಿ ತಲುಪಿದರೇ?

ಖಾಲಿ ಇದ್ದ ಬಸ್ಸು ಹತ್ತಿದಳು. ದೂರದಲ್ಲಿ ಫುಟ್‌ಪಾತ್ ಮೇಲೆ ನಿಂತು ಶಾಸ್ತ್ರಿಗಳ ಮಗನೊಂದಿಗೆ ಸಂಭಾಷಿಸುತ್ತಿದ್ದುದು ಕಂಡಿತು. ಈ ಮುಂದುವರಿಕೆಯ ವೇಗಕ್ಕೆ ಅಡ್ಡ ಹಾಕಲಾಗದಿದ್ದರೂ ಮುಕ್ತಾಯ ಹಾಡಬೇಕೆನಿಸಿತು.

* * * *

ಡಾ|| ಸುಧಾಕರ್ ಅಂದು ಬರುವಾಗ ಸಂಧ್ಯಾಳ ಸರ, ಬಳೆಗಳನ್ನು ಹಿಡಿದು ಬಂದು ಅವಳ ಕೈಗಿಟ್ಟ "ಇದ್ನ ಸಂಧ್ಯಾಗೆ ಕೊಡು. ಸ್ವಾಭಿಮಾನಿ. ಬೇಡಾಂದರೆ ನೀನೇ ಏನಾದರೂ ನೆವ ಹೇಳಿ ಅವಳಲ್ಲಿ ಇದ್ದಾಗ ಸ್ವಲ್ಪ ಸ್ವಲ್ಪ ಕೊಟ್ಟ ಸಾಲ ತೀರಿಸೂಂತ ಹೇಳು. ತಂಗಿಗೆ ಮದ್ವೆ ಮಾಡ್ಬೇಕೂಂತ ಓಡಾಡ್ತ ಇದ್ದಾಳಂತೆ. ಮೊನ್ನೆ ಮೇಡಮ್ ಹೇಳಿದರು." ಇಂಥದೊಂದು ಮಾತು ಅವಳ ಕಿವಿಯ ಮೇಲಾಕಿದ.

"ಮೈ ಗಾಡ್" ಹಣೆಗೊತ್ತಿಕೊಂಡು "ಮೇಡಮ್, ಈ ಅವಕಾಶಗಳ್ನ ಬಹಳ ಚೆನ್ನಾಗಿ ಉಪಯೋಗಿಸಿಕೊಳ್ತಾ ಇದ್ದಾರೆ. ಎಲ್ಲಾ ಟೆಸ್ಟ್‌ಗಳು ಅವ್ರ ಕೈಯಲ್ಲೇ ಮಾಡಿಸ್ತಾರೆ. ಇಂಪಾರ್ಟೆಂಟ್ ಆಪರೇಷನ್‌ಗಳು ಇದ್ದಾಗ ಕೂಡ ಆಪರೇಷನ್ ಥಿಯೇಟರ್‌ಗೆ ಕರ್ದುಕೊಂಡು ಹೋಗ್ತಾರೆ. ಹೆಚ್ಚು ಕಡ್ಮೆ ಡಾ. ನಂದಿನಿ ಬರದ ದಿನ ಆ

ಪೋಸ್ಟ್ ನಿಭಾಯಿಸುವವಳು ಇವ್ಳೇ. ಸ್ಟೆತಸ್ಕೋಪ್ ಕೊಟ್ಟು ಬಿಳಿ ಕೋಟು ಹಾಕಿಸಿಬಿಟ್ಟರೆ ಇವಳೇ ಡಾಕ್ಟ್ರು" ಅಂದಳು. ಅಲ್ಲಿ ಅಣಕವಿರಲಿಲ್ಲ ನೋವಿತ್ತು. ಬೇರೆಯವರಿಗಿಂತ ಈ ನರ್ಸಿಂಗ್ ಹೋಂಗಾಗಿ ನಾಲ್ಕು ಪಟ್ಟು ದುಡಿಯುತ್ತಿದ್ದಳು.

ಡಾ॥ ಸುಧಾಕರ್ ಮಾತಾಡದೆ ಮೌನವಾಗಿ ಹೋದ.

ಮೊದಲ ಸಲ ಸಾಲಕ್ಕಾಗಿ ಅಪ್ಲಿಕೇಷನ್ ಕೊಟ್ಟಿದ್ದಳು ಪರಮಶಿವಯ್ಯನಿಗೆ. ಅಲ್ಲಿಂದಲೇ ಫಾರ್‌ವರ್ಡ್ ಆಗಿ ಮೇಲಕ್ಕೆ ಹೋಗಬೇಕು, ಎರಡು ದಿನದಿಂದ ಈ ಬಗ್ಗೆ ಮಾತಾಡಲು ಡಾ॥ ಅನುರಾಧಗಾಗಿ ಕಾಯುತ್ತಿದ್ದಳು. ಅವಕಾಶವಾಗಲಿಲ್ಲ.

ಇಂದು ತಾನಾಗಿ ವಿಚಾರಿಸಿದ ಡಾ ಸುಧಾಕರ್ "ಯಾವತ್ತು ನಿನ್ತಂಗಿ ಮದ್ವೆ? ಏನು ಸ್ಟಡಿ ಮಾಡ್ತಾ ಇದ್ದಾಳೆ?"

ಅವಳಿಗೆ ನಿಜವಾಗಿ ಸಂಕೋಚವೆನಿಸಿತು. ಸುವಿದ್ಯಾ ಸ್ಟಡಿಯ ಬಗ್ಗೆ ಏನು ಹೇಳುವುದು? ತಗ್ಗಿದ ಸ್ವರದಲ್ಲಿ ಅವಳ ಬಗ್ಗೆ ವಿವರಿಸಿದಾಗ ಹುಬ್ಬೇರಿಸಿದ. ಹೇಳಿದ್ದು ಕಡಿಮೆಯೇ.

"ಒಂದ್ಸಲ ಫೇಲಾದರೇನು? ಮತ್ತೊಮ್ಮೆ ಕಟ್ಸು. ಕಂಪ್ಯೂಟರ್ ಅಂತದ್ದು ಕಲಿಯೋಕೆ ಹೇಳು. ಇಷ್ಟು ಬೇಗ ಮದ್ವೆಯ ಅಗತ್ಯವೇನು? ಹೆಣ್ಣು ಮಕ್ಳ ವಿಷ್ಯದಲ್ಲಿ ಇಂಥ ಧೋರಣೆ ಒಳ್ಳೆಯದಲ್ಲ" ಸಿಡಿಮಿಡಿಯಿಂದಲೇ ಹೇಳಿದ.

ಸತ್ಯ ಪೂರ್ತಿಯಾಗಿ ಬಿಚ್ಚಿಡಲು ಅವಳ ಮನ ಹಿಂಜರಿಯಿತು.

"ಅವ್ಳ ಓದಿನ ಬಗ್ಗೆ ಆಸಕ್ತಿ ಇಲ್ಲ. ಅಮ್ಮನಿಗೆ ಅವಳ್ನ ಮನೆಯಲ್ಲಿ ಇಟ್ಟುಕೊಳ್ಳೋಕೆ ಇಷ್ಟವಿಲ್ಲ. ಸಾಧಾರಣ ಕುಟುಂಬ. ಚಿಕ್ಕ ಊರಿನಲ್ಲಿ ಇದ್ದ ಜನ" ಅರ್ಥಗರ್ಭಿತವಾಗಿ ಹೇಳಿದಾಗ 'ಹ್ಞೂ'ಗುಟ್ಟಿದ.

ಅಂದು ಹೋಟೆಲ್ ಬಳಿ ನೋಡಿದ ಅವಳ ತಂಗಿ, ತಮ್ಮನ ಅಮಾಯಕ ಮುಖಗಳನ್ನು ನೆನಪು ಮಾಡಿಕೊಂಡ. ಮರುಕವೆನಿಸಿತು.

"ಸಂಕೋಚ ಬೇಡ. ಏನಾದ್ರೂ ಸಹಾಯ ಬೇಕಿದ್ದರೆ ಕೇಳು" ಹೇಳಿದ. ಇಲ್ಲಿನದೊಂದು ಹೊಸ ರೂಲ್ಸು ಇತ್ತು. ಇವಳಿಗೆ ಸಾಲ ಸಿಕ್ಕಬೇಕಾದರೆ ಬೇರೆಯವರು ಜಾಮೀನು ಪತ್ರಕ್ಕೆ ಸಹಿ ಹಾಕಿಕೊಡಬೇಕಿತ್ತು. ಆ ಬಗ್ಗೆ ಯಾಕೆ ಕೇಳಬಾರದೆನಿಸಿತು. "ಆಯ್ತು ಸಾರ್" ಎಂದಳು.

ಹೊರಟ ಡಾ॥ಸುಧಾಕರ್‌ನತ್ತಲೇ ನೋಡಿದಳು. ಅವಳ ಕಣ್ತುಂಬಿತು. ಈಚೆಗೆ ಒಂದೆರಡು ಸಲ ಸಿಸ್ಟರ್ ಚರಿತ್ರ "ಮಹಾರಾಯ್ತಿ, ನೀನು ಮನಸ್ಸು ಮಾಡಿದ್ದರೆ ಡಾ॥ ಸುಧಾಕರ್‌ನ ಮುಲಾಜಿಲ್ಲದೆ ಎತ್ತಿ ಹಾಕಿಕೊಳ್ಳಬಹುದಿತ್ತು. ಬ್ರಹ್ಮಾಂಡವಾದ ಛಾನ್ಸ್. ಆ ಮನುಷ್ಯ ನಿನ್ನ ಪ್ರೀತಿಸ್ತಾ ಇದ್ದಾಂತ ಕಾಣುತ್ತೆ" ಕಿವಿಯಲ್ಲಿ ಪಿಸುಗುಟ್ಟಿದ್ದಳು.

"ಇದು ವಿಪರೀತ ಕಲ್ಪನೆಯಾಯ್ತು ಸಿಸ್ಟರ್. ಇಂಥ ರೂಮರ್‌ನಿಂದ ನಂಗೆ ಹೆಚ್ಚು ತೊಂದರೆ" ಬಾಯಿ ಮುಚ್ಚಿಸುವ ಪ್ರಯತ್ನ ಮಾಡಿದಳು. "ಹೇಗೂ, ಈಗ ನಿನ್ಮದ್ವೆಯಾಗಿ ಹೋಗಿದೆ. ಅದ್ರಿಂದ ಅಂಥ ತೊಂದರೆಯೇನಿಲ್ಲ. ಡಾ॥ ನಂದಿನಿಗೆ

ಮಾತ್ರ ಸ್ವಲ್ಪ ಇರುಸುಮುರುಸು. ನಿನ್ನ ಕುತ್ತಿಗೆಯಲ್ಲಿ ತಾಳಿ ನೋಡಿದ್ಮೇಲೆ ನಿಶ್ಚಿಂತೆ" ಕಿಸಕ್ ಎಂದು ನಕ್ಕಿದ್ದಳು.

ಡಾ।। ಸುಧಾಕರ್ ಅಂಥ ಒಳ್ಳೆಯ ವ್ಯಕ್ತಿಯ ಹೃದಯದಲ್ಲಿನ ಒಂದು ಹಿಡಿಯ ಪ್ರೇಮಕ್ಕಾಗಿ ಹಲವಾರು ವರ್ಷಗಳು ತಪಸ್ಸು ಮಾಡಿರಬೇಕೆಂದುಕೊಂಡಳು.

ಮನೆಗೆ ಬಂದಾಗ ಸಂತೋಷದ ಸುದ್ದಿ. ಅಳಿಯನಿಂದ ನೇರವಾಗಿ ಮಾವನಿಗೊಂದು ಪತ್ರವಿತ್ತು. ದಂಪತಿಗಳ ಸಂಭ್ರಮವಂತು ಹೇಳತೀರದು. ಹಿಂದೆ ಮುಂದೆ ತಿರುಗಿಸಿ ಹಲವಾರು ಸಲ ನೋಡಿದರು. 'ಫ್ರಮ್' ಜಾಗದಲ್ಲಿ 'ಆಕಾಶ್, ದುಬೈ' ಎಂದು ಇತ್ತು. ಇದೇನು ಕಡಿಮೆ ಭಾಗ್ಯವೇ. ಸ್ವರ್ಗ ಭೂಮಿಗಿಳಿದಂತಾಗಿತ್ತು.

"ಶಾರದ ಅಳಿಯಂದಿರ ಪತ್ರ ಕಣೇ. ಫೋನ್‌ನಲ್ಲಿ ಸಂಧ್ಯಾ ತಿಳಿಸಿರಬೇಕು. ಆದ್ರೂ ಎಷ್ಟೊಂದು ದೊಡ್ಡ ಮನಸ್ಸು" ಎಂದು ಉದ್ವೇಗದಿಂದ ಕಣ್ಣಲ್ಲಿ ನೀರು ತುಂಬಿಕೊಂಡು ಕವರೊಡೆದರು. ಮಾಮೂಲಿ ಪತ್ರವಲ್ಲ. ಏರ್ ಮೈಲ್ ಸೀಲ್ ಇತ್ತು. ಕಣ್ಣು ಮಂಜಾಗಿ ಅವರಿಗೆ ಅಕ್ಷರಗಳೇ ಕಾಣಿಸಲಿಲ್ಲ.

"ನಂಗೆ ಓದೋಕೆ ಆಗ್ತಾ ಇಲ್ಲ. ಅಕ್ಷರಗಳೆಲ್ಲ ಕಲಸು ಮೇಲೋಗರ. ನೀನೇ ಒಂದಿಷ್ಟು ಓದಿ ಹೇಳು" ಕಣ್ಣುಜ್ಜಿಕೊಂಡರು ಶ್ರೀಪತಿ. ಅವರ ಮೈಯಲ್ಲಿ ಕಂಪನ. ಭಯದ ಬೆನ್ನು ಹತ್ತಿತ್ತು ಸಂತೋಷ.

"ನಂಗಂತು ಆಗ್ತಾನೇ ಇಲ್ಲ" ಅಂದರು ಶಾರದಮ್ಮ.

ಸುವಿದ್ಯಾ ಮನೆಯಲ್ಲಿರಲಿಲ್ಲ. ಯಾವುದಾದರೂ ಒಂದು ನೆಪ ಹೇಳಿಕೊಂಡು ಶಾಸ್ತ್ರಿಗಳ ಮನೆಗೆ ಹೋಗಿ ಕೂಡುತ್ತಿದ್ದಳು. ಈಗ ಶಾಸ್ತ್ರಿಗಳ ಹೆಂಡತಿ ಅವಳನ್ನು ವಿಶ್ವಾಸದಿಂದ ಕಾಣುವಂತಿತ್ತು. ಶಾರದಮ್ಮ ಮಾತ್ರ ಆ ಕಡೆ ತಲೆ ಹಾಕುವಂತಿರಲಿಲ್ಲ.

ಅಷ್ಟರಲ್ಲಿ ಬಂದ ಸಂಧ್ಯಾ ನಗುತ್ತ "ಅಪ್ಪ ನಿಮ್ಗೆ ಕನ್ನಡಕ ಬೇಕು. ಸುಮ್ನೇ ಕಷ್ಟಪಟ್ಟು ಓದಿ ಆ ದೋಷ ಮುಚ್ಕೋತಾ ಇದ್ದೀರಾ. ಮೊದ್ಲು ಕಣ್ಣು ತೋರ್ಸಿ ಕನ್ನಡಕ ತೆಗೆಸ್ಕೋಬೇಕು" ಅಕ್ಷರಗಳು ಸ್ಪಷ್ಟವಾಗಿ ಕಾಣದಿದ್ದಕ್ಕೆ ಸಮಾಧಾನ ಹೇಳಿದಳು.

ಸಂಧ್ಯಾ ಬಹಳ ನಿಧಾನವಾಗಿ ಓದಿದಳು. ಅಳಿಯ ಆಕಾಶ್ ಅವರಿಗೆ ಹೇಳದೇ ಆಶೀರ್ವಾದ ಪಡೆಯದೇ ಮದುವೆಯಾದುದ್ದು ತಪ್ಪೆಂದು ಒಪ್ಪಿಕೊಂಡು ಕ್ಷಮೆ ಕೇಳಿದ್ದ. ನಂತರ ಪ್ರತಿಯೊಬ್ಬರನ್ನು ವಿಚಾರಿಸುವುದರ ಜೊತೆಗೆ ತನ್ನ ಕೆಲಸ, ಅಕಾಮಡೇಷನ್ ಮುಂತಾದುವುದರ ಬಗ್ಗೆ ದೀರ್ಘವಾಗಿ ಬರೆದುಕೊಂಡಿದ್ದ.

ಶ್ರೀಪತಿ ಸಂತೋಷದಿಂದ ಪತ್ರವನ್ನು ತುಟಿ, ಕಣ್ಣುಗಳಿಗೊತ್ತಿಕೊಂಡು ಆನಂದಬಾಷ್ಪ ಸುರಿಸಿದರು. ಮತ್ತೆ ಮತ್ತೆ ಕಣ್ಣೊರೆಸಿಕೊಂಡು ನಾಲ್ಕಾರು ಸಲ ಓದಿಕೊಂಡರು. ಹೆಂಡತಿಗೆ ಒಂದೆರಡು ಸಲ ಓದಿ ಹೇಳಿದರು. ಅವರು ಇದ್ದ ಸ್ಥಿತಿಯಲ್ಲಿ ಕೂಡ ಲಕ್ಷದಷ್ಟು ಮೊತ್ತವನ್ನು ದಿಢೀರೆಂದು ಯಾರಾದರೂ ಕೊಟ್ಟಿದ್ದರೂ ಇಂಥ ಸಂತೋಷ ಸಿಗುತ್ತಿರಲಿಲ್ಲವೇನೋ. ವರ್ಷಗಳ ನಂತರ ಪರಿಪೂರ್ಣ ಆನಂದ ಅನುಭವಿಸಿದ ಕ್ಷಣಗಳು ಇವು.

"ನಾನು ನಿಧಾನವಾಗಿ ಓದ್ಕೋತೀನಿ. ಪತ್ರ ಕೊಡಿ" ಶಾರದಮ್ಮ ಪತ್ರವನ್ನು ಕೇಳಿ ಪಡೆದುಕೊಂಡರು "ನಿಜ್ವಾಗ್ಲೂ ನಮ್ಮ ಸಂಧ್ಯಾ ಅದೃಷ್ಟ ಮಾಡಿದ್ಲು. ಎಂಥ ಒಳ್ಳೆ ಹುಡ್ಗ ನೋಡಿ" ಅಳಿಯನ ಬಗ್ಗೆ ಮೆಚ್ಚಿಗೆ ಸೂಚಿಸಿದರು.

ಆ ಸಂತೋಷವನ್ನು ಪೂರ್ತಿಯಾಗಿ ಅನುಭವಿಸಲು ಬಿಟ್ಟು ಸಂಧ್ಯಾ ತನ್ನ ಪಾಡಿಗೆ ತಾನು ಹೋದಳು. ಇಂದು ಪರಮಶಿವಯ್ಯ ಅವಳನ್ನು ಆಫೀಸ್‌ಗೆ ಕರೆಸಿಕೊಂಡು ಇಷ್ಟು ದೊಡ್ಡ ಮೊತ್ತವನ್ನು ಮದುವೆಯ ಸಲುವಾಗಿ ಕೊಡಲಾಗದೆಂದು ಹೇಳಿದ್ದರು. "ಸಿಂಪಲ್ಲಾಗಿ ಮದ್ವೆ ಮಾಡು. ವರ್ಷಾನುಗಟ್ಟಲೆ ದುಡಿದು ಸಾಲ ತೀರಿಸಬೇಕಾಗುತ್ತೆ ಅನ್ನೋದ್ನ ಮನಸ್ಸಿನಲ್ಲಿ ಇಟ್ಕೊ. ಇಷ್ಟೆಲ್ಲಾ ಯಾಕೆ ತೊಂದರೆ ತಗೋತೀಯಾ?" ಜೊತೆಗೆ ಬುದ್ಧಿ ಹೇಳಿ ಕಳಿಸಿದ್ದರು. ಅವರ ಹಿತವಚನಗಳಲ್ಲಿ ಸತ್ಯವಿತ್ತು. ಅದನ್ನು ಯಾರು ಅರ್ಥಮಾಡಿಕೋಬೇಕು?

"ಅಮ್ಮ ಸುವಿದ್ಯಾ ಎಲ್ಲಿ?" ಕೇಳಿದಳು.

"ಶಾಸ್ತ್ರಿಗಳ ಮನೆಗೆ ಹೋಗಿರಬೇಕು. ಕೆಲವು ದಿನ ಹೋಗ್ತಾ ಇರ್ಲಿಲ್ಲ. ಆಕೆ ಒಂದು ತರಹ ಮಾತಾಡ್ತಾಳೆ. ಮತ್ತೆ ಇವ್ಳು ಹೋಗೋಕೆ ಶುರು ಮಾಡಿದ್ದಾಳೆ. ಅವ್ಳಿಗೆ ಯಾರು ಬುದ್ಧಿ ಹೇಳ್ಬೇಕು. ಏತಿಯೆಂದರೆ ಪ್ರೇತಿ ಅಂತಾಳೆ" ಎಂದರು ಪತ್ರ ಹಿಡಿದೇ.

ಇಂದು ತಂಗಿಗಾಗಿ ಕಾದಳು. ಶಾಸ್ತ್ರಿಗಳು ಒರಟಾಗಿ ಅಂದಿದ್ದರು. ಇಲ್ಲಿ ಅವರ ಪಾತ್ರವೇನು ಎಂದು ವಿಶ್ಲೇಷಿಸುವಂತಾಯಿತು ಸಂಧ್ಯಾಗೆ. ಎಲ್ಲ ಅರ್ಥವಾಗದ ಪಾತ್ರಗಳೇ.

ಮತ್ತೆ ಮಗಳನ್ನು ಕರೆದು ಓದಿಸಿದರು. ಆಮೇಲೆ ಮಡಚಿ ಕವರ್ ಸಮೇತ ಜೇಬಿಗಿಟ್ಟುಕೊಂಡರು. ಹತ್ತು ಶತಮಾನಕ್ಕೆ ಆಗುವಷ್ಟು ಸಂತೋಷ ಶ್ರೀಪತಿಗಳ ಕಣ್ಣಿನಲ್ಲಿತ್ತು.

"ದೇವಸ್ಥಾನಕ್ಕೆ ಹೋಗಿ ಹಣ್ಣು, ಕಾಯಿ ಮಾಡ್ಸಿಕೊಂಡ್ಬರೋಣ. ಬೇಗ ರೆಡಿಯಾಗು" ಹೆಂಡತಿಗೆ ಸೂಚಿಸಿದರು. ಮಗ ಬರುವ ಹೊತ್ತು. ತಾವೇ ಹೋಗಿ ಕರೆ ತರಬಹುದಿತ್ತು. ಹಿಂದೆ ಸ್ಕೂಟಿ ಇದ್ದಾಗ ಮಗಳಿಗೆ ಹೇಳುತ್ತಿದ್ದುದುಂಟು. ಈಗ ಅವಳು ಕೂಡ ನಡೆದುಕೊಂಡು ಬರಬೇಕಿತ್ತು. "ಬೆಳಿಗ್ಗೆ ಹೋಗ್ಬಂದರಾಯ್ತು. ಈಗ ರಾಘು ಬರೋ ಹೊತ್ತು."

"ನಿನ್ಮಗ ಬಂದರೆ ಮನೆಯಲ್ಲಿ ಇರ್ತಾನೆ. ನೀನು ಸುಮ್ನೆ ಹೊರಡು" ಅಧಿಕಾರದ ದನಿಯಲ್ಲಿ ಹೇಳಿದರು. ಮಗನ ಮೇಲೆ ಎಷ್ಟೋ ಅತಿಶಯವಾದ ಪ್ರೀತಿಯೆಂದು ಶ್ರೀಪತಿಗೆ ಗೊತ್ತು.

ಸಂಭ್ರಮದಿಂದ ಹೊರಟು ನಿಂತ ತಾಯ್ತಂದೆಯವರನ್ನು ನೋಡಿ ಸಂತೋಷಗೊಂಡಳು. ಆದರೆ ಅವಳ ಮನದ ಮೂಲೆಯಲ್ಲಿ ಎಲ್ಲೋ ಒಂದು ಕಡೆ ನೋವಿತ್ತು.

"ಅಂತು ನನ್ಮಗಳಿಗೆ ಒಳ್ಳೆ ಕಡೆ ಗಂಡ ಸಿಕ್ದಾ ಅನ್ನೋ ತೃಪ್ತಿ. ದಿವಿನಾದ ಸಂಬಂಧ.

ಪತ್ರ ಎಷ್ಟು ಆತ್ಮೀಯವಾಗಿ ಬರ್ದಿದ್ದಾನೆ. ನಮ್ಮನ್ನ ನೋಡಿಲ್ಲ, ಮಾತಾಡಿಲ್ಲ. ವರದಕ್ಷಿಣೆ, ವರೋಪಚಾರ ನಿರೀಕ್ಷಿಸದೆ ನಮ್ಮ ಸಂಧ್ಯಾ ಕುತ್ತಿಗೆಗೆ ಮಾಂಗಲ್ಯ ಕಟ್ಟಿದ್ದಾರೆ. ಈಗ್ಲೂ ಇಂಥ ಜನ ಇದ್ದಾರಲ್ಲ" ಪತ್ರ ಬರೆದ ಅಳಿಯನನ್ನು ಹಾಡಿ ಹೊಗಳತೊಡಗಿದರು ಶ್ರೀಪತಿ.

"ಅಳಿಯ ಮಾವನಿಗೆ ಪತ್ರ ಬರೆಯೋದು ಅಂಥ ಆಶ್ಚರ್ಯದ ವಿಷ್ಯವಲ್ಲ ಬಿಡಿ ಅಪ್ಪ. ನಿಮಗೆಲ್ಲ ಕೋಪ ಬಂದಿದೆಯೋಂತ ಪೂಸಿಯೊಡೆದಿದ್ದಾರೆ" ಹಾಸ್ಯ ಮಾಡಿದಳು. ಶ್ರೀಪತಿ ನಕ್ಕರಷ್ಟೆ. ತಕ್ಷಣ ಒಂದು ವಿಷಯ ನೆನಪಿಸಿದರು "ಫೋನ್ ಮಾಡಿ ಅಳಿಯಂದಿರ ಫೋಟೋ ತರಿಸ್ತೀನೀಂತ ಅಂದೆಯಂತೆ. ಆ ವಿಷ್ಯನೇ ಪತ್ರದಲ್ಲಿ ಎತ್ತಿಲ್ಲ."

ಸಂಧ್ಯಾ ಜುಳುಜುಳು ನೀರು ಹರಿಯುವಂತೆ ನಕ್ಕಳು.

"ಹೇಳಿದ್ದೀನಿ. ಕಳ್ಸಿ ಕೊಡ್ತಾರೇಂತ ಕಾಣಿಸುತ್ತೆ. ಪತ್ರ ಬಂದ ಸಂತೋಷದಲ್ಲಿಯೇ ತಬ್ಬಿಬ್ಬಲಾಗಿ ಬಿಟ್ಟಿದ್ದೀರಿ. ಒಟ್ಟಿಗೇ ಫೋಟೋನು ನೋಡ್ಬಿಟ್ಟರೇ... ದುಬೈಗೆ ಹೋಗೋ ಟಿಕೆಟ್ ಬುಕ್ ಮಾಡ್ಸಿಬಿಡ್ತಾ ಇದ್ದಿರೇನೋ. ಹಾಗಾಗ್ಬಾರ್ದಲ್ಲ."

"ಹೇಗೆ ಗಂಡನನ್ನು ಸಮರ್ಥಿಸಿಕೊಳ್ಳುತ್ತಾಳೆ ನೋಡಿ" ಶಾರದಮ್ಮ ಸೀರೆಯ ನೆರಿಗೆಗಳನ್ನು ಸರಿ ಮಾಡಿಕೊಳ್ಳುತ್ತಾ ಹರ್ಷದಿಂದ ಹೇಳಿದಳು. ಸಂಧ್ಯಾಳ ಮುಖದಲ್ಲಿ ಅರಳಿದ್ದು ಅರುಣರಾಗ.

ಅವರುಗಳನ್ನು ದೇವಸ್ಥಾನಕ್ಕೆ ಕಳಿಸಿ ತಂಗಿಗಾಗಿ ಕಾಯುತ್ತ ನಿಂತಳು. ಅರ್ಧಗಂಟೆಯ ನಂತರ ಸಣ್ಣಗೆ ಹಿಂದಿ ಸಿನಿಮಾ ಹಾಡು ಗುನುಗುತ್ತ, ಗಾಳಿಯೊಳಗಿನ ಸುವಾಸನೆಯಂತೆ ಹರಿದು ಬಂದವಳ ವಯ್ಯಾರಕ್ಕೆ ದಂಗಾದಳು.

"ಸುವಿದ್ಯಾ ಎಲ್ಹೋಗಿದ್ದೆ?" ಕೇಳಿದಳು ಮಾಮೂಲಾಗಿ.

ತಟ್ಟನೆ ಹಿಂದಿರುಗಿ "ಯಾಕೆ, ಮೂರ್ಹೊತ್ತು ಮನೆಯಲ್ಲೆ ಕೂತ್ಕೋಬೇಕಾ? ನೀನು ಹಾಯಾಗಿ ಹೊರ್ಗಡೆ ಇರ್ತೀಯಾ. ನನ್ನ ಕಷ್ಟ ನಿಂಗೆ ಹೇಗೆ ಗೊತ್ತಾಗ್ಬೇಕು? ನೀನಂತು ಒಬ್ಬನ್ನ ಹುಡ್ಕಿಕೊಂಡೆ" ವ್ಯಂಗ್ಯವಾಗಿ ಇರಿಯುವಂತೆ ಉತ್ತರ ನೀಡಿದಳು.

"ಯಾವುದಕ್ಕೆ, ಏನೇನೋ ಹೇಳ್ಬೇಡ. ಶಾಸ್ತ್ರಿಗಳು ಬಸ್‌ಸ್ಟಾಪ್‌ನಲ್ಲಿ ಸಿಕ್ಕಿ ಎಚ್ಚರಿಸಿದರು, ಬೆದರಿಕೆ ಹಾಕಿದ್ರು. ಅಂಥದ್ದರಲ್ಲಿ ಅವ್ರ ಮನೆಗೆ ಪದೇ ಪದೇ ಹೋಗೋದೇನು ಸರಿ? ಇದನ್ನೆಲ್ಲ ನೀನ್ಯಾಕೆ ಅರ್ಥ ಮಾಡಿಕೊಳ್ಳೊಲ್ಲ" ಅನುನಯಿಸಿದಳು.

ಸುವಿದ್ಯಾ ತಿರುಗಿಬಿದ್ದಳು.

"ಅರ್ಥ ಮಾಡಿಕೊಳ್ಳಕ್ಕೇನಿದೆ?" ಎಂದು ಅಪ್ಪ, ಅಮ್ಮ ಅವರ ದಾಂಪತ್ಯ, ತನ್ನ ಹುಟ್ಟಿನ ಬಗ್ಗೆ ಹೀನಾಮಾನವಾಗಿ ಎಷ್ಟೇ ತಡೆದರೂ ಬೈಯ್ದಿದ್ದು ಅಲ್ಲದೆ ಅಪ್ಪ ಅನ್ನಿಸಿಕೊಂಡೋನು ಅವ್ನ ಹೆಂಡ್ತಿನಾದ್ರೂ ಮಾರಿ ಜವಾಬ್ದಾರಿ ಪೂರೈಸ್ಲಿ" ಅಂದೇಬಿಟ್ಟಳು.

ಸಂಧ್ಯಾ ಸಹನೆ ಸತ್ತುಹೋಯಿತು. ಅವಳಮ್ಮ ತಮ್ಮ ಸೀರೆಗಳನ್ನು ಒಣಗಿಸಲು ನೂಲಿನ ಹಗ್ಗ ಇಟ್ಟುಕೊಂಡಿದ್ದರು. ಅದನ್ನು ಒಣಗಿಸುವಾಗ ಕಟ್ಟಿ ಬೇರೆ ಸಂದರ್ಭಗಳಲ್ಲಿ ಬಿಚ್ಚಿ ಒಳಗೆ ತಂದಿಡುತ್ತಿದ್ದರು. ಇಂದು ಅವಳ ಕೈಗೆ ಸಿಕ್ಕಿತು.

ಅವಳ ಮುಖ ಮೂತಿ ನೋಡದೇ ರಪರಪನೇ ಬಾರಿಸತೊಡಗಿದಳು. ಸುವಿದ್ಯಾ ಕಿರುಚಿದರೂ, ಕೂಗಿದರೂ ಸಂಧ್ಯಾಳ ಕೈ ನಿಲ್ಲಲಿಲ್ಲ. ಭೂದೇವಿ ತಾಳ್ಮೆ ಕಳೆದುಕೊಂಡರೆ ಆಗುವಷ್ಟೇ ಭೀಕರವಾಗಿತ್ತು ಇಂದಿನ ಅನಾಹುತ.

ಪೂರ್ತಿ ಸೋತ ನಂತರವೇ ಹಗ್ಗವನ್ನು ಎಸೆದಿದ್ದು. ಸುವಿದ್ಯಾ ಗೋಳಾಡುತ್ತಿದ್ದಳು. ಅವಳತ್ತ ಕೂಡ ನೋಡದೇ ಹೊರಗೆ ಬಂದು ನಿಂತಳು. ರಾಘು ತನ್ನ ಗೆಳೆಯರೊಡನೆ ಒಬ್ಬನೇ ಬಂದ.

"ಅಕ್ಕ, ನಾನು ಒಬ್ನೇ ಬಂದೆ. ಇನ್ಮೇಲೆ ಅಮ್ಮನ ಕಳಿಸೋದ್ಬೇಡ" ಖುಷಿಯಿಂದ ಕೇಳಿಕೊಂಡಾಗ ಅವನ ಕೆನ್ನೆ ಸವರಿ "ಷೂ, ಯೂನಿಫಾರಂ ಬಿಚ್ಚು. ತಿಂಡಿ ಕೊಡ್ತೀನಿ" ಒಳಗೆ ಕಳಿಸಿದಳು.

ಸುವಿದ್ಯಾ ಅಳು ನೋಡಿ ಬೆಪ್ಪಾದ. ಅವಳೆಂದರೆ ಅವನಿಗೆ ಅಷ್ಟಕ್ಕಷ್ಟೆ.

"ಅಕ್ಕ, ಅಳ್ತಾ ಇದ್ದಾಳೆ" ಹೇಳಿದ.

"ನೀನ್ಹೋಗಿ ಷೂ ಬಿಚ್ಚಿ, ಯೂನಿಫಾರಂ ತೆಗಿ" ಸೀರಿಯಸ್ಸಾಗಿ ಹೇಳಿದಳು. ತಾಯ್ತಂದೆಯರ ಬಗ್ಗೆ ಅವಳಾಡಿದ ಅವಹೇಳನದ ಮಾತುಗಳು ನೇರವಾಗಿ ಅವಳನ್ನು ನೋಯಿಸಿತ್ತು. ತಾಳ್ಮೆಯನ್ನು ಛಿದ್ರಗೊಳಿಸಿತ್ತು. ಇನ್ನು ಆ ಮನಸ್ಥಿತಿಯಿಂದ ಹೊರಬಂದಿರಲಿಲ್ಲ.

ತಾಯಿ ಮಾಡಿಟ್ಟ ಹುರಿಹಿಟ್ಟಿಗೆ ಸಕ್ಕರೆ ಹಾಕಿ ಕಲೆಸಿ ಕೊಟ್ಟು ಅವನನ್ನು ಕರೆದೊಯ್ದು ಅಡಿಗೆ ಮನೆಯಲ್ಲಿ ಕೂಡಿಸಿ "ಪೂರ್ತಿ ತಿಂದು ಕೈ ತೊಳ್ಕೊಂಡ್ಬಾ" ಹೇಳಿ ಬಂದು ತಣ್ಣಗೆ ನಿಂತಳು ಹೊರಗೆ.

ಸುವಿದ್ಯಾ ಅಳುವಿಗೆ ಕಲ್ಲಾಗಿದ್ದಳು. ಅವಳನ್ನು ಸಂತೈಯಿಸುವುದಾಗಲೀ ಸಮಾಧಾನಿಸುವುದಾಗಲೀ ಅವಳಿಂದ ಸಾಧ್ಯವಾಗಿರಲಿಲ್ಲ. ಮತ್ತೆ ಅವಳ ಮುಖ ಕೂಡ ನೋಡುವುದು ಬೇಡವೆನಿಸಿತು. ಅಪ್ಪ, ಅಮ್ಮ ಮನೆಗೆ ಬಂದ ನಂತರ ಆಗುವ ರಾದ್ಧಾಂತದ ಕಲ್ಪನೆ ಇದ್ದರೂ ಅವಳು ನಿಸ್ಸಹಾಯಕಳು.

ಅರ್ಚನೆ, ಅಷ್ಟೋತ್ತರ ಮಾಡಿಸಿಕೊಂಡು ಬಂದ ದಂಪತಿಗಳು ಸಂತೋಷದಿಂದ ಇದ್ದರು. ಇದು ಬಹಳ ಹೊತ್ತು ಇರದೆಂದು ಸಂಧ್ಯಾಗೆ ಗೊತ್ತು. ಮಗಳ ಹಣೆಗೆ ಕುಂಕುಮ ಹಚ್ಚಿದ ಶಾರದಮ್ಮ ಒಳ್ಳೆ ಮಾತಾಡಿ ಒಳಗೆ ಹೋದವರೇ ದಿಗ್ಭ್ರಾಂತರಾದರು.

"ಸುವಿದ್ಯಾ, ಏನಾಯ್ತಮ್ಮ?" ಅಂತಃಕರಣ ಕಿತ್ತುಬರೋಂಗೆ ಕೇಳಿದರು.

ಬಿಕ್ಕುವಿಕೆಯ ನಡುವೆ ಅಮ್ಮನಿಗೆ ಮೈಕೈ ತೋರಿಸಿದಳು. ಹೊಡೆದ ಹಗ್ಗದ ಗುರುತುಗಳು ಸ್ಪಷ್ಟವಾಗಿ ಕೆಂಪಗೆ ಕಣ್ಣಲ್ಲಿ ನೀರು ತರಿಸಿತು.

"ಏನಾಯ್ತು? ಏನೇ ಇದೆಲ್ಲ?" ಆತಂಕದಿಂದ ಆಕೆ ಸ್ವರ ಕಂಪಿಸಿತು.

"ನಿನ್ನ ಮಗ್ಳು ಹೊಡೆದ್ಲು" ಅಂದಳು.

ಆಕೆಗೆ ನಂಬಲಾಗಲಿಲ್ಲ. ಶಾರದಮ್ಮನ ಮಕ್ಕಳಲ್ಲಿ ಮೃದು, ಒಳ್ಳೆಯವಳು, ಬುದ್ಧಿವಂತೆ ಸಂಧ್ಯಾ ಎಂದು ಆಕೆಗೆ ಗೊತ್ತು. ಪುಟ್ಟ ಹುಡುಗಿಯಾದಾಗಿನಿಂದ ಹೊಡೆದರೆ ಏಟು ತಿಂದು ಗೊತ್ತೇ ವಿನಾ ಯಾರಿಗೂ ಹೊಡೆದಿದ್ದನ್ನು ಕಂಡಿರಲಿಲ್ಲ.

"ನಿಜಾನೆ?" ಮತ್ತೆ ಕೇಳಿದಳು.

"ಹೋಗಿ ಕಣೆ ಕೇಳು. ನಾನು ದುಡಿದು ಸಾಕ್ತಾ ಇದ್ದೀನಿ ಅನ್ನೋ ಪೊಗರು" ಬಾಣದ ರೂಪದಲ್ಲಿ ಬಂತು ಮಾತುಗಳು. ಮೊದಲೇ ವಿವೇಕ ಕಡಿಮೆ ಇರುವ ಹೆಂಗಸು "ಅವ್ಳ ಕೈ ಸೇದ್ಹೋಗ. ನಿಂಗೆ ಹೊಡ್ಯೋ ಅಧಿಕಾರ ಅವ್ಳಿಗೆ ಯಾರು ಕೊಟ್ರು. ಅವ್ಳನ ಸಾಯ್ಸಿಬಿಡ್ತೀನಿ" ಮೇಲೆದ್ದಾಗ ಶ್ರೀಪತಿ ಗದರಿಕೊಂಡರು. "ನೀನೊಬ್ಬ ಕತ್ತೆ. ಯಾಕೆ ಹೊಡೆದ್ಲೂಂತ ಕೇಳು. ಅವ್ಳ ಕೈ ಸೇದಿ ಹೋದರೆ ನೀವು ಮನೆ ಮಂದಿಯೆಲ್ಲ ತಿರುಪೆ ಎತ್ತಬೇಕಾಗುತ್ತೆ" ಬೈಯ್ದರು. ಆದರೂ ಗಂಡನ ರೀತಿ ಸರಿ ಕಾಣಲಿಲ್ಲ.

ಶ್ರೀಪತಿ ಹೊರಗೆ ಬಂದಾಗ ಬೇರೆ ಕಡೆ ನೋಡುತ್ತ ನಿಂತ ಮಗಳ ಬಗ್ಗೆ ಅನುಕಂಪ ಮೂಡಿತು. "ಸಂಧ್ಯಾ, ನೀನು ಸುಮ್ನೆ ಹೊಡೆದಿರೋಲ್ಲ. ನಿಂಗೆ ಆ ಅಧಿಕಾರ ಇದೆ. ತಲೆ ಕೆಡಿಸ್ಕೋಬೇಡ. ಕೆಲವು ಮಾಡಿದ ಪುಣ್ಯಗಳು ಮಕ್ಕಳ ರೂಪದಲ್ಲಿ ಹುಟ್ಟಿ ತಾಯ್ತಂದೆಯರನ್ನು ಉದ್ಧರಿಸುತ್ತಾರೋ, ಹಾಗೇ ಹಿಂದಿನ ಜನ್ಮದ ಪಾಪಗಳು ಕೂಡ ಮಕ್ಕಳ ರೂಪದಲ್ಲಿ ಆವರಿಸುತ್ತೆ. ನಂಗೆ ಆ ಬಗ್ಗೆ ನಂಬ್ಕೆ ಇದೆ" ಎಂದರು ವೇದನೆಯ ದನಿಯಲ್ಲಿ.

ತಂದೆಯ ಎದೆಯ ಮೇಲೆ ತಲೆ ಇಟ್ಟು ಕಣ್ಣೀರು ಸುರಿಸಿದಳು.

ಮನೆಯಲ್ಲಿ ಇರಲಾರದೇ ನರ್ಸಿಂಗ್ ಹೋಂಗೆ ಹೋದ ಸಂಧ್ಯಾ "ಶಾಂತಿ ನಾನು ನೈಟ್ ಡ್ಯೂಟಿ ಮಾಡ್ತೀನಿ. ಎಂದಾದ್ರೂ ಅಡ್ಜೆಸ್ಟ್ ಮಾಡ್ಕೋಬಹ್ದು. ನೀನು ಪರಮಶಿವಯ್ಯನಿಗೆ ಏನಾದ್ರೂ ಹೇಳಿ ಮನೆಗೆ ಹೋಗು" ಅಂದಳು.

ಶಾಂತಿಗೆ ಅಷ್ಟು ಸಾಕಿತ್ತು. ಇವಳ ಕೆನ್ನೆಗಳನ್ನು ತುಟಿಗೊತ್ತಿಕೊಂಡು "ಥ್ಯಾಂಕ್ಯು, ಥ್ಯಾಂಕ್ಯು ವೆರಿಮಚ್.... ಆರಾಮಾಗಿ ಒಂದು ಫಿಲಂ ನೋಡ್ಕೊಂಡ್ ಇಲ್ಲಿಗೆ ಬರ್ತೀನಿ. ಇಬ್ರೂ ಕೂತು ಹರಟೋಣ" ತನ್ನ ಹ್ಯಾಂಡ್ ಬ್ಯಾಗ್ ಎತ್ತಿಕೊಂಡು ಹೊರಟವಳು ನಿಂತು "ನಾನಂತು ಪರಮಶಿವಯ್ಯನಿಗೆ ಏನು ಹೇಳೊಲ್ಲ. ಹಗಲು ಹಾಳಾಗಲಿ, ರಾತ್ರಿ ಕೂಡ ಬಂದು ಕೂಡುತ್ತಾನಲ್ಲ. ಈ ಮನುಷ್ಯನಿಗೆ ಸಂಸಾರದ ಮೇಲೆ ಏನಾದ್ರೂ ವಿರಕ್ತಿ ಬಂದಿದ್ಯಾ? ಅದೆಲ್ಲ ನಮಗ್ಯಾಕೆ ಬಿಡು" ಎಂದು ಸೆರಗು ಸರಿಮಾಡಿಕೊಂಡು ಹೊರಟುಬಿಟ್ಟಳು.

ಶಾಂತಿಯ ಮಾತು ನಿಜವೆನಿಸಿತು. ಮನೆಯ ವಾತಾವರಣದಿಂದ ಜಿಗುಪ್ಸೆಗೊಂಡರೇನೆ ಹೊರಗೆ ಉಳಿಯೋದೆಂದುಕೊಂಡ ಸಂಧ್ಯಾ ನಿಟ್ಟುಸಿರುಬಿಟ್ಟಳು. ಈಗಲೂ ಅವಳ ಮೈಮೇಲೆ ಕೈಮಾಡಿದ್ದಕ್ಕೆ ಪಶ್ಚಾತ್ತಾಪವಿರಲಿಲ್ಲ. ಆದರೆ ಮುಂದೇನು

ಎನ್ನುವ ಚಿಂತೆ. ತಂದೆಯ ಮುಖ, ತಾಯಿಯ ಮುಖ, ಮುಗ್ಧರಾದ ವಿದ್ಯಾ, ರಾಘು ನೆನಪಾದಾಗ ಅಳಬೇಕೆನಿಸಿತು. ಒಂದು ಮನೆ ಜೇನುಗೂಡಾಗಲು, ಸುಖಸಂತೋಷದಿಂದಿರಲು ಎಲ್ಲರು ಪ್ರಯತ್ನಪಡಬೇಕು. ಆದರೆ ಒಂದು ಮನೆಯ ಶಾಂತಿಗೆ ಭಂಗಬರಲು ಏಕವ್ಯಕ್ತಿ ಸಾಕೆನಿಸಿತು. ದೋಣಿ ಮುಳುಗಲು ಚಿಕ್ಕ ರಂಧ್ರ ಸಾಕು.

ಅಂದು ರೌಂಡ್ಸ್‌ಗೆ ಡಾ॥ ಅನುರಾಧ ಜೊತೆ ಡಾ॥ ಸುಧಾಕರ್ ಬಂದಿದ್ದು. ಒಂದು ಆತ್ಮಹತ್ಯೆ ಪ್ರಯತ್ನ ಕೇಸ್ ಅಡ್ಮಿಟ್ ಆಗಿದ್ದರಿಂದ ಆಕೆ ಆ ಟೆನ್‌ಷನ್‌ನಲ್ಲಿದ್ದರು. ಆದರೆ ಡಾ॥ ಸುಧಾಕರ್ ಸಂಧ್ಯಾಳ ಮುಖದ ಅನ್ಯಮನಸ್ಕತೆಯನ್ನು ಗಮನಿಸಿದ.

ಡಾ॥ ಅನುರಾಧ ಹಿಂದಿರುಗಿದ ಮೇಲೆ ಬಂದ ಡಾ॥ ಸುಧಾಕರ್ "ವಾಟ್ ಹ್ಯಾಪ್ಸ್? ಏನೋ ಒಂದು ತರಹ ಇದ್ದೀಯಲ್ಲ. ಸ್ವೀಟ್ ಹಾರ್ಟ್‌ನ ನೆನಪಾಯ್ತ?" ಕೇಳಿದ ತಮಾಷೆಯಾಗಿ.

ಅವನ ಮಾತಿಗೆ ಪ್ರಯತ್ನಪೂರ್ವಕವಾಗಿ ಸಂಧ್ಯಾ ನಗಲು ಯತ್ನಿಸಿ ಸೋತಳು. ತೀರಾ ಇಕ್ಕಟ್ಟಿನ ಸ್ಥಿತಿಯಲ್ಲಿದ್ದಾಳೆಂದು ಅವನಿಗನಿಸಿತು.

"ಮೈ ಗಾಡ್, ಇಷ್ಟೊಂದು ಹಿಂಜರಿಕೆಯಾದರೆ ಹೇಗೆ? ಸಣ್ಣ ಪುಟ್ಟ ಹೆಲ್ಪ್ ನನ್ನ ಮಿತಿಯಲ್ಲಿ ಮಾಡ್ಬಹುದು. ಯಾವ್ದೇ ಕಾಂಪ್ಲೆಕ್ಸ್ ಬೇಡ ಹೇಳು" ಬಲವಂತ ಮಾಡಿದ. ಮೊದಲ ಸಲ ಬಿಕ್ಕಿದಾಗ ಡಾ॥ ಸುಧಾಕರ್ ಹೃದಯ ಕಿತ್ತು ಬಾಯಿಗೆ ಬಂದಂತಾಯಿತು.

ಅಷ್ಟರಲ್ಲಿ ಸಿಸ್ಟರ್ ಚರಿತ್ರ ಬರದಿದ್ದರೆ ಕಣ್ಣೀರು ತೊಡೆದು ಸ್ನೇಹದಿಂದ ಸಂತೈಯಿಸುತ್ತಿದ್ದನೇನೋ. ಅಷ್ಟರಲ್ಲಿ ಚರಿತ್ರ ಸಂಜೆ ಅಡ್ಮಿಟ್ ಆದ ಸೂಯಿಸೈಡ್ ಕೇಸ್‌ಗೆ ಪ್ರಜ್ಞೆ ಬಂದಿದೆಯೆಂದು ಕರೆದೊಯ್ದಳು.

ಬಾತ್‌ರೂಂಗೆ ಹೋಗಿ ಅತ್ತು ಮುಖ ತೊಳೆದುಕೊಂಡು ಬಂದಳು. ಹೇಗಾದರೂ ಐವತ್ತು ಸಾವಿರ ರೂಪಾಯಿ ಕೂಡಿಸಿ ಕೊಡದಿದ್ದರೆ ಮನೆಯವರಿಗೆ ಚಿತ್ರಹಿಂಸೆ ನೀಡಿ ಬಿಡುತ್ತಾಳೆನಿಸಿತು. ಹೇಗೆ? ಹೇಗೆ?

ಆಗಲೇ ಸಿಸ್ಟರ್ ಮಾರ್ಟಿನಾನ ಡಾ॥ ಸುಧಾಕರ್ ಪ್ರಶ್ನಿಸಿದ್ದು.

"ಸರ, ಬಳೆ ಸಂಧ್ಯಾಗೆ ಕೊಟ್ಯಾ? ತೀರಾ ಆರ್ಥಿಕ ಮುಗ್ಗಟ್ಟಿನಲ್ಲಿ ನರಳೋ ಹಾಗೆ ಕಾಣ್ತಾಳೆ. ಹಣ ಆದಾಗ ಕೊಡ್ಲಿ ಅದನ್ನು ಕೊಟ್ಬಿಡು" ಜೊತೆಗೆ ಆದೇಶಿಸಿದ.

"ಅವ್ಳು ತುಂಬ ಸ್ವಾಭಿಮಾನಿ. ಸುಮ್ನೆ ಹಿಂದಕ್ಕೆ ತಗೊಳೊಲ್ಲ. ಕಾರಣ ಏನು ಹೇಳೋದು ತೋಚ್ತಾ ಇಲ್ಲ" ಕೊಡದಿದ್ದಕ್ಕೆ ಕಾರಣ ತಿಳಿಸಿದಳು.

"ಏನು ಹೇಳ್ತಿಯೋ ಬಿಡ್ತಿಯೋ ಅದು ಮುಖ್ಯವಲ್ಲ. ಅವ್ಳ ಸಮಯಕ್ಕೆ ಈ ಚಿನ್ನ ಉಪಯೋಗಕ್ಕೆ ಬಂದರೆ ಸಾಕು" ಎಂದರು ಡಾ. ಸುಧಾಕರ್.

ಸಿಸ್ಟರ್ ಮಾರ್ಟಿನಾ ಸ್ತಂಭೀಭೂತಳಾದಳು. ಕತ್ತಲೆಯಲ್ಲಿ ಪ್ರಿಯ ಹೆಂಡತಿಯ

ಅಂಗಾಗಂಗಳನ್ನು ಸವರುತ್ತ ಉಸುರುವುದು ಪ್ರೀತಿಯಲ್ಲ. ಇದೇ ನಿಜವಾದ ಪ್ರೀತಿ, ಪ್ರೇಮ ಎನಿಸಿತು.

ಅಂತು ಸಂಧ್ಯಾ ಡ್ಯೂಟಿ ಮುಗಿಸುವ ವೇಳೆಗೆ ಒಂದು ಕವರ್ ಕೊಟ್ಟು "ಸಂಧ್ಯಾ, ನಾನೇ ನಿನ್ನ ಸರ, ಬಳೆ ಬಿಡಿಸ್ಕೊಂಡ್ಬಂದೆ. ವಾಯಿದೆ ಮೇಲೆ ಇಟ್ಟ ಒಡ್ವೆಯಲ್ವಾ? ಸಮಯಕ್ಕೆ ಸರ್ಯಾಗಿ ಬಿಡ್ಸಿಕೊಳ್ಳದಿದ್ದರೆ.... ಮುಲಾಜಿಲ್ಲದೆ ಒಳಕ್ಕೆ ಹಾಕ್ಕೊಂಡುಬಿಡ್ತಾರೆ" ಎಂದು ತಿಳಿಸಿದಳು. ಅಂತು ಗಿರವಿ ಇಟ್ಟ ಒಡವೆಗಳ ಜ್ಞಾಪಕ ಅವಳಿಗೆ ಬಂದಿದ್ದು ಇಂದೇ.

"ನಿನ್ಹತ್ರನೇ ಇರಲೀ.... ಮಾರ್ಟಿನಾ. ಹಣ ಕೊಟ್ಮೇಲೆ ಕೊಡು."

ಅದಕ್ಕೆ ಮಾರ್ಟಿನಾ ಒಪ್ಪಲಿಲ್ಲ "ನಿನ್ಮೇಲೆ ನಂಬ್ಕೆ ಇಲ್ಲದಿದ್ದರೆ ತಾನೇ ಗಿರವಿ ಇರ್ಸಿಕೊಳ್ಳೋದು. ನಂಗೆ ನಿನ್ಮೇಲೆ ನಂಬಿಕೆ ಇದೆ. ಆದಾಗ ಕೊಡು" ಕವರ್‌ನ ಅವಳ ಕೈಯಲ್ಲಿಟ್ಟು ಹೋದಳು. ಬೇರೆ ಸಂದರ್ಭದಲ್ಲಿ ಆಗಿದ್ದರೆ ಸಂಧ್ಯಾ ಬಲವಂತವಾಗಿಯಾದರೂ ನಿರಾಕರಿಸುತ್ತಿದ್ದಳೇನೊ. ಈಗಂತು ಅಗತ್ಯವಿತ್ತು.

ಕವರ್‌ನ ತನ್ನ ಹ್ಯಾಂಡ್‌ಬ್ಯಾಗ್‌ಗೆ ಸೇರಿಸಿ ಮನದಲ್ಲಿಯೇ ಮಾರ್ಟಿನಾಗೆ ಕೃತಜ್ಞತೆ ಅರ್ಪಿಸಿ ನರ್ಸಿಂಗ್ ಹೋಂನಿಂದ ಹೊರಬಂದಳು. ರಾತ್ರಿ ಊಟ ಮಾಡಿರಲಿಲ್ಲ. ಎರಡು ಸಲ ನೀರು ಕುಡಿದಿದ್ದಷ್ಟೇ. ಹೊಟ್ಟೆಯಲ್ಲಿ ವಿಪರೀತ ಸಂಕಟ. ಮನೆ ತಲುಪಿ ಏನಾದರೂ ತಿಂದು ಮಲಗಿದರೆ ಸಾಕೆನಿಸಿದರೂ, ಮೆಕ್ಯಾನಿಕ್ ಶಾಪ್‌ಗೆ ಹೋದಳು.

ಮುಖ ನೋಡಿದ ಕೂಡಲೇ ಆ ಹುಡುಗ ಸ್ಕೂಟರ್ ರಿಪೇರಿಯಲ್ಲಿದ್ದವನು ಹೊರಗೆದ್ದು ಬಂದು "ನಮಸ್ಕಾರ ಅಕ್ಕ, ನಾನೇ ನರ್ಸಿಂಗ್ ಹೋಂ ಹತ್ರ ಬರೋಣಾಂತ ಇದ್ದೆ. ಒಂದ್ನಿಮ್ಷ ಪುರುಸೊತ್ತು ಇಲ್ಲ. ನೋಡಿ ನಿಮ್ಮ ವೆಹಿಕಲ್" ಎಂದು ಅಲ್ಲೇ ನಿಂತ ಸ್ಕೂಟಿಯನ್ನು ತೋರಿಸಿದಾಗ ಆಶ್ಚರ್ಯಗೊಂಡಳು.

"ಇನ್ನೊಂದ್ವರ್ಷ ಮೆಕ್ಯಾನಿಕ್ ಕೈ ಇಕ್ಕೋ ಹಂಗಿಲ್ಲ. ತಗೊಂಡ್ಹೋಗಿ ಓಡ್ಸಿಕೊಳ್ಳಿ" ಎಂದ. ಅದರ ಸೀಟನ್ನು ಅದುಮಿ ನೋಡುತ್ತ "ಹೊಸ್ದಾಗಿ ಹಾಕಿರೋ ಸಾಮಾನಿಗೆ ಕಾಸು ಕೊಟ್ಟರೆ ಸಾಕು. ನೀವೇನು ಕೂಲಿ ಕೊಡ್ಬೇಡಿ. ಬಹಳ ಚೆನ್ನಾಗಿ ಮಾಡಿದ್ದೀನಿ" ಹುಮ್ಮಸ್ಸಿನಿಂದ ಹೇಳಿದ.

"ನಂಗೆ ಬೇಡ ಯಾರಿಗಾದ್ರೂ ಮಾರ್ಬಿಡು. ಹಾಕಿದ ಹೊಸ ಸಾಮಾನು ಕೂಲಿ ಇಡ್ಕಂಡ್ ಕೊಡು. ಮತ್ತೆ ನಂಗೆ ಬರೋಕ್ಕಾಗೋಲ್ಲ" ಅಂದು ಮನೆಯ ಅಡ್ರೆಸ್ ಗುರುತು ಹಾಕಿಕೊಟ್ಟು "ನಮ್ಮಪ್ಪ, ನಮ್ಮಮ್ಮ.... ಯಾರ ಕೈಗೆ ಕೊಟ್ಟರೂ ಪರವಾಗಿಲ್ಲ" ಅದರ ಜವಾಬ್ದಾರಿ ವಹಿಸಿ ಮನೆಗೆ ಬರುವ ವೇಳೆಗೆ ಹನ್ನೊಂದು ಗಂಟೆ ಆಗಿತ್ತು.

ಮೂಲೆಯಲ್ಲಿ ಕೂತ ಸುವಿದ್ಯಾ ಇವಳನ್ನು ನೋಡಿ ಮುಖ ತಿರುಗಿಸಿಕೊಂಡಳು. ಒಂದೆರಡು ಕಡೆ ಹಗ್ಗದ ಗುರುತುಗಳು ಮೂಡಿ ಕೆಂಪಗಾಗಿತ್ತು.

ಮಗಳನ್ನು ನೋಡಿದ ಕೂಡಲೇ ಅವಳ ರಟ್ಟೆ ಹಿಡಿದುಕೊಂಡು ಹೋಗಿ

"ನೋಡೇ, ನಿಂಗೇನು ಆವೇಶ ಬಂದಿತ್ತು. ಹೇಗೆ ಬಡಿದಿದ್ದಿ. ಹೆತ್ತ ಹೊಟ್ಟೆ ಉರಿದುಹೋಯ್ತು" ಶಾರದಮ್ಮ ಕಣ್ಣೀರು ಹಾಕಿದರು.

"ಆ ವೇಳೆಗೆ ಕೈಸೋತು ಹೋಯ್ತು. ಶಕ್ತಿ ಇದ್ದಿದ್ದರೆ ಉಸಿರು ನಿಲ್ಲೋವರ್ಗೂ ಬಡೀತಾ ಇದ್ದೆ" ತಣ್ಣಗೆ ಹೇಳಿದಾಗ ಆಕೆ ಗಾಬರಿಯಾದರು. ಮಗಳು ಅಳಬಹುದು. ಕ್ಷಮೆಯಾಚಿಸಬಹುದು. ಪೆಟ್ಟು ಬಿದ್ದ ಕಡೆಯಲ್ಲೆಲ್ಲಾ ಮುಲಾಮು ಹಚ್ಚಬಹುದೂಂತ ಅಂದುಕೊಂಡಿದ್ದು ಸುಳ್ಳಾಯಿತು.

ರೂಮಿನಲ್ಲಿ ಕೂತಿದ್ದ ಶ್ರೀಪತಿ ಹೊರಗೆದ್ದು ಬಂದರು.

"ಬಡಿದಿದ್ದಕ್ಕೆ ನೀನು ಕಾರಣ ಹೇಳೋವರ್ಗೂ ತಾಯಿ, ಮಗ್ಳು ಊಟ ಮಾಡೋಲ್ವಂತೆ. ಅದೇನೂಂತ ಹೇಳ್ಬಿಡು" ಕೇಳಿದರು ಶ್ರೀಪತಿ ಆವೇಶದಿಂದ. ಮನೆಯ ಟೆನ್‌ಷನ್ ಅವರಿಗೆ ಸಾಕಾಗಿತ್ತು. ಪ್ರೇಕ್ಷಕರಂತೆ ಹೆದರಿ ನಿಂತಿದ್ದರು ವಿದ್ಯಾ, ರಾಘು.

"ಅದೇನು ಅಂಥ ದೊಡ್ಡ ವಿಷ್ಯವಲ್ಲ ಬಿಡಿ" ಎಂದಳು ಸಂಧ್ಯಾ.

ಶ್ರೀಪತಿಯ ಆವೇಶ ತಣ್ಣಗಾಗಲಿಲ್ಲ "ಸಂಧ್ಯಾ, ಸತ್ಯ ನೀನು ಮುಚ್ಚಿಟ್ಟರೆ ನಾನು, ನನ್ನ ಹೆಂಡ್ತಿ ಉಟ್ಟ ಬಟ್ಟೆಯಲ್ಲೇ ಹೊರ್ಗೆ ಹೋಗ್ಬಿಡ್ತೀವಿ" ರೋಪು ಹಾಕಿದರು. ಅವರಿದ್ದ ಸ್ಥಿತಿಯಲ್ಲಿ ಮಾಡುವವರೇ.

ಸಂಧ್ಯಾ ಕೂಡ ಒಂದು ನಿರ್ಣಯಕ್ಕೆ ಬಂದಳು.

"ಪೆಟ್ಟು ತಿಂದವಳು ಅವ್ಳೇ ಅಲ್ವಾ. ಸುವಿದ್ಯಾನೇ ಕೇಳಿ" ಅವಳತ್ತ ನೋಡಿದಳು. ಅವಳು ಪೆಟ್ಟು ತಿಂದ ಸಿಂಹಿಣಿಯಂತೆ ಗೋಚರಿಸಿದಳು. "ಕಾರಣ ಏನೂಂತ ಹೇಳು. ಸುಳ್ಳು ಮಾತ್ರ ಹೇಳ್ಬೇಡ" ಎಚ್ಚರಿಸಿದಳು.

ಸುವಿದ್ಯಾ ಐವತ್ತು ಸಾವಿರದ ವಿಷಯದಿಂದ ಪೆಟ್ಟು ತಿನ್ನುವವರೆಗಿನ ಎಲ್ಲ ವಿಚಾರಗಳನ್ನು ಚಾಚುತಪ್ಪದೇ ತಿಳಿಸಿದಳು. ಅವರುಗಳ ಮುಖದ ಮುಂದೇನೇ ಹೇಳೋ ಇರಾದೆ ಅವಳಿಗೆ ಇತ್ತು. ಸಂಕೋಚವಿಲ್ಲದೆ ಬಿತ್ತರಿಸಿದ ಅವಳ ದಾಷ್ಟಿಕಕ್ಕೆ ಬೆರಗಾದರು.

"ಅಯ್ಯೋ ಮಾನಗೆಟ್ಟವಳೇ..." ಎದ್ದ ಶಾರದಮ್ಮನ ಕೂಡಿಸಿ "ಶಾಂತವಾಗಿರು. ಇಂಥ ಹತ್ತಾರು ಪ್ರಕರಣಗಳು ಬೆಳಕಿಗೆ ಬಂದರೇ ಅಪ್ಪ, ಅಮ್ಮ ಅನ್ನಿಸಿಕೊಂಡ ಜನ ಸ್ವಲ್ಪ ಎಚ್ಚರ ವಹಿಸ್ತಾರೆ. ಬೀದಿಯಲ್ಲಿ ನಿಂತು ಕೇಳಲಿಲ್ಲ. ಮನೆಯಲ್ಲಿ ಅದು ಸ್ವಂತ ಅವಳಕ್ಕನ ಮುಂದೆ ಕೇಳಿ ಮಾನ ಉಳಿಸಿದ್ದಾಳೆ. ಅದ್ನ ನಾವೀಗ ಉಳಿಸ್ಕೋಬೇಕು" ಶ್ರೀಪತಿಗಳು ಅತ್ಯಂತ ಸಮಾಧಾನದಿಂದಲೇ ಮಗಳ ಮಾತುಗಳನ್ನು ಅರಗಿಸಿಕೊಂಡರು.

ತನ್ನ ಹ್ಯಾಂಡ್‌ಬ್ಯಾಗ್‌ನಿಂದ ಸರ, ಬಳೆ ತೆಗೆದು ತಂದೆಗೆ ಕೊಟ್ಟು "ಇದ್ನ ಮಾರಿ ಎಷ್ಟು ಹಣ ಬರುತ್ತೋ, ನೋಡಪ್ಪ. ಮಿಕ್ಕಿದ್ದು ಹೊಂದಿಸಿಕೊಡೋಣ" ಅಂದವಳು

ತಾಯಿಯತ್ತ ತಿರುಗಿ "ಅಮ್ಮ ಚೂರುಪಾರು ಬಂಗಾರ ಇಟ್ಕೊಂಡಿದ್ದಿಯಲ್ಲ ಅದ್ನ ತೆಗ್ದು ಅಪ್ಪನ ಕೈಗೆ ಕೊಡು" ಹೇಳಿದಳು.

ಶಾರದಮ್ಮ ಅಳುತ್ತ ಎದ್ದು ಹೋದರು. ಆ ಚಿನ್ನ ತಾನು ತೆಗೆದುಕೊಂಡಿದ್ದಾಗಿ ಹೇಳಿ ಹುಡುಕಾಟವನ್ನು ತಪ್ಪಿಸಿದ ಸುವಿದ್ಯಾ "ಅಪ್ಪ, ಅದ್ನ ಮಾರೋಕೆ ಹೋಗೋದೇನು ಬೇಡ. ನಾನೇ ಮಾರಿಕೋತೀನಿ. ಉಳಿದ ಹಣಕೊಟ್ಟರೇ ಸಾಕು" ಧೈರ್ಯದಿಂದ ನುಡಿದಳು. ಪೆಟ್ಟುಗಳ ನೋವನ್ನು ಮರೆತುಬಿಟ್ಟಿದ್ದಳು.

ಸಂಧ್ಯಾ ದಿಕ್ಕು ತೋಚದವಳಂತೆ ಹೋಗಿ ಅಡಿಗೆ ಮನೆಯಲ್ಲಿ ಕೂತಳು. ಇಷ್ಟು ವ್ಯಾವಹಾರಿಕವಾಗಿ ಮಾತಾಡಿದ ತಂಗಿಯದು ತೀರಾ ಡಿಫರೆಂಟ್ ರೋಲ್ ಎಂದುಕೊಂಡಳು.

"ಬೆಳಿಗ್ಗೆ ನಾನು ಊರಿಗೆ ಹೋಗಿಬರ್ತೀನಿ. ಮೊದ್ಲು ಹೋಗಿ ತಟ್ಟೆ ಹಾಕು. ನಾವು ಉಪವಾಸ ಬಿದ್ದು ಪ್ರಾಣಬಿಟ್ಟರೆ ಮಿಕ್ಕ ಮಕ್ಕಳ ಗತಿಯೇನು" ತಾವೇ ಚಾಪೆ ಹಾಕಿಕೊಂಡು ಊಟಕ್ಕೆ ಕೂತರು ಶ್ರೀಪತಿ.

ಮೇಲೆದ್ದ ಸಂಧ್ಯಾ ಎಲ್ಲರಿಗೂ ತಟ್ಟೆ ಹಾಕಿದಳು. ನಡೆದ ನಾಟಕದಲ್ಲಿ ಗಪ್‌ಚಿಪ್ಪಾಗಿ ಕೂತಿದ್ದ ವಿದ್ಯಾ, ರಾಘು ಬಂದು ಊಟಕ್ಕೆ ಕೂತರು. ಹಸಿವಿನದು ಸ್ವತಂತ್ರ ಸಾಮ್ರಾಜ್ಯ ಅದರ ಅಧಿಕಾರದ ಮುಂದೆ ಬೇರೆಯದೆಲ್ಲ ಹುಲ್ಲುಕಡ್ಡಿಯ ಸಮ. ಸುವಿದ್ಯಾ ಕೂಡ ಬಂದು ಸಂಧ್ಯಾ ಪಕ್ಕ ಕೂತಳು.

"ನಾನು ಅವ್ರಿಗೆ ಬಡಿಸೋಲ್ಲ" ಶಾರದಮ್ಮ ಪಾತ್ರೆ ಎತ್ತಿಕೊಂಡು ಹೋದರು.

ಮೇಲೆದ್ದ ಸಂಧ್ಯಾ ತಾನೆ ತಂದು ಬಡಿಸಿ "ಅಮ್ಮನ ಮನಸ್ಸಿಗೆ ಬೇಜಾರಾಗಿದೆ. ನೆನ್ನೆ ರಾತ್ರಿಯಿಂದ ಉಪವಾಸ ಇದ್ದೀಯಂತಲ್ಲ. ಹುಡುಗರು ಕೂಡ ಸ್ಕೂಲಿಗೆ ಹೋಗ್ಲಿಲ್ಲ. ಎಲ್ಲಾ ತೀರ್ಮಾನವಾಯಿತಲ್ಲ. ನಿಧಾನವಾಗಿ ಊಟ ಮಾಡು" ಅಕ್ಕರೆಯಿಂದಲೇ ಬಡಿಸಿದಳು.

ಎಲ್ಲಾ ಹಸಿದಿದ್ದರಿಂದ ಪಾತ್ರೆಗಳು ಖಾಲಿಯಾಯಿತು. ಶಾರದಮ್ಮ ಮಾತ್ರ ಎಷ್ಟೇ ಪ್ರಯತ್ನಿಸಿದರೂ ಒಂದು ತುತ್ತು ಅನ್ನ ತಿನ್ನಲಿಲ್ಲ. ಗೋಡೆಗೆ ಆತುಕೊಂಡು ಕಣ್ಣೀರು ಸುರಿಸಿದರು. ಎಷ್ಟು ಹೊತ್ತು ಹಸಿವನ್ನು ನುಂಗಲು ಸಾಧ್ಯ?

ಮಲಗುವ ಮುನ್ನ ಸಂಧ್ಯಾ ಬಳೆ, ಸರವನ್ನು ತಂದು ತಂಗಿಗೆ ಕೊಟ್ಟು "ಎಷ್ಟಾಗುತ್ತೇಂತ ವಿಚಾರ್ಸಿ ಹೇಳು. ಮಿಕ್ಕ ಹಣಕ್ಕೆ ಏರ್ಪಾಟು ಮಾಡ್ತೀವಿ. ಒಂದ್ವಾರ ಟೈಮ್ ಕೊಡು. ಹಣ ನಿನ್ನ ಕೈ ಸೇರೋವರ್ಗೂ ಮರ್ಯಾದೆಯಿಂದ ಇರು" ದನಿಯೆತ್ತರಿಸದೇ ಎಚ್ಚರಿಸಿದಳು.

ಮಾರನೇ ದಿನ ಬೆಳಗಿನ ಬಸ್ಸಿಗೆ ಶ್ರೀಪತಿ ಊರಿಗೆ ಹೋದರು. ಅವರಿಗೆ ಮನೆ, ಅಂಗಡಿಯ ಮೇಲೆ ಸಾಲ ತೆಗೆಯಲು ಇಷ್ಟವಿರಲಿಲ್ಲ. ಇಂದಲ್ಲ ನಾಳೆಯಾದರೂ ಇಲ್ಲಿ ಹಿಂದಿರುಗಿ ಬಂದು ವ್ಯಾಪಾರ ಶುರು ಮಾಡಬೇಕು. ಇವೆರಡರ ತಲೆಯ ಮೇಲೆ ಸಾಲ ಕುಳಿತರೆ ಜೀವನದ ಎಲ್ಲಾ ಬಾಗಿಲು ಮುಚ್ಚಿಕೊಂಡಂತೆ ಅಂದುಕೊಂಡು

ವ್ಯಥಿತರಾಗಿದ್ದರು. ಆದರೂ ಈಗ ತಂದೆಯಾಗಿ ಮಗಳ ಬಳಿ ಮಾನ ಉಳಿಸಿಕೊಳ್ಳಬೇಕಿತ್ತು.

ಹೋಗಿ ಡಾ. ಅನುರಾಧನ ಭೇಟಿ ಮಾಡಿದಾಗ ಆಕೆ ಸ್ವಲ್ಪ ಮೂಗೆಳೆದರು "ಮ್ಯಾನೇಜರ್ ಅಂದರೆ.... ರೂಲ್ಸು. ಆ ಮನುಷ್ಯನ ಪ್ರಕಾರ ಸಾಲ ಮಾಡಿ ದೊಡ್ಡದಾಗಿ ಮದ್ವೆ ಮಾಡಿ ವರ್ಷಾನುಗಟ್ಟಲೆ ಸಾಲ ತೀರಿಸೋ ಜನ ಅಂದರೇ ಮೈಪರಚಿಕೊಳ್ಳುತ್ತಾನೆ. ನೀನು ಕೇಳಿದಷ್ಟು ಕೊಡೋಕ್ಕಾಗೋಲ್ಲ. ತೀರಾ ಸಿಂಪಲ್ಲಾಗಿ ಇಪ್ಪತ್ತರಲ್ಲಿ ಮುಗ್ಸೋ ಏರ್ಪಾಟು ಮಾಡು" ಎಂದರು. ಸಾಲವೆಂದ ಕೂಡಲೇ ಆಕೆಯ ಧೋರಣೆ ಬದಲಾಗಿ ವ್ಯಾವಹಾರಿಕವಾಗಿ ಮಾತಾಡಿಸಿದರು.

"ನಾನು ಮಾತಾಡ್ತೀನಿ. ಹೋಗಿ ಪರಮಶಿವಯ್ಯನ್ನ ನೋಡು" ಎಂದು ತಮ್ಮ ಪಾಡಿಗೆ ತಾವು ಎದ್ದುಹೋದರು. ತೀರಾ ಅಗತ್ಯವಾಗಿ ಸಿಸ್ಟರ್ಸ್ ಬೇರೆ ಸಿಬ್ಬಂದಿಯನ್ನು ಉಳಿಸಿಕೊಂಡರೆ ಓ.ಟಿ. ಕೊಡಬೇಕಿತ್ತು. ಇವಳಿಗೆಂದು ಅಂಥದ್ದು ಕೊಟ್ಟಿದ್ದೇ ಇಲ್ಲ.

ಅಂತು ಇಂತು ಇಪ್ಪತ್ತು ಸಾವಿರ ಪಡೆಯುವ ವೇಳೆಗೆ ಸಂಧ್ಯಾಗೆ ಸಾಕು ಸಾಕಾಯಿತು. ಎಷ್ಟೋ ಪೇಪರ್‌ಗಳಿಗೆ ಪರಮಶಿವಯ್ಯ ಸಹಿ ಹಾಕಿಸಿಕೊಂಡೋರೇ. ಅಂತು ಹಣ ಕೈ ಸೇರಿದಾಗ ಸಂತೋಷದ ಜೊತೆಗೆ ಮಿಕ್ಕ ಹಣವನ್ನು ಹೇಗೆ ಕೂಡಿಸಬಹುದೆಂಬ ಯೋಚನೆ ಕೂಡ. ಅದನ್ನು ಒಯ್ದು ನೇರವಾಗಿ ಸುವಿದ್ಯಾಗೆ ಕೊಟ್ಟಾಗ, ಎದುರಿಗೆ ಕೂತ ಶಾರದಮ್ಮ ತಲೆ ಬಗ್ಗಿಸಿಕೊಂಡು ಹತ್ತಿಬಿಡಿಸುತ್ತಿದ್ದರು. ಅವಳ ಮುಖ ನೋಡೋದೇ ಬೇಡಾಂತ ಅನ್ನಿಸಿತು.

"ಸರ, ಬಳೆಗೆ ಬಂದಿದ್ದು ಎಂಟೇ ಸಾವಿರ. ಇಪ್ಪತ್ತೆರಡು ಕ್ಯಾರೇಟ್ ಇಲ್ಲ, ಇಪ್ಪತ್ತೇ ಕ್ಯಾರೇಟ್ ಇರೋದು ಎಂದ ಚೆನ್ನಿವಾರದ ಅಂಗಡಿಯವ. ಇಪ್ಪತ್ತು ಎಂಟು.... ಇಪ್ಪತ್ತೆಂಟಾಯಿತು" ನೋಟುಗಳನ್ನು ಎಣಿಸುತ್ತ ಹೇಳಿದಳು.

ಸಾಲ ಕೊಟ್ಟ ಪರಕೀಯರು ಕೂಡ ಇಷ್ಟು ಕಟ್ಟುನಿಟ್ಟಾಗಿ ವ್ಯವಹಾರವನ್ನು ನಿಭಾಯಿಸಲಾರರು. ಅಷ್ಟು ಕಠಿಣ ಮನಸ್ಕಳಾಗಿದ್ದಳು.

ಎರಡು ದಿನದ ನಂತರ ಬರಿ ಹತ್ತು ಸಾವಿರ ಹಿಡಿದು ಬಂದ ಶ್ರೀಪತಿ ತೀರಾ ಸೋತು ಹೋಗಿದ್ದರು. "ತಕ್ಷಣಕ್ಕೆ ಸಾಲ ಸಿಗ್ಲಿಲ್ಲ. ತೀರಾ ಗುರುತಿನವರ ಕಡೆಯವರಿಗೆ ಒಂದು ಅಂಡಿಮೆಂಟ್ ಪತ್ರ ಬರೆದು ಕೊಟ್ಟು ಹತ್ತು ಸಾವಿರ ತಂದೆ."

ಅವರು ಎಷ್ಟು ಕಂಗೆಟ್ಟಿದ್ದರೆಂದರೆ ಹತ್ತು ವರ್ಷ ಹಿರಿಯವರಾದಂತೆ ಕಂಡರು. ಅದನ್ನು ಸುವಿದ್ಯಾಗೆ ಕೊಟ್ಟಳು. ಇನ್ನು ಹನ್ನೆರಡು ಸಾವಿರ ಕೊಡುವವರೆಗೂ ಇವಳನ್ನು ಮನೆಯಲ್ಲಿಟ್ಟುಕೊಳ್ಳಬೇಕಿತ್ತು.

"ಏನಮ್ಮ.... ಮಾಡೋದು?" ಶ್ರೀಪತಿ ಮಗಳತ್ತ ನೋಡಿದರು.

"ಮತ್ತೆ ಎಲ್ಲಾದ್ರೂ ಸಾಲ ಸಿಗುತ್ತೇನು ನೋಡೋಣ" ಅಂದಳು.

ಈಗಾಗಲೇ ಪ್ರತಿಯೊಬ್ಬರು ದುಬೈನಲ್ಲಿ ಕೆಲಸ ಕೊಡಿಸು ಅನ್ನುತ್ತಿದ್ದರು. ಅಲ್ಲಿಂದ ಬರೋ ಹಣದ ಪ್ರಮಾಣ ಲೆಕ್ಕ ಹಾಕಿ ಜಿಪುಣೆ ಎಂದು ಅವಳನ್ನು ಛೇಡಿಸುತ್ತಿದ್ದರು.

ಸದ್ಯದ ಸ್ಥಿತಿ ಈ ತರಹ ಇದ್ದುದ್ದರಿಂದ ಬೇರೆಯವರ ಬಳಿ ಸಾಲ ಕೇಳುವುದು ಸಾಧ್ಯವಿರಲಿಲ್ಲ. ಆ ಸಮಯದಲ್ಲಿ ಅವಳಿಗೆ ನೆನಪಾಗುತ್ತಿದ್ದುದ್ದು ಡಾ।। ಸುಧಾಕರ್. ಆಗಾಗ ಸಂಬ್ಳ, ಬೆಲೆಯೇರಿಕೆ ಬಗ್ಗೆ ಮಾತಾಡುತ್ತ ಮದುವೆಯಾಗಲೇ ಅಂಜುವ ಮನುಷ್ಯನ ಬಳಿ ಹಣ ಎಲ್ಲಿರುತ್ತೆ? ಸಂಕೋಚಿಸಿದರೂ ಉಳಿದೆಲ್ಲ ದಾರಿಗಳು ಮುಚ್ಚಿಕೊಂಡಿದ್ದರಿಂದ ಆ ದಾರಿಯತ್ತಲೇ ನೋಡಬೇಕಿತ್ತು.

ಎರಡು ದಿನ ಡಾ।। ಸುಧಾಕರ್‌ಗೆ ಕಾದರೂ ನಾಪತ್ತೆ. ಮೂರನೆಯ ದಿನ ಆಕಸ್ಮಿಕವಾಗಿ ಸಿಕ್ಕರೂ ಸ್ಕೂಟರ್ ಹತ್ತಿದ್ದ. ಒಂದೇ ಹಾರಿಗೆ ಅವನನ್ನು ತಲುಪಿದ್ದಳು.

"ಸರ್, ನಿಮ್ಹತ್ರ ಸ್ವಲ್ಪ ಮಾತಾಡಬೇಕಿತ್ತು" ಎಂದಳು.

ವಾಚ್ ಕಡೆ ನೋಡಿದ ಡಾ।। ಸುಧಾಕರ್ ಜೇಬಿನಿಂದ ಒಂದು ಸಣ್ಣ ಸ್ಲಿಪ್ ತೆಗೆದು ವಿಳಾಸ ಬರೆದು ಅವಳಿಗೆ ಕೊಟ್ಟು "ತೀರಾ ಅರ್ಜೆಂಟ್‌ನಲ್ಲಿದ್ದೀನಿ. ಡ್ಯೂಟಿ ಮುಗ್ಸಿಕೊಂಡು ನೇರವಾಗಿ ಅಲ್ಲಿಗೆ ಬಾ. ನಾನು ವೆಯಿಟ್ ಮಾಡ್ತಾ ಇರ್ತೀನಿ" ಸ್ಕೂಟರ್ ಹತ್ತಿ ಹೊರಟುಬಿಟ್ಟ.

ಚೀಟಿಯನ್ನು ನೋಡಿ ಪರ್ಸ್‌ನೊಳಕ್ಕೆ ಹಾಕಿದಳು. ಇಂದು ಡಾ।। ಸುಧಾಕರ್ ಭೇಟಿಯಾಗಲೇಬೇಕಿತ್ತು. ಆಯಾ ಕೆಂಚಮ್ಮ ಬಡ್ಡಿಯ ವ್ಯವಹಾರ ಮಾಡುತ್ತಿದ್ದರು. ವಿಪರೀತ ಬಾಯಿಯ ಆ ಹೆಣ್ಣಿನಲ್ಲಿ ಸಾಲ ಕೇಳಲು ತೀರಾ ಹಿಂಜರಿಕೆ.

ಡ್ಯೂಟಿ ಮುಗಿದ ಕೂಡಲೇ ಬಿಳಿಮಂಗಳ ಸಿಟಿ ಬಸ್ಸು ಹತ್ತಿದಳು. ಆ ಕಡೆ ಇವಳು ಹೋಗಿದ್ದೇ ಇಲ್ಲ. ವಿಳಾಸದ ಚೀಟಿಯನ್ನು ಮತ್ತೆ ಮತ್ತೆ ನೋಡಿ ದೃಢಪಡಿಸಿಕೊಂಡು ಆಟೋ ಹತ್ತಿದಳು. ನಾಲ್ಕಾರು ಬಂಗ್ಲೆ ಬಳಿ ನಿಲ್ಲಿಸಿ ಡೋರ್ ನಂಬರ್ ನೋಡಿದಳು.

"ಇದೇ ತರಹ ಎರಡು ಹಗ್ಲು, ಎರಡು ರಾತ್ರಿ ಸುತ್ತಿದರೂ ಬಂಗ್ಲೆಗಳ್ನ ಹುಡುಕೋಕೆ ಆಗೋಲ್ಲ. ಮಾಜಿ ಎಂ.ಎಲ್.ಎ. ಶ್ರೀನಿವಾಸ್ ಪ್ರಭು ಬಂಗ್ಲೇನ ಹುಡುಕ್ತಾ ಇರ್ಬೇಕು. ಹೆಸರಿಲ್ಲದ ವಿಳಾಸ ಇಡಕೊಡ್ಬಂದರೆ ಹೇಗೆ?" ಆಟೋದವನು ಒಂದು ಕಡೆ ಆಟೋ ನಿಲ್ಲಿಸಿ ವಿಳಾಸದ ಚೀಟಿ ಒಯ್ದು ಅಲ್ಲೊಂದು ಮೆಡಿಕಲ್ ಸ್ಟೋರ್‌ನಲ್ಲಿ ವಿಚಾರಿಸಿದವನು ಹಿಂದಿರುಗಿ ಬಂದು ಆಟೋ ಸ್ಟಾರ್ಟ್ ಮಾಡಿ "ಇಲ್ಲಿ ಆ ಬಂಗ್ಲೇ ಯಾರ್ಗೆ ಗೊತ್ತಿಲ್ಲ ಹೇಳಿ. ನೀವು ಸುಮ್ನೆ ಅವ್ರ ಹೆಸರು ಹೇಳಿದ್ದರೆ ನೇರವಾಗಿ ಕರ್ಕೊಂಡ್ಹೋಗಿ ಬಂಗ್ಲೆಯ ಬಾಗಿಲಲ್ಲಿ ನಿಲ್ಸಿಸ್ತಾ ಇದ್ದೆ" ಎಂದ. ಅವಳಿಗೆ ತೀರಾ ಅಯೋಮಯವೆನಿಸಿತು.

ಅವಳು ಎಂ.ಎಲ್.ಎ. ಶ್ರೀನಿವಾಸ್ ಪ್ರಭು ಬಗ್ಗೆ ಅವಳೆಂದು ಅವನ ಬಾಯಿಂದ ಹೇಳಿರಲಿಲ್ಲ. ತೀರಾ ಕೆಳ ಮಧ್ಯಮ ದರ್ಜೆಯ ಜನರ ಬವಣೆಗಳ ಬಗ್ಗೆ ಮಾತ್ರ ಮಾತಾಡುತ್ತಿದ್ದ. ಅವರೊಂದಿಗೆ ತನ್ನನ್ನು ಸೇರಿಸಿಕೊಂಡು ಮಾತಾಡುತ್ತಿದ್ದ.

ಬಂಗ್ಲೆಯ ಮುಂದೆ ಇಳಿದಾಗ ಮೆಲ್ಲಗೆ ಅವಳ ಮೈಯಲ್ಲಿ ನಡುಕ ಶುರುವಾಯಿತು. ಎತ್ತರದ ಗೋಡೆ, ವಿಶಾಲವಾದ ಅತಿ ಎತ್ತರವಾದ ಗೇಟು. ಒಳಗಿನ ವಿದ್ಯಮಾನಗಳು ಹೊರಗಿನವರೆಗೆ ಕಾಣಿಸುತ್ತಲೇ ಇರಲಿಲ್ಲ. ಇವನ್ನೆಲ್ಲ ನೋಡಿ ಅವಳಿಗೆ

ವಿಪರೀತ ಗಾಬರಿ. ಇಲ್ಲಿ ಡಾ॥ ಸುಧಾಕರ್ ಹೇಗೆ? ಅವನ ಪರ್ಸನಲ್ ಲೈಫ್ ಬಗ್ಗೆ ಅವಳಿಗೇನು ಗೊತ್ತಿಲ್ಲ. ಬಹುಶ ನರ್ಸಿಂಗ್ ಹೋಂನಲ್ಲಿ ಕೂಡ ಯಾರಿಗೂ ಗೊತ್ತಿರಲಿಲ್ಲ. ಇಷ್ಟು ದೊಡ್ಡ ಬಂಗ್ಲೆಯ ವಿಳಾಸ ಯಾಕೆ ಕೊಟ್ಟ.

ಆಟೋದವನಿಗೆ ಹಣ ಕೊಟ್ಟು ಘೂರ್ಕ ಬಳಿ ಹೋಗಿ ವಿಚಾರಿಸಿದಾಗ "ಒಳಗಡೆ ಹೋಗಿ ತಾಯಿ" ಅಚ್ಚ ಕನ್ನಡದಲ್ಲಿ ಹೇಳಿದಾಗ ಆಶ್ಚರ್ಯವೆನಿಸಿತು. ಗೇಟು ಕಾಯಲು ಘೂರ್ಕಗಳೇ ಇರುತ್ತಾರೆಂಬ ಕಲ್ಪನೆ ಅವಳಿಗಿತ್ತು.

ಒಳಗೆ ಹೋದವಳೇ ನಿಂತೇಬಿಟ್ಟಳು. ಎಷ್ಟು ವಿಶಾಲವಾದ ಬಂಗ್ಲೆಯ ಮುಂದಿನ ತೋಟದಲ್ಲಿ ಒಂದು ಕಡೆ ಗುಲಾಬಿಗಳ ಸಾಲೇ ಇದ್ದರೇ, ಮಿಕ್ಕ ಜಾತಿಯ ಹೂಗಿಡಗಳ ಬಗ್ಗೆ ಅವಳಿಗೇನು ಗೊತ್ತಿಲ್ಲ.

"ಬನ್ನಿ.... ಅಮ್ಮ" ಒಬ್ಬ ವೃದ್ಧರು ಬಂದು ಕರೆದೊಯ್ದರು. ಬಹುಶಃ ಆ ಮನುಷ್ಯ ಗುಮಾಸ್ತನಾಗಿ ಈ ಬಂಗ್ಲೆಯಲ್ಲಿ ಕಾಲ ಕಳೆದಿರಬಹುದೆಂದುಕೊಂಡಳು, ವ್ಯಕ್ತಿಯ ವೇಷಭೂಷಣಗಳನ್ನು ನೋಡಿ.

ಮುಂದಿನ ವಿಶಾಲವಾದ ಡ್ರಾಯಿಂಗ್ ರೂಮ್‌ನಲ್ಲಿ ಕೂಡಿಸಿ ಹೋದಾಗ ಅವಳಿಗೆ ತಲೆ ತಿರುಗಿದಂತಾಯಿತು. ಡಾ॥ ಸುಧಾಕರ್‌ಗೂ ಈ ಬಂಗ್ಲೆಗೂ ಏನು ಸಂಬಂಧ. ಎಂ.ಎಲ್.ಎ. ಶ್ರೀನಿವಾಸ್ ಪ್ರಭು ಇವರಿಗೆ ಏನಾಗಬೇಕು? ಯಾವುದು ಊಹಿಸಿಕೊಳ್ಳಲಾರದೆ ಹೋದಳು.

"ಸಾರಿ ಸಂಧ್ಯಾ, ಬಂದು ಎಷ್ಟೊತ್ತು ಆಯ್ತು?" ಒಳಗೆ ಬಂದ. ಉದ್ದನೆಯ ಬಿಳಿಯ ಕುರ್ತಾ ಧರಿಸಿದ್ದ ಡಾ॥ ಸುಧಾಕರ್ ಅಚ್ಚ ಬೆಂಗಾಲಿಯಂತೆ ಕಂಡ. ತಟ್ಟನೆ ಎದ್ದು ನಿಂತು ಕೈಜೋಡಿಸಿದಳು. "ನಮಸ್ಕಾರ್ ಸರ್" ಅಂದಳು.

"ಕೂತ್ಕೋ... ಕೂತ್ಕೋ. ಈಗಾಗಲೇ ನರ್ಸಿಂಗ್ ಹೋಂನಲ್ಲಿ ಭೇಟಿಯಾಗಿದ್ನಲ್ಲ. ಫಾರ್ಮಾಲಿಟೀಸೇನು ಬೇಡ" ಎಂದು ಎದುರು ಸೋಫಾ ಮೇಲೆ ಕೂತ. ನೆಲಕ್ಕೆ ಹಾಸಿದ್ದ ಪರ್ಷಿಯನ್ ಕಾರ್ಪೆಟ್‌ನ ಮೃದುತ್ವಕ್ಕೆ ಕಾಲುಗಳು ಹಾಯ್ ಎನ್ನುತ್ತಿತ್ತು.

ಬಿಳಿಯ ಯೂನಿಫಾರಂನಲ್ಲಿದ್ದ ಸರ್ವೆಂಟ್ ಒಂದು ಟ್ರಾಲಿಯನ್ನು ತಳ್ಳಿಕೊಂಡು ಬಂದಾಗ ಡಾ॥ ಸುಧಾಕರ್ 'ನೀನ್ಹೋಗು' ಎನ್ನುವಂತೆ ಸನ್ನೆ ಮಾಡಿದ.

ಹಲ್ವಾ, ಸಮೋಸದ ಜೊತೆ ಒಂದೆರಡು ಪುಟ್ಟ ಸ್ವೀಟ್ ಮತ್ತಿನ್ನೇನೋ ಇತ್ತು. ಕೆಲವದರನ್ನು ನೋಡಿರಲಿಲ್ಲ. ಮಿಕ್ಕದರ ಹೆಸರು ಗೊತ್ತಿಲ್ಲ. ಅಂತು ಅಲ್ಲಾವುದ್ದೀನ್ ಅದ್ಭುತ ದ್ವೀಪ ನೋಡಿದಂತಾಯಿತು.

"ಏನು ತಗೋತೀಯಾ?" ಕೇಳಿದ.

"ಬರೀ.... ನೀರು" ಎಂದಳು. ಅವಳ ನಾಲಿಗೆಯಲ್ಲಿನ ಪಸೆಯಾರಿತು. ಹೋಟೆಲ್‌ನಲ್ಲಿ ಮಸಾಲೆದೋಸೆಯ ಬೆಲೆ ಹೆಚ್ಚಿದ್ದಕ್ಕೆ ಕಾಮೆಂಟ್ ಮಾಡುತ್ತಿದ್ದವನ ಮುಂದೆ ಇಷ್ಟೆಲ್ಲ. ಡಾ॥ ಸುಧಾಕರ್ ತಾನೇ ಮುಂದಾಗಿ ಪ್ಲೇಟ್‌ಗಳಿಗೆ ಬಡಿಸಿ

ಅವಳಿಗೊಂದು ಕೊಟ್ಟು ತಾನೊಂದು ತಗೊಂಡ. "ನಾನು ಇಲ್ಲಿ ಪೇಯಿಂಗ್ ಗೆಸ್ಟ್ ಆಗಿದ್ದೀನಿ. ಒಬ್ಬ ಗೆಸ್ಟ್ ಬರ್ತಾರೇಂದ್ರೆ ಟ್ರಾಲಿ ತಂದು ನಿಲ್ಲಿಸಿದ್ದಾನೆ. ತಿನ್ನಲಿ, ಬಿಡಲೀ, ಬಿಲ್ ಮಾತ್ರ ಬರುತ್ತೆ. ಪ್ಲೀಸ್ ಸಂಕೋಚವಿಲ್ದೇ ತಿನ್ನು. ನಿನ್ನೊಜತೆ ನಂಗೂ ಇಷ್ಟೆಲ್ಲಾ ತಿನ್ನೋ ಯೋಗ" ಸ್ಪೂನ್‌ನಿಂದ ಹಲ್ವಾ ತೆಗೆದು ಬಾಯಿಗಿಟ್ಟುಕೊಂಡ. ಅವನ ಒತ್ತಡಕ್ಕೆ ಸಂಧ್ಯಾ ತಿನ್ನಲೇಬೇಕಾಯಿತು.

ಅಂತು ಡಾ॥ಸುಧಾಕರ್ ಹಾಗೂ ಹೀಗೂ ಮಾತಿನಲ್ಲಿಯೇ ಎಲ್ಲವನ್ನು ಬಡಿಸಿ ಎಲ್ಲದರ ರುಚಿಯನ್ನು ತೋರಿಸಿದ. ತಾನು ಡಾಕ್ಟರ್ ಅವಳೊಬ್ಬ ರಿಸೆಪ್ಷನಿಸ್ಟ್ ಎನ್ನುವ ಭೇದವನ್ನು ಮರೆತು ಆತ್ಮೀಯವಾಗಿ ಹರಟಿದ. ಆದರೂ ಅವಳಿಗೆ ಒಳಗೊಳಗೆ ಭಯ. ಇಷ್ಟು ದೊಡ್ಡ ಬಂಗ್ಲೆಯಲ್ಲಿ ಪೇಯಿಂಗ್ ಗೇಸ್ಟ್ ಅಂದರೆ ಸಾಧಾರಣ ವಿಷಯವೇ. ಅವಳಲ್ಲಿ ವಿಪರೀತ ಗೊಂದಲಗಳು ಶುರುವಾದವು.

"ಏನು ಕುಡಿತೀಯಾ" ಮತ್ತೆ ಕೇಳಿದ.

"ಏನು ಬೇಡ, ಈಗ್ಲೇ ತುಂಬ ಆಯ್ತು ಸರ್. ನಾನು ಬರ್ತೀನಿ" ಎದ್ದೇಬಿಟ್ಟಳು. ಡಾ॥ ಸುಧಾಕರ್ ನಕ್ಕುಬಿಟ್ಟ. "ಬರೀ, ಬಂದು ಹೋಗೋದಿಕ್ಕೆ ಬಂದ್ರಾ?" ಎಂದು ತಾನೇ ಕಾಫಿ ಬೆರೆಸಿ ಅವಳಿಗೊಂದು ಕೊಟ್ಟು ತಾನೊಂದು ತಗೊಂಡು "ಕುಡಿದಾದ ಮೇಲೆ ಹೇಳ್ಬಹ್ದು. ಇಲ್ಲಿ ಸಂಕೋಚ ಬೇಡ. ಬೇರೆ ಯಾರಿಲ್ಲ. ಡಾ॥ ನಂದಿನಿ ನೋಟ ಇಲ್ಲಿವರ್ಗೂ ಬರೋಕೆ ಸಾಧ್ಯವಿಲ್ಲ" ಹಾಸ್ಯ ಮಾಡಿದ.

ವಿಚಲಿತಳಾದಳು. ಎಷ್ಟು ಬೆವತಳೆಂದರೆ ದಟ್ಟವಾದ ಬಿಸಿಲಿನಲ್ಲಿ ನಿಂತಂತೆ ಬೆವರುತ್ತಿದ್ದಾಗ, ಹೋಗಿ ಎ.ಸಿ. ಆನ್ ಮಾಡಿ ಬಂದವನು ಟವಲು ಕೊಟ್ಟು "ಬಾತ್‌ರೂಮಿನಲ್ಲಿ ಹೋಗಿ ಮುಖ ತೊಳ್ಕೊಂಡ್ ಸ್ವಲ್ಪ ಫ್ರೆಶ್ಶಾಗಿ ಬಾ. ಮೊದ್ಲೇ ಡಾಕ್ಟರ್ ಬುದ್ಧಿ. ನೀನು ಬೆವೆತದ್ದು ನೋಡಿ ಸ್ಟೆತಸ್ಕೋಪ್ ತೆಗೀಬಾರ್ದಲ್ಲ" ಅವಳಲ್ಲಿನ ಟೆನ್‌ಷನ್ ಕಡಿಮೆ ಮಾಡಲು ನವಿರಾಗಿ ಮಾತಾಡಿದ.

ಸದ್ಯಕ್ಕೆ ಡಾ॥ ಸುಧಾಕರ್ ಮುಂದಿನಿಂದ ಐದು ನಿಮಿಷವಾದರೂ ಎದ್ದು ಹೋಗಿ ಸುಧಾರಿಸಿಕೊಳ್ಳಬೇಕೆನಿಸಿ, ಬಾತ್‌ರೂಂಗೆ ಹೋಗಿ ಬಾಗಿಲು ಹಾಕಿಕೊಂಡು ಅದರ ಭವ್ಯತೆಗೆ ಬೆರಗಾದಳು. ಈ ಬಾತ್‌ರೂಂಗೆ ಮಾಡಿದ ಖರ್ಚಿನಲ್ಲಿ ಮಧ್ಯಮ ದರ್ಜೆಯವರು ಒಂದು ಮನೆ ಕಟ್ಟಿಕೊಳ್ಳುತ್ತಿದ್ದರು.

ಸಿಂಕ್‌ನಲ್ಲಿ ಮುಖಕ್ಕೆ ನೀರು ಸಿಂಪಡಿಸಿಕೊಂಡು ಟವಲಿನಿಂದೊತ್ತಿಕೊಂಡು ಹೊರಬಂದಾಗ ಅತ್ತಲೇ ನೋಟ ನೆಟ್ಟಿದ್ದ ಡಾ॥ ಸುಧಾಕರ್ ನಸುನಗೆ ಬೀರಿ ಅವಳು ಬಂದು ಕೂತನಂತರ ತಾನೇ ಕಾಫಿ ಕಪ್ ಕೊಟ್ಟ. ಕಪ್ ಹಿಡಿದ ಅವಳ ಕೈ ಕಂಪನ ಅರಿವಿಗೆ ಬಂದಾಗ ಅವನಿಗೆ ಒಂದು ಪ್ರಶ್ನೆ ಹುಟ್ಟಿಕೊಂಡಿತು. ಎಂದೋ ಮೂಡಿದ ಅನುಮಾನ ಪ್ರಶ್ನೆಯ ರೂಪ ತಾಳಿತಷ್ಟೇ.

ಕಾಫಿ ಕಪ್ ಕೆಳಗೆ ಇಳಿದಾಗ "ಈಗ ಹೇಳು ಏನು ಅಂಥ ವಿಷ್ಯ?" ಕೇಳಿದ.

"ಏನಿಲ್ಲ" ಎಂದು ಮೇಲಕ್ಕೆದ್ದಳು.

"ಸಂಧ್ಯಾ, ಕೂತ್ಕೋ. ಅನಗತ್ಯವಾಗಿ ಇಲ್ಲಿವರ್ಗೂ ಹುಡ್ಕಿಕೊಂಡು ಬರ್ತಾ ಇರ್ಲಿಲ್ಲ. ನನ್ಮೇಲೆ ಭರವಸೆ ಇಟ್ಕೊಂಡು ಇಲ್ಲಿವರ್ಗೂ ಬಂದಿದ್ದು ಸಂತೋಷವೇ. ಅಷ್ಟೇ ನಿನ್ನ ಸ್ನೇಹಕ್ಕೆ ಹತ್ತಿರವಾಗಿದ್ದೀನಲ್ಲ ಅನ್ನೋ ಹೆಮ್ಮೆ" ಅವನ ಸ್ವರ ಭಾರವಾಗಿತ್ತು.

ಸುವಿದ್ಯಾ ಮುಖ ನೆನಪಾದ ಕೂಡಲೇ ಅವಳಲ್ಲಿನ ಸಂಕೋಚ ಹಾರಿಹೋಯಿತು. "ನಿಮ್ಮ ಖರ್ಚುಗಳೇ ಹೆಚ್ಚಿರುತ್ತೆ. ಇಷ್ಟು ದೊಡ್ಡ ಬಂಗ್ಲೆಯಲ್ಲಿ ಪೇಯಿಂಗ್ ಗೆಸ್ಟ್ ಅಂದರೇ ದುಬಾರಿ. ಬಹುಶಃ...." ನಿಲ್ಲಿಸಿದರೂ ತಕ್ಷಣ "ನನ್ತಂಗಿ ಮದ್ವೆ. ಹನ್ನೆರಡು ಸಾವಿರ ರೂಪಾಯಿ ಸಾಲವಾಗಿ ಬೇಕಿತ್ತು. ಬೇರೆ ಎಲ್ಲಾದ್ರೂ ಕೊಡ್ಸಿ. ಬಡ್ಡಿ ಬೇಕಾದ್ರೂ ಕೊಡ್ತೀನಿ" ಅನ್ನುವ ವೇಳೆಗೆ ಸಾಕುಸಾಕಾದಳು.

ಹಿಂದಿನ ದಿನ ಡಾ. ಅನುರಾಧ ನರ್ಸಿಂಗ್ ಹೋಂನಿಂದ ಇಪ್ಪತ್ತು ಸಾವಿರ ಲೋನ್ ಪಡೆದಿದ್ದನ್ನು ಮಾತಿನ ಸಂದರ್ಭದಲ್ಲಿ ಹೇಳಿದ್ದರು. ಹಣಕಾಸಿನ ವಿಷಯದಲ್ಲಿ ತೀರಾ ಕಟ್ಟುನಿಟ್ಟಾಗಿದ್ದುದರಿಂದ ಸ್ವಲ್ಪ ಬೇಸರವೇ.

"ಎಷ್ಟು ಪರ್ಸೆಂಟ್ ಬಡ್ಡಿ ಕೊಡೋಕೆ ಸಾಧ್ಯ?"ಪ್ರಶ್ನಿಸಿದ.

"ನಂಗೆ ಅಂಥ ವ್ಯವಹಾರ ಮಾಡಿ ಗೊತ್ತಿರಲಿಲ್ಲ. ನೀವು ಎಷ್ಟು ಕೊಡಬಹುದೆಂದರೆ ಅಷ್ಟು ಕೊಡ್ತೀನಿ. ಬರೀ ಹನ್ನೆರಡು ಸಾವಿರ ಸಾಕು" ದೀನತೆಯಿಂದ ಕೇಳಿದಾಗ ಅಯ್ಯೋ ಎನಿಸಿತು. "ಮದ್ವೆಗೆ ಇಷ್ಟು ಸಾಕಾ? ಅದೇನು ಹನ್ನೆರಡು ಸಾವಿರ?" ಎಂದಾಗ ಸದ್ದಿಲ್ಲದೆ, ನರ್ಸಿಂಗ್ ಹೋಂನಿಂದ ಪಡೆದ ಇಪ್ಪತ್ತು ಸಾವಿರ, ಸರ, ಬಳೆಯ ಎಂಟು ಸಾವಿರದ ಜೊತೆ ತಂದೆ ಊರಿನಿಂದ ತಂದ ಹತ್ತು ಸಾವಿರ. ಇಷ್ಟನ್ನು ಬಿಟ್ಟು ಐವತ್ತು ಸಾವಿರ ಆಗಲು ಹನ್ನೆರಡು ಸಾವಿರ ಸೇರಿಸಬೇಕಿತ್ತು. ಮುಚ್ಚಿಡದೆ ಎಲ್ಲವನ್ನು ಹೇಳಿಕೊಂಡಳು.

ಮುಗ್ಧವಾಗಿ ಹೇಳುತ್ತಿದ್ದ ಅವಳ ಮಾತುಗಳನ್ನೇ ಆಲಿಸಿದ. ತೀರಾ ಕೆಡುಕೆನಿಸಿತು. ಇಂಥ ಜವಾಬ್ದಾರಿ ಹೊತ್ತ ಹೆಣ್ಣಿನ ಬಗ್ಗೆ ಅವನಿಗೆ ಅಪಾರವಾದ ಕರುಣೆ.

ಹನ್ನೆರಡು ಸಾವಿರ ಜೊತೆ ಒಂದು ಸ್ಟಾಂಪ್ ಪೇಪರನ್ನು ತಂದು ಅವಳ ಮುಂದಿಟ್ಟ. "ಹಣ ಕೊಟ್ರೂ... ಪಡೆದಿದ್ದಕ್ಕೆ ನಿನ್ನಿಂದ ಪೇಪರ್‌ನಲ್ಲಿ ಸಹಿ ಹಾಕ್ಸಿಕೊಳ್ಳೋಕೆ ಹೇಳಿದ್ದಾರೆ" ಅಂದಕೂಡಲೇ ಹಿಂದೂಮುಂದೂ ಯೋಚಿಸದೇ ಅವನು ಹೇಳಿದ ಕಡೆ ಸಹಿ ಮಾಡಿದಳು ಖಾಲಿ ಪೇಪರ್‌ಗೆ. ಅವಳ ದರ್ದು ಅಷ್ಟಿತ್ತು.

"ಸಂಧ್ಯಾ, ನೀನು ತೀರಾ ಇನ್ನೊಸೆಂಟ್. ನೀನು ಸಹಿ ಹಾಕಿದ್ದು ಖಾಲಿ ಪೇಪರ್‌ಗೆ. ನಾಳೆ ಲಕ್ಷ ಬರೆದುಕೊಂಡರೇ ಗತಿಯೇನು? ಇಷ್ಟು ಸಣ್ಣ ಅಮೌಂಟ್‌ಗೋಸ್ಕರ ಅಷ್ಟು ದೊಡ್ಡ ಮೊತ್ತ ತೆರಬೇಕಾಗಬಹುದು? ಬುದ್ಧಿ ಹೇಳಿದ.

"ನೀವಿದ್ದೀರಲ್ಲ ಡಾಕ್ಟ್ರೇ. ನಿಮ್ಮಿಂದ ನಂಗೆ ಯಾವಾಗ್ಲೂ ಅನ್ಯಾಯ ಆಗೋಲ್ಲ" ದೃಢವಾಗಿ ನುಡಿದ ಅವಳ ಆತ್ಮವಿಶ್ವಾಸಕ್ಕೆ ಬೆರಗಾದ. ಮನಸ್ಸಿಗೆ ಆ ಮಾತುಗಳು ತುಂಬ ಹಿತವೆನಿಸಿತು.

ಹಣವನ್ನು ತನ್ನ ಹ್ಯಾಂಡ್ ಬ್ಯಾಗ್‌ಗೆ ಸೇರಿಸಿ "ಎಕ್ಸ್ ಕ್ಯೂಜ್ ಮಿ ಸರ್, ನನ್ತಂಗಿ ಮದ್ವೆಗೆ ಇನ್ವಿಟೇಷನ್ ಕೊಟ್ಟು ಆಹ್ವಾನಿಸೋಲ್ಲ" ಅಂದಳು ನಿಧಾನವಾಗಿ.

"ಏನಿದರ ಅರ್ಥ?" ಅಚ್ಚರಿಯಿಂದ ಪ್ರಶ್ನಿಸಿದ.

"ಅವ್ಳ ಮದ್ವೆ ಅವ್ಳೆ ಮಾಡ್ಕೊಳ್ತಾ ಇದ್ದಾಳೆ. ನಾವು ಹಣ ಹೊಂದಿಸಿಕೊಟ್ಟರೆ ಸಾಕು" ಎಂದ ಕೂಡಲೇ "ನಿಮ್ಮ ತರಹಾನೆ. ನೀನು ಅಷ್ಟೇ ಸಂಧ್ಯಾ ಒಂದು ಸಣ್ಣಕ್ಲೂ ಕೊಡದೇ ಮದ್ವೆ ಆದೆ. ಅಕ್ಕನ ತರಹನೇ ತಂಗಿ ಕೂಡ" ಸ್ವಲ್ಪ ವ್ಯಂಗ್ಯವಾಗಿಯೇ ಹೇಳಿದ. ಅವನ ಮನದ ನಿರಾಸೆ ಹೊಗೆಯಾಡಿತು.

"ಇಲ್ಲ... ಇಲ್ಲ..." ಅಂದವಳು ನಿಲ್ಲಿಸಿದಳು.

ಅಷ್ಟರಲ್ಲಿ ಬಾಗಿಲು ತಳ್ಳಿಕೊಂಡು ರೂಪವತಿಯಾದ ಮಧ್ಯಮ ವಯಸ್ಸಿನ ಹೆಂಗಸೊಬ್ಬರು ಬಂದವರೇ "ನಾನು ಮರ್ತೆಬಿಟ್ಟೆ. ನೀನು ಬಂದಿದ್ದು ಒಳ್ಳೆದಾಯ್ತು. ಇವನಿಗೆ ಹೇಳಿ.... ಹೇಳಿ ಸಾಕಾಯ್ತು. ಬರೀ ಫೋನ್‌ನಲ್ಲಿಯೇ ಕಾರಸ್ಪಾಂಡೆನ್ಸ್ ಏನು ಚೆಂದ?" ಅಂದ ಅವರು ಅವಳ ಗಲ್ಲ ಮುಟ್ಟಿಮುಟ್ಟಿನೋಡಿ ಮೆಚ್ಚಿಗೆ ಸೂಚಿಸಿದರು. "ತುಂಬ.... ತುಂಬ.... ಲಕ್ಷಣವಾಗಿದ್ದಾಳೆ. ನಮ್ಮ ಸುಧಾಕರ್‌ನ ಸರ್ಯಾಗಿ ನೋಡ್ಕೊಬೇಕು" ಎಂದು ಸ್ವೀಟ್ ತರಿಸಿದವರೇ ತಾವೇ ಸಂಧ್ಯಾಗೂ, ಸುಧಾಕರ್‌ಗೂ ತಿನ್ನಿಸಿದರು. ಐದು ನಿಮಿಷಗಳಲ್ಲಿ ನಡೆದುಹೋಯಿತು. ಸಂಧ್ಯಾಳಂತು ಕಕ್ಕಾಬಿಕ್ಕಿಯಾದಳು.

"ನನ್ನ ತಾಯಿ" ಪರಿಚಯಿಸಿದ.

ಮೈ ತುಂಬ ಒಡವೆ, ಈ ವಯಸ್ಸಿನಲ್ಲೂ ಒತ್ತು ಕೂದಲು. ಶುಭ್ರವಾದ ಬಣ್ಣ, ತೀಡಿದಂಥ ಮುಖ - ಅಂತು ಅತ್ಯಂತ ಲಕ್ಷಣವಾದ ಹೆಂಗಸು. ಬಗ್ಗಿ ಆಕೆಯ ಕಾಲುಗಳಿಗೆ ನಮಸ್ಕರಿಸಿದಳು.

"ಈಗ್ಬಂದೆ, ಇರು" ಹೊರಗೆ ಹೋದರು.

ಕೆಲಸದವಳ ಕೈಯಲ್ಲಿ ಒಂದು ಹರಿವಾಣ ಹೊರೆಸಿಕೊಂಡು ಬಂದು ಸಂಧ್ಯಾಳ ಹಣೆಗೆ ಕುಂಕುಮ ಹಚ್ಚಿ ತಾವೇ ಕೊಟ್ಟರು. "ನಿಂಗೋಸ್ಕರನೇ ಈ ಸೀರೆ ತಂದಿದ್ದು" ಒಂದು ಪುಟ್ಟ ಬಾಕ್ಸ್ ತೆಗೆದು "ಈ ಉಂಗುರನ ನಂದಿನಿಯ ಬೆರಳಿಗೆ ತೊಡ್ಸು" ಅಂದು ಪಟ್ಟು ಹಿಡಿದಾಗ ಸಂಧ್ಯಾಳ ಕೈ ಹಿಡಿದು ಜೋಡಿಸಿದಾಗ ಅವಳಿಗೆ ಮೂರ್ಛೆ ಹೋಗುವುದೊಂದು ಬಾಕಿ ಇತ್ತು.

ಇರುವಂತೆ ಸನ್ನೆ ಮಾಡಿ ತಾಯಿಯನ್ನು ಕರೆದೊಯ್ದು ಬಿಟ್ಟುಬಂದವನು "ಸಾರಿ ಸಂಧ್ಯಾ... ಆರಂಭದ ಹಂತದಲ್ಲಿರುವ ಆಲ್‌ಜೈಮರ್ ಪೇಷೆಂಟ್. ಇದೊಂದು ನೆನಪಿಗಂಟಿದ ಜಾಡ್ಯ. ಹತಾಶೆ, ದೀರ್ಘಕಾಲದ ನಿದ್ದೆಯ ಮಾತ್ರೆಯ ಸೇವನೆ ಕಾರಣ ಅಂದ್ಕೊಬಹುದು. ಆಲ್‌ಜೈಮರ್‌ಗೆ ತುತ್ತಾದ ವ್ಯಕ್ತಿಯ ಹಿಪ್ಪೋಕಾಂಪಸ್ ಕ್ರಮೇಣ ಘಟನೆಗಳನ್ನು ಸಂಗ್ರಹಿಸಿಟ್ಟುಕೊಳ್ಳುವುದರಲ್ಲಿ ಸೋಲುತ್ತೆ. ಪ್ಲೀಸ್ ಏನು ತಿಳ್ಕೋಬೇಡ. ಈಚೆಗೆ ಡಾ|| ನಂದಿನಿಯ ಜೊತೆಗಿನ ಮದುವೆಯ ಪ್ರಸ್ತಾಪವನ್ನೆತ್ತಿಕೊಂಡು ಡಾ||

ಪರಮೇಶ್ವರ್ ಬಂದಿದ್ರು. ಅದ್ಕೆ ನಿನ್ನ ಡಾ|| ನಂದಿನಿಂತ ತಿಳ್ಕೊಂಡಿದ್ದಾರೆ" ಸಂದರ್ಭವನ್ನು ವಿವರಿಸಿದಾಗ ಅವಳೆದೆಯ ಬಡಿತ ನಾರ್ಮಲ್‌ಗೆ ಬರದಷ್ಟು ಏರಿತ್ತು. "ಪರ್ವಾಗಿಲ್ಲ, ಸಾರ್" ಎಂದು ಬೆರಳಿನಿಂದ ಉಂಗುರ ತೆಗೆಯಲು ಹೋದಾಗ ತಡೆದ "ನಿನ್ನ ಮದ್ವೆಗೆ ಬಂದ ಪ್ರಸೆಂಟೇಷನ್ ಅಂತ ತಿಳ್ಕೋ. ನಮ್ಮಮ್ಮನ ಬಗ್ಗೆ ನಂಗೆ ಅಪರಿಮಿತ ಗೌರವ. ಅವರು ತೊಡಿಸಿದ ಉಂಗುರವನ್ನು ನಾನು ಹಿಂದಕ್ಕೆ ತಗೊಳ್ಳೋಲ್ಲ. ಪ್ಲೀಸ್ ನಿನ್ಹತ್ರನೇ ಇರಲಿ" ಅರ್ಥವಾಗದಂತೆ ಡಾ|| ಸುಧಾಕರ್ ಮುಖ ನೋಡಿ ತಲೆ ತಗ್ಗಿಸಿದಳು.

ಇವರುಗಳು ಹೊರಬಂದಾಗ ಸಮವಸ್ತ್ರದ ಆಳನ್ನು ಕರೆದು ಏನೋ ಹೇಳಿದ. ಹರಿವಾಣದಲ್ಲಿದ್ದ ಹಣ್ಣು, ಹೂ, ಸೀರೆಯನ್ನು ಪ್ಯಾಕ್ ಮಾಡಿಕೊಂಡು ಬಂದ.

"ನಿಮ್ಮ ತಾಯಿಗೆ ಒಂದ್ಸಲ ಹೇಳ್ಲಾ?" ಅನುಮಾನಿಸುತ್ತಾ ಕೇಳಿದಳು.

"ಖಂಡಿತ ಬಾ" ಎಂದು ಒಳಗೆ ಕರೆದೊಯ್ದ.

ಒಳಗಿನ ಶ್ರೀಮಂತಿಕೆ, ಅಂದ ಚೆಂದಕ್ಕೆ ದಂಗಾದಳು. ಎಂ.ಎಲ್.ಎ. ಶ್ರೀನಿವಾಸ ಪ್ರಭು ಒಳ್ಳೆಯ ಅಭಿರುಚಿ ಇರುವ ಮನುಷ್ಯ ಇರಬೇಕು. ಒಳ್ಳೊಳ್ಳೆ ಪೈಂಟಿಂಗ್, ಕಲಾಕೃತಿಗಳನ್ನು ಸಂಗ್ರಹಿಸಿ ಅಲಂಕರಿಸಿದ್ದರು. ಆಸನಗಳಿಗೆ ಲಕ್ಷಾಂತರ ಸುರಿದಿರಬಹುದು. ಇಂಥದನ್ನು ಅವಳು ಚಲನಚಿತ್ರಗಳಲ್ಲಿ ಮಾತ್ರ ನೋಡಬಹುದಿತ್ತು.

"ಅಮ್ಮ...." ಎಂದು ಕೂಗಿದ ಡಾ|| ಸುಧಾಕರ್.

ಐದು ನಿಮಿಷದ ನಂತರ ಬಂದ ವಸುಂಧರ "ಯಾರು?" ಅಪರಿಚಿತರನ್ನು ನೋಡಿದಂತೆ ನೋಡಿದಾಗ "ಸಂಧ್ಯಾ ಅಂತ. ಅನುರಾಧ ನರ್ಸಿಂಗ್ ಹೋಂನಲ್ಲಿ ರಿಸೆಪ್ಷನಿಸ್ಟ್" ಪರಿಚಯಿಸಿದ.

"ತುಂಬ ಸಂತೋಷ ಕೂತ್ಕೋಮ್ಮ" ಅಂದರು ಆತ್ಮೀಯವಾಗಿ ನೋಡುತ್ತ.

ತಕ್ಷಣ ವಿಚಲಿತಳಾದರು ನಾರ್ಮಲ್‌ಗೆ ಬಂದು ಮುಗುಳ್ನಗೆಯ ನೋಟ ಹರಿಸಿ "ಬೇಗ ಹೋಗ್ಬೇಕು." ಎಂದಳು. ಇನ್ನೊಂದು ದಿನ ಬಾ. ಮದ್ವೆ ಆಗಿ ಎಷ್ಟು ವರ್ಷ ಆಯ್ತು? ಶ್ರಾವಣ ಮಾಸ ಅಲ್ವಾ, ಮಂಗಳಗೌರಿ ಪೂಜೆಯ ಅಡಾವುಡಿ" ಅತ್ಯಂತ ನಿಧಾನವಾಗಿ ಸಹಜವಾಗಿ ನುಡಿದಾಗ ಸಂಧ್ಯಾ ಕಣ್ತುಂಬಿತು.

"ಅಮ್ಮ ಫೋನ್" ಕಾರ್ಡ್‌ಲೆಸ್ ಹಿಡಿದು ಬಂದು ಸರ್ವೆಂಟ್ ಕೊಟ್ಟಾಗ "ಬರ್ತೀನಮ್ಮ" ಕೈ ಮುಗಿದು ಹೊರ ಬಂದು ಕಣ್ಣೊರೆಸಿಕೊಂಡಳು. ಡಾ|| ಸುಧಾಕರ್ ಒಳಗೊಳಗೆ ಎಷ್ಟೊಂದು ನೋವು ಅನುಭವಿಸುತ್ತಿರಬೇಕೆನಿಸಿತು.

"ಅಳ್ತಾ ಇದ್ಯಾ? ಅಳು ನಗುವಿನ ಮಧ್ಯೆ ಯಾವ್ದೇ ಅಂತರವಿಲ್ಲಾಂತ ಅನ್ನಿಸುತ್ತೆ. ನಾವು ಅಗತ್ಯಕ್ಕಿಂತ ಹೆಚ್ಚಿನ ಅನಗತ್ಯ ಮಾಹಿತಿಗಳನ್ನು ಮಿದುಳಿಗೆ ತುಂಬಿದಾಗ 'ಓವರ್ ಲೋಡು' ಆಗುತ್ತದೆ. ಮರೆವು ವರನೇ, ಹೆಚ್ಚಾದರೆ ಮಾತ್ರ ಶಾಪ. ನಮ್ಮಮ್ಮ ತುಂಬಾ ಬುದ್ಧಿವಂತೆ" ಅವನ ಸ್ವರ ಭಾರವಾಯಿತು. ಆಮೇಲೆ ಮಾತಾಡುವುದು ಡಾ|| ಸುಧಾಕರ್‌ನಿಂದ ಸಾಧ್ಯವಾಗಲಿಲ್ಲ.

ಸಂಧ್ಯಾಗೂ ಮಾತಾಡುವುದು ಕಷ್ಟವೆನಿಸಿತು. ಎರಡು ಕೈಗಳನ್ನು ಜೋಡಿಸಿದಾಗ ಮುಗುಳ್ನಕ್ಕ. "ಹೇಗೂ ಪೇಪರ್ ಮೇಲೆ ಸಹಿ ಹಾಕಿಕೊಟ್ಟಿದ್ದೀರಾ. ಹೇಗೂ ಕಾರಿದೆ. ನೀವು ಕೇಳಿದಲ್ಲಿಗೆ ಬಿಡ್ತಾರೆ. ಆಟೋಗಿಂತ ಹೆಚ್ಚಿನ ಹಣ ಕೊಡ್ಬೇಕಾಗುತ್ತೆ. ಆದರೆ ಈಗಲ್ಲ?" ಬಲವಂತಪಡಿಸಿದ.

ಕೂಡಿಸಿಕೊಂಡ ಕಾರು ಇವಳನ್ನು ಮನೆಯ ಬಳಿಯಲ್ಲಿಯೇ ಇಳಿಸಿತು. ಡ್ರೈವರ್ ಹಣ್ಣು, ಸೀರೆಯಿದ್ದ ಕ್ಯಾರಿಬ್ಯಾಗ್‌ನ ಮನೆಯೊಳಕ್ಕೆ ತಂದಿಟ್ಟು ಹೋದ.

ಕಾಲೆಳೆಯುತ್ತ ಮನೆಯೊಳಕ್ಕೆ ಬಂದಳು. ಮನೆ ಯುದ್ಧ ಮುಗಿದ ನಂತರದ ಶಾಂತಿಯ ಸ್ಥಿತಿಯಲ್ಲಿತ್ತು. ಒಬ್ಬೊಬ್ಬರು ಒಂದೊಂದು ಕಡೆ ಕೂತಿದ್ದರು.

"ಈ ನಿತ್ಯ ರಗಳೆ ಸಾಕಾಗಿದೆ. ನಂಗೆ ಉಳಿದ ಹಣ ಕೊಟ್ಟುಬಿಟ್ಟರೆ ನಾನ್ಹೋಗಿ ಬಿಡ್ತೀನಿ" ಕೂತಿದ್ದ ಸುವಿಧ್ಯಾ ದಢಾರನೇ ಮೇಲೆದ್ದು ಹೊರಟಾಗ "ಸ್ವಲ್ಪ ನಿಂತ್ಕೋ" ಅಂದ ಸಂಧ್ಯಾ ತನ್ನ ಹ್ಯಾಂಡ್‌ಬ್ಯಾಗ್‌ನಲ್ಲಿ ಹಣವನ್ನು ತೆಗೆದು ಅವಳಿಗೆ ಕೊಟ್ಟಳು. ತಕ್ಷಣ ಎಣಿಸಿಕೊಂಡವಳು "ಈಗ್ಲೇ ಹೊರಟುಬಿಡ್ತೀನಿ. ನನ್ನ ನಿಮ್ಮ ಸಂಬಂಧ ಇಲ್ಲಿಗೆ ಮುಗಿದಂಗೆ. ತಾವು ಹೆತ್ತ ಮಗ್ಳೂಂತ ಕೂಡ ಅಂದುಕೊಳ್ಳದೆ ನರ್ಕ ಮಾಡ್ಬಿಟ್ರಿ. ಈ ಮಹಾರಾಯ್ತಿಯಂತು ಬಡಿದಿದ್ದು ಬಡಿದಿದ್ದೆ" ಮೂದಲಿಸಿ ಹೋದವಳು ಈಗಾಗಲೇ ತನ್ನ ಬಟ್ಟೆಬರೆಗಳನ್ನು ಜೋಡಿಸಿಟ್ಟುಕೊಂಡಿದ್ದರಿಂದ ಅದನ್ನೆತ್ತಿಕೊಂಡು ಹೊರಟೇಬಿಟ್ಟಳು.

ಕ್ಯಾರಿಬ್ಯಾಗ್‌ನಲ್ಲಿದ್ದ ಸೀರೆ ಹಣ್ಣುಗಳನ್ನು ತಟ್ಟೆಗೆ ಜೋಡಿಸಿಹರಸಿನ ಕುಂಕುಮದೊಂದಿಗೆ ತಂದು "ಅಮ್ಮ, ಅಪ್ಪಿಗೆ ಕುಂಕುಮ ಕೊಟ್ಟು ಮಡಿಲು ತುಂಬು" ಎಂದಾಗ ಶಾರದಮ್ಮ ಎದ್ದು ಅಡಿಗೆ ಮನೆಗೆ ಹೋಗಿಬಿಟ್ಟರು.

ತಾನೇ ಕುಂಕುಮ ಹಚ್ಚಿ ಮಡಿಲು ತುಂಬಿದಾಗ ಅವಳ ಕಣ್ಣುಗಳು ಉಂಗುರದ ಮೇಲೆ ಹರಿಯಿತು. "ಉಂಗಾರನ ಭಾವ ಕಳ್ಸಿಕೊಟ್ರಾ?" ಅವಳ ದನಿಯಲ್ಲಿ ಆಸೆಯ ಕೋಲ್ಮಿಂಚು ಇತ್ತು. ಹೌದು ಎನ್ನುವಂತೆ ತಲೆದೂಗಿದಳು.

ಎಲ್ಲಾ ಅದೇ ಕ್ಯಾರಿಬ್ಯಾಗ್‌ಗೆ ತುಂಬಿಕೊಂಡ ಸುವಿದ್ಯಾಗೆ ಹೇಳಿದಳು "ಹೋಗಿ ಅಮ್ಮ, ಅಪ್ಪನಿಗೆ ನಮಸ್ಕಾರ ಮಾಡಿ ಆಶೀರ್ವಾದ ತಗೋ."

"ಈಗ ಅವ್ರಿಗೆ ನಮಸ್ಕಾರ ಮಾಡ್ದೇ ಇರೋದೇ ಒಳ್ಳೇದು. ಅವ್ರು ಶಾಪ ಹಾಕ್ತಾರೆ. ಇನ್ನು ನನ್ನ ಚಿಂತೆ ನಿಮಗ್ಯಾರಿಗೂ ಬೇಡ" ಅಂದವಳು ಹೊರಟೇಬಿಟ್ಟಳು. ಅವಳ ಧೈರ್ಯವನ್ನು ಮೆಚ್ಚಲೇಬೇಕಾಗಿತ್ತು. ಅವಳು ತನ್ನ ಮನಸ್ಸಿಗೆ ಸರಿಯೆನಿಸಿದ ಹಾದಿಯನ್ನು ಆಯ್ಕೆ ಮಾಡಿಕೊಂಡಿದ್ದ ಆಶ್ಚರ್ಯಪಡುವ ಅಗತ್ಯವಿಲ್ಲವೇನೋ.

ಅದರಿಂದ ಚೇತರಿಸಿಕೊಳ್ಳಲು ದಂಪತಿಗಳಿಗೆ ಬಹಳ ಸಮಯ ಬೇಕೇನೋ. ರೂಮಿನಿಂದ ಎರಡು ದಿನ ಹೊರಬರದ ಶ್ರೀಪತಿಗಳು ಮೂರನೇ ದಿನ ನರ್ಸಿಂಗ್ ಹೋಂಗೆ ಹೊರಟಿದ್ದ ಸಂಧ್ಯಾಗೆ ಹೇಳಿದರು.

"ಈಗ ನನ್ನ ಆರೋಗ್ಯನು ಸ್ವಲ್ಪ ಪರವಾಗಿಲ್ಲ. ಸ್ವಲ್ಪ ಅಂಗ್ಡಿ ಬಾಗ್ಲು ತೆರೆದುಕೊಂಡು

ಕೂತರೆ ನನ್ನ ಸಮಯನು ಸರಿಯುತ್ತೆ. ನಾಲ್ಕು ಕಾಸು ಸಂಪಾದ್ನೆ ಆಗುತ್ತೆ. ಮೂರ್ಹೊತ್ತು ಸುಮ್ಮನೆ ಕೂತರೇ... ಕಷ್ಟವಾಗುತ್ತೆ.

ಸಂಧ್ಯಾಗೆ ದಿಕ್ಕು ತೋಚದಂತಾಯಿತು.

"ಅಪ್ಪ, ಇಲ್ಲಿ ಹುಡುಗರನ್ನ ಶಾಲೆಗಳಿಗೆ ಸೇರಿಸಿದ್ದು ಆಯ್ತು. ಅಮ್ಮನು ಸ್ವಲ್ಪ ಹೊಂದುಕೋತಾ ಇದ್ದಾರೆ. ಮತ್ತೆ..." ಅವಳಿಗೇನು ತೋಚಲಿಲ್ಲ.

ಶ್ರೀಪತಿಗಳ ಪಟ್ಟು ಬಲವಾಗಿತ್ತು. ಎಲ್ಲಾ ಸಂಬಂಧಗಳನ್ನು ತೊಡೆದುಕೊಂಡು ಹೋದ ಸುವಿದ್ಯಾ ಮರುದಿನನೇ ಶಾಸ್ತ್ರಿಗಳ ಮಗನ್ನ ದೇವಸ್ಥಾನದಲ್ಲಿ ಮದುವೆಯಾಗಿ ಅವರ ಮನೆಗೆ ಹೋದ ಸುದ್ದಿ ಬಂದು ಹಬ್ಬಿತ್ತು. ಐವತ್ತು ಸಾವಿರ ಕ್ಯಾಷ್‌ನ ಜೊತೆ ದೇವರ ಪೂಜೆಗೆ ಬಳಸುತ್ತಿದ್ದ ಹಳೇ ಬೆಳ್ಳಿ ಸಾಮಾನು, ರೇಶಿಮೆ ಸೀರೆ ಎಲ್ಲವನ್ನು ಒಯ್ದು ಖಾಲಿ ಮಾಡಿ ಹೋಗಿದ್ದು ಆಮೇಲೆ ಗೊತ್ತಾಗಿದ್ದು.

ಶಾರದಮ್ಮ ಅಂತು ತಲೆಯ ಮೇಲೆ ಕೈಯಿಟ್ಟುಕೊಂಡು ಕೂತರು.

"ಅದೆಲ್ಲ ಎಷ್ಟೋ ವರ್ಷದಿಂದ ದೇವರ ಪೂಜೆಗೆ ಬಳಸ್ತಾ ಇದ್ದ ಸಾಮಾನು."

"ಹೋಗ್ಲಿ ಬಿಡಮ್ಮ ಅಲ್ಲು ಅವ್ಳು ದೇವರ ಪೂಜೆಗೆ ಬಳಸ್ಕೋತಾಳೆ. ನಾನೇ ಕೈಯೆತ್ತಿ ಕೊಡ್ಬೇಕಿತ್ತು. ಇಲ್ಲಿ ಹುಟ್ಟಿ ಬೆಳದವಳಿಗೆ ಅಷ್ಟು ಸ್ವತಂತ್ರವಿಲ್ವಾ?" ಸಾಂತ್ವನಿಸಿದಳು.

ಅಂತು ಶ್ರೀಪತಿಗಳು ತೂಗೂಯ್ಯಾಲೆಯಲ್ಲಿದ್ದರು. ಇಲ್ಲಿನ ಸಮಸ್ಯೆಗಳನ್ನು ಎದುರಿಸಲಾರದಷ್ಟು ನಿತ್ರಾಣ ಅವರನ್ನು ಆವರಿಸಿತ್ತು. ನಂತರ ಒಂದು ವಾರದಲ್ಲಿ ಒಂದು ಘಟನೆ ನಡೆಯಿತು.

ಕಾನ್ವೆಂಟಿಗೆ ರಾಘುನ ಬೆಳಿಗ್ಗೆ ಶಾರದಮ್ಮ ಕರೆದೊಯ್ದು ಬಿಟ್ಟುಬಂದರು. ಜೊತೆಗೆ ತಿಂಡಿಯ ಡಬ್ಬಿಯನ್ನು ಒಯ್ಯುತ್ತಿದ್ದವನು ಲಂಚ್ ಸಮಯದಲ್ಲಿ ಎಲ್ಲರಂತೆ ತಿಂದು ಕೆಲವೊಮ್ಮೆ ಒಂಟಿಯಾಗಿಯೇ ಮನೆಗೆ ಬರುತ್ತಿದ್ದ. ಬಿಡುವಿದ್ದಾಗ ಶ್ರೀಪತಿಗಳೋ ಶಾರದಮ್ಮನೋ ಹೋಗಿ ಕರೆತರುತ್ತಿದ್ದರು. ಅಂದು ಐದು ಗಂಟೆಯಾದರೂ ಬರಲಿಲ್ಲ. ನಾಲ್ಕುವರೆಗೆ ಕಾನ್ವೆಂಟ್ ಕೊನೆಯ ಬೆಲ್ ಆಗುತ್ತಿತ್ತು. ಹತ್ತು ನಿಮಿಷದ ಹಾದಿ. ಅಂತು ಗಂಟೆಯೊಳಗೆ ಮನೆಯಲ್ಲಿರುತ್ತಿದ್ದ.

"ರಾಘು, ಇನ್ನು ಬರ್ಲಿಲ್ಲ" ಮಗನ ದಾರಿ ಕಾಯುತ್ತಿದ್ದ ಶಾರದಮ್ಮ ಬಂದು ಹೇಳಿದಾಗ ಈಚೆಗೆ ಸ್ವಲ್ಪ ಮಂಕಾಗಿದ್ದ ಶ್ರೀಪತಿ "ಆಡುವ ವಯಸ್ಸು, ನಿನ್ನ ಮುದ್ದು ಬೇರೆ. ಜಾಸ್ತಿ ಬರ್ತಾನೆ ಬಿಡು" ಎಂದರು ಸ್ವಲ್ಪ ಬೇಸರದಿಂದಲೇ.

ಐದತ್ತು ನಿಮಿಷ ಸರಿಯಿತು. ರಾಘನ ಪತ್ತೆ ಇಲ್ಲ. ಓದಿಕೊಳ್ಳುತ್ತಿದ್ದ ವಿದ್ಯಾಗೆ ಹೇಳಿದರು. "ಒಂದಿಷ್ಟು ಕಾನ್ವೆಂಟ್ ಹತ್ರ ಹೋಗ್ಬಾ. ಅವ್ನು ಯಾಕೋ ಇನ್ನು ಬರ್ಲಿಲ್ಲ" ವಿದ್ಯಾ ಮುಖ ಒಂದು ತರಹ ಮಾಡಿದಳು. "ಈಗ ನಾನಂತು ಹೋಗೋಲ್ಲ. ಈಗ ಅವ್ನಿಗೆ ಓಡಿಯಾಡಿ ಅಭ್ಯಾಸವಾಗಿದೆ, ಬರ್ತಾನೆ ಬಿಡು."

ಶಾರದಮ್ಮ ತಾವೇ ಹೋದರು. ಕಾನ್ವೆಂಟ್‌ನ ಗೇಟಿಗೆ ಕೂಡ ಬೀಗ

ಜಡಿದಿದ್ದರಿಂದ ಆಕೆಗೆ ದಿಕ್ಕು ತೋಚಲಿಲ್ಲ. ಸುತ್ತಲೂ ನೋಡಿದರು. ಭಯ ಆವರಿಸಿತು. ಸುತ್ತಲು ನೋಡಿದರು ಯಾರನ್ನು ಕೇಳುವುದು?

"ಕಾನ್ವೆಂಟಿಗೆ ಬೀಗ ಹಾಕಿದೆಯಲ್ಲ" ಹೋಗುತ್ತಿದ್ದವರನ್ನು ಕೇಳಿದರು.

ಆ ಮನುಷ್ಯ ವಾಚ್ ಕಡೆ ನೋಡಿ ಈಗಾಗ್ಲೇ ಆರು ಗಂಟೆ. ಐದೂವರೆಗೆ ಬೀಗ ಬಿದ್ದಿರುತ್ತೆ. ನಾಲ್ಕುವರೆಗೆ ವಿದ್ಯಾರ್ಥಿಗಳು ಖಾಲಿಯಾದರೆ ಇರೋವರೆಲ್ಲ ಐದೂವರೆಗೆ ಖಾಲಿಯಾಗಿ ಬೀಗ ಬಿದ್ದಿರುತ್ತೆ" ಬಹಳ ದೀರ್ಘವಾಗಿಯೇ ಹೇಳಿದ. ಅಂದು ಶುಕ್ರವಾರ, ಶನಿವಾರ ರಜ ಘೋಷಿಸಿದ್ದರಿಂದ ಸೋಮವಾರವೇ ಕಾನ್ವೆಂಟ್ ತೆರೆಯುವುದು.

ಶಾರದಮ್ಮ ಸುಮ್ಮನೆ ನಿಂತುಬಿಟ್ಟರು. ಇಂದು ಬೆಳಗಿನಿಂದ ಮುಸುಕಿದ ಮೋಡಗಳು ಮೋಸ ಮಾಡಿತ್ತು. ಈಗೇನಾದರೂ ಮನೆಗೆ ಹೋಗಿರಬಹುದೇನೋಂತ ಹಿಂದಕ್ಕೆ ಧಾವಿಸಿ ನಿರಾಶರಾದರು. ವಿದ್ಯಾ ತನ್ನ ಓದಿನಲ್ಲಿ ಮಗ್ನಳಾಗಿದ್ದಳು. ತಾನು ಡಾಕ್ಟರ್ ಆಗಬೇಕೆಂಬ ಕನಸಿನಲ್ಲಿ ಓದುತ್ತಿದ್ದಳು.

"ರಾಘು ಬಂದ್ನಾ?" ಆಕೆಯ ತಪ್ತ ಸ್ವರಕ್ಕೆ ಅವಳೇನು ವಿಚಲಿತಳಾಗಲಿಲ್ಲ. ತಲೆ ಕೂಡ ಎತ್ತದೇ "ನೀನೇ ಕರ್ಕೊಂಡ್ಬರೋಕೆ ಹೋಗಿದ್ದೆಯಲ್ಲ" ಹೇಳಿದಳು.

"ಹಾಗಾದ್ರೆ ಬರಲಿಲ್ವಾ?" ಬಾಗಿಲಲ್ಲೇ ಕುಸಿದರು.

ಶ್ರೀಪತಿ, ವಿದ್ಯಾ ಬಂದರು ಆತಂಕದಿಂದ. ರಾಘು ಬಂದಿಲ್ಲ ಎಂದುಕೊಳ್ಳುವುದೇ ಸ್ಫೋಟಕ ವಿಷಯವಾಗಿ ಕಂಡಿತು. ವಿದ್ಯಾ ತಾಯಿಯನ್ನು ಅಪ್ಪಿಕೊಂಡು ಅಳೋಕೆ ಶುರು ಮಾಡಿದಳು. ಕೆಟ್ಟ ಕಲ್ಪನೆಗಳು ಹೆದರಿಸತೊಡಗಿತು.

"ಸುಮ್ನೇ ಅಳೋದ್ರಿಂತ ಪ್ರಯೋಜನವೇನು? ಹುಡುಗುತನವಲ್ವಾ? ಅಲ್ಲೆ ಎಲ್ಲಾದ್ರೂ ಆಡಿಕೊಂಡು ಇರ್ತಾನೆ. ನಾನು ನೋಡ್ಕೊಂಡ್ ಬರ್ತೀನಿ" ಅಂದ ಶ್ರೀಪತಿಗಳು ತಾವೇ ಹೊರಟರು. ಹಾಗೇ ನೋಡಿದರೆ ತಾಯಿ ಮಗಳಿಗಿಂತ ಹೆಚ್ಚು ಹೆದರಿದ್ದು ಅವರೇ.

ತಾಯಿ, ಮಗಳು ಅಲ್ಲೇ ಕೂತು ಕ್ಷಣ ಕ್ಷಣಕ್ಕೂ ಬಾಗಿಲ ಕಡೆ ನೋಡತೊಡಗಿದರು. ನಿಮಿಷ ನಿಮಿಷಕ್ಕೂ ಅವರ ಭಯ ಏರತೊಡಗಿತು. ಅರ್ಧಗಂಟೆಯ ನಂತರ ಜೋಲು ಮುಖ ಹಾಕಿಕೊಂಡು ಹಿಂದಿರುಗಿದರು ಶ್ರೀಪತಿ.

ಈಗೇನು ಮಾಡುವುದು? ಆ ಸಮಯದಲ್ಲಿ ಹೊಳೆದಿದ್ದು ಸಂಧ್ಯಾನೇ.

"ಅಮ್ಮ ಅಕ್ಕನ ಫೋನ್ ನಂಬರ್ ನನ್ನ ಪುಸ್ತಕದಲ್ಲಿ ಬರ್ದುಕೊಂಡಿದ್ದೀನಿ. ಹೋಗಿ ಫೋನ್ ಮಾಡ್ತೀನಿ" ಎಂದು ವಿದ್ಯಾ ಪುಸ್ತಕಗಳಲ್ಲಿ ಹುಡುಕತೊಡಗಿದಳು. ಗಂಡ, ಹೆಂಡತಿ ಇಬ್ಬರು ಸಹಾಯ ಮಾಡಿದರೂ ಯಾರ ಪುಸ್ತಕದಲ್ಲೂ ನರ್ಸಿಂಗ್ ಹೋಂ ನಂಬರ್ ಸಿಗಲಿಲ್ಲ. "ಛೇ, ನರ್ಸಿಂಗ್ ಹೋಂನ ಫೋನ್ ನಂಬರ್ ಬರ್ದು ಇಟ್ಕೋಬೇಕನ್ನೋ ತಿಳಿವಳಿಕೆ ಕೂಡ ನಂಗೆ ಬೇಡ್ವಾ?" ಶ್ರೀಪತಿಗಳು ತಮ್ಮನ್ನು ತಾವೇ ನಿಂದಿಸಿಕೊಂಡರು.

"ದಿನ ಊರಿಗುಮ್ಮಂಚೆ ರಾಘುನ ಕರ್ಕೊಂಡ್ ಬರೋಕೆ ಹೊರಟು ನಿಲ್ತಾ ಇದ್ದ ನಿಂಗೆ ಇವತ್ತೇನಾಗಿತ್ತು." ಹೆಂಡತಿಯ ಮೇಲೆ ಕೋಪ ತೋರಿಸಿದರು. "ಥಂಡಿ ಬೆಚ್ಚಗೆ ಹೊದ್ದು ಮಲ್ಗಿ ಬಿಟ್ಟೆ. ಅವ್ನು ರಾತ್ರಿ ಹಗ್ಲು ದುಡಿದು ಮನೆಗೆ ಬರ್ತಾಳೆ. ನಿಂಗೆ ಸೋಮಾರಿತನ ಬಂದ್ಹೋಯ್ತು. ಹೆತ್ತರಾಯ್ತು."

ಶಾರದಮ್ಮ ಕಣ್ಣೀರು ಸುರಿಸುತ್ತ ಕೂತರು. ತಾವು ಮಗನನ್ನು ಪೂರ್ತಿಯಾಗಿ ಕಳೆದುಕೊಂಡಷ್ಟೇ ದುಃಖಿತರಾಗಿದ್ದರು.

ಅಂತು ವಿದ್ಯಾಗೆ ನರ್ಸಿಂಗ್ ಹೋಂ ನಂಬರ್ ಸಿಕ್ಕಿತು. ವಿಷಯ ತಿಳಿದ ಸಂಧ್ಯಾ "ಈಗ್ಲೇ ಬರ್ತೀನಂತ" ಫೋನಿಟ್ಟಾಗ ಡಾ॥ಸುಧಾಕರ್ ಅಲ್ಲೇ ಇದ್ದಿದ್ದು ಅದೃಷ್ಟ. "ನನ್ನ ತಮ್ಮ ಕಾನ್ವೆಂಟಿಂದ ಬಂದಿಲ್ವಂತೆ" ಕಣ್ತುಂಬಿ ಹೇಳಿಕೊಂಡಾಗ "ಡೋಂಟ್ ವರಿ, ಯಾರಾದರೂ ಫ್ರೆಂಡ್ ಮನೆಗೆ ಹೋಗಿರಬಹ್ದು. ನೀನು ಮೊದಲು ಹೋಗು. ಆಮೇಲೆ ಯಾವ್ದಕ್ಕೂ ನಂಗೆ ಫೋನ್ ಮಾಡು" ತಾನೇ ಕಳಿಸಿದ.

ಜೀವವನ್ನು ಕೈಯಲ್ಲಿಡಿದು ಸಂಧ್ಯಾ ಮನೆಗೆ ಬಂದಾಗ ತಾಯಿ ಮಗಳು ಅಳುತ್ತ ಕೂತಿದ್ದನ್ನು ಕಂಡು ಅವಳೆದೆ ಧಸಕ್ಕೆಂತು. "ರಾಘು ಮನೆಗೆ ಬರಲಿಲ್ವಾ?" ಇಲ್ಲವೆಂದು ತಲೆಯಾಡಿಸಿದಾಗ ಅವಳಿಗೆ ಪರಿಸ್ಥಿತಿಯ ಅರಿವಾಯಿತು.

"ಅಪ್ಪ ಎಲ್ಲಿ?" ಒಣಗಿದ ಸ್ವರದಲ್ಲಿ ಕೇಳಿದಳು.

"ಕಾನ್ವೆಂಟ್ ಹತ್ತಿರ ಹೋದ್ರು" ಎಂದಳು ವಿದ್ಯಾ.

ಎಲ್ಲೆಡೆ ಕತ್ತಲು ಮುಸುಗಿತ್ತು. ಮನದಲ್ಲಿ ಕೂಡ ಬೆಳಕು ಇರಲಿಲ್ಲ. ಅಲ್ಲೂ ಕೂಡ ಕತ್ತಲು ಛಾಯೆ ಪ್ರಸರಿಸಿದಂತಾಯಿತು. "ಅಮ್ಮ, ಏನು ಭಯ ಇಲ್ಲ. ನಾನ್ಹೋಗಿ ನೋಡ್ತೀನಿ. ಸುಮ್ನೇ ಅಳ್ತಾ ಕೂಡೋದು ಎಷ್ಟೊಂದು ಸರಿ" ತಾಯಿಯ ಕಣ್ಣೀರು ತೊಡೆದು ಕಾನ್ವೆಂಟ್ ಬಳಿ ಬಂದಾಗ ಎಲ್ಲಾ ನಿರ್ಜನವಾಗಿತ್ತು. ಅವಳಿಗೇನು ತೋಚಲಿಲ್ಲ. ಅಪ್ಪ, ಮಗಳು ಬೀದಿ ಬೀದಿ ಅಲೆದರು. ಅಲ್ಪಸ್ವಲ್ಪ ಪರಿಚಯವಿದ್ದವರನ್ನು ಕೂಡ ವಿಚಾರಿಸಿದರು.

"ಅಪ್ಪ, ಶಾಸ್ತ್ರಿಗಳ ಮನೆಗೆ ಹೋಗ್ಬಾ? ಸುವಿದ್ಯಾಗೋಸ್ಕರ ಏನಾದ್ರೂ ಹೋಗಿದ್ದಾನೆನೋ" ಅನುಮಾನಿಸುತ್ತ ಬಲವಾಗಿ ತಲೆಯಾಡಿಸಿದರು. "ಬೇಡ ರಾಘವಂತು ಅಲ್ಲಿಗೆ ಹೋಗಲ್ಲ. ಅವ್ನ ಕರೆದುಕೊಂಡು ಹೋಗುವಂಥ ಅಂತಃಕರಣ ಅವ್ರಿಗಿಲ್ಲ" ಅವರ ಮುಖದಲ್ಲಿ ಕಠಿಣತೆ ಮಿನುಗಿತು. ಇನ್ನೆಂದು ಆ ಮಗಳ ಮುಖ ನೋಡಬಾರದೆಂದು ನಿಶ್ಚಯಿಸಿ ಆಗಿತ್ತು.

ಅವಳಿಗೇನೇನು ತೋಚಲಿಲ್ಲ. ನರ್ಸಿಂಗ್ ಹೋಂಗೆ ಫೋನ್ ಮಾಡಿ ಡಾ॥ ಸುಧಾಕರ್‌ಗೆ ವಿಷಯ ತಿಳಿಸಿದಾಗ ಬಿಕ್ಕುವಂತಾಯಿತು. ಕೆಲವು ದಿನಗಳ ಹಿಂದೆ ನಡೆದಿದ್ದ ಒಂದು ಇನ್ಸಿಡೆಂಟ್ ಪೇಪರ್‌ನಲ್ಲಿ ಓದಿದ್ದು ಇಲ್ಲಿ ಕೆಲಸಕ್ಕೆ ಬಂತು.

ಬೈಕ್ ನಿಲ್ಲಿಸಿದವನೇ ಕಾಂಪೌಂಡ್ ಗೋಡೆ ಹತ್ತಿ ಒಳಗ್ಗೆ ಜಿಗಿದ. ಸಂಧ್ಯಾ ಕೂಡ ಹಿಂಜರಿಯಲಿಲ್ಲ. ಶ್ರೀಪತಿಗಳು ಮಾತ್ರ ಗರಬಡಿದವರಂತೆ ನಿಂತಿದ್ದರು.

ನಿರ್ಜನವಾಗಿತ್ತು ರೋಡು. ಈಗಾಗಲೇ ಒಂಬತ್ತು ದಾಟಿದ್ದರಿಂದ ಓಡಾಡುವವರ ಸಂಖ್ಯೆ ಕೂಡ ಕಡಿಮೆಯಾಗಿತ್ತು. ಅಲ್ಲೊಂದು ಇಲ್ಲೊಂದು ವಾಹನಗಳು ಅಡ್ಡಾಡುತ್ತಿದ್ದವು.

ಡಾ॥ ಸುಧಾಕರ್ ಶಾಲೆಯ ಆವರಣ ಪೂರ್ತಿ ಒಂದು ಸುತ್ತೊಡೆದ. ಪ್ರತಿಯೊಂದು ಮುಚ್ಚಿದ ಕಿಟಕಿಯ ಬಳಿ ನಿಂತು ಕಿವಿಗೊಟ್ಟು ಆಲಿಸತೊಡಗಿದ. ಎಡಭಾಗದ ನಾಲ್ಕನೆ ಕಿಟಕಿಯ ಬಳಿ ಸಣ್ಣಗೆ ಅಳುವ ಸದ್ದು ಕೇಳಿಸಿತು.

"ಸಂಧ್ಯಾ, ಇಲ್ಲಿ ಕಿವಿಯಿಟ್ಟು ಕೇಳು" ಎಂದು ಅವಳ ಕೈ ಎಳೆದು ನಿಲ್ಲಿಸಿದ. ಕ್ಷೀಣವಾಗಿ ಅಳುವ, ಬಿಕ್ಕುವ ಸದ್ದು "ರಾಘು ಒಳಗಡೆ ಇರ್ಬೇಕು" ಹೋದ ಜೀವ ಬಂದಂತಾಯಿತು.

ಷರಟಿನ ಜೇಬಿನಲ್ಲಿದ್ದ ಸೆಲ್ಯುಲಾರ್ ಬಟನ್‌ಗಳನ್ನೊತ್ತಿದ. ಕಾನ್ವೆಂಟ್ ಪ್ರಿನ್ಸಿಪಾಲ್ ಎಲ್ಲಾ ಅವನಿಗೆ ಗೊತ್ತಿದ್ದವರೇ. ಇಲ್ಲದಿದ್ದರೇ ರಾಘುನ ದೈವ ಕಾಪಾಡಬೇಕಿತ್ತು.

ಅರ್ಧಗಂಟೆಯೊಳಗೆ ಪ್ರಿನ್ಸಿಪಾಲರು ತಮ್ಮ ಮಾರುತಿ ವ್ಯಾನ್‌ನಲ್ಲಿ ಗಾಬರಿಯಿಂದ ಬಂದವರೇ ಡಾ॥ ಸುಧಾಕರ್‌ನೊಂದಿಗೆ ಮಾತಾಡುತ್ತ ತಮ್ಮ ಮನೆಯ ಸೇವಕನೊಂದಿಗೆ ಬಾಗಿಲು ತೆಗೆಸಿದರು. 'ಗಪ್' ಎನ್ನುವಂಥ ಕತ್ತಲೆ. ಇಂದು ವಾಚ್‌ಮನ್ ಕೂಡ ಬಂದಿರಲಿಲ್ಲ.

ಡಾ॥ ಸುಧಾಕರ್‌ನ ಎಣಿಕೆ ನಿಜವಾಗಿತ್ತು. ಕತ್ತಲ ಕ್ಲಾಸ್ ರೂಮಿನ ಮೂಲೆಯಲ್ಲಿ ಮುಲುಗುಟ್ಟುತ್ತ ನೆಲದ ಮೇಲೆ ಮಲಗಿದ್ದ ರಾಘುನ ನೋಡಿದ ಯಾರಿಗಾಗಲೀ ಹೃದಯ ನಿಂತಂತಾಗಬೇಕಿತ್ತು. ಐದಕ್ಕೆ ಅಳು ಶುರು ಮಾಡಿದವನು ಏಳುವರೆಯಾದರೂ ಜೋರಾಗಿ ಅತ್ತು ಅಬ್ಬರಿಸಿ ಕಡೆಗೆ ಕ್ಷೀಣಿಸಿ ಈ ಹಂತಕ್ಕೆ ಬಂದು ನಿಂತಿತ್ತು. ಸಿಮೆಂಟ್ ಖಾಲಿ ನೆಲದ ಮೇಲೆ ಮಲಗಿದ್ದರಿಂದ ಅವನ ಮೈ ತಣ್ಣಗೆ ಕೊರೆಯುತ್ತಿತ್ತು. ಸಂಧ್ಯಾ ಎತ್ತಿ ಅಪ್ಪಿಕೊಂಡಾಗ ಅವನಿಗೆ ಸಿಕ್ಕಿಕೊಂಡ ಜೀವ ಉಸಿರೆರೆದಂತಾಯಿತು.

ಡಾ॥ ಸುಧಾಕರ್, ಅಪ್ಪ, ಮಗಳನ್ನು ರಾಘು ಸಮೇತ ವ್ಯಾನ್‌ಗೆ ಹತ್ತಿಸಿ ಬಿಟ್ಟುಬರುವಂತೆ ತಿಳಿಸಿ ತಾನು ಅಲ್ಲೇ ಪ್ರಿನ್ಸಿಪಾಲರೊಂದಿಗೆ ನಿಂತ. ಆ ವೇಳೆಗೆ ಅಲ್ಲಿ ನೆರೆಹೊರೆಯವರು ಸೇರಿದ್ದರು. ಕೆಲವರಂತು ಜೋರಾಗಿ ಬಾಯಿ ಮಾಡುತ್ತಿದ್ದರು. "ಸ್ವಲ್ಪ ಕೂಡ ಜವಾಬ್ದಾರಿ ಇಲ್ಲ. ಸಾವಿರಾರು ರೂಪಾಯಿ ಡೊನೇಷನ್ ಬೇಕು. ತಿಂಗ್ಳು.... ತಿಂಗ್ಳು ಫೀಜ್‌ನ ಜೊತೆ ಅದಕ್ಕೆ... ಇದಕ್ಕೇಂತ ಹಣ ಸುಲಿತಾನೆ ಇರ್ತಾರೆ. ನೆಟ್ಟಗೆ ಕಾನ್ವೆಂಟ್ ನಡ್ಸೋಕೆ ಬರೋಲ್ಲ" ಜೋರಾಗಿ ಒಬ್ಬಾತ ಕೂಗಾಡುತ್ತಿದ್ದ.

"ಪೊಲೀಸ್‌ನೋರಿಗೆ ಕಂಪ್ಲಂಟ್ ಕೊಡೋಣ. ಪೇಪರ್‌ನವ್ರಿಗೆ ನ್ಯೂಸ್ ಸಿಕ್ಕರೆ ವಿಧಾನಸೌಧದಲ್ಲಿ ಗಲಾಟೆ ಆಗಿ ಕಾನ್ವೆಂಟ್ ಮುಚ್ಚುತ್ತೆ."

ಇನ್ನೊಬ್ಬ ವ್ಯಕ್ತಿ ಕಾನ್ವೆಂಟ್ ಮುಚ್ಚಿಸುವ ಹಂತಕ್ಕೆ ಹೋದ. ಕೆಲವರಂತು

ಭಯಂಕರ ಗಲಾಟೆ ಮಾಡಿದರು. ಪ್ರಿನ್ಸಿಪಾಲರು ಬುದ್ಧಿವಂತಿಕೆಯಿಂದ ಕ್ಷಮೆಯಾಚಿಸಿದರು. ಅವರನ್ನು ಹೊತ್ತ ವ್ಯಾನ್ ಅಲ್ಲಿಂದ ಕದಲಲು ಡಾ॥ ಸುಧಾಕರ್‌ನ ಸಹಾಯ, ಜಾಣ್ಮೆ ಎರಡು ಬೇಕಾಯಿತು. ಘಟಿಸಬಹುದಾದ ಎರಡು ದುರಂತಗಳು ತಪ್ಪಿಸಿದಂತಾಯಿತು. ಬಹುಶಃ ರಾಘು ಇದ್ದ ಪರಿಸ್ಥಿತಿ ನೋಡಿದ ಮೇಲೆ ಅವನಂತು ಸೋಮವಾರದವರೆಗೂ ಜೀವಂತವಾಗಿರಲು ಸಾಧ್ಯವಿರಲಿಲ್ಲ. ಮೊದಲಿನಿಂದಲೂ ಆ ಕಾನ್ವೆಂಟ್ ಬಗ್ಗೆ ಕತ್ತಿ ಮಸೆಯುತ್ತಿದ್ದ ಕೆಲವರು ಇದನ್ನು ಉಪಯೋಗಿಸಿಕೊಂಡು ಕಾನ್ವೆಂಟ್‌ನ ಮುಚ್ಚಿಸುವ ತಯಾರಿದ್ದರು.

ಡಾ॥ ಸುಧಾಕರ್ ನಿಟ್ಟುಸಿರು ದಬ್ಬಿ ಸ್ಕೂಟರ್ ಹತ್ತಿದ.

* * * *

ಆ ಘಟನೆಯಿಂದ ಚೇತರಿಸಿಕೊಳ್ಳಲು ಸಾಕಷ್ಟು ಸಮಯ ಬೇಕಿತ್ತೇನೋ. ಪೋಸ್ಟಿನಲ್ಲಿ ಆಕಾಶ್ ಫೋಟೋ ಬಂದು ತಲುಪಿ ಅದರ ಕತ್ತಲನ್ನು ಕ್ಷಣ ಕಾಲದಲ್ಲಿ ಓಡಿಸಿಬಿಟ್ಟಿತೆಂದು ಯಾರಾದರೂ ನಂಬಬೇಕಿತ್ತು. ಇಟ್ಟ ಪತ್ರದಲ್ಲಿ ಸಣ್ಣ ಸಹಿ ಕೂಡ ಇತ್ತು. "ನಾನು ಸಂಧ್ಯಾಳ ಮದುವೆ ಫೋಟೋ ತೆಗೆಸಲಾಗಿರಲಿಲ್ಲ. ಅಲ್ಲಿಗೆ ಹಿಂದಿರುಗಿದ ಮೇಲೆ ಸಾಕಷ್ಟು ಫೋಟೋ ತೆಗೆಸೋಣ" ಕೆಳಗಡೆ ಆಕಾಶ್ ಬಿ.ಇ. ಎನ್ನುವ ಸಹಿ ಶ್ರೀಪತಿಗೆ ರೆಕ್ಕೆಗಳನ್ನು ಮೂಡಿಸಿದಂತಾಯಿತು. ಎರಡು ಕೆಟ್ಟದರ ನಡುವೆ ಒಂದು ಒಳ್ಳೆಯದಿರುತ್ತದೆಯೆನ್ನುವಂತೆ ಇದೊಂದು ಸಂತೋಷ ಅವರಲ್ಲಿ ಎಷ್ಟೋ ಚೇತರಿಕೆಯನ್ನುಂಟು ಮಾಡಿತ್ತು.

"ಪುಣ್ಯ ಮಾಡಿದ್ಲು, ನಮ್ಮ ಸಂಧ್ಯಾ" ಶಾರದಮ್ಮ ನೋಡಿದ್ದೆ ನೋಡಿದ್ದು. ಅಗಲ ಹಣೆಯ, ಒತ್ತು ಹುಬ್ಬುಗಳ, ನೀಳ ನಾಸಿಕದ ಅಳಿಯ ಅತ್ಯಂತ ಸ್ಫುರದ್ರೂಪಿಯಾಗಿ ಕಂಡ. "ನಾವು ಇಡೀ ಜೀವನ ಹುಡುಕಾಡಿದ್ರೂ ಇಂಥ ಗಂಡುನ ಹುಡ್ಕಿ ಸಂಧ್ಯಾಗೆ ವಿವಾಹ ಮಾಡ್ಲೋಕಾಗ್ತ ಇರ್ಲಿಲ್ಲ. ಯಾವ ಜನ್ಮದ ಪುಣ್ಯನೋ. ಈಜನ್ಮದಲ್ಲು ಅವಳದು ಕಡಮೇ ಪುಣ್ಯವೋ?" ಆನಂದಬಾಷ್ಪ ಸುರಿಸಿದರು.

ಗಂಡ, ಹೆಂಡತಿ ಒಂದರ್ಧ ಗಂಟೆ ಕೂತು ಚರ್ಚಿಸಿದರು. ಅಂತು ಫ್ರೇಮ್ ಹಾಕಿ ಸದಾ ನೋಡುವಂಥ ಸ್ಥಳದಲ್ಲಿ ಪ್ರತಿಷ್ಠಾಪಿಸಿಡಬೇಕೆಂದು ನಿರ್ಧರಿಸಿದರು. ಶಾಸ್ತ್ರಿಗಳ ಮಗನನ್ನು ನೋಡಿದ್ದರಿಂದ ಎರಡನೇ ಅಳಿಯನ ಕಲ್ಪನೆ ಅವರಿಗೆ ಬೇಕಿರಲಿಲ್ಲ.

ಶ್ರೀಪತಿಗಳು ತಕ್ಷಣವೇ ಹೊರಟಾಗ ಬಾಗಿಲ ಬಳಿಗೆ ಬಂದ ಶಾರದಮ್ಮ "ದೇವರ ಫೋಟೋಗಳಿಗೆ ಹಾಕಿಸೋಂಥ ಕಟ್ಟು ಫ್ರೇಮ್ ಹಾಕಿಸ್ಬೇಡಿ. ನಿಮ್ಗೆ ಸರ್ಯಾಗಿ ಗೊತ್ತಾಗದಿದ್ದರೇ ಶಾಲೆಗೆ ಹೋಗಿ ವಿದ್ಯಾನು ಕೂಡಿ ಕರ್ಕೊಂಡ್ಹೋಗು ಅಂತ" ಸಲಹೆ ಇತ್ತರು.

ಶ್ರೀಪತಿ ಕೂಡ ಅದೇ ಕೆಲಸ ಮಾಡಿದರು. ತೋರಿಸಿದ್ದೆಲ್ಲ ಬೇಡವೆಂದ ವಿದ್ಯಾ ಕಡೆಗೊಂದು ಸ್ಟೀಲ್ ಫ್ರೇಮ್ ಆಯ್ಕೆ ಮಾಡಿದಳು. ನೂರ ಐವತ್ತು ರೂಪಾಯಿಗಳಷ್ಟು

ದೊಡ್ಡ ಮೊತ್ತ ಕೊಟ್ಟು ಫ್ರೇಂ ಕೊಂಡು ಅದರಲ್ಲಿ ಅಳಿಯನ ಫೋಟೋ ಹಾಕಿಸಿ ಧನ್ಯರಾದರು. ಅವರ ಸಂಭ್ರಮದ ಜೊತೆ ಗರ್ವವು ಇತ್ತು.

"ಈ ಫೋಟೋನ ಟಿವಿ. ಮೇಲಿಟ್ಟರೇ ಚೆಂದ" ಶಾರದಮ್ಮ ಸೂಚಿಸಿದರು.

ಸದ್ಯಕ್ಕೆ ಟಿ.ವಿ. ಇಲ್ಲದಿದ್ದರಿಂದ ಹಳೆ ರೇಡಿಯೋ ಮೇಲಿರಿಸಿದರು. ಎಷ್ಟು ನೋಡಿದರು ಅವರಿಗೆ ತೃಪ್ತಿಯೇ ಇಲ್ಲ. ಎಷ್ಟು ಹೊತ್ತಿಗೆ ಮಗಳು ಬರುತ್ತಾಳೆಂದು ಹೊರಕ್ಕೂ ಒಳಕ್ಕೂ ಅಡ್ಡಾಡಿಬಿಟ್ಟರು. ವಿದ್ಯಾರಾಘುವಿಗಂತು ಪೈಪೋಟಿ.

"ಭಾವ ತುಂಬಾ ಚೆನ್ನಾಗಿದ್ದಾರೆ" ರಾಘು ಹೇಳಿದ.

"ತುಂಬ ಅಲ್ಲ.... ತುಂಬ.... ತುಂಬನೇ ಚೆನ್ನಾಗಿದ್ದಾರೆ. ಸಿನಿಮಾ ಹೀರೋ ತರಹ ಇಲ್ವಾ?" ತಾನು ನೋಡಿದ ನಟರನ್ನು ಜ್ಞಾಪಿಸಿಕೊಳ್ಳತೊಡಗಿದಳು ವಿದ್ಯಾ.

ಮಕ್ಕಳ ಈ ಮಾತುಕತೆ ದಂಪತಿಗಳಿಗೆ ಇಷ್ಟವಾಯಿತು. ಎಷ್ಟು ಎತ್ತರವಿರಬಹುದು? ಫೋಟೋನಲ್ಲಿ ಇರುವಂಥ ಹಾಲು ಬಿಳುಪಿನ ಬಣ್ಣವೇ? ನಡಿಗೆ ಹೇಗಿರಬಹುದು? ಮಾತು ಹೇಗೆ ಆಡಬಹುದು? ಇದೇ ಚರ್ಚೆ ಬಹಳ ಹೊತ್ತಿನವರೆಗೂ ಮುಂದುವರಿಯಿತು.

"ಒಂಟಿ ಫೋಟೋ ಆಗಲಿಲ್ವಾ? ಸಂಧ್ಯಾ ಫೋಟೋ ಸೇರ್ಸಿ ಫ್ರೇಮ್ ಹಾಕಿಸಿದ್ದರೇ ಚೆನ್ನಾಗಿತ್ತು. ವಿವಾಹವಂತು ನೋಡಲಿಲ್ಲ. ಜೋಡಿ ಫೋಟೋ ನೋಡಿದರೆ ಸಮಾಧಾನ. ಯಾರಾದ್ರೂ ಬಂದವರಿಗೆ ತೋರಿಸೋಕೂ ಚೆನ್ನಾಗಿರುತ್ತೆ" ಶಾರದಮ್ಮ ತಮ್ಮ ಆಸೆಯನ್ನು ವ್ಯಕ್ತಪಡಿಸಿದರು. ಅದು ಅವರಿಗೆ ಹೆಚ್ಚು ಸರಿಯೆನ್ನಿಸಿತು.

"ಸಂಧ್ಯಾದು ಇಷ್ಟು ದೊಡ್ಡ ಫೋಟೋ ಇಲ್ವಲ್ಲ?" ಅನುಮಾನ ವ್ಯಕ್ತಪಡಿಸಿದರು. "ಈ ಸೈಜ್‌ಗೆ ಮಾಡಿಸೋಣ. ನೆಗೆಟಿವ್ ಇಲ್ಲದಿದ್ದರೆ ಚಿಂತೆ ಇಲ್ಲ. ಕಂಪ್ಯೂಟರ್ ಕಲರ್ ಪ್ರಿಂಟ್ ತೆಗ್ಸಿ ಫ್ರೇಂ ಹಾಕ್ಸಬಹುದ್ದು. ನಂಗೂ ಅದೆಲ್ಲ ಗೊತ್ತಿಲ್ಲ. ನಿನ್ಮಗಳನ್ನು ಕೇಳಿದರೆ ಗೊತ್ತಾಗುತ್ತೆ" ಅಂತ ಒಂದು ಅಭಿಪ್ರಾಯ ಮನದಲ್ಲಿ ಮೂಡಿಸಿಕೊಂಡರು.

ಬಂದ ಸಂಧ್ಯಾ ಮನೆಯಲ್ಲಿನ ಸಂತೋಷ ನೋಡಿ ಚಕಿತಳಾದಳು.

"ಭಾವನ್ನ ನೋಡು" ಫ್ರೇಮ್ ಕಡೆ ತೋರಿಸಿದಳು ವಿದ್ಯಾ.

"ಎಷ್ಟೊಂದು ಚೆನ್ನಾಗಿದ್ದಾರೆ. ಒಂದು ದಿನವಾದ್ರೂ ಹೇಳ್ಲಿಲ್ಲ. ನಿನ್ಹತ್ರ ಒಂದು ಸಣ್ಣಪುಟ್ಟ ಫೋಟೋ ಕೂಡ ಇರ್ಲಿಲ್ಲ? ನಾವೆಲ್ಲ ನೋಡಿಬಿಟ್ಟರೆ ಎಲ್ಲಿ ದೃಷ್ಟಿ ಆಗುತ್ತೋಂತ" ಮಗಳನ್ನು ಪ್ರೀತಿಯಿಂದ ತರಾಟೆಗೆ ತಗೊಂಡರು.

"ಹೇಗೂ ಕೆಲವು ತಿಂಗ್ಳು ಕಳ್ದು ಹೋಯಿತಲ್ಲ. ಇನ್ನು ಎರಡ್ವರ್ಷ ಚಿಲ್ಲರೆ ತಿಂಗ್ಳುಗಳು ತಾನೆ? ಪ್ರತ್ಯಕ್ಷವಾಗಿಯೇ ನಿಮ್ಮ ಮುಂದೆ ನಿಲ್ಲಿಸಿ ಬಿಡೋಣಾಂತ ಅಂದ್ಕೊಂಡಿದ್ದೆ" ಎಂದಳು ನಗುತ್ತ.

"ಭಾವ ತುಂಬಾ ಚೆನ್ನಾಗಿದ್ದಾರೆ" ರಾಘು ಮಾತು.

ಬಗ್ಗಿ ತಮ್ಮನ ಕೆನ್ನೆ ಸವರಿದ ಸಂಧ್ಯಾ "ನಂಗಿಂತ ಚೆನ್ನಾಗಿದ್ದಾರ?" ಕೇಳಿದಳು.

ವಿದ್ಯಾ ತಟ್ಟನೇ "ನೀನೇ ಚೆನ್ನಾಗಿರೋದು. ಭಾವ ನಿನ್ನಷ್ಟು ಚೆನ್ನಾಗಿಲ್ಲ" ಅಕ್ಕನ ಪಕ್ಷ ವಹಿಸಿದಳು.

"ಇಂಜಿನಿಯರ್ ಅಲ್ವಾ ಅಕ್ಕ?" ಕೇಳಿದ ರಾಘು.

ಕಾನ್ವೆಂಟ್‌ಗೆ ಸೇರಿದ ಮೇಲೆ ಓದಿನ ಬಗ್ಗೆ ಆಸ್ಥೆ ಬೆಳೆಸಿಕೊಂಡಿದ್ದ ರಾಘು ಅವಳಿಗೆ ಇಷ್ಟವಾಗಿದ್ದ. ಹತ್ತಿರಕ್ಕೆಳೆದುಕೊಂಡು ಕೆನ್ನೆಗೆ ಮುತ್ತಿಟ್ಟು "ನೀನು ಚೆನ್ನಾಗಿ ಓದಿ ಇಂಜಿನಿಯರ್ ಆಗ್ಬಹುದ್ದು" ಪುಟ್ಟ ಮನದಲ್ಲಿ ಆಸೆಯ ಗಿಡ ನೆಟ್ಟಳು. ಕಾಲಕ್ರಮೇಣ ಅದು ಬೆಳೆದು ಮರವಾಗಬಲ್ಲದು. ಇದನ್ನು ಕಾಲಮಾತ್ರ ನಿರ್ಣಯಿಸಬಲ್ಲದು.

ಫ್ರೇಮ್‌ನೊಳಗೆ ಗಂಭೀರವಾಗಿ ಕೂತ ಆಕಾಶ್ ಸುರದ್ರೂಪಿಯೇ. ಅಗಲವಾದ ಕಣ್ಣುಗಳು ಪ್ರತಿಭೆಯನ್ನು ಸೂಚಿಸಿದರೆ, ನೀಳ ನಾಸಿಕ ದೃಢತ್ವದ ಸಂಕೇತವೆನಿಸಿದರೆ, ದಟ್ಟವಾದ ಮೀಸೆ ಪುರುಷ ಸಂಕೇತವಾಗಿ ಕಂಡಿತು. ಪುಟ್ಟ ಬಾಯಿ ಏನೇನೋ ಹೇಳಲು ತವಕಿಸುವಂತೆ ಕಂಡಿತು.

ಕಾಫಿ ಹಿಡಿದು ಬಂದ ಶಾರದಮ್ಮ "ಸಂಧ್ಯಾ, ಈಚೆಗೆ ತೆಗೆಸಿದ ನಿನ್ನ ಫೋಟೋ ಇದ್ದರೆ ಕೊಡು. ಅದ್ನ ದೊಡ್ಡದು ಮಾಡ್ಸಿ ಜೋಡಿ ಫ್ರೇಮ್‌ಗೆ ಹಾಕ್ಸಿ ಅಳಿಯಂದಿರು ಬರೋವರ್ಗೂ ಅದನ್ನೇ ನೋಡಿ ಸಂತೋಷಪಡ್ತೀವಿ" ತಮ್ಮ ಆಸೆ ವ್ಯಕ್ತಪಡಿಸಿದರು.

"ತುಂಬ ಚಿಕ್ಕಚಿಕ್ಕ ಫೋಟೋಗಳು ಇರೋದು" ಜಾರಿಕೊಳ್ಳುವ ಪ್ರಯತ್ನ ಅವಳದು. ಆಕೆ ಬಿಡಬೇಕಲ್ಲ "ಒಂದು ತೆಗೆಸೋಣ ಬಿಡು" ನಿರ್ಣಯಕ್ಕೆ ಬಂದಂತೆ ಹೇಳಿದಳು.

ಶ್ರೀಪತಿಗಳು ಪುಟ್ಟ ಒಕ್ಕಣೆಯ ಪತ್ರವನ್ನು ಮಗಳಿಗೆ ತೋರಿಸಿ "ಇದ್ರಲ್ಲಿ ಹೆಚ್ಚಿಗೇನು ಬರ್ದಿಲ್ಲ. ನರ್ಸಿಂಗ್ ಹೋಂ ವಿಳಾಸಕ್ಕೆ ನಿಂಗೆ ಪತ್ರ ಬರೆದಿರಬೇಕು" ಸಂತೋಷದಿಂದ ಹೇಳಿದರು.

ಸಂಧ್ಯಾ ತಲೆ ತಗ್ಗಿಸಿದಳು. ನಾಚಿಕೆಯೆಂದು ತಿಳಿದವರು ಸುವಿದ್ಯಾನ ಜ್ಞಾಪಿಸಿಕೊಂಡು ಉರಿದುಬಿದ್ದರು. ಸಂಧ್ಯಾ ಸುವಿದ್ಯಾರ ನಡವಳಿಕೆ, ಸ್ವಭಾವದಲ್ಲಿ ಎಷ್ಟೊಂದು ವ್ಯತ್ಯಾಸ.

ಆಮೇಲೆ ಬಹಳ ಬೇಗ ಗಂಭೀರವಾದರು. ಒಳಗೊಳಗೆ ಚುಚ್ಚಿದಂಥ ಅನುಭವ.

"ಸಂಧ್ಯಾ... ವಿವಾಹದ ನಂತರ ನಿನ್ನ ದುಡಿಮೆ ನಿನ್ನ ಸ್ವಂತಕ್ಕೆ ಸೇರಬೇಕು. ಅದ್ಕೆ ಆಕಾಶ್ ಬಾಧ್ಯಸ್ಥನಾಗುತ್ತಾನೆ. ಪೂರ್ತಿ ನಮಗಾಗಿ ನೀನು ಉಪಯೋಗಿಸುವುದು ನ್ಯಾಯ ಸಮ್ಮತವಲ್ಲ. ಇದಕ್ಕಾಗಿ ಪತಿಪತ್ನಿಯರ ನಡ್ವೆ ವಿರಸ ಶುರುವಾಗುತ್ತೆ" ಎಂದರು. ಸ್ವಾಭಿಮಾನ ಅವರನ್ನು ಎಚ್ಚರಿಸುತ್ತಿತ್ತು.

ಎಷ್ಟೇ ತಿಳಿಸಿ ಹೇಳಿದರೂ ಈ ವಿಷಯ ಆಗಾಗ ಪ್ರಸ್ತಾಪಕ್ಕೆ ಬರುತ್ತಲೇ ಇತ್ತು. ಆರಾಮಾಗಿ ಬಂದು ತಂದೆಯ ಬಳಿ ಕೂತು "ಅವ್ರ ಕುಟುಂಬಕ್ಕೆ ನನ್ನ ದುಡಿಮೆಯ ಅಗತ್ಯ ಇಲ್ಲ. ಅವ್ರ ಅಕ್ಕ ಫೈನಾನ್ಸ್‌ಷಿಯಲಿ ತುಂಬಾ ಚೆನ್ನಾಗಿದ್ದಾರೆ. ಈ ವಿಷ್ಯ ಪ್ರಸ್ತಾಪವಾಗಿ ತೀರ್ಮಾನವಾದ ನಂತರವೇ ವಿವಾಹವಾಗಿದ್ದು. ಇದು ನನ್ನ ಮನೆ, ನನ್ನ

ಹೆತ್ತವರು, ರಕ್ತ ಹಂಚಿಕೊಂಡ ತಮ್ಮ ತಂಗಿ. ನಿಮ್ಮ ಬಗ್ಗೆ ನಂಗೆ ಕಾಳಜಿ ಇಲ್ಲದಿದ್ದರೆ ಬದುಕಿನ ಒಂದು ಹಂತದ ನಂತರ ಬರೋ ಜನರ ಬಾಧ್ಯತೆಗಳನ್ನು ಹೇಗೆ ಹೊರಬಲ್ಲೆ? ಪ್ಲೀಸ್, ನೀವು ಈ ತರಹ ಯೋಚ್ಸಬೇಡಿ" ತಂದೆಯ ಕೈಹಿಡಿದು ಕೇಳಿಕೊಂಡಳು. ಇವೆಲ್ಲ ಆಗಾಗ ರಿಪೀಟ್. ಅನಿವಾರ್ಯ ಕೂಡ.

"ಪ್ಲೀಸ್, ನಿಮ್ಮ ಸ್ವಾಭಿಮಾನಕ್ಕೆ ಪೆಟ್ಟು ಬಿದ್ದಿದೇಂತ ಅಂದ್ಕೋಬೇಡಿ. ಮಗ ಇದ್ದರೂ ನಿಮ್ಮನ್ನು ಈ ಪರಿಸ್ಥಿತಿಯಲ್ಲಿ ಬಿಟ್ಟು ಹೋಗ್ತಾ ಇದ್ನಾ? ಖಂಡಿತ ಇಲ್ಲ. ಹೆಣ್ಣು ಮಕ್ಳು ಅನ್ನೋ ಕಾರಣಕ್ಕೆ ನೀವು ಸಂಕೋಚಿಸ್ತಾ ಇದ್ದೀರಾ. ತಾಯ್ತಂದೆಯರು ಮಕ್ಳು ಬೆಳವಣಿಗೆಗೆ ದುಡಿಯೋದು, ಮಕ್ಳು ಹೆತ್ತವರ ಕಷ್ಟಕ್ಕೆ ನೆರವಾಗೋದು ಇದೆಲ್ಲ ಸೃಷ್ಟಿಯ ರಹಸ್ಯ ಅನ್ನಿಸೋಲ್ವಾ? ಇಲ್ಲದಿದ್ದರೇ ಪರಿಪೂರ್ಣ ವ್ಯವಸ್ಥೆಯೇ ಕೆಟ್ಟು ಹೋಗೋದು."

ಶ್ರೀಪತಿಗಳು ಮಗಳನ್ನು ಬೆರಗುಗಣ್ಣುಗಳಿಂದ ನೋಡಿ ನಗೆ ಬೀರಿದರು. ವ್ಯಂಗ್ಯ, ಸಿಡುಕು, ಕೋಪ ಅವಳಿಗೆ ಗೊತ್ತು. ಆದರೆ ಸುವಿದ್ಯಾನ ಬಡಿದ ದಿನದ ಕೋಪ ಕಂಡಾಗ ಆಶ್ಚರ್ಯವಾಗಿತ್ತು.

"ನಾನು ಪುಣ್ಯ ಮಾಡಿದ್ದೇ ಕಣಮ್ಮ" ಎಂದರು ಮೆಲುದನಿಯಲ್ಲಿ. ಅವರ ಹೃದಯ ಭಾರವಾಗಿತ್ತು. "ನಮ್ಮ ಪುಣ್ಯ ಕೂಡ ಕಡಿಮೆಯದಲ್ಲ. ನಿಮ್ಮಗಳ ಜೀವನನ ನಮಗಾಗಿ ಮುಡುಪಾಗಿಟ್ಟೀರಿ. ಇದೇನು ಕಡಿಮೆಯದಲ್ಲ. ಅಮ್ಮ ತುಂಬ ದಣಿದಿದ್ದಾಳಲ್ಲಪ್ಪ. ಸುವಿದ್ಯಾ ಹೊರಟು ಹೋದಳಲ್ಲ ಅನ್ನೋ ನೋವು, ಹತಾಶೆ ಎಲ್ಲಾ. ಈ ಸಮಯದಲ್ಲಿ ನಾವು ಚೆನ್ನಾಗಿ ನೋಡ್ಕೋಬೇಕು" ಎಂದಳು ಸಂಧ್ಯಾ.

ಮಗಳ ಮಾತು ಅವರಿಗೆ ಸರಿಯೆನಿಸಿತು. ಅಂದಿನಿಂದ ಅವರ ದಿನಚರಿ ಬದಲಾಯಿತು. ಗೊಣಗುವುದನ್ನು, ನಿಟ್ಟುಸಿರುಬಿಡುವುದನ್ನುಬಿಟ್ಟರು. ಹೆಂಡತಿಯ ಕೋಪ ಅರ್ಥೈಯಿಸಿಕೊಳ್ಳುತ್ತಿದ್ದರು. ತಮ್ಮ ಬಟ್ಟೆಬರೆಗಳನ್ನು ತಾವೇ ಒಗೆದು ಹರವುತ್ತಿದ್ದರು. ನೀರು ತುಂಬುತ್ತಿದ್ದರು. ಮನೆಗೆ ಬೇಕಾದುದ್ದನ್ನು ತಾವೇ ಹೋಗಿ ತರುತ್ತಿದ್ದರು. ಮನೆಯ ಯಜಮಾನ ಎನ್ನುವ ಭಾವನೆ, ಪ್ರತಿಷ್ಠೆಯನ್ನು ಮರೆತು ಈ ಕುಟುಂಬದ ಸದಸ್ಯನೆನ್ನುವಂತೆ ಎಲ್ಲಾ ಕೆಲಸದಲ್ಲೂ ಕೈ ಜೋಡಿಸುತ್ತಿದ್ದರು.

ಶಾಸ್ತ್ರಿಗಳ ಮನೆಯ ಸೊಸೆಯಾದ ಸುವಿದ್ಯಾನ ಕಂಡಾಗ ತಾಳ್ಮೆ ಕಳೆದುಕೊಳ್ಳುತ್ತಿದ್ದರು. ಈಚೆಗೆ ಈ ವರ್ತನೆಯಲ್ಲಿ ಬದಲಾವಣೆ ಬಂತು. ಅಪರಿಚಿತಳನ್ನು ಕಂಡಂತೆ ತಮ್ಮ ಪಾಡಿಗೆ ತಾವು ಸರಿದುಬರುತ್ತಿದ್ದರು.

* * * *

ಮಾರ್ಟಿನಾ ರಿಸೆಪ್ಷನ್ ಕೌಂಟರ್ ಬಳಿಗೆ ಬಂದಾಗ ಸಂಧ್ಯಾಗಾಗಿ ಯಾರೋ ಬಂದಿದ್ದಾರೆಂದು ತಿಳಿಯಿತು. ಸಂಧ್ಯಾ ಊರಲ್ಲಿಲ್ಲವೆಂದು ಅವಳಿಗೆ ಗೊತ್ತಿತ್ತು. ಮೂರು ದಿನ ರಜ ಹಾಕಿ ತಂದೆಯ ಜೊತೆಯಲ್ಲಿ ಊರಿಗೆ ಹೋಗಿದ್ದಳು.

"ಯಾರು ವಿಚಾರಿಸ್ಬೇಕಿತ್ತು" ರಿಸೆಪ್ಷನಿಸ್ಟ್ ಶಾಂತಿಯನ್ನು ಕೇಳಿದಾಗ ಕೈಯಾಡಿಸಿ ಡೈರಿ ಮಿಲ್ಕ್ ಚಾಕಲೇಟ್ ಕಚ್ಚುತ್ತ "ವೆರಿ ಮಚ್ ಬೋರ್, ನಮಗ್ಯಾಕೆ ಬೇಕು ಬಿಡು"

ಎಂದು ತಲೆ ಕುಣಿಸಿದಾಗ, ಮಾರ್ಟಿನಾ ಹೊರಟ ಪೂರ್ಣಿಮಾ ಬೆನ್ನಟ್ಟಿಕೊಂಡು ಬಂದು ಹಿಡಿದೇಬಿಟ್ಟಳು. ಪೂರ್ಣಿಮಾ ಒಮ್ಮೆ ಸೂಯಿಸೈಡ್ ಮಾಡಿಕೊಳ್ಳಲು ಪ್ರಯತ್ನಿಸಿ ಚಿಕಿತ್ಸೆಗಾಗಿ ಬಂದಿದ್ದಳೆಂಬ ಸಂಗತಿಯೇ ಮರೆತುಹೋಗಿತ್ತು.

"ನೀವು ಸಂಧ್ಯಾಗೋಸ್ಕರ ಬಂದಿದ್ರಾ?" ವಿಚಾರಿಸಿದಳು.

"ಹೌದು, ಬರೀ ಅವ್ರು ಬಂದಿಲ್ಲಾಂತ ಮಾತ್ರ ಗೊತ್ತಾಯ್ತು. ಎಲ್ಲಿಗೆ ಹೋಗಿದ್ದಾರೆ? ಯಾವಾಗ ಬರ್ತಾರೆ ಅನ್ನೋ ಡೀಟೈಲ್ಸ್ ಬೇಕಿತ್ತು" ಅಂದಳು, ಪೂರ್ಣಿಮಾ ಮೆಲುವಾಗಿ. ಮಾರ್ಟಿನಾ ಯೂನಿಫಾರಂನಲ್ಲೇ ಇದ್ದರೂ, ಡ್ಯೂಟಿ ಅವರ್ಸ್ ಕೂಡ. "ಅವ್ರು ಅವ್ರ ತಂದೆ ಜೊತೆ ಊರಿಗೆ ಹೋದ್ಲು. ಮೂರು ದಿನ ರಜ. ಏನಾದ್ರೂ ಮೆಸೇಜ್ ಇದ್ದರೆ ಕೊಡಿ ತಲುಪಿಸ್ತೀನಿ" ಕೇಳಿದಳು. ಅವಳಿಗೆ ಸ್ವಲ್ಪ ಸಂಧ್ಯಾ ಕಂಡರೆ ಕರುಣೆ, ಅಭಿಮಾನ.

"ಹೋಗ್ಲಿ, ಅವ್ರ ಮನೆ ಅಡ್ರೆಸ್ ಇದ್ದರೆ ಕೊಡಿ" ಕೇಳಿದಳು ಪೂರ್ಣಿಮಾ.

"ಅಡ್ರೆಸ್ ಅಂದರೆ..." ಎಂದು ತಲೆ ಕೆರೆದುಕೊಂಡು "ಕೊಟ್ಟರೂ ನಿಮ್ಗೆ ಮನೆ ಹುಡುಕಲು ಕಷ್ಟವಾಗುತ್ತೆ. ಈಗಿನ್ನು ಹನ್ನೊಂದು ಮುಕ್ಕಾಲು. ನನ್ನ ಡ್ಯೂಟಿ ಎರಡಕ್ಕೆ ಮುಗಿಯುತ್ತೆ. ಆಮೇಲೆ ಬೇಕಾದರೆ ನಿಮ್ಮನ್ನು ಕರ್ಕೊಂಡ್ಹೋಗಿ ತಲುಪುಸ್ತೀನಿ" ಮಾರ್ಟಿನಾ ರಿಸ್ಕ್ ತೆಗೆದುಕೊಳ್ಳಲು ಸಿದ್ಧವಾಗಿದ್ದಳು.

ಪೂರ್ಣಿಮಾ ಸನಿಹದಲ್ಲೇ ಇರುವ ಲಾಡ್ಜಿಂಗ್ ವಿಳಾಸ ಹೇಳಿ "ಅಲ್ಲಿಗ್ಬನ್ನಿ ಜೊತೆಯಲ್ಲೇ ಊಟ ಮಾಡಿ ಆಮೇಲೆ ಹೋಗೋಣ" ಎಂದಾಗ ಮಾರ್ಟಿನಾ ಸಮ್ಮತಿಸಿದಳು ಮುಂದಾಲೋಚನೆಯಿಂದಲೇ.

ಅವಳ ಗಂಡ ದುಡಿಯುತ್ತಿದ್ದ. ಅಷ್ಟೇ ದುಂದುಗಾರ. ಇವಳಿಗೂ ಕೈ ಹಿಡಿತವಿರಲಿಲ್ಲ. ಆದರೂ ಶ್ರೀಮಂತ ಬದುಕು ಇಷ್ಟ. ಹೇಗಾದರೂ ದುಬೈಗೆ ಹೋಗಿ ಒಂದು ಐದು ವರ್ಷ ದುಡಿಮೆ ಸಂಪಾದನೆ ಮಾಡಿ ಭಾರತಕ್ಕೆ ಹಿಂದಿರುಗಿ ಬರಬೇಕೆಂಬ ಅಭಿಲಾಷೆ. ಅವಳಷ್ಟೇ ಸಂಧ್ಯಾ ತಪ್ಪಿಸಿಕೊಂಡರೂ ಅಂಥದೊಂದು ಆಸೆ ಇದ್ದುದರಿಂದ ಬೆನ್ನ ಹಿಂದೆ ಬಿದ್ದು ಇದ್ದಳು. ಈಗ ಅಪರೂಪಕ್ಕೆ ಸಂಧ್ಯಾನ ಒಬ್ಬಾಕೆ ಹುಡುಕಿಕೊಂಡು ಬಂದಿದ್ದು ಅವಳಲ್ಲಿನ ಆಸೆಯನ್ನು ಚಿಗುರಿಸಿತ್ತು.

ಆದರೂ ಡ್ಯೂಟಿ ಅವರ್ಸ್‌ನಲ್ಲಿ ಎಲ್ಲು ಹೋಗುವ ಹಾಗಿರಲಿಲ್ಲ. ಮಗಳು ಸುಷ್ಮಾ ಗಂಡನೊಡನೆ ಭಾರತಕ್ಕೆ ಹಿಂದಿರುವುದಿಲ್ಲವೆಂದು ತಿಳಿದ ಮೇಲೆ ಡಾ|| ಅನುರಾಧ ದಂಪತಿಗಳು ಮಾನಸಿಕವಾಗಿ ಕುಗ್ಗಿದರು. ಆ ನೋವನ್ನು ಮರೆಯಲು ಪೂರ್ತಿಯಾಗಿ ನರ್ಸಿಂಗ್ ಹೋಂ ಕಡೆ ಗಮನ ಕೊಟ್ಟಿದ್ದರು. ತಮಗೆ ನರ್ಸಿಂಗ್ ಹೋಂ ಬಿಟ್ಟು ವೈಯಕ್ತಿಕವಾಗಿ ಬದುಕೊಂದು ಇದೆಯೆಂಬುದನ್ನು ಮರೆತಂತೆ ವರ್ತಿಸಿದರು. ಮತ್ತಷ್ಟು ನರ್ಸಿಂಗ್ ಹೋಂನ ಸೋಫಿಸ್ಟಿಕೇಟೆಡ್ ಮಾಡುವುದರ ಜೊತೆಗೆ ವಿದೇಶದಿಂದ ಕೋಟ್ಯಾಂತರ ರೂಪಾಯಿ ಸುರಿದು ಚಿಕಿತ್ಸೆಗೆ ಸಂಬಂಧುಪಟ್ಟ ಉಪಕರಣಗಳನ್ನು ತರಿಸಿದ್ದರು. ಅಶಿಸ್ತನ್ನು ಸ್ವಲ್ಪ ಕೂಡ ಸಹಿಸುತ್ತಿರಲಿಲ್ಲ.

ಆದರೆ ಡಾ|| ಅನುರಾಧ ಅವರನ್ನು ಹೈಪರ್ ಬಿ.ಪಿ. ಕಾಡುತ್ತಿತ್ತು. ಈಚೆಗೆ ಒಮ್ಮೆ ಆಪರೇಷನ್ ಥಿಯೇಟರಿನಲ್ಲಿ ಕುಸಿದ ಮೇಲಂತು ಅವರು ಹೆಚ್ಚುಹೆಚ್ಚಾಗಿ ನರ್ಸಿಂಗ್ ಹೋಂನಲ್ಲಿಯೇ ಇರುತ್ತಿದ್ದರು. ಇದು ಕೆಲವು ಸೋಮಾರಿಗಳಿಗಂತು ಮುಜುಗರ.

ಆಲ್ ಇಂಡಿಯಾ ಮೆಡಿಕಲ್ ಕಾನ್ಫರೆನ್ಸ್‌ಗೆ ಹೊರಟಿದ್ದ ದಂಪತಿಗಳು ಮಾಜಿ ಮಂತ್ರಿ ಸದಾಶಿವಯ್ಯನವರ ಅಪೆಂಡಿಸೈಟಿಸ್ ಆಪರೇಷನ್‌ಗಾಗಿ ಇಂದು ನಿಂತಿದ್ದರು. ಹೆಸರಾಂತ ಸರ್ಜನ್ ಡಾ. ಬೋಸ್ ಆಪರೇಷನ್ ಮಾಡುವವರಿದ್ದರು. ಇವರು ಇರಲೇಬೇಕೆಂಬುದು ಅವರ ಒತ್ತಾಯ. ಅದಕ್ಕಾಗಿ ಒಂದು ದಿನ ತಡವಾಗಿ ಹೊರಡುವ ನಿರ್ಧಾರ ಅವರದಾಗಿತ್ತು.

ಸಿಸ್ಟರ್ ಮಾರ್ಟಿನಾ ಬರುವ ವೇಳೆಗೆ ಡಾ||ಬೋಸ್, ಡಾ||ಅನುರಾಧ, ಡಾ|| ಪರಮೇಶ್ವರ್ ನಿಂತು ಮಾತಾಡುತ್ತಿದ್ದರು. ಈಗಾಗಲೇ ಪೇಷಂಟ್‌ನ ಆಪರೇಷನ್‌ಗೆ ಸಿದ್ಧಗೊಳಿಸಲಾಗಿತ್ತು.

"ಆ ಮನುಷ್ಯ ನಿಮ್ಮನ್ನು ಕಳಿಸೋದು ಅನುಮಾನ. ಅವ್ರ ಫ್ಯಾಮಿಲಿ ಡಾಕ್ಟ್ರು ಸಂಧ್ಯಾ ಇಲ್ದೇ ಇರೋದು ಕೂಡ ಒಂದು ಕೊರತೆ" ಡಾ|| ಅನುರಾಧ ನಗುತ್ತಾ ಹೇಳಿದರು. ಅವರ ಮನೆಯವರು ಅಷ್ಟೊಂದು ಹಚ್ಚಿಕೊಂಡಿದ್ದರು. ಯೂರಿನ್, ಬ್ಲಡ್, ಬಿ.ಪಿ. ಟೆಸ್ಟ್‌ನಿಂದ ಹಿಡಿದು ಇಂಜೆಕ್ಷನ್ ಕೊಡಬೇಕಾದ ಸಂದರ್ಭಗಳಲ್ಲಿಯು ಕೂಡ 'ಸಂಧ್ಯಾನ ಕಳ್ಸಿ' ಅನ್ನೋದೊಂದು ಬೇಡಿಕೆ. ಈಗ ಅದಕ್ಕೆ ಬಿಲ್. ನರ್ಸಿಂಗ್ ಹೋಂನಿಂದ ಹೋಗುತ್ತಿದ್ದಳು. ಅವರು ಸಂಧ್ಯಾಗೆ ಹೋದಾಗ ಕೊಡೋ ಹಣವೇ ಅವಳು ಇಟ್ಟುಕೊಳ್ಳಬಹುದೆಂದು ಡಾ|| ಅನುರಾಧ ಹೇಳಿದ ಮೇಲೆ ಅವಳಿಗೆ ಉಪಕಾರವೇ ಆಗಿತ್ತು.

ಸಂಧ್ಯಾ ಬಗ್ಗೆ ಗೊತ್ತಿದ್ದ ಡಾ|| ಬೋಸ್ ಕೂಡ ನಕ್ಕರು.

"ಆ ಹುಡ್ಗಿ ಮೆಡಿಕಲ್ ಓದಿದ್ದರೇ ಎಷ್ಟೋ ಉಪಯುಕ್ತವಾಗುತ್ತ ಇತ್ತು. ಡಾ|| ನಂದಿನಿ ಅಪ್ಪನಿಗೆ ಹಣ ಇತ್ತು. ಹೇಗೋ ಕಂಪ್ಲೀಟ್ ಆಯ್ತು. ಅದ್ರಿಂದ ಪ್ರಯೋಜನವೇನು? ಡಾಕ್ಟ್ರು ಅಂತ ಬೋರ್ಡು ಹಾಕ್ಕೋಬಹ್ದು. ಸರ್ಟಿಫಿಕೇಟ್ ಮೆಡಿಕಲ್ ಅಸೋಸಿಯೇಷನ್‌ನಿಂದ ಸಿಕ್ಕಿದೆ. ಇದಿಷ್ಟು ಅವ್ಳಿಗೆ ಸಿಕ್ಕಿರೋ ಸವಲತ್ತುಗಳು. ಆದರೆ ಬೇರೆಯವ್ರಿಗೇನು ಪ್ರಯೋಜನವಿಲ್ಲ" ತೀರಾ ಬೇಸರದಿಂದ ಹೇಳಿದ್ದು.

ಒಬ್ಬ ಅತ್ಯುತ್ತಮ ಡಾಕ್ಟರ್ ನಂದಿನಿಯಂಥವರನ್ನು ಒಪ್ಪುತ್ತಿರಲಿಲ್ಲ. ತೀರಾ ಸೋಮಾರಿ ಎನ್ನುವ ಬಿರುದು. ಅರ್ಜೆಂಟ್ ಕೆಲಸವಿದ್ದಾಗ ಏನಾದರೂ ಹೇಳಿ ತಪ್ಪಿಸಿಕೊಂಡು ಹೋಗುವ ಪರಿಪಾಠ ಆ ಲೇಡಿ ಡಾಕ್ಟರ್. ಕೆಲವು ಕಾರಣಗಳಿಂದ ದಂಪತಿಗಳು ಸಹಿಸಿಕೊಂಡಿದ್ದರು.

ಮಾತಾಡುತ್ತಿದ್ದ ಡಾ|| ಅನುರಾಧ ಮಾರ್ಟಿನಾ ಕರೆದು ಡಾ|| ಸುಧಾಕರ್‌ನ ಆಪರೇಷನ್ ಥಿಯೇಟರಿಗೆ ಬರುವಂತೆ ಹೇಳಿ ಕಳಿಸಿ ಒಳಕ್ಕೆ ಹೋದರು.

ಆಪರೇಷನ್ ಮುಗಿಯುವ ವೇಳೆಗೆ ಎರಡು ಗಂಟೆ ಆಗಿಹೋಗಿತ್ತು. ಥಿಯೇಟರಿನಿಂದ ಹೊರಬಂದ ನರ್ಸ್ ಮಾರ್ಟಿನಾ ಯೂನಿಫಾರಂ ಛೇಂಜ್ ಮಾಡಿಕೊಂಡು ರಿಲೀವರಿಗೆ ತಿಳಿಸಬೇಕಾದ್ದು ತಿಳಿಸಿ ಲಾಡ್ಜ್‌ಗೆ ಧಾವಿಸಿದಳು. ಹತ್ತಿರದಲ್ಲೇ ಇತ್ತು. ಕೆಳಗೆ ರೆಸ್ಟೋರೆಂಟ್, ಮೇಲೆ ಲಾಡ್ಜಿಂಗ್, ಊಟ ತಿಂಡಿ ಕೆಳಗಿನಿಂದಲೇ ಲಾಡ್ಜ್‌ನಲ್ಲಿರುವವರಿಗೆ ಸಪ್ಲೈ ಆಗುತ್ತಿತ್ತು.

ಪೂರ್ಣಿಮಾ ಮಾರ್ಟಿನಾಗಾಗಿ ಕಾದಿದ್ದರು ಆಕೆಗೂ ಹಿಂದಿನದು ನೆನೆಸಿಕೊಳ್ಳುವ ಇಷ್ಟವಿಲ್ಲದಿದ್ದರಿಂದ ಹಳೆಯ ಪರಿಚಯವೇನು ಹೇಳಿಕೊಳ್ಳಲಿಲ್ಲ. ಊಟವಾಗುವವರೆಗೆ ಅದೂ ಇದೂ ಮಾತಾಡಿದರು.

"ನಿಮ್ಗೆ ಸಂಧ್ಯಾ ಹೇಗೆ ಗೊತ್ತು?" ಮಾರ್ಟಿನಾ ಮೊದಲ ಪ್ರಶ್ನೆ.

"ಆಕಾಶ್ ಕಡೆ ನೆಂಟರು. ಅವರಿಬ್ಬರ ಮಧ್ವೆಯಲ್ಲಿ ಇದ್ದ ಕೆಲವೇ ಜನರಲ್ಲಿ ನಾನು ಒಬ್ಳು" ಅಂದು ತಪ್ಪು ಮಾಡಿದಳೇನೋ. ಮಾರ್ಟಿನಾ ಕಿವಿಗಳು ಚುರುಕಾದವು. ಹಲವಾರು ಪ್ರಶ್ನೆಗಳು ಕಾರಂಜಿಯಂತೆ ಮಾರ್ಟಿನಾನಿಂದ ಚಿಮ್ಮಿ ಬಂತು.

"ನಾನು ತೀರಾ ದೂರದ ರಿಲೇಟಿವ್. ಅಂದು ಅಲ್ಲಿ ಇದ್ದಿದ್ದು ಕೂಡ ಆಕಸ್ಮಿಕ" ಅದಷ್ಟೇ ಹೇಳಿದ್ದು. ಮಾರ್ಟಿನಾಗೆ ಪೂರ್ತಿ ತೃಪ್ತಿಯಾಗಲಿಲ್ಲ. ಇನ್ನಷ್ಟು ತಿಳಿಯುವ ಕುತೂಹಲದಿಂದೇನೋ, ಈಚೆಗೆ ಸಂಧ್ಯಾ ತಂಗಿಗೆ ಮದುವೆಯಾದ ಸುದ್ದಿ, ಅದಕ್ಕಾಗಿ ನರ್ಸಿಂಗ್ ಹೋಂನಿಂದ ಲೋನ್ ತೆಗೆದಿದ್ದು ಎಲ್ಲವನ್ನು ಮಾತಿನ ವರಸೆಯಲ್ಲಿ ಹೇಳೇಬಿಟ್ಟಳು.

ಅಷ್ಟಿಷ್ಟು ಗೊತ್ತಿತ್ತು. ಆದರೆ ಸಂಧ್ಯಾ ಪರಿಸ್ಥಿತಿ ಇಷ್ಟೊಂದು ದಯನೀಯವಾಗಿದೆಯೆಂದು ಮಾತ್ರ ಪೂರ್ಣಿಮಾಗೆ ತಿಳಿದಿರಲಿಲ್ಲ.

"ನಂಗೆ ಇಷ್ಟೆಲ್ಲ ಗೊತ್ತಿಲ್ಲ. ಅದು ನಾನು ಸಂಧ್ಯಾನ ನೋಡಿದ್ದು ವಿವಾಹದ ಸಮಯದಲ್ಲೇ. ಅವ್ಳಿಗೆ ಕೊಡೋ ಪಾರ್ಸೆಲ್ ಇತ್ತು. ಅದಕ್ಕೋಸ್ಕರ ಬಂದಿದಷ್ಟೇ" ಪೂರ್ಣಿಮಾ ಪದಗಳನ್ನು ಉರುಳಿಸಿದರಷ್ಟೇ.

ಅಂತು ಇವರಿಬ್ಬರು ಟ್ಯಾಕ್ಸಿ ಮಾಡಿಕೊಂಡು ಸಂಧ್ಯಾ ಮನೆಗೆ ಹೋದಾಗ ಅವಳ ತಾಯಿ ಹೊರಗೆ ನಿಂತಿದರು.

ಒಮ್ಮೆ ಸಂಧ್ಯಾಳೊಂದಿಗೆ ಅವನ ಮನೆಗೆ ಹೋಗಿದ್ದ ಮಾರ್ಟಿನಾ ಪರಿಚಯ ನಗೆ ಬೀರಿದಾಗ ಆಕೆಗೆ ತಬ್ಬಿಬ್ಬು. "ಸಂಧ್ಯಾ ಊರಲಿಲ್ಲ?" ಅಂದರು ದಡಬಡಿಸಿಕೊಂಡು.

"ಗೊತ್ತು, ಇವ್ರ ನಿಮ್ಮ ಅಳಿಯಂದಿರ ಕಡೆಯವ್ರು. ನೋಡ್ಬೇಕೂಂದರು. ಅದಕ್ಕೆ ಕರ್ಕೊಂಡ್ಬಂದೆ" ಅಂದ ಕೂಡಲೇ ಆಕೆಯ ಮುಖದಲ್ಲಿ ಸಂಭ್ರಮ, ಸಡಗರ, ಸಂತೋಷ. "ಅಯ್ಯೋ ನೀವು ಬರೋ ಸಮಯದಲ್ಲೇ ಅವಳು ಇಲ್ದೇ ಹೋದಳಲ್ಲ. ಎಷ್ಟೊಂದು ಸಂತೋಷದ ವಿಷಯ" ಬರಮಾಡಿಕೊಂಡರು. ಪೂರ್ಣಿಮ ನರ್ಸಿಂಗ್ ಹೋಂ ವಿಳಾಸಕ್ಕೆ ಪತ್ರ ಬರೆದಿದ್ದರು. ಅವಳ ಕೈ ಸೇರಿರಲಿಲ್ಲ ಅಷ್ಟೇ.

"ಪರ್ವಾಗಿಲ್ಲ, ಏನು ಮಾಡೋಕ್ಕಾಗುತ್ತೆ. ಇಲ್ಲಿಗೆ ಯಾವ್ದೋ ಕೆಲ್ಸದ ಮೇಲೆ

ಬರೋದಿತ್ತು" ಅನ್ನುವ ವೇಳೆಗೆ ಮೊದಲೇ ಟ್ಯಾಕ್ಸಿಯ ಡ್ರೈವರ್‌ಗೆ ಹೇಳಿದ್ದರಿಂದ ಒಂದು ಟಿ.ವಿ.ಯ ಬಾಕ್ಸ್, ಇತರೆ ವಸ್ತುಗಳನ್ನು ತಂದಿಟ್ಟು ಹೋದಾಗ ಶಾರದಮ್ಮ ಗಾಬರಿ ನೋಡಿ ಇದೆಲ್ಲ ಆಕಾಶ್ ತಲುಪಿಸೀಂತ ಹೇಳಿದ್ದಾನೆ. ಅವನದು ದೂರದೃಷ್ಟಿ ಬಂದಾಗ ತೀರಾ ತಾಪತ್ರಯವಾಗ್ಬಾರ್ದೂಂತ ಇರ್ಬೇಕು" ಎಂದು ತಿಳಿಸಿದಳು.

ಆಕೆಗೆ ಆ ಸಮಯದಲ್ಲಿ ಏನು ಮಾತಾಡಬೇಕೋ ತೋರಲಿಲ್ಲ. ಸಂತೋಷ ಒಂದು ಕಡೆ, ಸಂಧ್ಯಾ ಇಲ್ಲವಲ್ಲ ಎನ್ನುವ ದುಃಖವೊಂದು ಕಡೆ.

"ನಂಗೆ ತುಂಬ ಸಂತೋಷವಾಗಿ, ಮಾತಾಡೋಕೆ ಆಗ್ತಾ ಇಲ್ಲ. ಏನು ತಿಳ್ಕೋಬೇಡಿ. ಅವ್ಳು ನಮ್ಮ ಮೊದಲ ಮಗ್ಳು. ಅವ್ಳ ಮದ್ವೆ ನಾವು ಮಾಡ್ಲಿಲ್ಲ, ನೋಡ್ಲಿಲ್ಲ ಇದು ಎಲ್ಲಿಯ ಹಣೆಬರಹ ನೋಡಿ" ತೋಡಿಕೊಂಡರು ಶಾರದಮ್ಮ.

ಮಾರ್ಟಿನಾ ಮಧ್ಯೆ ಪ್ರವೇಶಿಸಿದಳು.

"ಅದೇಲ ಮಾಮೂಲಿ ಬಿಡಿ. ಈಗ ನಿಮ್ಮ ಎರಡನೇ ಮಗ್ಳು ಮದ್ವೆ ಆಯ್ತೂಂತ ಸಂಧ್ಯಾ ಹೇಳಿದ್ಲು. ಹಣಕ್ಕಾಗಿ ಎಷ್ಟೊಂದು ಹಿಂಸೆ ಅನುಭವಿಸಿದ್ಲು. ನಮ್ಮಂಥ ಹತ್ತಿರದವರನ್ನು ಕೂಡ ಕರೀಲಿಲ್ಲ. ಇವೆಲ್ಲ ಇದ್ದಿದ್ದೆ."

ಮಾರ್ಟಿನಾ ಮಾತುಗಳನ್ನು ಕೇಳಿದ ಕೂಡ್ಲೇ ಆಕೆಯ ಬಾಯಿಗೆ ಬೀಗ ಬಿತ್ತು. ತಾವು ಪ್ರಸ್ತಾಪಿಸಿದ್ದರಲ್ಲಿ ತಪ್ಪಿತ್ತೇನೋಂತ ಒಳಗೊಳಗೆ ನರಳಿದಳು.

"ತಪ್ಪಾಗಿ ಏನಾದ್ರೂ ಅಂದಿದ್ದರೆ ಕ್ಷಮ್ಸಿಬಿಡಿ. ನೀವು ಬಂದಿದ್ದಂತು ನಮ್ಗೆ ಸಂತೋಷ. ನಮ್ಮ ಅಳಿಯಂದಿರ ಕಡೆಯವರಲ್ಲಿ ಒಬ್ಬರನ್ನಾದ್ರೂ ನೋಡಿದ್ದೀನಲ್ಲ ಅನ್ನೋ ಸಂತೋಷ. ಒಂದೆರಡು ದಿನ ಉಳಿದೇ ಹೋಗ್ಬೇಕು" ಒತ್ತಾಯವೇರಿದರು ಶಾರದಮ್ಮ.

"ಇಲ್ಲ, ನಾನು ರಾತ್ರಿಗೇನೆ ಹೊರಡ್ಬೇಕು. ಸಂಧ್ಯಾ ಬಂದರೆ ಹೇಳಿದರೆ ಸಾಕು" ಹೊರಡುವ ಆತುರ ತೋರಿದಳು ಪೂರ್ಣಿಮಾ. ಶಾರದಮ್ಮ ಒಪ್ಪಲಿಲ್ಲ. ವಿದ್ಯಾನ ಕಳಿಸಿ ಒಂದಿಷ್ಟು ತುಪ್ಪ, ದ್ರಾಕ್ಷಿ, ಗೋಡಂಬಿ ತರಿಸಿ ಅಡಿಗೆ ಮನೆಗೆ ಹೋದರು.

ಹಳೇ ರೇಡಿಯೋ ಮೇಲಿದ್ದ ಫೋಟೋ ಫ್ರೇಂನ ಹಿಡಿದು ಬಂದ ಪೂರ್ಣಿಮಾ "ಎಷ್ಟೊಂದು ಹ್ಯಾಂಡ್‌ಸಮ್ ಆಗಿದ್ದಾರೆ ನೋಡಿ. ನಮ್ಮ ಸಂಧ್ಯಾ ಕೂಡ ಎಷ್ಟೊಂದು ಮುದ್ದಾಗಿದ್ದಾಳೆ. ಒಳ್ಳೆ.... ಜೋಡಿ" ಎಂದಾಗ ಪೂರ್ಣಿಮಾ ಆ ಫೋಟವನ್ನು ಇಸಿಕೊಂಡರೂ ಎದೆ ಭಾರವಾಯಿತು. ಮಾತುಗಳು ಹೊರಡಲಿಲ್ಲ. ಕ್ಲಾಸಿಕ್ ಫ್ರೇಂನಲ್ಲಿ ಅಡಗಿರುವ ಆಕಾಶ್ ಚೆಲುವ ಚೆನ್ನಿಗನೇ. ಅದರಲ್ಲಿ ಖಂಡಿತ ಅನುಮಾನವಿಲ್ಲ.

"ಅಲ್ವಾ....?" ಮಾರ್ಟಿನಾ ಮತ್ತೆ ಕೇಳಿದಳು.

"ಹೌದು, ತುಂಬ ಹ್ಯಾಂಡ್‌ಸಮ್ ಪರ್ಸನಾಲಿಟಿ" ಅಂದರು ಪೂರ್ಣಿಮಾ.

ಒಂದಿಷ್ಟು ಶಾವಿಗೆ ಉಪ್ಪಿಟ್ಟು, ಪಾಯಸ ಮಾಡಿ ಬಿಸಿಬಿಸಿಯಾಗಿ ತಂದಿಟ್ಟರು. "ಎರಡು ದಿನ ಇದ್ದಿದ್ದರೆ ಚೆನ್ನಾಗಿತ್ತು. ಇದೊಂದು ದಿನವಾದ್ರೂ ಇರಬಹುದಿತ್ತು" ಪೇಚಾಡಿಕೊಂಡರು ಶಾರದಮ್ಮ.

ಶಾಲೆಯಿಂದ ಬಂದ ಮಗನನ್ನು ತೋರಿಸಿದರು.

"ಇವು ಕಡೆಯವ್ನು. ರಾಘವೇಂದ್ರ ಸ್ವಾಮಿಗಳ ಹರಕೆಯಿಂದ ಹುಟ್ಟಿರೋದ್ರಿಂದ ಅವನಿಗೆ ರಾಘವೇಂದ್ರ ಹೆಸರು ಇಟ್ವಿ. ನಮ್ಮ ಸಂಧ್ಯಾಗೆ ಇವನನ್ನು ಕಂಡರೆ ಪ್ರಾಣ" ಮತ್ತಷ್ಟು ಹೇಳಿಕೊಂಡರು ಶಾರದಮ್ಮ.

ಆಕೆಗೆ ಎಷ್ಟು ಮಾತಾಡಿದರೂ ಕಡಿಮೆಯೆನಿಸಿತು. ಮಗಳ ಕೈಯಲ್ಲಿ ಮಾಡಿಸಿದ ಭೀಮನ ಅಮಾವಾಸ್ಯೆಯ ಗಂಡನ ಪೂಜೆ, ಮಂಗಳಗೌರಿ ವ್ರತ ನಂತರದ ಸ್ವರ್ಣಗೌರಿ ವ್ರತ ಅದನ್ನೆಲ್ಲ ಶಾಸ್ತ್ರೋಕ್ತವಾಗಿ ಮಾಡಿಸಿದ ಬಗ್ಗೆ ದೊಡ್ಡ ವಿವರಣೆಯನ್ನು ಕೊಟ್ಟರು.

ಶಾರದಮ್ಮನ ತಬ್ಬಿಬ್ಬು, ಮಾತಿನ ಬಡಬಡಿಕೆ ನೋಡಿ ಪೂರ್ಣಿಮಾಗೆ ಅಯ್ಯೋ ಎನಿಸಿತು. ಸಣ್ಣ ಊರಿನಲ್ಲಿದ್ದ ಹಳೆಯ ಕಾಲದ ಸಂಪ್ರದಾಯದ ಚೌಕಟ್ಟಿನಲ್ಲಿದ್ದ ಮಹಿಳೆಯೆಂದುಕೊಂಡರು.

ಅಂತು ಹೊರಟಾಗ ಶಾರದಮ್ಮ ಒಂದೊಂದು ಕಣ ಇಟ್ಟು ತಾಂಬೂಲ ಕೊಡುತ್ತ ಸಂಕೋಚಿಸಿದರು. "ಅವರು ಕೂಡ ಊರಿನಲ್ಲಿಲ್ಲ. ಬಂದು ಹಾಗೇ ಹೊರಟುಬಿಟ್ರಿ. ಇನ್ನೊಮ್ಮೆ ಬಂದಾಗ ಒಂದ್ವಾರನಾದ್ರೂ ಇರ್ಬೇಕು" ಆತ್ಮೀಯವಾಗಿ ಹೇಳಿದರು.

ಹೊರಗೆ ಬಂದ ಪೂರ್ಣಿಮಾ "ತೀರಾ ಆಪ್ತರು, ನೆಂಟರಿಷ್ಟರು ಹೋದರೂ ಈಗ ಒಂದು ಗಂಟೆಯ ಮೇಲೆ ಯಾರೂ ಇರಿಸಿಕೊಳ್ಳಲು ಇಷ್ಟಪಡೋಲ್ಲ. ಈಕೆಯದು ಎಂತಹ ಒಳ್ಳೆಯ ಮನಸ್ಸು" ಅಂದರು.

"ನಂಗೆ ನಿಮ್ಮಿಂದ ಒಂದು ಹೆಲ್ಪ್ ಆಗ್ಬೇಕು, ಮೇಡಂ" ಎಂದಳು ಮಾರ್ಟಿನಾ ತಗ್ಗಿದ ದನಿಯಲ್ಲಿ. ಅಷ್ಟಿಷ್ಟು ಊಹಿಸಿದ್ದ ಪೂರ್ಣಿಮಾ "ನಂಗೆ ಅರ್ಥವಾಗಿದೆ. ನಿಮ್ಗೂ ದುಬೈಗೆ ಹೋಗೋ ಆಸಕ್ತಿ. ಅಲ್ಲಿ ನರ್ಸುಗಳ ಅಗತ್ಯ ಬಹಳಷ್ಟಿದೆ. ಆದ್ರೂ ಯೋಚ್ನೆ ಮಾಡಿ. ನಿಮ್ಗೂ ಒಳ್ಳೆ ಸಂಬಳ ಬರ್ಬಹ್ದು. ಗಂಡ, ಮಕ್ಳು, ಸಂಸಾರದಿಂದ ಮೂರ್ವರ್ಷ ಐದ್ವರ್ಷ ದೂರವಿರೋದೂಂದರೇ..." ಎಂದಾಗ ಅದನ್ನು ಮಾರ್ಟಿನಾ ತಳ್ಳಿ ಹಾಕಿದಳು.

ಲಾಡ್ಜ್ ತಲುಪುವವರೆಗೂ ಮೌನವಾಗಿ ಆಲಿಸಿದರೂ, ಪೂರ್ಣಿಮಾ ಒಂದು ಮಾತು ಕೂಡ ಆಡಲಿಲ್ಲ. ಆಮೇಲು ಅರ್ಧಗಂಟೆ ಉಳಿದ ಮಾರ್ಟಿನಾ ನರ್ಸಿಂಗ್ ಹೋಂ ಸಮಸ್ಯೆಗಳು, ಈಗ ಸಂಧ್ಯಾ ಅನುಭವಿಸುತ್ತಿರುವ ಕೆಲಸದ ಒತ್ತಡ ಎಲ್ಲಾ ತಿಳಿಸಿ ಹೇಳಿದರು.

"ನೀವು ಆಕಾಶ್‌ಗೂ ಒಂದಿಷ್ಟು ತಿಳಿಹೇಳಿ. ಸಂಧ್ಯಾ ಕೂಡ ಅಲ್ಲಿಗೆ ಹೋಗ್ಲಿ" ಅಂದಾಗ ಬೆಚ್ಚಿಬಿದ್ದರು. "ಆ ಬಗ್ಗೆ ನಾನು ಹೇಗೆ ಹೇಳ್ಲಿ?" ಅಂದರು. ಆಮೇಲೆ ಮಾತಾಡಲು ಆಸಕ್ತಿ ಉಳಿಯಲಿಲ್ಲ.

ಬೆಳಿಗ್ಗೆ ಬಂದು ಕಾಣುವುದಾಗಿ ಮಾರ್ಟಿನಾ ಹೊರಟಳು. ತಾನು ಮರೆತಿದ್ದ ಕ್ಯಾಷ್ ಪರ್ಸ್‌ನ ತರಲು ಹೋದಾಗ ಡಾ॥ ಸುಧಾಕರ್ ಸಿಕ್ಕ. ಎರಡೇ ನಿಮಿಷದಲ್ಲಿ ಉತ್ಸಾಹದಿಂದ ಎಲ್ಲಾ ಒದರಿಬಿಟ್ಟಳು.

"ಆಕಾಶ್ ತುಂಬ... ತುಂಬಾನೇ ಹ್ಯಾಂಡ್‌ಸಮ್" ಫೋಟೋದಲ್ಲಿನ ಆಕಾಶ್‌ನ ವರ್ಣಿಸಿದಾಗ ಅವನಿಗೇನು ಅನ್ನಿಸದಿದ್ದರೂ ಸ್ಟೋರಿ ಕುತೂಹಲಕಾರಿಯಾಗಿತ್ತು. ಇದರಲ್ಲಿ ಮೋಸವೇನಾದರೂ ನಡೆದಿದೆಯೇ? ಯಾವುದಾದರೂ ಒತ್ತಡಕ್ಕೆ ಮಣಿದು ಸಂಧ್ಯಾ ಮದುವೆಯಾದಳು?

ಅವಳು ಹುಟ್ಟಿ ಬೆಳೆದ ಸಣ್ಣ ಊರುಬಿಟ್ಟ ಮೇಲೆ ಬಂದಿದ್ದು ಈ ಸಿಟಿಗೆಂದು ಸಾಕಷ್ಟು ಸಲ ಡಾ|| ಅನುರಾಧ ಮಾತಿನ ಸಂದರ್ಭದಲ್ಲಿ ಅಂದಿದ್ದರು. ಅಂಥದ್ದರಲ್ಲಿ ಆಕಾಶ್‌ನ ಭೇಟಿ ಮಾಡಿದ್ದೆಂದು? ಪ್ರೇಮಿಸಿದ್ದೆಂದು? ಅದಕ್ಕೆ ಅವಳಿಗೆ ಅವಕಾಶ ಇತ್ತಾ? ಜೊತೆಗೆ ಅಂಥ ಮನಸ್ಸು ಇತ್ತಾ? ಇದು ನಿಗೂಢವೆನಿಸಿತು.

ಬರೀ ಪೂರ್ಣಿಮಾ ಇದ್ದ ಲಾಡ್ಜ್ ವಿಳಾಸ ಮಾತ್ರ ತಿಳಿದುಕೊಂಡ ಡಾ|| ಸುಧಾಕರ್ ಹೊರಗೆ ಬರುವ ವೇಳೆಗೆ ಧೋ ಎಂದು ಮಳೆ ಸುರಿಯುತ್ತಿತ್ತು. ಅಲ್ಲೇ ನಿಂತ ಹಿಂದಿನ ವಾರ ಲಂಚ್ ಸಮಯದಲ್ಲಿ ಅವನಮ್ಮನ ಬಗ್ಗೆ ವಿಚಾರಿಸಿದ ಸಂಧ್ಯಾ ನೋವನ್ನು ತೋಡಿಕೊಂಡಿದ್ದಳು.

"ಅಲ್ಲಿ ನಿಮ್ಮ ಮದರ್ ಕೂಡ ಪೇಯಿಂಗ್ ಗೆಸ್ಟಾ?" ಕೇಳಿದವಳು ಹಿಂದೆಯೇ ಕ್ಷಮೆಯಾಚಿಸಿದಳು "ಸಾರಿ ಸರ್. ನಾನೇನಾದ್ರೂ ತಪ್ಪಾಗಿ ಕೇಳಿದ್ನಾ? ನಂಗೆ ಅವ್ರು ತುಂಬ ಇಷ್ಟವಾದ್ರು. ನೀವು ಬೇಗ ಡಾ|| ನಂದಿನಿಯವರನ್ನು ಮದ್ವೆಯಾಗಿ ಒಂದು ಮನೆ ಮಾಡಿದರೆ ಚೆನ್ನಾಗಿರುತ್ತೆ. ಬೇರೆ ಮನೆಯಲ್ಲಿ ಪೇಯಿಂಗ್ ಗೆಸ್ಟ್ ಆಗಿರೋದು ಅವ್ರಿಗೆ ಕಷ್ಟ ಅನ್ನಿಸಬಹುದು" ಸ್ವಲ್ಪ ದೀರ್ಘವಾಗಿ ಮಾತಾಡಿದಾಗ ನಕ್ಕಿದ್ದ. ಬೇರೆಯವರ ಬಗ್ಗೆ ಇಷ್ಟೊಂದು ಕಾಳಜಿವಹಿಸುವ ಹೆಣ್ಣು ಆಕಾಶ್ ವಿಷಯದಲ್ಲಿ ಇನ್ನಷ್ಟು ಕಾಳಜಿ ಇರಬಹುದೆಂದುಕೊಂಡಿದ್ದ.

"ಯಾಕೆ ಸಾರಿ? ಹೀಗೆ ವಿಚಾರಿಸುವವರು ಯಾರಾದ್ರೂ ಇರ್ಬೇಕೂಂತ ಈಗ ಅನ್ನಿಸ್ತಾ ಇದೆ. ನನ್ನ, ನಂದಿನಿಯ ಜೋಡಿ ಚೆನ್ನಾಗಿರತ್ತಾ?" ಪ್ರಶ್ನಿಸಿದಾಗ ಅವಳ ಕಣ್ಣುಗಳನ್ನು ಅರಳಿಸಿ "ನಂಗೆ ಅಷ್ಟೆಲ್ಲಾ ಗೊತ್ತಾಗೊಲ್ಲ. ಡಾ. ನಂದಿನಿಯವ್ರ ತಂದೆ ತುಂಬ ಶ್ರೀಮಂತರಂತೆ. ನಿಮ್ಗೂ ಅನ್ಕೂಲವಾಗುತ್ತೆ. ಇಬ್ರೂ ವಿದೇಶಕ್ಕೆ ಹೆಚ್ಚಿನ ಶಿಕ್ಷಣ ಪಡೆದು ಬಂದು ಒಂದು ನರ್ಸಿಂಗ್ ಹೋಂ ಪ್ರಾರಂಭಿಸ್ಬಹ್ದು. ಆಲ್‌ಜೈಮರ್ ವಾಸಿಯಾಗೋ ಹಾಗಿದ್ದರೆ ನೀವು ಅವ್ರನ್ನ ವಿದೇಶಕ್ಕೆ ಕರ್ಕೊಂಡ್ಹೋಗ್ಬಹ್ದು. ಸದಾ ಪೆಟ್ರೋಲ್ ಬೆಲೆ ಏರಿಕೆ ನಿಮ್ಗೆ ತಟ್ಟೋದೆ ಇಲ್ಲ" ಎಂದಳು ಮುಗ್ಧವಾಗಿ.

"ಗುಡ್, ನಿಂದು ದೂರದೃಷ್ಟಿ, ಒಳ್ಳೆ ಸಜೆಷನ್ ಕೊಟ್ಟೆ" ಕಣ್ಣರಳಿಸಿ ಹುಬ್ಬು ಕುಣಿಸಿದ್ದ ಡಾ|| ಸುಧಾಕರ್ ಅಭಿಮಾನದಿಂದ ನೋಡಿದ. ಒಂದೆರಡು ದಿನಗಳ ಹಿಂದೆ ಡಾ|| ನಂದಿನಿ ತಂದೆಯೊಂದಿಗೆ ಅವರ ಮನೆಗೆ ಬಂದಿದ್ದಳು ಮೊದಲ ಸಲ. ಬಹುಶಃ ಇದುವರೆಗೂ ಅವನು ಯಾರಿಗೂ ತನ್ನ ವಿಳಾಸ ಕೊಟ್ಟಿರಲಿಲ್ಲ. ಡಾ|| ಅನುರಾಧ ನರ್ಸಿಂಗ್ ಹೋಂನಲ್ಲಿ ಕೆಲಸ ಮಾಡುವ ಕಿರಿಯ ಡಾಕ್ಟರ್ ಎಂದು ಮಾತ್ರ ಪರಿಚಿತನಾಗಿದ್ದ.

ಈಗಲೂ ನೇರವಾಗಿ ವಿಳಾಸ ನೀಡಿದ್ದು ಸಂಧ್ಯಾಗೆ ಮಾತ್ರ.

ನೆನಪುಗಳ ಮಧ್ಯೆ ಮಳೆಯ ಬಿರುಸು ಸ್ವಲ್ಪ ಕಡಿಮೆಯಾಯಿತು. ಸ್ಕೂಟರ್‌ಗಿಂತ ಆಟೋ ಸಲೀಸು ಎನಿಸಿ ಪೇಷೆಂಟ್‌ನ ಹೊತ್ತು ತಂದ ಆಟೋದಲ್ಲಿ ತಾನು ಹತ್ತಿ ಕುಳಿತ.

ಲಾಡ್ಜ್ ಬಳಿ ಇಳಿದ ಸುಧಾಕರ್ ನೇರವಾಗಿ 16ನೇ ನಂಬರ್ ರೂಮಿಗೆ ಹೋದಾಗ, ಪೂರ್ಣಿಮಾ ಎಲ್ಲಿಯೋ ಹೊರಟು ನಿಂತಿದ್ದವರು ಬಲವಂತದ ನಗೆ ಬೀರಿದರು.

"ಹಲೋ, ಮೇಡಮ್, ನಿಮ್ಹತ್ರ ಒಂದರ್ಧ ಗಂಟೆ ಮಾತಾಡೋಣಾಂತ ಅಂದ್ಕೊಂಡ್ಬಂದೆ. ಎಲ್ಲೋ ಹೊರಟಿದ್ದೀರಾ?" ಕೈ ಕೈ ಹೊಸೆದು ಸರಳವಾಗಿ ಕೇಳಿದಾಗ ನಿರಾಕರಿಸಲಾಗಲಿಲ್ಲ. ನರ್ಸಿಂಗ್ ಹೋಂನಲ್ಲಿದ್ದಷ್ಟು ದಿನ ಫಾಲೋ ಅಪ್‌ಗೆ ಡಾ॥ ಸುಧಾಕರ್ ಬರುತ್ತಿದ್ದ. ಹಾಸ್ಯ ಮಾಡುತ್ತಿದ್ದ. ಸರಳ ಮಾತುಗಳಿಂದ ಬದುಕಿನ ಬೆಲೆ ಬಗ್ಗೆ ತಿಳಿಸುತ್ತಿದ್ದ. ಅದರಿಂದ ಅವನ ಬಗ್ಗೆ ವಿಶೇಷವಾದ ಗೌರವ ಇತ್ತು. "ಪರ್ವಾಗಿಲ್ಲ ಬನ್ನಿ" ಎಂದು ಆಹ್ವಾನಿಸಿದರೂ ಡಾ॥ ಸುಧಾಕರ್ ತನ್ನನ್ನು ಪರ್ಸನಲ್ಲಾಗಿ ಹುಡುಕಿಕೊಂಡು ಬಂದಿದ್ದೇಕೆ ಎನ್ನುವುದೇ ಜಿಜ್ಞಾಸೆಯಾಯಿತು.

ಕೂತ ಡಾ॥ ಸುಧಾಕರ್ ಕಣ್ಣಲ್ಲಿಯೇ ಅಳೆದ. ಸಿಂಗಲ್ ರೂಂ ಎಂದರೇ ಒಂಟಿಯಾಗಿಯೇ ಬಂದಿರಬೇಕೆಂಬ ಎಣಿಕೆ. ಪೂರ್ಣಿಮಾ ಮುಖಾಂತರ ಸಂಧ್ಯಾಗೆ ಆಕಾಶ್ ಪರಿಚಯವಾಗಿರಬಹುದೆಂಬ ನಿರ್ಧಾರಕ್ಕೆ ಬಂದಿದ್ದ.

"ಏನು ತಗೋತೀರಾ ಡಾಕ್ಟ್ರೇ?" ಕೇಳಿದರು ಪೂರ್ಣಿಮಾ.

"ಅಂತು ನಿಮ್ಗೆ ನನ್ನ ಪರಿಚಯವಿಲ್ಲ. ನೆನಪು ಇದೇಂತ ಆಯ್ತು. ನೀವು ನಮ್ಮ ಸಂಧ್ಯಾ ಪೇಷೆಂಟ್ ಅಲ್ವಾ?" ಎಂದು ಕೇಳಿದವನು ಸ್ವಲ್ಪ ಬಿಡಿಸಿ ಹೇಳಿದ. "ಸಂಧ್ಯಾ ಅಲ್ಲಿ ರಿಸೆಪ್ಷನಿಸ್ಟ್ ಆಗಿರಬಹ್ದು. ಆದರೆ ಅವ್ಳ ಕೆಲ್ಸದ ವ್ಯಾಪ್ತಿ ವಿಶಾಲವಾದುದು. ಕೆಲವು ಪೇಷೆಂಟ್‌ಗಳು ಪೇಷೆಂಟ್‌ನ ಕಡೆಯವ್ರು ಬಂದ ಕೂಡಲೇ ಸಂಧ್ಯಾಗೆ ತಮ್ಮ ರೋಗರುಜಿನಗಳ ಬಗ್ಗೆ ಹೇಳಿಕೊಳ್ಳೋದು. ಆ ವಿವರಗಳ್ನ ಕಂಪ್ಯೂಟರ್‌ನಲ್ಲಿ ಫೀಡ್ ಮಾಡೋಕೆ ಬೇರೆಯವರ್ನ ನೇಮಿಸಿದ್ದರು. ಅವ್ರುಗಳು ಹುಡ್ಕಿಕೊಂಡು ಹೋಗೋದೆ ಸಂಧ್ಯಾನಾ. ಕೆಲವರು ಅವ್ಳಿಗಾಗಿ ಕಾಯ್ತಾರೆ. ಫೋನ್ ಮಾಡ್ತಾರೆ. ತೀರಾ ಡಿಮ್ಯಾಂಡ್ ಇರೋ ಪಾಪ್ಯುಲರ್ ಡಾಕ್ಟ್ರು ಸಂಧ್ಯಾ."

"ಕರೆಕ್ಟ್ ಡಾಕ್ಟ್ರೇ. ಆ ಹುಡ್ಗಿನ ಕಂಡರೇ ಏನೋ ಭರವಸೆ. ಮನಸ್ಸಿನಲ್ಲಿದ್ದುದನ್ನು ಬಿಡಿಸಿ ಹೇಳ್ಬೇಕೂಂತ ಅನ್ನಿಸುತ್ತೆ. ಬೇಗ ಮನಸ್ಸಿಗೆ ಇಷ್ಟವಾಗ್ತಾಳೆ. ಅದ್ಕೆ ಅವಳ ಸ್ವಭಾವನೇ ಕಾರಣವಾಗುತ್ತೆ" ಪೂರ್ಣಿಮಾ ಕೂಡ ಅಭಿಮಾನದಿಂದ ಅವಳ ಬಗ್ಗೆ ಹೇಳಿದರು.

ಫೋನ್ ಮಾಡಿ ಪೂರ್ಣಿಮಾ ಕಾಫಿ ತರಿಸಿದರು. ನಂತರವೇ ಡಾ. ಸುಧಾಕರ್ ತಿಳಿಯಬೇಕಾದ ವಿಷಯಕ್ಕೆ ಪೀಠಿಕೆ ಹಾಕಿದ್ದು.

"ಇತ್ತೀಚೆಗೆ ಸಂಧ್ಯಾಗೆ ಮದ್ವೆ ಆಗಿದೆ. ಸಿಂಪಲ್ ಮದ್ವೆ ಅಂದ್ಲು. ದಿಢೀರ್

ಮ್ಯಾರೇಜ್ ಅಂದ್ಲು. ವಿವಾಹವಾದ ಕೂಡ್ಲೇ ದುಬೈಗೆ ಕೆಲ್ಸಕ್ಕಾಗಿ ಹೋದರಂತೆ. ನೀವು ಆಕಾಶ್‌ಗೆ ಹತ್ತಿರ. ದೂರದ ನೆಂಟರೂಂತ ತಿಳೀತು."

ಪೂರ್ಣಿಮಾಗೆ ವಿಷಯ ಯಾವುದೆಂದು ತಿಳಿದುಹೋಯಿತು. ಆದರೂ ಉದ್ದೇಶಪೂರ್ವಕವಾಗಿ ಸಂಧ್ಯಾಳ ಮದುವೆಯ ಬಗ್ಗೆ ಯಾಕೆ ಡಾ।। ಸುಧಾಕರ್‌ಗೆ ಇಷ್ಟೊಂದು ಆಸಕ್ತಿ? ಅದೇ ಬಿಡಿಸಲಾಗದ ಒಗಟಾಗಿ ಕಂಡಿತು. ಈಗಾಗಲೇ ಮಾರ್ಟಿನಾಗೆ ಆಕಾಶ್ ಬಂಧುವೆಂದು ತಿಳಿದಿದ್ದರಿಂದ ಇಲ್ಲವೆನ್ನುವುದು ಸರಿಯಾಗಿ ಕಾಣಲಿಲ್ಲ. "ಯಾಕೋ ಚಿಂತೆಯಲ್ಲಿ ಬಿದ್ದಂಗೆ ಕಾಣ್ತೇರಾ? ನೋ ಮೇಡಂ, ನಂಗೆ ಒಂದಿಷ್ಟು ಡೀಟೈಲ್ಸ್ ಬೇಕು. ಅದ್ರಿಂದ ಯಾರ್ಗೂ ತೊಂದರೆ ಇಲ್ಲಾಂತ ಭರವಸೆ ಕೊಡ್ತೀನಿ" ಪ್ರಾಮಿಸ್ ಮಾಡಿದ.

"ಇನ್‌ವೆಸ್ಟಿಗೇಷನ್ನಾ? ನಂಗೆ ಹಿಂದಿನ ಬದ್ಕು ನೆನಪಿಸಿಕೊಳ್ಳೋಕೆ ಇಂಟ್ರೆಸ್ಟಿಲ್ಲ. ಸೂಯಿಸೈಡ್ ಮಾಡಿಕೊಳ್ಳೋಕೆ ಪ್ರಯತ್ನಿಸಿದೆ. ಅವೆಲ್ಲ.... ಬೇಡ ಡಾಕ್ಟ್ರೇ" ಎಂದರು ಪೂರ್ಣಿಮಾ. ಆಕೆಯ ಮುಖದ ಮೇಲೆ ವ್ಯಥೆಯ ನೆರಳಾಡಿತು.

"ಸಾರಿ ನಿಮ್ಮ ಬಗ್ಗೆಯಲ್ಲಾ. ಸಂಧ್ಯಾ ಮದ್ವೆ ವಿಷ್ಯದಲ್ಲಿ. ಅವ್ಳ ಜವಾಬ್ದಾರಿಗಳು, ಒತ್ತಡಗಳು ಅವ್ಳನ ವಿವಾಹಕ್ಕೆ ದೂಡಿರಬೇಕೆಂಬ ಅನುಮಾನ. ಬಹುಶಃ ಪ್ರೇಮ, ಪ್ರೀತಿಯ ಬಗ್ಗೆ ಯೋಚ್ಸೋಷ್ಟು ಅವ್ಳಿಗೆ ಪುರುಸೊತ್ತಿಲ್ಲ. ಆಕಾಶ್ ಹೇಗೆ?"

ಪೂರ್ಣಿಮಾ ತೀರಾ ಗಂಭೀರವಾದರು. ಸಂಧ್ಯಾ ಮನಸ್ಸಿಗೆ ವಿರುದ್ಧವಾಗಿ ಯಾವ ವಿಷಯವನ್ನು ಹೇಳಲು ಸಿದ್ಧರಿಲ್ಲ.

"ತುಂಬ ದೂರದ ನೆಂಟರ ಹುಡ್ಗ. ಸಂಧ್ಯಾ ಅನುರಾಧ ನರ್ಸಿಂಗ್ ಹೋಂನಲ್ಲಿ ರಿಸೆಪ್ಷನಿಸ್ಟ್. ಅವರಿಬ್ಬರ ಬಗ್ಗೆ ನಂಗೆ ತಿಳಿದಿರೋದು ಇಷ್ಟೆ. ಆ ವಿಷ್ಯದಲ್ಲಿ ಅಷ್ಟೊಂದು ಆಸಕ್ತಿ ಯಾಕೆ?" ಸ್ವಲ್ಪ ಸೀರಿಯಸ್ಸಾದರು ಪೂರ್ಣಿಮ. ಕೋಪನೂ ಬಂತು.

"ನಾನು ಸಂಧ್ಯಾನ ಪ್ರೀತಿಸಿದ್ದೆ. ಈಗ್ಲೂ ಪ್ರೀತಿಸ್ತಾ ಇದ್ದೀನಿ. ಪ್ರೀತಿಯಲ್ಲಿ ವಿವಾಹದಲ್ಲೇ ಮುಕ್ತಾಯವಾಗಬೇಕೆಂದೇನು ಇಲ್ಲ. ಕೆಲವೊಮ್ಮೆ ಸಾಧ್ಯವಿಲ್ಲ. ಆದರೆ ಪ್ರೇಮದ ನವಿರುತನ ಬಹಳ ಕಾಲ ಉಳಿಯುತ್ತೆ. ಈಗಿನ ನನ್ನ ಉದ್ದೇಶ ಇಷ್ಟೇ. ಅವ್ಳು ಯಾವುದೇ ಒತ್ತಡಗಳ ಮಧ್ಯೆ ನಲುಗಿ ಹೋಗೋದ್ಬೇಡ. ಆಕಾಶ್ ಅವಳನ್ನ ದುಬೈಗೆ ಕರೆಸಿಕೊಳ್ಳಿ. ಬೇಕಾದರೆ ಅದಕ್ಕೆ ಬೇಕಾದ ಏರ್ಪಾಟು ನಾನು ಮಾಡ್ತೀನಿ. ಅಲ್ಲಿ ದುಡಿದು ಇಲ್ಲಿನ ಅವ್ಳ ಕುಟುಂಬಕ್ಕೆ ಆರ್ಥಿಕವಾಗಿ ಅಲ್ಲಿಂದಲೇ ಸಹಾಯ ಮಾಡ್ಲಿ. ಆಕಾಶ್‌ನಿಂದ ಅವ್ಳಿಗೆ ಮೋಸ ಆಗ್ಬಾರ್ದು" ಉದ್ವೇಗದಿಂದ ಹೇಳಿದವನು ಮರುಕ್ಷಣವೇ ಶಾಂತನಾದ.

ಡಾ।। ಸುಧಾಕರ್ ಮಾತುಗಳಲ್ಲಿ ಪ್ರಾಮಾಣಿಕತೆ ಇದೆಯೆನಿಸಿತು.

"ಇನ್ನು ನಿಮ್ಮ ಡಾ।। ನಂದಿನಿಯ ವಿವಾಹವಾಗಿಲ್ವಾ?" ಕೇಳಿದರು ಪೂರ್ಣಿಮಾ. ಡಾ।। ಸುಧಾಕರ್ ನಕ್ಕುಬಿಟ್ಟ. "ನಾನು ಡಾ।। ನಂದಿನಿ ವಿವಾಹವಾಗೋದಾ? ಕನಸಿನಲ್ಲಿ ಕೂಡ ಇಂಥ ಮದ್ವೆಗಳು ನಡೆದರೂ ಅಪಾಯನೇ. ಭ್ರಮೆ, ಸುಖದ ಅಮಲಿನಲ್ಲಿರೋ

ಡಾ॥ ನಂದಿನಿಯ ಜೀವನವನ್ನು ಪ್ರವೇಸಿಸಿ ನಾಶ ಮಾಡೋ ಇಚ್ಛೆ ನಂಗಿಲ್ಲ. ನಾನು ಇರೋದು ವಾಸ್ತವ ಪ್ರಪಂಚದಲ್ಲಿ. ಈಗ್ಲಾದ್ರೂ ಪ್ಲೀಸ್ ಆಕಾಶ್ ಬಗ್ಗೆ ಹೇಳಿ" ಕೇಳಿಕೊಂಡ.

"ಆಕಾಶ್ ತುಂಬ ಒಳ್ಳೆಯವನು, ಹ್ಯಾಂಡ್‌ಸಮ್, ಅತ್ಯಂತ ಪ್ರತಿಭಾವಂತ. ಆ ಬಗ್ಗೆ ನಿಮ್ಗೆ ಅನುಮಾನ ಬೇಡ. ಅವ್ನಿಂದ ಸಂಧ್ಯಾಗೆ ಅಪಾಯವಾಗ್ಲಿ, ತೊಂದರೆಯಾಗ್ಲೀ ಇಲ್ಲ. ಆ ಬಗ್ಗೆ ನಾನು ಭರವಸೆ ಕೊಡ್ಬಲ್ಲೆ" ಅಂದ ಕೂಡಲೇ ಅಳು ನುಂಗಿ ಬಂದ ಪೂರ್ಣಿಮಾ ಬಾತ್‌ರೂಂಗೆ ಹೋಗಿ ಬಾಗಿಲು ಹಾಕಿಕೊಂಡರು.

ಅತ್ತು ಕಣ್ಣೊರೆಸಿಕೊಂಡು ಮುಖ ತೊಳೆದು ಸಮಾಧಾನ ಮಾಡಿಕೊಂಡು ಹೊರಗೆ ಬಂದರು. ಅಚ್ಚುಕಟ್ಟಾಗಿ ಮುಖ ತೊಳೆದೊರೆಸಿದ್ದರು, ಕೆಂಪತ್ತಿದ್ದ ಕೆನ್ನೆಗಳು ಅತ್ತಿದ್ದನ್ನು ಸ್ಪಷ್ಟಪಡಿಸಿತು.

ಡಾ॥ ಸುಧಾಕರ್ ಮನದಲ್ಲಿ ಹಲವಾರು ಸಂದೇಹಗಳು ಹುಟ್ಟಿಕೊಂಡವು.

"ಇನ್ನು ಆ ವಿಷ್ಯದ ಬಗ್ಗೆ ಮಾತಾಡೋದು ಬೇಡ ಡಾಕ್ಟ್ರೇ. ಅವ್ಳನ್ನ ಆಕಾಶ್ ದುಬೈಗೆ ಕರೆಸಿಕೊಳ್ಳೋ ವಿಷಯದಲ್ಲಿ ನಾನೇನು ಹೇಳ್ಲಾರೆ. ಅದು ಅವರಿಬ್ಬರ ನಿರ್ಧಾರಕ್ಕೆ ಬಿಟ್ಟಿದ್ದು. ಆಕಾಶ್ ಸೋ ಗುಡ್. ಅವ್ನಿಂದ ಸಂಧ್ಯಾಳಿಗೆ ಯಾವ್ದೇ ತೊಂದರೆಯಾಗ್ದು. ನೀವು ಸಂಧ್ಯಾನ ಪ್ರೀತಿಸಿರಬಹ್ದು. ಅದ್ನ ನಿಮ್ಮ ನಡುವಿನ ಅಂತರ ಬಲ್ಲ ಅವ್ಳ ಹೃದಯವನ್ನು ನೀವು ಸಮೀಪಿಸಲಾರಿರಿ" ಪೂರ್ಣಿಮಾ ಅತ್ಯಂತ ಸರಳವಾಗಿ ಹೇಳಿದಳು.

ಒಂದು ಪರಿಪೂರ್ಣ ಚಿತ್ರ ಸಿಕ್ಕಂತಾಯಿತು ಡಾ॥ ಸುಧಾಕರ್‌ಗೆ.

"ಹೇಗೆ ಹೇಳ್ತೀರಾ? ಸಂಧ್ಯಾ ನನ್ನ ಪ್ರೀತಿಸಿದ್ಲು. ಯಾವ್ದೋ ಒಂದು ಒತ್ತಡದಿಂದ್ಲೇ ಈ ವಿವಾಹವಾದದ್ದು. ನನ್ನ ಬಿಟ್ಟು ಅವ್ಳು ಬೇರೆ ಯಾರನ್ನು ಪ್ರೀತಿಸೋಕೆ ಸಾಧ್ಯವಿಲ್ಲ" ಅತ್ಯಂತ ಖಚಿತವಾಗಿ ಹೇಳಿದ.

ಪೂರ್ಣಿಮಾಗೆ ಪೂರ್ತಿ ಗಲಿಬಿಲಿಯಾಯಿತು.

"ಇಂಪಾಜಿಬಲ್, ನೀವು ಹೇಳ್ದ ಪ್ರಕಾರ... ಅವಳಿದ್ದ ಸ್ಥಿತಿ, ಜವಾಬ್ದಾರಿಗಳ ಒತ್ತಡ ಪ್ರೀತಿ, ಪ್ರೇಮ, ಯೌವನದ ಕನಸುಗಳಿಂದ ದೂರವಿಟ್ಟಿತ್ತು. ಅವಳನ್ನು ಅಲ್ಪಸ್ವಲ್ಪ ಬಲ್ಲ ಯಾರಿಗಾದ್ರೂ ಈ ವಿಷ್ಯ ಗೊತ್ತಿರುತ್ತೆ. ಅಲ್ಲ ಅವ್ಳ ಮೇಲೆ ಒತ್ತಡ ಹೇರೋಕೆ ಯಾರಿದ್ರೂ? ಅವು ಸಮ್ಮತಿಸಿಯೇ ವಿವಾಹವಾಗಿದ್ದು."

ಪೂರ್ಣಿಮಾ ಆಡಿದ ಒಂದೊಂದು ಮಾತು ಮತ್ತಷ್ಟು ಅತ್ಯಂತ ಸೂಕ್ಷ್ಮವಾಗಿ ಗ್ರಹಿಸಿ ಮನದಲ್ಲಿ ಅದಕ್ಕೊಂದು ಚೌಕಟ್ಟು ಕೊಡತೊಡಗಿದ.

"ನಂಗೆ ಸಂಧ್ಯಾನೇ ಹೇಳಿದ್ಲೂ. ಆಕಾಶ್ ಅವಳ್ನ ಮೋಸ ಮಾಡಿ ತಾಳಿ ಕಟ್ಟಿದ್ದ" ಅಂದ ಕೂಡಲೇ ಪೂರ್ಣಿಮಾ ಮುಖ ಕೆಂಪಗಾಯಿತು. "ಇಂಪಾಜಿಬಲ್. ಆಕಾಶ್ ಎಂದಿಗೂ ಯಾರ್ಗೂ ದ್ರೋಹ ಮಾಡೋಕೆ ಸಾಧ್ಯನೇ ಇಲ್ಲ. ಸತ್ತು ಹೋದ ವ್ಯಕ್ತಿಯ ಬಗ್ಗೆ ಅಂಥ ಆಪಾದನೆ ಸಲ್ಲದು" ಪೂರ್ಣಿಮಾ ಅಳತೊಡಗಿದಳು.

ಡಾ।। ಸುಧಾಕರ್ ಕೆಲವು ನಿಮಿಷಗಳು ಝುರ್ಝುರಿತನಾದ.

ವಿಶ್ವಾಸದಿಂದ ಪೂರ್ಣಿಮಾ ಕೈ ಹಿಡಿದು "ಸಮಾಧಾನ ಮಾಡ್ಕೊಳಿ. ಈ ಸುಧಾಕರ್ ಕೂಡ ನಿಮ್ಮ ತಮ್ಮನಂತೆ. ನಂಗೆ ಒಂದಿಷ್ಟು ಸತ್ಯ ಬೇಕು. ಇದ್ರಿಂದ ಖಂಡಿತ ಸಂಧ್ಯಾಗಾಗ್ಲಿ, ಅವ್ರ ಕುಟುಂಬಕ್ಕಾಗ್ಲಿ ತೊಂದರೆ ಆಗೋಲ್ಲ" ಪೂರ್ತಿ ಭರವಸೆ ಕೊಟ್ಟ.

ಹತ್ತು ನಿಮಿಷಗಳ ನಂತರ ಸುಧಾರಿಸಿಕೊಂಡ ಪೂರ್ಣಿಮಾ ಸಂಕ್ಷಿಪ್ತವಾಗಿ ವಿವರಿಸಿದರು.

"ಫೋಟನಲ್ಲಿರೋ ಆಕಾಶ್ ನನ್ನ ತಮ್ಮ. ಮುಂಬಯಿನಲ್ಲಿ ಕಂಪ್ಯೂಟರ್ ಇಂಜಿನಿಯರ್ ಆಗಿದ್ದವನು. ಆಕ್ಸಿಡೆಂಟ್‌ನಲ್ಲಿ ತೀರಿಕೊಂಡು ಮೂರ್ವರ್ಷಗಳೇ ಆಯ್ತು. ಸಂಧ್ಯಾ ಅವನನ್ನು ನೋಡಿಯೂ ಕೂಡ ಇಲ್ಲ. ಸತ್ತ ವ್ಯಕ್ತಿಗೆ ಜೀವಂತ ಪೋಷಾಕು. ಇಂಥ ಒಂದು ಪಾತ್ರದ ಅಗತ್ಯ ಅವ್ಳಿಗಿತ್ತು. ಸದಾ ಮಗಳ ಕುತ್ತಿಗೆಯಲ್ಲಿ ಮಾಂಗಲ್ಯ ಕಾಣಬೇಕೂಂತ ಹಂಬಲಿಸಿ ಗೋಳಾಡೋ ತಾಯಿ. ಜೊತೆಗೆ ತಂಗಿಯೊಡ್ಡಿದ ಸಮಸ್ಯೆ. ಇವಳಿಗೆ ವಿವಾಹವಾದ ಹೊರತು ಚಿಕ್ಕವಳಿಗೆ ಮದ್ವೆ ಮಾಡ್ಬಾರ್ದು ಅನ್ನೋ ತಂದೆಯ ನಿರ್ಣಯ. ಜೊತೆಗೆ ನಿಮ್ಮಿಬ್ಬರ ಮಧ್ಯೆ ಯಾರೋ ಹುಟ್ಟುಹಾಕಿದ ರೂಮರ್‌ನಿಂದ ಕೆಲವರ ದ್ವೇಷ. ಅವಹೇಳನದಿಂದ ಮುಕ್ತಿ ಕಾಣಬೇಕಾದರೆ ಅವಳಿಗೆ ತೋರಿದ್ದು ಇದೊಂದೇ ದಾರಿ. ಅದ್ಕೆ ನನ್ನ ಸಹಾಯ ಸ್ವಲ್ಪ ಲಭ್ಯವಾಯಿತು ಅಷ್ಟೇ" ನೊಂದ ದನಿಯಲ್ಲಿ ಪೂರ್ಣಿಮಾ ಎಲ್ಲಾ ಹೇಳಿಕೊಂಡು ಮನಸ್ಸು ಹಗುರ ಮಾಡಿಕೊಂಡ ನಂತರ ಹೆದರಿದರು.

"ಈ ವಿಷ್ಯ ಯಾರ್ಗೂ ತಿಳಿಸೋದ್ಬೇಡ ಸುಧಾಕರ್. ಸೃಷ್ಟಿಸಿಕೊಂಡ ಪಾತ್ರ ಆಕಾಶ್‌ನನ್ನ ಹಂತಹಂತ ಬೆಳೆಸಿದಳು. ಪತ್ರಗಳು, ಉಡುಗೊರೆಗಳು ನನ್ನ ಮೂಲಕವೇ ಅವ್ಳ ಕುಟುಂಬಕ್ಕೆ ಬರ್ತಾ ಇದ್ದಿದ್ದು. ಆಕಾಶ್ ಸಾವಿನಿಂದ ನಾನಿನ್ನು ಚೇತರಿಸಿಕೊಂಡೇ ಇಲ್ಲ" ಅಂದರು ಆಕೆ ಬಿಕ್ಕಿಬಿಕ್ಕಿ.

ಡಾ।। ಸುಧಾಕರ್ ಮುಖದಲ್ಲಿ ಸಣ್ಣನೆಯ ನಗೆ ತೇಲಿತು. ಭೀಮನ ಅಮಾವಾಸ್ಯೆ ಮಾಡಿಬಂದ ಸಂಧ್ಯಾ, ಹೊಳಿಗೆ ಹಿಡಿದು ಮಂಗಳಗೌರಿ ಪೂಜೆ ಮುಗಿಸಿಕೊಂಡು ಸಂಪ್ರದಾಯಶೀಲೆಯಾಗಿ ಲಕ್ಷಣವಾಗಿ ಬಂದ ಸಂಧ್ಯಾ ಎಷ್ಟೊಂದು ಮುದ್ದಾಗಿ ಕಂಡಿದ್ದಳು. ಅದ್ಭುತವಾ ನಟನೆಯೇ? ಅಲ್ಲಲ್ಲಿ ಸೋಲುತ್ತಿದ್ದಳೆನಿಸಿತು.

ಅಳು ನಿಂತ ಮೇಲೆ ಪೂರ್ಣಿಮಾ ಮುಂದೆ ಒಂದು ಗ್ಲಾಸ್ ನೀರಿಟ್ಟು "ಸಮಾಧಾನ ಮಾಡ್ಕೊಳ್ಳಿ. ಹೋದವರ ನೆನಪುಗಳೊಂದಿಗೆ ಮಾತ್ರ ಜೀವಿಸ್ಬಹುದ್ದು. ನಿಮ್ಗೆ ಭಯ ಬೇಡ. ಸಂಧ್ಯಾಗೆ ನನ್ನಿಂದ ತೊಂದರೆ ಆಗೋಲ್ಲ. ಅವ್ಳ ಭವಿಷ್ಯದ ಬಗ್ಗೆ ಮಾತ್ರ ಚಿಂತಿಸ್ಬೇಕಾಗುತ್ತೆ. ವಿಕಟವಾದ, ಅಟ್ಟಹಾಸದ ಪ್ರೀತಿಯಲ್ಲ ನಂದು. ಆ ವಿಷಯದಲ್ಲಿ ಭಯ ಬೇಡ."

ಆಮೇಲೆ ಮುಕ್ತವಾಗಿ ಸಂಧ್ಯಾಳ ಜೀವನ, ಸ್ವಭಾವ, ಭವಿಷ್ಯದ ಬಗ್ಗೆ ಸಾಕಷ್ಟು ಚರ್ಚಿಸಿದರು.

"ಬೇರೆಯವರಿಗೆ ಇದು ನಂಬೋಕೆ ಸಾಧ್ಯವಾಗೊಲ್ಲ. ವಿವಾಹವಾಗಿದ್ದಕ್ಕೆ ಲಾಸ್ ಏಂಜಲೀಸ್‌ನಲ್ಲಿ ಒಂದು ಸಂತೋಷ ಕೂಟ ಏರ್ಪಡಿಸಿದ್ಲು. ಸ್ವಲ್ಪ ಕೂಡ ವಿಚಲಿತಳಾಗಿರಲಿಲ್ಲ. ನಗುನಗುತ್ತ ಅಂದಿನ ಪಾತ್ರವನ್ನು ಲೀಲಾಜಾಲವಾಗಿ ಅಭಿನಯಿಸಿದಳೆನ್ನಿ. ಅಂದು ಅವಳೆಂಥ ಮನಸ್ಥಿತಿಯಲ್ಲಿರಬಹುದು?" ಡಾ|| ಸುಧಾಕರ್ ಒಂದು ಸಣ್ಣ ಘಟನೆಯನ್ನು ಪೂರ್ಣಿಮಾ ಮುಂದಿಟ್ಟ.

ಪೂರ್ಣಿಮಾ ಸ್ತಬ್ಧರಾದರು. ಸತ್ತ ಯುವಕನ ಫೋಟೋ ತೋರಿಸಿ ನಾನು ಈಚೆಗೆ ವಿವಾಹವಾದೆನೆಂದು ಕೊರಳಲ್ಲಿ ಕರೀಮಣಿ ಸರ ಹಾಕಿಕೊಂಡು ಎಡೆಬಿಡದೆ ಇಂಥ ಪಾತ್ರ ಪೋಷಿಸುವುದು ಎಷ್ಟು ಕಷ್ಟವೆನಿಸಿತು.

ಡಾ|| ಸುಧಾಕರ್ ತಲೆ ತಗ್ಗಿಸಿ ಕೂತ. ಎಷ್ಟೋ ಸಲ ಸಂಧ್ಯಾಳ ನಗುಮುಖ ನಿಸ್ವಾರ್ಥ ಸೇವೆಯ ಹಿಂದೆ ಇರುವ ಗುಟ್ಟೇನೆಂದು ಯೋಚಿಸುತ್ತಿರುವುದಕ್ಕೆ ಇಂದು ಉತ್ತರ ದೊರಕಿತು. ತನ್ನವೈಯಕ್ತಿಕ ಸುಖ, ಸಂತೋಷ, ಆಸೆ ಆಕಾಂಕ್ಷೆಗಳಿಗೆ ತಿಲಾಂಜಲಿ ಕೊಟ್ಟವಳಿಗೆ ಸ್ವಾರ್ಥದಿಂದ ಮುಕ್ತವಾಗಲು ಕಷ್ಟವೆನಿಸಲಿಲ್ಲವೆಂದು ತಿಳಿದ.

ಡಾ|| ಸುಧಾಕರ್ ಹೊರಟುನಿಂತಾಗ ಮುಂದಿನ ಅಪಾಯವನ್ನು ಅರಿತು ಎಚ್ಚರಿಕೆ ಕೊಟ್ಟರು ಪೂರ್ಣಿಮಾ. "ಈ ಗುಟ್ಟು ನಿಮ್ಮೊಬ್ಬರಲ್ಲೇ ಉಳ್ದು ಹೋಗ್ಲಿ. ಸತ್ಯ ಪ್ರಕಟವಾದರೆ ಆ ದಂಪತಿಗಳು ಉಳಿಯಲಾರರು. ಇಡೀ ಕುಟುಂಬ ಛಿದ್ರ. ಈ ಸುಳ್ಳು ಸೃಷ್ಟಿಗಾಗಿ ಅವಮಾನಿತಳಾಗುತ್ತಾಳೆ. ಅವ್ಳು ಹುಟ್ಟುಹಾಕಿದ ಪಾತ್ರ ಹಾಗೆಯೇ ಬೆಳೆಯಲಿ. ಎಲ್ಲಯೋ ಒಂದು ಕಡೆ ತಿರುವು ಸಿಕ್ಕುತ್ತೆ.

ಅತ್ಯಂತ ಮೌನವಾಗಿ ಡಾ|| ಸುಧಾಕರ್ ಒಂದು ಮುಗುಳ್ನಗೆ ಬೀರಿದ.

"ಒಂದೇ ಒಂದು ಪ್ರಶ್ನೆ. ಈಗಾಗ್ಲೇ ಕೆಲವು ತಿಂಗ್ಳುಗಳು ಕಳೆದುಹೋಗಿದೆ. ಎರಡು ವರ್ಷದ ನಂತರದ ಸುದ್ದಿ ಅವ್ರ ಎದೆಗಳನ್ನು ಒಡೆಯಬಾರ್ದಲ್ಲ" ಎಂದ.

ಪೂರ್ಣಿಮಾ ದೀರ್ಘವಾಗಿ ಉಸಿರೆಳೆದು ದಬ್ಬಿ "ಆ ಬಗ್ಗೆ ಅವಳದೇ ಆದ ಉತ್ತರವನ್ನು ಹೇಳ್ತೀನಿ. ಇವು ಅವಳ ಮಾತುಗಳಿಗೆ ವಾರದ ನಂತರ ಸಾಯಬಹುದಾದ ವ್ಯಕ್ತಿಯನ್ನು ಉಳಿಸಲು ಡಾಕ್ಟು ಎಡಬಿಡದೇ ಪ್ರಯತ್ನ ಮಾಡ್ತಾರೆ. ಪೇಷೆಂಟ್ ಮನೆಯವರು ಕೂಡ ಸಾಯಬಹುದಾದ ಸಂಬಂಧಿಗಾಗಿ ಸಾಕಷ್ಟು ಖರ್ಚು ಮಾಡ್ತಾರೆ. ಎಡೆಬಿಡದೆ ಟೆನ್‌ಷನ್, ದುಃಖ ಅನುಭವಿಸ್ತಾರೆ. ಸಾವು, ಬದುಕಿನ ನಡುವಿನ ಅಂತರ ಮುಖ್ಯವಾಗುತ್ತೆ. ಅಲ್ಲಿವರ್ಗೂ ಕಾಪಾಡಲು ಪ್ರಯತ್ನಗಳು ನಡೆಯುತ್ತಲೇ ಇರುತ್ತೆ. ಇನ್ನು ಎರಡು ವರ್ಷಗಳ ಮೇಲೆ ಮೂರು ತಿಂಗ್ಳು ಇದೆಯಲ್ಲ. ಆಮೇಲೆ ಯಾವುದಾದ್ರೂ ಮಾರ್ಗ ತೋರಬಹ್ದು. ನಾಳಿನ ಬಗ್ಗೆ ಮನುಷ್ಯನ ಬದ್ಕಿನಲ್ಲಿ ಯಾವ್ದೇ ಭರವಸೆ ಇಲ್ಲ. ಅಂಥದ್ದರಲ್ಲಿ ಮೂರು ವರ್ಷದಷ್ಟು ದೀರ್ಘಕಾಲದ ಬಗ್ಗೆ ಯಾಕೆ ಚಿಂತಿಸಬೇಕು. ಇದು ಸಂಧ್ಯಾಳ ಫಿಲಾಸಫಿ" ಎಂದರು.

ಅವಳ ಆಳವಾದ ಚಿಂತನೆಗಳನ್ನು ಅವನ ಮನ ಗೌರವಿಸಿತು.

ಪೂರ್ಣಿಮಾ ಕೂಡ ಅವನೊಂದಿಗೆ ಕೆಳಗಿಳಿದು ಬಂದು ಹೋಟೆಲ್‌ನಲ್ಲಿ ತಿಂಡಿ ತಿಂದು ಕಾಫಿ ಕುಡಿದರು.

"ನೀವು ಯಾವಾಗ ಹೈದ್ರಾಬಾದ್‌ಗೆ ಹೋಗ್ತೀರಾ?" ಕೇಳಿದ ಹೊರಗೆ ಬಂದ ಮೇಲೆ. ಇನ್ನು ಮಳೆ ಪೂರ್ತಿಯಾಗಿ ನಿಂತಿರಲಿಲ್ಲ. ಜನರ ಓಡಾಟದಲ್ಲಿ ಆತುರವಿತ್ತು. "ನಾಳೆ ಸಂಜೆ ಟ್ರೈನ್‌ಗೆ ಬುಕ್ ಮಾಡ್ಸಿದ್ದೀನಿ. ಅಂಥ ದೊಡ್ಡದಾಗಿ ಏನು ಕೆಲ್ಸವಿರ್ಲಿಲ್ಲ. ನಾನು ಹೈದರಾಬಾದ್‌ಗೆ ಹೋಗೋ ಮುನ್ನ ಕೆಲವು ಸಾಮಾನುಗಳನ್ನ ರೂಮಿನಲ್ಲಿ ಹಾಕಿಹೋಗಿದ್ದೆ. ಅವ್ರು ಆಗಾಗ ಪತ್ರ ಬರೆದು ರೂಮು ಖಾಲಿ ಮಾಡಿ ಕೊಡೀಂತ ಒತ್ತಾಯ ಮಾಡ್ತಾ ಇದ್ರು. ಇಲ್ಲಿಂದ ಕೊಂಡೊಯ್ಯೋ ಇಷ್ಟವಿರ್ಲಿಲ್ಲ. ತೀರಾ ಕಾಸ್ಟ್ಲಿಯಾದ ಟಿ.ವಿ. ಸ್ಟೀರಿಯೋ ಸಿಸ್ಟಮ್ ಮುಂತಾದುವನ್ನು ಆಕಾಶ್‌ನ ಹೆಸರಲ್ಲಿ ಸಂಧ್ಯಾ ಮನೆಗೆ ಕಳಿಸಿದೆ. ಬಹುಶಃ ಅವ್ರು ಇದ್ದಿದ್ದರೆ ಅಷ್ಟು ಸುಲಭವಾಗ್ತ ಇರ್ಲಿಲ್ಲ. ಮಿಕ್ಕಿದ್ದು ಮಾರಿಬಿಟ್ಟೆ. ಇಲ್ಲಿನ ಎಲ್ಲಾ ಸಂಬಂಧಗಳನ್ನ ತೊಡೆದುಕೊಂಡರೂ ಸಂಧ್ಯಾ ಮಾತ್ರ ನನ್ನ ಜೀವನದಲ್ಲಿ ಇದ್ದಾಳೆ. ಅದ್ರಿಂದ ಇಲ್ಲಿ ಸಂಬಂಧಗಳು ಪೂರ್ತಿ ಕಡಿದುಹೋಗಿಲ್ಲ" ಭಾರವಾದ ಮನಸ್ಸಿನಿಂದ ಹೇಳಿಕೊಂಡ ಪೂರ್ಣಿಮಾ ಜೀವನದಲ್ಲಿ ತೀರಾ ನೊಂದು ಈಗ ಗಟ್ಟಿಯಾಗಿದ್ದಾರೆನಿಸಿತು.

"ಈ ಸುಧಾಕರ್‌ನ ಆಕಾಶ್ ಜಾಗದಲ್ಲಿ ಗುರುತಿಸಬಹುದು" ಆತ್ಮೀಯವಾಗಿ, ಅರ್ಥಗರ್ಭಿತವಾಗಿ ನಗುತ್ತ ಡಾ|| ಸುಧಾಕರ್ ನುಡಿದಾಗ ಪೂರ್ಣಿಮಾ ಕಣ್ಣಲ್ಲಿ ನೀರಾಡಿತು. "ಖಂಡಿತ ಸುಧಾಕರ್. ಒಂದು ಹಿಡಿ ಪ್ರೀತಿ, ಆತ್ಮೀಯತೆಗಾಗಿ ಈ ಜೀವ ಬಹಳ ಹೋರಾಡಿ ನಂತರವೇ ಆತ್ಮಹತ್ಯೆಗೆ ಪ್ರಯತ್ನಿಸಿದ್ದು. ಆಗ ಸಂಧ್ಯಾ ತೋರಿದ ಆಸ್ಥೆ, ಪ್ರೀತಿಯನ್ನು ಕಂಡು ಬರೀ ಸಂಬಂಧಿಗಳಿಂದಲೇ ಎಲ್ಲವನ್ನು ನಿರೀಕ್ಷಿಸಬಹುದೆನಿಸಿತು" ಕರ್ಚೀಫ್‌ನಿಂದ ಕಣ್ಣೊರೆಸಿಕೊಂಡಳು.

"ನಾಳೆ ಬಂದು ನಿಮ್ಮನ್ನ ಬೀಳ್ಕೊಡುತ್ತೀನಿ" ಎಂದ ಡಾ|| ಸುಧಾಕರ್ ಚದುರಿದಂತೆ ಅಲ್ಲಲ್ಲಿ ಒಂದೊಂದು ಮಳೆಯ ಹನಿಗಳು ಉದುರಿ ಡಾಂಬರ್ ರಸ್ತೆಯ ದೂಳನ್ನು ತೊಡೆಯುತ್ತಿದ್ದ ಹಾದಿಗೆ ಇಳಿದವನು ಅಭಿಮುಖವಾಗಿ ನಡೆದು ಇನ್ನೊಂದು ಕಡೆ ನಿಂತು ಕೈ ಬೀಸಿದ. ಪೂರ್ಣಿಮಾ ಅಲ್ಲೇ ನಿಂತಿದ್ದರು.

ಆಟೋ ಬೇಡವೆನಿಸಿ ನಡದೇ ಹೋರಟ. ರಸ್ತೆಯ ಇಕ್ಕೆಡೆಗಳಲ್ಲಿ ಸಣ್ಣಗೆ ನೀರು ಹರಿಯುತ್ತಿತ್ತು. ತಂಪಾದ ವಾತಾವರಣಕ್ಕೊಂದು ಸೊಬಗು. ಉದುರುತ್ತಿದ್ದ ಮಳೆಯ ಹನಿಗಳು ಅವನ ಒತ್ತು ಕ್ರಾಪ್‌ನ ತೋಯಿಸುತ್ತಿತ್ತು. ಮಳೆಯಲ್ಲಿ ನೆನೆಯುವುದೆಂದರೆ ಅವನಿಗೆ ಚಿಕ್ಕಂದಿನಿಂದಲೂ ಇಷ್ಟ.

"ಸುಧಾ, ಇಂದು ನಿಂಗೆ ಸರಿಯೆನಿಸುತ್ತಾ?" ದಂಡಿಸಿದ್ದರು.

"ಖಂಡಿತ" ಎಂದು ಓಡುತ್ತಿದ್ದ.

ಅವನ ಜೀವನಕ್ಕೆ ಆಸೆಯಾಗಿದ್ದವರು ತಾಯಿ ಮಾತ್ರ.

ಅನುರಾಧ ನರ್ಸಿಂಗ್ ಹೋಂ ತಲುಪುವ ವೇಳೆಗೆ ತಲೆ ಮಾತ್ರವಲ್ಲ ತೊಟ್ಟಿದ್ದ

ಬಟ್ಟೆಗಳು ಕೂಡ ಅಷ್ಟಿಷ್ಟು ನೆಂದಿತ್ತು. ರಿಸೆಪ್ಷನಿಸ್ಟ್ ಶಾಂತಿ ದೊಡ್ಡದಾಗಿ ಬಾಯಿ ತೆರೆದಳು.

"ಮೈ ಗಾಡ್, ಎಷ್ಟೊಂದು ನೆಂದಿದ್ದೀರಲ್ಲ" ಟವಲಿಡಿದು ಬಂದಾಗ ಆ ಕಡೆಯಿಂದ ಬಂದ ಡಾ॥ ನಂದಿನಿಯನ್ನು ನೋಡಿ ಹಿಂದಕ್ಕೆ ಹೋದಳು. ತಾನೇ ಇಸಿಕೊಂಡು ರೆಸ್ಟ್ ರೂಮಿಗೆ ಹೋದವನು ಕುಸಿದಂತೆ ಸೋಫಾ ಮೇಲೆ ಕೂತ.

ಮುಗ್ಧ ಚಂದದ ಮೈಮಾಟದ ಹುಡುಗಿಯಲ್ಲಿನ ಮನೋಧೈರ್ಯ, ಕರ್ತವ್ಯ ಪ್ರಜ್ಞೆ ಜೊತೆಯಲ್ಲಿನ ಫಿಲಾಸಫಿಯನ್ನು ಗುರ್ತಿಸಿದ ಅವನ ಮನದಲ್ಲಿನ ನವಿಲು ನರ್ತಿಸುತ್ತಿತ್ತು. ಟವಲು ಕೈಯಲ್ಲಿಯೇ ಇತ್ತು. ಮೆಲ್ಲಗೆ ಬಾಗಿಲು ಸರಿಸಿ ಇಣಕಿದ. ಡಾ॥ ನಂದಿನಿಯ ಫಾರಿನ್ ಪರ್‌ಫ್ಯೂಮ್‌ನ ವಾಸನೆಗೆ ಮೈ ಝುಮ್ಮೆಂದಿತು.

"ಹೊರ್ಗಡೆ ಹೋಗಿದ್ರಾ? ತುಂಬಾ ನೆಂದಿದ್ದೀರಿ" ಎನ್ನುತ್ತ ಒಳಗೆ ಬಂದಾಗ ತಾನೇ ತಲೆಯೊರೆಸಿಕೊಂಡು ಎದ್ದು ಡ್ರೆಸ್ಸಿಂಗ್ ಟೇಬಲ್ ಮುಂದೆ ನಿಂತು ಮುಖವನ್ನೊತ್ತಿಕೊಂಡು ಕ್ರಾಪ್ ಬಾಚಿಕೊಂಡ. ಉದುರಿದ ಹನಿಗಳು ಅವನ ಷರ್ಟ್‌ನ ಮೇಲೆ ಚಿತ್ತಾರ ರಚಿಸಿದಂತಿತ್ತು.

"ನನ್ನ ಪ್ರಶ್ನೆಗೆ ಉತ್ತರ ಕೊಡ್ಲಿಲ್ಲ" ಕೇಳಿದಳು ಡಾ॥ ನಂದಿನಿ.

ಅವಳದು ತುಂಬ ಸಣ್ಣನೆಯ ದನಿ. ಸ್ವಲ್ಪ ಸ್ವರ ತಗ್ಗಿಸಿದಳೆಂದರೆ ಕಿವಿಯಿಟ್ಟು ಕೇಳಬೇಕಿತ್ತು. "ಹೌದು ಯಾರನ್ನೋ ನೋಡೋದಿತ್ತು" ಅಷ್ಟೇ ಅಂದಿದ್ದು. ಅವಳ ಮತ್ತು ಅವನ ಮದುವೆಯ ಸುದ್ದಿ ವ್ಯಾಪಕವಾಗಿ ನರ್ಸಿಂಗ್ ಹೋಂನಲ್ಲಿ ಹರಡಿತ್ತು. ಅದಕ್ಕೆ ಹಲವಾರು ಕಾರಣ ಇರಬಹುದು. ಉತ್ಪ್ರೇಕ್ಷಿಸಿದ್ದ.

"ನಿಮ್ಹತ್ರ ಡ್ಯಾಡ್ ಮಾತಾಡ್ಬೇಕೂಂದ್ರೂ. ಸಾಕಷ್ಟು ಸಲ ಫೋನ್ ಮಾಡಿದಾಗ ನೀವು ಸಿಗ್ಲಿಲ್ವಂತೆ" ಸಣ್ಣಗೆ ಶುರು ಮಾಡಿದಾಗ ಜೋರಾಗಿ ನಕ್ಕುಬಿಟ್ಟ. ಅವ್ರು ವಿಶ್ವಾಸಕ್ಕೆ ಹಾಗೆ ಹೇಳಿರಬಹ್ದು. ನನ್ಹತ್ರ ಮಾತಾಡೋ ಅಂಥದೇನಿಲ್ಲ. ನಾನು ಪಿ.ಜಿ. ಕೂಡ ಮಾಡಿಲ್ಲ. ಬರಿ ಜ್ವರ, ಕೆಮ್ಮಿಗ್ರೆ ಪ್ರಿಸ್ಕ್ರಿಪ್ಷನ್ ಬರ್ದುಕೊಡ್ಬಲ್ಲೆ" ವಿಷಯವನ್ನು ಸೀರಿಯಸ್ಸಾಗಿ ತೆಗೆದುಕೊಳ್ಳದೇ ಸರಿಸಿಬಿಟ್ಟ.

ಡಾ॥ ನಂದಿನಿ ಇಂಥ ವಿಷಯಗಳಲ್ಲಿ ಬುದ್ಧಿವಂತಳಲ್ಲ. ಮಾತಿನಲ್ಲಿ ಚತುರಳಲ್ಲ. ಅದು ಅವನಿಗೆ ಗೊತ್ತಿತ್ತು.

"ಸಾರಿ ಡಾಕ್ಟರ್, ನಾನ್ಹೋಗ್ತೀನಿ. ಸಿಯು" ಎದ್ದು ಹೊರಟೇಬಿಟ್ಟ.

ಡಾ॥ ನಂದಿನಿ ಅಪ್ರತಿಭಳಾದಳು. ಡಾ॥ ಸುಧಾಕರ್‌ನ ಬಗ್ಗೆ ಮೊನ್ನೆಯವರಿಗೂ ತಿಳಿದಿದ್ದು ಬೇರೆ. ಆ ಕ್ಷಣದವರೆಗೂ ಹಮ್ಮುಬಿಮ್ಮು ಎಲ್ಲಾ ಇತ್ತು. ಈಗ ಅದು ಕರಗಿದರೂ ಡಾ॥ ಸುಧಾಕರ್‌ನೊಂದಿಗೆ ತನ್ನ ಮದುವೆಯನ್ನು ಮನದಲ್ಲಿಯೇ ಖಾಯಂಗೊಳಿಸಿಕೊಂಡಿದ್ದು ತಪ್ಪೇ.

ಎದುರಿಗೆ ಸಿಕ್ಕ ಡಾ॥ ಅನುರಾಧ ಆತುರದಲ್ಲಿ ಇದ್ದರು.

"ಹಾಯ್ ಸುಧಾಕರ್, ಕಾನ್ಫರೆನ್ಸ್‌ಗೆ ನಾನೊಬ್ಳೆ ಹೊರಡೋದು. ಕೆಲವರಿಂದ

ಟೂ ಮಚ್ ರಿಸ್ಕ್. ಬರೀ ಒಂದು ಅಪೆಂಡಿಸೈಟಿಸ್ ಆಪರೇಷನ್. ಅದು ಮಾಡಿದೋರು ಡಾ॥ ಬೋಸ್. ಇಂಥದ್ದರಲ್ಲಿ ಆ ಸದಾಶಿವಯ್ಯನವ್ರ ಮನೆಯೋರು ಆಪರೇಷನ್ ಥಿಯೇಟರ್ ಮುಂದೆ ಜಮಾಯಿಸಿ ಒಂದು ರೀತಿಯಲ್ಲಿ ಘೇರಾವೋ ತರಹ ಬಂದಿದ್ದಾರೆ. ಇದೆಲ್ಲ ಟೂ ಮಚ್ ಅನ್ನಿಸೋಲ್ವಾ? ಇದು ಗೊತ್ತಿದ್ದರೇ ನಿನ್ನಾದ್ರೂ ಜೊತೆಯಲ್ಲಿ ಕರ್ಕೊಂಡ್ ಹೋಗ್ತಾ ಇದ್ದೆ" ಬೇಸರ ವ್ಯಕ್ತಪಡಿಸಿದರು. ಬೇರೆಯ ಸಮಯದಲ್ಲಾದರೆ ತಮಾಷೆ ಮಾಡಿ ಸತಾಯಿಸುತ್ತಿದ್ದ. ಈಗ ಅದಕ್ಕೆ ಅವನ ಮನ ಒಡಂಬಡಿಸಲಿಲ್ಲ.

"ನಾಳಿನ ಫ್ಲೈಟ್‌ನಲ್ಲಿ ನಿಂಗೆ ಬರೋಕೆ ಆಗುತ್ತಾ?" ಕೇಳಿದರು.

ಇಲ್ಲವೆಂದು ತಲೆಯಾಡಿಸಿ "ನಿಮ್ಗೆ ಅದರ ಅಗತ್ಯವೇನಿಲ್ಲ ಮೇಡಂ. ಎಷ್ಟೋ ಇಂಟರ್‌ನ್ಯಾಷನಲ್ ಮೆಡಿಕಲ್ ಕಾನ್ಫರೆನ್ಸ್‌ನಲ್ಲಿ ಭಾಗವಹಿಸಿದ್ದೀರಿ. ನಿಮಗಿರೋ ರೆಕಗ್ನಿಷನ್‌ಗೆ ಡಾಕ್ಟರ್ ಕೂಡ ಬೇಕಾಗಿಲ್ಲ" ಎಂದ ಮೆಲ್ಲಗೆ.

ಡಾ॥ ಅನುರಾಧ ಬಾಯಿ ತುಂಬ ನಕ್ಕರು.

"ಯು ಆರ್ ಕರೆಕ್ಟ್. ನಂಗೆ ರೂಮಿನಲ್ಲಾದ್ರೂ ಒಬ್ಬರು ಜೊತೆಗೆ ಬೇಕು. ಈಗ ಸಂಧ್ಯಾನ ಕರ್ಕೊಂಡ್ ಹೋಗಿದ್ದರೆ ಚೆನ್ನಾಗಿತ್ತೂಂತ ಅನ್ನಿಸ್ತಾ ಇದೆ. ನಮ್ಮ ಸುಷ್ಮಾನಿಂದ ಕೂಡ ಅಂಥ ಆತ್ಮೀಯತೆ, ಸರ್ವ್ ನಿರೀಕ್ಷಿಸೋಕ್ಕಾಗೋಲ್ಲ. ಆ ಹುಡ್ಗಿ ಈಗ್ಲೇ ರಜಾ ಹಾಕಿದ್ದಾಳೆ. ನೂರೆಂಟು ಜವಾಬ್ದಾರಿಗಳ್ನ ಕಟ್ಟಿಕೊಂಡು ಹೆಣಗ್ತಾ ಇದ್ದಾಳೆ. ಇಪ್ಪತ್ತು ಸಾವಿರ ಲೋನ್ ಕೊಟ್ಟಿದ್ದಾಯ್ತು, ಅವ್ಳ ತಂಗಿ ಮದ್ವೆಗೆ. ಇಂಥ ಸಹಾಯಗಳು ಅವ್ರನ್ನ ಕೃತಜ್ಞತೆಯಿಂದ ಕಟ್ಟಿಹಾಕುತ್ತೆ" ಒಂದೇ ಸಮ ಮಾತಾಡಿದಾಗ ಅವನಿಗೆ ಆಶ್ಚರ್ಯ. ಕೆಲವೊಮ್ಮೆ ಮಾತ್ರ ಡಾ. ಅನುರಾಧ ಮಾತಾಡುವುದು. ಹೆಚ್ಚು ಸಂತೋಷವಾದಾಗ ಹೆಚ್ಚು ದುಃಖವಾದಾಗ, ಕೆಲವರಲ್ಲಿ ಈ ಗುಣ ಸಹಜ.

"ಇವತ್ತು ಹೆಚ್ಚು ದುಃಖವಾಗಿದ್ಯಾ? ಇಲ್ಲ ಹೆಚ್ಚು ಸಂತೋಷವಾಗಿದ್ಯ" ಕೇಳಿದ. ಆಕೆಯ ಕೈಯಲ್ಲಿದ್ದ ಸ್ಟೆತಾಸ್ಕೋಪ್ ಕೋಟಿನ ಜೇಬಿಗೆ ಹೋಯಿತು. "ಮೂರು ದಿನದಿಂದ ಮೂವತ್ತು ಸಲವಾದ್ರೂ ಸುಷ್ಮಗೋಸ್ಕರ ಪ್ರಯತ್ನಿಸಿದೆ. ಅವ್ಳು ಬೇಕಾಗಿಯೇ ಎಸ್ಕೇಪ್ ಆಗ್ತಾಳೆ.ಅವ್ಳಿಗೆ ಇಲ್ಲಿ ಬರೋ ಇರಾದೆನೇ ಇಲ್ಲ" ಎನ್ನುವಾಗ ಆಕೆಯ ಸ್ವರ ಒದ್ದೆಯಾಗಿದ್ದು ಅವನ ಗಮನಕ್ಕೆ ಬಂತು.

ನೇರವಾಗಿ ಆಕೆಯ ಕಣ್ಣುಗಳನ್ನು ನೋಡಿದ "ನೀವು ಸ್ವಲ್ಪ ಡಿಫರೆಂಟ್ ಅಂದ್ಕೊಂಡೆ. ಸ್ವಲ್ಪ ನಿಮ್ಮ ಮಮತೆನ ನಮ್ಕಡೆ ಡೀವಿಯೆಟ್ ಮಾಡ್ಕೊಳ್ಳಿ. ಆಗ ಈ ನೋವು ಕಮ್ಮಿ ಆಗುತ್ತೆ. ನೀವ್ಯಾಕೆ ನನ್ನ ದತ್ತು ತಗೋಬಾರ್ದು?" ನವಿರಾಗಿ ಕೇಳಿದಾಗ ಆಕೆ ಕೈಯಿಂದ ಬಾಯಿ ಮುಚ್ಚಿಕೊಂಡರು. "ಹೊತ್ತಾಯ್ತು, ಸರ್ ಆಗಮನವಾಗ್ತ ಇದೆ" ಬರುತ್ತಿದ್ದ ಡಾ॥ ಪರಮೇಶ್ವರ್ ಕಡೆ ತೋರಿಸಿ ತನ್ನ ಪಾಡಿಗೆ ತಾನು ನಡೆದ. ಅವನಿಗೆ ಅವರ ಮೇಲೆ ಕೋಪ ಇತ್ತು. ಅದನ್ನು ನೇರವಾಗಿ ತೋರಿಸದಿದ್ದರೂ ಅವರನ್ನು ನೋಡಿದಾಗ ಮುಖ ತಿರುಗಿಸುತ್ತಿದ್ದ.

ಎರಡು ದಿನದಿಂದ ಡಾ|| ಸುಧಾಕರ್‌ನೊಂದಿಗೆ ಮಾತಾಡಬೇಕೆಂದು ಡಾ|| ಪರಮೇಶ್ವರ್ ಪ್ರಯತ್ನಿಸಿದರೂ ಕೈಗೆ ಸಿಗುತ್ತಿರಲಿಲ್ಲ. ಸಿಕ್ಕರೂ ಜಾರಿಕೊಳ್ಳುತ್ತಿದ್ದ. ಡಾ|| ಪರಮೇಶ್ವರ್, ಡಾ|| ನಂದಿನಿ ಅವಳ ಹೆತ್ತವರನ್ನು ತಾಯಿಗೆ ಭೇಟಿ ಮಾಡಿಸಿದ್ದು ಸರಿಯೆನಿಸಿರಲಿಲ್ಲ.

ಹೊರಗೆ ಬಂದಾಗ ಮಳೆ ಸ್ವಲ್ಪ ಕಡಿಮೆಯಾಗಿತ್ತು. ಅಷ್ಟರಲ್ಲಿ ದಡದಡ ಬಂದ ಡಾ|| ಅನುರಾಧ ಕೈಬೀಸಿ ಕಾರಿನೊಳಕ್ಕೆ ತೂರಿಕೊಂಡರು. ಸ್ವಂತ ವ್ಯಕ್ತಿತ್ವಗಳಿಸಿಕೊಂಡ ಹೆಣ್ಣು. ವೃತ್ತಿ ಸಮಾಜದಲ್ಲಿ ರೆಕಗ್ನಿಷನ್ ಜೊತೆ ಉನ್ನತವಾದ ಸ್ಥಾನವನ್ನು ಗಳಿಸಿ ಕೊಟ್ಟಿತ್ತು. ಪತಿ ಜೊತೆಯಲ್ಲಿದ್ದರೆ ಮರ್ಯಾದೆಯೆನ್ನುವಂಥ ಹೆಣ್ಣಲ್ಲ.

ಆ ಸಮಯದಲ್ಲಿ ಸತ್ತ ಶಂಕರಲಿಂಗೇಗೌಡರ ನೆನಪಾಯಿತು. ಒಂಟಿಯಾಗಿ ಉಳಿಯೋಕೆ ಈಕೆಯ ಜೊತೆಗಿನ ಪ್ರೇಮಕಾರಣವೋ ಅಥವಾ ಮತ್ತೆ ಯಾವ ಸಬೂಬೋ ಎಂದು ಡಾ|| ಸುಧಾಕರ್‌ನ ಮನ ಅನುಮಾನಿಸಿತು.

ಆದರೆ ಶಂಕರಲಿಂಗೇಗೌಡನ ಸಾವಿನಿಂದ ಹೆಚ್ಚು ವಿಚಲಿತರಾದವರು ಡಾ|| ಪರಮೇಶ್ವರ್ ಎಂದು ಅವನಿಗೆ ಗೊತ್ತು.

* * * *

ತಂದೆಯೊಂದಿಗೆ ಬಂದ ಸಂಧ್ಯಾಗೆ ದೊಡ್ಡ ಆಶ್ಚರ್ಯವೇ ಕಾದಿತ್ತು. ಪುಟ್ಟ ಮನೆಯಲ್ಲಿ ಸೋಫಾ ಸೆಟ್ಟು, ಟಿ.ವಿ.ಯ ಜೊತೆ ಇನ್ನು ಹತ್ತು ಹಲವು ಸಾಮಾನುಗಳ ವೈಭವ ಇತ್ತು.

"ಇದನ್ನೆಲ್ಲ ಭಾವ ಕಳಿಸಿದ್ರು" ವಿದ್ಯಾ ಬಂದು ಹೇಳಿದಾಗ ಅವಳೆದೆ ಧಸಕ್ಕೆಂದಿತು. ತಲೆ ತಿರುಗಿದಂತಾಯಿತು. ತಾನು ಸೃಷ್ಟಿ ಪೋಷಿಸಿದ ಪಾತ್ರ ತನಗೆ ತಾನೇ ಬೆಳೆದಿದ್ದು ಹೇಗೆ? ಪ್ರತಿಯೊಂದು ಸಾಮಾನುಗಳ ಮೇಲೆ ದೃಷ್ಟಿ ಹರಿಸಿದಳು.

"ಏನಮ್ಮ ಇದೆಲ್ಲ?" ಶ್ರೀಪತಿ ಕೇಳಿದರು.

"ಗೊತ್ತಿಲ್ಲಪ್ಪ, ಫೋನ್ ಮಾಡಿ ವಿಚಾರಿಸಬೇಕಷ್ಟೇ" ಅಂದಳು ಚುಟುಕಾಗಿ.

ಕಾಫಿತಂದಿಟ್ಟ ಶಾರದಮ್ಮ ನರ್ಸು ಮಾರ್ಟಿನಾ ಜೊತೆ ಬಂದಿದ್ದ ಪೂರ್ಣಿಮಾ ಜೊತೆಯಲ್ಲಿಯೇ ಟಿ.ವಿ. ಸ್ಟಿರಿಯೋ ಸಿಸ್ಟಮ್ ಟ್ಯಾಕ್ಸಿಯಲ್ಲಿ ತಂದಿದ್ದು, ಆಮೇಲೆ ಇವನ್ನೆಲ್ಲ ಕಳುಹಿಸಿಕೊಟ್ಟಿದ್ದು, ಎಲ್ಲಾ ಉಸುರಿದರು.

"ನಂಗೂ ತುಂಬಾನೇ ಸಂಕೋಚ ಆಯ್ತು. ಬೇಡಾಂದೇ. ಆಕೆ ಕೇಳಲಿಲ್ಲ. ನಿಮ್ಮ ಅಳಿಯಂದಿರು ಬಂದ ಕೂಡಲೇ ಸಂಸಾರ ಹೂಡೋಕೆ ಬೇಕಾಗುತ್ತೇಂತ ಕಳುಹಿಸಿಕೊಟ್ಟಿರಬೇಕೂಂದ್ರು. ನಾನೇನು ಮಾಡ್ಲಿ ಹೇಳು?" ಎಂದು ಸೋಫಾ ಮೇಲೆ ಕೂತರು.

ತಾಯಿಯ ಮುಖದ ಕಳೆಯೇ ಬದಲಾಗಿದೆಯೆನಿಸಿತು.

ಸಂಧ್ಯಾ ತಾಯಿಯ ಮಾತುಗಳಿಗೆ ಮೌನವಹಿಸಿದಳು. ಮಾತು ಆಡುವುದರಿಂದ ಇಕ್ಕಟ್ಟಿಗೆ ಸಿಕ್ಕಿಕೊಳ್ಳಬಹುದೆಂದು ತುಟಿಗಳನ್ನು ಎಚ್ಚರಿಸಿ ಸ್ತಬ್ಧಗೊಳಿಸಿದಳು.

ಇದು ಶ್ರೀಪತಿಗೂ ಸಂತೋಷದ ವಿಷಯವೇ. ಹೆಂಡತಿ ಮುಂದಿನ ಭವಿಷ್ಯದ ಬಗ್ಗೆ ಇಷ್ಟೊಂದು ಕಾಳಜಿ ಹೊಂದಿರುವ ಅಳಿಯ ಸಿಕ್ಕಿದ್ದು ಅದೃಷ್ಟವೆಂದುಕೊಂಡರು. ಎಲ್ಲಾ ಸಂಭ್ರಮವನ್ನು ಮೌನವಾಗಿ ಅನುಭವಿಸಿದಳು.

"ಆಕೆ ಎಷ್ಟೊಂದು ಲಕ್ಷಣವಾಗಿದ್ರೂ ಅಂತಿಯಾ. ಬಹುಶಃ ನೀನು ಇದ್ದಿದ್ದರೇ ಒಂದು ದಿನ ಪೂರ್ತಿ ನಮ್ಮಲ್ಲಿ ಇರ್ತಾ ಇದ್ದರೇನೋ" ಶಾರದಮ್ಮ ಆಸೆಯಿಂದ ಹೇಳಿಕೊಂಡರು.

ಪಬ್ಲಿಕ್ ಟೆಲಿಫೋನ್ ಬೂತ್‌ನಿಂದ ಪೂರ್ಣಿಮಾನ ಸಂಪರ್ಕಿಸಲು ಪ್ರಯತ್ನಿಸಿ ಸೋತಳು. ಜೋಲು ಮುಖ ಹಾಕಿಕೊಂಡು ಮನೆಗೆ ಹಿಂದಿರುಗಿದಾಗ ಬಾಗಿಲಲ್ಲೆ ಇದ್ದ ಶಾರದಮ್ಮ ಮುಖ ಅಗಲಿಸಿದರು.

"ಫೋನ್‌ನಲ್ಲಿ ಅಳಿಯಂದಿರು ಸಿಕ್ಕಿದ್ರಾ?" ವಿಚಾರಿಸಿದರು.

"ಇಲ್ಲಮ್ಮ ಸಿಗ್ಲಿಲ್ಲ" ಅಂದಳು ಸಪ್ಪಗೆ.

ಆದರೆ ಮಗಳು ಸಪ್ಪಗಾಗಿದ್ದಕ್ಕೆ ಶಾರದಮ್ಮ ಊಹಿಸಿಕೊಂಡ ಕಾರಣವೇ ಬೇರೆ. ಮನೆಯಲ್ಲೇ ಉಳಿದುಕೊಂಡಳು. ಹತ್ತಿರದ ಟಿ.ವಿ. ಮೆಕ್ಯಾನಿಕ್ ಕರೆತಂದು ಕನೆಕ್ಷನ್ ಕೊಡಿಸಿದಾಗ ರಾಘು, ವಿದ್ಯಾ ಅಂತು ಚಪ್ಪಾಳೆ ಹೊಡೆದಿದ್ದೇ ಹೊಡೆದಿದ್ದು.

"ನಮ್ಮ ಮನೆಯಲ್ಲಿರೋದು ಕಲರ್ ಟಿ.ವಿ. ಯಾರಾದ್ರೂ ಕೇಳಿದರೇ ಹಾಗಂತಲೇ ಹೇಳು" ವಿದ್ಯಾ ತಮ್ಮನಿಗೆ ಹೇಳಿ ಕೊಡುತ್ತಿದ್ದಳು.

ಮನೆಯವರೆಲ್ಲ ಕೂತು ಟಿ.ವಿ. ನೋಡಿದರು.

ಬೆಳಿಗ್ಗೆ ಡ್ಯೂಟಿಗೆ ಹೋದಾಗ ಸಿಸ್ಟರ್ ಚರಿತ್ರ "ನಿನ್ನ ಪಾಪ್ಯುಲಾರಿಟಿ ನೋಡಿ ನಮ್ಗೆ ಭಯವಾಗುತ್ತೆ. ಸದಾಶಿವಯ್ಯನವ್ರು ಹತ್ತಾರು ಸಲ ಕೇಳಿ ಮುಗ್ಸಿಬಿಟ್ರು" ಎಂದು ಮಾಜಿಮಂತ್ರಿಗಳಿಗೆ ಆಪರೇಷನ್ ಆಗಿದ್ದು, ಡಾ॥ ಅನುರಾಧ ಆಲ್ ಇಂಡಿಯಾ ಮೆಡಿಕಲ್ ಕಾನ್‌ಫರೆನ್ಸ್‌ನಲ್ಲಿ ಭಾಗವಹಿಸಲು ಹೋಗಿದ್ದು ಎಲ್ಲಾ ತಿಳಿಸಿದಳು. ವಿವರಣೆಯ ಒಂದು ಪಟ್ಟಿ ಸಿಕ್ಕಿದಂತಾಯಿತು.

ಪರಮಶಿವಯ್ಯನವರು ಕನ್ನಡಕ ತೆಗೆದು ಹಾಕಿ "ನೀನು ಎಷ್ಟು ದಿನಕ್ಕೆ ಲೀವ್ ಅಪ್ಲೈ ಮಾಡಿದ್ದು? ನೆನ್ನೆನೆ ಬರಬಹುದಿತ್ತು" ಎಂದು ರಾಗವೆಳೆದರು ಅಟೆಂಡೆನ್ಸ್‌ಗೆ ಸಹಿ ಹಾಕಲು ಹೋದಾಗ.

"ಸಾರಿ ಸರ್, ಎಷ್ಟೇ ಪ್ರಯತ್ನಿಸಿದರೂ ನೆನ್ನೆ ದಿನ ಬರೋಕ್ಕಾಗ್ಲಿಲ್ಲ" ಸಮಜಾಯಿಷಿ ಹೇಳಿ ಬರುವ ವೇಳೆಗೆ ಬೆವೆತುಹೋದಳು. ಮ್ಯಾನೇಜರ್ ಪದವಿಯನ್ನು ಅಲಂಕರಿಸಿದ್ದ ಆ ಮನುಷ್ಯ ತುಂಬ ಶಿಸ್ತುಬದ್ಧ. ಬೇರೆಯವರು ಕೂಡ ಹಾಗೆಯೇ ಇರಬೇಕೆಂದು ಬಯಸುತ್ತಿದ್ದ. ಅದು ಹೇಗೆ ಸಾಧ್ಯ?

ತೀರಾ ಸುಸ್ತೆನಿಸಿತು. ಸದ್ಯಕ್ಕೆ ಸಿಸ್ಟರ್ ಮಾರ್ಟಿನಾನಾ ಭೇಟಿ ಮಾಡಿ ಒಂದಿಷ್ಟು

ವಿಷಯ ತಿಳಿಯಬೇಕೆಂದುಕೊಂಡಳು. ಅವಳು ಬಂದಿದ್ದು ಮಧ್ಯಾಹ್ನ ಎರಡರ ಡ್ಯೂಟಿಗೆ. ಬಂದಕೂಡಲೇ ಒಂದು ಆಕ್ಸಿಡೆಂಟ್ ಕೇಸ್ ಬಂತು. ರಕ್ತಕ್ಕಾಗಿ ಬ್ಲಡ್ ಬ್ಯಾಂಕ್‌ಗೆ ಓಡಾಡುತ್ತಿದ್ದವಳು ಇವಳನ್ನು ನೋಡಿ ಕೈ ಬೀಸಿದಳಷ್ಟೆ.

ಸಂಜೆ ಐದರ ನಂತರ ಸ್ವಲ್ಪಮಟ್ಟಿಗೆ ಸಿಕ್ಕಿದ್ದು.

"ಯಾವಾಗ ಬಂದಿದ್ದು? ಆಕಾಶ್‌ಗೆ ತೀರಾ ನಿಯರೆಸ್ಟ್ ಆಗಿರೋ ಒಬ್ಬಾಕೆ ಬಂದಿದ್ರು. ಆಕಾಶ್ ಎಷ್ಟೊಂದು ಗಿಫ್ಟ್‌ಗಳನ್ನು ಕಳುಹಿಸಿಕೊಟ್ಟಿದ್ದಾರೆ, ಗೊತ್ತಾ? ನಂಗಂತು ತುಂಬ ಹ್ಯಾಪಿ ಅನ್ನಿಸ್ತು. ತುಂಬ ಲಕ್ಕಿ ಕಣೇ" ಎಂದು ಕೆನ್ನೆ ಸವರಿ ಕೈ ಕುಲುಕಿ ತನ್ನ ಆನಂದವನ್ನು ತೋರಿಸಿದಳು ಮಾರ್ಟಿನಾ. ಬಂದವರು ಪೂರ್ಣಿಮಾ ಎಂದು ಗೊತ್ತಿತ್ತು. ಅವಳು ಹೇಳಿದ್ದು ಕೂಡ ತೀರಾ ಮುಖ್ಯವೆನಿಸಲಿಲ್ಲ.

ಪೂರ್ಣಿಮಾ ಹೈದರಾಬಾದ್‌ಗೆ ಹೋಗುವ ಮುನ್ನ ಬೇಕೆನಿಸಿದ್ದ ಸಾಮಾನುಗಳನ್ನು ಮಾತ್ರ ಕೊಂಡೊಯ್ದು ಮಿಕ್ಕಿದ್ದನ್ನು ರೂಮಿನಲ್ಲಿಟ್ಟ ಬಗ್ಗೆ ಹೇಳಿದ್ದರು. ಅದರ ವಿಲೇವಾರಿಯಾಗಿತ್ತು. ಆ ಕೊಡುಗೆಗಳು ದಾನವಾಗಿ ಬಂದಿರುವುದಾ? ಅದೆಷ್ಟು ಸರಿ? ಈಗಾಗಲೇ ಸಾಕಷ್ಟು ಸಹಾಯವನ್ನು ಆಕೆಯಿಂದ ಪಡೆದಾಗಿತ್ತು.

"ತುಂಬಾ ಥ್ಯಾಂಕ್ಸ್ ಮಾರ್ಟಿನಾ" ಎಂದಳು.

ತೀರಾ ಅವಳ ಸನಿಹಕ್ಕೆ ಸರಿದ ಮಾರ್ಟಿನಾ "ನೀನು ಸುಮ್ನೆ ಹಟ ಮಾಡ್ಬೇಡ. ಅಲ್ಲಿಂದಲೇ ನಿನ್ನ ಕುಟುಂಬಕ್ಕೆ ಸಹಾಯ ಮಾಡು" ಮತ್ತದೇ ರಾಗ. ಯಾಕೋ ಅವಳಿಗೂ ತೀರಾ ಬೇಸರವೆನಿಸಿತು. "ಹೌದು ಆಕಾಶ್ ಬಳಿಗೆ ಹೋಗೋದೆ ಸೂಕ್ತ ಅನಿಸುತ್ತೆ" ಅಂದವಳು ತಕ್ಷಣ ಅಲ್ಲಿಂದ ಕಣ್ಮರೆಯಾದಳು.

ರಾತ್ರಿ ಫೋನ್ ಮಾಡಿದಾಗ ಸಿಕ್ಕ ಪೂರ್ಣಿಮಾ ಸಂಧ್ಯಾ ಸಿಗದಿದ್ದಕ್ಕೆ ಬೇಸರ ವ್ಯಕ್ತಪಡಿಸಿ "ಸಾರಿ ಸಂಧ್ಯಾ, ಬೇಸರ ಮಾಡ್ಕೋಬೇಡ. ನಿನ್ನ ಬಿಟ್ಟು ನಂಗ್ಯಾರೂ ಇಲ್ಲ. ಅಷ್ಟು ಸ್ವತಂತ್ರ ತಗೊಂಡಿದ್ದು ತಪ್ಪೆನಿಸಲಿಲ್ಲ" ಅಂದಾಗ ಅವಳಿಂದ ಆಕ್ಷೇಪಿಸಲಾಗಲಿಲ್ಲ. ಪೂರ್ಣಿಮಾ ಋಣ ತೀರಿಸುವುದೆಂದು ಮಾತ್ರ ಚಿಂತಿಸಿದಳು.

ಮನೆಗೆ ಬಂದಾಗ ತಾಯಿ ಕೂಡ ಸೇರಿ ಮೂವರು ಟಿ.ವಿ. ಹಾಕಿಕೊಂಡು ನೋಡುತ್ತಿದ್ದರು. ಅವರಿದ್ದ ಸ್ಥಿತಿಯಲ್ಲಿ ವಿದ್ಯೆ ನೈವೇದ್ಯವಾಗಿ ಬಿಡುವ ಆಪತ್ತು ಇತ್ತು. ಆದರೂ ಒರಟಾಗಿ ಹೇಳುವುದು ಬೇಡವೆನಿಸಿತು.

"ಪೂರ್ಣಿಮಾ ಫೋನ್‌ನಲ್ಲಿ ಸಿಕ್ಕಿದ್ರಾ?" ವಿಚಾರಿಸಿದರು.

"ಸಿಕ್ಕಿದ್ರು, ಅವ್ರೂ ಕೂಡ ಸಿಕ್ಕಿದ್ರು" ಎಂದು ಬಚ್ಚಲ ಮನೆಗೆ ಹೋದಳು.

ಬಚ್ಚಲು ಮನೆಯಲ್ಲಿ ಮಾತ್ರ ಅವಳಿಗೆ ಅಳುವ ಸ್ವಾತಂತ್ರ್ಯವಿತ್ತು. ಅಲ್ಲಿನ ಗೋಡೆಗಳು ಇವಳ ಸಮಸ್ಯೆಗಳಿಗೆ ಕರಗಬೇಕು.

ಮುಖ ತೊಳೆದು ಬಂದಾಗ ಶಾರದಮ್ಮ "ಸುವಿದ್ಯಾ ಬಂದಿದ್ಲು. ಅಪ್ಪಿಗೆ ಇದೆಲ್ಲ ನೋಡಿ ಆಶ್ಚರ್ಯವಾಯ್ತು. ಏನೇನೋ ಹೇಳೋಕೆ ಬಂದ್ಲು. ನಿಮ್ಮಪ್ಪ ಬಯ್ದು ಕಳ್ಸಿಬಿಟ್ರು" ಹೊಸ ಸುದ್ದಿಯನ್ನು ಹೇಳಿದರು.

ಅವಳ ಮಟ್ಟಿಗಂತು ಇದು ಗಾಬರಿಯ ಸುದ್ದಿಯೇ. ತಂಗಿ ಕಾಡಿದ್ದು ನೆನಪಾದರೇ ಸಂಧ್ಯಾಳ ನೆಮ್ಮದಿಯೇ ಹಾರಿಹೋಗುತ್ತಿತ್ತು. ದಿನ ಉಡಲು ಇಟ್ಟುಕೊಂಡಿದ್ದ ಒಂದೆರಡು ಒಳ್ಳೆಯ ಸೀರೆಗಳನ್ನು ಕೂಡ ತನ್ನ ಲಗೇಜ್ ಜೊತೆ ಹಿಂದೂ ಮುಂದೂ ಯೋಚಿಸದೇ ಒಯ್ದು ಬಹಳ ದೊಡ್ಡ ಉಪಕಾರ ಮಾಡಿದ್ದಳು. ಅವಳ ವ್ಯಕ್ತಿತ್ವಕ್ಕೆ ಆಕರ್ಷಕವಾದ ರೂಪು ಕೂಡ. ಅದನ್ನು ಕೂಡ ಅರ್ಥಮಾಡಿಕೊಳ್ಳದ ಮೂರ್ಖಳು.

ಸಾಲಗಳ ಮಧ್ಯೆ ಹಣ ಕೊಟ್ಟುಕೊಳ್ಳಲು ಶಕ್ತಿ ಇಲ್ಲದಾಗ ಪೂರ್ಣಿಮಾ ಎರಡು ಸೀರೆಗಳನ್ನು ಆಕಾಶ್ ಹೆಸರಿನಲ್ಲಿ ಪಾರ್ಸೆಲ್ ಮಾಡಿ ಕಳಿಸಿ ಕಾಪಾಡಿದ್ದರು.

"ಇನ್ನೇನು ಮಾತಾಡ್ಲೇ ಇಲ್ಲ" ಕೇಳಿದರು ಶಾರದಮ್ಮ.

"ಕೇಳೋಕೇನಿದೆ? ಚೆನ್ನಾಗಿದ್ದಾಳಂತೆ?" ಅಷ್ಟೇ ಅಂದಿದ್ದು.

ಮಗಳ ಉದಾಸೀನ ತಾಯಿಗೆ ಇಷ್ಟವಾಗಲಿಲ್ಲ. ಅವರ ಪ್ರಕಾರ ಶ್ರೀಮಂತ ಇಂಜಿನಿಯರ್ ಗಂಡ ದೊಡ್ಡ ಮಗಳಿಗೆ ಸಿಕ್ಕಿದ. ಸುವಿದ್ಯಾ ತೀರಾ ಹೊಟ್ಟೆಬಟ್ಟೆಗಾಗಿಯೇ ಬದುಕುತ್ತಿರುವ ಕುಟುಂಬಕ್ಕೆ ಸೊಸೆಯಾಗಿ ಹೋದಳಲ್ಲ ಎನ್ನುವ ಮರುಕ. ಅವಳು ಮಾಡಿದ್ದನ್ನೆಲ್ಲ ಹೆತ್ತ ಕರುಳು ಸುಲಭವಾಗಿ ಮರೆತಿತ್ತು.

ಆಮೇಲೆ ಅವಳಿಗೆ ವಿದ್ಯಾ ಮೂಲಕ ತಂದೆ ಇಲ್ಲದ ಸಮಯದಲ್ಲಿ ಇಲ್ಲಿಗೆ ಬಂದು ಹೋಗುತ್ತಿರುವ ಸಂಗತಿ ತಿಳಿದಿದ್ದು. ಅವಳ ಕಣ್ಣೀರು, ಕಟ್ಟುಕತೆ ಹೇಳಿ ಅದೂ ಇದೂ ಮಾಡಿಕೊಡುವುದರ ಜೊತೆ ಅದೂಇದೂ ಒಯ್ಯುವ ಪರಿಪಾಠವಿದೆಯೆಂದು ತಿಳಿದಿದ್ದು.

ಇಂದು ಅವಳೇ ಬಡಿಸಿಕೊಂಡು ಊಟ ಮಾಡಿ ಮಲಗಿದಳು. ಯಾಕೋ ಸುವಿದ್ಯಾಳನ್ನು ಕ್ಷಮಿಸುವ ಮನಸ್ಸಾಗಲಿಲ್ಲ. ಶ್ರೀಪತಿಗಳು ಹಿಂಸೆ ಅನುಭವಿಸಿದ್ದರು.

ಶ್ರೀಪತಿಗಳು ಕೋಪಗೊಂಡಿದ್ದರೇನೋ. ಊಟ ಮಾಡದೇ ಹೆಂಡತಿಗೆ ತಾಕೀತು ಮಾಡುತ್ತಿದ್ದರು. "ನೀನೇನಾದ್ರೂ ಸುವಿದ್ಯಾನ ಮನೆಗೆ ಸೇರಿಸಿದರೆ ನಿಮ್ಮಿಬ್ಬರನ್ನು ಕೊಂದು ನಾನು ಜೈಲಿಗೆ ಹೋಗ್ಬಿಡ್ತೀನಿ ಅಷ್ಟೇ."

ತಂದೆಯ ಕೋಪ ಸರಿಯೆನಿಸಿದ್ದರಿಂದ ಸಂಧ್ಯಾ ಗಪ್‌ಚಿಪ್ಪಾಗಿದ್ದಳು. ಆ ಕೋಪವನ್ನು ಶಾರದಮ್ಮ ಪ್ರಕಟಿಸಿಯೇಬಿಟ್ಟರು.

"ಒಡಹುಟ್ಟಿದವಳ ಮೇಲೆ ಸ್ವಲ್ಪನಾದ್ರೂ ಕರುಣೆ ಬೇಡ್ವಾ? ಅವ್ಳು ಮಾಡಿದ್ದು ತಪ್ಪೇ ಇರ್ಬಹ್ದು. ಹಾಗಂತ ಸಂಬಂಧ ತೊರೆದುಕೊಳ್ಳೋಕ್ಕಾಗುತ್ತ? ಇಷ್ಟು ಹತ್ತಿರ ಇರೋಳು ಬರದೇ ಹೋಗದೇ ಇರ್ತಾಳ?" ಎರಡನೇ ಮಗಳನ್ನು ಸಮರ್ಥಿಸಿಕೊಂಡರು.

ಸಂಧ್ಯಾ ಅಮ್ಮನ ಕೈಹಿಡಿದು "ಸ್ವಲ್ಪ ಅರ್ಥ ಮಾಡ್ಕೋಮ್ಮ. ಅವ್ಳು ಮಾಡಿದ್ದು ಸಣ್ಣ ತಪ್ಪೇನಲ್ಲ. ಸಾಲಗಾರಳಂತೆ ಕತ್ತು ಮೇಲೆ ಕೂತು ಹಣ ವಸೂಲಿ ಮಾಡಿದ್ಲು. ಹೇಗೋ ಐವತ್ತು ಸಾವಿರ, ಸೀರೆ, ಬಂಗಾರ ಎಲ್ಲ ಕೊಟ್ಟೆವಲ್ಲ. ಇನ್ನೊಂದು ಹತ್ತು ಸಾವಿರ ಖರ್ಚು ಮಾಡಿ ನೀವು ಅಪ್ಪ ಕಾಲು ತೊಳೆದು ಕನ್ಯಾದಾನ ಮಾಡಿಕೊಡಬಹುದಿತ್ತು. ಆ

ನೋವು ಬೇಸರ ಇದ್ದೆ ಇದೆ. ಕಾಲಕ್ರಮೇಣ ಕಡ್ಮೆ ಆಗ್ಬೇಕು. ಸುಮ್ನೆ ಬೇಜಾರು ಮಾಡ್ಕೋಬೇಡ" ಸಮಾಧಾನ ಮಾಡಿದಳು.

ಅಂದಿನ ಸಾಯಂಕಾಲ ಸಂಧ್ಯಾನ ಕೂಡಿಸಿಕೊಂಡ ಶಾರದಮ್ಮ ಗೋಳೋ ಎಂದು ಅತ್ತು "ಸುವಿದ್ಯಾ ಗಂಡ ಒಂದು ಚಿನ್ನದ ಉಂಗುರನ ನಿಮ್ಮಪ್ಪನ ಮನೆಯಿಂದ ತಗೊಂಡ್ಬಾಂತ ಗಲಾಟೆ ಮಾಡ್ತಾ ಇದ್ದಾನಂತೆ. ಬಾವಿನೋ ಕೆರೆನೋ ನೋಡ್ಕೋತೀನೀಂತ ಅಳ್ತಾ ಇದ್ಲು."

ಅಷ್ಟರಲ್ಲಿ ಒಳಕ್ಕೆ ಬಂದ ಶ್ರೀಪತಿಗಳು ಅದಕ್ಕೆ ಉತ್ತರ ಹೇಳಿದರು. "ಖಂಡಿತ ಬೀಳ್ಲಿ. ಈಗಾಗ್ಲೇ ನಾವುಗಳು ಸೂತಕದ ಸ್ನಾನ ಮಾಡಿಕೊಂಡಿರೋದ್ರಿಂದ ಮತ್ತೇನು ಸಮಸ್ಯೆ ಇಲ್ಲ. ಈಗ ಅವು ಸಾಯೋದ್ರಿಂದ ಯಾರ್ಗೂ ನಷ್ಟವಿಲ್ಲ. ಪದೇ ಪದೇ ನೀನು ಅವ್ಳ ಸುದ್ದಿ ಎತ್ತಿಕೊಂಡು ಗೋಳಾಡ್ತಾ ಇದ್ದರೆ.... ನಿನ್ನು ಹೊರ್ಗೆ ದಬ್ಬಿಬಿಡ್ತೀನಿ. ನೀನು ಹೋಗಿ ಶಾಸ್ತ್ರಿಗಳ ಮನೆಯಲ್ಲಿ ಪಾತ್ರೆಗಳನ್ನ ತೊಳ್ಕೊಂಡ್ ಬಿದ್ದಿರಬೇಕಾಗುತ್ತೆ. ಮಗ್ಳು ಅಂತೆ.... ಮಗ್ಳು" ರೌದ್ರಾವತಾರ ತಾಳಿದರು. ಅವರೆಂದು ಸುವಿದ್ಯಾನ ಕ್ಷಮಿಸಲು ಸಾಧ್ಯವಿರಲಿಲ್ಲ.

ಸಂಧ್ಯಾ ಬೆಚ್ಚಿಬಿದ್ದಳು. ತಂದೆ ಅಂಥ ಕಠಿಣ ಮನಸ್ಕರಲ್ಲವೆಂದು ಗೊತ್ತಿತ್ತು. ಆದರೆ ಮಗಳ ವಿಷಯದಲ್ಲಿ ಕಲ್ಲಾಗಿದ್ದರು. ಒಮ್ಮೆ ಸಂಧ್ಯಾ ಶ್ರೀಪತಿ ತರಕಾರಿಗೆ ಹೋಗಿಬರುತ್ತಿದ್ದಾಗ ಎದುರಾದರು. ದೆವ್ವವನ್ನು ನೋಡಿದಂತೆ ಪಕ್ಕದ ರೋಡಿಗೆ ಹೋಗಿದ್ದರು.

ಈಚೆಗೆ ಬಹಳ ಬದಲಾಗಿ ಚಟುವಟಿಕೆಯಿಂದ ಇದ್ದವರು ಈ ವಿಷಯದಲ್ಲಿ ಆಗಾಗ ಘರ್ಷಣೆಗಳಾಗುತ್ತಿತ್ತು. ಸಂಧ್ಯಾ ಒಂದು ನಿರ್ಧಾರಕ್ಕೆ ಬಂದಳು. ತಾಯಿಯ ಅಳು ಸಾಗುತ್ತಿದ್ದರೂ ಅವಳೇನು ಸಂತೈಯಿಸಲು ಹೋಗಲಿಲ್ಲ.

ಮರುದಿನ ಹಾಲಿನ ಬೂತ್‌ಗೆ ತಾಯಿಯನ್ನು ಬೇಡವೆಂದು ತಾನೇ ಹೋದ ಸಂಧ್ಯಾ ಅಲ್ಲಿ ಸುವಿದ್ಯಾನ ಭೇಟಿಯಾಗಿ ತಾನೆ ಮಾತಾಡಿಸಿ "ಎಲ್ಲಾ ಸಂಬಂಧಗಳ್ನ ತೊರೆದುಕೊಂಡು ಹೋದೆ. ತೀರಾ ಅನಾರೋಗ್ಯದಿಂದ ಮಲಗ್ತಾ ಇದ್ದ ಅಪ್ಪ ಇತ್ತೀಚೆಗೆ ಸ್ವಲ್ಪ ಚೇತರಿಸಿಕೊಂಡಿರೋದು. ನೀನು ಆಗಾಗ್ಬಂದು ಅಪ್ಪ, ಅಮ್ಮ ಜಗಳವಾಡುವಂತೆ ಮಾಡ್ಬೇಡ. ಇದೊಂದು ಉಪಕಾರ ಮಾಡು" ಕೇಳಿದಳು.

ಇತ್ತೀಚೆಗೆ ಮನೆಗೆ ಬಂದು ಟಿ.ವಿ. ಸೋಫಾ ಅವನ್ನೆಲ್ಲಾ ನೋಡಿ ಹೋಗಿದ್ದವಳ ಹೊಟ್ಟೆಯಲ್ಲಿ ಬೆಂಕಿ ಬಿದ್ದಂಗಾಗಿತ್ತು. ತಾನು ಕೂಡ ಆ ಸೌಲಭ್ಯಗಳನ್ನು ಅನುಭವಿಸಬಹುದಾಗಿತ್ತಲ್ಲ ಎನ್ನುವ ಕಲ್ಪನೆಯೇ ಅವಳನ್ನು ಕಾಡುತ್ತಿತ್ತು.

"ನೀನ್ಯಾಕೆ ಮಧ್ಯೆ ತಲೆ ಹಾಕ್ತೀಯಾ? ಮದ್ವೆಯಾಗಿ ನೀನು ಅಪ್ಪನ ಮನೆಯಲ್ಲೇ ಇಲ್ವಾ? ತವರುಮನೆ ಹತ್ತಿರವಿದ್ಕೊಂಡ್ ಹೋಗಿಬರದೇ ಇದ್ದರಾಗುತ್ತ. ನೀನು ಈ ವಿಷ್ಯಕ್ಕೆ ಬರಲೇಬೇಡ" ಹಾಲಿನ ಪ್ಯಾಕೆಟ್ ಹಿಡಿದು ಹೋದವಳತ್ತ ನೋಡಿದಳು. ಬೇರೆಯವರ ವಿಷಯದಲ್ಲಿ ಅನುಕಂಪ, ಕರುಣೆ ಅಂಥದ್ದು ಅವಳಿಗಿಲ್ಲ.

ಜೊತೆಯಲ್ಲಿ ಬೆಳೆದ ತಂಗಿಯ ಸ್ವಭಾವದ ಒಂದು ತೀರ್ಮಾನಕ್ಕೆ ಬರಲಾಗಲಿಲ್ಲ. ಹಿಂದಿರುಗಿ ಬರುವ ದಾರಿಯಲ್ಲಿ ಶ್ರೀಪತಿಗಳು ಪ್ರಶ್ನಾರ್ಥಕವಾಗಿ ನೋಡಿದರು.

"ಕ್ಷಮ್ಸಿ ಅಪ್ಪ, ನಿಮ್ಗೆ ಇಷ್ಟವಿಲ್ಲಾಂತ ಗೊತ್ತಿದ್ದು ಕೂಡ ಸುವಿದ್ಯಾನ ಭೇಟಿ ಮಾಡ್ದೆ" ಎಂದಳು ತಪ್ಪು ಮಾಡಿದಂತೆ ಮುಖ ಮಾಡಿ. ಸಂಧ್ಯಾನ ಅರ್ಥ ಮಾಡಿಕೊಂಡಿದ್ದರಿಂದ ತಪ್ಪು ತಿಳಿಯಲಿಲ್ಲ. "ನೀನು ಮನೆಗೆ ಬರೋದು ಬೇಡಾಂದೇ. ಅವ್ಳು ಸವಾಲ್ ಹಾಕಿರಬಹ್ದು. ಇಷ್ಟೇ.... ತಾನೇ?"

ಹೌದೆಂದು ತಲೆದೂಗಿದಳು. ಮಗಳನ್ನು ಒಂದು ಪಕ್ಕಕ್ಕೆ ಕರೆದೊಯ್ದು "ಈ ಸಲ ಹುಡುಗರ ಪರೀಕ್ಷೆ ಮುಗುದ್ಮೇಲೆ ಊರಿಗೆ ಹೋಗ್ಬಿಡೋಣಾಂತ ಅಂದ್ಕೊಂಡಿದ್ದೆ. ಅಲ್ಲಿನವರ್ಗೂ ಇಲ್ಲಿ ಉಳಿಯೋಕೆ ಇಷ್ಟವಾಗ್ತ ಇಲ್ಲ. ಸುವಿದ್ಯಾ ಕತ್ತಿನ ಉರುಳಾಗ್ತಾಳೆ. ಹೇಗಿದೆ ನೋಡು. ಹೆದರಿಕೆಯಿಂದ ಓಡಿ ಹೋಗ್ಬೇಕಾಗಿದೆ" ಸಣ್ಣಗೆ ನಕ್ಕರು. ಆ ನಗುವಿನಲ್ಲಿ ಅಪಾರ ನೋವಿತ್ತು.

ಸಂಧ್ಯಾ ಪ್ರತಿಕ್ರಿಯಿಸಲಾರದೆ ತಲೆ ತಗ್ಗಿಸಿದಳು. ತಂದೆಯ ಮಾತಿನಲ್ಲಿ ಸತ್ಯವಿತ್ತು. ಹಾಲಿನ ಬೂತ್‌ನಲ್ಲಿ ತಾಯಿ ಮಗಳು ಭೇಟಿಯಾಗಿ ಮಾತಾಡುತ್ತಿದ್ದರು. ಕೆಲವೊಮ್ಮೆ ಶಾರದಮ್ಮ ಏನಾದರೂ ಕೊಡುವುದಿತ್ತೆಂದು ಇಂದು ತಿಳಿಯಿತು.

"ಒಂದ್ವರ್ಷ ಹುಡುಗರ ವಿದ್ಯಾಭ್ಯಾಸ ಹಾಳಾಗುತ್ತೆ. ಅದೊಂದು ದೊಡ್ಡದಲ್ಲ. ಫೇಲಾದರೂಂತ ತಿಳ್ಕೋಬಹ್ದು. ಆದರೆ ತಂದೆಯಾಗಿ ನಿನ್ನ ಭವಿಷ್ಯ, ನೆಮ್ದಿ ಹಾಳಾಗೋಕೆ ಬಿಡೋದಿಲ್ಲ. ಆದಷ್ಟು ಬೇಗ ಊರಿಗೆ ಹೋಗ್ಬಿಡ್ತೀವಿ. ಸದ್ಯಕ್ಕೆ ಮೊದ್ಲಿನ ಹಾಗೆ ಆಕಾಶ್ ಹಿಂದಿರುಗೋವರ್ಗೂ ವಿಮೆನ್ಸ್ ಹಾಸ್ಟೆಲ್‌ನಲ್ಲೋ ಅಥ್ವಾ ನಿನ್ನ ಸ್ನೇಹಿತೆಯ ರೂಮಿನಲ್ಲೇ ಇರು" ಎಂದರು. ಅವರೊಂದು ನಿರ್ಧಾರಕ್ಕೆ ಬಂದಾಗಿತ್ತು. ಅಲ್ಲಾಡದಷ್ಟು ಅವರ ನಿರ್ಣಯ ಅಚಲವಾಗಿತ್ತು.

ತಂದೆಯ ಮನಸ್ಸು ಬದಲಾಯಿಸಲು ಸಂಧ್ಯಾಗೆ ಸಾಧ್ಯವಾಗಲಿಲ್ಲ. ಮನೆಯನ್ನು ಮಾರಿ ತಾತ್ಕಾಲಿಕವಾಗಿ ನೆಲೆಗೊಂದು ಇಲ್ಲೇ ವ್ಯವಸ್ಥೆ ಮಾಡೀ ಅಂತ ಶಾರದಮ್ಮ ಹಟ ಹಿಡಿದಿದ್ದರಿಂದ ಅಪ್ಪ, ಮಗಳು ಊರಿಗೆ ಹೋಗಿದ್ದರು. ಅದೂ ಸಾಧ್ಯವಾಗಿರಲಿಲ್ಲ. ಈಚೆಗೆ ಇಲ್ಲಿಗೆ ಹೊಂದಿಕೊಂಡಿದ್ದ ಆಕೆಗೆ ಮತ್ತೆ ಊರಿಗೆ ಹಿಂದಿರುಗಲು ಮನಸ್ಸಿಲ್ಲ. ಇದು ಶ್ರೀಪತಿಗೆ ಅರ್ಥವಾಗಿತ್ತು.

"ಸದ್ಯಕ್ಕೆ ನಿಮ್ಮಮ್ಮನ ಕಿವಿಯ ಮೇಲೆ ಈ ವಿಷ್ಯ ಹಾಕ್ಬೇಡ" ಎಚ್ಚರಿಸಿದ್ದರು. "ಅಪ್ಪ, ನೀವು ಹೇಳಿದ ಪ್ರಕಾರ ನಾನು ಇಲ್ಲೇ ಎಲ್ಲಾದ್ರೂ ಇದ್ಕೋತೀನಿ. ಸದ್ಯಕ್ಕೆ ಸಾಮಾನೆಲ್ಲ ಊರಿಗೆ ತಗೊಂಡು ಹೋಗಿ" ಅಂದಳು. ಮಗಳ ಮಾತು ಸರಿಯೆನಿಸಿತು. ಒಂಟಿಯಾಗಿ ಈ ಮನೆಯಲ್ಲಿ ಉಳಿಯುವುದು ಅವರಿಗೂ ಕೂಡ ಸರಿಯೆನಿಸಿರಲಿಲ್ಲ.

ಇದರ ಅರಿವು ಇಲ್ಲದ ಶಾರದಮ್ಮ ಸಂಜೆ ಬಂದ ಕೂಡಲೇ ಹತ್ತಿರ ಕೂಡಿಸಿಕೊಂಡು "ನೀನಾದ್ರೂ ಸ್ವಲ್ಪ ಅರ್ಥ ಮಾಡ್ಕೋ. ನಾನೇನು ಸುವಿದ್ಯಾನ ಬಾ ಅಂತೀನಾ? ಅವ್ಳೇ.... ಬರ್ತಾಳೆ. ಅತ್ತು ಅತ್ತು ಎಷ್ಟೊಂದು ಸೊರಗಿ

ಹೋಗಿದ್ದಾಳೇಂತ... ಹೊಟ್ಟೆಯಲ್ಲಿ ಬೆಂಕಿ ಬಿದ್ದಂಗಾಯ್ತು. ಅಳಿಯನಿಗೆ ಬೆರಳಿಗೊಂದು ಉಂಗುರ ಬೇಕೆ ಬೇಕಂತೆ. ರಾತ್ರಿ ಹೊಡೆದು ಬಡಿದು ಮಾಡಿದ್ದಾನೆ" ಹೇಳಿಕೊಂಡು ಅತ್ತರು.

"ಇದ್ನೆಲ್ಲ ನೀನು ನಂಬ್ತೀಯಾ? ಶಾಸ್ತ್ರಿಗಳ ಮಗ ತೀರಾ ಮೃದು. ಅಕಸ್ಮಾತ್ ನಿನ್ಮಗ್ಳೇ ಅವ್ನ ಮೇಲೆ ಕೈ ಮಾಡ್ಬೇಕಷ್ಟೇ. ಸುಮ್ನೆ ನೀನ್ಯಾಕಮ್ಮ ಹೆದರ್ಕೋತೀಯಾ" ತಾಯಿಯ ಮಾತುಗಳನ್ನು ತಳ್ಳಿ ಹಾಕಿದಳು.

ಆದರೆ ಶಾರದಮ್ಮ ಸುಮ್ಮನಾಗಬೇಕಲ್ಲ. ಅತ್ತು ಬಾಯಿ ಮಾಡಿ ಸಮರ್ಥಿಸಿಕೊಂಡೋರು "ಅದು ಆಕಾಶ್ ಕಳಿಸಿರೋ ಉಂಗುರ ತಾನೇ? ಇನ್ನು ಅವ್ನು ಹಿಂದಿರುಗೋದು ಎರಡ್ವರ್ಷದ ನಂತರ ತಾನೇ? ಆ ವೇಳೆಗೆ ಇಂಥದ್ದೇ ಒಂದು ಉಂಗುರ ಮಾಡಿಸ್ಕೋಬಹ್ದು. ಇದ್ನ ನಿನ್ತಂಗಿಗೆ ಕೊಟ್ಬಿಡು. ಸದ್ಯಕ್ಕೆ ಅವ್ಳ ಕಷ್ಟ ಪರಿಹಾರವಾಗುತ್ತೆ."

ತಾಯಿಯ ಮಾತಿಗೆ ದಿಗ್ಭ್ರಮೆಗೊಂಡಳು. ಎಷ್ಟೋ ಸಲ ಅದನ್ನ ಡಾ|| ಸುಧಾಕರ್‌ಗೆ ಕೊಡಬೇಕೆಂದುಕೊಂಡು ಸೋತಿದ್ದಳು. ಆ ಸಮಯದ ನೆನಪಾಯ್ತು. ಇದೊಂದು ನಿಶ್ಚಿತಾರ್ಥವೆನ್ನುವಂತೆ ಮಗಳ ಕೈಯಲ್ಲಿ ಉಂಗುರವನ್ನು ತೊಡಿಸಿ ಸಂತೋಷಿಸಿದ್ದರು. ಅಂಥದ್ದರಲ್ಲಿ ಸುವಿದ್ಯಾ ತಂಗಿಯಾದರೂ ಇದನ್ನು ಕೊಡಲು ಸಂಧ್ಯಾಳ ಮನ ಒಪ್ಪಲಿಲ್ಲ.

"ಬೇರೆ ಮಾಡಿಸ್ಕೋಬಹ್ದು. ಇದು ಅದೇ ಉಂಗುರವಾಗೋಲ್ಲ. ಯಾವುದಾದ್ರೂ ಹಣ ಜೊತೆ ಮಾಡಿ ಒಂದು ಉಂಗುರ ಮಾಡ್ಸಿ ಅವ್ಳಿಗೆ ಕೊಡೋಣ" ಎಂದು ತನ್ನ ಪಾಡಿಗೆ ತಾನು ಎದ್ದುಹೋದಳು.

ಶಾರದಮ್ಮ ವಿಸ್ಮಿತರಾದರು. ಅವರ ಊಹೆ ಇಲ್ಲಿ ಪೂರ್ತಿ ತಲೆಕೆಳಕಾಗಿತ್ತು. ಮಗಳು ತನ್ನ ಮಾತಿಗೆ ತಲೆ ಬಾಗುತ್ತಾಳೆಂದು ತಿಳಿದು ತಪ್ಪು ಮಾಡಿದ್ದರು. ಆಮೇಲೆ ಮಾಮೂಲಿಯಾಗಿ ಗೊಣಗಾಡಿದರೂ ಕಿವಿಗೊಡಲಿಲ್ಲ ಸಂಧ್ಯಾ.

* * * *

ಡಾ|| ಅನುರಾಧಗೆ ಅಲ್ಲಿ ಹಾರ್ಟ್ ಅಟ್ಯಾಕ್ ಆಗಿದ್ದರಿಂದ ಡಾ|| ಪರಮೇಶ್ವರ್ ಜೊತೆ ಡಾ|| ಸುಧಾಕರ್ ಕೂಡ ಫ್ಲೈಟ್ ಏರಿದ್ದವನು ಹಿಂದಿರುಗಿದ್ದು ಮೂರು ದಿನದ ನಂತರವೇ. ಸಂಧ್ಯಾನ ಭೇಟಿಯಾಗಬೇಕೆಂದು ಅವನ ಮನ ತವಕಿಸುತ್ತಿತ್ತು.

"ಎಲ್ಲಿ... ಸಂಧ್ಯಾ" ಕೇಳಿದ ಎದುರು ಸಿಕ್ಕ ಮಾರ್ಟಿನಾನ.

"ಸಾರಿ ಸರ್, ಅವ್ಳಿಗೆ ಸಮಸ್ಯೆಗಳ ಮೇಲೆ ಸಮಸ್ಯೆಗಳು. ಅವ್ಳ ತಾಯ್ತಂದೆಯರು ಊರಿಗೆ ಹಿಂದಿರುಗಿಬಿಡ್ತಾರಂತೆ. ಅವ್ಳ ಅಕಾಮಡೇಷನ್‌ಗಾಗಿ ಲೇಡೀಸ್ ಹಾಸ್ಟೆಲ್‌ಗೆ ಓಡಾಡ್ತಾ ಇದ್ದಾಳೆ" ವಿಷಯ ತಿಳಿಸಿದಳು.

ಡಾ|| ಸುಧಾಕರ್‌ಗೆ ವಿಪರೀತವೆನಿಸಿತು.

"ಓಕೆ. ಸಿಕ್ಕರೆ ನನ್ನ ನೋಡೋಕೆ ಹೇಳಿ" ಅಂದು ಹೊರಟವನನ್ನು ಮಾರ್ಟಿನಾ ಹಿಂದಿರುಗಿ ನೋಡಿದಳು. "ಅಂತು ಡಾಕ್ಟುಗೆ ಅವಳ ಮೇಲಿನ ಚಪಲ ಕಡಿಮೆಯಾಗಿಲ್ಲ" ಎಂದು ತನ್ನದೇ ವಿಧಾನದಲ್ಲಿ ತರ್ಕಿಸಿದಳು.

ಡ್ಯೂಟಿ ಮುಗಿದ ಮೇಲೆ ಡಾ|| ಸುಧಾಕರ್‌ಗಾಗಿ ಅರ್ಧಗಂಟೆ ಕಾದಳು. ಮಂತ್ಲಿ ಒಮ್ಮೆ ಡಾಕ್ಟರ್ಸ್ ಮೀಟಿಂಗ್ ಇರುತ್ತಿತ್ತು. ಮೂರನೇ ಫ್ಲೋರ್‌ನಲ್ಲಿ ಆ ತಿಂಗಳಲ್ಲಿ ಬಂದ ಪೇಷೆಂಟ್‌ಗಳು, ಕಾಯಿಲೆಗಳು, ಆದ ಡೆಲಿವರಿಗಳು, ಆಪರೇಷನ್‌ಗಳು, ಫೈಲ್ಯೂರ್ ಆದ ಕೇಸ್‌ಗಳು - ಈ ಬಗ್ಗೆ ಒಂದು ರಿಪೋರ್ಟ್ ತಯಾರಾಗುತ್ತಿತ್ತು. ಡಾ|| ಅನುರಾಧ ನರ್ಸಿಂಗ್ ಹೋಂಗೆ ಬರುವ ವಿಸಿಟಿಂಗ್ ಡಾಕ್ಟರ್‌ಗಳಿಂದ ಹಿಡಿದು ಡಾ|| ನಂದಿನಿಯವರೆಗೂ ಎಲ್ಲಾ ಡಾಕ್ಟರ್‌ಗಳ ಹಾಜರಾತಿ ಇರುತ್ತಿತ್ತು. ಇತ್ತೀಚೆಗೆ ಮೆಡಿಸಿನ್ ಕ್ಷೇತ್ರದಲ್ಲಿ ಆದ ಆವಿಷ್ಕಾರಗಳನ್ನು, ಜಗತ್ತಿನ ಡಾಕ್ಟರ್‌ಗಳ ಅಭಿಪ್ರಾಯವನ್ನು ಇಂಟರ್‌ನೆಟ್ ಮೂಲಕ ಚರ್ಚೆಗೆ ಎತ್ತಿಕೊಳ್ಳುತ್ತಿದ್ದರು. ಇದೊಂದು ಇಂಪಾರ್ಟೆಂಟ್ ಸಮಯ. ಆದ್ದರಿಂದ ಎಲ್ಲಾ ಡಾಕ್ಟರ್‌ಗಳು ಭಾಗವಹಿಸಿ ಅದರ ಪ್ರಯೋಜನ ಪಡೆಯುತ್ತಿದ್ದರು. ತಮ್ಮ ಅನುಮಾನಗಳಿಗೆ ಇಂಟರ್‌ನೆಂಟ್ ಮೂಲಕ ಉತ್ತರಪಡೆಯುತ್ತಿದ್ದರು. ಅಂತು http://WWW.Anuradha Nursing.com ವೆಬ್‌ಸೈಟ್‌ನ ಉಪಯೋಗ "ಅನುರಾಧ ನರ್ಸಿಂಗ್ ಹೋಂ"ನ ಪೇಷೆಂಟ್‌ಗಳಿಗಾಗುತ್ತಿತ್ತು.

"ಇದೇನು ಮನೆಗೆ ಹೋಗಿಲ್ವಾ?" ಮಾರ್ಟಿನಾ ಕೇಳಿದಾಗ ಒಂದು ಒಳ್ಳೆಯ ಸುಳ್ಳನ್ನೇ ಹೇಳಿದಳು. "ಸದಾಶಿವಯ್ಯನವ್ರ ಮಿಸೆಸ್ ಬರೋವರ್ಗೂ ಇದ್ದು ಒಂದಿಷ್ಟು ಧೈರ್ಯ ಹೇಳಿ ಹೋಗೂಂದ್ರು" ಇದು ಪೂರ್ತಿ ಸುಳ್ಳೇನು ಅಲ್ಲ. ನೆನ್ನೆ ಅವರು ಹೇಳಿದ್ದನ್ನು ರಿಪೀಟ್ ಮಾಡಿದ್ದಳು. ಡಾ|| ಸುಧಾಕರ್‌ನಿಂದ ಪಡೆದ ಸಾಲ ಯಾರಿಗೂ ತಿಳಿಸುವ ಇಷ್ಟವಿರಲಿಲ್ಲ.

"ಮೈ ಗಾಡ್, ಈ ಓಲ್ಡ್ ಮ್ಯಾನ್ ಈಗ್ಲೂ ಮಂತ್ರಿ ಅನ್ನೋ ಜರ್ಬ್‌ನಲ್ಲೇ ಇದ್ದಾರೆ. ಅಂತು ನಿಂಗೆ ಪೇಷೆಂಟ್‌ಗಳು ಇದ್ದಾರೆ. ಬಹುಶಃ ನೀನು ನರ್ಸಿಂಗ್ ಹೋಂ ಬಿಟ್ಟರೆ ಅವರೆಲ್ಲ ಚೆಲ್ಲಾಪಿಲ್ಲಿಯಾಗಿ ಬಿಡ್ತಾರೆ ಅನ್ನೋ ಭಯದಿಂದ್ಲೇ ಸಂಬಳ ಜಾಸ್ತಿ ಮಾಡಿದ್ದು, ನಿಂಗೆ ಲೋನ್ ಕೊಟ್ಟಿದ್ದು" ಹಾಸ್ಯ ಮಾಡಿದಳು.

ಬರೀ ಮುಗುಳ್ನಗೆ ಬೀರಿದಳು. ಇಂಥ ಮಾತುಗಳಿಗೆ ಹೇಗೆ ಪ್ರತಿಕ್ರಿಯಿಸಬೇಕೆಂದು ಅವಳಿಗೆ ಅರ್ಥವಾಗುತ್ತಿರಲಿಲ್ಲ.

ಡಾಕ್ಟರ್‌ಗಳೆಲ್ಲ ಒಟ್ಟಿಗೆ ಹೊರಗೆ ಬಂದರು. ಇಂದು ಡಾ|| ಸುಧಾಕರ್ ಮಾತನಾಡುವ ಮೂಡ್‌ನಲ್ಲಿದ್ದಂತೆ ಉತ್ಸಾಹದಿಂದ ಹರಟುತ್ತಿದ್ದುದ್ದು ಕಂಡು ಆರಾಮಾಗಿ ಉಸಿರಾಡಿದಳು. ಈಗಾಗಲೇ ಸಾಲಪಡೆದು ಎರಡು ತಿಂಗಳೇ ಆಗಿತ್ತು. ಬಡ್ಡಿ ಕೂಡ ಕೊಟ್ಟಿರಲಿಲ್ಲ. ದಿನಗಳು ಹೇಗೆ ಉರುಳಿಹೋಯಿತೆಂಬುದೇ ಅವಳ ಅರಿವಿಗೆ ಬಂದಿರಲಿಲ್ಲ.

ಮಿಕ್ಕ ಡಾಕ್ಟರ್‌ಗಳು ಹೋಗುವವರೆಗೂ ಕಾದು ಕಡೆಯಲ್ಲಿ ಸ್ಕೂಟರ್ ಹತ್ತುವಾಗ ಡಾ|| ಸುಧಾಕರ್‌ನ ಸಮೀಪಿಸಿದಳು.

"ಸರ್...." ಎಂದಾಗ ಕೀ ಹಾಕುತ್ತಿದ್ದವನು ಅವಳತ್ತ ನೋಟ ಹರಿಸಿದ. ಆ ನೋಟದಲ್ಲಿ ಎಂದೂ ಇಲ್ಲದ ಹೊಸತನವಿತ್ತು. ಮೋಹಕತೆ ಇತ್ತು. ಚಲಿಸಿ ಹೋದರು ಒಂದು ಸ್ಥಾಯಿಯಲ್ಲಿ ಬಲವಾಗಿ ನಿಂತು "ಎಕ್ಸಕ್ಯೂಸ್ ಮಿ ಸರ್, ನಿಮ್ಮನ್ನ ಮೀಟ್ ಮಾಡೋಕೆ ಆಗ್ಲೇ ಇಲ್ಲ. ಸಾಲ ಹಿಂದಿರುಗಿಸೋಕೆ ಒಂದೆರಡು ತಿಂಗಳಾದ್ರೂ ಬೇಕಾಗುತ್ತೆ. ಬಡ್ಡಿ ಈ ಸಲ ಸ್ಯಾಲರಿ ಆದ ಕೂಡ್ಲೇ ಕೊಡ್ತೀನಿ" ದೊಡ್ಡ ಅಪರಾಧ ಮಾಡಿದಂತೆ ಕ್ಷಮೆಯಾಚಿಸಿದಳು.

ಡಾ|| ಸುಧಾಕರ್ ಸರಿಯಾಗಿ ನಿಂತು ನಗೆ ಬೀರಿದ.

"ಸಾಲ ತಗೊಂಡೋರು ತಲೆ ತಪ್ಪಿಸಿಕೊಂಡು ತಿರುಗ್ತಾರೆ ಅನ್ನೋದು ಕೇಳಿದ್ದೆ. ಈಗ ಅನುಭವಕ್ಕೆ ಬಂತು.ಅದಕ್ಕೆ ನೀವು ಕೊಡಬಹುದಾದ ಕಾರಣ ಸರೀಂತ ಅನ್ನಿಸೊಲ್ಲ. ಕಾಫಿ ಕುಡೀತ ಮಾತಾಡ್ಬಹುದ್ದು" ಎಂದಾಗ ಅವಳೆದೆ ಧಸಕ್ಕೆಂದಿತು.

"ಬೇಡ ಸಾರ್. ನಂಗೆ ಕಾಫಿ ಇಷ್ಟವಾಗೊಲ್ಲ. ಬಡ್ಡಿಯೊಂದಿಗೆ ಬಂದು ನಿಮ್ಮನ್ನ ಭೇಟಿ ಮಾಡ್ತೀನಿ" ಎಂದು ಅತ್ತಿತ್ತ ನೋಡಿದಾಗ ಸ್ಕೂಟರ್ ಸ್ಟಾರ್ಟ್ ಮಾಡಿ "ಯಾಕೆ ಭಯಪಡ್ತೀರಾ? ಕುತ್ತಿಗೆಯಲ್ಲಿ ಮಾಂಗಲ್ಯವಿದೆ. ದುಬೈನಲ್ಲಿ ಆಕಾಶ್ ಇದ್ದಾರೆ. ಹೆಚ್ಚಿನ ರೂಮರ್‌ಗಳಿಗೆ ಅವಕಾಶವಾಗೋಲ್ಲ. ಕ್ವಿಕ್...." ಅವಸರಿಸಿದ. ಆ ವ್ಯಕ್ತಿ ಸ್ವಭಾವ ತಿಳಿದ ಯಾರು ಹೆಚ್ಚಿಗೆ ಭಾವಿಸಲಾರರು.

ತೀರಾ ಎಮರ್ಜೆನ್ಸಿಯೆನಿಸಿದರೆ ಪೇಷೆಂಟ್ ಕಡೆಯವರನ್ನು ಕೂಡ ತನ್ನ ಸ್ಕೂಟರ್‌ನಲ್ಲೇ ಕರೆದೊಯ್ಯುವಷ್ಟು ಧಾರಾಳಿಯೆಂದು ಎಲ್ಲರಿಗೂ ಗೊತ್ತು.

ಇವರಿಬ್ಬರನ್ನು ಹೊತ್ತ ಸ್ಕೂಟರ್ ಒಂದು ರೆಸ್ಟೋರೆಂಟ್‌ನ ಒಳಭಾಗದ ಆವರಣದಲ್ಲಿ ಹೋಗಿನಿಂತಿತು. ಮೊದಲು ಇಳಿದ ಸಂಧ್ಯಾ ಅತ್ತಿತ್ತ ನೋಡಿದಳು. ಡಾ|| ಸುಧಾಕರ್‌ನೊಂದಿಗೆ ಹೆಚ್ಚಿಗೆ ಮಾತಾಡುವುದನ್ನು ಡಾ|| ಅನುರಾಧ ಪರೋಕ್ಷವಾಗಿ ಒಳ್ಳೆಯದಲ್ಲವೆಂದು ತಿಳಿಸಿದ್ದರು.

ಒಂದು ಕೊಡೆಯ ಕೆಳಗೆ ಹಾಕಿದ ಮೇಜನ್ನು ಆರಿಸಿಕೊಂಡು ಹೋಗಿ ಕೂತಾಗ ಅವನ ಎದುರಿನಲ್ಲಿ ಕೂತಳು. ಸಾಲದ ಬಗ್ಗೆ ಅವಳ ಚಿಂತೆ. ಮಾರ್ಟಿನಾಗೆ ಸರ, ಬಳೆಯ ಬಾಬತ್ತು ಕೊಡಬೇಕಿತ್ತು. ನರ್ಸಿಂಗ್ ಹೋಂನಲ್ಲಿ ಪಡೆದ ಸಾಲಕ್ಕೆ ಬಡ್ಡಿ ಇಲ್ಲದಿದ್ದರೂ ಅವಳ ಸಂಬಳದಲ್ಲಿ ಸಾವಿರ ರೂಪಾಯಿ ಹಿಡಿದುಕೊಳ್ಳುತ್ತಿದ್ದರು. ಊರಿನಲ್ಲಿ ಅವರಿವರು ಕೊಡಬೇಕಾಗಿದ್ದ ಸಾಲದ ಜೊತೆ ಮನೆ ಬಾಡಿಗೆ, ಅಂಗಡಿಯ ರೆಂಟ್ ಆಗಾಗ ಶ್ರೀಪತಿಗಳು ಹೋಗಿ ವಸೂಲಿ ಮಾಡಿಕೊಂಡು ಬರುತ್ತಿದ್ದರಿಂದ ನಾಜೂಕಾಗಿ ಜೀವನ ಮಾಡಬಹುದಿತ್ತು. ಇವೆಲ್ಲ ಯಾರಿಗೂ ಹೇಳಿಕೊಳ್ಳಲಾಗದು.

ಬಹಳ ಸೂಕ್ಷ್ಮವಾಗಿ ಸಂಧ್ಯಾನ ಗಮನಿಸತೊಡಗಿದ ಡಾ|| ಸುಧಾಕರ್ ಅವಳು ಎದುರಿಗೆ ಕೂತಿದ್ದರೂ ಯಾವುದೋ ಗುಂಗಿನಲ್ಲಿದ್ದಂಗೆ ಕಂಡಳು.

"ಆಕಾಶ್ ಬಗ್ಗೆ ಕನಸು ಕಾಣ್ತಾ ಇದ್ದೀರಾ?" ಕೇಳಿದ ಕೂಡಲೇ ಬೆಚ್ಚಿಬಿದ್ದಳು.

"ಸಾರಿ ಸರ್, ಅಂಥದೇನಿಲ್ಲ" ಎಂದಳು ಗಾಬರಿಯಿಂದ.

"ಮತ್ತೆ ನಾನು ಎದುರಿಗೆ ಕೂತಿದ್ರು.... ನಿಮ್ಮ ಮನಸ್ಸು ಪರ್ಯಟನೆಯಲ್ಲಿ ಇದ್ದಂತೆ ಕಂಡಿತು. ಆಕಾಶ್ ಈಚೆಗೆ ಪತ್ರ ಬರೆದಿದ್ರಾ?" ಕೇಳಿದ.

ಅವಳಿಗೆ ಚೇತರಿಸಿಕೊಳ್ಳಲು ಸಮಯ ಬೇಕಾಯಿತು.

"ಬರೆದಿದ್ರು, ತುಂಬ ಗಿಫ್ಟ್‌ಗಳನ್ನು ಕೂಡ ಕಳಿಸಿದ್ದಾರೆ" ಸುಳ್ಳು ಹೇಳಲು ಇಂದು ಪ್ರಯಾಸಪಟ್ಟಳು. ತಟ್ಟನೇ ಉಂಗುರವನ್ನು ತೆಗೆದು "ಪ್ಲೀಸ್ ಇದ್ನ ತಗೊಂಡ್ ಬಿಡಿ ಸರ್. ಅಮ್ಮ ತೊಡಿಸಿದ್ದು ಕನ್‌ಫ್ಯೂಷನ್‌ನಲ್ಲಿ. ಇಟ್ಟುಕೊಳ್ಳೋಕೆ ಕಷ್ಟವಾಗುತ್ತೆ" ತೀರಾ ರಿಕ್ವೆಸ್ಟ್ ಮಾಡಿಕೊಳ್ಳುವಂತೆ ನುಡಿದಾಗ ಇವಳು ಒಳ್ಳೆ ನಟಿ ಕೂಡ ಅಲ್ಲವೆನಿಸಿತು.

"ಆಕಾಶ್ ಬಂದ್ಮೇಲೆ ಕೇಳ್ಬಹ್ದೂಂತನಾ? ಇನ್ನು ಆ ಮನುಷ್ಯ ಹಿಂದಿರುಗೋಕೆ ಸಾಕಷ್ಟು ಸಮಯ ಇದೆ. ಅಮ್ಮನಿಗೆ ತಿಳಿದರೆ ಬೇಜಾರು ಮಾಡ್ಕೋತಾರೆ. ನಿನ್ನ ಬಗ್ಗೆ ಒಂದೆರಡು ಸಲ ಕೇಳಿದ್ರು. ನೀನು ನಂದಿನಿ ಅಲ್ಲ ಸಂಧ್ಯಾ ಅಂತ ಹೇಳಿದ್ದೀನಿ. ಆ ಹೆಸರಿನಲ್ಲೇ ಈ ಸಲ ಬಂದರೇ ಗುರುತಿಸ್ಬಹ್ದು."

ಅಷ್ಟರಲ್ಲಿ ಮೆನುವಿನೊಂದಿಗೆ ವೆಯಿಟರ್ ಬಂದಿದ್ದರಿಂದ ಡಾ॥ ಸುಧಾಕರ್ ಅತ್ತ ಗಮನಹರಿಸಿದ. ತೆಗೆದಿದ್ದ ಉಂಗುರವನ್ನು ಹಾಗೆಯೇ ಹಾಕಿಕೊಂಡಳು. ಮನೆಯಲ್ಲಿ ಉಂಗುರ ಬಿಚ್ಚಿಡಲು ಹಿಂಜರಿಯುತ್ತಿದ್ದಳು. ತಾನು ಅಪ್ಪ ಇಲ್ಲದಾಗ ಸುವಿದ್ಯಾ ಮನೆಗೆ ಬರುತ್ತಾಳೆಂದು ಅವಳಿಗೆ ಗೊತ್ತಾಗಿತ್ತು.

ಡಾ॥ ಸುಧಾಕರ್ ತಿಂಡಿಗೆ ಹೇಳಿ ಆಗಿತ್ತು.

"ಸಂಧ್ಯಾ, ಈ ಪರಧ್ಯಾನ ಒಳ್ಳೆದಲ್ಲ. ನಿನ್ನ ಮಿದುಳಿನ ಆರೋಗ್ಯನಾ ನೀನೇ ಕಾಪಾಡೋಕೋಬೇಕು" ಎಚ್ಚರಿಸಿದ. ಅವಳೆಷ್ಟೇ ಧೈರ್ಯವಾಗಿ ಸುಳ್ಳು ಹೇಳಿದ್ದರೂ ಅದನ್ನು ನಿರಂತರವಾಗಿ ಘೋಷಿಸಲು ಮಾತ್ರ ಹೆಣಗಾಡುತ್ತಿದ್ದಾಳೆಂದು ಅವಳಿಗೆ ಗೊತ್ತಾಯಿತು.

ಕಾಫಿಯ ನಂತರ ಕೇಳಿದ "ನೀನು ಅಕಾಮಡೇಷನ್‌ಗಾಗಿ ವಿಮೆನ್ಸ್ ಹಾಸ್ಟೆಲ್‌ಗೆ ಓಡಾಡ್ತಾ ಇರೋ ವಿಷ್ಯ ಮಾರ್ಟಿನಾ ಹೇಳಿದ್ಲು. ಕಾರಣ ಕೇಳಬಹುದಾ? ಮಗುಮ್ಮಾಗಿ ವಿವಾಹವಾದೆ. ಈಗ್ಲೂ ಎಲ್ಲಿ ಅದೃಶ್ಯವಾಗಿ ದುಬೈ ಸೇರಿ ಬಿಡ್ತೀಯೋಂತ ಆತಂಕ" ನಗೆಯಾಡಿದ.

"ನಂಗೂ ಆ ಭಯ ಇದೆ ಸರ್" ಎಂದಾಗ ಮಾತ್ರ ಮೆಟ್ಟಿಬಿದ್ದ. ಕಣ್ಣಿಂದ ಒಸರಿದ ಕಂಬನಿಯನ್ನು ಪಕ್ಕಕ್ಕೆ ತಿರುಗಿ ತೊಡೆದುಕೊಂಡಳು. ನೂರು ಆಸೆಗಳನ್ನು ಹೊತ್ತು ಕುಟುಂಬದವರನ್ನು ಇಲ್ಲಿಗೆ ಕರೆತಂದಿದ್ದು ನಿಷ್ಪ್ರಯೋಜಕವಾಗಿತ್ತು. ಹೊರಡುವ ಕಾರ್ಯದಲ್ಲಿ ತೊಡಗಿದ್ದರು ಶ್ರೀಪತಿ.

ಟೇಬಲು ಮೇಲಿದ್ದ ಅವಳ ಕೈಮೇಲೆ ತನ್ನ ಕೈಯಿಟ್ಟು "ನೀನು ಆಕಾಶ್ ಬಳಿಗೆ

ಹೋಗೋಕೆ ಸಾಧ್ಯನೇ ಇಲ್ಲ. ಅಂಥ ಯೋಚ್ನೆ ನಿನ್ನ ಮನದಲ್ಲಿ ಮೂಡಲೇಬಾರದು" ಸ್ಪಷ್ಟವಾಗಿ ಹೇಳಿದ.

ಸಂಧ್ಯಾ ವಿಸ್ಮಿತಳಾದಳು. ದುಬೈಗೆ ಹೋಗಲು ಸಹಾಯ ಮಾಡುತ್ತೇನೆಂದು ಹೇಳಿದ್ದ ಡಾ|| ಸುಧಾಕರ್‌ನ ಮಾತಾ ಇದು? ಮೆಲ್ಲಗೆ ಅವನ ಹಸ್ತದಿಂದ ಕೈ ಬಿಡಿಸಿಕೊಂಡು ಹಿಂದಕ್ಕೆ ತಗೊಂಡಳು. ಬೆಚ್ಚನೆಯ ಭರವಸೆ ಸ್ಪರ್ಶ ಹಿತವಾಗಿತ್ತು.

ಅವಳಿಗೆ ಷಾಕ್ ಆಗಿದೆಯೆಂದು ಅರ್ಥ ಮಾಡಿಕೊಂಡು ಮಾತು ಬದಲಾಯಿಸಿದ. "ನಾನು, ಅಮ್ಮ ಆ ಬಂಗ್ಲೆಯಲ್ಲಿ ಪೇಯಿಂಗ್ ಗೆಸ್ಟ್ ಆಗಿದ್ದೀವಿ. ಸಾಕಷ್ಟು ರೂಮುಗಳು ಖಾಲಿ ಇದೆ. ನೀನು ಬೇಕಾದರೆ ಪೇಯಿಂಗ್ ಗೆಸ್ಟ್ ಆಗಿರ್ಬಹುದ್ದು. ಇದ್ರಿಂದ ಅಮ್ಮನಿಗೂ ಇಷ್ಟವಾಗುತ್ತೆ. ಅನ್ಕೂಲವಾಗುತ್ತೆ. ಒಂದು ರೀತಿಯಲ್ಲಿ ಒಂಟಿತನ ಮರೆಯಾಗುತ್ತೆ. ನೀನೇ ಅವ್ರ ಎಸ್ಟ್ರೋಜನ್ ಮೆಡಿಸನ್ ಆಗ್ಬಹುದ್ದು" ಅಂದಾಗ ಮಾತ್ರ ಮೆತ್ತಗಾದಳು. ಡಾ|| ಸುಧಾಕರ್‌ನ ಅಮ್ಮನ ನೆನಪಾಯಿತು. ಅವರು ಅಲ್‌ಜೈಮರ್ ಪೇಷೆಂಟ್ ಎಂದು ನಂಬುವುದಕ್ಕೆ ಸಾಧ್ಯವಿರಲಿಲ್ಲ. ಅಷ್ಟು ಕರಾರುವಾಕ್ಕಾಗಿ, ಅಚ್ಚುಕಟ್ಟಾಗಿತ್ತು ಅವರ ವರ್ತನೆ.

"ನಂಗೆ ಅರ್ಥವಾಗ್ಲಿಲ್ಲ" ಎಂದಳು.

"ಈಚೆಗೆ ಎಸ್ಟ್ರೋಜನ್ ಸೇವನೆ ನೆನಪಿನ ಶಕ್ತಿಗೆ ಒತ್ತಾಸೆಯಾಗಿ ನಿಲ್ಲುತ್ತೇಂತ ವಿಜ್ಞಾನಿಗಳು ಹೇಳಿದ್ದಾರೆ. ಎಸ್ಟ್ರೋಜನ್ ಮೆಡಿಸಿನ್ ನೀನೇಂತ ಪ್ರಯೋಗ ಮಾಡೋ ಆಸೆ. ಅದಕ್ಕೆ ನಿನ್ನ ಕೋಆಪರೇಷನ್ ಬೇಕು. ಆಕಾಶ್ ಹಿಂದಿರುಗಿ ಬರೋಕೆ ಎರಡು ವರ್ಷಗಳ ಮೇಲಾಗುತ್ತೆ. ಅದರವರೆಗೂ ನೀನು ಅಮ್ಮನ ಬಳಿ ಇರಬೇಕೂಂತ ನನ್ನ ರಿಕ್ವೆಸ್ಟ್" ಎಂದ.

ಅವನು ಕೈ ಹಿಡಿದಿದ್ದಕ್ಕೆ ಮತ್ತು ದುಬೈಗೆ ಹೋಗಬೇಡವೆಂದಿದ್ದು ತಾಯಿಯ ಸಲುವಾಗಿ ಅಂದುಕೊಂಡಾಗ ರಿಲ್ಯಾಕ್ಸ್ ಆದಳು. ಆದರೂ...

"ತುಂಬ ಕಷ್ಟ ಆಗುತ್ತೆ ಸರ್ ಸದ್ಯಕ್ಕೆ ಅವ್ರುಗಳು ಊರಿಗೆ ಹೋದರೂ ನಾನು ಆರ್ಥಿಕವಾಗಿ ನೆರವಾಗಬೇಕಾಗುತ್ತೆ. ಮತ್ತೆ ಸಾಲ, ನರ್ಸಿಂಗ್ ಹೋಂ ಲೋನ್ - ಇಷ್ಟಕ್ಕೆಲ್ಲ ನನ್ನ ಸಂಬಳ ವಿನಿಯೋಗವಾಗಿ ಉಳಿದಿದ್ದುನ್ನು ನನಗಾಗಿ ಇರಿಸ್ಕೋಬೇಕು. ಅಷ್ಟೊಂದು ದೊಡ್ಡ ಬಂಗ್ಲೆ... ಅಲ್ಲಿ ಪೇಯಿಂಗ್ ಗೆಸ್ಟ್ ಆಗಿ ಇರೋಕೆ ಕಷ್ಟ" ತನ್ನ ಅನನುಕೂಲ ತೋಡಿಕೊಂಡಳು.

"ಡೋಂಟ್ ವರಿ, ಸಂಧ್ಯಾ. ನಿನ್ನ ಉಳಿದ ಸಮಯದಲ್ಲಿ ಅಮ್ಮನಿಗಾಗಿ ಒಂದಿಷ್ಟು ಸಮಯನ ಉಪಯೋಗಿಸಿದರೆ ನಿನ್ನ ಪೇಯಿಂಗ್ ಗೆಸ್ಟ್ ಫೀನ ನಾನು ಪೇ ಮಾಡ್ತೀನಿ" ಭರವಸೆ ನೀಡಿದ. ಆದರೂ ಸಂಧ್ಯಾಗೆ ಯೋಚಿಸುವಂತಾಯಿತು.

"ಸದ್ಯಕ್ಕೆ ಮತ್ತೆ ಸಂಬಳ ಹೆಚ್ಚಿಸೊಲ್ಲ, ನಿಮ್ಗೆ ಕಷ್ಟವಾಗುತ್ತೆ. ಅಲ್ಲಿ ಪೇಯಿಂಗ್ ಗೆಸ್ಟ್ ಆಗಿರೋಕೆ ಎಷ್ಟು ಕೊಡ್ಬೇಕೂಂತ ತಿಳಿದರೆ ಬೇರೆನಾದ್ರೂ ಉಳಿಸೋಕೆ

ಸಾಧ್ಯವೇನೋ ನೋಡ್ತೀನಿ. ಅಮ್ಮನಂಥವರ ಸಾಮೀಪ್ಯ, ಸೇವೆ ಎರಡು ನಂಗೆ ಇಷ್ಟವೇ" ಎಂದಳು. ಅವಳ ದನಿಯಲ್ಲಿನ ಕೃತಜ್ಞತೆ ಗುರ್ತಿಸಿದ.

ಅಂತೂ ಇಬ್ಬರು ಚರ್ಚಿಸಿ ಒಂದು ನಿರ್ಣಯಕ್ಕೆ ಬಂದರು. ಪೇಯಿಂಗ್ ಗೆಸ್ಟ್ ಆಗಿರುವಾಗಿನ ಇವಳ ಹಣವನ್ನು ಡಾ॥ ಸುಧಾಕರ್ ಕೊಡುವುದು. ಕೊಂಚ ಮಟ್ಟಿಗೆ ಸಾಲದ ಹೊರೆ ಕಮ್ಮಿಯಾದ ಮೇಲೆ ಸಂಧ್ಯಾನೇ ಕೊಡುವುದು. ಸದ್ಯಕ್ಕೆ ಅವಳ ಅಕಾಮಡೇಷನ್ ಸಮಸ್ಯೆ ತೀರಿತು.

ಸ್ವಲ್ಪ ಹಗುರವಾದ ಮನದಿಂದ ಮನೆಗೆ ಬಂದಾಗ ಸುವಿದ್ಯಾ ಕೂತು ಟಿ.ವಿ. ನೋಡುತ್ತ ತಿಂಡಿ ತಿನ್ನುತ್ತಿದ್ದಳು. ಅತ್ತು ಕರೆದು ತಾಯಿಯನ್ನು ಮರುಳು ಮಾಡುವ ಕಲೆಯನ್ನು ಅರಗಿಸಿಕೊಂಡಿದ್ದೊಂದು ದೌರ್ಭಾಗ್ಯವಾಗಿ ಪರಿಣಮಿಸಿತ್ತು ಮನೆಗೆ.

ಮಾತಾಡಿಸದೆ ರೂಮಿಗೆ ಹೋದವಳು ಉಡುಪು ಬದಲಾಯಿಸಿ ಬಚ್ಚಲು ಮನೆಗೆ ಹೋದಾಗ ತಾಯಿ, ಮಗಳು ಗುಸುಗುಸು ಎನ್ನುತ್ತಿದ್ದರು. ಸುಮ್ಮನೆ ಊರಿಗೆ ಹೋಗಲು ಗುರುಗುಟ್ಟುತ್ತಾರೆ ವಿನಾ ಸದ್ಯಕ್ಕೆ ಹೋಗಲಿಕ್ಕಾಗದೆಂದು ಶಾರದಮ್ಮನ ಭಾವನೆ.

"ಸಂಧ್ಯಾ, ನೀನು ಬಾ. ಇಬ್ರೂ ಅಕ್ಕ ತಂಗಿ ಕೂತು ನಗುನಗುತ್ತಾ ತಿಂಡಿ ತಿನ್ನಿ" ಮುಖತೊಳೆಯುತ್ತಿದ್ದ ಮಗಳಿಗೆ ಕೂಗಿ ಹೇಳಿದರು. ಮುಖಕ್ಕೆ ಎರಚಿಕೊಂಡ ನೀರಿನ ಜೊತೆಗೆ ಕಣ್ಣೀರು ಕೂಡ ಮಿಳಿತವಾಗಿ ಬಚ್ಚಲು ಸೇರಿತು. ಹಿಡಿಯಾಗಿ ಲೋನ್‌ಗಾಗಿ ಡಾ॥ ಅನುರಾಧ ಮುಂದೆ ನಿಂತಾಗ ತನ್ನ ಕಾಲ ಅಡಿಯಲ್ಲಿ ಒಂದು ಬಿಲವಾಗಿ ಸೇರಿ ಹೋಗಬಾರದೆ ಎಂದು ಹಂಬಲಿಸಿದ್ದುಂಟು. ಡಾ॥ ಸುಧಾಕರ್ ಅಂದು ಹಣ ಕೊಟ್ಟು ಉಪಕಾರ ಮಾಡದಿದ್ದರೆ ವಿಷ ಕುಡಿದುಬಿಡಲೆ ಎಂದು ಯೋಚಿಸುವಂತಾಗಿತ್ತು. ಅಷ್ಟು ಹಿಂಸೆ ಕೊಟ್ಟ ಸುವಿದ್ಯಾನ ಈಗ ಮೊದಲಿನಂತೆ ಆಲಿಂಗಿಸಲು ಸಾಧ್ಯವಿರಲಿಲ್ಲ.

ಟವಲಿನಿಂದ ಮುಖವನ್ನೊತ್ತುತ್ತ ಬಚ್ಚಲು ಮನೆಯಿಂದ ಹೊರಗೆ ಬಂದಾಗ ಆರಾಮಾಗಿ ಸೋಫಾ ಮೇಲೆ ಕಾಲು ಮೇಲೆ ಕಾಲು ಹಾಕಿಕೊಂಡು ಕೂತು ತಿನ್ನುತ್ತಿದ್ದ ಸುವಿದ್ಯಾನ ಎಳೆದು ಹೊರಗೆ ದಬ್ಬಲೇ ಎನಿಸಿದರೂ ಸಾಧ್ಯವಿರಲಿಲ್ಲ. ಮೌನವಾಗಿ ಹೋಗಿ ರೂಮಿನಲ್ಲಿ ಉಳಿದಳು.

"ಸಂಧ್ಯಾ ಬಾ ಹೊರ್ಗೆ" ದೋಸೆಯ ತಟ್ಟೆ ಹಿಡಿದು ಬಂದು ಕೂಗಿದಾಗ "ಬೇಡಮ್ಮ ನಂಗ್ಯಾಕೋ ತಲೆನೋವು. ಬಲವಂತ ಮಾಡ್ಬೇಡ" ಎಂದಳು.

ಆಕೆ ಒಳಗೆ ನುಗ್ಗಿಯೇಬಿಟ್ಟಳು.

"ಅವ್ಳು ಹಟ ಮಾಡಿದ್ಲು. ತಪ್ಪು ಮಾಡಿದ್ಲು. ಅದೆಲ್ಲ ಸರಿನೇ. ಆದರೆ ಅಲ್ಲಿ ಎಷ್ಟು ಹಿಂಸೆ ಅನುಭವಿಸುತ್ತಿದ್ದಾಳೆ ಗೊತ್ತಾ. ಇಡೀ ದಿನ ಅವ್ಳಿಗೆ ತಿನ್ನೋಕೆ ಏನು ಕೊಟ್ಟಿಲ್ಲ. ಅನ್ನ ಕಲ್ಸಿ ಕೊಟ್ಟೆ. ಗಬಗಬಂತ ತಿಂದ್ಲು. ಈಗ ದೋಸೆ ತಿಂತಾ ಇದ್ದಾಳೆ. ಜೊತೆಯಲ್ಲಿ ಕೂತು ನಾಲ್ಕು ಸಮಾಧಾನದ ಮಾತಾದ್ರೂ ಹೇಳು. ಈಗ ನಾವು ಕೈಬಿಡೋಕ್ಕಾಗುತ್ತ. ನಿಮ್ಮಪ್ಪ ಕುಣೀತಾರೆ ಅವ್ರಿಗೇನು?"

ತಾಯಿಯ ಇಂಥ ಯಾವುದೇ ಮಾತು ಸಬೂಬು ಅವಳನ್ನು ಮೆತ್ತಗೆ ಮಾಡದು.

"ಅಮ್ಮ ನಿನ್ನಷ್ಟು ಧಾರಾಳ ಮನಸ್ಸಾಗ್ಲಿ, ಗುಣವಾಗ್ಲಿ ನಂಗಿಲ್ಲ. ಅವ್ರ ಕಷ್ಟ, ನಷ್ಟ, ನೋವು-ನಲಿವು ಅವ್ರ ಹಣೆಬರಹ. ಅದ್ಕೆ ನಾವು ಯಾರು ಹೊಣೆಯಲ್ಲ. ಮಿಕ್ಕಿದ್ದು ನಿನ್ನಿಷ್ಟ. ಎಲ್ಲಿ ಅಪ್ಪ?" ಅಂತ ಕೇಳಿದಳು.

"ಅಂತು ನೀನು ಅಪ್ಪನ ಮಗ್ಳೇ. ನಿನ್ಗಂಡ ದೊಡ್ಡ ಇಂಜಿನಿಯರ್. ಸಾಕಷ್ಟು ದುಡಕೊಂಡು ಬರ್ತಾನೆ. ನಿಂಗೂ ದುಡಿಮೆ ಇದೆ. ಕೈತುಂಬ ಸಂಬ್ಳ ಬರುತ್ತೆ. ಅವ್ನು ದುಬೈನಿಂದ ಬರೋವಾಗ ನೋಟುಗಳ ಕಂತೆನಾ, ಚಿನ್ನನಾ ತರ್ತಾನೆ. ನೀವುಗಳು ಮಜವಾಗಿ ಇರ್ತೀರಾ. ಇವ್ರು ಪಾಡೇ ನಾಯಿ ಪಾಡಾಗಿರೋದು" ಜೋರಾಗಿ ಲೊಟಕಿದರು. ಸಂಧ್ಯಾ ತಾಯಿಯ ಮಾತುಗಳಿಗೆ ಕಿವುಡಾಗಿದ್ದಳು.

"ನಾನ್ಹೋಗಿ ರಾಘುನ ಕರ್ಕೊಂಡ್ ಬರ್ತೀನಿ" ಹೊರಟಳು ಸಂಧ್ಯಾ.

ಅವಳಿಗೆ ಆಯಾಸವಾಗಿದ್ದರೂ ಮನೆಯಲ್ಲಿ ಉಳಿದು ತಾಯಿಯ ಮತ್ತು ಸುವಿದ್ಯಾಳ ಮುಖನೋಡಲು ಇಷ್ಟವಿರಲಿಲ್ಲ. ಒಂದರ್ಧ ಗಂಟೆ ಕಾದೇ ಅವನನ್ನು ಕರೆದುಕೊಂಡು ಹೊರಟಿದ್ದು.

"ಅಪ್ಪ ಊರಿಗೆ ಹೋದ್ರು. ನಾಳೆ ಬರ್ತಾರಂತೆ" ಅವನೇ ಹೇಳಿದ.

ಸುವಿದ್ಯಾ ಇಲ್ಲಿ ಬಂದು ಪಟ್ಟಾಂಗವೊಡೆದಿದ್ದರ ಕಾರಣ ಸಿಕ್ಕಿತು. ಶಾರದಮ್ಮನ ಬೇಸರಕ್ಕಿಂತ ಕರುಣೆಯುಕ್ಕಿತು. ಮಾತೇ ಆಡಲಿಲ್ಲ. ಮನೆಗೆ ಬಂದಾಗ ಈಗ ಶಾಸ್ತ್ರಿಗಳ ಮಗ ಕೂಡ ಇದ್ದ ಹೆಂಡತಿಯ ಜೊತೆ. 'ಬೇಷ್' ಎಂದುಕೊಂಡಳು ಸಂಧ್ಯಾ.

"ಹೋಗಿ ಮಾತಾಡ್ಸು" ಶಾರದಮ್ಮ ಹೇಳಿದರು.

"ಇಲ್ಲ, ನನ್ನ ಬಲವಂತ ಮಾಡ್ಬೇಡ" ರೂಮಿಗೆ ಹೋಗಿ ಬಾಗಿಲು ಹಾಕಿಕೊಂಡಳು. ಈಗ ಮನೆ ಖಾಲಿ ಮಾಡಿ ಎಷ್ಟು ಬೇಗ ಊರಿಗೆ ಹೋದರೆ ಅಷ್ಟು ಒಳ್ಳೆಯದೆನಿಸಿತು. ಆದರೆ ಅದೆಷ್ಟು ಬೇಗ ಕೈಗೂಡಿತೆಂದರೆ ರಾತ್ರಿ ಹಿಂದಿರುಗಿ ಬಂದ ಶ್ರೀಪತಿ "ಬೆಳಿಗ್ಗೆ ಎಲ್ಲಾ ಹೊರಡೋದೆ. ವೀರಭದ್ರಪ್ಪನ ಲಾರಿ ಗೊನೆಗಳನ್ನ ಹಾಕಿಕೊಂಡ್ ಬಂದಿದೆ. ನಾನು ಬಂದಿದ್ದು ಅದರಲ್ಲೆ. ಹೇಗೂ ಊರಿಗೆ ಬರೋವಾಗ ಲಾರಿ ಖಾಲಿಯಾಗಿರುತ್ತೆ. ಸಾಮಾನು ಹಾಕ್ಕೊಂಡ್ ಜೊತೆಯಾಗಿಯೇ ಬಂದ್ಬಿಡೂಂತ ಅಂದಿದ್ದಾರೆ. ಆದಷ್ಟು ಚೀಲಗಳಿಗೆ ಹಾಕಿ, ಅಲ್ಲಿಂದೇನು ದೊಡ್ಡದಾಗಿ ತಂದಿಲ್ಲ. ಈಗ ಒಯ್ಯೋಕೆ ಒಂದಿಷ್ಟು ಸಾಮಾನಾಗಿದೆ. ಆಕಾಶ್ ಹಿಂದಿರುಗೋವರ್ಗೂ ಅಲ್ಲೇ ಇರ್ಲಿ. ಬಂದ್ಮೇಲೆ ತಂದ್ಕೋತಾರೆ" ಎಂದು ಹೇಳಿ ಅವಸರಿಸಿದರು.

"ಇದೇನಿದು. ಈಗಿಂದೀಗ ಹೊರಡೋದೂಂದರೆ ಹೇಗೆ? ಹುಡುಗರ ಪರೀಕ್ಷೆ ಮುಗ್ದು ರಜಗಳು ಬರ್ಲಿ. ಆಗ ಯೋಚನೆ ಮಾಡೋಣ. ಇಲ್ಲಿ ಆಗಿರೋ ತೊಂದರೇನಾದ್ರೂ ಏನು?" ಶಾರದಮ್ಮ ದನಿ ತೆಗೆದರು.

ಹೆಂಡತಿಯನ್ನು ದುರುಗುಟ್ಟಿಕೊಂಡು ನೋಡಿ "ಮನಸ್ಸಿನ ನೆಮ್ದಿ ಹಾಳು ಮಾಡ್ಕೊಂಡ್ ನರ್ಕ ಅನುಭವಿಸೋಕ್ಕಿಂತ.... ಒಂದ್ವರ್ಷ ಹುಡುಗರ ಓದು

ಹಾಳಾಗೋದೇನು ದೊಡ್ಡ ಅನಾಹುತವಲ್ಲ. ಸುಮ್ನೆ ಪಾತ್ರೆ, ಪಡಗ ಎಲ್ಲಾ ಗೋಣಿ ಚೀಲಗಳಿಗೆ ಹಾಕ್ಕೋ" ಸ್ವರವೇರಿಸಿಯೇ ಹೇಳಿದರು.

"ಸಂಧ್ಯಾ, ನಿಮ್ಮಪ್ಪನಿಗೆ ನೀನಾದ್ರೂ ಹೇಳು" ಮಗಳನ್ನು ಪುಸಲಾಯಿಸಿದು.

"ಯಾರು ಹೇಳಿದ್ರೂ... ಕೇಳೋಲ್ಲ. ನೀನು ಸುಮ್ಮನೆ ತೆಪ್ಪಗೆ ಹೊರಡ್ತೀಯೋ ಇಲ್ಲ ಶಾಸ್ತ್ರಿಗಳ ಮನೆಯ ಮುಸುರೆ ತೊಳ್ಕೊಂಡ್ ಬಿದ್ದಿರುತ್ತೀಯೋ" ಕನಲಿ ನುಡಿದರು ಶ್ರೀಪತಿ.

ಒಂಟಿಯಾಗಿ ಸುಮ್ಮನೆ ಕೂತಿದ್ದ ಮಗಳ ಬಳಿಗೆ ಬಂದಾಗ ಅವರೆದೆಯ ಮೇಲೆ ತಲೆಯಿಟ್ಟು ಬಿಕ್ಕಿದಳು. "ಸಂಧ್ಯಾ, ಇಲ್ಲಿ ಉಳಿದರೆ... ಸುವಿದ್ಯಾ ತನ್ನ ಬಾಳು ಹಾಳು ಮಾಡಿಕೊಳ್ಳುವುದರ ಜೊತೆಗೆ ನಮ್ಮನ್ನು ಕೂಡ ಹಾಳು ಮಾಡಿಬಿಡ್ತಾಳೆ. ನಿನ್ನ ಜೀವನದಲ್ಲಿ ಸಂತೋಷದ ಹೂಗಳನ್ನು ಅರಳೋದ್ನ ನಾನು ನೋಡ್ಕೋಬೇಕು. ವಿದ್ಯಾ, ರಾಘು, ಬದ್ಕನ್ನ ರೂಪಿಸೋ ಜವಾಬ್ದಾರಿ ಕೂಡ ನನ್ನ ಮೇಲಿದೆ. ಪೂರ್ತಿ ನಿಸ್ಸಹಾಯಕನಾಗಿ ಕೂಡ್ಲಾರೆ" ಮಗಳಿಗೆ ಸಮಾಧಾನ ಹೇಳಿದರು.

ವಿದ್ಯಾ, ರಾಘುಗೆ ಕೂಡ ಇಲ್ಲಿಂದ ಹೋಗುವುದು ಇಷ್ಟವಿರಲಿಲ್ಲ. ಇಡೀ ರಾತ್ರಿ ಅತ್ತರು. ಮಕ್ಕಳು ಅಳು, ಬೇಡಿಕೆಗಾದರೂ ಕರಗಿ ತಮ್ಮ ನಿರ್ಧಾರ ಬದಲಾಯಿಸುತ್ತಾರೆನ್ನುವುದು ಸುಳ್ಳಾಯಿತು.

"ಬೇಗ ಸ್ನಾನಗಳ್ನ ಮುಗ್ಸಿಕೊಂಡು ಒಂದಿಷ್ಟು ತಿಂಡಿ ಮಾಡಿ ಕಟ್ಟಿಕೊಳ್ಳಿ. ಅದೇನು ಹೊಸ ಸ್ಥಳವಲ್ಲ" ಎಂದು ನುಡಿದು ಸ್ನಾನ ಮಾಡಲು ಹೋದರು ಶ್ರೀಪತಿ.

ರಾಘು, ವಿದ್ಯಾ ಅಂತು ಅವಳನ್ನು ತಬ್ಬಿಕೊಂಡು ಅತ್ತರು.

"ನಿಮ್ಮಪ್ಪ ಇಂಥ ನಿರ್ಧಾರಕ್ಕೆ ಬರ್ತಾರೇಂತ ಗೊತ್ತಿದ್ದರೆ ಆ ಲೌಡಿಯನ್ನ ಮನೆಗೆ ಸೇರಿಸ್ತಾ ಇರ್ಲಿಲ್ಲ" ಶಾರದಮ್ಮ ಅತ್ತುಕೊಂಡರು. ಸಂಧ್ಯಾ ಮೂಕಿಯಾಗಿದ್ದಳು.

ಬೆಳಗಿನ ಜಾವ ಐದೂವರೆಗೆ ಬಂದ ಲಾರಿ ಸಾಮಾನುಗಳ ಜೊತೆ ಇವರುಗಳನ್ನು ಏರಿಸಿಕೊಂಡು ಒಂದು ಗಂಟೆಯಲ್ಲಿ ಕಣ್ಮರೆಯಾಗಿ ಹೋಯಿತು.

ಒಂಟಿಯಾಗಿ ಕೂತ ಸಂಧ್ಯಾ ಕಣ್ಣೀರು ಸುರಿಸಿದಳು.

* * * *

ಶ್ರೀನಿವಾಸ ಪ್ರಭುಗಳ ಬಂಗ್ಲೆಗೆ ಸಂಧ್ಯಾ ಮೊಕ್ಕಂ ಬದಲಾಯಿಸಿ ಎರಡು ದಿವಸವಾಗಿತ್ತು. ತಾಯಿ, ಮಗ ಹಿಂದಿನ ದಿನ ಫಾರಂ ಹೌಸ್‌ಗೆ ಹೋದವರು ಅಂದು ಬರುವವರಿದ್ದರು. ಅವಳಿಗಾಗಿ ಸಿದ್ಧಪಡಿಸಿದ್ದ ರೂಮಿನಲ್ಲಿ ಎಲ್ಲಾ ಅನುಕೂಲಗಳು ಇದ್ದವು. ಕುಕ್‌ನಿಂದ ಹಿಡಿದು ಮನೆಯ ಕೆಲಸ ಮಾಡುವ ಹೆಣ್ಣಾಳಿನವರೆಗೆ ಎಲ್ಲರೂ ಮಧ್ಯ ವಯಸ್ಸು ದಾಟಿದವರೇ. ಯಜಮಾನರು, ಓನರ್ ಅನ್ನಿಸಿಕೊಂಡ ಜನರಾರು ಕಾಣಲಿಲ್ಲ.

"ಅವ್ರುಗಳು ಇಲ್ಲಿ ಯಾರಿಲ್ಲ, ವಿದೇಶದಲ್ಲಿ ಮಕ್ಳು ಜೊತೆ ಇದ್ದಾರೆ. ಸದ್ಯಕ್ಕೆ

ನಾನು, ನಮ್ಮಮ್ಮ ಪೇಯಿಂಗ್ ಗೆಸ್ಟ್‌ಗಳು ಮಾತ್ರ. ನೀನು ಸೇರ್ಪಡೆಯಾದರೆ ಮೂವರಷ್ಟೇ" ಎಂದಿದ್ದ ಡಾ|| ಸುಧಾಕರ್.

ಅಂದು ಡ್ಯೂಟಿ ಮುಗಿಸಿಕೊಂಡು ಬರುವ ವೇಳೆಗೆ ಡಾ|| ಸುಧಾಕರ್ ಮತ್ತು ವಸುಂಧರ ಬಂದಿದ್ದರು. ಯಾಕೋ ಒಳಗೆ ಅಡಿಯಿಡಲು ಅವಳ ಮನ ಸಂಕೋಚಿಸಿತು. ಇದನ್ನು ಎರಡು ದಿನದಿಂದ ಅನುಭವಿಸಿದ್ದಳು. ಆದರೆ ಬೇರೆ ಕಡೆ ಎಷ್ಟೇ ಪ್ರಯತ್ನಿಸಿದರೂ ಅಕಾಮಡೇಷನ್ ಸಿಕ್ಕಿರಲಿಲ್ಲ. ಸಿಸ್ಟರ್ ಮಾರ್ಟಿನಾ ಮಾತ್ರ ಧಾರಾಳ ಮನಸ್ಸಿನಿಂದ ಒಂದು ಸೂಚನೆ ಕೊಟ್ಟಿದ್ದಳು.

"ನಮ್ಮ ಮನೆಯ ಹಿಂದಿನ ಔಟ್ ಹೌಸ್ ಖಾಲಿಯಾಗೆ ಇದೆ. ಬಾಡ್ಗೆ ಇಲ್ದೇ ಇರಬಹುದಿತ್ತು. ಆಗಾಗ ನನ್ನ ಗಂಡ ಗುಂಡು ಹಾಕೋದು ಅಲ್ಲೇ. ಅದೇ ಸಮಸ್ಯೆಯಾಗಿದೆ. ಬೇರೆಯವರಾದರೆ ಮ್ಯಾನೇಜ್ ಮಾಡಿಕೊಳ್ಳಬಲ್ಲರು. ನೀನೊಂದು ಸುಂದರ ಹಕ್ಕಿ. ಅದೇ ಸಮಸ್ಯೆಯಾಗಿರೋದು" ಎಂದಾಗ ಜಾಗ ಖಾಲಿ ಮಾಡಿದಳು.

ಬಂದು ಮುಂದಿನ ಗಾರ್ಡನ್‌ನಲ್ಲಿ ನಿಂತಳು. ಶೆಡ್‌ನಲ್ಲಿ ಕಾರಿತ್ತು. ಬಾಲ್ಕನಿಯಲ್ಲಿ ಒಂದು ಕಾರು ನಿಂತಿತ್ತು. ಈ ಬಂಗ್ಲೆಗೆ ಭೂಷಣಪ್ರಾಯವಾಗಿತ್ತು. ಅತ್ಯಂತ ಸುಂದರವಾದ ಹೂ ತೋಟವನ್ನು ಎತ್ತರವಾದ ಗೋಡೆಗಳು ಆವರಿಸಿ ಓಡಾಡುವ ಜನರಿಂದ ಮುಚ್ಚಿಟ್ಟಿತ್ತು.

"ಸಂಧ್ಯಾ....." ಡಾ|| ಸುಧಾಕರ್‌ನ ಸ್ವರ.

ಹೌಸ್ ಕೋಟು ತೊಟ್ಟಿದ್ದವನು ಮತ್ತಷ್ಟು ಉದ್ದವಾಗಿ ಕಂಡ. ಈ ಡ್ರೆಸ್‌ನಲ್ಲಿ ಮೊದಲ ಸಲ ನೋಡುತ್ತಿದ್ದರಿಂದ ಅತ್ಯಂತ ಸುಂದರವಾಗಿ ಕಂಡ.

"ಹೇಗೆ ಅನ್ನಿಸ್ತು? ಒಂದೇ ಬಂಗ್ಲೆಯಲ್ಲಿ ಪೇಯಿಂಗ್ ಗೆಸ್ಟ್‌ಗಳಾಗಿರೋದ್ರಿಂದ ಆಗಾಗ ಭೇಟಿ, ಮಾತು ಎಲ್ಲಾ ಅನಿವಾರ್ಯ. ಹೇಗೆ ಅನ್ನಿಸ್ತು? ಏನು ತೊಂದರೆ ಇಲ್ಲ ತಾನೇ?" ಕೇಳಿದ.

ಮೊದಲ ರಾತ್ರಿ ವಿಶಾಲವಾದ ರೂಮು, ದೊಡ್ಡದಾದ ಮಂಚದ ವೈಭವ ಅಣಕಿಸಿತು. ಅವಳ ಬಾಯಿಂದ ಮಾತೇ ಬರಲಿಲ್ಲ. ಹಾಸಿಗೆ ಅವಳನ್ನು ನಿದ್ದೆ ಮಾಡಲು ಬಿಟ್ಟಿರಲಿಲ್ಲ. ಮಲಗಿದಾಗಲೆಲ್ಲ ಬಡಿದೆಬ್ಬಿಸುತ್ತಿತ್ತು.

"ಈ ವಾತಾವವಣ ಹೊಸ್ದು. ಪುಟ್ಟ ಸಾಮಾನ್ಯ ಮನೆಯಲ್ಲಿ ವಾಸಿಸಿ ಅಭ್ಯಾಸವಿದ್ದ ನಂಗೆ ನಿಜ್ವಾಗ್ಲೂ ಭಯ ತರಿಸುತ್ತೆ. ಮನಸ್ಸಿಗೆ ಬಂದ ಕೂಡಲೇ ಓಡಿಹೋಗೋದು ಕೂಡ" ಅಂದಳು ಮುಗ್ಧವಾಗಿ.

ಡಾ|| ಸುಧಾಕರ್ ಜೋರಾಗಿ ನಕ್ಕು, ಎರಡೇ ಮಾತಿನಲ್ಲಿ ತಾನು ಬಸುರಿನಲ್ಲಿದ್ದಾಗಲೇ ತಂದೆ ಡೈವೋರ್ಸ್ ಪಡೆದಿದ್ದರಿಂದ ಅವರ ಬಗ್ಗೆ ತನಗೆ ಗೊತ್ತಿಲ್ಲವೆಂದು ತಿಳಿಸಿದ.

"ಅಮ್ಮ.....ಕರೀತಾರೆ" ಬಿಳಿ ವಸ್ತ್ರದ ಸರ್ವೆಂಟ್ ಬಂದು ತಿಳಿಸಿದ.

"ಅಮ್ಮನ್ನ ಭೇಟಿಯಾಗ್ಬಹ್ದು ನಡೀ. ಬಹುಶಃ ಆಕೆ ನಿನ್ನ ಗುರುತಿಸಿಬಹ್ದು.

ಆಕಸ್ಮಾತ್ ಮರೆತಿರಬಹುದ್ದು. ಏನು ತಿಳ್ಕೋಬೇಡ. ಅದೂ ಕ್ರಮೇಣ ಅಭ್ಯಾಸವಾಗುತ್ತೆ. ಸದ್ಯಕ್ಕೆ ನನ್ನ ಮರೆತಿಲ್ಲ" ಎಂದಾಗ ಅವನಲ್ಲಿನ ನೋವು ವ್ಯಥೆಯನ್ನು ಕಣ್ಣುಗಳು ಹೊರಗೆ ಹಾಕಿದವು.

ಇಬ್ಬರು ಬಂದಾಗ ನೆನಪಿಸಿಕೊಳ್ಳುವ ಕಷ್ಟ ತಗೊಂಡು "ನೀನು.... ನೀನು...." ಎಂದಾಗ ಡಾ॥ಸುಧಾಕರ್ "ಸಂಧ್ಯಾ ಅಮ್ಮ ಅವತ್ತೊಂದು ದಿನ ಬಂದಿದ್ರು. ಸದ್ಯಕ್ಕೆ ಇಲ್ಲೇ ಇರ್ತಾರೆ" ತಿಳಿಸಿದ.

ನೀನು ಮದ್ವೆ ಆಗ್ಬೇಕೂಂತ ಇರೋ ಹುಡ್ಗಿ ಅಲ್ವಾ ತುಂಬಾ ಲಕ್ಷಣವಾಗಿದ್ದಾಳೆ. ಇಲ್ಲೆ ಇದ್ಕೊಳ್ಳಿ" ಎಂದು ಹೇಳಿದರು. ಸಂಜೆಯ ತಿಂಡಿ ಅತ್ಯಂತ ರುಚಿಯಾಗಿತ್ತು. ಬಡಬಡನೆ ಮಾತಾಡುತ್ತಿದ್ದ ವಸುಂಧರ ಒಮ್ಮೆಲೆ ಸುಮ್ಮನಾದಾಗ ಡಾ॥ ಸುಧಾಕರ್ ಕರೆದುಕೊಂಡು ಹೋಗಿ ಮಲಗಿಸಿ ಬಂದ.

"ಅಮ್ಮ ಅತ್ಯಂತ ಆಕ್ಟೀವ್ ಆಗಿದ್ರು. ತಾನು ಡೈವೋರ್ಸ್ ಪಡೆದ ಹೆಣ್ಣೆಂತ ಎಂದು ಚಿಂತಿಸಲಿಲ್ಲ. ಮೂಢ ವ್ಯವಸ್ಥೆ ಬಗ್ಗೆ ಸಿಡಿದೇಳುತ್ತಿದ್ದರು. ಎಷ್ಟೋ ಯುವತಿಯರಿಗೆ ಸಹಾಯ ಮಾಡಿದ್ದರು. ಒಂದೆರಡು ವರ್ಷದಿಂದ ಆಲ್‌ಜೈಮರ್ ಪೇಷಂಟ್. ಮರೆವು ದೈವ ಕೊಟ್ಟವರ. ಆದರೆ ಇಲ್ಲಿ ಶಾಪವಾಗಿದೆ. ಕೆಲವೊಮ್ಮೆ ನಾವು ಬೇಕಾದುದನ್ನು ಮರೀತೀವಿ. ಬೇಡವಾದುದನ್ನು ನೆನಪಿನಲ್ಲಿ ಇಟ್ಕೋತೀವಿ" ಬಹಳ ಹೊತ್ತು ಹೇಳಿಕೊಂಡ ಮನಬಿಚ್ಚಿ.

ಎರಡನೇ ದಿನ ಒಂದು ಬಾಂಬ್ ಸಿಡಿಸಿದ ಡಾ॥ ಸುಧಾಕರ್. ಒಂದು ಫೋಟೋನ ಅವಳ ಮುಂದಿಡಿದು "ಇವ್ನು ಆಕಾಶ್ ಅಂತ. ನನ್ನ ಗುಡ್‌ಫ್ರೆಂಡ್ ಆಗಿದ್ದ. ರೋಡು ಆಕ್ಸಿಡೆಂಟ್‌ನಲ್ಲಿ ತೀರಿಕೊಂಡ. ಸೂಯಿಸೈಡ್‌ಗೆ ಪ್ರಯತ್ನಿಸಿ ನನ್ನ ನರ್ಸಿಂಗ್ ಹೋಂಗೆ ಬಂದ ಪೂರ್ಣಿಮಾ ಇವಳ ಒಬ್ಬೇ ಅಕ್ಕ. ಹಳೇ ಆಲ್ಬಮ್‌ನಲ್ಲಿಸಿಕ್ಕ ಫೋಟೋ."

ಸಂಧ್ಯಾಗೆ ತಲೆ ತಿರುಗಿದಂತಾಯಿತು. ಕೊರಳಿನಲ್ಲಿದ್ದ ಕರೀಮಣಿಯ ಸರ ಅಣಕಿಸಿತು. ಅವಳ ಬಾಯಿಂದ ಮಾತೇ ಹೊರಬರಲಿಲ್ಲ.

"ನಿನ್ನ ಹಸ್ಬೆಂಡ್ ಹೆಸರು ಕೂಡಾ ಆಕಾಶ್ ಅಲ್ವಾ? ಅದ್ಕೇ ಈ ಫೋಟೋಗೆ ಮಹತ್ವ ಸಿಕ್ತು" ಮತ್ತೆ ಹೇಳಿದ. ಅವಳಿಗೆ ಪ್ರಜ್ಞೆ ತಪ್ಪುವುದೊಂದು ಬಾಕಿ ಇತ್ತು.

ವಾರದ ಹಿಂದೇನೇ ಪೂರ್ಣಿಮಾ ಫೋನ್‌ನಲ್ಲಿ ಸಂಪರ್ಕಿಸಿ ಇಲ್ಲಿನ ವಿಷಯ ತಿಳಿಸಿ "ಸಂಧ್ಯಾ ಸತ್ತ ಆಕಾಶ್ ಮಡದಿಯಾಗಿ ಯಾವುದೇ ನೆನಪುಗಳು ಇಲ್ದೇ ಜೀವನ ಸವೆಸೋದ್ಬೇಡ" ಎಂದಿದ್ದಕ್ಕೆ ಆಕೆ ಸಂತೋಷದಿಂದಲೇ ಅನುಮೋದಿಸಿ ಸಹಕಾರದ ಹಸ್ತ ನೀಡಲು ಸಿದ್ಧವಿರುವುದಾಗಿ ತಮ್ಮನ ಫೋಟೋ ಕಳಿಸಿದ್ದರು.

ಈ ಷಾಕ್‌ನಿಂದ ಚೇತರಿಸಿಕೊಳ್ಳುವ ಮೊದಲು "ನೀನು ಇಲ್ಲಿನ ಫೋನ್ ಉಪಯೋಗಿಸಿಕೊಳ್ಳಬಹುದ್ದು ನೋ ಪ್ರಾಬ್ಲಮ್. ಆಕಾಶ್‌ಗೂ ಈ ನಂಬರ್ ಕೊಡು" ಒತ್ತಿ ಹೇಳಿದ್ದ.

ಸಂಧ್ಯಾ ಅಕಾಮಡೇಷನ್ ಬದಲಾಯಿಸುವ ನಿರ್ಧಾರಕ್ಕೆ ಬಂದರೂ ವಸುಂಧರ ಕಳಿಸುವರೆಂಬ ನಂಬಿಕೆ ಇರಲಿಲ್ಲ. ಆಕೆ ಅಷ್ಟೊಂದು ಹಚ್ಚಿಕೊಂಡಿದ್ದೊಂದು ಅದೃಷ್ಟ. ಆದರೂ ಡಾ॥ ಸುಧಾಕರ್ ಬಂಗ್ಲೆಯಲ್ಲಿದ್ದಾಗ ಫೇಸ್ ಮಾಡಲು ಅಂಜುತ್ತಿದ್ದಳು.

ಸದ್ಯಕ್ಕೆ ಮಾರ್ಟಿನಾ ಮನೆಗೆ ಹೋಗಿಬಿಡುವ ನಿಶ್ಚಯ ಮಾಡಿದಳು. ಅದನ್ನು ಹೇಗೆ ತಿಳಿಸುವುದೆಂದು ಪೇಚಾಟ. ಇಲ್ಲಿಂದ ತಪ್ಪಿಸಿಕೊಂಡು ಹೋದರೂ ಡಾ॥ ಸುಧಾಕರ್ ನರ್ಸಿಂಗ್ ಹೋಂನಲ್ಲಿ ಸಿಕ್ಕಿಯೇ ಸಿಕುತ್ತಾರೆ. ಹೇಗೆ? ಬಹುಶಃ ಕೆಲಸಬಿಟ್ಟುಹೋದರೆ, ಪಡೆದ ಲೋನ್ ತೀರಿಸುವವರಾರು?

ಅಂದು ಇವಳು ಬಂದಾಗ ವಸುಂಧರ ಆಳುಗಳಿಗೆ ಏನೋ ಹೇಳುತ್ತ ಗಾರ್ಡನ್‌ನಲ್ಲಿಯೇ ಇದ್ದವರು ಪ್ರಶ್ನಾರ್ಥಕವಾಗಿ ಅವಳತ್ತ ನೋಡಿ "ಅದೇನು ಒಬ್ಬೆ ಬಂದೇ? ಸುಧಾ ಎಲ್ಲಿ? ಇಬ್ರೂ ಜೊತೆಯಲ್ಲಿ ಹೋಗಿ ಜೊತೆಯಲ್ಲಿ ಬರಬಹುದಲ್ಲ" ಎನ್ನುವ ಪ್ರಶ್ನೆ ಎತ್ತಿದಾಗ ಅವಳಿಗೆ ತಡಬಡಿಸುವಂತಾಯಿತು. ಏನು ಹೇಳಬೇಕೋ ತೋರಲಿಲ್ಲ. ಬರೀ ಪೆಚ್ಚು ನಗೆ ಬೀರಿದಳು.

ತೀರಾ ಸನಿಹಕ್ಕೆ ಬಂದ ಮೇಲೆ "ಡಾಕ್ಟ್ರು, ನರ್ಸಿಂಗ್ ಹೋಂನಲ್ಲೇ ಇದ್ದಾರೆ. ನನ್ನ ಡ್ಯೂಟಿ ಮುಗೀತು" ಎಂದಾಗ. ಆಕೆಗೆ ಏನು ಪ್ರತಿಕ್ರಿಯಿಸಬೇಕೆಂದು ತಲೆ ಕೆಡಿಸಿಕೊಂಡರೂ ಏನು ತೋಚಲಿಲ್ಲ.

ಹೊರಗೆ ಬಂದ ಕುಕ್ "ಅಮ್ಮ ಫೋನಿದೆ" ಎಂದ. ವಸುಂಧರ ಆ ಕಡೆ ಗಮನ ಕೊಡದಿದ್ದಾಗ ತಾನೇ ತಗೊಂಡಳು. "ಹಲೋ... ಸಂಧ್ಯಾ.... ಅಮ್ಮ ಏನು ತಿನ್ಲಿಲ್ಲ. ಬರೀ ನಂಗಾಗಿ ಕಾಯ್ತಕೂಡ್ತಾರೆ. ಊಟ ಮಾಡ್ಸೋ ಜವಾಬ್ದಾರಿ ನಿಂದು" ಅಂದು ಫೋನ್ ಕಟ್ ಮಾಡಿದ.

ಬಹಳ ಬಲವಂತ ಮಾಡಿ ಡೈನಿಂಗ್ ಹಾಲ್‌ಗೆ ಕರೆದೊಯ್ದು ತಾನೇ ಕೂತು ಬಡಿಸಿದಾಗ "ಸಂಧ್ಯಾ ನನ್ನ ನೆನಪಿಗೆ ಏನೋ ಆಗಿದೆಯೆನಿಸುತ್ತೆ" ಮುಜುಗರ ಪಟ್ಟುಕೊಂಡರೂ ಆಮೇಲೆ ಸರಿಹೋದರು. ಮಾತಾಡುತ್ತ ಆರಾಮಾಗಿ ಊಟ ಮಾಡಿ "ಸಂಧ್ಯಾ, ನೀನೇ ಹತ್ತಿರದಲ್ಲಿದ್ದು ಅವ್ನಿಗೆ ಬಡ್ಸು" ಆದೇಶಿಸಿ ಹೋಗಿ ಮಲಗುವ ಮುನ್ನ ಮಾತ್ರೆ ನೀರು ಒಯ್ದರು. ನುಂಗಿ ಮಲಗಿ ಕಣ್ಮುಚ್ಚಿದರು.

ಕೆಲವೊಮ್ಮೆ ವಸುಂಧರ ತುಂಬ ನಾರ್ಮಲ್ಲಾಗಿರುತ್ತಿದ್ದರು. ಅವಳ ಬಗ್ಗೆ ವಿಚಾರಿಸುತ್ತಿದ್ದರು. ತಟ್ಟನೆ ಮೊದಲಿನ ಮಾತುಗಳಿಗೆ ಅರ್ಥವೇ ಇಲ್ಲವೆನ್ನುವಂತೆ ನಡೆದುಕೊಳ್ಳುತ್ತಿದ್ದರು.

ಡಾ॥ ಸುಧಾಕರ್ ಇಂದುಬಂದಾಗ ತುಂಬ ಆಯಾಸಗೊಂಡಿದ್ದ. ವಸುಂಧರ ಹೇಳಿದ್ದನ್ನ ನೆನಪಿಸಿಕೊಂಡು "ಅಮ್ಮ ಹೇಳಿದ್ದಾರೆ ನಾನೇ ಬಡಿಸ್ಲಾ?"ಕೇಳಿದಳು. "ವೈ ನಾಟ್, ಅಂತು ನನ್ನ ಸಾಲನ ಬೇಗ ಚುಕ್ತಾ ಮಾಡಿಬಿಡೋ ಹುಮ್ಮಸ್ಸು" ಎಂದು ಆರಾಮದ ನಗೆ ಬೀರಿದ.

ತಾನೇ ಬಡಿಸಿದಾಗ ಊಟ ಮಾಡಿ ಎದ್ದ ಡಾ॥ ಸುಧಾಕರ್ ನ್ಯಾಪ್‌ಕಿನ್‌ಗೆ

ಕೈಯೊರೆಸುತ್ತಾ "ಸಂಧ್ಯಾ, ಆಕಾಶ್ ನರ್ಸಿಂಗ್ ಹೋಂಗೆ ಫೋನ್ ಮಾಡಿದ್ರು. ನಾನೇ ಇಲ್ಲಿನ ಫೋನ್ ನಂಬರ್ ಕೊಟ್ಟಿದ್ದೀನಿ. ಯಾವಾಗ್ಲಾದ್ರೂ ನಿಂಗೆ ಫೋನ್ ಬರ್ಬಹುದ್ದು" ಎಂದ. ಸಂಧ್ಯಾಗೆ ಉಸಿರು ನಿಂತಂತಾಯಿತು. ಎಲ್ಲಿಯ ಆಕಾಶ್? ಎಲ್ಲಿಯ ಫೋನ್? ಅವಳು ಹುಟ್ಟು ಹಾಕಿದ ಪಾತ್ರ ಒಂದು ಹಂತಕ್ಕೆ ನಿಂತಂತೆ ಕಂಡಿತು.

ಅನುಮಾನಿಸುತ್ತಲೇ ಡಾ॥ ಸುಧಾಕರನ ಮುಖ ನೋಡಿದಳು. ಮ್ಯಾಗಝೀನ್ ಮುಖದ ಮುಂದೆ ಹಿಡಿದಿದ್ದವನು ತಟ್ಟನೆ ಮುಖವೆತ್ತಿ "ಒಳ್ಳೆ ಮಾತುಗಾರ, ಧ್ವನಿ ಕೂಡ ಆಕರ್ಷಕವಾಗಿದೆ. ನಿನ್ನ ತುಂಬ ಪ್ರೀತಿಸ್ತಾ ಇರೋ ಸಂಗ್ತಿ ಒಂದತ್ತು ಸಲವಾದ್ರೂ ಹೇಳ್ದ. ನಂಗ್ಯಾಕೋ ನನ್ನ ಫ್ರೆಂಡ್ ಆಕಾಶ್‌ನ ನೆನಪು ನುಗ್ಗಿಬಂತು. ಅದೇ ಮೋಡಿ ಇತ್ತು ಸ್ವರದಲ್ಲಿ."

ಸಂಧ್ಯಾಳ ಮುಖ ಬಿಳುಚಿಕೊಂಡಿತು. ತೀರಾ ಅಂಥ ಚಾಲೂಕಿ ಹೆಣ್ಣು ಕೂಡ ಅಲ್ಲ. ತಕ್ಷಣಕ್ಕೆ ಏನಾದರೂ ಹೇಳಿ ತಪ್ಪಿಸಿಕೊಳ್ಳಲು.

"ಮೇಡಂ ಹೇಳಿದ್ರೂ ನರ್ಸಿಂಗ್ ಹೋಂಗೆ ಹೋಗ್ತೀನಿ" ಅವನ ಮುಂದಿನಿಂದ ಸರಿದು ಹೋಗುವುದಷ್ಟೆ ಅವಳಿಗೆ ಕಂಡಿದ್ದು. "ಮಹರಾಯ್ತಿ, ಡ್ಯೂಟಿ ಅವರ್ಸ್ ಬಿಟ್ಟು ಮಿಕ್ಕ ಸಮಯನ ಅಮ್ಮನಿಗಾಗಿ ಮೀಸಲು ಇಡಬೇಕೂಂತ ಮೊದ್ಲೇ ಮಾತುಕತೆಯಾಗಿದೆ" ನೆನಪಿಸಿದ. ಅವಳಿಗೆ ಜ್ಞಾಪಕ ಇತ್ತು.

ವಸುಂಧರ ತೋರುವ ಸ್ನೇಹ ಎಲ್ಲವೂ ಇಷ್ಟವೇ. ಡಾ. ಸುಧಾಕರ್ ಆಕಾಶ್‌ಗೆ ಸ್ನೇಹಿತನೆನ್ನುವ ಭೂತ ಅವಳನ್ನು ಹೆದರಿಸಿ ಓಡುವಂತೆ ಮಾಡುತ್ತಿತ್ತು.

ರೂಮಿಗೆ ಬಂದವಳೇ ಕುಸಿದಂತೆ ಕೂತಳು.

ರಾತ್ರಿ ಮೂವರು ಕೂಡಿಯೇ ಊಟ ಮಾಡಿದರು. ಇಂಥ ಒಂದು ಕನಸನ್ನು ಕೂಡ ಅವಳು ಕಂಡಿರಲಿಲ್ಲ. ವಸುಂಧರ ತಮ್ಮ ರೂಮಿಗೆ ಸುಧಾಕರ್, ಸಂಧ್ಯಾನ ಕರೆದೊಯ್ದು "ನಿನ್ನ ಸೆಲೆಕ್ಷನ್ ತೀರಾ ಗುಡ್. ಆದ್ರೂ ಈ ರೀತಿ ಬಿಚ್ಚೋಲೆ ಗೌರಮ್ಮನಾಗಿರೋ ಹಣೆ ಬರಹ ಅವ್ಳಿಗ್ಯಾಕೆ?" ಎಂದು ಬೀರುವಿನಿಂದ ಒಡವೆಯ ಬಾಕ್ಸ್ ತೆಗೆದು ಸಂಧ್ಯಾ ಕೈಗೆ ಕೊಟ್ಟಾಗ ಮೆಟ್ಟಿಬಿದ್ದಳು. ಅದರಿಂದ ತಾವೇ ಒಂದು ಹಾರನ ತೆಗೆದು ಮಗನ ಕೈಗೆ ಕೊಟ್ಟು "ಇದ್ನಾ ಸಂಧ್ಯಾ ಕುತ್ತಿಗೆಗೆ ಹಾಕು" ಆಜ್ಞಾಪಿಸಿದರು. ಅವನು ಹಿಂದೆಗೆಯುತ್ತಾನೆನ್ನುವುದು ಸುಳ್ಳಾಯಿತು. ಆರಾಮಾಗಿ ಬಳಸಿ ಅವಳ ಕುತ್ತಿಗೆಗೆ ಹಾಕಿದಾಗ ಅಳಬೇಕೆನಿಸಿತು.

"ಇನ್ನು ನಾನು ಮಲಗ್ತೀನಿ ಮಾತ್ರೆ ಕೊಡು" ಎಂದರು ವಸುಂಧರ.

ಡಾ॥ ಸುಧಾಕರ್ ಮಾತ್ರೆ, ನೀರನ್ನು ಕೊಟ್ಟು ಅವಳ ಹಿಂದೇನೇ ಹೊರಬಂದವನು "ನಿಂಗೊಂದು ಫೋನ್ ಇದೆ. ನಂತರವೇ ಕುತ್ತಿಗೆಯಿಂದ ಹಾರ ತೆಗೀ" ಅಧಿಕಾರದ ದನಿಯಲ್ಲಿ ಹೇಳಿದ.

ಸಂಧ್ಯಾಗೆ ಹುಚ್ಚಿಡಿದಂತಾಯಿತು. ಅವಳಿಗೆ ಫೋನ್ ಬಂತು ಪೂರ್ಣಿಮಾಯಿಂದ- "ಡಾ॥ ಸುಧಾಕರ್‌ಗೆ ಎಲ್ಲಾ ಗೊತ್ತು. ನೋಡಿರದ ಸತ್ತ

ಆಕಾಶ್‌ನ ಮಡದಿಯಾಗಿರೋ ಬದ್ಲು ನಿನ್ನ ಇಷ್ಟಪಡೋ ಡಾ|| ಸುಧಾಕರ್‌ನ ಸಂಗಾತಿಯಾಗು" ಎಂದು ಫೋನ್ ಇಟ್ಟೇಬಿಟ್ಟರು.

ಎದೆಯ ಮೇಲೆ ಕೈಕಟ್ಟಿ ಒರಗಿ ನಿಂತಿದ್ದ ಡಾ|| ಸುಧಾಕರ್ "ಮಿಕ್ಕಿದ್ದು ನಿನ್ನಿಷ್ಟ. ಗುಡ್‌ನೈಟ್" ರೂಮಿಗೆ ಹೋಗಿ ಅಲ್ಲಿಂದ ಇಂಟರ್‌ಕಾಮ್‌ನಲ್ಲಿ "ನಿನ್ನ ಸ್ಯಾಲರಿ ಧಾರಾಳವಾಗಿ ನಿನ್ನ ತವರಿಗೆ ಕೊಡ್ಬಹ್ದು. ಹೇಗೂ ಪಾರ್ಟನರ್ ಆದರೆ ನಿಂಗೆ ಸ್ವಂತ ಖರ್ಚುಗಳು ಇರೋಲ್ಲ. ನಿಂಗೆ ಇಷ್ಟವಿಲ್ಲದಿದ್ದರೆ ಉಂಗುರ, ಸರ ಕಳಚಿಟ್ಟು ಮೊದಲಿನಂತೆ ಆರಾಮವಾಗಿರಬಹ್ದು" ಎಂದು ಫೋನ್ ಇಟ್ಟ.

ಡಾ|| ಸುಧಾಕರ್ ಬಗ್ಗೆ ಪ್ರೀತಿ, ಪ್ರೇಮ ಕನಸುಗಳೆಲ್ಲ ಇದ್ದರೂ ಅವನನ್ನು ಎಟುಕಿಸಿಕೊಳ್ಳಬೇಕೆಂಬ ಆತುರವಾಗಲೀ, ಸಿಗಬಹುದೆಂಬ ಕಲ್ಪನೆಯಾಗಲೀ ಅವಳಿಗೆ ಇರಲಿಲ್ಲ. ಬದುಕಿನಲ್ಲಿ ವಿಜ್ಞಾನ ಕೂಡ ಭೇದಿಸಲಾರದಂಥ ಎಷ್ಟೋ ನಿಗೂಢಗಳು ಇವೆ. ಅದರಲ್ಲಿ.... ಇದೊಂದು? ಈಗಲೂ ಅವಳ ಮನಸ್ಸಿಗೆ ಡಾ|| ಸುಧಾಕರ್ ಪಕ್ಕ ನಿಲ್ಲುವ ಅರ್ಹತೆ ಇಲ್ಲವೆನಿಸಿತು.

ಬೆಳಿಗ್ಗೆ ಉಂಗುರ, ಸರ, ಬಿಚ್ಚಿಟ್ಟರೂ ಡ್ಯೂಟಿಗೆ ಹೋಗುವ ಮುನ್ನ ಹ್ಯಾಂಡ್ ಬ್ಯಾಗ್‌ಗೆ ಹಾಕಿಕೊಂಡಳು. ಇನ್ನು ವಸುಂಧರ ಎದ್ದಿರಲಿಲ್ಲ. ಸಿಟಿ ಬಸ್ಸು ಹಿಡಿದು ಅನುರಾಧ ನರ್ಸಿಂಗ್ ಹೋಂಗೆ ಬಂದಳು.

ತನ್ನ ಹ್ಯಾಂಡ್ ಬ್ಯಾಗ್‌ಗೆ ಫ್ಲಾಸ್ಕ್, ಮ್ಯಾಗಝೀನ್ ಮುಂತಾದುವನ್ನು ಸೇರಿಸಿ ಮೇಲೆದ್ದ ರಿಸೆಪ್ಷನಿಸ್ಟ್ ಶಾಂತಿ "ಅಲ್ಲಿ ಮನೆ ಖಾಲಿ ಮಾಡಿದ್ದೀಯಾಂತ ತಿಳೀತು. ಮಾರ್ಟಿನಾ ನಿಂಗೆ ರೂಮು ಕೊಡೋ ಧಾರಾಳತನ ತೋರಬಹ್ದು. ಬಿ ಕೇರ್ ಫುಲ್.... ಅವ್ಳ ಗಂಡ ಒರಟ. ಹೆಂಡತಿಗೆ ಬಡಿಯುವಾಗ ನಿಂಗೂ ನಾಲ್ಕು ಬಡೀತಾನೆ" ಎಚ್ಚರಿಸಿ "ಈಗ ಎಲ್ಲಿದ್ದಿ? ಬೇಕಾದರೇ ಒಂದೆರಡು ತಿಂಗ್ಳು ನಮ್ಮ ಮನೆಯಲ್ಲಿ ಅಡ್ಜೆಸ್ಟ್ ಮಾಡ್ಕೋಬಹ್ದು" ಒಂದು ಆಫರ್ ಕೊಟ್ಟಳು.

ಈಗ ಸದ್ಯಕ್ಕೆ ಡಾ|| ಸುಧಾಕರ್ ಪೇಯಿಂಗ್ ಗೆಸ್ಟ್ ಆಗಿರೋ ಬಂಗ್ಲೆಯಲ್ಲಿ ಪೇಯಿಂಗ್ ಗೆಸ್ಟ್ ಆಗಿದ್ದೀನಿ. ಎಲ್ಲಾ ಅನ್ಕೂಲವಿದೆ. ಆದ್ರೂ ದುಬಾರಿಯೆನಿಸುತ್ತೆ" ಎಂದಳು ಅನ್ಯಮನಸ್ಕಳಾಗಿ.

ಆಗ ತಾನೇ ಒಳಗೆ ಬಂದ ಮ್ಯಾನೇಜರ್ ಪರಮಶಿವಯ್ಯ "ಡಾ|| ಸುಧಾಕರ್‌ಗೆ ಅಂಥ ಹಣೆಬರಹವೇನು. ಮಾಜಿಮಂತ್ರಿ ಶ್ರೀನಿವಾಸ ಪ್ರಭುಗಳ ಮೊಮ್ಮಗ. ಅವ್ರ ಮಗಳು ವಸುಂದರ ಅವ್ರ ಸುಪುತ್ರ. ಕೋಟ್ಯಾಂತರ ರೂಪಾಯಿ ಆಸ್ತಿಗೆ ವಾರಸುದಾರ. ಏನೋ... ಸಿಂಪಲ್. ಮೂರು ಕಾರಿನ ಒಡೆಯ. ಸ್ಕೂಟರ್‌ನಲ್ಲಿ ಸ್ವಲ್ಪ ಸಂಬಳಕ್ಕೆ ಬರೋದೊಂದು ಆಶ್ಚರ್ಯಕರ ಸಂಗತಿ" ಎಂದು ನುಡಿದು ಒಳಗೆ ಹೋದಾಗ ಇಬ್ಬರು ಮುಖಮುಖ ನೋಡಿಕೊಂಡರು.

ಹನ್ನೊಂದಕ್ಕೆ ಯಾವುದೋ ಆಪರೇಷನ್ ಇದೆಯೆಂದು ಡಾ|| ಸುಧಾಕರ್ ಬಂದರೂ ಮುಖ ತಪ್ಪಿಸಿದ ಸಂಧ್ಯಾಗೆ ಏನು ಮಾಡಬೇಕೆಂದು ದಿಕ್ಕೇ ತೋಚಲಿಲ್ಲ.

ಸರಿಯಾಗಿ ಕೆಲಸ ನಿರ್ವಹಿಸುವುದು ಕೂಡ ಅವಳಿಂದಾಗಲಿಲ್ಲ. ತುಂಬ ತಲೆ ನೋವೆಂದು ಅರ್ಧ ದಿನಕ್ಕೆ ಲೀವ್ ಬರೆದು ಪರಮಶಿವಯ್ಯನ ಮುಂದಿಟ್ಟು ಹೊರಬಂದಳು.

ಬಂಗ್ಲೆಗೆ ಬಂದು ತನ್ನ ಲಗೇಜ್ ರೆಡಿ ಮಾಡಿಕೊಂಡು ಉಂಗುರ, ಹಾರ ಬಿಚ್ಚಿಟ್ಟು ಹೊರಬರುವ ವೇಳೆಗೆ ಸರಿಯಾಗಿ ಎದುರಾದ್ದುದ್ದು ಡಾ॥ ಸುಧಾಕರ್. ಅವನ ಕಣ್ಣುಗಳಲ್ಲಿ ಕೋಟಿ ಸೂರ್ಯರ ಪ್ರಭೆ ಇತ್ತು. ನೋಟ ಕೀಳಲಾರದೆ ತಡಬಡಿಸಿದಳು.

ಸಂಧ್ಯಾ ಕೈಯಲ್ಲಿನ ಲಗೇಜ್ ಕುಸಿಯಿತು. ಇನ್ನು ನಿಲ್ಲಲಾರೆನೆನ್ನಿಸಿದಾಗ ಗೋಡೆಗೊರಗಿ ತುಟಿ ಕಚ್ಚಿಬಿಕ್ಕಿದಳು. ಅವನೆದೆಯಾಸರೆಯಲ್ಲಿ ಮಂಗಳವಾದ್ಯಗಳು ಮೊಳಗಿದವು. ಬಹುಶಃ ಎಂದೋ ಭೂಮಿಯ ಮೇಲೆ ಇಲ್ಲವಾದ ಆಕಾಶ್ ಇವರುಗಳ ಮೇಲೆ ಹೂಮಳೆ ಸುರಿಸಿ ಶುಭ ಹಾರೈಸಿರಬೇಕು 'ಕಲ್ಯಾಣಮಸ್ತು' ಎಂದು.

—0—